हाडामासात रुतणारा 'दाह'!

मराठी माणसाच्या हातातून मुंबई निसटत असल्याच्या किंबहुना निसटल्याच्या भावनेचा दुखरा स्वर आणि मराठी माणसामाणसांत घडणाऱ्या आंतरक्रियांचा लेखाजोखा म्हणजे सुरेश पाटील यांची 'दाह' ही कादंबरी. या कादंबरीचा आवाका खूप मोठा आहे. एखादं मिनी महाभारत म्हटलं तरी वावगं ठरणार नाही. कोणत्याही राजकीय विचारधारेला हात न घालता जे आहे ते प्रामाणिकपणे मांडण्याचं धाडस पाटील यांनी दाखवलं आहे. कादंबरीच्या नावाप्रमाणेच त्यात ठासून भरलेला 'दाह' पदोपदी प्रचंड अस्वस्थ करतो. बाहेरच्या लोकांना मुंबई आपली वाटते, मग मराठी माणसाला तसं का वाटत नाही? आपल्याच मुंबईसारख्या आंतरराष्ट्रीय शहरात राहून मराठी माणसाला मरणासाठी आपलं गाव का हवं असतं? लेखकानं कथेच्या ओघात उभे केलेले असे प्रश्न प्रचंड अंतर्मुख करतात. या कादंबरीत काय नाही? प्रेम, वात्सल्य, ईर्षा, स्पर्धा, संघर्ष अशा अनेक कंगोऱ्यांतून कादंबरीची जडण-घडण होत राहते. मराठी मनाचा हा 'दाह' हाडामासात रुतणारा आहे.

– महाराष्ट्र टाइम्स (३१ ऑगस्ट, २०१४)

चाळ संस्कृतीचा प्रभावी आविष्कार...

कादंबरीच्या विशिष्ट साच्यानुसार रूढार्थाने एखादे कुटुंब, घटना, दोन जीव किंवा एखाद्या ढोबळ समीकरणाभोवती फिरणारी ही कथा वाटत नाही. हे एका संस्कृतीचे, समूहाचे चित्रण आहे. कादंबरीत अनेक व्यक्तिरेखा, अनेक प्रसंग, अनेक प्रकरणे असली तरी कॅलिडोस्कोपमधून दिसणाऱ्या नवनव्या आकृत्यांसारखी ही चित्रे मनाला भिडतात. उत्कंठा वाढत जाते. प्रत्येक व्यक्तिरेखा आणि प्रसंगाशी तादात्म्य पावून ते डोळ्यांसमोर हुबेहूब साकार करणारी प्रभावी वर्णनशैली हे या कादंबरीचे बलस्थान आहे. कादंबरीतील एकएक प्रकरण म्हणजे स्वतंत्र कादंबरीचा विषय आहे. आशा-निराशांचा खेळ आणि त्यामुळे साऱ्या जीवनाला व्यापून राहिलेली दाहकता हे या कादंबरीचे मुख्य सूत्र आहे. मुळात हा चाळ संस्कृतीचा वेगळा अनुभवच ताकदवान आहे आणि त्याचा आविष्कारही तितक्याच प्रभावीपणे झाला आहे.

– दै. सामना (३ ऑगस्ट, २०१४)

'दाह' : मानवी जीवनाचं धगधगतं अग्निकुंड!

सुरेश पाटील यांनी उभा केलेला दाह स्वतंत्र आहे. त्याला स्वत:चा चेहरा आहे. कादंबरीत मांडलेला विशाल पट आणि त्या पटावर खेळवलेली पात्रे चटकन महाभारताची आठवण करून देतात. सामान्य माणसाचे आयुष्य हे त्या युद्धापेक्षा कमी नसते. माणसाच्या आयुष्यात घडणाऱ्या घटनांना असंख्य नीरगाठी असतात. एका गाठीचे पदर किंवा धाग्यांची उकल करावी तर पुढे गाठींची संख्या वाढतच गेलेली असते. मानवी जीवनाचे असे असंख्य कंगोरे तितक्याच ताकदीने मांडण्यात, समोर आणण्यात सुरेश पाटील कमालीचे यशस्वी ठरले आहेत. लेखकाने भाषेचा मूळ गाभा तोच ठेवून तिला प्रवाही ठेवण्याचे काम इमाने-इतबारे केले आहे. भाषेत कमालीची आक्रमकता असून ते कादंबरीचे बलस्थान ठरले आहे; त्यामुळे आपण 'दाह' नावाची कादंबरी वाचत आहोत की एखादा चित्रपट पाहात आहोत, हेच कळत नाही. 'दाह' ही फक्त कादंबरी नसून एका प्रवाही संस्कृतीचा चालता-बोलता इतिहास आहे. कादंबरीची मांडणी करताना त्यात कुठेही कृत्रिमता नाही, भेसळ नाही, लबाडी नाही की बडेजाव नाही. जे पाहिलं ते मांडलं हे ब्रीद लेखकानं पाळलं असल्याने ही कादंबरी म्हणजे एक धगधगतं अग्निकुंडच झालं आहे.

कादंबरीत असलेला कमालीचा जिवंतपणा, रसरशीतपणा हे तिचे खास वैशिष्ट्यच म्हणायला हवे. कादंबरी मुंबईच्या पार्श्वभूमीवर लिहिली असली तरी त्यात संपूर्ण महाराष्ट्राचे प्रतिबिंब पडते. तिचा एकंदरीत बाज पाहता ही एखाद्या माणसाची किंवा वर्ग, समूहाची कहाणी न राहता ती शाश्वत मानवी मूल्यांचा वेध घेते. कादंबरीत माणूस हा केंद्रस्थानी असून त्याच्या भावभावनांचा सशक्त लेखाजोखा, मानवी मूल्यांची रचना, ठेवण, गुंफण पाहता तिला आपोआपच जागतिक परिमाण लाभले आहे.

– दक्षिण महाराष्ट्र साहित्यपत्रिका (त्रैमासिक जाने-मार्च, २०१५)

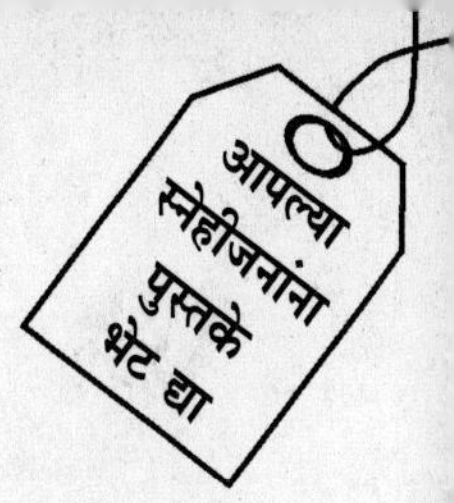

दाह

सुरेश पाटील

मेहता पब्लिशिंग हाऊस

Please contact us at **Mehta Publishing House Pvt. Ltd.,** Pune 411030.
✆ +91 020-24476924 / 24460313 / Mob. No. 9545000513
Email : production@mehtapublishinghouse.com
Website : www.mehtapublishinghouse.com

- *या पुस्तकातील लेखकाची मते, घटना, वर्णने ही त्या लेखकाची असून त्याच्याशी प्रकाशक सहमत असतीलच असे नाही.*

DAAHA by SURESH PATIL

दाह : सुरेश पाटील / कादंबरी

Email : author@mehtapublishinghouse.com

संस्थापक : सुनील अनिल मेहता

प्रकाशक : मेहता पब्लिशिंग हाऊस प्रा. लि.,
१९४१ सदाशिव पेठ, माडीवाले कॉलनी, पुणे - ३०.

मुद्रक : ट्रिनिटी ॲकॅडमी फॉर कॉर्पोरेट ट्रेनिंग लिमिटेड

मुखपृष्ठ : चंद्रमोहन कुलकर्णी

प्रकाशनकाल : मे, २०१४ / मेहता पब्लिशिंग हाऊस यांची
द्वितीयावृत्ती : मार्च, २०१६ / पुनर्मुद्रण : ऑगस्ट, २०२४

किंमत : ₹ ७९५

P Book ISBN 9788184989861
E Book ISBN 9788184989878
E Books available on : amazonkindle  

माझी आई स्व. हौसाई
आणि
वडील स्व. महिपती
यांच्या पवित्र स्मृतीस...
त्यांचे अपरंपार कष्ट, जिद्द व पाठबळावरच
माझा हा लेखनमळा फुलला!

दोन शब्द

कादंबऱ्यांच्या विशिष्ट साच्यानुसार रूढार्थानं एखादं कुटुंब, घटना, दोन जीव किंवा एखाद्या ढोबळ समीकरणाभोवती फिरणारी किंवा एखाद्या विशिष्ट फॉर्मला बांधून घेणारी ही कथा नव्हे. हे एका सर्वंकष संस्कृतीचं, समूहाचं चित्रण आहे. सुसंस्कृतपणा, कलात्मकता, भाषेचं सौंदर्य आदी बाबींच्या आहारी न जाता मला जे दिसलं, मी जे पाहिलं, अनुभवलं ते मांडत गेलो. त्यामध्ये कोणतीही भेसळ नाही. मुंबईसारख्या कॉस्मॉपॉलिटन शहरातील लालबाग, परळ, भायखळा, दादर, डिलाईल रोड, वरळी, क्रॉफर्ड मार्केट, फोर्ट, चारकोप, मानखुर्दसारख्या मराठी वस्त्या असोत वा वाशीसारखी दुसरी मुंबई वा आसपासचा परिसर... मुंबईसारखं जागतिक दर्जाचं शहर मराठी माणसाच्या हक्काचं असूनही इथं मराठी माणसाची नाळ मुंबईपेक्षा तो जेथून आला त्या प्रदेशाशीच (गावाशी!) अधिक घट्ट असल्याचं जाणवलं. एकीकडे जिथून आपण आलो त्या संस्कृतीचं ओझं, तर दुसरीकडे कॉस्मॉपॉलिटन शहराचे रीतिरिवाज. या घुसळणीत कॉस्मॉपॉलिटनत्व पुरेसं न अंगीकारल्यामुळे झालेली कुतरओढ; ही बाबच मला चिंता तसेच चिंतनाचा विषय वाटली.

मला नेहमीच माणसामाणसांमध्ये घडणाऱ्या आंतरक्रियांचं जबरदस्त आकर्षण राहिलं. या आंतरक्रियांच्या माध्यमातूनच माणसाची जडणघडण होत राहते. प्रेम, वात्सल्य, मैत्री, आशा-आकांक्षा, ईर्षा, स्पर्धा, संघर्ष अशा अनेक निऱ्यांचा हा हुतूतू. तो कधी कोणतं वळण घेईल, याचं अनुमान बांधणंही कठीण. दोन माणसं कधी प्रेमानं एकत्र येताना दिसतील तर कधी एकमेकांच्या बोकांडी बसलेलीही आढळतील. मात्र, या सर्व बाहुल्यांना खेळवण्याचं काम करते ती भोवतालची परिस्थिती! तिला पायदळी तुडवून एखादी व्यक्ती पुढे गेली, तर ती महानायक/महानायिका ठरते. इतरांसाठी मात्र असतं ते तेच रिंगण. घाण्याला जुंपलेल्या बैलासारखं; झापडबंद! कधी झापड सरकली, घसरली, तुटली, खाली पडली तरी चालत राहायचं, ऊर फाटेस्तोवर! माझ्या मनात घर करून राहिलेला हा दाह मला नेहमीच अस्वस्थ करीत राहिला आणि त्यातूनच या 'दाह'नं आकार घेतला.

'दाह'बाबत मी संभ्रमित होतो. प्रकाशित होणारी ही माझी पहिलीच कादंबरी व

कादंबरीत 'जसं आहे तसं'चा अंगीकार केलेला असल्यानं तिचं स्वागत कसं होईल, या भीतीपोटी माझी घालमेल वाढली होती. पण, ज्येष्ठ समीक्षक शंकर सारडा सर यांनी कादंबरीचं स्वागत 'दणदणीत' या शब्दात केलं, तर 'रातवा'कार ज्येष्ठ साहित्यिक प्रा. चंद्रकुमार नलगे सरांनी 'अप्रतिम' म्हणत पाठीवर शाबासकीची थाप टाकली. मॅजेस्टिकच्या अरुण साठे यांनी तर कादंबरी वाचल्यानंतर माझे ज्येष्ठ बंधू पानिपतकार विश्वास पाटील यांना फोन करून अवाढव्य काम असल्याचं सांगितलं. ज्येष्ठ साहित्यिक वामन होवाळ, पत्रकार श्रीकांत आंब्रे, समीक्षक डॉ. राजेंद्र सलालकर यांच्यासह अनेक मान्यवरांनी पाठ थोपटली. त्याचबरोबर दै. महाराष्ट्र टाइम्स, दै. सामना, साप्ताहिक साधना, दक्षिण महाराष्ट्र साहित्य पत्रिका (त्रैमासिक), मुंबई आकाशवाणी केंद्र आदींनी कादंबरीची अमाप स्तुती करून 'दाह'ची दाहकता समोर आणली. दक्षिण महाराष्ट्र साहित्य सभेनं 'शंकर खंडू पाटील साहित्य पुरस्कार' देऊन कादंबरीचा गौरव केला. याबरोबरच कादंबरीला अन्य काही पुरस्कारही लाभले. 'कादंबरीची मांडणी करण्यापूर्वी तुम्ही आमच्याकडे यायला हवं होतं, यापेक्षाही झणझणीत, भन्नाट आम्ही दिलं असतं,' असे सूरही गिरणगावातून ऐकायला मिळाले. एका नवोदित लेखकासाठी यापेक्षा अधिक काय हवं?

बंधू पानिपतकार विश्वास पाटील यांनाही या विषयावर कादंबरी लिहायची होती. मात्र, त्यांनी 'दाह'चं स्वागत करताना कादंबरी खूपच आवडल्याचं सांगितलं. माझे सासरे शिवाजीराव हिंदुराव भोसले यांच्यामुळे मी प्रकाशात आलो. तर पत्नी क्षमाराजे हिनं नेहमीच माझ्यातल्या अतखळ आक्रमकतेला संयमाच्या चौकटीत बंदिस्त करण्याचं काम केलं. या दोघांचाही 'दाह'च्या जडणघडणीत मोठा वाटा आहे.

मेहता पब्लिशिंग हाऊस हे प्रकाशन व्यवसायातील आघाडीचं नाव. त्यांच्याकडून पुस्तक प्रकाशित होणं, ही लेखकांसाठी मोलाची गोष्ट असते. 'दाह'चे प्रकाशक सुनील अनिल मेहता यांचे आभार मानावेत तितके थोडेच आहेत. याशिवाय कादंबरीच्या देखणेपणात त्यांच्या सहकाऱ्यांचं योगदानही मोठं आहे. (मुखपृष्ठ चंद्रमोहन कुलकर्णी) 'दाह'च्या निर्मितीत विक्रम भोसले, संग्राम भोसले, सचिन घोरपडे (करनूर), जगन्नाथ डांगे, बाबूराव जामदार, विश्वास विष्णू पाटील, बबन बंडू पाटील, सर्जेराव माने-जाखलंकर, दै. 'सामना'चे पत्रकार प्रभाकर पवार यांच्यासह ज्यांचा हस्ते-परहस्ते हातभार लागला, त्या सर्वांचाच मी ऋणी आहे. मुंबईची लोकसंख्या सुमारे दीड कोटीच्या पुढे असून, इथं चाळसंस्कृतीचा उदयास्त होत राहिला. म्हणूनच कादंबरीतील एखादं पात्र, घटना, प्रसंग यांच्याशी एखाद्याला साम्य वाटलं तर तो निव्वळ योगायोग समजणंच उचित होईल.

–सुरेश पाटील

१

मुंबई नावाचं कॉंक्रीटचं अवाढव्य जंगल. दक्षिण मुंबई हा या जंगलातला एक महत्त्वाचा भाग. या भागात मार्केटांची तशी चंगळच. मग ते क्रॉफर्ड, मंगलदास, काथ्या, काच, लोखंड बाजार वा अन्य कोणतंही असो! पावलागणिक कोणत्या ना कोणत्या मार्केटला सामोरं जाणं हे आलंच. जांभळाच्या घोसांसारखे एक-दुसऱ्याची साथ-संगत करताकरता हे सर्व भाग एकमेकांत मिसळून गेले होते.

याच भागात असलेला 'चण्याचा माळा'! माळ्याची सातमजली इमारत जंगलातल्या एखाद्या करवंदाच्या भल्यामोठ्या जाळीसारखी पसरली होती. तिनं अनेक छोट्या छोट्या खोल्या आपल्या पोटात घेतल्या होत्या. त्यात राहणारी माणसं करवंदाच्या फांदीसारखी एकमेकांत गुरफटली होती. काहींच्या अंगावर पाडाला लागलेल्या करवंदासारखी चैतन्याची नव्हाळी होती. काही किडलेल्या करवंदासारखी देठ अडवून बसली होती. तर काही पार शिळपून गेली होती. हे शिळपणं जसं होतं, तसं फांदीवर येणाऱ्या नव्या कोवळ्या लुसलुशीत मऊसर लांबलचक डिऱ्यासारखं वाढणंही सुरू होतं! माळ्याच्या आजूबाजूला माळ्यासारख्याच असंख्य जाळ्या पसरल्या होत्या. त्यांच्याही फांद्या कळत-नकळत एकमेकीत गुंतल्या होत्या.

झांजड पडली होती. धुरकट अंधारात माळा भुतासारखा गुपचूप बसला होता. माळ्यासमोरच्या रस्त्यावर म्युनिसिपालिटीचे दिवे पेटले होते. त्या दिव्यांभोवती कीटकांचा खेळ चालला होता. हा खेळ माळा किलकिल्या डोळ्यांनी पाहात होता. कीटकांच्या मस्तवाल हल्ल्यानं दिवा घाईला आल्यासारखा भासायचा. मध्येच प्रकाशाची झुळूक बारीक व्हायची. स्वतःचा डोलारा सांभाळताना माळ्याच्याही अंगाखांद्यावर माणूस नावाची कीटकं अशाच तऱ्हेनं वावरत होती. माणूस नावाची जात एकच होती. मात्र, प्रत्येकाचा रंग, गुणधर्म वेगळा असल्याने अनेकदा

माळ्याच्या नाका-तोंडात दम भरत होता. तो गुदमरत होता. या कीटकांपासून भन्नाट दूर पळावं, असं त्याला मनापासून वाटत होतं. पण पळताही येत नव्हतं. माणूस नावाच्या प्राण्यानं त्याच्यावर आपल्या संरक्षणाची जबाबदारी लादली होती. त्यानं कुठं पळून जाऊ नये, म्हणून त्याचे पाय जमिनीत खोल खोल पुरले होते!

माळ्याचं मूळ नाव राजाजी मॅन्शन. पूर्वेला तोंड करून बसलेल्या माळ्यासमोर उत्तर-दक्षिण अशी समांतर गल्ली होती. माळ्याचं बांधकाम झालं, तेव्हा त्याच्यासमोर गल्लीपर्यंत मोकळं पटांगण होतं. नंतर त्या रिकाम्या पटांगणावर माळ्याला लागूनच व्यापारी स्वरूपाच्या बांधकामाचं आयाटान घातलं गेलं. अर्थात, हीसुद्धा राजाजी मॅन्शनच्या मालकाचीच मालमत्ता होती! या बांधकामाचा पहिला मजला पूर्ण झाल्यानंतर ते थांबवण्यात आलं होतं. ते का थांबलं, कुणी थांबवलं याबाबत माळकरी अनभिज्ञ होते, पण त्या जागेवर मजले उभे राहिले असते, तर मात्र माळ्याचा श्वास कोंडला असता! त्या व्यापारी गाळ्यांत पूर्वी चणे-कुरमुऱ्याची होलसेल दुकानं होती. पुढे, त्या प्रसिद्ध दुकानांनी अन्यत्र स्थलांतर केलं व रिकाम्या झालेल्या गाळ्यांत तयार कपड्यांनी, इतर मालानं आपला संसार थाटला! मात्र, त्या चणे-कुरमुऱ्याच्या दुकानांवरूनच राजाजी मॅन्शनचं नामाभिधान ‘चण्याचा माळा’ असं कधी झालं, हे माळ्यालाही कळलं नव्हतं! ही गोष्ट ऐतिहासिक असली तरी बिल्डिंगला चिकटलेलं ‘चण्याचा माळा’ हे नाव मात्र कायम राहिलं. ‘चण्याचा माळा’ हे काय नाव झालं? हे शब्द कानावर पडले, तरी माळ्याच्या अंगाचा तीळपापड व्हायचा. मात्र, अलीकडे माळ्याला आपलं हे नाव बेहद्द आवडू लागलं होतं. रिअल इस्टेट क्षेत्रात घुसलेले धनदांडगे तोंडात टाकलेल्या चार चणे-कुरमुऱ्यांसारख्या अशा कैक प्रॉपर्टीज हा हा म्हणता गिळंकृत करायचे. त्या दृष्टीने माळ्याचा भाव भलताच वधारला होता! शिवाय, माळ्याच्या अंगा-खांद्यावर बागडणाऱ्या माणसाचं आयुष्य तरी काय होतं? दाढेखाली धरलेल्या चण्यासारखंच. अस्तित्व तर दिसायचं; पण कुठे? कधी? काय? म्हणेपर्यंत सगळंच आयागमनी व्हायचं. जे माणसाचं तेच माळ्याचं... म्हटलं तर आहे, नाहीतर सगळंच असून नसल्यासारखं!

राजाजी मॅन्शन हे सरकारी दफ्तरातलं नाव. एखाद्या पत्रावर ते असेल, तर नवागत पोस्टमनही चक्रावून जायचा. परंतु हीच इमारत म्हणजे ‘चण्याचा माळा’ हे कळल्यानंतर मात्र त्याच्या तोंडावर पाणी यायचं! माळा ही तशी मुंबईतल्या अन्य असंख्य चाळींसारखीच एक चाळ. तिला तिचं स्वतंत्र अस्तित्व होतं. तिला पूर्वी लाकडी जिने, गॅलऱ्या होत्या. पुढे उन्हा-पावसात या गॅलऱ्या, जिने कुजले. त्यांची जागा सिमेंटच्या गॅलऱ्या, जिन्यांनी घेतली. त्याही आता म्हाताऱ्या झाल्या; पण इमारतीला ‘माळा’ का म्हणतात, हे कोडं मात्र माळकऱ्यांना काही सुटलं नाही. एखादं कुटुंब माळा सोडून बाहेर पडलं, तर माळ्याची कीर्ती घेऊनच ते बाहेर

जायचं. तर नवीन आलेलं कुटुंब आपल्या रितीरिवाजांचे, संस्कारांचे खिळे माळ्याच्या अंगात ठोकायचं. अशा असंख्य भळभळत्या जखमा माळ्यानं वागविल्या होत्या, वागवीत होता!

दिवसभराचं घामट, चिकट अंग आकसून माळा अजूनही कीटकांचा खेळ पाहण्यात दंग होता. आकसून गेलेलं अंग थोडं सैल करावं, संध्याकाळचा गारवा अंगावर पांघरून आळस झटकावा असा विचारही त्याच्या मनाला शिवत नव्हता. माळ्यात स्पीकर कोकलत होता. त्याकडे त्याचं ध्यानही नव्हतं. मात्र, जेव्हा माळ्याच्या चौकामध्ये पोरांची धावाधाव सुरू झाली तेव्हा त्याला खऱ्याखुऱ्या कीटकांवर लक्ष केंद्रित करणं अवघड झालं. तो गळागळा करणाऱ्या सुधीर गिरनीकर, भागु रोंगे, सर्जा घोडगावकर, संतोष पिंपरकर, बंडू निकम, नंदू पालकर, दिलीप चाफेकर, राजा जायकर, आदी माळकरी पोरांकडे पाहू लागला.

आज होळी पौर्णिमा. त्याची सूचना देण्यासाठी संध्याकाळी पाचपासूनच माळ्यात स्पीकरनं तोंड उघडलं होतं. या परिचित आवाजाकडे लक्ष देण्याइतपत पोरांकडे वेळ नव्हता. ती होळी रचण्यात दंग झाली होती. माहीम-वांद्र्यामधून वाहणाऱ्या मिठी नदीच्या काठावरून पोरांनी एरंड आणला होता. मात्र, तो कुठून आणला हे सांगताना आणणारे वसई-विरारचं नाव पुढे करीत होते! पोरांनी माळ्याच्या चौकात मधोमध दगडाचा आधार देऊन तोच एरंड उभा केला. त्यावर एकवीस नारळांची माळ बांधली. त्याला हळद, कुंकू, गुलालानं मढवण्यात आलं. त्याच्या भोवती रिकामी-वाया गेलेली चहाची लाकडी खोकी, कापडाच्या ताग्यांच्या शिवाय रेडिमेड कपड्यांच्या रिकाम्या मोडक्या-तोडक्या लाकडी पेट्या, पुठ्ठ्यांचे बॉक्सेस, मार्केटमधूनच आणलेलं इतर जुनंपुराणं लाकडी सामान, फर्निचर रचण्यात आलं. फळबाजारातून आणलेला पिंजराचा चोथा व भरीला जाडजूड खाकी पुठ्ठे घालण्यात आले. हळूहळू होळीनं आकार घेतला.

तसं पाहायला गेलं, तर होळीसाठी मार्केट किंवा अन्य ठिकाणांहून आणलेलं लाकूड, पिंजार, पुठ्ठे असं सामान म्हणजे तरी काय, तर तेथील तो कचराच! कधी तो माणसांच्या पायाखाली तुडवला जायचा, तर कधी कोपरा धरून एखाद्यानं त्यावर लघवीही केलेली असायची. त्यावर पानाच्या, तंबाखूच्या पिचकाऱ्या तर आम होत्या. एखादवेळी शौचाचा गंधही त्याला यायचा. होळीचं पावित्र्य जपणाऱ्या मनाला मात्र या बाबी कधी खटकायच्या नाहीत.

स्पीकरची बडबड थांबली. होळीभोवती जमा झालेल्या पोरांनी हुर्यो केलं. त्यांच्यात हशा पिकला. तो कशासाठी होता, हे वटनाच्या कठड्याजवळ उभे राहून खाली पाहणाऱ्या माळकऱ्यांना कळलं नाही. भिकुदादा पुढे झाला. त्यानं काडी पेटवली. ती पिंजराच्या चोथ्याखाली धरली. कोरडं ठणठणीत पिंजार व कागदाच्या

कपट्यांनी एकदम पेट घेतला. होळी पेटली. एकमेकांच्या तोंडाकडे पाहात, खालवर नजर टाकीत पोरांनी बोंब ठोकली. वटनात उभं राहून खाली पाहणाऱ्या जिजा मिरचीकर, रेखा पिंपरकर, कमळा जायकर, जया चाफेकर, चंद्रा सुपकर, सखु पालकरनीनं पेटलेल्या होळीवर तांदळाचे दाणे टाकले व होळीला हात जोडले. त्यांचा कित्ता आजूबाजूला उभ्या असलेल्या लेकी-बाळी, सुनांनी गिरवला. होळीचा धूर माळ्याच्या नाकपुडीतून वर आभाळाकडे धाव घेऊ लागला. रख्मा रायकर, सुंगधा बिलवाडकर, अनिता खाडे सारख्या रसरसत्या माळकरणींनी होळीला नमस्कार केला. होळीच्या नैवेद्याचं ताट तयार करण्यासाठी माळ्यातल्या खाणावळी व इतर माळकरणी आपापल्या खोलीत परतू लागल्या.

माळ्यात दरवर्षी होळी अशीच पेटत होती. कमळा जायकर इथं राहायला आल्यापासून तिनं त्यामध्ये पाहिलेला बदल म्हणजे अलीकडच्या काही वर्षांत भिकुदादा होळी पेटवायचा, हाच. भिकुदादा व होळीत बरंच साम्य होतं. भिकुदादाचा माळ्यात दारूचा धंदा होता. त्याच्या फुग्यातली दारू अनेकांच्या संसाराची होळी करीत होती, तर कधीकाळी होळीची सुरुवात झाली तेव्हा होळीत तीन जिवांचा बळी गेला होता. त्यांना पोटात घेऊनच होळीच्या ज्वाळा गगनाला भिडत होत्या. दोन्हीतही नशा होती! कमळा दरवर्षी होळीला हात जोडून नमस्कार करीत होती. नैवेद्य देत होती. मात्र, होळीच्या दिवशी दिवसभरात तिला एकदा तरी एरंडपंत, होळोपंतीची आठवण व्हायची. तिच्या गावातले नामदेव कांबळे हे पेशाने शिक्षक होते. त्यांना गावातले लोक प्रेमानं गुरुजी म्हणायचे. त्यांचं वाचन दांडगं होतं. ते कमळाच्या आजोबांकडे नेहमी यायचे. गावात साजऱ्या होणाऱ्या अनेक होळींना नामदेव गुरुजींनी तिला, तिचे आजोबा, वडील व भावा-बहिणीला होळीची कथा सांगितली होती. तीच गोष्ट कमळा जायकरीन एखादं गुपित सांगितल्यासारखी आपल्या लेकरांना नाहीतर जेवणाऱ्यांना ऐकवायची...

दूरदेशाचा एक सुंदर, देखणा, विद्वत्ताप्रचुर तरुण त्या गावात आला. विद्यार्जन हे त्याचं काम. त्या गावातील एका ब्राह्मण कुटुंबाच्या पडवीत तो राहिला. स्वत:चा स्वयंपाक तो स्वत:च रांधायचा. भोजन करायचा व शाळेत जायचा. आपल्या शिष्यांना संस्काराचे धडे देणं, त्यांना शिकवून शहाणं-सुरतं करणं, समाजगाडा हाकण्यासाठी तयार करणं हे त्याचं दैनंदिन काम होतं. ते तो मोठ्या तळमळीनं पार पाडायचा. तो ज्या ब्राह्मणाच्या घरात राहिला होता, त्या ब्राह्मणाला एक नाजूक, उपवर कन्या होती. तिच्यासाठी स्थळ शोधण्याचं काम सुरू होतं. इतका देखणा, उच्चविद्याविभूषित तरुण घरी असताना बाहेर शोधाशोध का व कशासाठी? त्यापेक्षा यालाच आपली मुलगी दिली तरऽ...! ब्राह्मणाच्या डोक्यात विचार आला, अन् शिक्षक त्याचा जावई झाला.

पुढे शिक्षकाला एक मुलगा झाला. हळूहळू तो मोठा होऊ लागला. आपल्या मित्रांबरोबर विटी-दांडू, सूरपाट्या, फाटीचा खेळ, हार हार गवळ्याची म्हस असे खेळ खेळताना त्याच्या पावलांखाली गाव-शिवार तुडवू लागला. पण इतर ब्राह्मणांच्या मुलांसारखे याचे गुण नव्हते. हा खेळ खेळून घरी येत असताना वाटेत, शिवारात पडलेलं, एखाद्या मेलेल्या जनावराचं छोटं-मोठं हाडूक घेऊनच घरी यायचा. त्याच्या या आचरटपणामुळे त्याच्या आईला मळमळून यायचं. पोटातली शाकाहारी आतडी ढवळून निघायची. ती त्याला चांगलाच चोप द्यायची. अशी वर्तणूक परत न करण्याबाबत त्याला सक्त ताकीद द्यायची. पण पोराच्या ते अंगवळणी पडत नव्हतं. मग ती वैतागायची व त्या वैतागातच कधीकधी म्हणायची, 'कार्ट्या, एखाद्या महाराच्या घरी तरी जन्मायचंस! ब्राह्मणाच्या घरी जन्म घेऊन कशाला धर्म बुडवतोस?'

असाच एकदा खेळ खेळून तो पोरगा परत आला. नेहमीप्रमाणं त्याच्या हातात जनावराचं छोटं हाडूक होतं. ते पाहून त्याच्या आईच्या अंगाचा तीळपापड झाला. ती दारातच त्याला चोप देऊ लागली. समोरून मास्तर येत होते. त्यांनी ते पाहिलं. पित्याचं काळीज कळवळलं.

"अगं, अगंऽऽ! का मारतेस लेकराला?" आईच्या हातून त्याला सोडवून घेत त्यांनी विचारलं.

"मारू नको तर काय करू? दररोज जनावरांची हाडे घेऊन येतो हा! किती समजवायचं, किती वेळा मार द्यायचा? तरीही अक्कल काही येत नाही!" ती चिडून म्हणाली.

"अगं, आड्याचं पाणी त्याच घराच्या वळचणीला पडायचं नाही तर ते कुठं पडेल! मग महाराच्या पोरानं जनावराचं हाडूक आणलं तर बिघडलं कुठे?" तो म्हणाला.

नवऱ्याचं उत्तर ऐकून तिच्या अंगाचा थरकाप उडाला. क्षणात तिचे डोळे पांढरे झाले. मूर्च्छा येऊन ती खाली कोसळली. गोष्ट ब्राह्मणाच्या कानावर गेली. ब्राह्मणास कंप सुटला. ठिणगीचं रूपांतर वणव्यात झालं. ब्राह्मण्य धोक्यात आलं. खोल खोल पाण्यात बुडू लागलं. जातीवरच संकट कोसळलं होतं. त्यातून काहीतरी मार्ग काढणं आवश्यक होतं. त्यांनी कट केला. कारस्थान गुप्त राहिलं.

गावपंचायत भरली. भिन्न भिन्न जाती पंचायतीत आल्या. शास्त्र जाणणाऱ्या प्रमुख ब्राह्मणानं, समाजाच्या भल्यासाठी अग्निदेवतेला खूश करायचा व त्यासाठी अग्निदेवतेची पूजा करण्याचा प्रस्ताव मांडला. त्याच दिवशी पौर्णिमा होती. त्यासाठी पौर्णिमेच्या दिवशीच सार्वजनिक होळी पेटवायची. तिला पुरणपोळीचा नैवेद्य द्यायचा. दुसऱ्या दिवशी आनंदाचा दिवस म्हणून क्षत्रिय, इतर जाती- जमातींनी नशापाणी करायचं, बोकड कापायचा असे निर्णयही गावपंचायतीत घेण्यात आले. होळी पेटवण्याचा मान मात्र क्षत्रिय ग्रामप्रमुखाला देण्यात आला. ग्रामप्रमुखानं होकार दिला. त्याच्या डोक्यावर मानाचा तुरा डोलू लागला.

ठरल्याप्रमाणं रात्री भलीमोठी होळी पेटली. नियोजित कटानुसार भाडोत्री गुंडांनी लोकांच्या लक्षात येण्याअगोदरच मास्तर, त्याची बायको व पोरगं होळीत फेकलं! गाव अवाक् झालं. त्यांना 'वाचवा, वाचवा' म्हणून बोंबलू लागलं. प्रमुख शास्त्रकार ब्राह्मण पुढे आला व गावकऱ्यांना म्हणाला, ''त्यांच्या नशिबातच ते होतं. अग्निनारायणालाही तीन जिवांचं अर्घ्य हवं होतं. त्याशिवाय समाजाची घडी ती नीट कशी बसणार? समाजाच्या भल्यासाठी ब्राह्मणांनी आपल्या समाजातील तीन जिवांची आहुती देऊन समाजावर उपकारच केले आहेत! मग तुम्ही कशाला रडता? करा, आनंद साजरा करा!''

शास्त्र जाणणारे ते. ते सांगतील ते खरं; आपलं काय! म्हणून जनता जल्लोष [illegible] लागली.

आजही खेड्यापाड्यांत होळी पेटवतात. होळीच्या मधोमध उभ्या केलेल्या एरंडाच्या फांदीला एरंडपंत म्हणतात. तो म्हणजे जनावरांचं हाडूक घेऊन येणारा मास्तरांचा लहान मुलगा! होळीसाठी लागणाऱ्या गोवऱ्या गावातील प्रत्येक घरातून गोळा करतात. कारण हे पुण्यकर्म साऱ्या गावाचं. एरंडाभोवती रचलेल्या गोवऱ्या म्हणजे आपल्या लाडक्या लेकाला मिठी मारून बसलेली त्याची ब्राह्मण आई; तिचं नाव होळीपंती! होळी पेटवण्याचा विस्तव मात्र महाराघरचा. तो मान महाराला. होळी पेटवायची ती महाराघरच्या विस्तवानेच. कारण तो त्या घरचा कर्ता पुरुष तसा नवरा मुलगा; त्याचं नाव होळीपंत! जाळण्याचं पुण्य क्षत्रियाला. तो मान ग्रामप्रमुखाचा. होळी पेटल्यानंतर तिच्याभोवती दुधाचा सडा टाकायचा. तेही एक प्रतीक म्हणून! अग्निमध्ये तडफडणाऱ्या लहान बाळाचा जीव शांत व्हावा म्हणून हे दूध व होळी दिवशी मारलेली बोंब म्हणजे ती त्या तीन निष्पाप जिवांना वाचविण्यासाठी सर्वांनी केलेलं आर्जव!

कमळा जायकरनीच्या गावातही श्रावणात ग्रंथ पारायण केलं जायचं. पारायणामध्ये वेगवेगळे ग्रंथ वाचले जायचे. त्यामध्ये तिनं हिरण्यकश्यपूची कथा ऐकली होती. त्या कथेमध्ये हिरण्यकश्यपूची बहीण होलिका हिला आपला भाचा भक्त प्रल्हाद याला ठार मारायचं होतं. त्यासाठी ती भक्त प्रल्हादाला आपल्या मांडीवर घेऊन अग्नीत बसली; पण त्यात ती स्वत:च जळाली व प्रल्हाद मात्र सुखरूप बाहेर आला! तो दिवस म्हणजेच फाल्गुन शुद्ध पौर्णिमा, असा होळीचा महिमा सांगितला होता. तर दुसऱ्या एका कथेत, मदनरूपी कामदेव भगवान शंकराच्या शरीरात शिरू पाहात होता. त्यावेळी भगवान शंकरानं आपला तिसरा नेत्र उघडून त्या मदनरूपी कामदेवास ठार मारले. म्हणूनच तो दिवस साजरा करा, असा साक्षात भगवान शंकराचाच आदेश आहे, असं सांगितलं होतं; त्यामुळेच होळी साजरी होऊ लागल्याचं लिहिलं होतं! म्हणजे ग्रंथाग्रंथांतही मारामारी! मग खरं कोणतं? शिवाय कांबळे गुरुजी की ग्रंथ; हा तिढाही होताच. जायकरनीला या खऱ्या-खोट्यामध्ये पडून स्वत:च्या मेंदूचा भुगा होऊ द्यायचा नव्हता.

तिला तिचे खाणावळे, म्हणजे तिच्याकडे जेवायला असणारे; जेवणारे येण्यास सुरुवात होण्याअगोदर होळीला नैवेद्य दाखवायचा होता. त्यासाठी ती नैवेद्याची तयारी करू लागली.

२

गल्लीच्या एका टोकाकडून बुटांचा 'खाट् खाट्' आवाज येऊ लागला. पोलिसांची शिट्टी गर्जू लागली. माळा तारवटल्या डोळ्यांनी पाहू लागला. माळ्याच्या मध्यभागी होळी पेटल्याची जागा सोडून, तिच्या आजूबाजूला चंपाची कुत्री आपल्या पुढच्या पायांवर मान टाकून पसरली होती. त्यांनी झटपट डोळे उघडून आपल्या जागा सोडल्या व माळ्याचे अंतरंग सोडून भुंकत भुंकत बोळाकडे धावली. कुत्र्यांच्या आवाजानं रात्र थरारली. कुत्री बोळाच्या तोंडाला येईपर्यंत बुटांचा आवाज कुठंतरी आयागमनी झाला होता. तरीही बोळ धरून, गल्लीत तोंड काढून कुत्री भुंकत होती. मात्र, एकाही कुत्र्यानं माळ्याची हद्द ओलांडून बोळातून बाहेर पडण्याचं सौजन्य दाखवलं नाही.

थोडा वेळ भुंकून कुत्री परत चौकात आली. एखाद्याचं मधूनच गुरगुरणं, भुंकणं सुरू होतं. कुत्र्यांच्या दंग्यानं झोप चाळवलेल्या चंपानं आवाज दिला, "साल्यांनो, गुपचूप झोपा आता!"

कुत्री चौकातच थोडा वेळ इकडं-तिकडं करीत राहिली. काहींनी माळ्याच्या खांबावर मागचा पाय वर केला, तर दोघा बहाद्दरांनी होळीसाठी आणलेल्या; पण उरलेलं म्हणून बाजूला पडलेल्या चहाच्या खोक्यांवर टांग वर केली! कुत्री आपापल्या जागेवर परत विसावली. चंपाचा नवरा सोन्या चौकात बाजलं टाकून त्यावर झोपला होता. राणी कुत्री सोन्याच्या पोटाशी लगटून बसली. हळूहळू तिनंही आपले पुढचे पाय पसरले व त्यामध्ये मान खुपसली.

कुत्र्यांच्या दंग्यानं स्वामी अभयानंदानी डोळे उघडले. भिंतीवरची ट्यूबलाइट प्रकाश ओकत होती. खोलीतली समईही मंदपणे जळत होती. तिनं काजळी धरली होती. ट्यूबलाइटच्या उजेडात अभयानंदांनी मांडलेला होम त्यांच्याकडे टवकारून पाहात होता. होमाच्या विटांनी मौन पाळलं होतं. त्या जागच्या जागी शांतपणे बसून होत्या. होमाचा पाट, गोमूत्र, दही, दूध, फुलं, माळा, रानचंद-रानकंदचा पाला आदी वस्तू विखरून पडल्या होत्या. भिंतीशेजारी टाकलेल्या चादरीवर सुभानजी आडवा झाला होता. त्याच्याजवळ त्याची दोन्ही चिल्लीपिल्ली आडवी-तिडवी झोपली

होती. त्याची अस्तुरी सुकन्या स्वामींचे पाय चेपता चेपता स्वामींच्या पायावरच झोपी गेली होती. डोणीत घुसलेल्या सापासारखं तिचं शरीर लोखंडी कॉटवरून खाली लोंबत होतं! त्याला तिनं बुडाखाली घेतलेल्या स्टुलाचा आधार मिळाला होता.

स्वामींनी पाय हलवला. एवढ्याशा हालचालीनं सुकन्या दचकली व ताडकन उठली. झोपेनं स्वामींच्या सेवेचं व्रत खंडित केल्याचा अपराध तिच्या चेहऱ्यावर झळकत होता! स्वामींच्या चेहऱ्यावर दुधाळ हसू फाकलं. तिच्या जिवाला बरं वाटलं. तिनं आपल्या पारोशा तोंडावर पदराचा शेव फिरवला. ती स्वामींचे पाय चेपू लागली.

"बाळ, झोप आता. थकली असशील," स्वामींचा स्नेहार्द्र कटाक्ष तिची [illegible] करीत होता.

"नाही, नाही बाबा. नुकताच डोळा लागला!" घडलेल्या प्रमादाला तोंडावाटे वाट मिळाली.

"असू दे. असू दे. होतं असं कधीतरी!" स्वामींनी तिला धीर दिला.

"होम होईपर्यंत इतकी घेऊ नका, असं मी सांगत होते!"

"काय करणार बाळ! कधीकधी जगन्नियंता देतो ते छप्पर फाडून. अन् नाही म्हणजे पुरतं कंगाल!" उशाशेजारी ठेवलेली ब्रॅण्डीची बाटली कुरवाळत स्वामींच्या जिभेला कोंब फुटले.

"मला कळलं नाही, बाबा!"

"नाहीच कळणार. माणूस नावाचा क्षुद्र जीव तू. माझ्या अंगात संचारलेली शिवशक्ती तुला कशी कळून येणार? तुला शिवशक्तीच्या ताकदीचा प्रत्यय देण्यासाठी 'शक्तिचर यज्ञ' करणं हाच त्यावरचा उपाय आहे. त्यासाठी आपल्याला हरिद्वारलाच जावं लागेल," स्वामींनी हळुवारपणे कारणमीमांसा केली.

"बाबा, त्याची चिंता आपण करू नका. आपली इच्छा लवकरच फळाला येईल."

"शाब्बास बेटा!" स्वामी उठून बसले. त्यांनी तिचे दोन्ही दंड हातात पकडले. तिच्या नजरेत नजर खुपसली व म्हणाले, "तुझे भाग्यशाली दिवस दूर नाहीत बालिके! तुला लवकरच या विश्वाची स्वामिनी व्हायचं आहे!"

"ते खरं ओ बाबाऽ; पण आपण असे पिऊन तर्रऽऽ झालात की मलाच भीती वाटते," सुकन्यानं त्यांच्या हातातून आपले हात सोडवून घेतले.

"अगं वेडे, परमेश्वराच्या अगाध शक्तीचा संचार माझ्या शरीरात होतो. ती शक्ती काबूत ठेवणं मला शक्य होत नाही. त्यासाठीच या मॉडर्न अमृताचे काही थेंब मला माझ्या शरीरात ढकलावे लागतात. त्याच्या साहाय्यानं मी दैवी शक्तीवर विजय तर मिळवतोच; पण आकाश-पाताळाची वारीही करून येतो!" अभयानंदानं हातातली बाटली कुरवाळली व तो हसला.

"म्हणजे?"

"अजून कच्चं मडकं आहे हे!" स्वामींनी तिची टपली खेचली व ते म्हणाले, "होशील, होशील; आज ना उद्या तूसुद्धा माझ्या हाताखाली तयार होशील."

स्वामीनं तिच्या हातून आपले पाय सोडवून घेतले. तो कॉटवरून खाली उतरला व आतल्या खोलीत गेला. त्याने मोरीत खळाखळा चुळा भरल्या. तोंड धुतले. पायावर पाण्याचे दोन तांबे ओतले. मोरीशेजारी सुकन्या टॉवेल घेऊन उभी होती. त्याने टॉवेल घेतला. हातपाय पुसले व परत तो सुकन्याकडे दिला. तिच्या खांद्यावर हात ठेवला. तो तसाच तिच्या कमरेपर्यंत खाली आणला. कमरेला थोडा दाब देऊन त्याने तिला पुढे खेचली. बाबांच्या शरीराला तिच्या शरीराचा स्पर्श झाला! तिनं चटकन मधल्या चौकटीकडे नजर टाकली.

"डोण्ट वरीऽ! काळजी करू नकोस. मी तुझं भलं करीन," स्वामी पुटपुटला. त्याच्या स्पर्शानं रोमांचित झालेल्या सुकन्याला काय बोलावं, ते सुचलं नाही.

स्वामी पुढच्या खोलीत आले. त्यांनी सुभानजीला हलवलं.

"काय, काय?" सुभाना घाबराघुबरा होऊन उठला. समोर स्वामींना पाहून ओशाळला. "नुकताच...!"

"माहीत आहे मला ते! चल ऊठ बघू आधी. होम पेटवायचा आहे ना?"

बाबांचा आदेश. सुभानजी चटकन जागचा हलला व पाठीमागच्या खोलीत गेला. सुकन्या अजून तिथंच उभी होती! त्यानं तिच्या हातातला टॉवेल खस्सकन ओढला व मोरीत घुसत तो म्हणाला, "ए तुझ्या मायलाऽ! घोड्यासारखी उभ्या उभ्याच झोप घ्यायची सवय आहे की काय तुला?"

"अंऽ! कुठं काय?" सुकन्या बरळली. ती भानावर आली अन् तिला आपली चूक कळली. ती हसली.

"कधीकधी असाही डुलका लागतो बघा!" तिनं साखर पेरली. सुभानजी खळखळून हसला. हसत हसतच सुकन्या बाहेरच्या खोलीत आली.

बाबा होमाच्या तयारीत गुंतले होते. सुकन्याची नजर आपल्या चिमुकल्यांवर गेली. तिचं मातृहृदय कळवळलं. तिनं त्यांना नीट झोपवलं. त्यांच्या अंगावर पांघरूण घातलं.

सुभानानं वासाच्या साबणानं हात, पाय, तोंड धुतले. खळाखळा चुळा भरल्या. 'हा' करून तोंड पसरले. तोंडाची वाफ ओंजळीत पकडून नाकासमोर नेली. परत दोन-तीन वेळा चुळा भरल्या. शिवाय त्यानं आणखी दोनदा ओंजळीत पाणी घेऊन त्याचे सपकारे आपल्या चेहऱ्यावर मारले. सुकन्यानं मोरीच्या कट्ट्यावर ठेवलेला टॉवेल त्यानं उचलला व तोंड पुसत तो बाहेरच्या खोलीत आला.

"जिलबे, तू पण हात-पाय धू बघू. अगं, हा होम आहे." त्यानं सुकन्येला सांगितलं. परत त्याला काहीशी शंका आली. आपल्या शंका निरसनासाठी त्यानं स्वामीला विचारलं, "बाबा, परत अंघोळ केली पाहिजे का?"

"काही आवश्यकता नाही."

"आपली शंका म्हणून विचारलं!" त्यानं भिंतीवरच्या घड्याळाकडे नजर टाकली व तो म्हणाला, "आता दुसरा दिवस सुरू झाला असेलच की."

"सुभानजी, मला ते कळत नाही का? अन् शास्त्र तू जाणतोस की मी?" स्वामी एकदम तडकले व पुढे म्हणाले, "साला, तुम्ही मध्यमवर्गीय कधी सुधारायचेच नाहीत!"

सुभानजी निरुत्तर झाला.

"तुम्ही गप्प बसा ओऽ! बाबांच्या सांगण्याप्रमाणंच होऊ दे. उगाच आपली अक्कल...!" सुकन्यानं पटकन आपली जीभ चावली. स्वामींनी प्रेमळपणे सुकन्याकडे पाहिलं.

"ठीक आहे, अक्का! उगीच शंकेला वाव नको. नाहीतर सुभानजीचं मन खात बसेल. त्यापेक्षा तुम्ही आत जा. थोडसं फ्रेश व्हा अन् लगेच होमाला बसायची तयारी करा. तोपर्यंत मी इथलं काम आटपतो. अन् हो, सर्वांसाठी थोडासा चहाही होऊ दे!" स्वामींनी होमाला आणलेल्या दुधातलंच कपभर दूध तिच्या हातावर ठेवलं. सुभानजी स्वामींना मदत करू लागला.

"बाबा, सगळं खरं; परंतु होम पेटवायला आता मुहूर्त आहे का?" न राहवून सुभानजीनं विचारलं.

स्वामी चमकले. त्यांनी तोंडावर खोटं हसू आणलं. शाळेतल्या शंकेखोर पोराला मास्तरानं समजवावं तसं त्यांनी सुभानजीला सांगितलं, "सुभान, हे रात्रीचं उत्तरायण आहे. ते कोणत्याही मुहूर्तासाठी चांगलंच असतं, असं संस्कृत शास्त्रात सांगितलं आहे; पण शास्त्र पडलं सनातन्यांच्या हातात! ते सर्वसामान्य लोकांना कळलं, तर त्यांचं भलं होईल व यांना कोणी विचारणार नाही याच भीतीनं हा साडेतीन मुहूर्तांसारखाच असणारा मुहूर्त कोणी सांगत नाही; कळलं?"

सुभानजीनं मान हलवली. सुकन्या चहाचे कप घेऊन बाहेर आली. स्वामींनी चहाचा घोट घेतला. ते एकदम खूश झाले. "व्वाऽ, एकदम छान उताराऽ!"

होमाची तयारी झाली. स्वामींनी आपला सदरा काढला व अंगावर उपरणे घेतले. उपरण्याखाली गळ्यात पांढरंशुभ्र जानवं लोंबत होतं. जानव्याची कडोसरी धरून पाच तोळ्यांची सोन्याची चेन लोंबत होती. स्वामी होमाच्या एका बाजूला बसले. त्यांच्या उजव्या हाताला सुभानजी बसला व त्याच्या शेजारी सुकन्यानं बैठक मारली.

स्वामींनी काडी पेटवली. ती होमातल्या लाकडी फाळींवर फेकली. फाळींवर सुभानजीनं रॉकेल ओतलं होतं. त्याचा एकदम भडका उडाला. स्वामींच्या भाषेतल्या रानचंद-रानकंदची पानं, फांद्या धूर ओकू लागली. सुकन्या स्वामींकडे एकटक पाहू लागली. स्वामी मंत्र पुटपुटत होते. त्यांचा गोरापान देह होमाच्या तांबूस उजेडात गाजरासारखा लालबुंद दिसत होता.

प्रथम पानं पेटली. लाकडावर ओतलेलं रॉकेल पेटलं. नंतर लाकडं धुमसून पेटू लागली. लाकडातून बाहेर पडणाऱ्या धुरानं खिडकीच्या व्हेंटिलेशनमधून बाहेर उसळी घेतली. धुराचे लोट वरती जाऊ लागले. त्याच वेळी इराकतीला आल्यानं सीता तडेकर मोरीत आली होती. तिला मोरीच्या खिडकीतून खालून वर येणारे धुराचे लोट दिसले. ती पटकन मोरीतून बाहेर आली. तिनं आपल्या घरातल्यांना उठवलं व तशीच दाराकडे पळाली. तिनं गडबडीनं दार उघडलं अन् 'ठोऽ ठोऽ' बोंब ठोकली.

"आग लागली. पळा, पळाऽ, माळ्याला आग लागली!"

२

माळ्यात टेलिफोन, म्युझिक सिस्टिम, टी. व्ही.चं आगमन होऊन बराच कालावधी लोटला होता. माळ्यातला पहिला टेलिफोन आला तो शंकर नागरांकडे. त्यानंतर मात्र ती संख्या अवघ्या चारपर्यंत वाढून तिथंच थांबली. घरी फोन असणाऱ्यांमध्ये भिकुदादा, आनंदा कडापकर, संतू निकम, दत्ता नारगावकर यांचाही समावेश होता. माळ्यात टेलिफोन्स असले तरी माळकरी गल्लीतल्या सार्वजनिक बूथवरूनच फोन करणं पसंत करायचे. माळ्यातल्या फोनधारकांकडे शेजार-पाजाऱ्याचा फोन आला, तर फोनधारकाला ते गंभीर संकट वाटायचं. फोन घेणारा शेजारी तो कधी बंद करतो, याकडे ते पाहात बसायचे; त्यामुळे फोन घेणाऱ्याला धड बोलताही यायचं नाही व उगीचच त्याचा मानसिक कोंडमारा व्हायचा! दत्ता नारगावकर तर आलेल्या फोनचेही पैसे घ्यायचा! फोन आला आहे, हे सांगतानाही तो मोठी आदळआपट करायचा. मात्र, एमटीएनएलनं दूरध्वनीचं जाळं विस्तारलं, अन् माळकऱ्यांमध्ये घरात फोन घेण्यासाठी, तो बुक करण्यासाठी चढाओढ लागली. अनेकांच्या घरात फोनची रिंग वाजण्याअगोदरच पेजरची टिवटिवही ऐकायला मिळू लागली. मात्र मोबाइलनं तर अल्पावधीतच पेजरचाही गळा दाबला. साहजिकच घरी फोन असणाऱ्यांचा तोराही आपोआपच खाली यायला मदत झाली.

माळ्यात पोर्टेबल टी. व्ही. घेण्याचा पहिला मान कमळा जायकरनीनं पटकावला. जायकरनीचा टी. व्ही. पाहायला माळ्यातल्या खाणावळींची रीघ लागली होती. टी. व्ही. पाहणाऱ्या प्रत्येक खाणावळीचा पहिला प्रश्न असायचा, "केवढ्याला घेतला?"

प्रत्येक खाणावळीचं घोंगडं अडत होतं ते टी. व्ही.च्या किमतीवरच! नंतर त्या टी. व्ही. किती लहान आहे यावर बोलायच्या. मात्र, मोठ्या टी. व्ही.ची लांबी-रुंदी त्यांनाही माहीत नसल्यानं सगळा घोळ व्हायचा! जसा खाणावळे, खाणावळ्या टी.

व्ही. पाहून गेल्या, तसाच तो माळ्यातल्या पोरांनीही डोळे भरून पाहिला. त्यांनी मात्र टी. व्ही. कंपनीची चौकशी केली! व्हिडिओकॉन चांगला की ओनिडा यावर शाब्दिक चकमकी उडाल्या. कोणती कंपनी पोर्टेबल टी. व्ही.चं उत्पादन करीत नाही, यावर काही पोरांनी अंदाजपंचे ठोकमठोकी केली.

जायकरनीचा टी. व्ही. आला. त्यानं माळ्यातल्या खाणावळींमध्ये असलेल्या सुप्त ईर्षेला चूड लावली. ईर्षेच्या मांडवाखाली इतरांच्या पायवाटेला धुमारे फुटून त्याचा मोठा रस्ता होणार, हे निश्चित झालं. साहजिकच माळ्यात आता कोण कोण टी. व्ही. आणतंय, तो पोर्टेबल असणार की वीस इंची - एकवीस इंची, ब्लॅक अ‍ॅण्ड व्हाईट की रंगीत असणार [illegible] [illegible] [illegible] [illegible] [illegible] लागलं व हळूहळू प्रत्येक मजल्यावर अनेक चौकटींतून टी. व्ही.चा आवाज येऊ लागला. त्याचीही माळ्याला आता सवय झाली होती.

माळ्यावर प्रत्येकाच्या खोलीची लांबी-रुंदी दहा बाय बाराची. जायकरीनही त्याला अपवाद नव्हती. कमळानं माहेरातून एक लाकडी पेटी आणली होती. ती भिंतीशेजारी ठेवली होती. पेटीनं भिंतीशेजारची जागा खाल्ली होती. धान्य ठेवण्यासाठी आणलेलं स्टीलचं पिंप, जर्मनचे मोठे मोठे डबे, बसायचे पाट आदी अडगळीनं पेटीच्या बाजूची जागा बळकावली होती. खोलीतच असलेल्या मोरीचाही बऱ्यापैकी पसारा होता; त्यामुळे खोलीला एखाद्या खुराड्यासारखं स्वरूप आलं होतं.

माळ्याच्या दुरुस्तीसाठी तो इमारत दुरुस्ती मंडळाकडे देण्याबाबत गेल्या काही वर्षांपासून चर्चा होत होती. इमारत राहण्यास धोकादायक असल्याची सरकारी नोटिसही माळ्याखाली लागत होती; पण पुढे काहीही घडून येत नव्हतं! अगोदरच खोली छोटी. त्यातच जेवणाऱ्यांचा मोठा राबता असल्यानं टी. व्ही. कुठे ठेवायचा, हा प्रश्न निर्माण झाला होता. पण जायकरनीनं टी. व्ही. साठी मुख्य चौकटीच्या उजव्या बाजूला भिंतीवर लाकडी फळी मारून घेतली होती. चार फूट उंचावर असलेल्या या फळीवर देव्हाऱ्यात ठेवलेल्या देवांसारखा टी. व्ही. विराजमान झाला होता. चपात्या लाटताना, भाजताना, कालवन शिजवताना, भातातलं पाणी काढताना मान वर करून त्याच्याकडे पाहणं सोयीचं झालं होतं. उंचावर असल्याने खोलीतल्या कुणाला तो न दिसण्याचा प्रश्नच आला नव्हता. जेवणाऱ्यांना मात्र जेवता जेवता टी. व्ही. पाहायचा असेल तर मान तिरकी करून काटकोनात फिरावं लागायचं. तेही सुख काहीजण घेत होते.

लाकडी पेटीवर बसून सदा टी. व्ही. पाहात होता. टी. व्ही. कितीही वेळ पाहिला, तरी त्याचं समाधान व्हायचं नाही. त्याला टी. व्ही. आपल्या डोळ्यांत सामावून घ्यावा, असं वाटत राहायचं. त्याच्या टी. व्ही. पाहात बसण्याने चपात्या भाजण्याचा खोळंबा होत होता. त्याच्या नावानं शेवंता बोंब मारीत होती. सदा

चपात्या भाजत नसेल तर तिलाच चपाती लाटून भाजावीही लागत होती! मग जायकरीन जागेवरून उठायची. सदाच्या पाठीत धपाटा घालायची. आईला विरोध करीत, हसत हसत सदा धपाटा खायचा. जायकरीन त्याचा हात ओढायची व म्हणायची, "मुर्दाडा, चपात्या कोण तुझा बाप भाजणार का रंऽ?"

सदा आईच्या हाताला ओढणी देत कसातरी चपात्या भाजायला बसायचा. थोड्या चपात्या भाजायचा. संधी मिळाली की तो परत पेटीवर बसून टी. व्ही. पाहायचा. शेवंताची परत आरडाओरड सुरू व्हायची. टी. व्ही.च्या अप्रुपात बुडालेली जायकरीन अनेकदा त्याकडे दुर्लक्ष करायची व स्वत: उलातनं हातात घेऊन चपात्या भाजायला बसायची. चपाती उलथी-पालथी करताना ती शिवी हासडायची, 'घड वडला त्येचाऽ!'

टी. व्ही. वरच्या रामायण, महाभारत या सिरीयल खूप गाजल्या. माळकऱ्यांनीही त्याचा आनंद लुटला. ज्यांच्या घरात टी. व्ही. नव्हता, त्यांनी आजूबाजूच्या घरात तळ ठोकून राम, सीता, श्रीकृष्णाला नमस्कार केला. त्यावेळीही चपातीमध्ये खंड पडायचा. टी. व्ही. मालिकातल्या युद्धासारखंच चपात्या भाजण्यावरून घराघरांत युद्ध रंगायचं. पण थोड्या आदळा-आपटीनंतर सगळं काही सुरळीत व्हायचं.

माळ्यातल्या पोरांना चित्रपट पाहण्याचा दांडगा शौक. तसा तो सदालाही होता. सिनेमाच्या नादापायी पोरं घरातल्या पैशांची ढापाढापी करायची. शाळेत पैसे भरायला लागतात, वह्या-पुस्तकं हवीत, अशा नाना सबबी ती सांगायची. त्यातूनही पैसे मिळत नसतील, तर ती एखाद्या पाहुण्याकडे किंवा जेवणाऱ्याकडेही मागायला मागेपुढे पाहायची नाहीत. कधी-कधी जेवणाराच त्यांना सिनेमाला घेऊन जायचा! पोरांना मेट्रो, मिनर्व्हा, अप्सरा यांसारख्या थिएटरची तिकिटं परवडायची नाहीत. त्यांच्या विशेष आवडीची थिएटरं म्हणजे एडवर्ड, गोलपिठ्यातील आल्फ्रेड, मोती वगैरे. इथं जुने चित्रपट पाहायला मिळायचे. ही थिएटरं मुलांची अडीच-तीन तास भरपेट करमणूक करायची. पोरांना नवीन चित्रपट पाहण्याचाही नाद होता. अनेक हातखंडे वापरून चित्रपट पाहायला मिळाला नाही, तर पोरं मुंबईच्या उपनगरांत जायची. तिथं सिनेमाच्या तिकिटांचे दर कमी असायचे. शिवाय तिकीट मिळायची खात्रीही असायची. साधारणत: बारा-अठरा वर्षांपर्यंतच्या मुलांचे हे कंपू रेल्वेतून प्रवास करायचे. तिकिटाला पैसे असतील, तर दिवाळी! नाहीतर विनातिकीटही प्रवास करायचे. कधी टी. सी.ने अडवलंच तर कबड्डी खेळल्यासारखी पोरं त्याला येरगटायची. तो जोपर्यंत आपल्या भिडूला सोडत नाही, तोपर्यंत त्याची पाठराखण करायची. त्याला हात जोडायची. तर कधी त्याच्या पाया पडण्याच्या आविर्भावानं खाली वाकायची. त्यातून नाहीच जमलं, तर मात्र ती खरोखरच त्याच्या पायावर लोटांगण घालायची. त्याचे पाय मिठीत गच्च पकडायची. पोरांच्या कलकलाटानं

टी. सी. वैतागायचा. त्यांना सोडायचा व वर सज्जड दम द्यायचा, ''अभी मैं छोडता हूँ; फिर कभी नजर आए तो खैर नही ।''

पोरं हसायची. टाळ्या वाजवायची व धूम पळायची.

सिनेमाच्या धुंदीत पोरांना दिवस-रात्रीचं भान नसायचं. पाऊस-पाणी, थंडी-वाऱ्याची तमा राहायची नाही. पोरं कधी रात्रीच्या सिनेमाला गेली व अचानक आलेल्या पावसानं डाव साधून त्यांना भिजवलं तर पोरं लोकलमध्येच अंगावरचे कपडे उतरवायची. ते पिळायची. डब्यात लोंबणाऱ्या कड्यांसारखेच पोरांचे कपडे दांडीवरून खाली लोंबायचे. एखाद्याचा लंगोट असेल तर लंगोटाचा शेव पकडून पोरं [illegible] [illegible]. पोरं [illegible] [illegible] [illegible] [illegible]. एकमेकांच्या पार्श्वभागाला चिमटे घेणं, दुसऱ्याच्या छातीवर हात फिरवणं असल्या करामतींबरोबरच पोरं कधीकधी एखाद्याच्या ढुंगणाला पाठीमागून चिपकायची व काच काच गचके मारायची! दिवसभर कामाच्या व्यापाने गांजलेल्या लोकलमधल्या मुंबईकरांची करमणूक व्हायची. ते हसायचे. त्यातलाच एखादा उद्‌गारायचा, ''साले खळीला आलेत!''

खिशात अजिबात पैसा नसला तर पोरं वांद्र्याच्या 'ड्राइव्ह इन थिएटर'च्या दाराच्या फटीतून सिनेमा पाहायची. तेही नाही जमलं, तर वांद्रे-माहीमच्या मध्ये असलेल्या पाण्याच्या पाइपवर बसायची. पण तिथं चित्रपटातल्या संवादांचं वांदं व्हायचं. मग पोरं 'ड्राइव्ह इन थिएटर'जवळचं एखादं झाड किंवा उंचवटा धुंडाळायची व आपली सिनेमा पाहायची हौस भागवून घ्यायची. त्यांना रस्त्यावरून जाणाऱ्या वाहनांच्या आवाजाची, लाइटस्‌ची पर्वा नसायची. अशा करामती करीत माळ्यातली अनेक मुलं मोठी झाली होती. अनेकजण मोठे होण्याच्या मार्गावर असले तरी घराघराचे दार ठोठावणाऱ्या टी. व्ही.नं मात्र त्यात खोडा घातला होता. 'ड्राइव्ह इन थिएटर'ही बंद पडल्यानं सुरुवातीची गंमत नंतरच्या पिढ्यांच्या नशिबी राहिली नाही.

सिनेमाचं पीक ताणात असतानाच मुंबईत टी. व्ही. आला. तो आल्यानंतरही अनेक वर्षे माळ्यातल्या लोकांना टी. व्ही. म्हणजे काय, ते कळायचं नाही. पोरांनी मात्र टी. व्ही.चा पिच्छा पुरवला होता. कवर चाळीत राहणाऱ्या गुजराथ्यांच्या घरात टी. व्ही. असायचे. तेथे ही पोरं जायची. गुजराथ्यांच्या दारासमोर वटनात बसून किंवा वटनात उभं राहून खिडकीतून मद्रासची श्रीदेवी पाहताना मराठी मनाला गारेगार वाटायचं! पोरं दररोज संध्याकाळी टी. व्ही. पाहायला जायची. त्या घरमालकाला हळूहळू त्यांची सवय व्हायची. मग ते कधी-कधी पोरांना घरात घ्यायचे. त्यांना आपल्या सोफ्याशेजारी, खुर्चीशेजारी जमिनीवर बसू द्यायचे. त्या गुजराथी घरमालकाचा मूड असेपर्यंत गुजराथी-मराठी श्रीदेवीसारख्या मद्रासी देवीचा नखरा डोळे भरून पाहायचे.

पुढे राडकर, करडेकर, घडवे, नागर, भिकुदादा यांनी एकवीस इंची रंगीत टी. व्ही. घेतले. अनेकांच्या घरांत पोर्टेबल टी. व्ही. आले व माळ्यातल्या पोरांची

गुजराथ्याच्या दारातून दाक्षिणात्य देवी पाहण्याची नाळ तुटली. शिवाय माळ्यात आलेल्या टी. व्ही.नं अल्पावधीतच माळ्यात काहीजणांकडे असलेल्या म्युझिक सिस्टिम, टेपरेकॉर्डरचं महत्त्व कमी करण्यातही हातभार लावला. पूर्वी जोरदार गळा काढून आम्ही या घरात आहोत, असं सांगणाऱ्या टेपरेकॉर्डरचे आवाज आपोआप कमी झाले. अनेक घरांत त्यांचा आवाज त्याच घरामध्ये असलेल्या टी. व्ही.नंच बंद केला!

घरातला पोर्टेबल टी. व्ही. पाहताना सदा वरचेवर म्हणायचा, "शेवंते, आपल्या टी. व्ही.वर कसं बारीक चित्र दिसतं, नाही गंऽ?"

"असू देऽ. जे हाय ते बेस हाय. तू कधी रंगीत टी. व्ही. घेऊन येशील तना बघ भलं मोठ्ठंऽ!" शेवंता गुरगुरायची.

४

यंदा सदाशिव जायकर नववीच्या वर्गात होता. त्याच्या जर्नल्स पूर्ण नव्हत्या. वर्गशिक्षकानं तर वही पूर्ण असेल तरच परीक्षेला पास करणार असल्याची तंबी दिली होती. शिक्षकाच्या धमकीने सदा भलताच टरकला होता. त्याच्या दृष्टीनं हा जीवन-मरणाचा प्रश्न होता!

दहावीला प्रयोगवहीचे निदान मार्क्स् तरी धरतात. पण नववीच्या जर्नल्स...! ही बाबच सदाच्या पचनी पडत नव्हती.

"जर्नल्स पूर्ण नाही. आता काय करायचं रं नंदूऽ?" सदा जायकरनं विचारलं.

"लेका, विचारत काय बसतोस? जा, सरळ घूस शाळेत, अन् काढ सगळ्यांच्या वह्या बाहेर. घालू त्या रद्दीत!" बंडूनं तोडगा सुचवला. नंदू पालकरनं मान हलवून त्याला दुजोरा दिला.

गतवर्षी किशोर चाफेकर दहावीच्या वर्गात होता. त्याच्या भौतिकशास्त्राच्या प्रयोगवह्या पूर्ण नव्हत्या. वार्षिक परीक्षा जवळ आल्यानं आता त्या पूर्ण करणंही शक्य नव्हतं. अशा वेळी काहीतरी उपाय शोधणं आवश्यक होतं. त्यानं नववीच्या वर्गात असलेल्या बंडू निकम व नंदू पालकरला गाठलं होतं. त्यांना न्यू एक्सलसियरचा इंग्रजी चित्रपट व हॉटेलमधल्या मटनाच्या जेवणाचं प्रॉमिस केलं होतं.

शाळेच्या खिडक्या व खिडक्यांच्या दारांचा तसा छत्तीसचा आकडा असल्याने त्यांचा ताळमेळ बसत नव्हता. शिवाय शाळेच्या अनेक खिडक्यांना गज नव्हते. ज्यांना गज होते, ते तसे निरुपयोगी झालेले. अशा ठिकाणी ग्रीलची अपेक्षा करणंही

हास्यास्पद होतं. नंदू व बंडूनं शिक्षक प्रयोगवह्या ठेवतात 'त्या' खोलीची नीट पाहणी केली व त्याच रात्री ते शाळेत घुसले. त्यांनी खिडकीतून त्या खोलीत प्रवेश केला. बंडूनं खिशात ठेवलेली बॅटरी काढून ती पेटवली.

"भिंतीवर मारू नकोस. नाहीतर वॉचमन येईल," नंदूनं त्याला सावध केलं.

बॅटरीच्या माफक उजेडानं विद्यार्थ्यांच्या प्रयोगवह्यांचा धांडोळा घेतला! वह्या हाताला लागल्या. नंदूनं सर्वांच्याच वह्यांचा गठ्ठा उचलला. बंडूनं बॅटरी पॅण्टच्या खिशात ठेवली.

बंडू, नंदूनं प्रयोगवह्या बाहेर काढल्या, त्याच दिवशी किशोरनं त्यांना जंगी पार्टी दिली. न्यू एक्सलसियरचा इंग्लिश पिक्चर मात्र त्यांनी दोन दिवसांनी पाहिला!

नंदू, बंडूनं दुसऱ्या दिवशी [illegible] रद्दीवाला गाठला. वह्यांवर चालू शैक्षणिक वर्षाच्या नोंदी होत्या. त्या पाहून रद्दीवाल्याला शंका आली.

"भाईसाब, ये तो इसी साल की लगती हैं। हमे तो नहीं चाहिए ।"

"नहीं चाहिए तो लाव इधर; हम दुसरी जगह दे देगें ।" नंदूनं सरळ मुद्द्यालाच हात घातला. रद्दीवाला क्षणभर घुटमळला.

"भाईसाब, हमपर कुछ बीतेगी तो नही नं?" त्यानं भीती व्यक्त केली.

"अरे, बीतने की किसको पडी है? इस्कूल में मेरा भाई टीचर है। उसने ये रद्दी में देने के लिए कहा है।" नंदूनं त्याला दिलासा देण्याचा प्रयत्न केला.

"वो तो ठीक है; पर...।"

"अरे, छोड ना! तेरे बस की यह बात नहीं।" बंडूनं सुनावलं व त्यानं वह्यांचा गठ्ठा उचलला. रद्दीवाल्यानं त्याचा हात बाजूला सारला व रद्दीचं वजन केलं.

बंडू, नंदूनं रद्दीचे पैसे घेतले. ते परत फिरले. नंदू बंडूच्या कानाला लागला, "साला, आपल्या एरियात विकल्या नाहीत, ते एक बरं झालं!"

बंडू गुलज़ार हसला. त्यानं विचारलं, "कोणत्या सिनेमाचं तिकीट काढू?"

नंदू लाडात आला. त्यानं त्याच्या पाठीत छानसा गुद्दा घातला.

शाळेत वह्यांची शोधाशोध झाली. वह्यांचा मागमूस लागला नाही. वार्षिक परीक्षा तोंडावर आल्या होत्या; त्यामुळे मुलांकडून परत प्रयोगवह्या तयार करून घेणं अशक्य होतं. बाब दहावीची, बोर्डाच्या अभ्यासक्रमाची असल्याने शिक्षकांनीही त्याचा जास्त बभ्रा होणार नाही हे पाहिलं. मग शिक्षकांनी प्रत्येक मुलाची कुवत लक्षात घेतली व त्यानुसार प्रत्येकाला प्रयोगवहीचे गुण दिले. त्यात किशोर चाफेकरही होता!

परीक्षेच्या काळात नंदू, बंडू असे वरचेवर शाळेत घुसायचे. शहाण्यासुरत्या माणसांसारखी रात्रही त्यांना छान साथ द्यायची. शाळेचा विस्तार अवाढव्य होता. तो विचारात घेता या दोघांना वॉचमनचा डोळा चुकवणं सहज शक्य व्हायचं. अनेकदा मोडक्या खिडकीतून, एखाद्या खिडकीची काच बाजूला सारून किंवा दरवाजाच्या

वरच्या व्हेंटिलेशनमधून दोघांपैकी एकजण आत जायचा. त्याला आधार द्यायला दुसरा बाहेर थांबायचा. शिवाय बाहेरच्या जगावर पहारा देण्याचं कामही त्याला करावं लागायचं. आत गेलेल्याच्या खिशातून बॅटरी बाहेर निघायची. काळ्या अंधारात मिचमिचायची. तिच्या उजेडात भिंतीवरच्या पाली, झुरळं पळताना दिसायची. कधीकधी झुरळं पायातही यायची. पायावर चढायची. झुरळांच्या हालचालीनं पायाला गुदगुल्या केल्यासारखा भास व्हायचा! शाळेत असलेल्या पाकोळ्या! बॅटरीच्या उजेडात त्या आडव्या-तिडव्या पळताना, धडपडताना दिसायच्या. कधीकधी तर चक्क अंगाला थडकायच्या, अंगावर पडायच्या. आतल्याच्या तोंडातून भन्नाट शिवी बाहेर पडायची! मग त्यानंतर क्षणभर सगळंच शांत शांत व्हायचं.

शाळा शासकीय अनुदानावर चालणारी असली, तरी खऱ्या अर्थानं राष्ट्रीय. मराठी, हिंदी, इंग्रजी, गुजराथी असं विविध मीडियमच शिक्षण तिथं मिळायचं. साहजिकच भाषा अनेक, विषयही अनेक! मग आत गेलेला मिळेल त्या विषयांच्या एक-दोन, एक-दोन प्रश्नपत्रिका खिशात कोंबायचा व आत गेलेल्याच मार्गानं परत फिरायचा! तो दाराच्या व्हेंटिलेशनमधून आत गेला असेल तर मात्र वर चढताना त्याचे बऱ्यापैकी हाल व्हायचे!

बाहेर आलेल्या प्रश्नपत्रिका काळ्या बाजाराची वाट चालू लागायच्या. प्रश्नपत्रिकेची झेरॉक्स निघायची व कोणतीही बोंबाबोंब न करता तिची शाळेत विक्री व्हायची! दोन रुपयांपासून लिलावाला सुरुवात व्हायची. नडलेलं, परीक्षेला घाबरणारं एखादं गुजराथी पोरगं पन्नास-शंभर रुपये देऊनही प्रश्नपत्रिका विकत घ्यायचं! नंदू व बंडूचे सुगीचे दिवस मोठ्या मजेत सुरू राहायचे!

माळ्यातली पोरं अभ्यास तर करायची; पण त्यांचं ध्यान अभ्यासापेक्षा इतर गोष्टींकडेच जास्त असायचं. याला काही अपवाद असले, तरी इतर गोष्टींकडे ध्यान असलेल्यांचं बहुमत होतं. अवांतर बाबींचा परिणाम पोरांच्या अभ्यासावर व्हायचा. काही पोरांची तर अभ्यासाच्या नावानं नेहमीच रड असायची; त्यामुळे ते कोणता हातखंडा कधी वापरतील ते सांगता यायचं नाही. माणूस म्हटलं की, ते आजारी पडायचंच! माळ्यावरच्या पोरांसाठी ती सुवर्णसंधी असायची. अशा आजारी पडलेल्या वर्गशिक्षिकेच्या घरी पोरं फळफळावळ घेऊन जायची. मोठ्या आत्मीयतेनं शिक्षिकेच्या तब्येतीची चौकशी करायची. मध्येच छानसा डायलॉग मारायची, ‘‘मॅडम, तुम्ही बऱ्या होऊन लवकर शाळेत या. तुम्ही नसलात की आम्हाला करमत नाही; अभ्यासात लक्ष लागत नाही.’’

पोरांच्या आवाजात काळजाला घरं पाडण्याची ताकद असायची. त्यांच्या बोलण्यानं मॅडम अंतर्यामी घायाळ व्हायची. तिच्या अंगावर मूठभर मांस चढायचं. शिक्षिकेच्या घरातल्यांनाही पोरांचं किती कौतुक करावं, असं होऊन जायचं. आपुलकीच्या

पदराआड पोरांचा अभ्यास, अवघड गेलेला पेपर दडायचा. शिक्षकाच्या बाबतीत मात्र पोरं वेगळाच फॉर्म्युला वापरायची. शाळेच्या अवती-भोवती चहाच्या टपऱ्या होत्या. छोटी-मोठी हॉटेल्स होती. तिथं पोरं चहा, भजी, वडा-पाववर ताव मारायची. अशा वेळी एखादा शिक्षक तिथं आला, तर पोरं त्याला बळेबळेच चहा पाजायची. भजी, वडा-पाव खाऊ घालायची. वार्षिक परीक्षा तोंडावर आल्यानंतर तर पोरं शिक्षकांना हटकून चहाला आमंत्रित करायची. नववीत असताना नंदू-बंडूसह माळ्यातल्या काही पोरांचा कुलकर्णी मास्तर वर्गशिक्षक होता. तो समोर आला, तर मात्र पोरं विशेष काळजी घ्यायची. कुलकर्णी मास्तर चांगलं चाळीस-पंचेचाळीस रुपयांचं [illegible] [illegible] [illegible]! तो भरताना पोरांना आपोआप आठवायची. मग कुलकर्णी मास्तर दिसला रे दिसला, की पोरंच पळ काढायची.

बंडू, नंदूच्या दृष्टीनं सदाचा प्रश्न किरकोळ होता.

''सद्याऽ, मिनर्व्हाला सिनेमा दाखवणार असशील तर तुझं काम लगेच करू.'' नंदूनं सांगितलं.

''दाखवतो; पण काम झालं पाहिजे.'' सद्यानं हमी दिली.

नंदूनं बंडूकडे पाहिलं. बंडूनं आपल्या भुवया ताणून नंदूला आपणही या मोहिमेसाठी तयार असल्याचं सांगितलं.

५

माळकऱ्यांचा नुकताच डोळ्याला डोळा लागला होता. तोवर माळ्यातली पाण्याची मोटर गुरगुरू लागली. रात्री घडलेल्या स्वामी प्रकरणानं माळकऱ्यांच्या झोपेचं खोबरं झालं होतं. तरीही त्यांना उशिरा उठण्याची सवलत द्यावी, इतकी दानत मोटरीपाशी नव्हती. तीसुद्धा महानगरपालिकेच्या अनियमित पुरवठ्याचं नियंत्रित पाणी नियमित गिळंकृत करीत होती. म्युनिसिपालिटीच्या नळाचं नरडं कधी दाबलं जाईल, याची शाश्वती नसल्यानं तिला वक्तशीर राहणं भाग होतं. तिच्या वक्तशीरपणाकडे डोळेझाक करण्याची शामत माळ्यातल्या कुणाकडे अजून तरी नव्हती! मग त्या माळकऱ्याची झोप अपुरी राहू दे, घरात कोणी आजारी असू दे, नाहीतर एखादं खपू दे!

चुरचुरत्या डोळ्यांनी माळकरी पाणी भरीत होते. मधूनच एखाद्याची नजर सुभानजीच्या खोलीवर पडत होती. एखादी घागर मुद्दामच सुभानजीच्या दारासमोर थांबून किरंवाजल्या नेत्रांनी त्याकडे टुकूर टुकूर पाहात होती. ओठातल्या ओठात

शिवी हासडीत होती. पाण्यानं भरलेल्या टोपांचा, डब्यांचा, घागरींचाही सुभानजीच्या नावानं खणखणाट सुरू होता!

रात्री सीता तडेकरला इराकतीला आलं. ती उठली. रात्रीचा वकूत. माळ्यावर तर सार्वजनिक शौचालय. तिकडे नेहमीच अंधार भरलेला. माळकऱ्यांच्या; विशेषत: बाईमाणसांच्या मनात अंधाराची भीती कायम घर करून राहिलेली. त्यातच टीचभर वटनात जागोजाग भिंतीला चिकटून कुणी ना कुणी झोपलेलं असायचं. त्यांच्या बाजूनं पुढे जायचं म्हणजे ते एक दिव्यच! तडेकरनीनं मोरीतच इराकतीचा कार्यभाग उरकून घेतला. तसा तो सर्वच माळकरणींच्या अंगवळणी पडलेला. इराकतीचा दर्प सुटू नये, म्हणून मोरीत पाणी ओतणं आवश्यक होतं. मोरीच्या कट्ट्यावर पाण्याचा हंडा होता. त्यात तांब्या बुडवून तिनं पाणी घेतलं. तिची नजर खिडकीकडे गेली. खिडकीबाहेर लोटलेल्या धुरानं तिची नजरबंदी केली. इतक्या रात्री इतका धूर कसा? तिच्या मनाला शंकेची पाल डसली. गेल्याच आठवड्यात त्याच विभागात कासम चाळीला लागलेली आग तिनं पाहिली होती. आकाशाकडे झेपावणाऱ्या त्या आगीच्या ज्वाळा, जळून कोळसा झालेली माणसं, भाजून पोपाडलेली चामडी, खरपूस भाजल्यानं मांसाचा पसरलेला उग्र दर्प हे चित्र तिच्या डोळ्यांपुढं तरंगलं. त्यानं तिला घट्ट मिठी मारली. भीतीनं तिचा देह थरथरला. हा धूर म्हणजे माळ्याला लागलेली आगच! तिचं मन आक्रंदलं. तिनं पटकन घरातल्यांना उठवलं व आपलं स्थूल शरीर सावरीत ती झपाट्यानं मुख्य दरवाजात आली. तिनं गडबडीनं दार उघडलं अन् 'ठोऽ ठो' बोंब ठोकली. तडेकरनीच्या पोटातला भीतीचा गोळा तिनं मारलेल्या बोंबद्वारे बाहेर पडला!

तडेकरनीची बोंब माळ्याच्या कानाकोपऱ्यात भिनली. चंपाच्या कुत्र्यांनी सुरत्याची भूमिका बजावली. तडेकरनीच्या रातगाण्यानं झोपेचा पदर सावरणाऱ्या माळकऱ्यांना काय झालं याचा अंदाज घेण्याची संधीही दिली नाही. वटनात झोपलेले पटापट उठले व जिन्याकडे धावू लागले. घरात झोपलेले जे थोरमोठे जागे झाले ते लहानग्यांना पायाखाली तुडवीत दरवाजा उघडून बाहेर आले. ज्यांचं जे कुणी वटनात झोपलेलं होतं, त्यांनी घरच्यांना जागं केलं. माळ्यातल्या वटनात एखादाच बल्ब पेटलेला असायचा. ती बाजू सोडली तर वटनाच्या दुसऱ्या भागात त्याचं उस्तं किंवा अंधारच असायचा! त्या अंधूक उजेडात चौकातून वर जाणारा काळ्या-राखी रंगाचा धूर व तडेकरनीची बोंब माळ्याच्या कानात धडकी भरवायला पुरेशी होती. आपली नागडी-उघडी मुलं खसाखसा ओढून प्रत्येकजण खोलीबाहेर धावत होता. एका जागी बसून अनेक खाणावळी गर्भार डुकरिणीसारख्या थुलथुलीत झाल्या होत्या. असलं शरीर सांभाळीत जिन्याकडे धाव घेताना त्यांच्या जिवाची चांगलीच त्रेधा उडाली.

रातचा उकाडा अंगाला घरं पाडायचा. त्यात माळ्यात खिडक्यांचीही वानवाच. एक खिडकी होती, तीही मोरीच्या वटनाकडंच्या भिंतीला! ती असून नसल्यासारखीच! मोरीतलं दिसू नये म्हणून ती अनेकदा बंद असायची किंवा तिच्यावर फरशी पुसायची बारदानं सुकत पडलेली असायची. अशावेळी खाणावळी अंगातली चोळी काढून उशाला ठेवायच्या व ताणून द्यायच्या. कमळा जायकरनीनंही तेच केलं होतं. मात्र, माळ्यावर चाललेल्या पळापळीनं तिला अंगात चोळी घालण्याची उसंतही मिळाली नव्हती. तिनं अंगाभोवती तसाच पदर लपेटून धरला होता. तिनं पदराच्याच मुठीत छातीबरोबर चोळी घट्ट पकडली होती. या संकटातून सहीसलामत माळ्याबाहेर पडलो, तर चोळी घालता येईल, असा तिचा साधासोपा हिशेब होता! तरण्या पोरा-पोरींनी, बाया-बापयांनी तर कधीच माळ्याबाहेर सूंबाल्या केला होता. पुरुष मंडळी तर नुसत्या चड्ड्यांवर उघड्याबंब शरीरानं धावत सुटली होती. इमारतीचा जिना अरुंद असल्यानं काहींनी सार्वजनिक शौचालयाला लागून असलेल्या जिन्यावरून उतरणं पसंत केलं होतं. मात्र, जिन्यावर नेहमीच पाणी पडत असल्यानं तो बिळबिळीत झाला होता. त्यावरून पाय घसरण्याची शक्यता अधिक असल्यानं त्या जिन्याचा वापर करणाऱ्यांना हळूहळू उतरावं लागत होतं. हळूहळू का होईना; पण जगण्याची दोरी बळकट होत आहे, हे समाधान त्यांना पुढे पुढे घेऊन जात होतं.

जागी झालेली माणसं बघता बघता माळ्याखाली आली. त्यातलीच जिज्ञासू मंडळी चौकातून मान वर करून पाहात होती. आग नेमकी कुठं लागलीय, याचा अंदाज घेत होती. दुसऱ्या मजल्यावरच्या सुभानजीच्या घरातून धूर बाहेर पडत होता.

"आयला माणसं हायत का जनावरं? इतकी बोंबाबोंब चाललेय. घरात आग लागलेय. तरी कुणी घराचं दार उघडलेलं नाही!" सुदाम खाडे काकुळतीला आला.

"कदाचित असं तर नाही ना; कुणीतरी जाळून घेणं वगैरे...!" बिल्लू बादशहानं आपलं मत नोंदवलं.

"जाऽ! खूप शहाणा आहेस. उगाच नको तिथं अक्कल पाजळतो! तसं असतं तर एव्हाना घरातल्या कुणीतरी बोंब ठोकली असती किंवा दार तरी उघडलं असतं. जेव्हा पाहावं तेव्हा साल्याच्या तोंडात मरणच!" संतोष पिंपरकर फिस्कारला.

"हां, हे खरं बघ बिल्ल्याऽ! तिथलं कुणीतरी खपल्याशिवाय ती खोली तुला कशी मिळेल?" सुधीर मिरचीकरानं चिमटलं. त्याही परिस्थितीत त्यांचं बोलणं ऐकणाऱ्या माळकऱ्यांत हास्याची खसखस पिकली.

नेमकं वर्मावरच बोट ठेवलं गेल्यानं बिल्लू चरफडला. त्याच्या पाठीमागं सुगंधा उभी होती. तिनं पाठीमागून त्याच्या दंडाला धरलं. तो परत फिरला. 'उगाच शहाणपणा करू नका!' तिनं नजरइशारा केला.

"आपण उगाच धावाधाव केली. धूर तर एकाच घरातून येतोय. त्याचं प्रमाणही

कमी आहे! चला, परत जाऊ. काय भानगड आहे ते कळेल तरी!'' एकंदरीत परिस्थितीचा अंदाज घेऊन भिकुदादा म्हणाला.

माळ्यातले बहुतांशी लोक या विचाराप्रत येऊन पोहोचले होते. भिकुदादाबरोबर सुधीर मिरचीकरसह आणखी तीन-चार तरुण निघाले. ते माळ्याच्या पायऱ्या चढू लागले. तोपर्यंत माळ्याजवळ आलेला पोलीस व्हॅनचा 'उंईऽऽ!' हा आवाज माळकऱ्यांच्या कानात घुसला. पायऱ्या चढणारे पाय जागीच थांबले. पोलीस व्हॅन माळ्याजवळ आली अन् रस्त्यावर थांबली. व्हॅनमधून फौजदार बिरनाळे व पाच-सहा हवालदार उतरले. पार गल्लीपर्यंत पसरलेल्या गर्दीनं त्यांना वाट करून दिली. बोळ पार करून ते माळ्याच्या चौकात आले.

''कुठं लागलीय आग?'' फौजदारानं विचारलं.

''तिसऱ्या माळ्यावर,'' भिकुदादानं सांगितलं व माळ्याकडे पाहात धूर निघत असलेल्या जागेकडे बोट केले.

चौकात उभं राहून फौजदारानं जागा न्याहाळली. खोलीतून बाहेर येणाऱ्या धुराचा अंदाज घेतला व विचारलं, ''काय रेऽ, ते कापसा-बिपसाचं गोडाउन तर नाही ना? की कापडाचे गट्ठे ठेवलेत?''

''नाही साहेब, सगळ्या राहत्या खोल्या आहेत.''

''अरे, मग पोलीस ठाण्याला फोन करण्याअगोदर पहिल्यांदा आगीची शहानिशा तरी करायची नाही का?'' फौजदार हसला. त्याच्या सोबतचे हवालदारही हसले. ''चला, नेमकी काय भानगड आहे ते तरी पाहू या.''

फौजदार बिरनाळे, त्याच्यासोबतचे हवालदार व माळ्यातले काही तरुण निघाले.

आगीच्या भीतीनं माळ्यात हाहाकार उडाला होता. वास्तविक आग लागल्यानंतर अग्निशमन दलाला फोन केला पाहिजे; पण क्वचितच बातमीत असलेल्या अग्निशमन दलाचा फोन नंबर तो कोण जवळ ठेवणार? दत्ता नारगावकरानं तातडीनं स्थानिक पोलीस ठाण्यात फोन केला होता. तर नंदू व बंडूनं नाक्यावर धाव घेतली होती. तिथं हॉटेलच्या भिंतीवर पब्लिक टेलिफोन होता. त्यावर त्यांनी १०१ नंबरची रिंग फिरवून अग्निशमन दलाला जागं केलं होतं. अग्निशमन दलाच्या कार्यालयातूनही स्थानिक पोलीस ठाण्याला फोन गेला होता. अगोदरच कासम बिल्डिंगच्या आगीनं सर्वांचे होश उडवले होते. त्यातच चण्याच्या माळ्याचा हा परिसर कपडा मार्केटांचा. एखादवेळी आगीच्या ठिणग्यांनी कपडा मार्केटपर्यंत धाव घेतली तर..! ही कल्पनाच सहन होण्यापलीकडची होती; त्यामुळे बातमी कळताच स्थानिक पोलीस ठाणंही भलतंच गंभीर झालं होतं. या गोष्टीची कल्पना माळ्यातल्या शहाण्या-सुरत्यांना असण्याचं कारण नव्हतं. शिवाय दत्ता नारगावकर, बंडू, नंदूनंही मौन पाळलं.

बिरनाळेच्या बोलाला अन् फुलाला एकच गाठ पडली. 'घण घण' आवाज करीत अग्निशामक दलाचा बंब माळ्यासमोर थांबला. पाठोपाठ शिडी सांभाळत दुसरी गाडी आली. तिनं पोलीस जीपच्या ढुंगणाजवळ आपलं नाकाड नेलं व चुपचाप उभी राहिली. अग्निशामक दलाचे निळ्या डगल्यातले जवान भराभर खाली उतरले. रस्त्यावर उभ्या असलेल्या लोकांना त्यांनी विचारलं, 'कुठे?'

गर्दीतल्या काहीजणांनी माळ्याकडं बोट केलं. जवान माळ्याकडे निरखून पाहू लागले. माळ्याच्या शेंड्यापर्यंत मिळमिळीत अंधूक प्रकाशाशिवाय काही दिसत नव्हतं.

"साहेब, बाहेर नव्हे; आग आत, माळ्यात लागलीय!" गर्दीतनं आवाज आला.

तेवढ्यात, गर्दीतून दोन तीशी पोरं पुढे आली. त्यांनी अग्निशामक दलाच्या जवानांना माळ्यात जाणारा बोळ दाखवला. जवानांची सावध पावलं बोळात पडू लागली. त्यांच्या पावलांचा वेध घेत गर्दीतून पुढे आलेली काही पोरंही चालू लागली.

फौजदार बिरनाळे सुभानजीच्या खोलीसमोर आला. खिडकीच्या दारांना कडी घातली असली, तरी खिडकीवरच्या व्हेंटिलेशनची फळी उघडीच होती. त्यातून मोठ्या प्रमाणावर धूर बाहेर येत होता. दार व खिडकीच्या उभ्या फटीतूनही धूर बाहेर पडत होता. आत कोणीतरी मंत्र पुटपुटत होतं. तो आवाज अस्पष्टपणे ऐकू येत होता. मधूनच कोणीतरी खोकत असल्याचा आवाजही होत होता. हवालदार कदम पुढे झाला. त्यानं हातातल्या दंडुक्यानं दार ठोठावलं. दार उघडण्याचं कोणतंच चिन्ह दिसलं नाही. त्यानं परत दार ठोठावलं.

तडेकरनीनं मारलेली बोंब सुभानजीच्या घरातही ऐकू गेली होती. त्याचे पडसाद तेथेही उमटले होते. होमाला अर्घ्य द्यायला पुढे झालेले हात मध्येच थांबले होते. स्वामींनी मंत्र उच्चारणं थांबवून थोडा कानोसा घेतला होता व आपलं लक्ष परत मंत्रावर केंद्रित केलं होतं. घरात कोंडलेल्या धुरामुळे सुभानजी, सुकन्या इतकंच काय स्वामींच्या डोळ्यांतही पाणी आलं होतं. खोकला सुटला होता. गाढ झोपेत असलेली पोरं धुराच्या माऱ्यानं मध्येच लसत होती, खोकत होती. 'आईऽऽ!' म्हणत रडण्याची पिचकारी टाकून परत बिछान्यात मुंडी खुपसत होती. धुरानं त्रासल्यानं स्वामींच्या आदेशानुसार सुकन्यानं पाठीमागची खिडकी उघडली होती. त्यातून पिसाटल्यासारखा धूर बाहेर जात होता. पाठीमागची खिडकी उघडल्याने धुराचा पुढच्या खोलीतला वावर पातळ झाला होता.

तडेकरनीनं मारलेली बोंब, पाठोपाठ वटनातून होणारी धावाधाव सुभानजीनं ऐकली होती. त्यानंतर कुणीतरी दारावर जोरजोरानं थाप मारून पुढे गेलं होतं. बाहेर काय गोंधळ सुरू आहे हे पाहण्यासाठी सुभानजी उठू लागला; परंतु त्याच्या हाताला धरून स्वामींनी त्याला खाली बसवलं.

"पण बाबा...!"

"पण बिण काही नाही. तुझ्या वाईटावर असणाऱ्यांची ही चाल आहे. बस खाली."

"बाबा, बाहेर कोणीतरी बोंबललं. दारावरही थाप मारली. पळापळ चाललेय. बाब गंभीर दिसतेय!" सुभानजीनं अगतिक होऊन सांगितलं.

सुकन्या मात्र आळीपाळीनं दोघांच्या चेहऱ्यांकडे पाहात होती.

"काही काळजी करू नकोस. आपण होम पेटवलाय. होम असा अर्धवट अवस्थेत ठेवायचा नसतो. अरे, जिथं साक्षात अग्निनारायण आपल्यासमोर आहे तिथं चिंता करण्याचं तसं काही कारण आहे का?" स्वामींनी खुलासा केला व ते गोड हसले.

काय करावं, या विवंचनेत सुभानजी पडला. पण, स्वामींच्या स्पष्टीकरणानंतर तो गप्प झाला. स्वामींनी त्याची घालमेल लक्षात घेतली व त्याच्या खांद्यावर हात ठेवत ते म्हणाले, "सुभान, होम करायचा म्हणजे अशी किरकोळ संकटं ही यायचीच. तुला गंमत वाटेल; पण सांगतो, प्रत्यक्ष भगवानच अशी संकटे निर्माण करतो व आपली परीक्षा घेतो."

नवरा-बायकोनं स्वामींकडे आश्चर्यानं पाहिलं. स्वामी मधाळ हसले.

"होय, हे खरं आहे. तू अठरा पुराणं, चार वेद वाचलेस तर तुझ्या ते लक्षात येईलच. ऋषीमुनींनी जेव्हा जेव्हा होम केले, तेव्हा ते दानवांनी उधळून लावण्याचा प्रयत्न केला. म्हणून काय ऋषीमुनींनी ते अर्धवट सोडले नाहीत! उलट अधिक जोमानं अन् निर्धारानं त्यांनी आपलं कार्य पार पाडलं. त्यांची ती चिकाटी पाहून देवादिकांनीच त्यांचं रक्षण केलं. तसं..."

"परमेश्वर आपलं करील!" स्वामींच्या बोलण्यात सुकन्यानं हस्तक्षेप केला.

स्वामी परत हसले. ते पुढं म्हणाले, "तू दार उघडलंस, तरी तुझ्या घरात सुरू असलेला हा होम माळ्यातल्या कितीजणांना आवडणार आहे? विनाकारण जळजळ वाढेल!"

हे मात्र सुभानजीला पटलं. त्यानं होकार दिला व तोही साजूक हसला. पेटलेल्या होमात स्वामींनी तुपाची पळी ओतली. जाळ भडकला. त्याचं उस्तं स्वामींच्या चेहऱ्यावर, गालफडावर फाकलं. सुभानजीला स्वामींच्या गालफडावर, हनुवटीवर वडाच्या पारंब्यांसारखे लोंबणारे राठ-दाट केस असल्याचा भास होऊ लागला. ऋषीमुनीही असेच दिसत होते! त्यानं आपली नजर सुकन्याकडे वळवली. त्यानं राजे-महाराजांच्या राण्या चित्रात, चित्रपटात पाहिल्या होत्या. त्या राण्यांच्या अंगावर दागिन्यांच्या लडीच्या लडी लोंबायच्या. अगदी तसेच दागिने सुकन्याच्या अंगावरही असल्याचा भास त्याला झाला! समोर पेटलेल्या होमाचं उस्तं तिच्या चेहऱ्यावर पडलं होतं. तिचा चेहरा त्याला उगवत्या सूर्याच्या तांबूस-गर्द गोळ्यासारखा भासू लागला. तिच्या अंगावरच्या राजेशाही वस्त्रात तोही अडकला.

दारावर दमदार टकटक झाली. सुभानजीची तंद्री भंग पावली. त्यानं स्वामींकडे पाहिलं. स्वामींनी नजरेच्या हालचालीनंच त्याला गप्प बसण्याची खूण केली. दारावर दुसऱ्यांदा जोरदार टकटक झाली. आता मात्र सुभानजीला शांत बसणं असह्य झालं.

''बाबा, कुणीतरी आलंय!'' तो पुटपुटला.

''येऊ दे. या विघ्नसंतोषी माणसांना दुसरं काम काय ते! आता असा एक मंत्र फुंकतो की, यांना नरकाचीच वाट दिसली पाहिजे!'' स्वामींनी दाताखाली ओठ दाबले. त्यांचा चेहरा रागानं लालबुंद झाला. स्वामी प्रत्येक शब्दावर जोर देऊन जोरात मंत्र उच्चारू लागले. दगडावर घण मारल्यासारखे त्यांचे शब्द सुभानजीच्या कानांवर आदळू लागले. आपल्या वाणीनं वेडापिसा झालेला स्वामींचा देह पाहून सुभानजी सुखावला. त्याचं मन मोहरून गेलं. त्यानं त्यांना मनोभावे हात जोडले. भारावल्या नजरेनं सुकन्या स्वामींचं हे अनोखं रूप प्राशन करू लागली.

''ए स्वामीऽ, सुक्काळीच्या, कधीपासून दार ठोठावतोय रेऽऽ! चटकन दार उघड. बाहेर साहेबही आहेत.'' खिडकीचा गज धरून खिडकीच्या तोकड्या कट्ट्यावर हवालदार कदम उभा होता. तो खिडकीच्या व्हेंटिलेशनमधून आत पाहात होता. आतला धूर त्याच्या तोंडावर येत होता. स्वत:चा तोल सांभाळत धूर चुकवता चुकवता त्याची तारांबळ उडाली होती.

कदमचे शब्द शिशाचं तेल ओतल्यासारखे स्वामीच्या कानात घुसले. त्याचा चेहरा अधिकच उग्र झाला. नजरेनं शब्दाचा वेध घेण्याऐवजी त्यानं बाजूच्या सुपात हात घातला. पाला-पाचोळ्याची मूठ भरली. ती दाणकन् होमात रिकामी केली व तो ओरडला, ''भस्म कर; चांडाळाचं भस्म करऽ!''

कदमचे शब्द सुभानजीच्या कानातही घुसले होते. स्वामींना शिवी देणारा प्राणी या भूतलावर आहे, यावर त्याचा क्षणभर विश्वासच बसला नाही. स्वामींना शिवी देऊन संपूर्ण देवलोकाचा अपमान करणारा तो कोण किडा आहे, हे पाहण्यासाठी तो खिडकीकडे आला. तोपर्यंत कदम खिडकीवरून उतरला होता. सुभानजीनं खिडकी उघडली. वटनात पोलीस दिसत होते. सुभानजीला घाम फुटला. तो परत फिरला.

''बाबा, बाबाऽऽ!'' त्यानं स्वामींचे हात धरले. ''बाहेर पोलीस आहेत!'' त्यानं कसंबसं आपलं वाक्य पूर्ण केलं.

''असू देत नाऽ! मग?'' स्वामी खेकसले. त्यांना काहीतरी चुकत असल्याची जाणीव झाली. त्यांनी खिडकीकडे पाहात विचारलं, ''कोण म्हणालास?''

''बाबा, पोलीसऽ! पोलीस आहेत बाहेर!'' सुभानजीनं त्याच्याकडे केविलवाण्या नजरेनं पाहिलं.

स्वामी अभयानंदाच्या चेहऱ्यावरचे रंग पालटले. त्याचं अंग लटपटलं. त्यानं

उसनं अवसान आणलं व सुभानजीला सांगितलं, “जा पळ. दार उघड. काय भानगड आहे, ते तरी पाहा.”

सुभानजीनं भीत भीत दाराची कडी काढली. तो हळूहळू दरवाजा उघडू लागला. तेवढ्यात बिरनाळेनं दारावर दाणकन लाथ घातली. धाडकन दार उघडलं. सुभानजीच्या नाकपुड्यावर दाराचा जोरात दणका बसला. नाकातून जीवघेणी कळ उठली. त्या सणकीतच तो नाकपुडी हातात धरून पाठीमागे सरता सरता अंथरुणात पाय अडकून खाली पडला. बिरनाळे आत आले. त्याच्यासोबत हवालदार कदम, सावंत व इतर हवालदार आत घुसले. सोबत माळ्यातले काही नगही होतेच. इतर माळकरी मंडळी जमेल तसं खिडकी, दारासमोर उभी राहून आतला तमाशा पाहू लागली. दोघा-तिघांनी तर खिडकीचा गज पकडला व ते दाटीवाटीनं खिडकीवर उभे राहिले.

पाठीमागं आपटलेला सुभानजी झोपलेल्या मुलांच्या अंगावर कोसळला होता. त्याच्या नाकपुडीतून रक्ताची धार लागली होती. पोरं जागच्या जागी वळवळली. धडपडली व उठून बसली. त्यांनी तिथेच भोकाड पसरलं. आत आलेल्या बिरनाळेनीं स्वामीच्या छाताडावर बुटाची लाथ हाणली. स्वामीही पाठीमागं कोसळले. त्यांचे पाय पुढे होमात आल्यानं चांगलेच भाजले. स्वामीनी ‘ठो, ठोऽ’ बोंब ठोकली. बिरनाळेनी त्याचे केस पकडले व त्याला उभं केलं. त्याच्या पोटावर सिनेमा स्टाइल आतघुसणी गुडघा हाणला. स्वामींची आतडी-कोथळा एक झाला. ते चर्रकन वाकले. फौजदारानं तोच गुडघा परत एकदा त्यांच्या तोंडावर हाणला.

“आई गंऽ!” स्वामी विव्हळले व जाग्यावर गप्प झाले.

फौजदारानं खोलीभर नजर टाकली. कदम आतल्या खोलीत गेला व पाण्याची घागर घेऊन बाहेर आला. त्यानं होमात बदाबदा पाणी ओतून होम विझवला. सगळ्या खोलीभर राख-पाणी झालं. बिरनाळे कॉटवर बसले. त्यांना कॉटवर उशाशेजारी ठेवलेली ब्रॅण्डीची बाटली दिसली. त्यांनी ती आपल्या नजरेसमोर फिरवली. बाटलीवरची नजर सुभानजीवर स्थिर झाली.

“कुणाची?” बिरनाळेच्या आवाजात जरब होती. सुभानजीचं काळीज हललं. ते आतल्या आत गदगदू लागलं.

“बाबांची!” सुकन्यानं प्रथमच तोंड उघडलं.

बिरनाळेची नजर सुकन्यावर घसरली. उंच, गोरीपान, नाजूक सुकन्या! त्याला ती कोवळ्या पपईच्या झाडासारखी भासली. तोवर स्वामी कण्हू-कुथू लागले. त्यांच्या अंगाखालून राख-पाण्याचा लोट गेला होता. होमात भाजलेले त्यांचे पाय भगभगत होते. अंगातून जीवघेण्या कळा उठत होत्या. ते कसेबसे उठून बसले. त्यांच्या तोंडातून रक्त ओघळत होतं. समोरच्या चार-सहा दातांनी जागा सोडली होती. एक दात तर तोंडातून ओघळणाऱ्या लाळेनं ओठावरच धरून ठेवला होता.

तर दुसरे दोन दात स्वामीने तोंडावर धरलेल्या हाताच्या मुठीत होते. त्याच्या गळ्यावरून खाली छातीपर्यंत रक्ताचा ओघळ आला होता. स्वामींचं ध्यान एखाद्या पिसाळलेल्या चावऱ्या कुत्र्यासारखं दिसत होतं!

"काय रे हरामखोराऽ, हे काय?" बिरनाळेंनी ब्रॅण्डीची बाटली त्याच्यासमोर धरली.

स्वामीनं भगभगणारा चेहरा खाली घातला. बिरनाळेंनी होमाकडे बोट केलं, "ही लाकडं का जाळत होतास?"

"साहेब, तो होम आहे!" कदम हवालदारानं सांगितलं. कदमनं लाथेनं काही लाकडं उडवली.

"होमऽऽ!" बिरनाळेंना हा धक्का पचवणं अवघड झालं. त्यांनी स्वामीचे केस धरले व जोरदारपणे हासडले. ते पुढं म्हणाले, "ही तर मयताची लाकडं वाटतात!"

"मी सांगितलं; पण सुभानजीनं आणली!" स्वामींच्या केसातून जोरदार कळ उठली. ती पार मेंदूला भिडली व तिनं टाहो फोडला.

"भडव्या, होम तू करतोयस की तो?" बिरनाळेंनी त्याचे कान परत उपटले. स्वामी कळवळला.

"चुकलं साहेब. म्हटलं, यावरच चालवून घेऊ!" स्वामी घायकुतीला आला.

"का; अश्वमेध यज्ञाचं आयाटान होतं? कीऽऽ" सावंत हवालदारानं मध्येच तोंड घातलं. सर्वजण खो, खो हसले. सावंतनं पुढं पुस्ती जोडली, "साहेब, साहेबऽऽ, दारू पिऊन होम करावा असं कोणत्या शास्त्रात लिहिलंय तेवढं त्याला विचारून घ्या. म्हणजे आपल्या इलाख्यातल्या सगळ्या दारूधंदेवाल्यांना पोलीस ठाण्यात बोलावून घेऊ व झक्कासपैकी गावठी नाहीतर कंट्री होम तरी साजरा करू!"

आता मात्र बिरनाळेही 'खो खो' हसले. तिथं अग्निशामक दलाचे जवानही येऊन पोहोचले होते. तेही त्या हास्यात सामील झाले. बिरनाळेंनी स्वामीच्या पेकटात आणखी एक लाथ हाणली. स्वामी कळवळला.

पोलिसांनी बाबांची केलेली अवस्था पाहून सुकन्याला भडभडून आलं होतं. चारचौघांत बाबांचा असा अपमान होणं तिच्या चांगलंच जिव्हारी झोंबलं होतं. प्रत्यक्ष देवादिकांना वेसन घालणाऱ्या बाबांनी या दीडदमडीच्या पोलिसांसमोर नांगी का टाकावी, याचं कोडं तिला सुटत नव्हतं. आपल्या जवळच्या अमोघ अस्त्रांनी ते या जालिमांना जाळून का काढीत नाहीत, या प्रश्नानं ती गोंधळली होती. बाबा पितात ती दारू नसून साक्षात अमृतच! तेच बाबांच्या अंगात संचारणाऱ्या दैवी शक्तीला काबूत आणू शकतं, हे या पोलिसांना कळू नये, याचंही तिला आश्चर्य वाटत होतं. परंतु महापुरुष असलेले प्रत्यक्ष बाबाच गप्प होते, तिथं ती बिचारी तरी काय करणार

होती? हतबल होऊन गप्प राहण्याशिवाय तिच्यासमोर अन्य पर्याय शिल्लक राहिला नव्हता. सुभानजीची अवस्थाही तिच्यापेक्षा फारशी वेगळी नव्हती.

इतकी माणसं आत आल्यानं, त्यातही पोलीस; सुभानजीची दोन्ही चिलीपिली भांबावून गेली होती. त्यांचं रडणं आपोआप घशात विरलं होतं. ती दबक्या नजरेनं सगळ्यांच्या तोंडाकडे आळीपाळीनं पाहात होती. अशा अवस्थेत थोरल्या दिनकरला आता धीर धरणं अशक्य झालं होतं. तो उठून उभा राहिला.

"आईऽऽ!" त्याचा रडका आवाज आला. तो तसाच शिताफीनं पुढे झाला व त्यानं सुकन्याच्या पायाला मिठी मारली. स्वामींच्या लीलांमध्ये गुरफटलेली सुकन्या आपल्या मुलांना विसरली होती. तिनं त्याच्या दोन्ही काखोटींत हात घालून त्याला वर उचललं. त्याच्या गालाचा मुका घेतला व त्याला छातीशी कवटाळलं.

हवालदारांनी पंचनामा केला. होमाच्या वस्तू, दारूच्या बाटल्या ताब्यात घेतल्या. त्यांनी स्वामीसह सुभानजीला बेड्या ठोकल्या. सुकन्याच्या कडेवर दिनकर बसला होता, तर धाकटा राहुल अंथरुणावर बसून भयभीत नजरेनं सर्वांकडे पाहात होता. बिरनाळेला सुकन्याची दया आली.

"बाईला राहू दे घरी!" त्यानं हवालदारांना आज्ञा केली.

स्वामी व सुभानजीची वरात माळ्यातून खाली उतरली. वटनात आलेले सगळे माळकरी त्यांच्याकडे कुतूहलानं पाहात होते.

६

सकाळी सातचा सुमार झाला होता. म्युनिसिपालिटीच्या नळाच्या पाण्यानं दम तोडला होता. तथापि माळकऱ्यांच्या डोळ्यांवरच्या झोपेनं आपली नाळ तोडली नव्हती. पहाटे साडेचारच्या सुमारास जागा झालेला माळा नळाचं पाणी जाईपर्यंत धावत होता. कुठं आनंदानं, कुठं झिंगतच नवरेमंडळी वटनात सांडलेलं पाणी पुसत होती. आपले टॉवेल, कपडे दोरीवर सुकत टाकत होती. जागोजाग काही खाणावळी, त्यांच्या पोरीही कपडे सुकत टाकताना दिसत होत्या. मात्र सर्रास खाणावळींनी आपल्या घरात जेवणाचं आयाटान घातलं होतं. घराघरांतून भरभरणाऱ्या स्टोव्हचा आवाज येत होता. एखाद्या स्टोव्हवर सुक्कं शिजत होतं, नाहीतर कालवन. तर दुसऱ्या स्टोव्हवर चपात्या आकार धरत होत्या. स्टोव्हच्या धगीला डब्यावर बसून पोरं चपात्या भाजत होती. माळ्यातल्या पालकरनीसारख्या आणखी दोन-तीन खाणावळींना कोळशाच्या शेगडीवर भाजलेली खरपूस भाकरी आवडायची; त्यामुळे

त्यांनी स्टोव्हचं आक्रमण होऊनही शेगडीला सोडचिठ्ठी दिली नव्हती. त्यापैकीच एक-दोघींनी कोळसा पेटवून त्यावर सुक्कं, भात शिजत ठेवला होता. जिच्याकडे अधिक स्टोव्ह आहेत, माणसं आहेत अशा खाणावळींचा भाताचा टोपही स्टोव्हवर रटरटत होता. काहीजणींनी तर पाणी भरता भरताच तांदळाचं शीत करून घेतलं होतं! त्यांना सकाळी लवकर कामावर जाणाऱ्या जेवणाऱ्यांचा खोळंबा करायचा नव्हता. नेहमीच्या सवयीनं हे स्टोव्हच्याही अंगवळणी पडलं होतं!

सगळ्यांना काम असलं तरी सगळेच कामात होते, असंही नव्हे! पाणी भरून उमकारलेली काही पोरं वटनाच्या कट्ट्याला रेलून उभी होती. कुणाच्या हातात कोलगेटचा ब्रश होता, तर कुणी तंबाखूच्या मिसरीवर ताव मारीत होते. दोन-चार मिनिटांचा टाइमपास म्हणून काही खाणावळी वटनात उभ्या राहून तपकिरीचा बार भरत होत्या. काही खाणावळींनी वटनाच्या खांबाला आरसा अडकवून हातात कंगवा धरलेला. उघडेबंब; पण कमरेला टॉवेल लावलेले काही महाभाग आपल्या छातीवर हात फिरवीत उगाचच दुसऱ्यांच्या घरात डोकावत होते. नळाचं पाणी गेलं तरी काही पोरी-सोरी सार्वजनिक नळावर होत्या. पोरी, बायांनी कपडे धुताना वर खोचलेल्या परकर, साड्यांमुळं त्यांच्या गोऱ्यापान मांड्या दिसत होत्या. त्यांच्या हातातला कपडाही त्या तकाकीकडे डोळे फाडून बघत होता! धुतलेल्या कपड्यांची पिळापीळ सुरू होती. मधूनच कपडे आपटल्याचा धबाधब आवाज येत होता, तर एखाद्या घरातून या आवाजावरही ताण करेल, असा तोंडाचा पट्टा चालल्याचं कानावर पडत होतं. पाणी भरण्याच्या धबडग्यात अजून अंघोळ न केलेलं एखादं पोर बादलीभर पाणी घेऊन सार्वजनिक नळावर अंघोळ करताना दिसत होतं.

वटनात उभ्या असलेल्या पोरांच्या टिवल्या-बावल्या सुरू होत्या. त्यात लहानांपासून थोरांचाही समावेश होता. मधूनच एखादं पोरगं अंघोळ करून आलेलं दिसायचं. त्याच्या खांद्यावर धुतलेल्या कपड्यांचे पिळे असायचे. पिळा म्हणजे तरी काय; तर अंघोळ करताना भिजलेली चड्डी! असं पोर उघडंच असायचं. कमरेभोवती फक्त टॉवेल. मग ते वटनातून जाताना वटनाच्या कट्ट्याला रेलून खाली पाहात असलेला आपला एखादा नेहमीचा सवंगडी हेरायचं. त्याच्या पाठीमागं जायचं. अन् त्याच्या ढुंगणावर आपल्या गुप्तांगाचा गचका मारायचं!

'कोण आहे मादरच्योत?' पुढच्या पोराच्या तोंडातून आपसूक शिवी गळायची व ते पटकन मागं फिरायचं. तोवर गचका मारणारं पोरगं हसत हसत पुढे धूम ठोकायचं.

'झवन्या...!' पाठीमागचं पोरगं परत एखादी शिवी हासडायचं. अन् दोन-चार पावलं पुढं पळाल्याचा अभिनय करून परत आपल्या जागेकडं वळायचं. मात्र त्याच्या तोंडाचा पट्टा सुरूच असायचा, 'झवन्याला लय रग आलीया!'

माळ्याच्या अंगात भिनलेली ही नेहमीचीच सवय. अशा मस्तीखोर पोरांकडे पाहात वटनाच्या कट्ट्याला रेलून असलेल्या खाणावळ्यांना हसू फुटायचं. मग त्यांचाही कुणाशी तरी संवाद घडायचा. शिवाय हातावर टाळीही पडायची! तर तिकडे पाहणारी एखादी खाणावळी खुदकन गालात हसायची अन् म्हणायची, 'भाड्यास्नी रगच दांडगी!'

खांद्यावर गोणपाटाचं पोतं वागवीत कोणीतरी माळ्याखालच्या चौकात आलं. त्याच्या पाठीमागं कुणीतरी छबुकली दिसत होती. माळ्याच्या पहिल्या मजल्यापासून सातव्या मजल्यापर्यंत वटनात उभ्या असलेल्या सर्वांच्या नजरा खाली लागल्या. दातावर फिरणारे ब्रश थांबले. तपकिरींची बोटं अधिक गतीनं हातावर फिरू लागली. स्टुलावर चढून दोरीवर कपडे वाळत घालणाऱ्या पोरी खाली पाहू लागल्या. हातात काठी घेऊन दोरीवरच्या कपड्यांशी टिवल्या-बावल्या करणारे खाणावळेही जागीच थांबले व हातातल्या काठीवर भार देऊन खाली डोकावू लागले. छातीवर हात फिरवणाऱ्यांनी आपल्या छातीवरच्या केसांना कुरवाळायला सुरुवात केली. वटनातून झालेला इशारा कळल्यानं बाजूच्या सार्वजनिक नळावर कपडे धुणारे हात थांबले. आपल्या साडी-परकराचा सोगा सांभाळत त्याही वटनात आल्या. खाली वाकून पाहू लागल्या.

खांद्यावर घेतलेल्या पोत्यात भुईमुगाच्या शेंगा, तांदूळ, चटणी, गूळ, उसाची पेरं अशासारखा गावठी मेवा असणार, हे चाणाक्ष माळकऱ्यांनी हेरलं. पोतं घेणारा माणूस चार पावलं पुढे आल्यानंतर तो गणपत जायकर आहे हेही माळकऱ्यांनी ओळखलं. मात्र, त्याच्या पाठीमागून येत असलेली मुलगी माळकरी प्रथमच पाहात होते. तिनं काळा परकर व पोलकं घातलं होतं. त्यावरची लाल, निळी, पिवळी, गुलाबी, पांढरी आदी रंगांची रंग-बिरंगी फुलं मोहक दिसत होती. वसवसीत सिमेंटचा लगदा वागवणाऱ्या माळ्यासाठी ते गुलबकावलीचं फूल होतं. माळ्यात कालच होळी पेटली होती. आज ही आग माळ्यात आली होती.

या फुलानं मात्र माळकऱ्यांना चांगलंच गोंधळात टाकलं होतं. कोण असावी ती?

जायकराच्या पाठोपाठ निकमाचा बंडू येत होता. त्यानं कमरेला टॉवेल गुंडाळून उघड्याबंब शरीराची लाज झाकली होती. बंडूनं आपल्या खांद्यावर मोठी तांब्याची घागर घेतली होती. अंघोळ करताना भिजलेल्या चड्डीचा पिळा त्यानं घागरीखाली ठेवला होता. अगोदरच बंडूची देहयष्टी किरकोळ. त्यात त्यानं घागर घट्ट पकडली होती. ती एखाद्या तिकोनी स्टॅण्डवर ठेवल्यासारखी भासत होती! बंडू चौकाच्या मध्यभागी आला. थांबला. श्वास दाबून धरला व उजवा खांदा वर उडवून ती अवजड घागर अचूती खाली उतरली. तिला आबादानी ठेवून तो उभा राहिला. त्यानं मान पाठीमागे करून वर माळ्यात नजर टाकली. इतकं करतानाही तो भेलकांडला.

मात्र, त्यातही स्वत:ला सावरून तो गुलजार हसला. बघेकऱ्यांच्या शिरा ताणल्या. बंडूनं दोन बोटं तोंडात खुपसली. निकम स्टाइलची दमदार शिट्टी माळ्याच्या रोमारोमांत भिनली. चिरपरिचित आवाज ऐकून अनेकांच्या काळजाला कोंब फुटले. ते तत्परतेनं वटनात आले. वरूनच विचारू लागले, 'कोण?'

बंडूनं डाव्या हाताची चार बोटं वर केली. चौथ्या मजल्यावर कोणीतरी नवागत पाखरू आलंय, हे जाणकऱ्यांनी ताडलं.

'कसं हाय?' वरून आवाज आला.

बंडूनं दोन्ही हाताच्या तळव्यांचा खोंगा करून तो उंच उलटा धरला. मान वर करून आभाळाकडे नजर टाकली व स्वत:भोवतीच एक गोल चक्कर मारली. परत उजवा हात खाली घेऊन स्वत:ची छाती चोळली.

पाचव्या मजल्यावर सर्जा घोडगावकर व चाफेकरनीचा किशोर वटनाच्या कट्ट्याला टेकून उभे होते. त्यांच्या गप्पा चाललेल्या. त्यांच्याशेजारी बाबू आगाशेही उभा होता. बंडूनं शिट्टी मारल्यानंतर ते एकाग्रतेनं खाली पाहात होते. मात्र, सर्जाला बंडू काय सांगतोय, ते कळलं नाही. त्यानं किशोरला विचारलं, "त्यो काय म्हणतूय रंऽ?"

"कालवन ढवळायचा, पुरण हलवायचा मोठा लाकडी डाव तू कधी पाहिला आहेस का?" मध्येच हस्तक्षेप करून बाबूनं विचारलं.

"होऽ!"

"मग त्या आकाराचं, तसंच घट्ट असणारं दोन पारवं तिच्या छातीवर आहेत! कळलं?" बाबू खळखळून हसला.

सर्जानं किशोरला मिठी मारली. मोठ्या लाडिकपणे त्याचं अंग घुसळलं. त्यानंतर त्यानं एक जोरकस बैठक मारली. शिवाय किशोरच्या हातावर जोरात टाळी देऊन आपणही रणांगणात असल्याची जाणीव करून दिली. दोघेही परत खळखळून हसले. त्यांच्या या उपद्व्यापाकडे बाबू हसत हसत पाहात होता. हसता हसता त्याची नजर खाली माळ्यातल्या चौकाकडे गेली. पाण्यानं भरलेली जाडजूड तांब्याची घागर आपल्या खांद्यावर घेण्याचा बंडूचा केविलवाणा प्रयत्न सुरू होता!

रात्री लागलेल्या स्वामी अभयानंदाच्या कथित आगीनं जळणारा माळा जरा कुठं थंड होत होता तोवर क्षणभरातच या पाखरानं माळ्याला चांगलीच आग लावली होती. ही आग सौंदर्याची होती. आतल्या आत जाळणारी तशी जळवणारीही होती. तिच्या दाहकतेनं किती चिरे निखळणार, किती धुरानं काळे पडणार यावर येणारा काळ हेच उत्तम उत्तर होतं!

जायकराच्या आगमनानंतर त्याच्या घरासमोर माळ्यातल्या तरण्याबांड पोरांचं धावणं पडलं होतं. दुसऱ्या माळ्यावरची सुभानजीची उदास, भकास खोली मात्र मान वर करून जायकराच्या खोलीकडे एकटक पाहात होती.

७

जायकर जिना चढून वर आला. वटनात आठ-दहा पावलं चालून तो आपल्या खोलीच्या चौकटीजवळ आला. खोलीत चौकटीजवळच शेवंता चपाती लाटीत होती. तिच्या नजरेला तो पडला. ती हळूच पुटपुटली, ‘‘आई, हिरो आला बघ. मीठ-मोहऱ्या तरी ओवाळून टाक!’’

कमळा जायकरीनं चौकटीतून बाहेर नजर टाकली. हातातला पिठाचा गोळा तसाच मुठीत आवळला. तिची नपुंसक नजर सांगत होती, ‘आलास काय नी तिकडंच मेलास काय; आम्हाला दोन्हीही सारखंच!’ नाही म्हणायला तिची नजर जायकराच्या खांद्याकडे गेली. खांद्यावरचं पोतं पाहिल्यानंतर मात्र तिनं कपाळावरची शीर थोडीशी ताणली.

गणपतनं खांद्यावरचं पोतं चौकटीच्या आत ठेवलं. डाव्या हातानं चौकटीचा वडा पकडून पायातलं चप्पल काढलं. काढलेलं चप्पल पायानं तिथंच बाजूला सारलं व तो आत आला. पोत्याची शेंडी पकडून ते पुढे ओढलं व लाकडी पेटीजवळ भिंतीशी उभं करून ठेवलं. त्यानं डोक्यावरची टोपी सरळ केली. खांद्यावरच्या तांबड्या टॉवेलनं घाम पुसला. नंतर तोच टॉवेल मानेभोवती टाकून त्याचे दोन्ही शेव पकडले व टॉवेल मागेपुढे ओढला. गोणपाटाच्या पोत्यानं मानेभोवती कच पडले होते. त्यावर टॉवेल घासल्यानं ती जागा चरचरली.

‘‘बायला!’’ तो पुटपुटला. त्यानं मानेवरचा टॉवेल काढून त्यावर हात फिरवला.

दाराकडे पाठ करून सदा तव्यावर चपात्या भाजीत होता. त्यानं पाठीमागं वळून आपल्या बापाकडे पाहिलं. त्याच्या ओठात हास्याची एक बारीकशी लकेर उमटली. त्यानं परत तव्यात नजर खुपसली. तव्यातली चपाती उलथी-पालथी करून दुरडीत टाकली. चपात्या भाजताना उंचवटा असावा म्हणून बसायला घेतलेला डबा त्यानं पाठीमागं सारला व तो उठला. या घासाघिशीत डब्यावर नीट बसता यावं म्हणून ठेवलेलं बसणं घसरून ते खाली फरशीवर एका बाजूला कलंडलं. सदानं कमरेच्या इलॅस्टिक चड्डीला हात घालून ती वर खेचली. तो बापाकडे बघून परत गुलजार हसला.

‘‘का रंऽ, अंगात पैरण न्हाय का घालायची?’’ सदाच्या उघड्या शरीरावर नजर टाकून गणपत डाफरला. सदानं त्याचं बोलणं ऐकून न ऐकल्यासारखं केलं.

‘‘आयेऽ, बघ आंऽऽ! आता एवढ्यात हेल्परमामा ईल. त्येला चपात्या नगं का? त्या झाल्या न्हाईत तर परत माझ्या नावानं बोंबलायचं नाही!’’ तव्यात टाकलेल्या चपातीखाली उलातनं खुपसून शेवंता फणकारली.

कंपनी-फॅक्टरी लाइन, सरकारी कार्यालयात नोकरीला असणाऱ्या जेवणाऱ्यांची सकाळी घाई असायची. अशांपैकी कोण सात वाजता, आठ वाजता तर कोण नऊ वाजता असं त्यांच्या वेळेनुसार खाणावळींच्या उंबऱ्यात यायचे. सकाळी साडेसात-आठपर्यंत येणारा जेवणारा सुक्की भाजी व चपाती घेऊन पळ काढायचा. त्याला वेस्टर्न, सेंट्रल, हार्बर लाइनची रेल्वे गाठायची घाई असायची. साहजिकच अशा जेवणाऱ्यांसाठी खाणावळींचे स्टोव्ह सकाळी साडेपाचपासूनच भरभरायचे. डबा मिळायला एखाद्या दिवशी उशीर झाला तर जेवणारे आदळआपट करायचे, रागवायचे. खोबऱ्याच्या वाटीसारखे मुरमुरायचे. कधीकधी डबा न घेताच राग मुठीत धरून [illegible] [illegible]. त्यांना तसा [illegible] घेता यायचा नाही. एवढा प्रश्न त्यांच्या नोकरीचा असायचा! तसा तो डबा मिळाला नाही, तर त्यांच्या खिशाला बसणाऱ्या चाटीचाही होता. ते प्रत्येक महिन्याच्या पहिल्या आठवड्यात किंवा पगाराच्या दिवशीच खाणावळीचे पैसे चुकते करायचे. ठरलेल्या तारखेला पैसे आले नाहीत तर खाणावळी धुसफूस करायच्या; म्हणून प्रत्येकजण काळजी घ्यायचा. साहजिकच खाणावळींच्या हलगर्जीपणासाठी आपण बाहेर पैसे का मोजायचे; हा त्यांचा सवाल असायचा. अशावेळी खाणावळ्या अशा जेवणाऱ्यांना दादा-पुता करून त्यांचा राग शांत करण्याचा प्रयत्न करायच्या. मात्र, असं वरचेवर होऊ लागलं, तर खाणावळीचा हिशेब चुकता करून जेवणारा दुसरी खाणावळ जवळ करायचा! बरं, जाताना ते एकटेच जायचे नाहीत, तर त्या खाणावळीकडे जेवायला असणारे आपले भाऊ, पुतणे किंवा अन्य नातेवाईक यांचीही तिथली नाळ तोडली जायची. हा आर्थिक फटका सहन करणं खाणावळींना चांगलंच जड जायचं. बरं, असे गेलेले जेवणारे काही महिन्यांनी का होईना; परत फिरण्याची शक्यताही तशी कमीच असायची.

''एऽ, बस की रं चपातीला!'' जायकरानं दबक्या आवाजात सांगितलं.

''बसतो कीऽ! तुम्ही आला म्हणून जरा उठलो, तर लागली बोंबलायला!'' सदानं पेटलेल्या स्टोव्हसारखाच धूर ओकला. त्यानं रागारागानं पायानं डबा पुढे सारला. त्यावर बसणं ठेवून तो बसला. सदा चपात्या भाजत असताना तो तव्यावर आपटत असलेल्या उलातन्याचा आवाज पाथरवटाने दगडावर मारलेल्या घणासारखा होऊ लागला.

स्टोव्हसमोर बसून चपाती भाजताना उंचवट्याची गरज भासायचीच. त्याला कारणही तसंच होतं. एकतर जमिनीवर नाहीतर पाटावर बसून चपात्या भाजायचं म्हटलं तर हात भाजण्याचा संभव अधिक असायचा. स्टोव्हमधून निघणाऱ्या ज्वाळांचा, धुराचा त्रासही व्हायचा. तसेच स्टोव्हच्या समांतर रेषेत आल्यानं अंग नुसतं कोळपून निघायचं. तो दाह जिवाची काहिली करायचा. स्टोव्हशेजारी जमिनीवर किंवा पाटावर बसल्यानं पाय आखडून जाण्याची समस्याही होतीच. स्टोव्हशेजारी डबा ठेवून बसल्याने पायांची सोय व्हायची. ते हवे तेव्हा आखडता किंवा लांबवता

यायचे! यासाठी डालड्याचा किंवा पाच किलो धान्य बसेल असा डबा मापात असायचा. शिवाय पुराही पडायचा! त्याचे काठ ढुंगणाला रुतू नयेत, शिवाय बूड टेकण्यास पुरेशी जागा मिळावी यासाठी डब्यावर लहान आकाराचा पाट ठेवला जायचा. अलीकडे हे डबेही दुर्मीळ झाले होते; त्यामुळे खाणावळी आपल्याकडे असलेले डबे जिवापाड जपायच्या.

शेवंताच्या तक्रारीनं रागावलेल्या सदाचं मन हेलकावं खात होतं. त्या झोकात उलातनं तव्यावर आपटत होतं. सदाच्या या झोकदारपणाचा फटका डब्यावरच्या पाटालाही बसला. तो तिडबिडला. सदानं पटकन ढुंगण उचललं. तिडबिडलेला पाट पसरला अन् खटकन आवाज करीत जमिनीवर पडला.

“मादरच्योतऽ, सरळ बस कीऽ रं!” गणपत जायकराच्या अंगाचा तीळपापड झाला. तो सदाच्या अंगावर धावून गेला.

“लागलाऽ, खाटिक बोंबलायला लागलाऽऽ! त्यो नव्हता तवा घरात चांगली शांतता होती!” जायकरीन कडाडली. तिला गणपतचा अतिरेक सहन झाला नाही.

“मऽ आई घाला की तुमची! नुसती लाडवून ठेवतीया!” गणपत जसा पुढे धावला तसाच तो पाठीमागं सरला.

“लाडवायचा प्रश्न येतूच कुठंऽ? पोरं राब-राब राबत्यात. तुझ्यासारखी महिना-महिना गावोगाव उंडारत नाहीत!” जायकरनीनं मळमळ बाहेर ओकली.

‘धोंडूबा’ हे जायकराचं कुलदैवत. दरवर्षी त्याच्या यात्रेला जाणं, हा त्याच्या घराचा शिरस्ता. अर्थात दरवर्षी हे काम शक्यतो गणपतच करायचा. गजाही दोनदा धोंडूबाच्या यात्रेला जाऊन आला होता. धोंडूबाच्या यात्रेच्या निमित्तानं यंदाही गणपत चैत्राच्या सुरुवातीलाच गावी गेला. तो दीड महिन्यानं आज उगवला होता! तसं या वर्षी त्यानं यात्रेला जाऊच नये, असं जायकरनीला वाटत होतं. मात्र, धोंडूबा पडला कुलस्वामी! वर्षातून एकदा तरी दिवाबत्ती करायला गेलंच पाहिजे. नाहीतर उभं आयुष्य त्याच्या छत्रछायेखाली कसं सुखशांतीत जाणार? पोरा-बाळांचं कल्याण ते कसं होणार? ही भीतीही तिच्या मनात घर करून राहिली होती. ‘जेवणारी माणसं वाढल्यात. इथं त्येंचं करायला, पाणी भरायला कुणी न्हाय; तवा चार दिसांत परत या,’ असं तिनं गणपतला बजावलं होतं.

मात्र, यापैकी घरी परत जाणं, इतकंच गणपतनं आठवणीत ठेवलं. त्यानं धोंडूबाची यात्रा केली. त्यानंतर तो आपल्या गावी आला. मित्रमंडळीत रमला. आजूबाजूच्या गावांतल्या पै-पाहुण्यांकडे मुक्काम ठोकला. तेथूनच तो कोल्हापूरजवळच्या वाडी रत्नागिरीला जोतिबाच्या यात्रेला गेला. त्यानं आपल्या गावातील यात्रेबरोबरच पाहुण्या-रावळ्यांच्या गावात भरणाऱ्या फुटकळ यात्राही केल्या. यात पाहता पाहता दीड महिना कसा गेला ते त्यालाच कळलं नाही.

तसं गावाकडे आलेल्या मुंबईकर गणपतच्या पाठीमागे दोन-चार मित्र असायचेच. त्यांचा दारूचा, कुठं गेलं-आलं तर गाडीभाडं, जेवण-खाणं हा खर्च गणपतच उचलायचा. अन् खिशातले पैसे संपत आले की, त्याला मुंबईचे वेध लागायचे. पाणी लागल्यानंतर पळीला चिकटलेली भाताची शितं घसरतात, तसा गणपतचा खिसा रिकामा झाला की, त्याचे मित्रही दूर व्हायचे. नवऱ्याचा खर्चीकपणा, बेपर्वा स्वभाव याची कमळाला मोठी धास्ती वाटायची. साहजिकच गणपत गावी निघाला, की, ती मोजकेच रुपये त्याच्या हातावर ठेवायची. बायको आपल्याला हवी तेवढी रक्कम देणार नाही, याची जाण गणपतला असायची. मग तो धोंडूबाची यात्रा तोंडावर आलेली पाहून काही [illegible] पैसे स्वतःकडे घ्यायचा. गणपतच्या या खोडीवरची मात्रा मात्र जायकरनीकडे नव्हती!

"व्हय, व्हय सटवेऽ, मी उंडारतूय. माझ्या आईनं मला वळू म्हणून पाळलंय ना!" तावातावानं गणपत म्हणाला.

"काय जायकर, आल्याबरोबर झाला का शिमगा सुरू?" हेल्पर कुशाबानं उंबऱ्याजवळ चप्पल काढीत तोंडाचा भोंगा वाजवला. हेल्परच्या आगमनानं कमळानं आपलं तोंड आवरलं. तर ओठातल्या ओठात पुटपुटत गणपत लाकडी पेटीवर बसला.

चौकटीत आलेल्या कुशाबानं दोन वेळा वटनात नजर टाकली. त्याच्याकडे पाहात एक अठरा-एकोणीस वर्षांची पोरगी वटनाच्या कट्ट्याला टेकून उभी होती. गोल चेहरा, चेहऱ्याला साजेसं चाफेकळी नाक, नाकाच्या बुडाशी वसलेले रेखीव ओठ, निमुळती हनुवटी व या सर्वांवर पहारा देऊन असलेले काळेभोर डोळे! तिच्या गालावरची खळी नजरेत भरत होती. तिनं काळ्या रंगाचं परकर-पोलकं घातलं होतं. त्यावर लाल, पिवळी, तपकिरी, पांढरी, निळ्या रंगांची फुलं फुलली होती. तिनं आपले घनदाट केस पोलक्यावर सोडले होते. मुलगी देखणी होती. कुशाबानं यापूर्वी या माळ्यात तरी असला नमुना पाहिला नव्हता! वटनात जमलेली पोरांची गर्दीही त्याच्या नजरेतून सुटली नव्हती.

"जायकर, कुणाची पोरगी बाहेर उभी आहे?"

"अर्रऽऽ तिच्या आयला!" गणपत चटकन दरवाजाकडे धावला.

"कोण? कोण गं आईऽऽ?" शेवंतानं पोळपाटावरची चपाती हातात घेत विचारलं.

"कमळेऽ, अगं आपली मंदा हाय!" मंदाचा हात धरून गणपत तिला आत घेऊन आला.

"काय हालकट माणूस हाय. कवाधरनं पोरगी भाहीर उभी हाय!" कमळा जागची हलली. मंदाजवळ आली. तिचं डोकं आपल्या छातीजवळ गच्च धरलं. नंतर ते दोन्ही हातात पकडून तिचं पटापटा मुकं घेतलं.

मंदाचं अंग सोनकेळासारखं भरलं होतं. त्यावर नजर फिरवीत कमळा म्हणाली, ‘‘किती मोठी झालीस गंऽ! दोन-तीन वर्सात गावाला याला मिळालं नाही, तर तेवढ्यात नजरंत मावंनासी झालीसऽ! येऽ, बस इथं!’’ तिनं मंदाला आपल्याजवळ बसवून घेतलं.

मंदाच्या आगमनानं शेवंताचा चपात्यावरचा आपला हात थांबला होता. रिकामे स्टोव्ह भरभरत होते. चपात्या भाजून सदा कातावला होता. त्यानं ही संधी साधली व तो उठून उभा राहिला. शरीराला आळोखे-पिळोखे दिले व आपल्या गुंजेसारख्या डोळ्यांतून तो मंदाला न्याहाळू लागला.

‘‘जायकर, कोण हो ही?’’ कुणाबानं विचारलं.

‘‘मामा, ही त्येंच्या सख्ख्या भनीची मुलगी. सारजाची. तिचा नवरा मास्तर होता. दोन सालामागं तो ॲक्सिडनमध्ये वारला!’’ कमळानं तिच्या तोंडावरून हात फिरवला व तिची हनुवटी हातात पकडून ती म्हणाली, ‘‘माझी गुणाची बाय ती!’’

‘‘आमची आय मजी आऽयच! पिठाच्या गोळ्यावर हात फिरीवल्यागत तिच्या तोंडावरनं हात फिरीवतीया! अगं, तिचा रंग बघ. तुझ्या हाताचा वाण बघ!’’ सदानं जायकरनीची फिरकी घेतली व तो गालातल्या गालात हसू लागला.

‘‘चुतमारीच्याऽऽ, गप चपात्या भाजतूस का! आमच्याएवढा झालास व्हय रंऽ शाणपण शिकवायला!’’ गणपतनं सदाला तंबी दिली.

‘‘दादा, मी आपलं खरं तेच सांगितलं! अन् चपात्या तरी कशा भाजणार? ती बघाऽ, तीच चपात्या लाटायच्या बंद करून उठलीया! मी जर असा उठलो असतो, तर लगेच बोंबाल्ली आसती!’’ सदानं शेवंताकडे पाहात हातवारे केले.

जायकरानं रागानं शेवंताकडे पाहिलं. मात्र, तोंडातून अवाक्षरही काढलं नाही. नाहीतरी तिला तो काय बोलणार? साठ-सत्तरजणांच्या चपात्या शेवंता लाटायची. दोन स्टोव्हवर चपात्या टाकल्या तरी तिची पुढची चपाती पोळपाटावर तयार असायची! ती एका चपातीसाठी दोन-तीन वेळाच लाटणं मागंपुढं करायची. तिचं हात नव्हे, नुसतं मशीन होतं ते! तिला एक शब्द जरी बोललं तर माय-लेकी कुत्र्यासारख्या आपणावर तुटून पडणार, हे गणपतला पक्कं माहीत होतं. त्यापेक्षा गप्पच बसलं तऽऽर! त्यानं तेच केलं!

शेवंता परत चपात्या लाटू लागली. जागेवरून उठलेला सदा वटनात गेला होता. तो आजूबाजूच्या लहान लहान मुलांना उलटं तिलटं करून खेळवीत होता. गणपतनं त्याच्यावर एकवार नजर टाकली व तो स्वत: चपात्या भाजायला बसला.

गणपत जायकर आल्याची वार्ता एव्हाना चौथ्या मजल्यावर पसरली होती. जायकराच्या बहिणीची मुलगी आल्याची, ती सुंदर असल्याची गोष्टही खाणावळींच्या कानापर्यंत गेली होती. कामाच्या धबडग्यात सवड काढून खाणावळी तत्परतेनं

गोळा झाल्या. त्या मंदाला बारकाईनं न्याहाळू लागल्या. कुणी तिची हनुवटी वर उचलली, तर कुणी तिला प्रश्न विचारीत होती. खाणावळींच्या प्रश्नांना कमळाच घवसवाणी उत्तरं देऊ लागली. एक-दोन प्रश्न विचारल्यानंतर खाणावळी जायकरानं आणलेल्या पोत्यासमोर उभ्या राहात होत्या. त्याकडे अप्रूवाईनं पाहात होत्या. तिथं उगाचच रेंगाळत होत्या. कमळाच्या कपाळावरच्या रेषा दाट होत होत्या.

कुशाबा शांतपणे चपात्या मोडीत होता. त्याच्या डोक्यात कसला तरी विचार रुंजी घालत होता. त्याचा तो शांतपणा कमळाला असह्य झाला. तिनं विचारलं, ‘‘मामा, आज गप गप जेवताय?’’

‘‘गप्प होऊ नको तर काय करणं? तुमचा हा बत्तीस लक्षणी माळा अन् तिथं उगावलेला हा चांद!’’ कुशाबानं रोखठोक मुद्यालाच हात घातला.

जायकरीन कुशाबाच्या चेहऱ्याकडे पाहातच राहिली.

८

वटनाच्या कट्ट्याला टेकून मंदा उभी होती. तिनं आपल्या दोन्ही हातांची घडी छातीवर धरली होती. ज्या चौकटीतून गणपत जायकर आत गेला, त्याच चौकटीकडे तिचं लक्ष लागलं होतं. आत जावं की बाहेर थांबावं हे तिला कळत नव्हतं. कधीतरी दोन-तीन वर्षांतून एखादेवेळी मामी गावी यायची. तशी तिची अन् मामीची घसट कमीच होती. मग तिच्या पोरांचा तर प्रश्नच उद्‌भवत नव्हता! घर मामाचं असलं म्हणून काय झालं; एकदम घरात तरी कसं घुसायचं या विचारानं ती गोंधळली होती. तिचं मन गोंधळाच्या रिंगणात हेलकावं खात असतानाच आतून जोरजोरात बोलल्याचे आवाज येऊ लागले. तिला वाटलं, आपलं येणं मामीस रुचलं नसावं! आपण दोन-तीन वर्षे इथं राहणार हे ऐकून ती बिथरली असणार! विचाराच्या तंद्रीतच ती पाठमोरी वळली. समोर, डावीकडे, उजवीकडे वटनाच्या कट्ट्याला खेटून बरीच तरणीबांड पोरं उभी होती. राना-वनात ठेवलेल्या निवदाभोवती जमून त्याकडे पाहणाऱ्या कावळ्यांसारखे ते तिला न्याहाळत होते! तिच्याकडे पाहात ते एकमेकांच्या कानात कुजबुजत होते. कोण आपल्या केसांवरून हात फिरवीत होतं. तर कोण दोन्ही हातांनी आपली कॉलर उचलून तिला उगीचच झटका मारीत होतं! मधूनच एखाद्याचं बोट नाकावर चढत होतं. अनेकांच्या डोळ्यांची मिचमिच सुरू होती. ओठात लोचट हसू मावत नव्हतं. तिला अशा पाहण्याची, नजरांची सवय नव्हती. तिनं आपलं अंग कासवासारखं आकसलं व ती परत फिरून आत पाहू लागली.

चौकटीवर हात ठेवून झक्क पन्नाशीतला एक माणूस चप्पल काढीत होता. त्याचं गुळगुळीत टक्कल पाहून त्याही स्थितीत तिला हसू फुटलं. तो माणूस मात्र तिच्यावर नजर ठेवून होता. त्याच्या डोळ्यांत कुतूहल होतं. नवागतावर टाकलेल्या नजरेची चमक होती. पाठीमागच्या नजरा व या नजरेत नक्कीच फरक असल्याचं तिला जाणवलं. ती व्यक्ती खोलीत दिसेनाशी होईपर्यंत तिनं त्याची पाठराखण केली. या माणसानं बाहेरून दिलेल्या नुसत्या आवाजानं मामीच्या घरातले चढे आवाज थांबले होते. असा हा माणूस आहे तरी कोण? आपल्या घरी बरेच पै-पाहुणे आले. मात्र, याला कधी पाहिल्याचं तिला आठवत नव्हतं. खूप दिवसांनी माणूस भेटलं तर गोड बोलतं. हा तर शिगग्गानर भसरला. 'आल्यालगेलार झालं का सुरूऽऽ!' याचा अर्थ काय? मग मामा व मामी असे दररोज भांडतात की आज माझ्यावरूनच त्यांचं भांडण झालं? तिनं आजूबाजूला नजर टाकली. बाजूच्या नजरा अधिकच घट्ट झाल्या होत्या. पिळावर पीळ देत होत्या.

"आयला, येडी का खुळी तू! अगं, आत याचं नाही व्हय?" आतून बाहेर आलेला गणपत म्हणाला. त्यानं तिच्या खांद्यावर हात ठेवून तिला खोलीत नेलं.

गणपतच्या आगमनानं तिच्या विचारांची आवर्तनं थांबली. नजरांचे पीळही ढिले झाले. एखाद्या नववधूने उंबरा पार करावा, तशी ती दबकत दबकत गणपतबरोबर आत आली. तिला कमळा सामोरं आली. तिनं मंदाचं डोकं क्षणभर छातीशी कवटाळलं. नंतर ते दोन्ही हातांत घट्ट पकडून दोन्ही गालाचं पटापट मुकं घेतलं. तीन वर्षांपूर्वी पाहिलेली मामी अन् आताची मामी यात थोडाही फरक जाणवत नव्हता. मामी उंच असली तरी एका जागी बसून बऱ्यापैकी जाड झाली होती. तिच्या उभट चेहऱ्यावर गोडव्याचा कुंभ होता. सुपातून मक्याचं दाणं ओतल्यासारखं ती दिलखुलास हसायची. आताही तेच दिलखुलास हसणं. तेच गोड, मधाळ बोलणं. आवाजातली आपुलकीही तीच. मामीनं तिला आपल्या शेजारी बसवली. मंदाची भिरभिरती नजर संपूर्ण खोलीभर फिरली. धावत्या नजरेनं टिपलेलं खोलीचं चित्र तिच्या अंगावर काटा उभा करीत होतं. दहा बाय बाराची खोली. इतक्या छोट्या खोलीत सारा संसार ठासून भरला होता. गावाकडच्या भल्यादांडग्या तिगई घरातही जागेची अडचण भासते. अन् हे काय? न्हाणीची जागापण खोलीतच होती. पावसात एकाच छत्रीखाली तिघा-चौघांनी आसरा घ्यावा, तशी माणसं इथं खेटल्यासारखी वाटत होती. छताचा पंखा मात्र खुल्या, ऐसपैस, मोकळ्या जागेत तरंगत होता!

ती माणसांचा वेध घेऊ लागली. मामीच्या शेजारी शेवंता होती. साधारणत: मंदाच्याच वयाची. शरीरानं मात्र गोटी आंब्यासारखी टरटरीत. तिच्या चेहऱ्यावर मुंबईचं पाणी दिसतच नव्हतं. निमगोरा रंग, बोलके डोळे व चुरुचुरु चालणारी जीभ ही तिची खास वैशिष्ट्यं. शेवंतानं हसून, दोन शब्द बोलून मंदाचं स्वागत केलं. मात्र,

मामीचा गोडवा तिच्यात नव्हता. तिला शेवंता तितकीशी भावली नाही. समोर आलेला सदा खुळ्यासारखा तिच्याकडेच पाहात होता! रंगानं गोरा-गोमटा, ठेंगणा असा तो मामीसारखा उंच का झाला नाही, हा प्रश्न तिला चाटून गेला. त्याचं वळण मात्र मामीचंच दिसत होतं. ठसठशीत शरीरामुळे तो उघडा असलेला बघणं बरं वाटत होतं. बहुतेक तालमीत जात असावा, मात्र गावच्या पैलवानांसारखे याचे कान बांधलेले नव्हते. मग त्याचं शरीर इतकं ठसठशीत कसं? शेतात काम करतो म्हणावं, तर इथं शेती आणायची कुठली? मात्र, त्याचं बोलणं लोभसवाणं होतं. चावरं होतं. मामीनं तिच्या चेहऱ्यावरून हात फिरवला, तेव्हा त्यानं तिला काढलेला निखारा किती मार्मिक होता! तिला तो भावला.

या माणसांचं बोलणं कसं अगदी गावठी वळणाचं. तसेच शब्द. तसेच हेल. शिव्याही त्याच. मुंबईचं वळण हेच असेल, तर हे गावाकडेच का राहात नाहीत? बाबांनी वर्णन केलेली मुंबई, तिचे ऐकवलेले किस्से तिच्या डोळ्यांसमोर उभे राहिले. सेंट मारून ऑफिसला जाणारी ती माणसं, गोल साड्या नेसून धावा-धाव करणाऱ्या बाया कुठं आहेत? बाबांनी वर्णन केलेले ते मोठमोठे महाल? ही तर कोंबड्यांच्या खुराड्यासारखी घरं! त्यात माणसंही कोंबड्यांसारखीच दाटीवाटीनं राहात असावीत! खरंच आता बाबा असते, तर किती विचारता आलं असतं? किती गोष्टींची शहानिशा करता आली असती... ती हळहळली.

चौकटीत पाहिलेला तोच हा माणूस. जेवतोय, शांतपणे जेवतोय. सगळं आलबेल असल्यासारखा जेवतोय. मात्र, त्याच्या कपाळावरची शीर का सारखी सारखी हलतेय? अधूनमधून तो आपल्याकडेही पाहतोय. का? असं का करतोय तो? तो माळ्याला बत्तीस लक्षणी का म्हणाला? असं काय वाईट आहे या माळ्यात? त्याचं शांत राहणं मामीला का असह्य होतंय? कोण हा माणूस? याचा आपला संबंध तो काय? मामाचा राजादादा, गजा कुठं दिसत नाहीत. कुठं गेले ते? विचारांची अशी असंख्य आवर्तनं तिच्या मनात उठत होती. तिला काही गोष्टींचा उलगडा होत होता. मात्र, जी गोष्ट समजत नव्हती, ती गोष्ट ती सोडून देत होती.

गणपतच्या हातातलं उलातनं तव्यावर आपटलं. त्याचा जोरदार आवाज झाला. तिचं लक्ष भरभरत्या स्टोव्हनी खेचलं. तिच्या बाजूला कालवनाचे टोप होते. त्याच्या शेजारीच भाताचा टोपही होता. त्यावर फिरत असलेली तिची नजर मामीच्या समोर असलेल्या पिठाच्या गोळ्यावर आली.

'बाप रेऽ, इतकं पीऽऽठ!' ती मनातल्या मनात पुटपुटली. या पिठाचं जेवण तर आपल्या सर्व भावकीला पुरेल! मग मामी आज काय सत्यनारायणाची पूजा करतेय की काय? पूजेसाठी तर पुरणपोळ्या करतात. मग हे कशासाठी?

१

‘मच गया शोर सारी नगरी रेऽ!’, ‘होली आयी रे कन्हाई रंग छलके!’, ‘रंग बरसे भीगी चुनरिया’ अशा एकापेक्षा एक उडत्या चालीची गाणी माळ्यात वाजू लागली. माळ्याला हळूहळू धुळवडीचा रंग चढू लागला. धूलिवंदन हा होळी सणाचाच एक महत्त्वाचा भाग. पौराणिक कथांनुसार होळीचा संबंध मानवी मनात नेहमी ठाण मांडून असलेल्या कामदहनाशी जोडण्यात येत असला तरी धूलिवंदनाच्या दिवशी अंगाला होळीचे पवित्र भस्म लावण्याची प्रथा! अर्थात, आता ते कितीजणांना ठाऊक होतं, हाही संशोधनाचा विषय ठरावा! होळीत मार्केटमधले पुठ्ठे, मालाची भंगारात निघालेली रिकामी खोकी यासारखा कचरा जाळला जात होता. त्यामध्ये पावित्र्य ते कसं शोधायचं? देशाच्या उत्तर प्रांतात तर फाल्गुन वद्य प्रतिपदेस नवीन वर्ष सुरू झाल्याचे मानतात. त्याचं कौतुक ‘पूर्णिमांत मास’ अशा शब्दात केलं जातं. साहजिकच तिकडे धुळवड सार्वत्रिकरीत्या साजरी केली जाते. त्यात एकमेकांच्या अंगावर रंग टाकून आनंद घेणंही आलंच. धुळवड साजरी करायची अन् भांग प्यायची नाही, असं कधी होईल का? जिथं भांगेची वानवा, तिथं गावठी, इंग्लिश दारू आहेच!

महाराष्ट्रासारख्या राज्यातही धुळवडी दिवशी पूर्वी एकमेकांच्या अंगावर चिखल फेकला जायचा. माळ्यातले गणपत जायकर, पालकर, सुपंकर अशा अनेक नगांनी आपल्या बालपणात चिखलानं अंग माखून घेतलं होतं. एकमेकांच्या पाठी लागून गावातल्या गल्ल्या पालथ्या घातल्या होत्या. पण मुंबईसारख्या ठिकाणी चिखल आणायचा कोठून; हा प्रश्नच होता. शिवाय आज चिखल हातात धरला तर मुंबईसारख्या कॉस्मॉपॉलिटिन जीवनात हे वर्तन रानटी सदरातच मोडलं असतं! अर्थात, वारं उत्तरेचं असो नाहीतर आणखी कुठलं; माळ्यानं मात्र नवरंगाची उधळण करणंच प्रमाण मानलं होतं.

सकाळचं पाणी भरून झालं होतं. खाणावळी लवकरात लवकर जेवण तयार करण्यात गुंतल्या होत्या. धुळवड असली तरी जेवण बंद राहणार नव्हतं. फरक इतकाच होता की, मार्केट विभाग बंद असल्यानं जेवणारे लवकर येणार होते. त्यांचं जेवण बंद करून चालणार नव्हतं! परमुलखातून आलेली माणसं... त्यांनाही पोटपाणी होतं. जेवणाऱ्यांनाही जेवण-खाणं आटोपून होळीच्या रंगात न्हाऊन निघायचं होतं. ते जेवण करून, आपले डबे घेऊन लवकर गेले की खाणावळी, खाणावळेही रंग खेळायला मोकळे होणार होते!

चहा-बटर खाऊन तयार झालेली खाणावळींची लहान लहान पोरं दत्ता नारगावकराच्या दुकानात येत होती. आपल्याला हवा तो रंग खरेदी करीत होती. पाण्यात मिसळून आपल्या पिचकारीत भरून आपल्या सोबत्यांच्या अंगावर उडवत होती. त्यातूनच एखादं पोरगं घरात कामकाजात गुंतलेल्या आपल्या अक्काच्या नाहीतर आईच्या अंगावरही पिचकारीची धार धरीत होतं. अशा वेळी एखादी आई ठिसकारत होती, 'तुला फोड उठला तुला! जेवणात रंग उडाला नव्हं!'

आईच्या हातचा धपाटा मिळू नये, म्हणून पोरगं अगोदरच उंबऱ्याबाहेर पळ काढत होतं.

घड्याळाचा काटा पुढे सरकू लागला अन् माळ्यातली विशी-तिशीतली पोरं, माणसं व संसारात पिकलेले त्यापुढचे गृहस्थ बाहेर पडले. कुणाच्या मुठी रंगांनी भरलेल्या होत्या, तर कुणाच्या हातात ज्यात रंग कालवले जातात ते टमरेलच होतं! त्यांना एखाद्या घरात कोणी जेवत आहे, मग ते घरचं की परकं याची काळजी करण्याचं काही कारण उरलं नव्हतं. आज धुळवड असल्यानं त्यांना सारं काही माफ होतं. रंगात न्हालेली सर्जा घोडगावकर, सुधीर मिरचीकर, भागू रोंगे, नंदू पालकर, राजा जायकर, दिलीप चाफेकर आदी पोरं संतोष पिंपरकरच्या घरात घुसली. त्यानं काही काळ आपली बायको मेघना, आई रेखा यांची ढाल करण्याचा प्रयत्न केला; पण आपल्याबरोबरच मेघनावरही रंग टाकायला पोरं कमी करणार नाहीत, हे लक्षात आल्यानंतर तो गुमान बाहेर आला. चौकटीतून बाहेर पडणाऱ्या संतोषच्या डोक्यावर भागू रोंगेनं रंगानं भरलेलं टमरेलच ओतलं. इतर पोरांनीही त्याला रंग फासला! पोरं मजल्या मजल्यावर आपल्या भिडूंच्या घरात घुसत होती. पोरांना बाहेर ओढत होती. पोरांबरोबरच रंग उडाल्यानं माळ्याच्या भिंती, वटनं रंगत होती. गणपत जायकर, सुदाम खाडे, चंदू चोरगे आदी खाणावळेही रंगात न्हाऊन निघाले होते. भिकुदादा, रामभाऊ घडवे यांनी तर पिंपात रंग केला होता! पोरांनी गणपत जायकर, सुदाम खाडे, बिल्लू बादशहा यांना उचलून त्याच पिंपात बुडवलं होतं! बिल्लू बादशहाला उचलायला पोरं गेली, तेव्हा तो आतल्या रूममध्ये होता. सुगंधानं बिल्लूला बाहेर आणलं. रंगलेली पोरं पाहून तिलाही रंग हवाहवासा वाटला; पण तिनं आपलं मन आवरलं. पोरांनी बिल्लू बादशहाला उचलला तेव्हा सुधीर मिरचीकरचा पाय त्याच्या उंबऱ्यातच अडखळला. तो पाठीमागे फिरला व त्यानं सुगंधाच्या अंगावर रंग टाकला.

"शीऽऽ!" सुगंधा लाडिकपणे उद्गारली व अंगावरचा रंग झटकत तिनं त्याच नजरेनं सुधीरकडे पाहिलं. तिचं संपूर्ण शरीरच आता रंगानं माखावं, असा दणकट विचार सुधीरच्या मनात आला अन् त्यानं तो अमलातही आणला! क्षणभराचा खेळ; पण सुधीरनं तिला नखशिखांत रंगवलं. हे रंगकाम सुरू असतानाच आपण तिला कधी कवळ्यात घेतलं, हेही त्याला कळलं नाही. तेवढ्यात दिलीप चाफेकर आत आला;

त्यानं सुधीरला खेचलं, "चल की लेका! अजून बऱ्याचजणांना बाहेर घ्यायचं आहे!"

सुधीरचा जीव चुटपुटला; पण तो दिलीपबरोबर निघाला.

गणपत जायकर, सुदाम खाडे यांचा भार सांभाळत जिन्याच्या अरुंद पायऱ्या चढून जाणाऱ्या पोरांना पाहताना कमळा जायकर, अनिता खाडे यांना कोण अभिमान वाटला! त्या आपल्या नवऱ्यांकडे पाहून हसत तर होत्याच; पण तिकडे बोट करून त्या शेजाऱ्या-पाजाऱ्यांनाही ही बाब दाखवत होत्या, 'बघा, आमचा हिरो आता कसा रंगात बुडतूय!'

भिकुदादाबरोबर काही पोरं होती. भिकुदादा आपल्या सलगीतल्या कुटुंबाच्या घरासमोर येत होता. घरातल्या पुरुषांबरोबरच स्त्रियांनाही रंग माखत होता. कमळा जायकरनीच्या अंगावर रंग टाकता टाकता त्याचा हात हळूच तिच्या यू गळ्याच्या ब्लाउजमधून आत गेला होता! कमळा लसली होती, तशी हसलीही होती. गुलालानं भरलेल्या आपल्या मुठी हवेत फेकून ती ओरडली होती, 'होली रे होलीऽऽ!'

बंडू निकमाच्या नजरेतून हा सीन सुटला नव्हता.

भिकुदादाचा हरणा देसाईला भर चौकात रंगात बुडवायचा विचार होता. तिनं सर्व माळकऱ्यांसमोर त्याच्या अब्रूचा पंचनामा केला होता. त्याचा बदला त्याच्या डोक्यात ठसठसत होता; पण त्याला स्वत:ला पुढे जाता येत नव्हतं म्हणूनच त्यानं काही पोरांना तिला घराबाहेर ओढायला पाठवलं होतं; पण तिच्या घराचं दार ना कोणी उघडलं, ना कुणी आतून प्रतिसाद दिला! यामागेही बाबू आगाशेच असणार ही बाब लपून राहण्यासारखी नव्हती. आज नही तो कल सही, असा मनाचा कौल घेऊन तो इतरांशी रंगपंचमी खेळत होता!

संतोष पिंपरकर, जितेंद्र नारगावकर, जायकरनीचा गजा-सदा, दिलीप-किशोर चाफेकर, दामज्या ढेकणे, मंगेश नार्वेकर आदी पोरंही आपापल्या परीनं रंगांची उधळण करीत होती. तर तिकडे चाफेकरनीची ऐश्वर्या, फुलकरनीची बसंती, चोरवाडकराची सुषमा, उषा चोरगे, पालकरनीच्या शालू-मालू-शांता, जायकरनीची शेवंता रंगाच्या आवरणाखाली ओळखू येत नव्हत्या. रखमा रायकर, सुंद्रा नार्वेकर, अनिता खाडे, जया चाफेकरनीबरोबरच अनेक खाणावळीही रंगात न्हाऊन निघाल्या होत्या. त्या प्रत्येकीच्या घरात घुसून, घरात आबादानी बसलेलीला बाहेर ओढण्याचा प्रयत्न करीत होत्या. ती बाहेर नाहीच आली, तर घरातच तिच्या अंगावर रंगांची बरसात करीत होत्या! त्या मस्तीत घरातलं एखादं जेवणाच्या ताटावर बसलं असेल तर त्याच्या अंगाबरोबरच जेवणही रंगतदार होत होतं!

जया, अनिता, रखमासह आणखी काहीजणी कमळा जायकरनीच्या घरात घुसल्या. अंगावर पडलेल्या रंगात त्या ओळखू येत नव्हत्या. मंदा आजच मुंबईत आली होती. ती त्यांच्या तडाख्यात सापडली. काही कळायच्या अगोदरच त्यांनी

तिला रंगानं माखून टाकलं. हा अघोरी प्रकार पाहून मंदा रडू लागली. भिकुदादानं टाकलेल्या रंगात न्हाऊन निघालेल्या कमळाचं मन कळवळलं. तिनं मंदाला जवळ घेतलं व ती तिच्या डोक्यावरून मायेनं हात फिरवू लागली, 'माझी बाय ती!' तोवर जया चाफेकरनीनं कमळावर रंग टाकला. बाकीच्याही तयारीतच होत्या. त्यांनीही आपली मनशा पुरी करून घेतली. जायकरीन हसत हसत आपल्या अंगावरचा, साडीवरचा रंग झटकू लागली. मात्र, साडीला लागलेला ओला रंग तिची संगत सोडण्यास तयार नव्हता.

गणपत जायकर रंगानं पूर्णतः माखला होता. त्याला रामभाऊ घडवेनं ठेवलेल्या रंगाच्या पिंपात बुडवण्यात आलं होतं. एकदा पिंपात बुडवून काढल्यानंतर तसं त्याचं महत्त्व कमी झालं होतं. इतरांना रंगात कसं बुडवून काढलं जातंय हे पाहात तो बराच वेळ तिथं रेंगाळला होता. इतक्या वेळात अंगभूत उष्णतेनं त्याच्या कपड्यांचा ओलावाही सुकला होता. दरम्यान, त्यानं रामभाऊ, भिकुदादानं तयार केलेली भांगही झोकली होती. भांगेच्या नशेत गणपत घरी आला व झिंगत लाकडी पेटीवर बसला. त्याच्या घरात रंगारी महिला मंडळ घुसलं. महिलांना पाहून तो पेटीवरून उठला. भांगेच्या धुंदीतच तो कमळा कशी रंगानं माखतेय, हे पाहात होता. गालात हसत होता. ही बाब रखमा रायकरच्या लक्षात आली. ती पुढं झाली व तिनं रंगानं भरलेली मूठ गणपतच्या चड्डीत खालून वर फेकली, अन खिंकाळली, "होली रे होलीऽऽ!"

"ये तुझ्या मायला!" गणपत आपल्या जागेवर भेलकांडला. बाकीच्या महिलांनी एकदम दंगा केला. त्यांची हसून हसून मुरकुंडी वळली. बायकांनी काय केलं हे कमळाच्या लक्षात आलं नाही. ती आपल्या डोळ्यांवर आलेले रंगाचे पुट्टे झटकून पुढे पाहण्याचा प्रयत्न करू लागली.

"रखमे, कुठल्याही पुरुषाच्या अंगावर रंग टाकू नकोस. हलकट असतात मेले! तेवढीच संधी साधतील अन् तुला वढतील." जया चाफेकरनीनं रखमा रायकरनीला सावध केलं.

जया वयानं मोठी होती. तिनं रखमापेक्षा चार पावसाळे अधिक पाहिले होते. तिच्या म्हणण्यात तथ्य असल्याचं रखमालाही कळत होतं; पण आज धुळवड होती! म्हणूनच तिला जयाचं म्हणणं तितकंसं भावलं नव्हतं, तरीही ती जयाचा मान ठेवण्यासाठी म्हणाली, "चुकलंच माझं!"

रंगारी महिलांचं पुढचं लक्ष्य तिसरा मजला होतं. त्यांना घरात लपलेल्या महिलांना बाहेर काढायचं होतं. त्या हसत-खिदळत पायऱ्या उतरल्या. पायऱ्यासमोरच शिवादादा व टोळभैरव उभं होतं. त्यांनी पुढे आलेल्या सुंद्रा नार्वेकर, अनिता खाडेला रंग फासले. त्यांच्या पाठोपाठ जया चाफेकरीनही होती. आपल्या मस्तीत शिवादादानं

जया चाफेकरनीचं गाल दोन्ही हातात पकडलं व मुठीतला सगळा रंग तिच्या तोंडावर चोळटला. चाफेकरीन एक पाऊल पाठीमागे सरली व तिनं खाडकन शिवादादाच्या कानफटात ठेवून दिली. शिवादादाच्या डोळ्यांपुढे दिवसाढवळ्या काजवे चमकले. सगळं महिला मंडळ जागच्या जागी थबकलं. शिवादादानं गदागदा डोकं हलवलं. पापण्यावरचा रंग झटकला अन् तो समोर पाहू लागला. समोर जया चाफेकरीन उभी होती! जया म्हणजे मन्या चाफेकरची बायको. मन्याचं वय वाढलं तरी त्याची भीती, दरारा कायम होता. शिवादादाच्या अंगात भीतीची चमक उठली. नशेत असलेल्या शिवादादानं तिला हात जोडलं, "चुकलं वहिनी! मी समोर पाहिलं नव्हतं. पुपूग पडतं."

चाफेकरनीनं त्याच्यावर रोखलेली नजर काढली. ती इतर महिलांना म्हणाली, "चला गंऽ, ती सांडगेकरीन घरकोंबडी आहे. वडू तिला बाहेर!"

हरणा देसाईच्या प्रकरणातही शिवादादाला असाच त्याचा आगाऊपणा नडला होता. त्या प्रसंगानं त्याच्या चिंध्या झालेल्या असतानाच आज चाफेकरनीनंही त्याच्या कानाखाली आवाज काढला होता. ही धूळ दिसून येत नसली तरी लगेच खाली बसणार नव्हती. एकवेळ हरणीला धरता येईल; पण चाफेकरनीकडे पाहणंही धोक्याचं होतं, हे त्यालाही कळत होतं! जया चाफेकरनीनं शिवादादाच्या होळीच्या रंगाचा बेरंग केला होता. तो तडक आपल्या घराकडे चालू पडला. त्याच्याबरोबरचे सवंगडी आता कोणाला रंगवता येईल याचा विचार करू लागले.

होळीपंचमीच्या रंगाऱ्यांनी आपल्या घराचं बीळ करून बसलेल्या माळकरी, माळकरनींना बाहेर काढून रंगवलं होतं. माळ्याच्या चौकात स्पीकर कोकलत होता. बेहोश झालेले माळकरी त्यावर नाचत होते. ज्यांना होळीचा आनंद लुटायचा आहे, असे माळकरी, माळकरनी वरून चौकात नाचणाऱ्या लोकांच्या अंगावर साधं पाणी किंवा रंगीत पाणी ओतत होत्या!

नाचून नाचून हळूहळू माळकरी थकले. स्पीकरचा गळाही कोरडा पडला. पोरांच्या अंगावरचा रंगही सुकून कोरडा झाला होता. त्यांचं सगळं अंग कसं तटतटत होतं. अंगावर पडलेले रंग हे रंगच होते, असंही नाही. जितेंद्र नारगावकराच्या अंगावर कुणीतरी इंजिनाच्या जळक्या तेलासारखं काहीतरी ओतलं होतं; त्यामुळे त्याचं अंग तेलकट दिसत होतं. तेलकटपणामुळे त्याच्या केसांचा पार गुंता झाला होता. आपल्या अंगावर काय पडलं आहे, याची चिंता त्याला खात होती. अंगावरचे कलर धुऊन काढायला घरात भरलेलं पाणी पुरणार नाही, याची पोरांना खात्री होती; त्यामुळेच बंडू निकम, सर्जा घोडगावकर, गजा जायकर, सदा जायकर, कानिफ आदी पोरांनी बाणगंगेत अंघोळीला जायचा निर्णय घेतला होता. ज्यांना वाळकेश्वरापर्यंत चालत जायचा कंटाळा होता, त्यांनी कपडा मार्केटमधील बावडीवर धाव घ्यायचं ठरवलं होतं.

माळ्यातला दहा-बारा पोरांचा पुट्टा वाळकेश्वरची वाट चालत होता. त्यांच्या हशा-टाळ्यांना ऊत आला होता. वाटेत जागोजाग रंगांची उधळण दिसून येत होती. रंगात रंगलेली माणसं भेटत होती. तुझ्या अंगावर जास्त रंग की माझ्या, याची चाचपणी डोळे करीत होते. त्यात आपणच उजवे ठरत होतो! रंगपंचमी खेळलेल्या पोरींचे पुट्टेही अधूनमधून गाठ पडत होते. गोऱ्या-गोमट्या पोरी अंगावर रंग पडल्यानं अधिकच लोभसवाण्या वाटत होत्या. त्यांना टी-शर्ट, जीन्सवर पाहायला मजा वाटत होती. पण, त्यांचे टी-शर्टस् रंगानं माखून निघाल्यानं त्यांच्या छातीवरचं काही दिसत नसल्यानं पोरांचं मन खट्टू होत होतं.

“दोंन्गा भागता घोडा येंगाठ! गावरज्योतानी लागळ्यांप रंगानं रंगपून टाकलेयं. भिजायचं; पण दाखवायचं नाही, याला काय अर्थ हाय का?” कानिफबरोबरच इतर पोरंही हळहळत होती व रंगलेल्या मुलींकडे डोळे फाडफाडून पाहात होती.

रंग खेळलेल्या पोरांना भूक लागली होती. ज्यांच्याकडे पैसे होते, त्यांनी ते बाहेर काढले व ऑपेरा हाऊसला एका गाडीवर सगळ्यांनी मिळून मनसोक्त वडा-पाव खाल्ले. त्यानंतर ताजीतवानी झालेली पोरं वाळकेश्वरची वाट चालू लागली. पोरं बाणगंगेवर येईपर्यंत बाणगंगा गजबजून गेली होती. मुंबईतील इतर माळकरी, चाळकरी, फ्लॅटधाऱ्यांनी अगोदरच तेथे हजेरी लावली होती. त्यात नाजूक कायेच्या मुलीही होत्या. त्यांच्या टी-शर्टमधून गळणारा रंग पोरांच्या अंतरंगात उतरत होता! मनाला गुदगुल्या करीत होता!

१०

माळ्यात जया चाफेकरनीनं एक काळ गाजवला होता. जया पावणेसहा फूट उंच, काकडीसारखी सडपातळ होती. तिचा उभा चेहरा, राघूच्या चोचीसारखं लोंबणारं बाकदार नाक व पालीच्या पोटासारखा पांढराखड रंग पाहून कित्येकांची काय हालत झाली असेल याची कल्पनाच न केलेली बरी! जमिनीवरचं सावज हेरून आभाळात घिरट्या घालणाऱ्या घारीसारखे टगे जया चाफेकरनीच्या गरगरीत वक्षस्थळाभोवती गरगरा फिरायचे. अनेक दादालोक तिच्यावर फिदा होते. तिच्या प्राप्तीसाठी एक खूनसुद्धा झाला होता.

जयाचं माहेरचं नाव जया कुंद्रीकर. तिला गरतीचा संसार करायचा होता. ती आई-बानं सुचवलेल्या स्थळात अडकली नाही. आई-बापाला धूप न घालता रसरसत्या तारुण्यात ती आपल्या दादा मित्राबरोबर या माळ्यात राहायला आली; पण त्याचं

सुख तिला जास्त काळ लाभलं नाही. त्याचा खून झाला अन् तिला आयुष्याची लढाई जिंकण्यासाठी खंबीरपणे उभं राहावं लागलं. तिच्याकडे सत्तर तोळं सोनं होतं. त्यात तीस पाटल्यांचा हार होता. पैशा-अडक्याला तर ददात नसायची. तिच्याकडे जेवणाऱ्यांची मुंगळ्यासारखी रीघ असायची. तिनं इतरांपेक्षा आपल्या जेवणाचा दर वाढविला, तरी जेवणारे तिच्याकडचं जेवण बंद करायचे नाहीत. दीडशे-दोनशे माणसांचं जेवण करायला तिनं हाताखाली चार पोरी ठेवल्या होत्या. त्या जेवणाऱ्यांची आबाळ होऊ द्यायच्या नाहीत. काही जेवणारे स्वत:होऊन तिच्या घरी सकाळचं पाणी भरायला यायचे. जयासुद्धा माणसांवर तेवढंच प्रेम करायची. त्यांना चांगलं जेवण तर द्यायचीच; परंतु त्यांचं दुखलं-खुपलंही पाहायची. एखाद्या नवागताला काम लागलं नसेल व त्याच्याकडे दामही नसेल, तर त्याचा स्वभाव पाहून त्याला काम मिळेपर्यंत ती त्याच्याकडून खाणावळीचे पैसे घ्यायची नाही. एखाद्याला नड असेल, तर त्यानं या महिन्याचे पैसे पुढच्या महिन्यात दिले तरी चालण्यासारखं होतं. तिचे पैसे बुडवण्याचं धाडस कुणालाच व्हायचं नाही.

तिच्याकडे जेवण तयार करणाऱ्या मुली तिला आक्का म्हणायच्या. जेवणारेही तिला आक्का नावानेच संबोधायचे. तिच्याकडे काम करणाऱ्या मुली लग्नाच्या वयाच्या झाल्या, तर ती स्वत: त्यांची लग्नं लावून द्यायची. घरच्या गरीब परिस्थितीमुळे अशा पुष्कळ मुलींचा राबता तिच्याकडे असायचा. त्यांची शाळा, नोकरी, लग्नापर्यंत ती त्यांना हरतऱ्हेची मदत करायची व वर म्हणायची, 'इतकं कमावलं ते त्येंच्याच जिवावर. खाईनात का त्यातलंच थोडंफार!'

तिचा आत्मा राजा हरिश्चंद्राचा असल्याची चर्चा चालायची. तरी माळ्यावरच्या खाणावळी तिच्या नावानं नेहमीच बोंब मारायच्या. तिच्याकडे जेवायला असणारी दीडशे-दोनशे माणसं पाहून त्यांचा जळफळाट व्हायचा.

'रांड सगळ्यांपुढं जवानी उघडी करती!' असं त्या म्हणायच्या. पण प्रत्यक्ष तिच्या अंगावर चालून जायचं धाडस कुणालाच झालं नव्हतं. लहान-मोठ्या दादा लोकांशी तिच्या असलेल्या मैत्रीमुळे इतर खाणावळी तिला जाम घाबरायच्या.

तिला खणखणीत, दिलदार पुरुषाची आस होती. त्यासाठी तिचा शोध जारी होता. एखादा पुरुष तिच्या आयुष्यात यायचा. लहानशी वावटळ उठायची. त्याच्या मर्यादा लक्षात आल्या की, हीच त्याला रामराम ठोकायची! त्याची जागा दुसरा भरून काढायचा. त्याचं नशीबही पहिल्यापेक्षा वेगळं नसायचं. तिचा आपल्या जोडीदाराचा शोध जारी राहायचा. नाटक तेच व रंगमंचही बदलला नव्हता! अन् अनपेक्षितपणे नाना भोसले तिच्या आयुष्यात आला. पैलवानी खाक्याचा नाना होताही हाडापेरानं मजबूत. भारदस्त बोलणं, भेदक नजर. तो तिच्या नसानसांत भिनला. त्याच्या सहवासानं तिच्या काळजाची पखाल भरू लागली. नानाचं अगोदरच

लग्न झालं होतं. पण त्याचा अडथळा तिला जाणवला नाही. तो तिच्या काळजाचा तुकडाच झाला होता. शेवटी तिनं त्याच्याशीच लग्न करण्याचा निर्णय घेतला.

नाना हाडापेरानं मजबूत असला, तरी नोकरीच्या बाबतीत मात्र कमालीचा सैल होता. एका ठिकाणी थांबणं त्याला जमत नव्हतं; त्यामुळेच तो चिमणी, खारागोठा, लालबत्तीपासून अनेक मिलमध्ये नोकऱ्या बदलत राहिला. गाववाल्यांच्या ओळखीनं आता तो कपडा मार्केटमध्ये काम करू लागला. त्याचं जेवण जयाकडे सांगण्यात आलं व तिथंच त्याच्या आयुष्याला कलाटणी मिळाली. त्यानं जयाशी दुसरं लग्न केलं.

चाफेकरनीनं त्याच्या गळ्यात अंगठ्याएवढ्या रुंदीची सोन्याची चेन घातली. त्याच्या उजव्या हाताच्या चार बोटांत सोन्याच्या अंगठ्या घातल्या. नाना भोसले अंगावर टेरिलीनचे कपडे घालून तोंडात पानाचा तोबरा भरून कपडा मार्केटमध्ये वावरू लागला. हळूहळू त्यानं गावाकडे जमीन घेतली. जवळच्याच बाजारपेठेच्या गावात घर खरेदी करून त्याच्या एका भागात बेकरी सुरू केली व काही काळात तो तिकडेच रमला. जयाच्या जिवाची घालमेल झाली, पण प्रेमाला अंत नसतो.

दरम्यानच्या काळात नाना जिल्हा परिषदेच्या निवडणुकीला उभा राहिला. चाफेकरनीनं त्याच्या निवडणुकीलाही पैसा पुरविला. पण मुंबईच्या बरफीवर वाढलेल्या या गावठी वळूला मतदारांनीच अस्मान दाखवलं!

नाना गावाकडे असल्यानं चाफेकरनीचं मन मुंबईत लागत नव्हतं. तिनं निव्वळ नानासाठी मुंबई सोडली व आपल्या सासरला राहायला आली. पण, नानाच्या पहिल्या बायकोनं ठासठूस सुरू केलं. नानाही तिचीच बाजू घेऊ लागला. माळ्यात असलेल्या जयाच्या खोल्या विकण्याचं टुमनंही त्यानं लावलं. जयाला नानाचा रंग काही ठीक दिसला नाही. तिनं सरळ मुंबई गाठली व त्याला घटस्फोटाची नोटिस पाठवली! नोटिस पाहून नाना हादरला; पण जया त्याच्या हातून गेली होती!

जयानं परत खाणावळ सुरू केली.

'आता कसली ती खाणावळ चालवतीया! पार खलास झाली ती!' माळ्यातल्या इतर खाणावळी म्हणत होत्या.

आक्का आल्याचं समजल्याने तिच्याकडे काम करणाऱ्या पोरी परत आल्या. पूर्वी तिच्याकडे जेवायला असणारे बहुतांशी खाणावळेही परतले. 'आता कसली ती खाणावळ चालवतीया!' म्हणणाऱ्या माळ्यातल्या इतर खाणावळी चांगल्याच तोंडावर आपटल्या. जयाकडे पूर्वीसारखीच जेवणाऱ्यांची वर्दळ सुरू झाली. प्रत्येक खाणावळीचे चार-सहा जेवणारे जेवण बंद करून तिच्याकडे गेले. खाणावळींनी चाफेकरनीच्या नावे कडाकडा बोटं मोडली व त्या म्हणू लागल्या, 'रांडच वंगाळ! माणसावर काय जादू करती ते तिलाच माहिती. त्याशिवाय तिलाच तेवढी इतकी माणसं लबूद हायती व्हय!'

धंद्याची गोष्ट वेगळी असली, तरी जया पुन्हा पाय रोवून धीरानं उभी राहिली होती. तिची ही अल्पावधीतली प्रगती पाहून माळकरीही तोंडात बोटं घालायचे.

जयाला नानापासून मूलबाळ नव्हतं. तिनं दवा बाजारात काम करणाऱ्या मन्या ऊर्फ मनोहर चाफेकरशी लग्न केलं. मन्याही झोकात राहू लागला. जयाला आज दोन मुली व दोन मुलगे आहेत. मुलगी हेमा चांगल्या राजकारणी घरात नांदते आहे, तर दुसरी मुलगी ऐश्वर्या शाळकरी आहे. मुलगा दिलीप स्पीकरच्या धंद्यात आहे; धाकटा किशोर कॉलेजला जातो.

चाफेकरनीला नानाबद्दल कधी कुणी छेडलं, तर ती हसते व म्हणते, 'पोरानं मांडीवर घाण केली म्हणून मांडी कापायची हाय का? धुतली आता ती। आजपर्यंत इथं इतकेजण जेवण करून गेले त्यापैकीच तो एक. हिशेब खतम!'

चाफेकरनीच्या या धैर्याचंही माळ्याला कौतुक असलं, तरी जयानं नाना भोसलेला असा सहजासहजी सोडलाच कसा, याचं उत्तर मात्र कुणालाच मिळालं नव्हतं. धुळवडी दिवशी तिनं शिवादादाच्या कानाखाली काढलेला आवाज आजही माळ्याच्या कानाकोपऱ्यात गुंजत होता.

११

सकाळी साडेनऊचा सुमार झाला होता. चोरग्याची गुजी मार्केटला निघाली होती. ती नेहमी याचवेळी जायची. नऊ-साडेनऊपर्यंत जेवणाऱ्यांचे डबे गेलेले असायचे. जे इथं येऊन जेवणार आहेत, तेही हातावर पाणी सांडून गेलेले असायचे. त्यातूनही एखाद-दुसरा मध्येच टपकायचा, पण त्याची उस्ताभर करायला घरी चंदू असायचा. चंदू म्हणजेच चंद्रकांत चोरगे. हा गुजीचा नवरा. शिवाय तिला एक मुलगी होती, उषा. ती नववीच्या वर्गात शिकत होती. तिची शाळा बारा वाजता सुरू व्हायची. गुजी बाजारातून परत येईपर्यंत तीही घरी असायची. तसं गुजी मार्केटमध्ये गेली म्हणून कोणतंही काम अडायचं नाही.

गुजी वरच्या म्हणजे पाचव्या मजल्यावर राहायची. तिथून ती चौथ्या मजल्यावर आली. जिन्याजवळच वटनात हरणा उभी होती. तिचीच वाट पाहात असल्यासारखी. हरणानं तिला आवाज दिला, "काय गुजाबाई, मार्केटला निघालीस की त्या खापरतोंड्याला भेटायला?"

अनपेक्षित झालेल्या या हल्ल्यानं गुजी गडबडली. मात्र, तिनं स्वत:ला सावरलं; "ए रांडंऽऽ, कशाला सका-सकाळी माजावर आलीयास?"

गुजीचा अचानक वाढलेला आवाज ऐकून वटनात उभे असलेले माळकरी तिकडे वळले. जे घरात होते ते झटपट बाहेर आले. हरणाच्या आजूबाजूच्या खोल्यांत राहणारे तर सर्वांत पुढे होते. माळ्यातलं भांडण म्हणजे नुसती धम्माल असायची. माळकरी ते मनसोक्त एंजॉय करायचे. अन् अगदीच कडेलोट होत आला की, त्यात हस्तक्षेप करायला पुढं व्हायचे! वटनातला आवाज ऐकून जायकराचं सर्व कुटुंब बाहेर आलं. त्यात जायकराची भाची मंदाही होती.

"अगं, माजावर याचं वयच हाय माझं! पण तू या वयातही त्या धोंड्या खापऱ्याला मिठी मारून काल थेटरात बसली होतीस. कसा अगदी धर्मेंदर-हेमा मालिनीचा जोडा वाटत होता!" हरणा आपल्याच जोकवर फिदीफिदी हसली. आजूबाजूला जमलेलेही हसले.

गुजीच्या चेहऱ्याचे रंग उडाले. या घोडीला काहीतरी उत्तर दिलंच पाहिजे म्हणून ती म्हणाली, "तुझ्यासारखा माझा दाना उड्या मारीत नाही!"

"उड्या का मारीत नाही? चांगला उसळी घेतू की. कशी त्या थेटरात काल धोंड्याचं कचाकचा मुकं घेत होतीस, ते इतक्यातच इसारलीस का काय? अगं, बाजूच्या माणसांनी वडून काढायचं ठरवलं आसतं, तरी बाजूला झाली नसतीस की गंऽ!"

हरणानं गुजीच्या ठिकऱ्या ठिकऱ्या उडवल्या.

बायकोचा आवाज ऐकून चंदू चोरगे खाली आला. त्याला बायकोची केविलवाणी अवस्था पाहून खूपच वाईट वाटलं. त्यातच हरणा ही नाभिक समाजातली. तिनं आपल्या बायकोला असं बोलणं त्याच्या मनाला चांगलंच झोंबलं.

"ए न्हावणेऽ, तुला माझ्याकडं याचं आसंल तर आता चल; पण उगाच माझ्या बायकूला काईबाई बोलू नकोस!" त्यानं हरणाला दम भरला.

"आरं ए हांडग्याऽऽ, चल आता येते! मला तुझा मर्दपणा बघायचाच हाय!" हरणानं प्रतिआव्हान दिलं.

चंदूची गोची झाली. चल म्हणावं तर पंचाईत, नाही म्हणावं तरीही पंचाईत. एकतर हरणा त्याच्या मुलीपेक्षा चार-पाच वर्षांनं मोठी. त्यात धोंड्या खापरेबरोबर आपली बायको फिरते, हे त्यालाही माहीत होतं. सुरुवातीला त्याला संशय आला तेव्हाच त्यानं गुजीच्या दोन कानफटात लगावल्या होत्या. मात्र, त्यानंतर गुजीच त्याला बडवू लागली! त्यात धोंड्याही रसरसीत उसाच्या पेरागत भरलेला. त्यानं जर कुठं गाठून कुंबललं तर अवघड झालं असतं! त्यामुळे चंदू तिकडे डोळेझाक करायचा.

हरणाचा आवाज ऐकून हरणाची आई बाळाबाईही वटनात आली होती. कधी हरणाचा वादविवाद सुरू झाला, तर ती नुसतं पाहात, ऐकत उभी राहायची. तिला

भांडणात मध्ये पडण्याची आवश्यकताच भासायची नाही. हरणाच सगळ्यांना पुरून उरायची. चंदूनं बाळाबाईला पाहिलं अन् त्याच्या मनाला उभारी आली. तो म्हणाला, "बाळाबाईऽ! अगं, तू तरी समजाव तुझ्या पोरीला!"

"काय समजवायचं रे भाड्याऽऽ! तू तिला न्हावणी म्हणतोस! तिच्याबरोबर झोपायची भाषा करतोस! लायकी काय रं तुझी? तू जर इतका मर्द आहेस, तर तुझी ही रांड अशी का शेण खातीया? भाड्याऽ, आयुष्य गेलं तुझं बायकूच्या ढुंगणाजवळ बसून भांडी घासण्यात!" कधी तोंड न उघडणाऱ्या बाळाबाईनं कहरच केला.

"ये व्हयमालेऽ, तुला अन् काय झालं?" गुजी कडाडली.

"रांडऽऽ, ह्यो भाड्या न्हावणी कुणाला म्हणतो? थांब आताच अश्शीच्या अश्शी पोलीस ठाण्यात जाते. अन् जातिवाचक शिवीगाळ केली म्हणून तुझ्या या सांडाला चांगलाच ठेचते!" बाळाबाई नुसती बोलून थांबली नाही. तिनं पायात चप्पल घातलं.

चंदू चोरगेच्या तोंडचं पाणी पळालं. गुजीही गंभीर झाली. तेवढ्यात गणपत जायकर पुढे झाला व बाळाबाईची समजूत घालू लागला, "बाळाबाई, असं करू नको. एखाद वेळी माणूस चुकतं!"

"न्हावीन म्हणतो हा! नाभिक म्हणायला भाड्याची जीभ झडतीय वीऽ! ते काही नाही, मी आताच्या आता पोलीस ठाण्यात जाते," बाळाबाई कुणाचं ऐकण्याच्या मन:स्थितीत नव्हती.

मग चंदूच पुढे झाला. त्याच्यापुढे अॅट्रॉसिटी कायद्याच्या बेड्या तरळत होत्या. त्यानं बाळाबाईला हात जोडले, "बाळाबाई, माझी चूक झाली. माफ कर मला."

बाळाबाईच्या रागाचा पारा हळूहळू खाली आला.

"नुसती तोंडगाळ मेली. मी गपगुमान बाजारात चाललेय, तर आलीच पुढं तरुळी!" आतल्या आत खदखदणाऱ्या गुजीचं पालुपद सुरू झालं.

"गप ए झवाडेऽ, तूच तर माळ्यात बोंबलत हुतीस, की माझी पोरगी बाब्याबरोबर सिनेमाच्या थिएटरात पाहिली म्हणून! अगं, इतका पतिव्रतेचा आव आणायचा तर आपुनही तितकंच पाक राहायला लागतं!" बाळाबाईनं गुजीला परत थोबडलं.

गुजी भांबावली. चंदूही मागंपुढं करू लागला. हरणाला एखादं गुपित कळलं तर ती फारफार तर आईजवळ बोलायची; पण तिच्या वाटेला कोणी गेलं तर त्याची खैर नसायची. ती संबंधित माणसाचा समोरासमोर पंचनामा करायची; तेही जाहीरपणे! तिथं भीडभाड ठेवण्यासारखे शब्द नव्हते. हरणाची ही खोड माहीत असल्यानेच भलेभले तिच्यापासून जपून असायचे. आता जास्त शहाणपणा करून उपयोग नव्हता, हे गुजीला कळलं. अपारलेली गुजी नवऱ्याकडे न पाहताच गुपचूप पायऱ्या उतरू लागली.

“बाळाबाई, आमच्या घरात काय करायचं ते आमचं आमी बघून घिऊ; पण तू आपली पोरगी सांभाळ!” थंड झालेला चंदू परत उसानला.

“गप रं निसण्या! मी काय माझ्या पोरीला तुझ्या बायकूसारखी वळू सोडलीया व्हय? आरं, बाब्या न् ती लगीन करणार हायत!” बाळाबाईनं पत्ते परत पिसले. “पण तू तुझ्या त्या नटरंगीला ताकीद दे. झवाडी सगळ्या गावाबर हेपलून घेतीया. अन् इकडं पतिव्रतेचा आव आणतीया!” बाळाबाईनं चंदूला चांगलाच ठोकला. ती आपल्या खोलीत निघाली; पण जाता जाता मध्येच थांबली, “चंद्याऽ, परत माझी जात काढलीस तर पोलीस ठेसनात नेऊन बैल बडीवल्यासारखा बडवीन, हे ध्यानात ठेव. नाभिक असली तरी मराठा हाय मी! माझा हुणारा बापायपण शहाण्णव कुळी मराठा हाय!” चंदूला दम देऊन बाळाबाई आपल्या खोलीत गेली.

बाळाबाईनं चंदूचं तुकडं तुकडं केलं होतं. आता अधिक शहाणपणा करून उपयोग नव्हता. एकतर ती बाई होती व आपण तिला जातिवाचक बोललो, हेही खरं होतं. चंदूनं आपल्या खोलीकडे जाणाऱ्या बाळाबाईला एकदा पाठमोरी पाहिली अन् तो जायकराकडे वळला.

“जायकर, ही पोरगी तुमच्या भनीची व्हय?”

“व्हय.” गणपतनं हातावर चोळलेल्या तंबाखूची चिमूट तोंडात टाकली.

पुढं बोलण्यासारखं काही राहिलंच नव्हतं. चंदूही एखाद-दुसऱ्याशी ‘हा, हो’ करीत पायऱ्या चढू लागला. पायऱ्या चढता चढता त्यानं पाचव्या मजल्यावर नजर टाकली. त्याची लेक उषा हा सर्व तमाशा वटनात उभी राहून पाहात होती.

माळ्यावरचं कुणी हरणाच्या भानगडीत पडण्याचं धाडस करायचं नाही. त्याला कारणही तसंच होतं. तिनं आपल्या सख्ख्या चुलत्याबरोबरच भिकुदादालाही चांगलाच ठोकून काढला होता. ते प्रकरण माळा अजून विसरला नव्हता. गंगाराम हा हरणाचा चुलता. अंगानं जाडजूड, उंचेला, रानबोक्यासारखं मस्तक व अक्कडबाज मिशा असलेला गंगाराम समोरून आला, तर नवागताला धडकीच भरायची! सकाळच्या वेळी गल्लीच्या कोपऱ्यावर फुटपाथवर बसून गंगाराम लोकांच्या डुया भादरायचा व दिवसा अंधेरीत एका कंपनीत नोकरी करायचा.

हरणाच्या वडिलांचं नाव रामनाथ. रामनाथनं मार्केट विभागातच लोकांच्या डुया भादरण्याबरोबरच काबाडकष्ट करून माळ्यावर खोली घेतली होती. तिथं त्याची खाणावळ चालायची. ती बाळाबाईची खाणावळ म्हणून प्रसिद्ध होती. गंगाराम आपल्या भावाकडेच जेवायला असायचा. पण अचानक रामनाथला लकवा झाला. त्याच्या शरीराची उजवी बाजू पूर्णत: लुळी पडली. त्याला काही आठवडे रुग्णालयात ठेवण्यात आलं. पण फरक पडत नव्हता. घरची खाणावळ चालवतानाच रुग्णालयात असलेल्या रामनाथची सेवा करणं हरणा व तिच्या आईला भारी पडायचं. पण नंतर

डॉक्टरच्या सल्ल्यानुसार त्यांनी त्याला घरी आणलं. गंगारामचं हाग-मूत कधी अंथरुणात व्हायचं ते कळायचं नाही; त्यामुळे खोलीत घाण वास पसरायचा. दवा-पाण्याचाही वास यायचा. अंथरूण कुबटायचं. साहजिकच जेवणाऱ्यांच्या तोंडातून घास खाली उतरायचा नाही. त्यांनी हळूहळू बाळाबाईच्या खाणावळीकडे पाठ फिरवली. एकीकडे खाणावळ बंद होत आलेली तर दुसरीकडे रामनाथच्या तब्येतीतही सुधारणा झाली नव्हती. अशा परिस्थितीत रामनाथवर गावठी औषधाचा उपाय समोर आला. बाळाबाईनं आपल्या घराची चावी गंगारामच्या हवाली करून त्याला खोलीवर लक्ष ठेवण्यास सांगितलं व त्या माय-लेकी रामनाथला घेऊन गावी गेल्या.

खोलीची चावी हातात आल्यानंतर गंगारामनं आपले रंग दाखवायला सुरुवात केली. त्यानं खोली अकरा महिन्यांसाठी भाड्यानं दिली. शिवाय खोलीचं भाडंही तोच खाऊ लागला. खोलीच्या रंगरंगोटीची थाप मारून त्यानं बाळाबाईचं सगळं सामान गावी पाठवलं व तो खोली स्वत:च्या नावावर करून घेण्याच्या खटपटीला लागला. या सर्व भानगडीत त्याला साथ लाभली ती भिकुदादाची! गंगाराम हा भिकुदादाच्या दारू पार्टीतला मेंबर होता! सख्ख्या दिराची करामत पाहून बाळाबाई हबकली; पण अशा परिस्थितीत नवऱ्याला टाकून परतताही येत नव्हतं.

खोलीची कायदेशीर कागदपत्रं रामनाथच्या नावे असल्याने व त्याच्यासह त्याचे वारसही जिवंत होते; त्यामुळे गंगारामचा खोली नावावर करून घेण्याचा प्लॅन प्रत्यक्षात आला नाही. शिवाय माळ्याच्या मालकानंही त्याला दाद दिली नाही. माळ्यातलं भाडं वसूल करणाऱ्या दिवानजीनंही गंगारामनं देऊ केलेली रक्कम नाकारली! दरम्यान, अकरा महिन्यांची मुदत संपल्यानं भाडेकरूनं घर खाली केलं होतं. त्याच सुमारास रामनाथचंही निधन झालं. तरीही काळजावर दगड ठेवून व बाकीचे विधी आईवर सोपवून हरणा अचानक माळ्यात आली. आल्याबरोबर तिनं गंगारामच्या गळपटीला हात घालून सणासण त्याच्या थोबाडीत हाणल्या. एकतर खोलीच्या प्रेमापुढं त्यानं भावाच्या मृत्यूनंतरही तिकडे जाणं टाळलं होतं व दुसरं म्हणजे बळकावलेलं त्याचं घर! तो राग हरणाच्या थपडीतून बाहेर पडला होता! बिनसलेल्या गंगारामनं हरणावर हात उचलला; पण बाबू आगाशेसह त्याच्या सोबत्यांनी अण्णालाच धू धू धुतला. भिकुदादा गंगारामच्या मदतीला धावला! भिकुदादा समोर आलेला पाहून हरणानं आपल्या सामानातला सुरा बाहेर काढला. बाळाबाईनं गावाकडच्या घिसाड्याकडून तो घेतला होता. चार माणसं जेवायला घालायची, तर त्यांच्यासाठी कोंबड्याही कुटाव्या लागायच्या. त्यासाठीच तिनं तो मुद्दाम तयार करून घेतला होता. पण तोच आज हरणाच्या मदतीला आला. हरणानं सुरा नाचवीत भिकुदादाला आव्हान दिलं, "ए भाड्याऽ! कळीच्या नारदा! तू नुसता मध्ये पड तरी, मग बघ तुझ्या गोट्या कापून कशा पोरांना खेळायला देते ते!"

हरणाच्या दणक्यानं भिकुदादाच्या वाचेबरोबरच गात्रंही जागच्या जागीच गोठली. भिकुदादाच्या देखत हरणानं आपल्या चुलत्याचं सामान माळ्याच्या चौकात फेकलं. धाडकन खाली आपटलेल्या पेटीनं बोंब ठोकली.

हरणानं चुलत्याला ठणकावलं, "भाड्याऽ, आमच्या घरात फुकटचा गू खाल्लास तेवढा बास झाला! आता परत जर इथं दिसलास, तर गेलासच बाराच्या भावात म्हणून समज!"

गंगारामसह भिकुदादाच्या अब्रूची दिवसाढवळ्या प्रेतयात्रा निघाली.

हरणानं आता गुजी चोरगेची वाफ जिरवली होती. वटनात उभी राहून ती [illegible] गाणाऱ्यांना ऐकून दाद देत होती. तिच्या इतक्या बिनधास्तपणाचं लोकांना कौतुक वाटत होतं. शेजाऱ्या-पाजाऱ्यांशी बोलत, हसत हरणा वटनाच्या कट्ट्याला खेटून उभी राहिली. तिनं खाली चौकात नजर टाकली; नंतर ती वर पाचव्या माळ्याकडे पाहू लागली. कट्ट्याजवळ बाबूची आजी हौसाबाई व आजोबा तुकाराम उभे होते. हरणाला पाहून आजी गडबडीनं पाठीमागं फिरू लागली.

"काय सासूमाँचे आईऽ, कसं वाटलं नाटक?" हरणा म्हणाली व स्वत:च हसली.

बाबूच्या आजीची गोची झाली. ती परत फिरली नाही. मात्र, आपल्या नवऱ्याला म्हणाली, "रांडेला खाजच भारी!"

"त्या वयात तुला तरी कमी होती!" तुकारामनं चिमटलं.

"गप बसा!" हौसाबाई भलतीच लाजली. तिनं तुकारामचं बोलणं कोणी ऐकत तर नाही ना; याची खात्री करून घेतली व ती आपल्या खोलीकडे चालू पडली. तुकाराम आपल्या छपरी मिशीत खुदुखुदु हसू लागला.

१२

शिवजयंती, गणपती हे माळ्यातल्या पोरांसाठी उत्सवच! त्यांची तयारी करताना माळ्याच्या वीट अन् विटेत चैतन्य निर्माण व्हायचं. शिवजयंतीला तर पोरांच्या अंगात जय भवानीचा संचार व्हायचा. मात्र, माळ्यावरल्या पोरांचं दु:ख हे होतं की, गांधी, नेहरू, आंबेडकरांपासून सर्वांची जयंती इंग्रजी तारखेनुसार साजरी व्हायची. शिवजयंती मात्र मराठी महिन्यानुसार तिथीवर! मग ती तिथी कधी येईल ते सांगता यायचं नाही. कधी-कधी माळ्यातली अर्धीअधिक पोरं सुट्टीवर गावाला पळायची अन् इकडं शिवजयंतीची तुतारी वाजायची! शिवजयंतीसाठी वर्गणी गोळा

करतानाही अडचणी यायच्या. शिवजयंती जर उशिरा आली तर त्या काळात अनेक जेवणारेही शेतीच्या मशागतीसाठी गावी गेलेले असायचे. मुंबईच्या रोकड्या पगाराबरोबरच त्यांचा जीव गावातही भलताच अडकलेला असायचा! साहजिकच त्याचा परिणाम वर्गणीवर व्हायचा. तरीही शिवजयंतीचा भाव हा नेहमीच वधारलेला होता!

तशी माळ्यानं आंबेडकर जयंतीला सोडचिठ्ठी दिली होती, असं नव्हे! न चुकता १४ एप्रिल रोजी माळ्याखाली बोर्डावर डॉ. बाबासाहेब आंबेडकरांचं नाव यायचं. त्याच बोर्डाला हारही घातलेला असायचा. जयंतीनिमित्त बाबासाहेबांना हेच अभिवादन असायचं. मात्र, माळ्यात त्यापैकी कोणीही राहायला नसल्यानं त्याला जाहीर कार्यक्रमाचं स्वरूप आलेलं नव्हतं! तरीही कधीतरी जयंती दिनशी गल्लीत एखादा स्पॉन्सर सिनेमा दाखवला जायचा. त्या एरियात काही सार्वजनिक मंडळं आंबेडकर जयंती साजरी करायची. अशा कार्यक्रमाला मात्र माळ्यातले काही पुढारी न चुकता हजेरी लावायचे. त्यात जसा भिकुदादा, रामभाऊ घडवे होता, तशी सुधीर मिरचीकर, बाबू आगाशेंसारखी तरुण पोरंही होती. शेवटी आपल्या हितसंबंधांना मोठी किंमत होती. त्याची जपणूक होणं आवश्यक होतं; तरीही माळ्यानं निळ्या रंगापासून स्वत:ला दूर ठेवलं होतं.

माळ्यानं यंदाही शिवजयंती धूमधडाक्यात साजरी करण्याचा निर्णय घेतला होता. गेल्या तीन-चार वर्षांपासून हा धडाका सुरूच होता. त्याला हिरव्या रंगाची फोडणी देण्यात येत होती; त्यामुळे भगवा रंग अधिकच गडद होत होता. ती वीज माळकऱ्यांच्या नसानसांत खेळायची. त्यात खाणावळीही आघाडीवर असायच्या. माळ्यात शिवजयंतीचा धूमधडाका झाला की, त्याचे गोडवे कोळीवाड्यातल्या भाजी मंडईपर्यंत गायले जायचे. ते काम खाणावळी इमाने इतबारे करायच्या. भाजी, अन्नधान्य, मसाले घेता घेता त्यांना कंठ फुटायचा. तेवढ्या मुदतीत आक्का, ताई करीत वाणी आणखी काही माल त्यांच्या गळ्यात मारायचा, तर भाजीवाल्याची थोडीफार कुजकट भाजीही गोड मानून घ्यावी लागायची. अनिता खाडेनं तर शिवजयंतीवाल्यांना स्पष्ट बजावलं होतं, 'आमच्याकडून वर्गणी घ्यायला आमची काहीच हरकत नाही. मात्र, जयंतीची चर्चा रंगली पाहिजे. ते ऐकून भाजी खरेदी करताना आमच्या अंगावर मूठभर मांस चढलं पाहिजे!' अर्थात अनिताचं बोलणं पोरांनी मनावर घेतलं नव्हतं. कारण अनिताचं पाऊल कोळीवाड्यापर्यंतच सीमित असल्याचं संपूर्ण माळा जाणत होता!

माळ्यात शिवजयंतीच्या वर्गणीचा रुपया गरगरा फिरायचा. वर्गणीबरोबरच प्रत्येक खाणावळीकडे पन्नास पावतीचं किमान एक पुस्तक तरी सुपूर्द केलं जायचं. पावत्या खपवणं ही खाणावळींसाठी तशी खूपशी अवघड बाब होती, अशातला भाग नव्हे! एखाद-दुसरा डगमगला, तरी इतर जेवणारे मनापासून साथ द्यायचे.

काहीजण तर आपल्या आक्कासाठी अनेक पावत्यांचा भार खांद्यावर घ्यायला तयार असायचे.

अनिता खाडेनं शिवजयंती धूमधडाक्यात साजरी करण्यास सांगितलं असलं तरी तिचा नवरा सुदाम खाडेचं तसं नव्हतं. माळ्यात त्याची ओळख म्हणजे एक बेभरवशाचा माणूस अशीच होती. तो कधी, कसा वागेल हे सांगता यायचं नाही. शिवजयंतीची वर्गणी देताना यंदा तर त्यानं चक्क पाचशे रुपयांची नोट काढली व वर्गणी घेणाऱ्यांना विचारलं, ''ही वर्गणी फक्त औंदासाठी की पुढच्या वर्षाची धरून?''

''तुझ्यासारख्या कुक्कुल्या बाळाचा पुढे भलादांडगा एरंड झाला! शिवजयंतीचंही [illegible] आहे!'' बंडू [illegible] त्याला [illegible] हाणला. बंडूच्या कॉमेंटवर सुदाम पिसाटला, तरी वर्गणी गोळा करणारी पोरं मात्र खळखळून हसली.

बिल्लू बादशहाच्या घरातली तऱ्हाच काही वेगळी होती. तिथं पोरं वर्गणी घ्यायला गेली तर बिल्लू आपला गाल चोळत बसला होता! पोरांना पाहून आपल्या गालावरचा हात अधिक घट्ट करीत तो पटकन उठला व आत जाऊ लागला. मात्र काहीतरी करपल्याचा वास लागलेल्या पोरांनी त्याला चटकन अडवलं. त्याला मध्ये घेतलं. त्याच्या गालावरचा हात काढला. गालावर पाच बोटं उठली होती! त्याच्या डोळ्यांतही पुसटसे पाण्याचे थेंब दिसत होते.

''काय रेऽ, बायकोनं ठोकला की काय?'' राजा जायकरानं विचारलं.

बिल्लू मुका झाला. त्याच्या गालाकडे पाहात बंडू गालातल्या गालात हसत होता. बिल्लूचं अन् त्याच्या बायकोचं पटत नाही, हे साऱ्या माळ्याला माहीत होतं. मात्र, नौबत इथंपर्यंत पोहोचली असेल, असं पोरांना वाटलं नव्हतं. बिल्लूची बायको सुगंधा बाहेर आली. तिनं वर्गणी दिली. पोरांचा निरुपाय झाला. ते बिल्लूकडे पाहात पाहात बाहेर पडले.

पोरांनी माळ्याच्या प्रभावाखाली असलेल्या दुकानदारांकडून वसुली केली. आजूबाजूच्या, गल्लीतल्या इतर दुकानदारांनीही हातभार लावला. मात्र, पोरांच्या रोखठोक अवास्तव मागणीला वाटाण्याच्या अक्षता लावत, दादा-अप्पा करीत किती वर्गणी द्यायची हा आपला हक्क त्यांनी अबाधित ठेवला! त्यांना माळ्यातल्या शिवजयंतीबरोबरच इतर ठिकाणच्या महाराजांनाही कुर्निसात घालायचा होता! तसे कपडाच नव्हे; तर इतर धंदेवालेही कोणत्याही वर्गणीला, मदतीला नाही म्हणायचे नाहीत. फूल ना फुलाची पाकळी समोर धरायचेच. नाहीतर भारत बंद, मुंबई बंद, दंगलीसारख्या घटनांत नासधूस, जाळपोळ, लुटालूट... ही भीती त्यांच्याही मनात घर करून असायची! ते कोण करतं किंवा कोणी केलं, हे प्रश्न गुलदस्त्यातच राहायचे. राहायला कांदिवली, बोरिवली, मुलुंड घाटकोपरसारख्या उपनगरांत असल्यानं कुणाच्या नावाचा डंका वाजवूनही जमायचं नाही. बायको-पोरं वनवासी होण्याची

भीती अस्वस्थ करायची. शिवाय अशा घटनेनंतर रक्षणकर्ता पोलीस येईपर्यंत आग विझलेली असायची. तरी बरं पंचनाम्यासाठी कागद पोलिसांकडचेच असायचे! विमा, शासकीय कचेऱ्या यांच्या वाऱ्या सुरू व्हायच्या. जास्तीतजास्त माल दोन नंबरचा. त्यासाठी भिवंडीपासून इचलकरंजीपर्यंत अनेक नावं घेतली जायची. कंपनीचे शिक्के मात्र पक्के असायचे! अशावेळी सिद्ध करणं अवघड व्हायचं. चारचौघा बापय माणसांत उभं राहून प्रसवाच्या कळा सोसणाऱ्या पहिलटकरणीसारखी त्यांची अवस्था व्हायची. कोणतेही कागद रंगवायचे तर कागदावरचं वजन भारी असायचं.

जमलेली सर्व रक्कम जयंती कमिटीकडे जमा व्हायची. जमलेल्या रकमेच्या हिशेबानं कार्यक्रमाची आखणी व्हायची. भपकेबाज दिवे पेटायचे विशाल स्टेज तयार व्हायचं. त्यासाठी स्पॉन्सरिंगचा फंडा अमलात यायचा. कार्यक्रमासाठी चांगला-चुंगला नावाजलेला पुढारी मिळायचा. जाळाभोवती फिरणाऱ्या पतंगासारखी पोरं त्याच्याभोवती घिरट्या घालायची. त्यातूनच अनेकदा पुढची लगट साधली जायची.

माळ्यावरची, गल्लीतली, व्यापाऱ्यांजवळची वसुली जवळजवळ झाली होती. आमदार, खासदार, नगरसेवक, होलसेलर यांच्यासारख्या बड्या धेंडांनीही आपल्या मगदुराप्रमाणे हातभार लावला होता. आता बोळाच्या तोंडाला उभं राहून आत येणारे; मग ते जेवणारे असतील किंवा अन्य कुणी, त्यांच्याकडून वर्गणी घ्यायची बाकी होती. त्यासाठी दुसऱ्या दिवशी सकाळी यायचं ठरलं. अन् पोरं आपापल्या घराकडे, कामाच्या ठिकाणी पांगली.

माळ्यातली पोरं, पिकलेली थोरं सोडली, तर तसा माळकऱ्यांना शिवजयंती काय किंवा गणपती काय त्यात विशेष इंटरेस्ट नसायचा. रात्रीचं जेवण करून जेवणारे गेले की खाणावळ्या, खाणावळे आपल्या हातावर पाणी पाडून घ्यायचे. घाई-गडबडीत भांडी-कुंडी व्हायची. झाकाडाळ केली जायची. अन् गल्लीत होणाऱ्या प्रोजेक्टरवरच्या चित्रपटाला मात्र न चुकता हजेरी लावली जायची. त्यालाही आता टी. व्ही.वरच्या कार्यक्रमांची, व्हिडिओवरच्या सिनेमांची नजर लागली होती; त्यामुळे पूर्वी न चुकता चित्रपटाला हजेरी लावणाऱ्यातले काही जण-जणी आता गल्लीत उतरायचा कंटाळा करायचे. मात्र, अजूनही तशी त्यांची संख्या कमीच होती. गणपती, शिवजयंतीतलं खरं आकर्षण हे चित्रपटच असले, तरी शिवजयंतीपेक्षा गणपतीत भरपूर चित्रपट दाखवले जायचे! शिवजयंती ही एका दिवसाची तर गणपतराव दहा दिवस असल्याने हा भेद असावा! गल्लीतले चित्रपटही आजूबाजूच्या गल्ल्यांच्या ईर्षेनं आणले जायचे. सिनेमात अमिताभ बच्चन, विनोद खन्ना, श्रीदेवी, माधुरी दीक्षितचा भाव नेहमीच चढा असायचा. त्यानंतर ऋषी कपूर, धर्मेंद्र, जितेंद्र, जॅकी श्रॉफ, मीनाक्षी शेषाद्री आदींचा नंबर लागायचा. काहींना तर अगदी दिलीपकुमार, अशोककुमार, राज कपूरच्या जमान्यातही जायला आवडायचं. यातही स्पॉन्सरशिपचा किडा वळवळायचा; त्यामुळे माळकऱ्यांसाठी चांगल्या

चांगल्या चित्रपटांचा रतीब चालू राहायचा. गल्लीतल्या सार्वजनिक मंडळांबरोबरच अनेक इमारतीही स्वतःचे गणपती, शिवजयंतीचा कार्यक्रम साजरा करायचे. त्यांचे चित्रपटही गल्लीत वाजायचे. त्यालाही माळकरी हजेरी लावायचे. मात्र, उगीच तंटा नको म्हणून कोणत्या इमारतीनं कोणत्या दिवशी गल्लीत चित्रपट ठेवायचा, हेही इमारत कमिट्या एकत्र बसून ठरवायच्या. मात्र, गल्लीत ठेवले जाणारे जास्तीतजास्त चित्रपट हे स्पॉन्सरशिपचेच असायचे. त्याचा भार इमारतीतील मंडळांवर, कमिट्यांवर यायचा नाही. गल्लीत चित्रपट असेल व त्याच दिवशी माळ्यातल्या कमिट्यांना एखादा कार्यक्रम करायचा असेल, तर अशा वेळी त्याच इमारतीतील टेरेसवर तो कार्यक्रम रंगायचा. त्याला [illegible] वावडं नसायचं.

गल्लीत होणाऱ्या या चित्रपटांच्या माध्यमातून अनेक कोंडलेल्या जिवांना आपला श्वास मोकळा करायला मिळायचा. गल्लीत किंवा गच्चीवर एकदा सिनेमा सुरू झाला की, तो अर्ध्यात सोडून कुणी परतण्याची शक्यता नसायची. साहजिकच सिनेमाच्या निमित्ताने रिकाम्या झालेल्या खोलीत प्रेमिकांचा डाव सुरू व्हायचा! त्याला खाणावळी, खाणावळे, त्यांची पोरं-पोरी, शेजारी, शेजारीण, पाहुणे-रावळे असं वावडं नसायचं. प्रेमात बुडालेल्यांपैकी ज्याला ही संधी मिळेल ते हे अनमोल क्षण मनसोक्त उपभोगायचे! ज्यांना खोलीत शक्य नसायचं, ते संडास, संडासकडचा जिना किंवा वटनातील एखाद्या खांबाच्या आडोशानेही आपली मनशा पूर्ण करून घ्यायचे. मात्र, गच्ची किंवा टेरेसवर हे शक्य नसायचं. तेथे माळ्यातल्या कुणा ना कुणाचा राबता हा असायचाच. मुंबईमध्ये अशा कामासाठी टेरेस, गच्च्या बदनाम असल्या तरी चण्याच्या माळ्यासाठी मात्र गच्ची काय किंवा टेरेस काय, शुचिर्भूत होतं!

गल्लीत होणाऱ्या चित्रपटांची यादी गल्लीतल्या फळ्यावर लावली जायची. ज्या दिवशी जो चित्रपट असेल, त्या दिवसाच्या चित्रपटाचा एक वेगळा बोर्डही लागायचा! असे बोर्ड गल्लीत सर्रास असायचे. त्यापैकी एखाद्या चांगल्या, नवीन चित्रपटाला त्या गल्लीत गर्दी व्हायची. असे चित्रपट पाहायला आजूबाजूच्या गल्लीतील, पै-पाहुण्यांकडे आलेल्या देखण्या मुलीही यायच्या. त्यातलीच एखादी एखाद्याच्या मनात भरली असेल किंवा पाठीमागची काही खुन्नस काढायची असेल, तर चित्रपट सुरू असतानाच राडा व्हायचा. कुठूनतरी फेकलेली एखादी ट्यूब लाइट प्रेक्षकांमध्ये खळ्ळकन फुटायची. एखादं पटकन लाइट ऑफ करायचं व या पळापळी, दंग्यातच ती मुलगी उचलली जायची! एखाद्या घरात किंवा अंधाऱ्या जागेत... ती मुलगी व तो! मुलीत अनेकांचा इंटरेस्ट असेल तर त्या मुलीच्या होणाऱ्या हालाची कल्पनाच न केलेली बरी! अशी काही प्रकरणं मुंबईत घडली होती. घडत होती. एखादं चव्हाट्यावर यायचं, अनेकांच्या नशिबी तेही भाग्य नसायचं. म्हणूनच अशा कार्यक्रमाला मंडळाची मुलं खूपच दक्षता घ्यायची. कुठली

टारगट मुलं प्रेक्षकांत आहेत का, हे पाहून त्यांच्या हालचालींवर बारीक लक्ष ठेवलं जायचं. क्रिकेटच्या स्टंपपासून रामपुरी चाकूपर्यंत पोरांनी तयारी केलेली असायची. आपण राहात असलेल्या वस्तीच्या अब्रूचे धिंडवडे निघू नयेत, हा हेतू त्यापाठीमागे असायचा.

आज गल्लीत स्पीकरचा दंगा चालू होता. रस्त्यात मधोमध पडदा उभा राहिला होता. खाऊन-पिऊन टुमटुमीत झालेली पोरं, खाणावळ्या, खाणावळे, इतर हवशे-गवशे गल्लीत उतरत होते. आपल्यासाठी जागा निश्चित करीत होते. चित्रपट सुरू होईपर्यंत काही कामधाम नसल्यानं बोळाच्या तोंडाला हातगाडीवर बसून पोरांचा गप्पांचा फड रंगला होता. तितक्यात बोळातून तुरुतुरु चालत बिल्लू बादशहा आला. त्याला संतोष पिंपरकरानं हटकलं, ‘‘बिल्ल्या, इकडं ये लेका!’’

बिल्लू आला. पोरांनी त्याला बसायला जागा दिली.

‘‘काय रेऽ, तुला बायकोनं का ठोकलं?’’ सुधीर मिरचीकरनं मूळ मुद्द्यालाच हात घातला.

‘या हरामखोरांना हाच विषय हवा होता!’ बिल्लूनं त्यांना मनातल्या मनात शिवी दिली; पण आता तो पोरांच्यामध्ये चांगलाच अडकला होता. सुटका करून घेऊ म्हटलं तरी ती शक्यता कमीच होती. तो तेथून निघाला, तर त्यातलाच एखादा प्रेमानं त्याच्या कमरेला हात घालून, त्याला पाठीमागे खेचून ‘जाऊ दे रेऽऽ!’ म्हणण्याचं नाटक करणार होता!

‘‘तो आमचा घरगुती प्रश्न आहे!’’ बिल्लूला हा विषय इथंच संपवायचा होता.

‘‘बिल्लूशेठ, असे बरेच घरगुती प्रश्न आहेत; नाही का?’’ नंदू म्हणाला व फिदीफिदी हसू लागला. तो का हसतोय, हे कोडं पोरांना उलगडलं नाही.

‘‘झवन्याऽ, काय सांगायचं ते नीट सांग की!’’ सुधीर मिरचीकर चिरकांडीवर आला.

‘‘थांबा, मी सांगतो,’’ बंडूनं विषयावर मध्येच हात मारला. इतका चांगला विषय हातचा गेल्यानं नंदूच्या तोंडावरची रया गेली. त्याचं मन भिंतीवरच्या पालीसारखं कचकचलं. बंडानं बिल्लूवर नजर टाकली. चाबकाचा फटका बसलेल्या बैलासारखी बिल्लूची काया थरथरली.

‘‘अरे, बाईसाहेब काय नुसती हेच्या थोबाडीतच देत नाहीत! ह्येच्याकडनं डोकं, पाय दाबून घेतात. अन् बाईसाहेबांना याच्याकडून आपल्या अंगाला मालीश करून घेताना पाहणं म्हणजे..! अहाऽऽ!’’ बंडानं बिल्लूची अब्रू फुटपाथच्या चव्हाट्यावर मांडली.

‘‘अरे, इतकंच नाही. मी तिला अंघोळ करताना बघितली. किती गरगरीत! तिच्या अंगावर साबण आहे की हिमालयातला बर्फ हेच कळत नव्हतं! अन् तिचं अंग चोळणारा बिल्लूचा हात म्हणजे बर्फातनं डोकं वर काढलेला दगडच!’’ नंदूनं पटकन मध्ये तोंड घातलं.

पोरं ‘खो खो’ हसली.

“आयला, तिला मालीशची इतकी आवड असेल तर मी लई भारी मालीश करतो!” सुधीर मिरचीकर एकदम खूश झाला.

“अरे, म्हणजे हा बायल्या आहे, असं म्हणायचं आहे की काय?” संतोष पिंपरकरनं बिल्लूला चिमटा काढला.

“त्यात काही शंका आहे!” बंडू व नंदू एकदमच म्हणाले.

सर्जा घोडगावकर, भागू रोंगे, राजा जायकर यांनी बिल्लूला गच्च पकडून ठेवलं होतं; त्यामुळे धडपड करूनही त्याला सुटता येत नव्हतं. त्याच्या डोळ्यांच्या कडा पाझरू लागलं. पोरांनी त्याला सोडलं. तो डोळे पुसू लागला. पोरांनी सांगितलेलं काहीही खोटं नव्हतं. मात्र, हे करताना आपण दारं-खिडक्या बंद करीत होतो. तरीही या कार्ट्यांना हे कुठून कळलं? डोळ्यांतल्या पाण्याबरोबर त्याचं मनही गळू लागलं! बरं, या हरामखोरांनी पाहिलं ते पाहिलं निदान स्वत:पुरतं तरी ठेवायचं नाही का? की त्याचा असा चारचौघात बाजार मांडायचा? बिल्लूचं मन आक्रंदू लागलं.

“हलकट, निर्लज्ज सालेऽऽ!” बिल्लूनं शिवी हासडली व तो डोळ्यांचं पाणी पुशीत बोळातून माळ्याकडे धावला.

“मग कवा येऊ मालीश करायला?” पाठीमागून मिरचीकराच्या सुधीरनं आवाज दिला. पोरांनी एकदम दंगा केला. सुधीरचा आवाज बिल्लूचा पाठलाग करू लागला.

‘क्या खूब लगती हो...!’ हे स्पीकरवर सुरू असलेलं गाणं बंद झालं. गल्लीत बसलेल्या पोरांची, आयाबायांची, बापयगड्यांची कलकल थांबली. माईकमधून धीरगंभीर आवाज आला. ‘चण्याच्या माळ्यातले ज्येष्ठ नागरिक भिकुदादा यांच्या वतीनं आज आमीर खान व माधुरी दीक्षितच्या अभिनयानं नटलेला सदाबहार ‘दिल’ हा चित्रपट दाखवण्यात येत आहे!’

पडद्यावर मुख्य चित्रपटापूर्वी दाखवण्यात येणारं भारतीय समाचार चित्र पळू लागलं. ज्यांना चित्रपट पाहण्यात दिलचस्पी होती, ती पोरं थांबली. ज्यांना अन्यत्र जायचं होतं, ते तिकडे पळाले. इतरांनी मात्र आपल्या खोलीची वाट धरली.

१३

ठरल्यानुसार सकाळी सात वाजताच पोरांची एक तुकडी बोळाच्या तोंडाशी आली. नंदू पालकरनं पैशाची पेटी सांभाळली होती. त्यानं बाजूच्या बाजल्यावर बैठक मारली. त्याच्या शेजारी गजा जायकर, किशोर चापेकर बसला. त्यांच्या हातात

वर्गणीचं पावतीपुस्तक होतं, तर सर्जा घोडगावकर व बंडू निकम बोळाच्या तोंडाशी उभे राहिले. त्यांच्याबरोबर संज्या नार्वेकरही उभा होता. इतर पोरं आजूबाजूला रेंगाळत होती. अनुभवी, ज्येष्ठ म्हणून सुधीर मिरचीकर व संतोष पिंपरकरही आले होते. जेवणारे खाणावळीतही पावत्या फाडत असल्यानं त्यांच्याकडून किमान वीस रुपये वसूल करायचं ठरलं होतं. त्यातूनही कुणी अधिक रक्कम दिली तर ती हवीच असायची. उलट अशी रक्कम दिली जावी असा अलिखित नियमच असायचा!

विजय फुलकर व चांगदेव राडकर हे माळ्यातून बाहेर येत होते. त्यांच्या हातात जाडजूड पुस्तकं होती. ते पोरांजवळ आले. हसले.

"हे बघाऽऽ! दोन दोन विवेकानंद आले!" सर्जा घोडगावकरानं त्यांना चिमटलं.

विजय, चांगदेव परत हसले.

"का रेऽ, तुम्हाला शिवजयंती नाही का?" सुधीरनं विचारलं.

"येतो परत. तोवर तुमचं चालू द्या!" विजय म्हणाला. परत हसला व दोघेही शांतपणे पुढे निघाले.

"लेकाचे कसला अभ्यास करत्यात कुणास ठावं! बघील तवा पुस्तकं न् हे!" किशोर चाफेकर उसानला. तसा विजय हा किशोरचा सख्खा मावसभाऊ होता. तरी त्याचा आपल्या भावाच्या अभ्यासगिरीवर विश्वास नव्हता.

"कसला अभ्यास आलाय! सुक्काळीचे अभ्यासाच्या नावाखाली एखाद्या कार्टीला घिऊन बागेत जात असतील," गजा जायकरानं आपला अंदाज व्यक्त केला. इतर पोरांनीही त्याला संमती दिली.

सकाळचं म्युनिसिपालिटीच्या नळाचं पाणी गेलं होतं. आजूबाजूच्या बिल्डिंगमध्ये पाणी भरायला गेलेली उरलीसुरली पोरं खांद्यावर घागरी वागवीत लपाक, लपाक करीत येत होती. खांद्यावरची घागर सांभाळीत बोळाच्या तोंडाशी थांबत होती. बोळाच्या तोंडाशी उभा राहिलेल्या पोरांकडे तोंड वर करून पाहात होती. तोपर्यंत खांद्यावरची घागर थोडीशी का होईना; घसरत होती. ती वर ओढताना घागरीला गचका मारावा लागत होता. घागर वर येत होती. मात्र, घागरीतून हिंदकाळलेल्या पाण्याची धार पाठीच्या मणक्यावरून खाली उतरत होती. पाणी खाली चड्डीत घुसत होतं. पाणी घुसल्यानं पोरगं लसत होतं! 'आरं तिच्या आयला!' त्याच्या तोंडातून शब्दाची चूळ बाहेर पडत होती. मग मात्र पोरगं घागर सांभाळीत बोळातून पुढे पळत होतं.

"ए मामाऽ, थांबा." सर्जानं हात पुढे केला.

"का?" खांद्यावरचा टॉवेल ठाकठीक करीत त्या मामानं विचारलं.

"शिवजयंतीची वर्गणी! किती देताय बोलाऽ! पन्नास, शंभर रुपयेऽऽऽ!" बंडूनं बोलणं पुढे दामटलं.

"मी माझ्या माळ्यात वर्गणी दिलीय!" मामानं ओठावर दोन बोटं ठेवून बाजूच्या गटारात तंबाखूची पिचकारी टाकली व खांद्यावरच्या लाल टॉवेलला बोटं पुसली.

"झोपायला तिकडं; पण जेवायला हिकडं हाय नव्हंऽ!" सर्जा हसला.

"पऽऽर!"

"परबीर काही नाही. तिकडची माहेरची अन् ही सासरची जयंती समजा!" सर्जानं फोडणी दिली. पोरं हसली. मामाही हसला. त्यानं बंडीच्या खिशात हात घातला. चंची बाहेर काढली. त्यातले वीस रुपये पोरांच्या हातावर टेकवले.

"लाभ!" नंदूनं दहा-दहा रुपयांच्या दोन नोटा हातात घेतल्या व पैशाच्या छोट्या पेटीत टाकल्या.

नंदूनं मामाच्या चंचीत डोकावून पाहिलं. त्यातलं खाऊचं एक पान उचललं. "मामा, कात कुठाय?"

मामानं कात काढून नंदूच्या हातावर ठेवला.

"मामा, नाव सांगा नावऽ! मात्र लग्नातल्यासारखं उखाण्यात नको!" किशोरनं मामाला चिमटलं. मामाही इरसाल निघाला. तो म्हणाला, "तसा विचार असेल तर माझी हरकत नाही!" पोरं हसली. मामानं नाव सांगितलं. मामाच्या हातात पावती पडली. तो शांतपणे माळ्याकडे निघाला.

सकाळची वेळ. तसं पाहायला गेलं, तर सकाळी जेवणाऱ्यांचा माळ्यातला राबता तसा कमीच. जास्तीतजास्त डबेच जायचे. मात्र, सकाळी येणारा संध्याकाळी येईलच याची खात्री नसायची! त्यामुळे सकाळची वेळही सांभाळणं महत्त्वाचं होतं. वर्गणी संथ गतीनं वाढत होती. सकाळच्या कामातून बरीच पोरं रिकामी झाली होती. त्यांनी बोळाच्या तोंडाला गर्दी केली होती. त्यांच्या टिवल्या-बावल्या चालल्या होत्या. वर्गणीदारही नटरंगी भेटत होते. कधी थोडाबहुत वितंडवादही होत होता. मात्र, नुसत्याच धुमसणाऱ्या आगीसारखा तो आपोआप थंडही होत होता. वसुलीदारांना कंटाळा येत नव्हता. शब्द तेच, रक्कमही तीच. जेवणारा दिसला की, जीभ साणशीवर घासलेल्या विळीसारखी चरचरत होती. सपासप चालत होती.

"कसली वर्गणी?" काळ्या पॅण्टवर पांढरा शर्ट इन केलेला एक चाळिशीतला गृहस्थ मोठ्या ऐटीत विचारीत होता.

"शिवजयंतीची!"

"जयंती माळ्याची. त्याच्याशी आमचा काय संबंध? व्हऽ तर माळ्यानं स्व:खर्चानं ती साजरी करावी!" तो सणकन तापला. त्याची धग पोरांना लागली. ते कुतूहलानं त्याचा चेहरा न्याहाळू लागले.

"बहुतेक बिल्लू बादशहाचा जेवणारा दिसतो!" गजा जायकर कानिफजवळ कुजबुजला.

“त्येच्या मायला! हे दीडदमडीचे बिल्ल्याचे जेवणारे. कुठंतरी एखाद्या शेठकडे दिवानजी नाहीतर सेल्समन भडवे; पण रुबाब किती?” कानिफ उसानला. त्यानं आपल्या उजव्या मांडीवरचे उजव्या हाताचे वजन वाढवून पांगळा पाय पुढे टाकला. तो त्या गृहस्थाजवळ आला. त्यानं त्याला ठणकावलं, “अऽ महाशय, वर्गणी द्यायची अन् मगच पुढे पाय टाकायचा.”

“हा काय नगरपालिकेचा नाकाटोल आहे, जो दिलाच पाहिजे?” त्या गृहस्थानं हातातली बॅग सांभाळत विचारलं.

“नाकाटोल नसला तरी शिवजयंतीचा बोल आहे हा! नुसतं पाऊल तरी पुढं पडू देऽऽ!” गंभीर मिरचीकरनं आवाज दिला

“टाक, टाक, तू नुसतं पाऊल तरी पुढे टाक!” पोरांनी एकदम दंगा केला.

तो गृहस्थ भांबावला. काय करायचं? त्यानं झटकन बॅग उघडली. त्यातून दहा रुपयाची नोट काढून कानिफच्या अंगावर फेकली व तो तडक बोळात चालू लागला. पोरांचं पित्त खवळलं. सर्जानं पुढे झेप घेतली. मागून त्या गृहस्थाची कॉलर पकडून त्याला पाठीमागं खेचलं. तो गर्रकन वळला.

“भडव्याऽ, आम्ही काय भिकारी आहे, होय रेऽ?” सर्जानं त्याच्या पोटात एक गुद्दा ठेवून दिला. साखरेच्या दाण्यांना चिकटलेल्या मुंग्यांसारखी पोरं त्याच्यावर तुटून पडली.

“आरं थांबा, थांबाऽऽ! लेकहोऽ, तो मरल-बिरंल!” संतोष पिंपरकर पुढे झाला. त्यानं पोरांना बाजूला केलं.

करकरणारी हाडं, हातातली बॅग सांभाळत तो गृहस्थ उठला. बोळात गटाराचं घाण पाणी वर आलं होतं. त्या पाण्यातच तो पडला होता. त्याचं अंग घाणीनं भरलं होतं. अंगावरचा शर्टही जागोजागी फाटला होता.

“पोलीसऽऽ!” तो ओरडला.

“तू नुसता पोलिसांकडे जा तरी! तुझी सांध्यातनं हाडं काढून त्याचा गिल्ली-दांडूच करतो!” नंदूनं तंबी दिली.

“अरेऽ, जाऊ दे गेला तरऽ! सांगू, आमच्या गल्लीत बाईची छेड काढीत हुता म्हणून पब्लिकनंच त्याला ठोकलं!” मिरचीकरनं उपाय सुचवला.

जेवणाऱ्यानं केविलवाण्या नजरेनं मिरचीकराकडे पाहिलं. कानिफनं एका पायावर ताठ होत त्याच्या खिशात नोट कोंबली. त्याच्या एक कानफटात ठेवून दिली. अन् तो म्हणाला, “तुला आजपासून माळा बंद. इथलं जेवण बंद व परत जर तू इथं दिसलास तर गिल्ली-दांडूच!”

कानिफचे बोल त्या गृहस्थाच्या कानातून काळजात उतरले. पोरांच्या हसण्यानं त्यावर लिंपण घातलं.

दहाचा सुमार झाला होता. कपडा मार्केट, गल्ली, आजूबाजूची दुकानं हळूहळू श्वास घेऊ लागली होती. जेवायला येणाऱ्यांची संख्याही रोडावली होती. त्यातच एक-एका जेवणाऱ्याकडे चार-सहा डबे असायचे. डब्याचा मालक कुठंतरी कामावर असायचा. मग त्याचा सहकारी किंवा त्याच्या खोलीतला एखादा पोरगा डबा न्यायला यायचा. ही जणू वहिवाटच होती. साहजिकच डबेवाल्यांची वर्गणी कोणी द्यायची, हा प्रश्न होताच. जास्तीतजास्त जेवणाऱ्यांना गाठायचं तर रात्रच ठीक होती. त्यावेळी जेवणारे आण्टीच्या अड्ड्यावर दोन-दोन कप झोकून, कामाचा थकवा-शिणवा ग्लासात ओतून डुलत डुलत यायचे! सुधीर मिरचीकरालाही कपड्याची गाडी उभी करायची होती. धंद्याला उभा राहिल्याशिवाय पोट भरणार नव्हतं! तर संतोष पिंपरकरला ऑफिसला जायचं होतं. बंडू, सर्जा, किशोर आदी पोरांनी अंघोळ केली असली, तरी पोरांतले काही नग अजून बिनअंघोळीचे होते. त्यांना घरात जाऊन पाणी अंगावर घ्यायचं होतं. त्यातलीच काही पोरं गाडीवर तर काही मार्केटमध्येही काम करीत होती.

"बंडू, चल बाकीच्यांची वर्गणी रात्रीच बघू," सुधीरनं सांगितलं.

"खाणावळींकडून जेवणाऱ्यांची यादी घेतली तर...!"

"त्या बऱ्या देतील? यादी दिली तर त्यांच्याकडे जेवणारे किती आहेत, हे लोकांना कळणार नाही का? मग त्यांचा महिन्याचा इन्कम किती आहे, याची गणितंही आपण मांडणार!" गजा जायकरनं वस्तुस्थिती सांगितली.

शेवटी खाणावळ्यांकडे असलेल्या पावत्या रकमेसह रात्री जमा करायचं ठरलं. त्या मोहिमेवर सुधीर मिरचीकर, संतोष पिंपरकर यांची नियुक्ती झाली. शिवाय आतासारखंच रात्रीही बोळाच्या तोंडाला उभा राहायचा निर्णयही झाला. सुधीरनं जमा झालेली रक्कम व राहिलेल्या पावत्या आपल्या ताब्यात घेतल्या. सकाळपासून वर्गणी वसूल करणारी पोरं बाजूच्या खोक्यावरचा चहा प्यायली होती. पोरांनी चंबुगबाळं आवरल्याचं पाहून चहावाला चहाच्या उधारीचं बिल घेऊन आला.

"कारं लेकाऽ, तुला शिवजयंती न्हाय व्हयऽ?" कानिफनं विचारलं.

"त्यासाठी वर्गणी दिलीय. आता पोटाचं बघायचं!" चहावाला साळसूदपणे हसला.

सुधीरनं त्याची उधारी भागवली. त्याची नोंद आपल्याजवळच्या वहीत केली. शिवाय चहावाल्याकडे आजपासून नवीन चहाचं खातंही उघडलं. त्याचं नाव 'माळ्याची शिवजयंती' असं ठेवण्यात आलं. चहाचा बडेजाव सांभाळण्यासाठी त्याला चारजणांची नावं देण्यात आली. त्यांच्या आदेशाशिवाय चहा न देण्याचं, शिवाय चहा घ्यायला येणाऱ्या पोराच्या नावासह सही घेण्याचं फर्मानही काढण्यात आलं. अन्यथा उधारीचं बिल मिळणार नाही, ही तंबी होतीच!

शिवजयंतीच्या मोसमात माळ्यातली किमान तीन-चार पोरं किल्ले पर्यटनासाठी प्रतापगड, जंजिरा, विशाळगड, तेरेखोल किंवा अशाच एखाद्या भागात जायची. कधी हौसेनं तर कधी भांडत-झगडत खाणावळी त्यांना पैसे द्यायच्या. शिवजयंतीच्या नावाखाली पोरांना तेवढीच मौजमजा करायला मिळायची! पंढरीच्या वारीप्रमाणं ही वारी ठरलेली असायची. शाळा, कॉलेज बंद असल्यानं त्यासाठी पोरांचा तुटवडा भासायचा नाही. लग्न झालेली, प्रपंचात अडकलेली पोरं मात्र हे ना ते कारण पुढे करून दांडी मारायची!

माळ्याच्या पूर्वेकडची बाजू (विंग) मध्यभागी चौथ्या मजल्यापर्यंत होती. माळ्याच्या पुढे जी मोकळी जागा होती, त्या ठिकाणी माळ्याच्या मालकाचा दुसरी इमारत बांधण्याचा मनसुबा होता, हे त्यानं त्या मोकळ्या जागेत बांधलेल्या तळमजली इमारतीवरून दिसून आलं होतं; पण पुढे ते काम थांबलं होतं. मात्र, माळ्याच्या दक्षिण व उत्तर दिशांच्या पुढे आलेल्या बाजूंमुळे (विंग) माळ्याच्या इमारतीला देखणेपण आलं होतं. माळ्याच्या मध्ये चौक होता. त्याच्या चारही बाजूंनी बांधकाम असल्याने सकाळी व संध्याकाळी चौकात कसं तिन्हीसांज झाल्यासारखं वाटायचं. तिसऱ्या मजल्यापर्यंत वापरात असलेल्या पूर्वेकडच्या विंगेचा शेवटचा स्लॅब चौथ्या मजल्याच्या दाढवानाला लागून तिथं टेरेस तयार झालं होतं. मात्र, माळकरी या जागेला गच्ची म्हणायचे! गच्चीत जाण्यासाठी कांचन फुलकरनीच्या घरासमोरच्या वटनातून जावं लागायचं. एखाद्याच्या बारशाचा, वाढदिवसाचा चित्रपट अनेकदा इथंच दाखवला जायचा. शिवजयंती, गणपतीत बहुतांश चित्रपट जरी गल्लीत दाखवले जात असले, तरी या गच्चीत शिवजयंतीचं स्टेज उभं राहायचं. ते यंदाही तसंच उभं राहिलं. स्टेजवर छोटं टेबल, टेबलावर रंगीत कापड व त्यावर साधारणत: अडीच-तीन फुटांचा महाराजांचा पुतळा! पुतळ्याच्या गळ्यात चंदनहार व फुलांचा हार घालण्यात आला होता. स्टेजवर गणपतीपासून विविध समारंभांपर्यंत उपयोगात येणारे पडदे लावण्यात आले होते. स्टेजसमोर भाड्यानं आणलेल्या विविध झाडांच्या कुंड्या ठेवण्यात आल्या होत्या. गच्चीत सर्वत्र भगवे झेंडे डौलानं फडकत होते.

यंदाच्या शिवजयंतीचं वेगळेपण म्हणजे माळ्यातल्या पोरांनी प्रत्यक्ष शिवशाहीच उभी करायचा बांधलेला चंग. माळकऱ्यांनीही त्याला दाद दिली होती. त्यासाठी 'झकपक' ड्रेसवाल्याला गाठण्यात आलं होतं. शिवाजी महाराज, मावळे यांचे पोशाख घालून, हातात भाले, ढाली, तलवारी पकडून पोरांनी अनेक वेळा तालमी केल्या होत्या. बेंबीच्या देठावर ताण देऊन अनेकांनी तुतारीही फुंकली होती.

स्पीकरचा ठेका सालाबादप्रमाणं प्रदीप कानकरकडेच होता. स्पीकरचा एक डेक जिन्याजवळ, तर दुसरा गच्चीत ठेवण्यात आला होता. स्पीकर टेस्टिंगसाठी चार

गाणी वाजवण्यात आली होती. सातव्या मजल्यापासून पहिल्या मजल्यापर्यंत बैदुलाचा आकार असलेल्या छोट्या बलांच्या माळा सोडण्यात आल्या होत्या. त्यांचीही झाकझूक होऊन टेस्टिंग झालं होतं. स्थानिक आमदार, नगरसेवक, शाखाप्रमुख आदी प्रतिष्ठित मंडळी येणार असल्यानं त्यांच्यासाठी खुर्च्या, मोकळ्या जागेत पसरण्यासाठी ताडपत्री मागवण्यात आली होती. पाहुण्यांच्या नाष्ट्यासाठी चिवडा, वेफरची पाकिटं, थम्स-अप, गोल्ड स्पॉटच्या बाटल्या खरेदी करण्यात आल्या होत्या; पण माळ्यात कुणाकडेच फ्रीज नसल्याने त्या दुकानातच ठेवण्यात आल्या होत्या. त्या दुसऱ्या दिवशी आणण्यात येणार होत्या! स्टेजवर बांधण्यात आलेल्या फुलांचा सुगंध सर्वत्र पसरला होता.

कधी शाहिरी गाणं तर कधी महाराष्ट्राची लोकधारा असं करीत माळ्याचं मराठमोळं सांस्कृतिक प्रेम जागं होतं. यंदा शिवजयंतीनिमित्त चार चित्रपट होणार होते. त्यामध्ये दोन हिंदी व दोन मराठी अशी वाटणी झाली होती. हिंदीमध्ये अमिताभ बच्चन, शाहरुख खाननं बाजी मारली होती. तर मराठीमध्ये अशोक सराफ, अलका कुबल यांचे चित्रपट निश्चित झाले होते. त्याची ऑर्डर संतोष पिंपरकर, नंदू पालकर व बंडू निकमानं दिली होती. हे चित्रपट बुक करतानाच त्यांनी त्या सिनेमावाल्याला सिनेमाची प्रिंट, मशीन चांगली वापरण्याबाबत तीन-तीनदा ताकीद दिली होती! माळ्यात टी. व्ही.चं आक्रमण झालं असलं, तरी गल्लीत दाखवण्यात येणाऱ्या चित्रपटांची क्रेझही अजून टिकून होती. अनेक माळकरी तितक्याच अभिरुचीनं त्याचाही आस्वाद घ्यायचे. त्यांच्या दृष्टीनं गल्लीत चित्रपट पाहणं म्हणजे थिएटरमध्ये बसून चित्रपट पाहण्यासारखंच होतं.

उद्या शिवजयंती. गच्चीत माळकऱ्यांची अखेरची बैठक भरली. प्रत्येकाच्या कामाचं मूल्यमापन होऊ लागलं. योग्य वेळेत अपेक्षित काम पार पडत असल्यानं प्रत्येकाच्या चेहऱ्यावर समाधान होतं. पाहुण्यांचं स्वागत ही बाब तशी माळ्यासाठी नवीन नव्हती. महाराजांना ओवाळण्याचं काम माळ्यातल्या भगिनी मंडळावर सोपवण्यात आलं होतं. त्या सकाळ व संध्याकाळी महाराजांच्या पुतळ्याची ओवाळणी करणार होत्या. गेल्या अनेक वर्षांपासून तो परिपाठ सुरू होता. मात्र, यंदा एक नवीनच त्रांगडं उभं राहिलं होतं. पोरांनी यंदा छत्रपती शिवाजी महाराज, मावळे यांचे ड्रेस आणले होते. त्यांना ती वेशभूषा करून माळ्यातून महाराजांच्या पुतळ्याची मिरवणूक काढायची होती!

"माळ्यात पुतळ्याची मिरवणूक काढणं शक्य होणार नाही," संतोष पिंपरकरनं आपलं मत मांडलं.

"का नाही?" होणारे मावळे व शिवाजी महाराजांच्या तळपायाची आग मस्तकाला गेली.

“साधं कारण; आपल्या इमारतीच्या वटनातून फक्त एक माणूस सरळ चालू शकतो. त्याला बाजू देताना समोरून आलेल्याला भिंतीशी किंवा गॅलरीच्या कठड्याशी टेकून उभं राहावं लागतं. शिवाय खाणावळींनी वटनात जागोजाग ठेवलेल्या फुटक्या फरशांपासून तुटक्या चपलापर्यंतचं सामान ही मोठीच अडचण ठरणार आहे! त्यातून पुतळ्याची मिरवणूक कशी काढणार?” संतोषच्या स्पष्टीकरणानं बैठकीचा नूरच बदलला.

नाहीतरी संतोषचं म्हणणं तरी कुठं खोटं होतं? एकतर प्रत्येक खोली ही जेमतेम कोंबड्याच्या खुराड्यासारखी. तिथं हे बाहेरचं सामान आत कुठं ठेवणार? मग आतल्या माणसांनं काय करायचं? त्यांना कुठे ठेवायचं? बरं, काही कालावधीसाठी सामानाचा बंदोबस्त केला तरी वटनातून पुतळ्याची मिरवणूक कशी निघणार? तो का गणपतीसारखा डोक्यावर घेता येणार आहे? मावळे त्यांचे भाले, ढाली, तलवारी घेऊन कसे चालणार? प्रभात फेरीसारखी सिंगल लाइन करावी तर माळकरी त्यांना पाहणार तरी कसं?

“मग काय करायचं?” राजा जायकरनं विचारलं.

“शिवाजी महाराज, मावळे उभेच करायचे नाहीत,” दिलीप चाफेकरानं फोडणी टाकली.

“तुला काय पिसाळलेलं कुत्रं चावलंय का? इतका खर्च केला तो कशासाठी?” राजा जायकर खवळला. उद्याचे मावळे, शिवाजी महाराज दिलीपकडे डोळे फाडून बघू लागले.

“तुला काही सुचतंय का पाहा ना?” भिकुदादानं भागू रोंगेला विचारलं.

“तुम्हाला माझा सल्ला आवडणार असेल तर सांगतो,” भागू मूळ मुद्द्यावर आला.

“सांग तरी...” तिघा-चौघांनी एकदमच विचारलं. होणारे शिवाजी महाराज, मावळ्यांना चैन पडला नाही.

“पुतळा जिथं बसवलाय तिथंच तो राहू दे. माळ्यात येणाऱ्या पाहुण्यांचं स्वागत करणं, त्यांना पुतळ्यापर्यंत घेऊन जाणं, त्यांना नाष्टा-पाणी देणं ही कामं मावळ्यांवर सोपवू.”

“अन् आपण काय करायचं? शिवाजी महाराजांचं काय करायचं?” संतोष चिरकांडीवर आला. त्यानं आपला मोबाइल समोर धरला व ओठ आवळून उगाचच त्याची बटनं दाबू लागला. बैठकीतल्या काहीजणांनी मान उंचावून त्याचा मोबाइल पाहून घेतला.

त्याच्याकडे पाहात भागू आपल्या गुलछबू मिशीत हसला, “मावळ्यांबरोबर आपण आहोतच की. तासाभराचं तर काम; राहू मिळून-मिसळून. शिवाजी महाराजांचं म्हणाल तर त्यांना एक छानशी खुर्ची देऊ. बसतील ते आलेल्या पाहुण्यांशी

माळ्यातल्या तोकड्या जागेची चर्चा करीत, नाहीतर मराठी राजकारणाचा फड रंगवीत!''

भागूचा तोडगा ऐकून सर्वजण गप्प झाले. वास्तविक हा विचार कार्यक्रमाची रूपरेषा करतानाच व्हायला पाहिजे होता, असा विचार अनेकांच्या मनात तरळून गेला. मात्र, प्राप्त परिस्थितीत भागूचा तोडगा मान्य करण्यावाचून गत्यंतर नव्हतं. माळकऱ्यांनीही तेच केलं! परत प्रश्न समोर आला तो भाले, ढाली, तलवारींचा! त्यांना स्टेजवरच स्थान द्यायचं निश्चित झालं. तुतारी फुंकण्याचं काम मात्र राजा जायकरानं स्वत:कडे घेतलं. गडी दणकट होता; त्यामुळे हवाही चांगलीच निघणार होती! साहजिकच त्याला कुणाचंच ऑब्जेक्शन नव्हतं!

...सकाळ झाली होती. माळ्याच्या भिंतींवर डेकचा आवाज आदळत होता. त्या सूर, लय, तालीवर खाणावळ्यांच्या पोरी पोळपाटावर लाटणं फिरवीत होत्या. गुणगुणत होत्या. चपाती भाजणारी पोरं मध्येच उठून उभी राहात होती. हातातलं उलातनं सांभाळत गाण्याच्या सुरात सूर मिसळीत होती. बीटच्या तालावर ढुंगणाला मागे-पुढे, आडवे-तिडवे गचकं मारीत होती. पेटलेले स्टोव्ह विमानासारखे भरभरत होते. तेवढ्या वेळात करपलेली चपाती धूर ओकीत होती!

''तुझी सितूंडी फोडली तुझी! करपलेल्या चपात्या माणसं कशी खायाची रंऽ?'' खाणावळ्यांच्या जिभेचा घाव पोरांच्या वर्मी बसत होता. पुढच्या बीटला पोरगं तव्यावर उलातन्याचा ठेका धरीत होतं.

ज्या पोरांच्या अंघोळी झाल्या होत्या, ज्यांना घरात काम नव्हतं, अशा लहान लहान पोरांनी चड्ड्या आवळीत स्टेजजवळ गर्दी केली होती. त्यातही काही इरसाल कार्टी आई-बाला शेंडी लावून आली होती. त्यांच्या चेहऱ्यांवरचा तो आनंद लपत नव्हता! मोठ्या पोरांनी आजचा दिवस शिवजयंतीलाच वाहिला होता व त्याला खाणावळींची, खाणावळ्यांची संमती होती! बहुतेक मोठ्या पोरांच्या अंगावर सलवार, कमीज हा पेहराव होता. डोक्यावर केसांचं बोचकं, त्याखाली कपाळाच्या आडव्या पट्टीवर केशरी गंधाची उभी पट्टी व त्याखाली लोंबणारं नाक! कपाळावर उभं गंध व ओठांवर छोटेखानी मिशा असलेली पोरं राजबिंडी दिसत होती. त्यांना पाहून असंच पुढं धावावं, देठ खुडावा व भिंतीवर टांगावा असा जर चावट विचार कुणाच्या मनात आला, तर त्याला दोष देता येत नव्हता! कमीजच्या बाह्या पाठीमागं सारून पोरं काहीबाही काम करीत होती.

समोरून आलेले सूर्याचे किरण माळ्याच्या वरच्या भागात पडले होते. डेकचा आवाज बंद झाला. राजा जायकरनं आपल्या सदऱ्याच्या बाह्या पाठीमागं सारल्या. तुतारी उचलून ओठाला लावली. जोरकस श्‍वास घेऊन ती दमदारपणे फुंकली. 'तूऽ, तूऽ, तूऽऽ!' आवाज माळ्याच्या चिऱ्यांना भेदून, माळ्याच्या काळजात पाझरू लागला.

राजा जायकरनं सलामी दिल्यासारखीच माळ्याच्या वटनातून गच्चीत पोरींचं आगमन झालं. त्यांच्या हातात ओवाळणीची ताटं होती. त्या धीम्या गतीनं स्टेजच्या पायऱ्या चढून वर आल्या. हरणाचा नऊवारी लुगड्याचा घोळ तर एखाद्या सराईत बाईसारखा या पायावरून त्या पायावर खेळत होता. हरणा अगोदरच गाजरासारखी लालबुंद होती. त्यात तिचे गळाभर दागिने, शिवाय चिमटीत मावणाऱ्या कमरेला चांदीच्या कमरपट्ट्यानं घट्ट मिठी मारली होती. कनवटीचा छल्ला, पायातली जोडवी, मासोळी; पोरांना हे ध्यान काही आगळं-वेगळं भासत होतं! महाराजांना ओवाळायला आलेली प्रत्येक मुलगी नटून-थटून आली होती; परंतु नजरेत भरत होती ती हरणाच! त्या बाब्यानं हरणारूपी गुलाबजामूनच हाणल्याची भावना प्रत्येकाच्या मनात होती.

भिकुदादाची तर हरणानं नजरबंदीच केली होती. 'रांड दिसतेय कंडाच! आपल्या गुप्तांगाला हात घालणारी ही यमना कधी व कशी धरायची?' या नुस्त्या विचारानंच तो पिसाटला होता. हरणानं डोक्यावरून पदर घेतला होता. पदराखालचा तिचा चेहरा भिकुदादाला नुकत्याच उमलेल्या कमळासारखा भासत होता. हिला धरलीच पाहिजे, त्याचं मन आक्रंदत होतं.

पोरींनी आपापली ताटं महाराजांच्या पायाशी ठेवली. गुलालाची चिमूट भरून महाराजांच्या कपाळाला लावली. तूप, तेलाचे चंबू समईत उपडे केले. चंदन अगरबत्तीच्या पेटलेल्या काड्या आग ओकू लागल्या. सर्वत्र मधुर सुवास पसरला. पोरींनी ताटातली गुलाबी, पिवळ्या फुलांची ओंजळ भरली. महाराजांच्या पायांवर वाहिली. रंगी-बिरंगी तांदूळ महाराजांच्या अंगावर पडलं. पोरींनी आरत्या उचलल्या. महाराजांना ओवाळलं. नंतर ताटं बाजूला ठेवली व उजव्या हातात पदर पकडून, टेबलावर डोकं ठेवून त्यांचं दर्शन घेतलं.

ल्हावरीच्या कळपासारख्या पोरी आल्या, तशा भुर्रकन निघूनही गेल्या. मती गुंग झालेली पोरं ताळ्यावर आली. भिकुदादाच्या नजरेत घर करून राहिलेली हरणा तर बाहेर निघायलाच तयार नव्हती! काय करायचं, तिचं कसं कांबाट काढायचं या एकाच विचारानं भिकुदादाला पछाडलं होतं!

१४

सदा कामावरनं परत आला. जायकरनीनं त्याच्याकडे डोळे भरून पाहिलं.

"मंदेऽ, च्या ठेव गंऽ! पोरगं कामावरनं आलं!" कमळानं सांगितलं. मंदा चपात्या भाजत होती. मामीच्या बोलाबरोबर तिनंही सदाकडे कौतुकानं पाहिलं.

“ठेव गं ठेवऽ! दिवसभर काम करून अंगावरनं कशी बघ घामाची धारच वाहतीय. किती काम करायचं बाळानं!” शेवंतानं टोमणा हाणला.

“ए चँग पाँग!” सदानं लाडिकपणे शेवंताला दटावलं व तो गालात हसत न्हाणीत गेला. त्यानं स्टीलच्या पिंपातलं सात-आठ तांबे पाणी घेतलं. खसाखसा अंग धुतलं. ओला हात केसावरून फिरवला.

“आये, बघ किती पाणी वापरतोय? हातपाय धुतोय की अंघोळ करतोय?” शेवंता ओरडली.

“गप तू. असू दे.”

“तू लई शानी आहेस! आज कामावर गेला तर लगेच लाट गुरूऽ!” चिडलेल्या शेवंतानं पोळपाटावर भराभरा लाटणं फिरवलं अन् इलॅस्टिकची चड्डी लांबवल्यासारखा पिठाचा गोळा पोळपाटभर लांबवून क्षणार्धात चपाती तयार केली.

सदा मोरीतून बाहेर आला. त्यानं टॉवेलनं तोंड, हातपाय घासून घासून पुसलं. टी. व्ही.वर ठेवलेल्या आरशात पाहून केसांवर फणी फिरवली. आरशात पाहात दोन्ही हात पसरून छातीला ताण दिला. मागंपुढं, तिरकं होऊन त्यानं आरशात आपली छाती परत परत न्याहाळली. नंतर दांडीवरचा शर्ट घातला व तो लाकडी पेटीवर बसून राहिला.

मंदानं एका स्टोव्हवरचा तवा उतरवला, चहा ठेवला. दुसऱ्या तव्यावर शेवंतानं चपाती टाकली. ती पुटपुटली, “अशानं चपात्या कवा हुणाऽऽरं!”

चाळीस-पन्नास-साठ-शंभर जेवणाऱ्यांच्या चपात्या. इथं जितकं जेवणाऱ्यांच्या संख्येला महत्त्व होतं, तितकंच त्यांना वेळेत जेवण देण्यालाही. बाहेरच्या जेवणाऱ्यांबरोबरच (खाणावळे) घरची माणसं खाणार त्या वेगळ्याच! हे सर्व एका स्टोव्हवर उरकणं अवघड असायचं. त्यासाठी दोन स्टोव्ह पेटवले, म्हणजे काम हलकं व्हायचं. एका तव्यावर टाकलेली चपाती अर्धकच्ची होईपर्यंत ठेवायची व नंतर ती दुसऱ्या तव्यावर घ्यायची. रेशनिंगच्या तेलाचे चार-सहा थेंब उलातन्यावर घेऊन त्या चपातीवर पसरायचे. ती उलथी-पालथी करायची व दुरडीत टाकायची. तोपर्यंत पुढची चपाती पहिल्या तव्यावर अर्धकच्ची झालेली असायची. दोन स्टोव्ह असल्यानं चपात्या लाटणाऱ्या व्यक्तीस खोळंबून राहायची गरज राहायची नाही; त्यामुळे चपात्याही झटकन उरकायच्या. शिवाय अगदीच निकड वाटली तर जायकरीन स्वत: तिसऱ्या स्टोव्हवर चपात्यांसाठी तवा ठेवायची. ती पोळपाटावर चपात्या लाटीत लाटीत त्या भाजायचीही! अर्थात अशावेळी चपातींची गती धीमी राहिली तरी चपात्या लवकर आटपायच्या. ज्यांच्या घरात काम करणारी माणसं अधिक होती, ते चपात्यासाठी दोनऐवजी चार-चार स्टोव्हही सुरू ठेवायचे.

संध्याकाळचं जेवण लवकर व्हावं, यासाठी खाणावळ्या दुपारच्या वक्तालाच

भाजीचं सुक्कं व भात करून ठेवायच्या. कालवनासाठी मात्र तिसरा किंवा चौथा स्टोव्ह पेटवला जायचा. हे वेळापत्रक काटेकोरपणे सांभाळलं जायचं. त्यात हयगय झाली किंवा जेवणाचा एखादा महत्त्वाचा घटक तयार करायचा बाकी राहिला, तर दिवसभर राबराबून आलेल्या जेवणाऱ्यांचा खोळंबा व्हायचा. ते मग आपला राग व्यक्त करायचे. खाणावळ्यांना प्रेमानं; पण अद्वातद्वा बोलायचे. त्यांना ते निमूटपणे ऐकून घ्यावं लागायचं. भले शब्द चांगले भासले, तरी त्यापाठीमागची भावना तिखट असायची!

सदानं चहाचा पेला हातात घेतला. लाकडी पेटीवर बसून तो मधाची बोटं चाटल्यासारखा चहाचा एक एक घोट चाखू लागला. त्याला त्या स्थितीत पाहून शेवंताच्या अंगाची काहिली झाली. तिनं पोळपाटावरची चपाती डाव्या हातावरून उजव्या हातावर घेत दाणकन तव्यावर आपटली.

"बघं कसं रवंथ करतंय!"

"असू दे गं!" मंदा म्हणाली.

शेवंतानं चमकून तिच्याकडे पाहिलं.

"का रंऽ, कवा आलास?" बाहेरून आलेल्या गणपतनं विचारलं.

"तुमी तरुळ्यागत लोकांची दारं पूजत बसा की!" जायकरीन म्हणाली.

"तुझ्या मायला तुझ्या, पलीकडं जिजा म्हातारीच्या खोलीत हुतो. ती तिच्या पुतण्याचं सांगीत हुती!" गणपतनं खुलासा केला व त्यानं सदाला विचारलं, "काम कसं हाय रं? आजचं पैसं दिलं का?"

सदानं जायकराकडे पाहिलं व गालात गुलगुलीत हसला. ही त्याची हसण्याची नेहमीची पद्धत.

"झवाडीच्या, मी तुला काम कसं हाय, ते इचारतूय!" जायकराला आपल्या सुपुत्राचा राग आला.

"थांबा जरा. एवढा चहा संपवतो अन् मग सांगतो," सदानं चहाचा पेला तोंडाला लावला.

शंकर गल्लीच्या नाक्यावर रसाचा घाणा होता. तेथे सदाला काम मिळालं होतं. गणपत जायकराच्या ओळखीनंच मिळालं. पगारही ठरला. दिवसाला तीस रुपये. वेळ सकाळी अकरा ते संध्याकाळी साडेसात. मध्ये अर्धा तास जेवणाची सुट्टी. काम काय तर, उसाच्या रसानं भरलेल्या दहा-बारा ग्लासची जाळी घ्यायची व कपडा मार्केटमधल्या गल्ल्यांतून फिरायचं. दुकानदारांना रस हवा का, हे विचारावंही लागायचं नाही. ग्लास दिसले की, दुकानदाराची जीभ वळवळायची. ज्यांना रस नको असेल, ते नजर चोरायचे किंवा अन्यत्र नजर फिरवायचे! अशांना रसवालेही 'रस हवा का?' असं मुद्दाम विचारायचे! पूर्ण दिवस मार्केटमधल्या दुकानांच्या गल्ल्या

अशा पालथ्या घालायच्या. ग्लास संपतील तसे ते भरून न्यायचे. अरुंद गल्ल्या. छोटी छोटी दुकानं. सभोवार असलेले कापडाचे तागे, गठ्ठे; त्यामुळे व्यापारी वाफलून जायचे. लहान पंख्याची हवा आतल्या आत फिरायची. घशाला कोरड पडली म्हणून किंवा विरंगुळा म्हणून व्यापारी एखाद्-दुसरा ग्लास मारायचे. दुकानात अधिक व्यापारी, सगे-सोयरे असतील तर दोन-चार ग्लास अधिक खप व्हायचा. रस पितानाही व्यापाऱ्यांतली व्यापारी वृत्ती लोप पावायची नाही!

"चांगलं काम आहे," चहाचा पेला जमिनीवर ठेवत सदानं सांगितलं. जायकरनीनं त्याच्याकडे अप्रूवाईनं पाहिलं. पोरगं काम-धंद्याला लागलं, याचं समाधान तिच्या चेहऱ्यावर दिसू लागलं.

माळ्यातल्या खाणावळींची एकच इच्छा असायची की, आपल्या पोरांनी नोकऱ्या कराव्या. दोन पैसे कमवावे. शिवाय घरातल्या कामकाजालाही थोडाफार हातभार लावावा. मात्र, माळ्यावरची बहुतांश पोरं इरसाल होती. ती लहानपणापासूनच पैशाच्या मागं लागायची. भाजलेले पापड, उकडलेली अंडी, चणं-फुटाणं घेऊन ती माळ्यावर किंवा माळ्यासमोर बसायची. रसाच्या घाण्यावर, एखाद्या शेठकडे शिपाई म्हणून, दुकानात पाणी भरणं, झाडलोट करणं अशा कितीतरी हलक्या फुलक्या नोकऱ्याही ती करायची. मग खाणावळींना वाटायचं, आपलं पोरगं रांकेला लागलं! पोरं बाहेरची कामं करीत होती. मात्र त्यांनी घरात सकाळचं पाणी भरणं, चपात्या भाजणं, भाजी खुडणं-चिरणं, कांदे कापणं अशी कामेही करावी असा जवळपास सर्वच घरांत दंडक होता! बरीचशी पोरं मोठ्या इमाने-इतबारे ही दुहेरी भूमिका पार पाडायची. पण ज्यांना जमायचं नाही, ती हुमदांडगी ठरायची! पगाराच्या किंवा अन्य कोणत्याही रूपानं त्यांना मिळालेल्या पैशांपैकी ते अर्धेअधिक घरात द्यायचे. घरातल्यांनी त्याकडे लक्ष दिलं नाही, तर पोरं तेही खिशात घालायची. ते पैसे पोरं आपल्या कपडालत्त्यासाठी, सिनेमासाठी किंवा तद्नुषंगिक खर्चासाठी वापरायची. त्याचा ताण घरच्यांवर पडायचा नाही.

सदा व त्याचा भाऊ गजा यांना चांगले, चांगले कपडे वापरण्याचा भारी शौक. सदाच्या दहा पॅण्टस् व बारा-तेरा शर्टस् होते. तर गजाच्या चौदा पॅण्टस् व तितकेच शर्टस् होते. मात्र, एखाद्यानं एखाद्या दिवशी दुसऱ्याची पॅण्ट किंवा शर्ट घातला तर ते एकमेकाच्या मानगुटीवर बसायला कमी करायचे नाहीत! तीस-तीस, चाळीस-चाळीस पॅण्टस्-शर्टस् असलेल्या वल्ली माळ्यात होत्या. माळ्यातली पोरं एखाद्या टेलरकडे कपडे शिवायला टाकायची. टेलरने पोरांना हवी तशी पॅण्ट शिवली नाही, तर कधीकधी पोरं टेलरकडून तिची भरपाई करून घ्यायची! अशावेळी टेलरला दमदाटी करण्यासाठी पॅण्ट मालकाबरोबर माळ्यातल्या पोरांचं लटांबरच जायचं! ही फौज पाहून अगोदरच गळपटलेला टेलर गपगुमान दुसरी पॅण्ट शिवून द्यायचा किंवा

पॅण्टसाठी वापरलेल्या कपड्याचे पैसे द्यायचा! गेल्याच महिन्यात जायकराच्या गजाने टेलरकडून अशी एक पॅण्ट वसूल केली होती! त्यावेळी टेलरवर दादागिरी करायला सदाही गेला होता!

मे महिन्याची तसंच दिवाळीची सुट्टी म्हणजे पोरांची चंगळ. या काळात छोट्यामोठ्या कामांना ऊत यायचा. जवळ भरपूर वेळ असल्यानं पोरं पैसे कमवण्याचे वेगवेगळे मार्ग शोधून काढायची. अगदी कपडा मार्केटमध्ये पडलेले कागद गोळा करण्यापर्यंत त्यांची मजल जायची!

सदानं पेटीवर बोटांचा ताल धरला. बापाच्या उघड्या तुरकाठी शरीराकडे बघितलं. बापाची कमरेभोवती नाडीनं घट्ट धरून ठेवलेली चड्डी न्याहाळली व तो म्हणाला, “दादा, नुसत्या चड्डीवर कशाला फिरता तुम्ही? कधीतरी एखादी बया तिच्याही प्रेमात पडायची!”

सदानं काढलेल्या चिमट्यावर कमळा जायकरीन खळखळून हसली. पोरीही हसल्या. गणपत जायकर विनाविलंब जागेवरून उठला. त्यानं सदाचं मानगूट वाकवून त्याच्या पाठीत दोन बुक्क्या घातल्या. एक हात वर करून सदानं त्या सोसल्या.

“रांडच्यानोऽ, मी बाप हाय तुमचा! जरा श्यान्यासारखं वागा. कुणाला काय बोलायचं त्येचंतरी जरा भान ठेवा. पार बिघडू नका,” जायकर तणतणला.

“आवंऽ, का मारलसा पोराला? काय चुकलं त्येचं?” पिठाचा गोळा हातात घोळवीत जायकरनीनं विचारलं. जायकराच्या अंगाचा तीळपापड झाला. त्यानं रागानं कमळाकडे पाहिलं. मोठ्यानं हसणाऱ्या पोरी गप्प झाल्या.

माळ्यात जायकरच नव्हे; तर सर्वच खाणावळे नुसत्या चड्डीवर असायचे. तीही पट्ट्याची चड्डी. चड्डीमुळं हालचाल करणं सोप जायचं. स्टोव्हसमोर निर्धोकपणे बसता यायचं. कपडे सांभाळून काम करण्याचा त्रास असायचा नाही. कपड्याला काळं लागलं, एखाद्या ठिकाणी चुलीची किंवा स्टोव्हची झळ लागली असं व्हायचं नाही. तसंच ओले हात पटकन ढुंगणावरच्या चड्डीला पुसता यायचे! हे खाणावळ्यांच्याच नव्हे; तर खाणावळींच्याही अंगवळणी पडून गेलं होतं! मात्र, या सगळ्या करामतीत खाणावळ्यांनं घातलेल्या चड्डीचा मूळ रंग कोणता होता, हेही त्याला आठवावं लागायचं!

सदा गालात हसत होता. तो पेटीवरून उठला. त्यानं शर्ट ठीकठाक केला व पायात स्लीपर घातलं.

“आजच्या कामाचं पैसं कुठं हायत रं?” जायकरानं विचारलं.

“देतो की.”

“मग काढ बघू आगोदर.”

सदानं न्हाय-होय करीत आपल्या पॅण्टच्या खिशात हात घातला. दहा-दहाच्या दोन नोटा बाहेर काढून गणपतच्या हातावर ठेवल्या.

"बाकीचं रं?"

सदा मधाळ हसला. जायकरानं आपली बंडी खुंटीला अडकवून ठेवली होती. त्यानं बंडीच्या खिशात नोटा आबादानी ठेवल्या. जायकरनीनं नजर उचलून तिकडे पाहिलं. त्यानंतर ती निमूटपणे पिठाचे गोळे करू लागली. सदा बाहेर निघाला.

"अन् चपात्या कोण भाजायचं रं?" आंबलेल्या नजरेनं जायकरानं विचारलं.

"लगेच येतो," सदानं डावा डोळा मिचकावला. हसला व तो घरट्यातून भुर्रकन उडणाऱ्या चिमणीसारखा जवळच्या जिन्यातून नजरेआड झाला. जायकरानं मंदाशेजारी डबा ठेवला. त्यावर पाट मांडला व तोही दुसऱ्या तव्यावरच्या चपात्या उलथ्या-पालथ्या करू लागला.

१५

पोलिसांनी स्वामी व सुभानजीला पोलीस ठाण्यात नेलं. त्यांनी स्वामीची भरपूर धुलाई केली. सुभानजीची पाठही चांगलीच शेकून निघाली.

"साहेब, आमची थोडीशी चूक..." स्वामीनं कळवळ्यानं हात जोडले.

"थोडीशी चूऽऽक! भडव्यांनो, तुमच्या या कृत्यानं माळ्याला आग लागली असती म्हणजे केवढ्याला ते पडलं असतं! किती जीव गेले असते, किती मालमत्तेची हानी झाली असती? जवळ कपडा मार्केटही आहेत नंऽ!"

"साहेब, चूक झाली. एकवेळ माफ करा. परत असं होणार नाही," स्वामींनी गयावया केली.

"होक्काऽ! म्हणजे असं परत करण्याचाही विचार होता म्हण की!" बिरनाळेनं प्रतिप्रश्न केला व पुढे विचारलं, "काय रे हरामखोराऽ, दारू पिऊन होम करावे, असं कोणत्या धर्मशास्त्रात सांगितलंय ते मला सांग बघू जरा?"

स्वामीचे शब्द गोठले.

"कदम, याच्यावर सार्वजनिक मालमत्तेच्या नासधूसीचा प्रयत्न करणे, सार्वजनिक शांततेचा भंग, दारू पिऊन धिंगाणा घालणे, तोतयेगिरी, ठकवणूक, बुद्धिपुरस्सर धार्मिक बाबींचा गैरवापर करून इतरांच्या भावना दुखावणे, स्त्रियांना चुकीचा मार्ग दाखवणे, इमारत नष्ट करण्याच्या दृष्टीने विस्तवाद्वारे आगळीक करणे आदी कलमं लावून चार्जशीट तयार करा," बिरनाळेनं आदेश दिला.

"यस सर!" कदमनं होकार दिला. साहेबांनी सांगितलेल्या कलमांची उजळणी करीत तो बाहेर गेला.

स्वामीचं कंबरडं गळपाटलं. आपली थोडीशी बेफिकिरी किती महागात पडू शकते, या कल्पनेनं त्याच्या अंगाला दरदरून घाम फुटला. आता आपली फाइल तयार होणार, सर्व पोलीस ठाण्यांत आपलं रेकॉर्ड जाणार, चार्जशीट तयार होऊन न्यायालयाच्या वाऱ्याही कराव्या लागणार या विचारानंच त्याचा मेंदू बधिर झाला. त्याच्या डोळ्यांत पाणी उभं राहिलं. तो पटकन पुढे झाला. त्यानं बिरनाळेच्या पायांना मिठी मारली.

"साहेब, काहीपण करा; पण मला यातनं मुक्त करा," तो ढसढसा रडू लागला.

स्वामीचा पराक्रम हा पोलीस ठाण्यातही चर्चेचा विषय ठरला होता. त्याच्यावर एखादी नजर टाकावी, म्हणून अनेक हवालदार, फौजदार येऊन गेले. इतकंच काय; सीनिअरनंही त्याला आपल्या केबिनमध्ये आणण्याचा हुकूम दिला!

पोलीस ठाण्यात स्वामीचं नाव, गाव, मुंबईतला राहण्याचा पत्ता, व्यवसाय आदी माहिती घेण्यात आली. शिवाय त्याचं वजन, उंची, शरीरावरचे व्रण, विशेष खुणा आदी शारीरिक माहितीची नोंद करण्यात आली. त्याचे विविध अँगलचे चार फोटो काढण्यात आले. हाताचे ठसेही घेण्यात आले. या सगळ्या गोष्टी होत असताना स्वामीचे कपडेही उतरवण्यात आले! ज्या बाबी टाळण्याचा स्वामीचा प्रयत्न होता, त्या सर्व बिरनाळेंनी पुऱ्या केल्या.

सुभानजी सरकारी नोकरीत होता. ती ओळख पोलीस ठाण्यात उपयोगी आली. स्वामी, सुभानजी पोलिसांच्या तावडीतून सुटले. मात्र, पोलीस, अग्निशमन दल यांच्यासाठी खर्च करावा लागला. त्याची झळ सुभानजीला बसली. स्वामीनंही थोडासा हातभार लावला. अगोदरच सुभानजीचा संसार ओढाताणीचा होता. मात्र, स्वामींचे पाय उंबऱ्याला लागल्यापासून या ओढ्याची नदी केव्हा झाली हे कळलंच नाही! त्यात हे पोलीस ठाण्याचं झेंगट!

सुभानजीनं मराठी माध्यम घेऊन बी. ए. केलं होतं. राज्य शासनाच्या नागरी पुरवठा विभागात त्याला क्लार्कची नोकरी मिळाली. त्यासाठी त्याच्या मेहुण्यानं आपलं सारं कसब पणाला लावलं, तरी खर्चही करावा लागला होता. मात्र, सरकारी नोकरी व नोकरीची शाश्वती या बाबी महत्त्वाच्या ठरल्या. मोलामहागाईच्या काळात पदवीधर झाल्याबरोबर लगेच कुणाच्या नशिबात नोकरी असते? मात्र, सुभानजीच्या बाबतीत हा चमत्कार झाला. नोकरीसाठी मात्र त्याला मुंबई जवळ करावी लागली. नोकरीपाठोपाठ आई-बाबांनी त्याचं धूमधडाक्यात लग्न लावून दिलं. सासरची माणसं चांगली शिकली सवरलेली, गावात मान-मरातब असलेली होती. बायकोही बारावी पास होती.

सुभानजी डिलाइल रोडला गाववाल्यांच्या खोलीवर राहायचा. लग्न झाल्यानंतर मात्र त्यानं जोगेश्वरीला बैठ्या चाळीत भाड्यानं खोली घेतली. त्याचा नवतीचा

संसार सुरू झाला. सुरुवातीला खोलीचं भाडं इतकाच मोठा खर्च होता. हळूहळू घरात हप्त्यावर टेपरेकॉर्डर आला. गोदरेजचं कपाट, डायनिंग टेबल, सागवानी लाकडाचा सोफासेट, टी. व्ही. अशा प्रापंचिक वस्तूंची लाइनच लागली. बायकोला घेऊन कधीतरी वीकेण्डला फिरायला जाणं, नाटकं, सिनेमे, हॉटेल्स आदी खर्चही भरास आला. सुभानजी करीत असलेला खर्च पाहून त्याची बायको बकुळा आश्चर्यचकित झाली. तिनं त्याला सबुरीचा सल्ला दिला; पण सुभानजी आपल्या ढिल्या हाताला लगाम घालू शकला नाही. दरम्यान, घरात दोनदा पाळणा हलला. हे सर्व निस्तारनं त्याच्या आवाक्याबाहेरचं होऊन बसलं अन् या विवंचना दूर करण्याच्या खटपटीत असतानाच त्याला स्वामी अभयानंदांनी गाठलं!

त्याच्या घरात स्वामींचं आगमन झालं अन् साडेतीन-चार महिन्यांतच त्याला चुलतीच्या दोन खोल्या मिळाल्या. त्याही दक्षिण मुंबईसारख्या मुंबईच्या हृदयात! हा स्वामींचाच आशीर्वाद; त्याशिवाय दुसरं काय? निपुत्रिक चुलती. आयुष्यभर खाणावळीच्या धंद्यात राबली. त्यातूनच गाठीला पै पै जमा करून गावाला सुंदरसं घर बांधलं. अगदी ठरवून. आयुष्याची संध्याकाळ स्वत:च्या गावात घालवायची, मरायचं ते गाववेशीच्या आतच, हे तिचं स्वप्न. नाहीतर मुंबईसारख्या ठिकाणी एखाद्या दरवशासारखं कोण मरेल? त्या कल्पनेनंच तिच्या अंगावर काटा उभा राहायचा. साधारणत: माळ्यावरच्या सर्व खाणावळ्यांचं हेच स्वप्न असायचं. मुंबईसारख्या ठिकाणी गावाची उष्टी-खरकटी, काढायची; पण उतारवयात स्वत:च्या कष्टाच्या घरात गावालाच राहायचं. तिथल्या मोकळ्या हवेतच मरायचं.

चुलतीकडे बक्कळ दागदागिने, पैसा-अडका होता. मात्र, संतान नव्हतं. आपल्या कायेला अग्नी तरी कोण देणार, या विचारानं तिचं काळीज तीळ तीळ तुटायचं. शेवटी तिनं सुभानजीला बोलावून घेतलं. त्याच्या तोंडावरून हात फिरवला व सांगितलं, "बाळा, हे जे काय हाय, ते सगळं तुझंच हाय; पण मी मेल्यावर मातूर माझ्या देहाला स्वत:च्या हातानं अग्नी द्याला इसरू नगंस!"

स्वामींचं बोलणं मोठं लाघवी; शिवाय शास्त्रशुद्ध. त्यानं सुभानजीवर भुरळ तर घातलीच; पण सुकन्या तर ठार वेडीच झाली! स्वामींची काया दणकट होती. मध्यम उंची, गुबगुबीत गाजरासारखी लाल शरीरयष्टी, रुंद कपाळ, भेदक नजर, गळ्यात रुद्राक्षाची माळ, पाच तोळ्यांची चेन. अंगावर पांढराधोट सदरा अन् पॅण्ट! चाळिशीतले स्वामी कसे खुलून दिसायचे. त्यांच्यावरून नजर काढूच नये, असं वाटायचं. स्वामींच्या चालण्या-बोलण्याचा रुबाब तर काही औरच होता.

स्वामी तीन-चार दिवसांतून एकदा सकाळी किंवा संध्याकाळी सुभानजीच्या घरी यायचे. नवरा-बायको भक्तिभावानं त्यांचं आदरातिथ्य करायचे. सुभानजी स्वामीचे पायही दाबायचा. स्वामीही मायेनं त्याच्या डोक्यावरून हात फिरवायचे. अन् म्हणायचे,

‘सुभाना, तुझं भविष्य उज्ज्वल आहे गड्याऽ!’ स्वामी त्याला गुरु-शिष्याचं नातं विशद करून सांगायचे. पुराणातल्या सुंदर सुंदर कथाही ऐकवायचे. दोघे नवरा-बायको त्यांचं रसाळ बोलणं कानात साठवून ठेवायचे. हळूहळू स्वामी प्रथम दोन दिवसांनी नंतर दररोज घरी येऊ लागले. त्यानंतर त्यांना दुपारची वेळ बरी वाटू लागली. सुभानजीनं सुकन्येला तर स्वामींची काळजी घेण्याबाबत सक्त ताकीद दिली होती! स्वामी घरच्यासारखे झाले! त्यांच्या आगमनानं सुरुवातीला दचकणारी, कपडे ठाकठीक करणारी, मोजून मापून बोलणारी सुकन्या हळूहळू ढिली झाली. त्यांच्याशी अघळपघळ बोलू लागली. थट्टामस्करीही होऊ लागली. मात्र, बैठ्या चाळीतला संसार, त्यात शेजार-पाजाऱ्यांचं त्यांच्याकडे कमालीचं लक्ष होतं. साहजिकच प्रत्येक गोष्टीला बंधनं होती! जणूकाही अस्वस्थ स्वामींची परीक्षाच सुरू आहे! तरीही स्वामी तिच्या केसांवरून, पाठीवरून प्रेमानं हात फिरवायचे. मध्येच चुकूनमाकून एखादा हात काखेतून पुढेही व्हायचा. सुकन्याचं अंग थरथरायचं. ती चटकन बाजूला व्हायची. चुकूनमाकून घडणारी गोष्ट का असेना, पण हळूहळू तेही तिला हवंहवंसं वाटू लागलं. अन् लवकरच स्वामीनी तिला हळूच जवळ घेतलं. तिच्या ओठावर ओठ टेकले. जनलाजेची भीड बिछान्यावरच्या बेडशीटसारखीच पसरली! तिला शेजार-पाजाऱ्यांची पर्वा करावी असंही वाटलं नाही.

लवकरच अनपेक्षितपणे सुभानजीला चुलतीच्या खोल्या मिळाल्या. चुलतीचा इतका मोठा तडज आहे, हे त्याला प्रथमच कळलं. स्वर्गातली रंभा, मेनका मिळेल; पण चुलतीकडून फुटक्या कवडीची अपेक्षा करणंही व्यर्थ होतं! त्याची चुलती रांडमुंड बाई. पोटी वंशही नव्हता. तिच्या हिश्श्याची दोन एकर काळीभोर पाण्याखालची जमीन. मात्र, त्या जमिनीवर डोळा ठेवून सुभानजीच्या बापानं तिला गावातून हुसकावून लावलं. बाई जिद्दीची. माहेराचं तोंड पाहण्यापेक्षा मेलेलं काय वाईट, हा विचार तिच्या मनात आला. मात्र, याचवेळी तिच्या मदतीला धावून आली ती जिजा मिरचीकर. जिजा ही चुलतीच्या माहेरातली. तिनं तिला मुंबईला आणलं. खाणावळीच्या कलेत तरबेज केलं. त्याच कमाईतून चुलतीनं हळूहळू माळ्यावर दोन खोल्या विकत घेतल्या. दागदागिनं केलं. अन् ती टेचात राहू लागली.

“पोरा, तू एवढा एवढासा टिचभर हुतास. एखाद्या कोकरासारखा माझ्या अंगाखांद्यावर बागडायचास; पण तुझ्या बाला हे बघवलं नाही. दोन एकराच्या तुकड्यासाठी त्येनं मला गावातनं दांडललं रंऽ! ही जिजा म्हातारी नसती तर मी कुठं जाणार हुते?” चुलतीच्या डोळ्यांतून पाण्याच्या धारा लागल्या. सुभानजीही हेलावला. चुलतीनं डोळं पुसलं. “पण मी मनात ठेवीत नाही. गुन्हा तुझ्या बानं केला, त्यात तुझा तरी काय दोष? तुझ्या आईनंही त्याला खूप समजावलं; पण त्या माउलीचंही त्येच्यापुढं काय चाललं न्हाय!” चुलती परत गंभीर झाली. थोडा वेळ थांबली.

पाण्याचा ग्लास तोंडाला लावला व पुढं म्हणाली, "पण बाळा, मी आता त्या शेणात हात घालीत न्हाय. या खोल्या, हे सर्व तुझंच हाय. मातूर मी मेल्यावर माझ्या तोंडात तुझ्या हातानं पाणी घाल म्हंजे झालं. माझ्या देहाला आग्नी दे..."

त्यानंतर मात्र चुलती धाय मोकलून रडली.

सुभानजी माळ्यात आला. फुकटची जागा. येथून जवळच कार्यालय. बसचा प्रवास असला तरी रेल्वेचं शुक्लकाष्ठ सुटलं होतं! नशीब बलवत्तर म्हणूनच हे सगळं घडलं होतं. त्यावर त्यालाच विश्वास ठेवणं कठीण जात होतं. माळ्यात आलेल्या सुभानजीसोबत स्वामीही होतेच. नाहीतरी त्यांच्याच पदस्पर्शानं त्याचा हा योग जुळून आला होता! स्वामीही वरचेवर त्याला या गोष्टीची [illegible] [illegible] देत होते. सुकन्या तर सकाळ-संध्याकाळ सुभानजीच्या कानात बाबापुराण ओतत होती. स्वामींनी पहिल्या भेटीतच डोळे भरून माळा पाहिला. आजूबाजूची कुटुंबं पाहिली. मार्केट विभागातलं माळ्याचं स्थान पाहिलं. त्यावरून त्यानं खोलीच्या किंमतीची गणितं मांडली. मनातच आकडेमोड केली. एखाद्या गुजराथी, सिंध्याच्या दावणीला बांधला तर खणखणीत भाव! स्वामींचं मन सुखावलं.

"बाबा, कसं वाटलं आमचं नवं घर?" सुभानजीनं आतुरतेनं विचारलं.

"ठीक आहे," पडल्या आवाजात स्वामी म्हणाले. सुभानजीची डाव्या डोळ्याची पापणी फरफरली. सुकन्येच्या काळजात धस्स झालं.

"का, काही शंका आहे का बाबा?" तिनं काळजीनं विचारलं.

स्वामी कॉटवर पाय पसरून बसले होते. त्यांनी पायाची तिठी घट्ट केली. "तुला खरं सांगू सुभानाऽ!"

"बेलाशक बाबा. मी तुमच्या शब्दाबाहेर आहे का?" सुभानजीनं काजळलेलं मन झाकलं.

"पोरा, ही जागा तुला लाभायची नाही!"

"बाबा, काय सांगताय?" सुकन्याच्या तोंडचंही पाणी पळालं.

"ताई, माझ्या पायगुणाची करामत माहिती आहे नं तुम्हाला! आता तुम्हाला हेही सांगतो, अहो, एका रांडमुंड बाईची ही जागा. त्यातच ती अपत्यहीन. तिची हाय या फ्लॅटमध्ये राहिलेली नसेल का हो?" स्वामींनी प्रतिप्रश्न केला. स्वामींच्या बोलण्यानं नवरा-बायको दुचीत झाले. त्यांना पुढे काय बोलावं ते कळेना.

"इतके काही घाबरू नका. कोणत्याही संकटातून मार्ग हा निघतोच. आपल्याला ही जागा विकून वसई, विरार भागात नवीन जागा घेता येईल. तीही कितीतरी स्वस्तात. अरे, तिथं तर अनेक बिल्डर मंडळी माझे शिष्य आहेत."

स्वामींच्या शब्दानं सुभानजीचं पोट ढवळलं. त्याला वांत्या, जुलाबाची भावना झाली.

"इतकं गंभीर होऊ नका रेऽऽ! मी सरळ असल्यानं आपल्याला स्पष्ट सांगितलं

म्हणून इतकं वाईट वाटून घेऊ नका. हळूहळू तुमच्याही लक्षात येईलच ते. तेव्हाही आपण अशा गोष्टींचा विचार करू शकतो.''

स्वामींना आज कुठंतरी बाहेर जायचं होतं. इथं आल्याबरोबर त्यांनी ते स्पष्ट केलं होतं. ते म्हणाले, ''ताई, निघतो मी. तुमचा जेव्हा केव्हा विचार होईल तेव्हा सांगा मला.''

सुभानजी घरी असला की, स्वामी तिला ताई म्हणायचे. आक्का, बाळा म्हणूनही हाक मारायचे. मात्र, सुभानजी उंबऱ्याबाहेर असला की, 'माझी सुकूऽ', हे त्याचं पालुपद असायचं. स्वामी आंबा खाल्ल्यासारखा जेव्हा तिचा ओठ चोखायचा, तेव्हा तिला हा गोडवा कधी संपूच नये असं वाटायचं! अन स्वामींची मिठी, अंगावरची ओघळलेली वस्त्रंऽऽ! नुसत्या आठवणीनंच तिच्या मांड्यांत पाणी सुटायचं! अशा महापुरुषाचं एखादं लेकरू आपल्याही घरात असावं, असा विचार तिच्या मनात रुंजी घालू लागायचा.

स्वामी निघाले. त्यांनी सुकन्याची अनुमती मागितली.

''बऽऽरं!'' नकळत तिनं उत्तर दिलं. स्वामी गेले.

त्यानंतर स्वामींनी दर्शन दिलं नाही. मात्र, त्यांनी दिलेल्या सल्ल्यावर नवरा-बायकोनं चांगलंच मंथन केलं. सुरुवातीला तर त्यांना स्वामींचा सल्ला पटलाच नाही. नंतर मात्र या जागेपाठीमागं स्वामींच्या पायगुणाची मेढ असल्याची बाबही पुढं आली. ते कसं आपलं वाईट चिंततील, या विचारानंही पुढे झेप घेतली. हळूहळू वसई-विरारकडल्या घराची स्वप्नं फुलू लागली. तेथील निसर्गरम्य, हवेशीर परिसर. त्यापुढे ही जागा कोंदट भासू लागली. एका विधवेची ही जागा! भले आपल्याला फुकट दिली असली म्हणून काय झालं? तिचा जीव इथं गुंतलेला. भिंती भिंतींच्या अणुरेणूत भिनलेला. वांझुटा जीव. आपल्या घराशी तर त्याचं साप-मुंगुसाचं नातं. जाताना ती ही जागा भारून तर गेली नसेल? त्यातून आपला वंशखंड तर होणार नाही? कल्पनेचे साप घरात वावरू लागले. त्यांनाही पिलावळ झाली! नवरा-बायकोचा जीव वरखाली होऊ लागला. हे घर विकायचं. निर्णय झाला. सोबत रात्रीचा अंधार विरारच्या फ्लॅटचे कवडसे घेऊन मनात उतरला. हे घर चुलतीच्या कष्टाचं होतं. ते खरेदी करण्यासाठी तिनं पेटलेल्या स्टोव्हसारखा उभा जन्म जाळला होता. पण उचलपुच्यांच्या मनात उगवलेल्या भीतीनं ते कष्ट मातीमोल होऊ पाहात होतं.

गेले काही दिवस स्वामी आले नव्हते. सुकन्या दररोज त्यांची वाट पाहायची. मात्र, पदरी घोर निराशाच यायची. आज सकाळी ती उठली. मनावर स्वामींच्या आठवणीचं मळभ होतंच. तरीही नवऱ्याचं, पोरांचं करणं भाग होतं. म्हणून ती घरातल्या कामकाजाच्या मागे लागली. तरीही स्वामी नावाची गाडी तिच्या मनात पळत होती. मध्येच लागणाऱ्या खाचखळग्यात अडकल्यासारखी गचका मारीत

होती. सुभानजीलाही स्वामींनी अचानक येणं बंद केल्याचं आश्चर्य वाटत होतं. त्याला कार्यालयाची वेळ गाठणं भाग होतं. तो निघायचा. मात्र, घरी बाबा आलेच, तर त्यांची बडदास्त ठेवण्याबाबत सुकन्याला सांगायला तो विसरायचा नाही.

सुकन्या आज चांगलीच अस्वस्थ होती. तिनं आपल्या चिल्यापिल्यांना अंघोळ घातली. त्यांच्यापुढे चहा-बटरं ठेवली व त्यानंतर स्वत:साठी मोरीत पाणी काढलं. ती मोरीत उतरली. कपडे काढून मोरीच्या कट्ट्यावर ठेवले. अंगावर गरम पाण्याच्या उबदार वाफा वाहू लागल्या. मनातल्या आभाळाला भिडू लागल्या. बाबांनी आताच दारावर टकटक केली तर...! वाफांचं पाणी झालं. पाण्याचा एक-एक थेंब पार आत मनात उतरू लागला!

तिनं ओले केस गुलाबी टॉवेलमध्ये घट्ट बांधले. छातीवर ब्रा चढवली व तशी ती नागवीच बाहेर आली. बाहेरच्या रूममध्ये पोरं मस्तमौला होऊन चहात बटरं बुडवून खात होती! ती गोदरेजच्या कपाटासमोर आली. तिनं स्वत:चं रूप एकदा आरशात पाहिलं. परत डावी-उजवीकडे वळून स्वत:ला न्याहाळलं. नंतर कपाट उघडून परकर-साडी काढली. तीही गुलाबी! ती साडी नेसली. या साडीत आपण खूपच खुलून दिसतो, सकाळच्या पारी दवात भिजलेल्या एखाद्या फुलासारखं; असं बाबा म्हणतात! तिनं परत कपाटावरच्या आरशाचा आधार घेतला. ती परत परत आरशात डोकावू लागली. तिचं माहेरचं नाव बकुळा. तसं सासरच्यांनीही त्याच नावावर अक्षता टाकल्या होत्या. पण बाबांनी सांगितलं, बकुळापेक्षा सुकन्या शोभेल! शिवाय तिच्या जन्मपत्रिकेला ते कमालीचं सूट होतं असल्याचं बाबा म्हणाले होते. 'सुकन्याऽ'; किती गोंडस नाव हे! अगदी कोकराच्या पाठीवर असलेल्या मऊसर केसांसारखं! व ते बकुळा की फकुळा? बाबांनी लगेच मंत्र-तंत्र विधी केला व देवादिकांना सांगितलं, 'ही बकुळा नव्हे; माझी सुकन्या आहे. फक्त माझी!' खरंच, किती काळजी घेतात ते माझी! नाहीतर आपले पतीराज? कधीकधी हाक मारताना जिलबी म्हणतात! मी बालपणी भरपेट खात असेन जिलेबी तेव्हा आवडत होती मला ती. म्हणून का मला आता जिलबी म्हणायचं? असलं कसलं हे प्रेम हलवायाच्या दुकानातलं?

बाबांनी आपल्या पतीराजांनाही सांगितलं, की सुभानजी हे नाव शोभत नाही तुला! तर म्हणतात कसे, 'माझ्या पणजोबाचं नाव आहे हे! माझ्या रूपानं पणजोबाच जन्माला आलाय. लहानपणी मी खूप रडायचा. मग एका देवरशानं सांगितलं की, याला याच्या पणजोबाचं नाव द्या. घरच्यांनी ते दिलं. त्यानंतर रडणं थांबलं!' असं कुठं होतं का? तुम्ही पणजोबा; अन् मी कोण? पंजी की पणजूबाई? तिनं नाक मुरडलं. पण बाबांनी तरी त्यांचं कसं ऐकलं? त्यांच्या बोलण्यावर कसा विश्वास ठेवला? सुभानजी हे काय नाव आहे? कसं आपलं लग्नात वाजणाऱ्या बॅण्डबाज्यासारखं!

पसरट, वाकडं, सदोदित भोगना पसरलेलं. विचारांच्या तंद्रीतच तिनं टी. व्ही. सुरू केला. मात्र, त्यात तिचं मन रमलं नाही. म्हणून तिनं टी. व्ही. बंद केला.

मनात विचारांची भरती-ओहोटी चालू होती. हात दिसेल ते काम करीत होते. किती वेळ? ते फक्त हातांनाच ठाऊक. हळूहळू खवळलेला समुद्र शांत झाला. लाटांची जागा तरंगानी घेतली. पाण्यात काठी मारावी किंवा पाण्यात काहीतरी टाकावं, तेव्हाच हेलकावे बसत होते. तरंग उठत होते. भिंतीवरच्या घड्याळानं मोजून दोन ठोके दिले. शिळपलेले डोळे पेंगू लागले. ती कॉटवर आडवी झाली. दव उडून गेलं. कळीचा शेंडा कोमेजला. बाबा आले नाहीत!

त्याच रात्री बाबा आले. त्यांनी आपल्यासोबत भलादांडगा पापलेट मासा आणला होता. काखोटीला ब्रॅण्डीची बाटली होतीच. त्यांच्या येण्याचा परिणाम सुकन्यावर झाला नाही. तसं तरी तिनं भासवलं! नेहमी बाबा, बाबा करीत अवतीभोवती असणारी सुकन्या आज गप्प होती. तिनं कासवासारखं अंग आकसलं होतं. तिनं एक कर्तव्य म्हणून स्वामींना चहा दिला. स्वामी अस्वस्थ झाले. अधूनमधून तिच्याकडे पाहू लागले.

"सुभाना, आमची शिष्योत्तमा आज इतकी गप्प का?"

"माहीत नाही. मी ऑफिसमधून आलो, तर ती चक्क झोपली होती!"

"ताई, तब्येत ठीक नाही का?" बाबांनी विचारलं.

"नाही, तसं काही नाही," ती म्हणाली.

"मऽऽग?" त्यांनी नवलानं प्रतिप्रश्न केला. तिनं ऐकून न ऐकल्यासारखं केलं. स्वामींनी पुढचा प्रश्न विचारला नाही. सुभानजीनं लागलीच वसई-विरार पट्ट्यातल्या घराचा विषय काढला.

"अरे होऽ, ते मी विसरूनच गेलो होतो!" इतक्या दिवसांत लोणचं चांगलंच मुरलं असणार, याबाबत त्यांना खात्री होती. "मग काय ठरलं तुमचं?"

"हे घर विकायचं!" सुभानजीनं सांगितलं. त्यांना स्वामीनं घराबाबत खूप दिवसांपूर्वीच सांगितलं होतं. मात्र, तेव्हा ते ढिम्म राहिले होते. ती अपराधाची भावना आज त्याच्या बोलण्यात डोकावत होती.

"छान! मग मी बघू एखादं गिऱ्हाईक?"

"जरूऽर! पण त्यापूर्वी वसई-विरारला एखादं घर पाहू. नाहीतर हां बी जायचं, अन् ना भी. शिवाय फुटपाथवर राहायची वेळ यायची!"

"सुभाना, तुला फुटपाथवर यायला हा स्वामी अभयानंद मेला आहे की काय?" स्वामीच्या अंगाचा तीळपापड झाला. त्याच्या डोळ्यांत अंगार फुलला. त्यानं सुकन्यावर नजर टाकली. ती निश्चिंत होती.

"बाबा, राग मानू नका. मी सहजच बोलून गेलो." सुभानजीनं दिलगिरी व्यक्त केली.

स्वामींचा राग मावळला. त्यांनी सुभानजीकडे स्नेहार्द्र कटाक्ष टाकला व ते म्हणाले, "हे बघ, आपले शब्द असे वाया घालवायचे नसतात. प्रत्येक शब्दाला महत्त्व असतं. त्याच्या पाठीमागे आपली अंत:प्रेरणा कार्यरत असते. अशावेळी पराभूत मनोवृत्ती, संशयी वृत्ती दाखवायची नसते. ठेवायची नसते. आपण जर द्विधा मन:स्थिती ठेवली तर काय होतं, हे तुला माहीत आहे का?"

"काय?" सुभानजी सावरून बसला. सुकन्या शांतपणे त्यांचं बोलणं ऐकत होती. तिनं जणू स्वामींशी गट्टी फू केली होती.

"ऐक सांगतो," स्वामी सांगू लागले. त्यांनी सुभानजीला एका स्वामी-शिष्येची गोष्ट ऐकवली. त्यांच्या कथेतला स्वामी शिष्येला द्विधा मन:स्थिती का नसावी, ते पटवून देत होता. गुरु हे कितीही ताकतवर असले तरी शिष्याची मन:स्थिती द्विधा असेल तर काय होतं, याबाबत दिलेलं उदाहरण होतं ते. मात्र, गोष्टीतल्या स्वामींच्या शिष्येनं उक्तीबरोबरच कृतीचीही मागणी केली. त्यासाठी तिनं त्यांच्याकडे हट्टच धरला. स्वामींनी तिची समजूत काढली, 'बाई गं, तुला वेळेचं महत्त्व कळत नाही. तू नेहमी द्विधा मन:स्थितीत असतेस. तेव्हा तू अशा भानगडीत पडू नकोस,' असं सांगून तिला परोपरीनं समजावलं. मात्र, शिष्या हट्टालाच पेटली. त्यानंतर मात्र गुरुनं शिष्येला प्रत्यक्ष कृती करण्याचं आश्वासन दिलं. मध्ये काही दिवस गेले. एक दिवस ते गुरु परत तिच्या घरी आले व तिला म्हणाले, 'तू आता एका पातेल्यात चुलीवर पाणी ठेव. ते चांगलं उकळ व सोबत पुष्कळसे वाटाणे घेऊन तू त्या पातेल्याजवळच बस. एक ठरावीक वेळ आली की, मी तुला वाटाणे पाण्यात ओतण्यास सांगेन. तेव्हा ते तत्काळ पाण्यात ओतायचे व त्यावर झाकण ठेवायचं. ते सोन्याचे होतील!'

त्या शिष्येनं मोठ्या पातेल्यात पाणी उकळलं. शिवाय सूपभर वाटाणे घेऊन ती त्या पातेल्याजवळ बसली. स्वामी घराच्या उंबऱ्यावर बसून त्या वेळेची वाट पाहात मंत्र म्हणू लागले. वेळ आली. त्यांनी शिष्येला आदेश दिला, "वाटाणे पाण्यात ओत!"

"कधी? आता?" शिष्येनं विचारलं.

"होय," स्वामी परत मंत्र म्हणू लागले. शिष्येनं वाटाणे पाण्यात ओतले व त्याच्यावर तत्काळ झाकण ठेवलं.

काही वेळानं स्वामी आत आले. त्यांनी ते पातेलं चुलीवरून उतरायला लावलं. त्याच्यावरचं झाकण काढलं. पातेल्यातील वाटाणे खाली तळाला होते. त्यातला एकही सोन्याचा झाला नव्हता!

"तरी मला वाटलं होतंच. तुम्ही बंडल मारता आहात. हे वेळ वगैरे सगळं खोटं आहे. तुम्ही एक नंबरचे खोटारडे आहात!" शिष्या उखडली.

काय झालं असावं, याचा स्वामींना अंदाज आला. आता शिष्येची समजूत कशी काढायची, या विवंचनेत ते होते. तेवढ्यात तिची शेजारीण आपलं पातेलं घेऊन आली. तिनं ते शिष्येला दाखवलं व ती म्हणाली, "थांब. या देवमाणसावर आळ घेऊ नकोस. हे बघ, माझं वाटाणं सोन्याचं झालं. तुमचं बोलणं चोरून ऐकून मी वेळ पाळली. तेव्हा तू मात्र 'कवा... आता?' असे प्रश्न विचारीत बसलीस. तितक्यात वेळ निघूनही गेली."

स्वामींनी सुकन्याकडे एक स्नेहार्द्र कटाक्ष टाकला व ते पुढं म्हणाले, "म्हणूनच सुभाना, अशी द्विधा मन:स्थिती कधी ठेवायची नसते. काळ महत्त्वाचा. वेळ महत्त्वाची. अंत:प्रेरणा महत्त्वाची."

"अंत:प्रेरणा असली अन् स्वामीनंच वेळ पाळली नाही, तर मग काय हो बाबा?" सुकन्यानं विचारलं व ती खळखळून हसली. उत्तराची अपेक्षा न करता ती आतल्या खोलीत गेली. सुकन्याच्या प्रश्नानं स्वामी चांगलेच ढेपाळले. सुभानजीला मात्र हे कोडं उलगडलं नाही.

स्वामींबरोबर सुभानजीनंही ब्रॅण्डी ढोसली. त्याला सुकन्येची थट्टा करण्याची लहर आली, "काय गंऽ, तू पण घेतेस का जरा?"

स्वामींनी हातातला ग्लास दाणकन जमिनीवर आपटला. ग्लासला तडे गेले. ग्लासच्या बारीकबारीक काचा दारूत बुडाल्या.

"सुभाना, लाज वाटते का तुला! अरेऽ, ती बायको ना तुझी? दारू प्यायला ती का रखेल आहे तुझी?" दारूच्या ग्लासासारखे स्वामी फुटले. सुभानजीनं हात जोडले. त्यांची माफी मागितली.

"माझी नको. त्या माउलीची माफी माग. अन्याय तिच्यावर झाला आहे!"

"चुकलं माझं!" सुभानजीनं तिला हात जोडले. सुकन्या निश्चिंत होती. तिनं चमचमीत, खमंग जेवणाची ताटं त्यांच्यासमोर ठेवली. पोटात गेलेल्या दारूच्या घोटाबरोबरच पापलेटही स्वामींच्या डोक्यात वळवळू लागलं. पण समोरची मासोळी जिवंत आहे की मेलेली; हे स्वामींना कळत नव्हतं. त्यांची घालमेल अधिकच वाढली होती.

जेवण जास्त झाल्यानं स्वामींनी तिथंच मुक्काम केला. सुकन्यानं गादीवरची बेडशीट झटकली व परत अंथरली. उशी पालथी करून अभ्र्याचा तेलकट भाग खाली घातला. त्यातल्या त्यात बरा भाग वर छताकडे पाहू लागला. तिनं गादीवर सोलापुरी चादर ठेवली. सुभानजीनं आपलं अंथरूण जमिनीवर घातलं. चटई, त्यावर गोधडीची दुणती घडी. त्यानं डोक्याखाली उशीऐवजी लाकडी पाट घेतला. थोरलं सुभानाच्या अंथरुणात झोपलं. सुकन्यानं मात्र आपलं अंथरूण आतल्या खोलीत टाकलं. धाकट्याला पोटाशी धरून तीही झोपी गेली. छताकडे नजर लावून स्वामी

कॉटवर आडवे झाले. दारूच्या कैफातही सुभानजीनं स्वामींचे पाय रगडले. त्याच्या हाताला सुटलेला घाम तेलात आयागमनी झाला. झोपेचा कैफ आवरेना, तेव्हा तोही आपल्या बिछान्यावर पडला.

बाहेरच्या खोलीतली मोरी बंद करण्यात आली होती; त्यामुळे रात्री चूळ भरण्याच्या निमित्ताने स्वामी दोन-तीन वेळा आत आले. खाकरले. हलकासा तांब्याचा आवाज केला. वांझुटे आवाज रात्रीच्या काळजावर थडकले व परत फिरले. स्वामींनी जाता-जाता पायानं सुकन्येला डिवचलं. तरीही कोणतीही हालचाल झाली नाही. वैतागलेले स्वामी बिनबोभाट झोपी गेले.

सकाळ झाली. सुकन्यानं स्वामींना गरमागरम चहा दिला व ती आतल्या खोलीतला पसारा आवरू लागली. चहाचे गुळमाट घुटके घेत स्वामींनी सुभानजीला विचारलं, "सुभाना, खोलीची कागदपत्रं आण पाहू."

"कसली कागदपत्रं?" सुभानजीला प्रथम काही कळलं नाही.

"खोल्या नावावर केल्याची!"

"बाबा, चुलतीनं खोल्या राहायला दिल्या. मात्र, त्या नावावर कुठं केलेत? अन् मला तरी त्याची आठवण कुठं होती?"

"गाढव आहेस गाढव. निव्वळ गाढव! अजून खोल्या नावावर नाहीत अन् निघालाय फ्लॅट घ्यायला!" बेंबीच्या देठाला पीळ पडेपर्यंत स्वामी ओरडले. "अरे, उद्या त्या म्हातारीची मती फिरली, कुणी तिचे कान भरले तर काय करणार? फुटपाथवर येशील, फुटपाथवर!" स्वामींचं भान हरपलं. रात्री फुटपाथवर येणाऱ्या सुभानजीला आधार देणारे स्वामी कोसळले.

उतरलेल्या चेहऱ्यानं सुभानजी स्वामींकडे पाहू लागला. स्वामींचा चढलेला आवाज ऐकून सुकन्या बाहेर आली. धुमसणारे स्वामी हळूहळू शांत झाले.

"सुभाना, आपण शक्तिचर यज्ञ करू या. त्यासाठी हरिद्वार, अमरनाथसारख्या ठिकाणी जावं लागलं तरी बेहतर. त्यायोगे तुझ्यामागे लागलेल्या इडापीडांना तुला तोंड तरी देता येईल. अंगात शक्ती, बळ संचारेल. मात्र, तत्पूर्वी आपण इथं एखादा शांती होम, कार्यसिद्धी होम करू या; त्यामुळे आपल्या वाटेत, कार्यात जे जे अडथळे आहेत, ते तरी दूर होतील. कालपासून आक्कांची तब्येतही बरी दिसत नाही. होमामुळं त्यांनाही उतारा पडेल. घरात शांती नांदेल."

सुभानजीनं मान हलवली.

"मात्र, त्यासाठी चार-पाच हजार रुपये खर्च येईल," स्वामींनी स्पष्ट केलं.

"करू या!" सुभानजीनं परत होकार दिला. बाबा आपली भरपूर काळजी करतात, त्यांच्या कृपेनं आपला फायदाच होत आहे, हे सुभानजीला कळत होतं. आज चार-सहा हजार खर्च केले, तर त्यातून पुढे भरपूर उत्पन्न होईल, हा आशावाद

होताच. खोल्याही अजून नावावर नव्हत्या. त्यात चुलतीची मती फिरली तर काय करायचे, हा प्रश्नही होताच. प्रत्येक पावलावर त्याला स्वामींची मदत होत होती. उद्या वसई, विरार पट्ट्यातील घरासाठी स्वामीच त्याच्या मदतीला येणार होते.

“निघतो मी, आक्का!” स्वामी म्हणाले. मात्र, त्यांचा पडलेला चेहरा तिच्या चाणाक्ष नजरेतून सुटला नव्हता.

“बरंऽ!” सुकन्या म्हणाली व दोन पावलं पुढे आली. स्वामींची मूर्ती जिन्यात अंतर्धान पावेपर्यंत ती चौकट धरून उभी होती. तिला रात्रीचा प्रसंग आठवला अन् ती खुदकन हसली. तिच्या मनातल्या अवखळ विचारानं उचल खाल्ली, ‘हे इतकं पागल, तर मेनकेला पाहिल्यानंतर त्या विश्वामित्राची काय गत झाली असेल!’

१६

बिल्लूनं मनगटावरच्या घड्याळ्यात पाहिलं. दहा वाजले होते. त्यानं पायात चप्पल घातलं व आवाज दिला, “सुगंधा, आटप गं लवकर.”

“झालंच. थांब थोडं.”

त्याची नजर दरवाजाच्या फळीवर गेली. बिल्लूचं मूळ नाव सुनील बिलवाडकर. मात्र माळ्यातल्या पोरांनी त्याचं नामकरण बिल्लू केलं होतं. आता तर त्यांची मजल दारापर्यंत येऊन थांबली होती. त्यांनी दारावर लिहिलं होतं, ‘बिल्लूबाबा की जय!’

“हलकट साले!” तो पुटपुटला व त्यानं पोरांनी दारावर लिहिलेलं नाव पुसलं.

भिंतीशेजारची खुर्ची थोडी पुढे ओढून तो खुर्चीवर बसला. त्याची नजर मोरीच्या कट्ट्यावर ठेवलेल्या पिशव्यांकडे गेली. त्याने त्या नीट न्याहाळल्या. बरेच दिवस झाले सामान आणून. वॉशिंग पावडर लवकर तयार केली पाहिजे. एका किलोपाठीमागं किमान सहा-सात रुपये तरी सुटायला हरकत नाही! कदाचित कमी सुटले तरी तितके तरी आणायचे कुठून? ग्राहक संघाचं काम, कासलीवाला बिल्डरचं काम, अधेमधे येणारी तीन पर्सेंटची कामं यामुळं अलीकडे पावडर तयार करायला वेळ मिळत नाही. त्यातच वॉशिंग पावडर तरी हल्ली लगेच कुठं खपतेय? हात भगभगतील का? हाताची चमडी निघेल काय? ओळखीची, नेहमीची ठरलेली गिऱ्हाइकंही हल्ली असे प्रश्न विचारून भंडावून सोडतात. दूरदर्शनवरच्या जाहिराती पाहून आयएसआय ट्रेडमार्क आहे का, कंपनी कोणती हेही प्रश्न समोर येतात! त्यापेक्षा एखाद्याला शेअर्स खरेदी करून देणं, फ्लॅट खरेदी करायला मदत करणं, यूटीआयची सर्टिफिकेटस् मिळवून देणं यांसारख्या कामात भरपूर कमाई होते. तीही कोणतंही भांडवल न टाकता!

दारासमोर सावली पडली अन् त्याची विचारमालिका खंडित झाली. त्यानं समोर पाहिलं व तो म्हणाला, "या, या."

आपल्या हत्यारांची बॅग सांभाळत सुतार आत आला. बिल्लूशेजारच्या खुर्चीवर बसला. त्यानं आपली बॅग खुर्चीच्या पायाजवळ ठेवली.

"जरा लवकर तरी यायचं नाही का? तरी मी तुम्हाला सांगितलं होतं की, मला लवकर बाहेर जायचं आहे!" बिल्लू नाराज झाला.

"अहो, मला तरी कुठं वेळ आहे? चला, आज दुसरीकडची ऑर्डर पुरी करतो." सुतारानं खाली वाकून आपली पिशवी उचलली व तो उठून उभा राहिला.

धक्का बसल्यासारखा बिल्लू खुर्चीतून उठला. पटकन सुताराच्या आडवा झाला. "छे, छेऽ! आपल्याला परत यायचा त्रास नको. आपण लगेच काम पूर्ण करू या. सुगंधा, सुतार आलेत. एक कप चहा ठेव गं!" बिल्लूनं बाहेरच्या खोलीतून आवाज दिला व सुताराकडे पाहून लोचट हसला. सुतारही समजून-उमजून हसला.

बिल्लू कॉटखाली वाकला. तिथं ठेवलेली चहाची खोकी, छोट्या रिपा त्यानं बाहेर काढल्या. सुतारानं खिडकीचं माप घेतलं व खोक्यांवरच्या पत्र्याच्या पट्ट्या उचकटायला सुरुवात केली.

"पत्र्यासह मारता येणार नाहीत का? म्हणजे कशा एकदम घट्ट बसतील."

"पत्रा असाच ठेवून त्या साइजमध्ये कापणार कशा?" सुतारानं हरकत घेतली.

"तेही खरंच." बिल्लूनं माघार घेतली.

जिथं आवश्यकता आहे तिथं बिल्लू सुताराला मदत करू लागला. सुतारानं दाखवल्यानुसार बिल्लूनं खिडकीच्या लाकडी खांबांबरोबर फळ्या धरल्या. आपल्या सराईत अंदाजानं सुतार खिळे ठोकू लागला.

बिल्लू खिडक्या बंद करीत आहे, ही बातमी एव्हाना माळ्यात वाऱ्यासारखी पसरली होती. रविवार असल्यानं पोरं गल्लीच्या तोंडाला बाजल्यावर, कपड्यांच्या रिकाम्या गाड्यांवर फोका मारीत बसली होती. त्यातली काही पोरं उठली. पिंडाला शिवणाऱ्या कावळ्यांसारखी बिल्लूच्या खिडकीभोवती गोळा झाली. काहीजणांनी समोरच्या वटनाच्या कट्ट्यावर हात ठेवून त्यावर हनुवटी टेकली. बंडू-नंदूची जोडगोळीही समोरच्या वटनात थांबली. 'खाट, खाट' आवाज आल्यानं खाणावळ्यांनी हातातल्या कापलेल्या कोंबड्या सोडल्या व ते उगीचच वटनात डोकावून गेले.

"काय बिल्लू महाराज, काम चाललंय वाटतं!" नंदूनं आवाज दिला. बिल्लू पाठीमागं फिरला. पोरांना पाहून त्याच्या पोटात भीतीचा गोळा उभा राहिला. "होय," तो लोचट हसला.

"हा शिवजयंतीचा जखमी मावळा बरं का रेऽ!" बिल्लूकडे हात करून बंडू निकमानं जमलेल्या पोरांना ओळख करून दिली. पोरं फिदीफिदी हसली.

"हलकट साले...!" बिल्लू पुटपुटला.

"खोकी चहाची वाटतं! गोळी चहा की पत्ती चहा?" बंडूनं विचारलं. पोरं परत हसली. बिल्लू तर रागानं चहासारखाच उकळला; नुसता लालेलाल झाला. त्या झिटीतच त्यानं पाठीमागं पाहिलं.

"अं, असं ढालगज व्हायचं न्हाय. कर, कडेकोट बंदोबस्त कर. गडाची तटबंदी अशी झाली पाहिजे की, गनीमच काय त्याच्या नजरेलाबी सांधा मिळता कामा नये!" नंदूनं आवाज दिला. पोरांची हसून हसून मुरकुंडी वळली.

सुताराचं काम आटोपलं. ते दोघे आत आले. सुगंधानं सुताराला चहा दिला. बिल्लूनं शर्टाच्या आत तयार केलेल्या चोरकप्प्यात हात घातला. पैसे काढले. सुताराची मजुरी दिली. उघड्या दारातून सगळं दिसत होतं. पोरांनी परत टाळ्या वाजवल्या. शिट्ट्या घातल्या.

"बायला, बिनबोभाट पैसे देताना मी पहिल्यांदाच पाहतोय या नरसाळ्याला!" बंडू म्हणाला. पोरं हसली. बाहेर येत असलेला सुतार बंडूकडे पाहून हसला व आपली पिशवी सांभाळत चालू पडला. बिल्लूनं धाडकन् दरवाजा बंद केला.

'बिल्लू महाराज की जयऽ!' पोरांनी एकसाथ नारा दिला. शिवाय त्यांनी बिल्लूनं नुकतीच खिडकीवर बसवलेली चहाची खोकीसुद्धा हातानं वाजवली.

पोरं जशी आली तशी लगेच पांगली. वटनात उभं राहून हा तमाशा पाहणारी माणसंही आपापल्या कामाला लागली.

बिल्लू बादशहा अन् त्याची बायको सुगंधा जाऊन तास-दीड तास झाला होता. त्यानंतर साधारणत: तिशीतला एक तरुण माळ्याच्या अंगचटी आला. त्याच्यासोबत गप्पा मारत एक गरगरीत अंगाची पोरगी आली. ती रानपाखरासारख्या भुवया उडवत होती. वारंवार खांद्यावरची चुन्नीही सांभाळत होती. ती त्याला लगटून चालली होती. पोरगंही अंगापिंडानं बरं होतं. त्यानं जीनच्या पॅण्टवर पांढरा नक्षीदार सदरा घातला होता. शिवाय केसाचा कोंबडा उलटा फिरवून ते भलतंच सजलं होतं. दोघेही माळ्याच्या बोळात शिरले.

"कोण?" बाजल्यावर बसलेल्या पोरांच्या नजरा एकमेकाला विचारू लागल्या. गल्लीत पोरांचं चाललेलं क्रिकेटही क्षणभरासाठी थांबलं.

"मी रात्री याला बिल्लूबरोबर पाहिला होता." सर्जा घोडगावकरानं माहिती पुरवली.

पोरांच्या कपाळावर आठ्यांचं जाळं पसरलं. बिल्लूकडे येणारी माणसं त्याच्यासारखीच फटीचर. मात्र हे बेनं जरा वेगळं दिसत होतं. त्याच्या कळपातलं वाटत नव्हतं.

"काय रेऽ, त्या पोरीच्या गळ्यात काही होतं का?" संतोष पिंपरकरनं विचारलं.

“होतं ना! मंगळसूत्र बाहेरच काढलेलं होतं.” सदा जायकरानं आपल्या नजरेची तीक्ष्णता समोर आणली.

“तिच्यामारी तिच्याऽ, ती जर त्याची बायको असेल तर तिला मंगळसूत्र बाहेर काढून चालायची काय गरज?” बंडू निकमानं शंका घेतली. तेवढ्यात तिथं उजव्या पायावर जोर देत कानिफ आला.

“आयला, काय भारी जोडपं हाय रं?” कानिफ उसानला.

“कोणतं?”

“आता बिल्ल्याच्या घरात गेलं ते!”

“तू बघितलंस?” पोरांची उत्सुकता शिगेला पोहोचली.

“नुस्तं बघितलं नाही. कुलूप काढताना त्यांना विचारलं, कोण म्हणून! तर म्हणतो कसा, मी बिल्लूचा मावसभाऊ! पुढचा प्रश्न विचारीपर्यंत बेनं आत गेलं अन् दार लावलं रंऽऽ!” कानिफ हळहळला. “पोरगी मात्र रामफळासारखी गजगजीत. रमरमीत ढुंगणाची!” कानिफनं आपला अभिप्राय दिला व आपला पांगळा पाय सावरीत, उजव्या पायावर जोर देत उडी मारून तो बाजल्यावर बसला.

“मी खात्रीनं सांगतो की, तो बिल्ल्याचा मावसभाऊ नाही. हवी तर यासाठी पैज लावतो.” बंडू म्हणाला.

बंडूबरोबर पैज लावायला कोणीही पुढे आलं नाही. तोपर्यंत पोरांच्या चर्चेचा विषयही बदलला होता! सर्जा घोडगावकरानं बंडूला डोळा मारला. ते पोरांना सोडून बोळात आले.

“काय रं?” बंडूनं विचारलं.

“कायं रं काय लेका! अजून किती दिवस वाट बघायची?” सर्जानं विचारलं.

“कशाची?” बंडूला काहीच कळलं नाही.

“आयला तुझं डोस्कंपण कामातनं गेलंय बघ. आता तो बिल्ल्याचा पाहुणाच बघितलास नं, आपल्यासमोरून त्याचा माल कसा मोरणीगत घेऊन गेला!”

“मग तू पण जा की लेका! तुला कुणी अडीवलंय!” बंडूनं आपल्या ओठावरच्या मिसरुडावर हात फिरवला.

“कसा जाणार! साली माझ्याकडं बघती; पण काही कळतच नाही बघ.”

“चल बघू तरी रागरंग.” बंडूनं सर्जाच्या कमरेला हात घातला. दोघे चौथ्या मजल्यावर आले. जायकराच्या खोलीसमोर वटनाच्या कट्ट्याला टेकून उभे राहिले.

चपात्याचं खाटलं पुरं करून मंदा व शेवंता वेणीफणी करीत होत्या. शेवंता तिला एका सिनेमाची स्टोरी सांगत होती. सिनेमाच्या बाबतीत मंदा ढ असल्यानं तिला अनेक बाबी विस्तारानं सांगाव्या लागत होत्या. शेवंता आपल्या शैलीत सिनेमाची कथा तिला ऐकवत होती! अधूनमधून मंदा हसत होती किंवा नुसताच

हुंकार देत होती. शेवंताची माहिती अपूर्ण वाटली, तर नुकताच तिथं आलेला बंडू मध्ये तोंड घालीत होता. मध्ये मध्ये शेवंताही त्याच्याकडून खात्री करून घेत होती, "होय की नाही रेऽ बंडूऽऽ?"

मग बंडूच्या जिभेलाही पान्हा फुटत होता.

इकडं गमतीला आलेल्या घोड्यासारखा सर्जा जागेवरच मागं-पुढं करीत होता. मंदानं त्याच्याकडे पाहिलं की, तो अस्वस्थ होत होता. नजर बाजूला वळवीत होता. कधीकधी आपल्या पैलवानी खाक्याला जागून छातीला ताण देत होता. वटनाच्या कट्ट्यावर जोर देऊन बोटं दाबीत होता. त्याला त्यामुळे जोर मारल्यासारखं वाटत होतं! मंदानं आपल्या लांबसडक, काळ्याभोर केसांच्या बुडाशी हात घालून हिसका देऊन आपले केस पाठीमागं वळवले. तिचा उजवा हात काटकोनात वळून स्प्रिंग बसवल्यासारखा मागंपुढं, मागंपुढं होत केसांवर फणी फिरवू लागला. डाव्या हाताचाही काटकोन होऊन तो केसांच्या बुडाखाली आला होता. फणीबरोबर मंदाची छाती वरखाली होत होती. फुलाफुलांच्या पोलक्यावर छातीचा ताण वाढला होता. आखाड्यात रंगलेल्या कुस्तीसारखीच तिची छाती व पोलकं यांच्यात चाललेल्या झंगडपकडीवर सर्जाची नजर खिळली. अचानक पोलक्याचं एखादं बटन तुटलं तर...! या चावट विचारानं त्याच्या मनाचा ताबा घेतला.

कमळा जायकरीन चौकटीत बसून खलबत्त्यात मसाला कुटीत होती. तिचा हात थांबला. तिनं खलबत्यातला मसाला काढला व बाजूच्या ताटलीत ठेवला. तिनं सर्जाला विचारलं, "काय रं गुलामा, असा बावचळल्यासारखा तिच्याकडं काय बघतूस?"

पोरी हसल्या. बंडू हसला. जायकरीनही खळखळून हसली. सर्जा लाजून चूर झाला. त्यानं बंडूच्या कमरेला हात घातला, "चल कीऽ!"

"थांब जरा." बंडूनं त्याचा हात झिडकारला व विचारलं, "जायकरनी, किती कोंबड्या आणल्यास?"

जायकरनीच्या कोंबड्या शिजत होत्या. ती हात टेकून बसल्या जागेवरून उठली. वटनात उभं राहून अवघडलेली कंबर मागंपुढं केली व बंडूला म्हणाली, "कुठल्या रं बाळा कोंबड्याऽ! माणसं हाईत वीऽऽ. सगळी मे महिन्यात गावाला गेल्यातंय. कवा परत येतील तवा कोंबड्या!"

"खरं हाय तुझं!" बंडूनं सर्जाच्या खांद्यावर हात ठेवला. दोघे जिन्याच्या पायऱ्या उतरू लागले. बंडू त्याला म्हणाला, "बघितलंस, बायला किती कोंबड्या आणल्या म्हणून विचारलं तर सांगायला तयार नाही!"

"तिनं तरी तुला का सांगावं? मग तू एका कोंबडीत इतकी माणसं जेवतात तर इतक्या कोंबड्यात किती जेवतील? याचा हिशेब मांडून तयार होशील. मग कशी सांगील ती!" सर्जानं बंडूचं बोलणं खोडलं.

"बरं ते मरू दे. तुझं कुठवर आलं? सिग्नल मिळाला की नाही? तू काही खाणाखुणा केल्यास की नाही?'' बंडूनं उत्सुकतेनं विचारलं.

"कसल्या खाणाखुणा करतोस! ती शेवंती होती नव्हं तिच्या बाजूला!''

बंडू पायऱ्यांवरच थांबला. सर्जाला एकदा आपादमस्तक न्याहाळलं व म्हणाला, "तुझ्या आयला तुझ्या! अरे, तुझ्यासाठी मी त्यांच्याशी फाल्तू गप्पा मारीत उभा राहिलो व तू म्हणतोस शेवंती होती? थूऽ तुझ्या जिनगानीवर!'' बंडूनं थुंकण्याचा अभिनय केला. सर्जा शांत राहिला. बंडूच पुढे म्हणाला, "पैलवान, हे मैदान तुमचं नव्हे! हे लोणी तुम्हाला पचायचं नाही. उगाच ओठावरून ओघळ खाली यायचे. त्यापेक्षा तुमच्यासाठी कशी आमच्यातली गावीन ठीक!''

१७

राजा जायकराचं लग्न ठरलं. या लग्नानं माळ्याच्या बदललेल्या रीतीरिवाजांची पार चिरफाड केली. महागाईचा काळ. नोकऱ्यांची चणचण. एखादी नोकरी मिळालीच तर दहावीनंतर किमान पाच-सहा वर्षे तरी जायची परमनंट व्हायला! पोराला एखाद्या शेठकडे नोकरी मिळायची. शेठ सरळ असेल, तर सगळं सुरळीत व्हायचं. पोराचं नशीब फळफळायचं. नाहीतर मग माथाडी बोर्डासारखे कायदेकानू पुढे यायचे. ते टाळण्यासाठी शेठचा आटापिटा सुरू व्हायचा. त्यातून मग ते पोरगं चिंबायचं. तरीही तग धरून राहायचं. पोराच्या पुढच्या वयाची किंवा त्याच्यापेक्षा लहान म्हणजे त्याच्या पाठीवर लगतच एखादी बहीण असेल तर लग्न आणखी लांबणीवर पडायचं. त्यातूनही एखादं पोरगं पदवीकडे सरकलं, तर तिकडेही मोठी स्पर्धा होती. पोरांच्याही विशेष अपेक्षा नसल्यानं तीही जुळवून घ्यायची; परंतु त्यातही हा हा म्हणता काही वर्षे निघून जायची. त्या मानानं राजाचं नशीब जोरावर होतं.

माळ्यातली काही पोरं आजूबाजूच्या गल्ल्यांत तयार कपड्यांच्या गाड्या लावायची. त्याच गाड्यांवर माळ्यातलेच काहीजण पगारी राबत होते. पगारदारांना साधारणतः पन्नास रुपये रोज मिळायचा. सगळ्यांच्याच नशिबात गाड्या नव्हत्या. त्याला कारणही तसंच होतं. गल्ली-गल्लीतल्या मोकळ्या जागा अगोदरच गेल्या होत्या. ते कोण होते, ते माळकऱ्यांनाही सांगता आलं नसतं! मात्र इतरांचं पाहून ज्यांनी गाड्या उभ्या केल्या ते शहाणे ठरले होते. गल्लीतल्या गाड्यांवर नवनवीन फॅशनचे कपडे मिळायचे. त्यात जसे महिलांचे कपडे होते, तसे लहान मुलांचेही. त्यात व्हरायटी होती तसा मालाला चांगला उठावही होता! मुंबईत फुटपाथवर

मिळणाऱ्या मालाची एक खासियत असते. हा माल ब्रॅण्डेड नसला तरी चांगला असतो, शिवाय त्याची किंमतही कमी असते अशी एक धारणा आहे! त्याचाही एक विशिष्ट ग्राहकवर्ग आहे. इथं माल चांगला मिळतो, हे ग्राहकाच्या एकदा लक्षात आलं की, मग त्यांची उणीव नसते.

संपूर्ण मार्केट विभाग म्हणजे हायफाय गिऱ्हाइकांचं माहेरघर; त्यामुळे गल्ली-गल्लीत विकल्या जाणाऱ्या कपड्यांना तसा गिऱ्हाइकांचा तोटा नव्हता. प्रत्येक गाडीपुढे नेहमी एखादं-दुसरं गिऱ्हाईक रेंगाळताना दिसायचं. त्यात महिलांचा विशेष भरणा होता! महिलाही कशा अगदी चिवारीच्या कवळ्या लुसलुशीत कोंबासारख्या! अगदी गुटू गालाच्या अशा! स्त्रियांना सौदा करायला आवडतो. पाच-दहा रुपये कमी करून कपडे मिळाले, तर त्या भलत्याच खूश होतात. त्यांचं मानसिक समाधान वाढतं. नेमकी हीच बाब रस्त्यावरच्या गाडीवाल्यांनी हेरली होती. ते कपडे गाडीवर मांडण्यापूर्वीच कपड्यांच्या किंमती वाढवून ठेवायचे!

स्त्रियांच्या कपड्यांत मुलखाची व्हरायटी. शिवाय त्यामध्ये नेहमीच नवीन फॅशन यायची. यामधून त्यांच्या ब्रा, साधी चड्डीसुद्धा सुटली नव्हती! गिऱ्हाइकांच्या निवडीला वाव होता; त्यामुळे कंटाळवाणा प्रकार नव्हता. पुरुषांचं मात्र वेगळं होतं. त्यांच्या मर्दानी सौंदर्याला पॅण्ट, शर्टच ठीक होते. त्यामध्ये फॅशन असून असून अशी काय असणार? गाढव गावात कुठेही फिरले तरी समोर उकिरडाच; अशातला प्रकार. साहजिकच कोणताही गाडीवाला या आतबट्ट्याच्या व्यवहाराला हात घालण्यास तयार नव्हता. त्यापेक्षा लहान मुलांचे कपडे विकणंही परवडायचं. लहान मुलांच्या कपड्यातही वैविध्य वारेमाप. जोपर्यंत स्त्री आहे, पुरुष आहेत तोपर्यंत हा रतीब कधी थांबण्यातला नव्हता. या धंद्याला मरण नाही.

कपड्यांबरोबरच पोरं नुसत्या नजरेनंच गिऱ्हाइकांच्या शरीराचा लिलाव करायची. त्यातही एखादं टंच गिऱ्हाईक आलं तर पाहायलाच नको! ही फॅशन, ती फॅशन म्हणत वारंवार त्याच्या छातीबरोबर कपडे लावून दाखवले जायचे. हवं तिथ रेंगाळून किंवा अनवधानाचा बहाणा करीत हळूच फिरून सराईत बोटं सुखावून जायची. रस्त्यावर रूम नसल्याबद्दल पोरंच खंत व्यक्त करायची! अशा टिवल्या-बावल्यात पंचविशी पार व्हायला वेळ लागायचा नाही. त्या मानानं राजा जायकर लक्की होता!

राजा बी.एस्सी. झाला. त्याला लगेच शिवडीच्या एका औषध कंपनीत हेल्परचं काम मिळालं. त्याच्या परमनंट होण्यातही आडकाठी आली नाही. त्यानं शिवडीलाच दोन मित्रांच्या साहाय्यानं लाउड स्पीकरचा धंदाही सुरू केला. विविध मार्गांनी त्याच्या कानात चवल्या-पावल्यांचा आवाज झनझनाट करू लागला.

राजा अंगापिंडानं मजबूत होता. त्याचा आपल्या बापावर खूप राग होता. चांगली नोकरी सोडून बापानं असं घरगड्यागत काम करणं, चपाती भाजत बसणं

त्याला अजिबात मंजूर नव्हतं. बापानं कसं टेचात राहिलं पाहिजे! राजानं आठवीच्या वर्गात जाईपर्यंत चपात्या भाजल्या होत्या. नंतर मात्र हळूहळू त्यानं ते बंद केलं होतं. तो चपात्या भाजीत नाही, हे पाहिल्यानंतर गणपत जायकरानं त्याला दोन-तीनदा चांगलं सडकून काढलं होतं. गणपत असाच एकदा त्याच्यावर तुटून पडला होता. अगोदरच दारूनं खंगलेलं शरीर. त्यात त्या दिवशीही तो भरपूर प्यायला होता. या परिस्थितीत राजानंच बापाला ठोशांवर ठोसे लगावले होते! तेव्हापासून घरातलं कोणी त्याच्या वाटेला जात नव्हतं. जायकरनीलाही तशी त्याची गरज वाटत नव्हती. राजापाठोपाठ उभा असलेल्या गजा, सदा, शेवंतानं त्याची जागा भरून काढली होती.

राजानं जायकरनीला अनेक वेळा खाणावळ बंद करण्याबाबत सांगितलं होतं. तोंडाला कोंबड्याचं रक्त लागलेल्या मांजरीसारखी जायकरनीची अवस्था झाली होती. घरबसल्या बऱ्यापैकी फायदा करून देणारा, शिवाय घरातल्या सगळ्यांना काम देणारा असा दुसरा कोणता धंदा होता? यात वारेमाप कष्ट असले, तरी नफ्याचं प्रमाणही मोठं होतं. जेवणारी तोंडं वाढतील तशी त्यात वाढच असायची. भलेही त्यात एखाद-दुसऱ्याची नजार वंगाळ असेल; पण हाताची पाची बोटं तरी कुठं सारखी असतात? अन् आपल्या घरातले चेहरेऽ! त्यांचेही रंगढंग वेगळे होतेच की! दुसऱ्या धंद्यात या नजरा नाहीत, असं थोडंच आहे? गावाकडे जाऊन राहावं, तर तिकडे तरी कुठं बाग-बागायत वाट पाहतंय? डॉक्टरची दहा-वीस रुपयांची फी द्यायला पैसे नसल्यानं अशी कितीतरी कुचंबणारी माणसं तिला अनेक वेळा भेटत होती. शेतात पिकतं ते वर्षभराच्या पोटासाठीच लागतं. त्यासाठी कुठे व्यापाऱ्यांचे टेंपो दारात लागण्यासारखी परिस्थिती आहे? आपण जर बागायतदार, धनशेठ असतो, तर मुंबई का जवळ करावी लागली असती? इथून सुटायचं अन् उगाच फुफाट्यात का पडायचं, हे जायकरनीचं मत होतं. मात्र, मुंबईतला धान्य बाजार, फळांचं मार्केट वाशीला चाललं. हळूहळू सगळ्याच मार्केटवर संक्रांत येणार असंही बोललं जात होतं. या बातम्या ऐकल्या तेव्हा ती चांगलीच हबकली होती. मार्केटं बाहेर गेली, तर तिच्या घरी जेवायला तरी कोण येणार होतं? मात्र, त्यातही तिनं स्वत:ला सावरलं होतं. शेवंताचं लग्न झालं म्हणजे तिच्या डोक्याला कोणताच ताप उरणार नव्हता. खाणावळीचा हा दाह सहन करीत आपलं आयुष्य बेचिराख झालं. पुढे पोरांचं काय होणार हा प्रश्न असला, तरी पोरांचं पाहायला त्यांची ती समर्थ आहेत, अशी तिची धारणा होती.

राजा घरात कोणत्याही गोष्टीकडे लक्ष देत नव्हता. तुमचं तुम्ही पाहा, असंच त्याचं धोरण होतं. कामावरून यायचं. जेवण करायचं, गच्चीत पोरांशी गप्पा छाटायच्या व माळ्याच्या अंगावरच अंग टाकायचं, हा त्याचा ठरलेला शिरस्ता. जायकरानं गेल्या वर्षी गावाकडे घर बांधलं. त्यासाठी राजानं चाळीस हजार रुपये

दिले. शिवाय एक महिन्याची रजा काढून तो बांधकामावर देखरेख ठेवण्यासाठी गावाला राहिला. हीच काय ती जमेची बाजू होती. त्यातून पोरगं पूर्णतः कुटुंबापासून तुटलेलं नाही, हे दिसून येत होतं. लग्नाच्या बाबतीत त्यानं आई-बापाचा सल्ला घेतला नव्हता. स्वतःच पोरगी पसंत केली. आई-बाबांसह घरातल्यांना पोरगी फक्त दाखवायला घेऊन गेला. पोरगीचं वर्णन करताना जायकरीन त्याच्या माघारी म्हणायची, 'चामडं गोरं; पण फताडं नाक. उंची किती तर गुडघ्याएवढी. त्यापेक्षा कोल्हाही उंच!'

घरातलं हे पहिलंच लग्न. कसं का असेना; पण पूर्णत्वाला नेणं भाग होतं. अन् जरी घरातल्यांनी निरोध केला असता, तरी राजा थोडाच थांबला असता? घरातल्यांनी गूळभातासारखे सोपस्कार पार पाडले. पोरगी चंद्रा सुपंकरनीच्या सख्ख्या भावाची. दहावी पास. लग्नाचा सगळा खर्च सुपंकरीनच करणार होती. पोटाला पोरगी नाही म्हणून भाचीचं कोण कौतुक! नाहीतरी सुपंकरनीचं तरी कोण खाणारं आहे? एकुलता एक मुलगा, अशोक. तोसुद्धा दारूत वाया गेलेला. सव्वीस-सत्तावीस वर्षांचा घोडा. कामधंदा करीत नाही. दारूची तलफ आली की, आईजवळूनच पैसे घेऊन जायचं! अशा पराक्रमी बाळाला मुलगी ते कोण देणार? पोरगी देऊन तरी काय करायचं; जितेपणी मरण पाहायचं?

सुपंकरनीला दागिन्यांचा भारी शौक. लोकांची घाण काढता काढता खाणावळीच्या जिवावर तिनं बक्कळ दागिनं केलं होतं. रात्रीचं माणसांचं जेवण-खाणं आटोपलं की, कधीकधी ही आपले दागिने अंगावर चढवायची. स्वतःचं रुपडं आरशात न्याहाळायची. त्यात ती पिवळ्याजर्द धामिनीसारखी दिसायची! तिचा नवरा गोविंद सुपंकर तिच्याकडे एकटक पाहात राहायचा. स्टोव्हशेजारी बसून चिपाड झालेलं शरीर दुसरं तरी काय करणार! ती अंगावर दागिने चढवायची तेव्हा तिच्याजवळ सूप असायचं. दागिने उतरवल्यानंतर ती ते सुपात ठेवायची. सुपात ठेवलेल्या दागिन्यांची रास तांदळाच्या राशीसारखी सूप भरून वाहायची! आपल्याकडे सूपभर दागिने आहेत याचा तिला कोण अभिमान! माळकऱ्यांना तिचं सगळं दागिनं पाहायला मिळालं नसलं, तरी तिची ही खोड सगळ्या माळ्याला माहीत होती. तिचं मूळ आडनाव जिरगे असलं तरी याचमुळं माळकरी तिला सुपंकरीन म्हणूनच ओळखायचे. सरकारी कागदपत्रांत, पत्रव्यवहारांतही तेच नाव प्रचलित झालेलं. आज तिला एखाद्यानं तिचं मूळ आडनाव विचारलं तर ते तिला तरी सांगता येईल का, याबद्दल शंका वाटावी इतकी ती सुपंकरीन या नावात गुंतलेली! उद्या सुपंकरनीचं ते बेवडं अशोक खपलं, तर हे सगळं आपल्या लेकाचंच आहे, हा विचार जायकरनीच्या मनात आला. त्यानं तिथं घर केलं. अन् सुपंकरनीची भाची तिला मनापासून आवडू लागली! आता जायकरनीची भाषा बदलली. 'जगात कुणी नकटं तसं धाकटं नसतं

का? बरं, लहान नाक म्हणजे त्याला आपण नकटं तरी कसं म्हणणार? परमेश्वराचीच देन ती. जगात कुठं कमी उंचीच्या बायका नाहीत का? तरीही त्यांचा संसार सुखाचा होतोच ना?' असंही ती लोकांना सांगू लागली. त्यात जायकरनीची बिरमुट्याएवढी भावी सून झाकली जाऊ लागली.

राजाचं लग्न गावात बांधलेल्या नवीन घरात व्हावं, ही जायकरनीची इच्छा होती. त्याला राजानं संमती दिली. मृग नक्षत्र निघायच्या अगोदर पोरावर अक्षता टाकण्याच्या दृष्टीनं तयारी सुरू झाली. जायकरनीनं मसाल्यापासून सगळी खरेदी केली. लग्नासाठी केलेल्या बाजाराचं पार्सल गावी पाठवलं. पुढे गेलेल्या गणपतनं ते सोडवून घेतलं. राजानं [illegible]. गजानं लग्नपत्रिका छापून आणल्या. त्या न चुकता सगळ्या जेवणाऱ्यांना दिल्या. मे महिन्याच्या सुट्टीनिमित्त, खरिपाची पेरणी-आरणी करायला गावी गेलेल्या जेवणाऱ्यांनाही त्या पोस्टानं पाठवल्या. नेहमीचा दुकानदार, चक्कीवाला, डॉक्टर, जुने जेवणारे, मित्र मंडळी, पै-पाहुणे यांना बैजवार पत्रिका गेल्या. अशा कामात गजा हुशार होता. मात्र, त्यालाही चपात्या भाजणं नको वाटायचं. त्यावरून त्याची व सदाची वादावादी व्हायची. तो थोरला असल्यानं सदाला नेहमीच माघार घ्यावी लागायची. गजानं राजाच्या लग्नाचं व्हिडीओ चित्रीकरण करायचं ठरवलं होतं. राजानंही त्याला संमती दिली होती. राजाच व्हिडीओ चित्रीकरणाचा खर्च देणार होता! लग्नाच्या निमित्तानं का असेना, गजाच्या हातात राजाचा मोबाइल येत होता. मोबाइलवर येणाऱ्या-जाणाऱ्या कॉल्सचे दर पाहता कॉल्स केले नाहीत, तरी तो हाताळायला मिळण्याचंही गजाला कोण कौतुक वाटत होतं!

जायकरनीला लग्नानिमित्त गावी जाणं भाग होतं. तोपर्यंत तिच्या जेवणाऱ्यांची गैरसोय होणार होती. एखादा जेवणारा एकदा जेवण बंद करून दुसरीकडे गेला, तर तो परतणं तसं मुश्कीलच असायचं; त्यामुळे खाणावळ्या मे महिन्यातही गावी जायला का कू करायच्या. अशी वेळ आलीच, तर जेवणाऱ्यांची उस्ताभर करायला पाठीमागे त्यांची मुलगी थांबायची किंवा खाणावळ्या एखादी गोरगरीब नातेवाईक बोलावून घ्यायच्या. राजाच्या लग्नामुळं जायकरनीसाठी हे पर्यायही राहिले नव्हते. तसा तिचा राबता हारू निकम, जया चाफेकर, रेखा पिंपरकर, सखू पालकर, सीता तडेकर यांच्याकडे होता. बऱ्याचदा त्या एकमेकीच्या मदतीलाही धावून यायच्या. मात्र, एकदम चाळीस-पन्नास माणसांचं जेवण वाढवणं त्यांच्या आवाक्याबाहेरचं होतं. त्यातच सीता तडेकर गावाला गेली होती. तिनेच आपले काही जेवणारे कमळा जायकरनीकडे पाठवले होते! तरीही जायकरनीनं मनधरणी केल्यावर हारू, जया, रेखा शिवाय सुंद्रा नार्वेकरही जायकरनीच्या खाणावळ्यांना जेवण द्यायला राजी झाली.

लग्नानिमित्त जायकरीन गावाला आठ दिवसच थांबणार होती. त्याची तोशीस

जेवणाऱ्यांना बसणार होती. जेवणारे तिचं म्हणणं ऐकतीलच असंही नव्हतं. म्हणूनच तिनं जेवणाऱ्यांना लग्न लागल्याबरोबर शेवंता व मंदाला परत पाठवण्याचा शब्द दिला होता. त्यानंतर मात्र त्यांनी अन्यत्र जेवायला कुरकुर केली नाही! नाहीतरी आक्काचे प्रश्न समजून घेणं त्यांनाही आवश्यकच होतं. इथून जेवण सोडलं अन् दुसरीकडे गेलं, तरी तिथंही कुणाचं ना कुणाचं लग्न होणारच होतं! शिवाय काही खाणावळे आक्काच्या घरचं सोडून इतरत्र जेवायला जाणारेही नसायचे. ते स्वत:ची सोय स्वत: पाहायचे; परंतु त्यांचा टक्का कमी असायचा.

जायकरनीनं खोलीतली सर्व झाकाडाळ केली. तिनं गावी न्यायचं सामान परत एकदा नीट तपासलं. खोलीला टाळं ठोकलं. जायकरनीच्या शेजारी रेखा पिंपरकर राहात होती. कमळानं पिंपरकरनीला लग्नाचं निमंत्रण दिलं. शिवाय आपल्या खोलीवर लक्ष ठेवायला सांगून ती बाहेर पडली. तिला रात्री आठला परेल डेपोतून सुटणारी एसटी गाठायची होती! ती बोळाच्या तोंडाला आली. समोरून तडेकरनीचा शिरप्या येत होता. तिच्या पोटात धस्स झालं. ती थांबली.

''कारं शिरप्याऽ, लवकर आलास?'' तिनं विचारलं.

''परवा आई येणार हाय! तवा जेवणाऱ्यास्नी सांगायला नको का? म्हणूनच तिनं मला पुढं पाठीवलं,'' शिरप्यानं हातातलं गठुळं सांभाळत सांगितलं.

जायकरनीच्या कपाळावरची शीर ताणली. तडेकरीन गावी गेली तेव्हा तिनं जायकरनीकडे आपल्याकडचे अठरा जेवणारे पाठविले होते. जायकरनीनंही त्यांची चांगलीच बडदास्त ठेवली होती. मस्त तेलकट चपात्या, मसालेदार सुक्कं, मटनाची चमचमीत सागुती, सुक्कं मटन अशा नानाविध कंड्या तिनं वापरल्या होत्या. तडेकरनीचे जेवणारेही जायकरनीवर खूश होते. इथलं असलं जेवण टाकून त्यांना परत तडेकरनीकडे जायचं नव्हतं. त्यातल्या अनेकांनी जायकर आक्काला हा विचार बोलून दाखवला होता. मात्र, आता सगळं मुसळ केरात जाण्याची शक्यता होती.

''मावशी उद्या येतीय व्हय!'' जायकरनीनं आश्चर्य व्यक्त केलं. ती पुढं म्हणाली, ''बरं हे बघ, आमच्या राजाचं लगीन हाय. तू लग्नाला ये. अन् मावशीलाबी आण!''

''हां, हांऽ!'' शिरप्यानं हमी दिली. त्याच्या हातातल्या गठुळ्याचं वजन भारी होतं. त्यानं ते खांद्यावर घेतलं व तो निघाला.

''आई, आता आपलं अठरा जेवणारं कमी हुणार!'' त्यांचं बोलणं लक्षपूर्वक ऐकत असलेली शेवंता म्हणाली.

''होऊ द्यात. तुम्ही चला!'' जायकरनीच्या डोक्यात अगोदरच विचारांचं थैमान सुरू होतं. त्यात तिला आणखी भर घालायची नव्हती.

दोघींच्या बोलण्याचा अर्थ लावीत मंदा त्यांच्यामागून चालू लागली.

१८

सकाळपासून सुकन्याचं चित्त थाऱ्यावर नव्हतं. रात्री तिला स्वप्न पडलं होतं. ते तिला छतावरच्या पंख्यासारखं गरगरा फिरवीत होतं. कितीही वेळा बटन बंद केलं तरी त्याचं फिरणं बंद होत नव्हतं. स्वप्नाची धुंदी तिच्या अंगातून उतरता उतरत नव्हती. अंगात नुसती हुरहुर भरून राहिली होती.

रात्री तिच्या स्वप्नात स्वामी अभयानंद आले. त्यांनी तिला घट्ट मिठी मारली. तेव्हा प्रकाशाचा लोळ सर्वत्र पसरला. तिचे डोळे दिपले. आकाशात विजा कडाडल्या. वाऱ्याचा वेग वाढला. तिथून पुढचं तिला आठवत नव्हतं. पण महाभारतातल्या कुंतीच्या बाबतीतही असंच काहीतरी घडलं असल्याचं तिनं ऐकल्याचं तिला आठवत होतं!

त्या काळरात्रीनंतर स्वामी अभयानंद इकडे फिरकले नव्हते. पोलीस ठाण्यातून आलेल्या सुभानजीनं तिथलं केलेलं वर्णन भयानक होतं. बाबांना पोलीस ठाण्यात मारझोड झाली होती. पोलिसांनी त्यांच्या चारित्र्यावरही संशय घेतला होता. ते ऐकताना सुकन्याच्या काळजाला नुसती घरं पडत होती. असं का व्हावं, या एकाच प्रश्नानं तिला वेड तेवढं लागायचं बाकी राहिलं होतं. जगाची शक्ती नियंत्रित करण्यास निघालेल्या देवपुरुषाची शक्ती, त्याच्याजवळची विद्या कुठं लोप पावली, हे तिला कळत नव्हतं. एवढासा तिळाएवढा फौजदार! त्याला ठेचायला बाबांना कितीसा वेळ लागला असता! पण नाही, उलट बाबांनीच त्याला हात जोडले, साकडं घातलं! ज्याची त्यांच्या चपलांजवळ उभे राहण्याची लायकी नाही, त्याला चक्क साकडं? तेही बाबांकडून! बहुतेक बाबांना एखाद्या खविसानं झपाटलं असावं. पण देवपुरुषाजवळ खवीस तरी जाईलच कसा; हाही प्रश्न तिच्या मनात रुंजी घालत होता.

"तुझ्या बाबाकडे कोणतीही शक्ती नाही. झाला इतका तमाशा पुरे झाला!" सुभानजीनं अगदी निर्वाणीचं स्पष्ट केलं होतं.

तिच्या घरात बाबाचं आगमन व्हायला स्वत: सुभानजीच कारणीभूत होता. पण पोलिसांच्या चार फटक्यांपुढे ती गोष्ट तो पार विसरून गेला होता. त्याची तगमग विचारात घेता त्या गोष्टीवरची खपली काढावी असं सुकन्याला वाटलं नाही. सुभानजीनं स्वामीला स्वत: आवातन दिलं होतं. आज तो त्याला आपला कोणीच वाटत नव्हता. सुकन्याला मात्र बाबा आपलेच असल्याचा गाढ विश्वास होता.

स्वामीनं सुकन्याला माळ्यातले लोक खालच्या पातळीचे आहेत, त्यांच्याशी

जास्त संबंध ठेवू नकोस असा सल्ला दिला होता. तो तिनं शिरोधार्य मानला होता. सुभानजी घरी असताना तिच्या घराचं दार नेहमी पुढे ओढलेलं असायचं. तो कार्यालयात गेला की, दाराला आतून कडी बसायची. घरचं कामकाज आटपून सुकन्या टी. व्ही.वरच्या मालिकांतील माहेर-सासर पाहात बसायची. माळ्यातल्यांना ती शक्यतो टाळायची. एक घमेंडखोर बाई अशी सुकन्याची माळ्यात ओळख झाली होती. तरीही होमाचा प्रसंग घडल्यानंतर माळ्यातले काही खाणावळे, खाणावळ्या तिच्या घरी आल्या. त्यांनी तिला धीर दिला होता. दत्ता नारगावकर, जगन्नाथ पिंपरकर, गोविंद सुपंकरानं तिला स्वामी कसे भोंदू असतात, हे सांगितलं होतं. जिजा गिरजीकर, चंद्रा सुपंकरनीनं तिला चार शहाणपणाच्या गोष्टी सांगितल्या होत्या. तिनं त्यांचं म्हणणं मनावर घेतलं नसलं, तरी सुभानजीही आता स्वामींना भाव द्यायला तयार नव्हता. साहजिकच बाबांनी असं कुणाचं, काय घोडं मारलं आहे? त्यांचा गुन्हा तरी काय? असे प्रश्न तिच्या मनात वरचेवर उसळी मारीत होते. तरी बरं, बाबाच सांगत होते की, हे घर लाभायचं नाही! अन् तसंच झालं. बाबांचीच वेळ खोटी म्हणायची. त्याशिवाय फौजदारासारख्या सामान्य कीटकानं त्यांचा चावा घ्यावा का? भल्या भल्या ऋषीमुनींनाही राक्षसांनी छळलं. पण त्यातून ते सहीसलामत बाहेर पडले. तसे एक दिवस बाबा सगळ्यांचा नि:पात करतील. सगळ्यांना चांगलाच हिसका दाखवतील, असं तिचं मन तिला ग्वाही देत होतं.

पोलीस ठाण्याची वारी करून आल्यापासून सुभानजी स्वामींचं नाव घेत नव्हता. त्याचा संदर्भ आला, तर तो एकतर गप्प होत होता किंवा चिडत तरी होता! त्यामुळे त्यांच्या बोलण्यातून स्वामींचं नाव अगदी कटाप झालं होतं. अन् आज अचानक तिच्या मनमंदिरात स्वामी तळ ठोकून बसले होते.

तिचं मन तिला खात होतं. त्या दिवशी आपण बाबांशी बोललो नव्हतो, म्हणूनच तर त्यांनी होमाचं आयाटान घातलं होतं! आपण असं विपरीत वागलो नसतो तर त्या सत्पुरुषावर नामुष्कीची वेळ आलीच नसती. आपण त्यांना पागलही म्हणालो. मात्र, आपल्या सुकन्येसाठीच ते पागल होते ना? ती का परक्याची होती? पण त्याच वेळी ते आपल्याला कळायला हवं होतं. आपल्यासाठी होम करण्यापर्यंत त्यांची मजल गेली. आपल्या नवऱ्यानं आपल्याला कधी जमिनीवरचा तांब्या तरी उचलून दिला का? अशा माणसावर ही वेळ यावी? ती भानगड झाल्यानंतर माळ्यातले काहीजण शहाणपण शिकवत होते. म्हणे, 'स्वामी असे असतात. तसे असतात!' हे न कळायला का आपण लहान आहोत? कापलेल्या लिंबवात बाबांनी प्रत्यक्ष अग्नी पेटवला, हे या मूर्खांना माहीत तरी आहे का? बाबांच्या अंगात प्रत्यक्ष भोले शंकर वास करतात, याची यांना कशी कल्पना येणार म्हणा! शेवटी खाणावळेच ते. गावाची उष्टी-खरकटी काढण्यासाठीच यांचा जन्म! त्यांची ती

छप्पन टिकल्याची पोरं! वखवखल्या नजरेचे मेले. दिवसभर दारापुढे येरझारा घालीत होती. आजही घालतात. इथं राहायला आल्यापासून हे सुरूच आहे. तरी बरं, इथं आल्यापासून आपण कुणाला जवळ येऊ दिलं नाही. ओळखी-पाळखी करून घेण्याच्या भानगडीत पडलो नाही. नाहीतर दिवसाढवळ्या अब्रूवर दरोडा पडला असता! आपण इथं राहायला आलो; परंतु बाबांनी नेहमी दार बंद ठेवण्याची सक्ती केली. क्षणभर आपल्याला त्यांचा राग आला. मात्र ते किती दूरदर्शी होते, ते आता दिसतंय. अन् ती जिजा मिरचीकरऽ! भुईवर जिलेबी रांगू लागली तरी म्हातारीचा नखरा किती? म्हणे, 'मी सुभानजीच्या चुलतीला माळ्यात आणली. तिला उभं केलं.' केलंही असशील भताने; [illegible] म्हणून का तुझ्या सांगण्यानुसार आम्ही वागायचं? काय तर म्हणे, 'मी चुलतीला तार टाकते' तरी बरं तोपर्यंत आपल्या या सुभाना नावाच्या बेंडबाज्याला पोलिसांनी सोडलं, नाहीतर तिनं काहीतरी करामत केलीच असती!

ती दुसऱ्या मजल्यावरची खाड्याची अनिता. मेलीनं स्वत: होऊन ओळख करून घेतली. दुपारचे बाबा आले की, ही टपकायची. म्हणे शनी-मंगळाचा फेरा आहे तिला! त्यामुळे लग्नाला पाच-सहा वर्षं झाली, तरी तिला मूलबाळ होत नाही! रांडऽ, ब्लाउजची बटनं काढून बाबांना भिडायची तेव्हा हा शनी-मंगळ कुठं गेलेला असायचा? बाबा पण किती हरामी! म्हणे, 'सुकू, यात वावगं समजून घेऊ नकोस. माळ्यातलंही एखादं माणूस आपलं असावं! आपण राहतो तिथल्या धुळीचा टिळा कपाळाला असावा!' पिटपिटले; पण त्यावरही बाबांचा इलाज आहेच. म्हणे, 'स्वामीलाही विश्वासार्ह शिष्या लागतात! आपला कारभार वाढतो. ऐनवेळी विश्वासार्ह माणसं आणायची कुठून?' पण तो प्रसंग घडल्यापासून रांड एकदाही आली नाही! बाबा आल्यानंतर मात्र 'पाय दाबू, डोकं दाबू, हे दाबू की ते दाबूऽ!' करीत त्यांच्या भोवती नुस्ती कबुतरागत घुमायची. तिची ती आई, साळूबाईऽ; तीही अध्ये-मध्ये उपटायची. बाबांच्या पायावर डोकं ठेवायची. अनिताच्या कुंडलीतल्या शनी-मंगळावर काहीतरी इलाज करा म्हणायची. पण मी म्हणते, त्यांच्यावर इलाज करण्याअगोदर या साळीवरच इलाज झाला पाहिजे! घोडी स्वत:चं घरदार सोडून जावयाकडे राहाते. अन् तो सोंड्याऽऽ! तिचा जावई, सुदाम...! नुसता वरुटा! एकदा-दोनदा इकडे येऊन गेला. बाबांना हात जोडून म्हणतो कसा, 'तुम्हीच आता काहीतरी इलाज करा!' बाबा तर त्यासाठीच बसले आहेत! पण अरे बैला, आपल्या नळीत पाणी असलं तर कार्ट उपाजतं! त्या प्रसंगानंतर मात्र तिघांनीही सूंबाल्या केला आहे! संसाराची ओढाताण होते, म्हणून खाणावळ चालवू का, असं बाबांना विचारलं तर कसले चिडले ते! म्हणाले, 'घाण्यातल्या उसासारखी काया पिळून जाईल; नुस्तं चिपाड उरेल!' मग बाबांना खाणावळीच्या घाण्यात अडकलेली अनिता कशी

चालते? तर उलट मलाच विचारतात, 'तुलाही तिच्यासारखं सडायचं आहे का?' त्यांच्या तरी म्हणण्यात काय खोटं आहे बरं? आपण साजशृंगार करतो; तो कशासाठी? नवनव्या साड्या नेसतो, दागिने घडवतो ते या कायेनं सुंदर दिसावं म्हणूनच ना? खरंच बाबा किती काळजी घेत होते आपली!

तिनं सुभानजीला डबा दिला. तो ऑफिसला गेला. तिनं अंगावर पाणी घेतलं. त्यानंतर तिची पिल्लं उठली. त्यांची अंघोळ, चहा-ब्रेड आदी नेहमीची कामं तिनं पार पाडली. भाजी आणायला मार्केटमध्ये जायचं होतं. तिनं कपाट उघडलं. समोरच हँगरला गुलाबी साडी अडकवलेली होती. गुलाबी; हा तर बाबांचा आवडता कलर! तिनं हातात साडी घेतली. तिचं चार सहा मुकं घेतलं व ती परत कपाटात ठेवली. तिनं मेहंदी रंगाची साडी काढली. नेसली. मात्र, सकाळी उठल्यापासून सुरू असलेल्या विचारांच्या रतिबानं तिच्या डोक्याचा पार भुगा झाला होता. तिला किंचितसा मानसिक थकवा जाणवू लागला. ती तशीच कॉटवर आडवी झाली.

दारावर हळुवार टकटक झाली. तिनं गाभुळलेले डोळे उघडले. परत टकटक झाली. तिला बिछान्यावरून उठावंसं वाटत नव्हतं; पण बाहेर कोण आहे, हे पाहणंही तितकंच आवश्यक होतं. ती उठली. आतल्या खोलीत नजर टाकली. थोरलं खेळण्यातली टॅक्सी पळवीत होतं. तोंडानं 'घुंई घुंईऽ!' आवाज काढीत होतं. पळणाऱ्या टॅक्सीच्या चाकांचा आवाज त्यात मिसळत होता. त्याकडे पाहून धाकटं टाळ्या पिटत होतं. हसत होतं. परत दारावर टकटक झाली. कदाचित पोस्टमन तर नसावा! ती नाखुशीनंच उठली अन् दार उघडलं. दारात स्वामी अभयानंद उभे होते! त्यांच्या मुखातून तेच पूर्वीचं हसू ओघळत होतं. मात्र, फरक इतकाच होता की, त्यांच्या पांढऱ्या दातांची जागा सोनेरी दातांनी घेतली होती!

"अय्याऽऽ, बाबा तुम्हीऽ!" ती मोहरून गेली.

स्वामी आत आले. तिनं पटकन दरवाजा बंद केला. कडी घातली. ती परत फिरली. बाबांकडे पाहून हसली व तशीच पुढे होऊन त्यांना घट्ट मिठी मारली. त्यांच्या छातीवर आपलं डोकं घसाघसा घासलं. स्वामींनी तिला घट्ट मिठीत घेतलं. आपल्या छातीबरोबर तिचं डोकं दाबून धरलं. ती घुसमटली. त्यांनी तिच्या डोक्यावरचा भार हलकेच काढून घेतला व तिच्या नितंबापासून पार मानेपर्यंतचा भाग हातानं रगडला. नंतर तिची हनुवटी उचलली. त्यावर आपले ओठ टेकले. तिनं त्यांना पटकन बाजूला सारलं, "पोरंऽ!"

ती आतल्या चौकटीसमोर आली. पोरं गाडीचा खेळ खेळण्यात मश्गुल होती. तिनं त्यांना सांगितलं, "बाळानूऽ, आम्ही जरा बोलत बसतो. उगाच दंगा करू नका. मी दार ओढून घेऊ नं?"

"होऽ!" थोरलं म्हणालं.

"काही हवं असंल तर हाक मारा!" तिनं पोरांना सांगितलं व दरवाजा ओढून घेतला. त्याला कडी घातली. तयारीत असलेल्या स्वामींनी पुढे झेप घेतली. तिनं त्यांना त्याच आवेगानं मिठी मारली. स्वामींनी तिचे ओठ परत ओठात घेतले. तिनं डोळे मिटले.

स्वामींनी तिला कॉटवर खेचलं. तिचा पदर भुईवर लोळण घेऊ लागला. ती त्यांच्याकडे पाहून गोड हसली. त्यांच्याकडे पाहातच तिनं आपल्या ब्लाउजची बटनं काढली. दोन्ही हात पाठीमागं नेऊन ब्रेसिअरचा हूक काढला. तिच्या डोळ्यांत स्वैर बेभानपणा भरला होता. तिनं दाताखाली ओठ आवळले व ढिलं ब्रेसिअर वर खेचलं. चहाच्या आदनासारखं तिचं [illegible] होतं! त्याची वाफ स्वामींच्या मेंदूला ऊब देऊ लागली. गाभुळलेली शुक्राची चांदणी शनीच्या फेऱ्यात गटांगळ्या खाऊ लागली.

१९

यंदाची शिवजयंती धूमधडाक्यात साजरी झाली. त्याचं समाधान पोरांच्या चेहऱ्यावर फाकलं होतं. पोरांच्या प्रत्येक बैठकीत हटकून एकदा तरी तो विषय निघायचाच. शिवाय हरणाच्या बहारदार एंट्रीचंही कौतुक व्हायचं. तिच्या नऊवारीमध्ये खुलून दिसणाऱ्या सौंदर्याचं वर्णन पिकलेल्या केळासारखं सोललं जायचं. हा खाना बाबू खाणार, या नुसत्या कल्पनेनंच अनेकजण बेचैन व्हायचे.

बाबू पाचव्या माळ्यावर राहायचा. आजीकडे. गावातली शाळा सोडून बाबू मुंबईत आला, तेव्हा तो दहा वर्षांचा होता. त्याच्या घरची परिस्थिती गरिबीची. त्याचे आई-बाबा धनदांडग्यांच्या शेतात राबत होते. आपल्याबरोबर पोराचेही हाल होताहेत, हे पाहून त्याच्या वडिलांनी त्याला मुंबईला पाठवलं. त्याला मुंबईला पाठविण्यामागे आपल्यासारखंच इकडं रगात-भात एक करून मरण्यापेक्षा तिकडंच जगेल किंवा मरेल असा रानदांडगा विचार होता.

चपात्या भाजण्यापासून भांडी घासण्यापर्यंत बाबू आजीला अनेक कामांत मदत करायचा. आजी चपात्या लाटत असेल तर हा पिठाचे गोळे करून द्यायचा; त्यामुळे आजीच्या लाटण्यात खंड पडायचा नाही. जेवणाऱ्यांच्या खंडीभर चपात्या लवकर उरकायच्या. अशावेळी आजीला तो गोकुळात रममाण झालेला बालकृष्णच वाटायचा! माळ्यात पुरेसं पाणी मिळायचं नाही. तर हा दररोज बाजूच्या इमारतीतून घागरीनं पाणी ओढायचा. घरच्या कामाबरोबर तो शाळाही सांभाळायचा. शाळेच्या लायब्ररीतली

रामायण, महाभारत ही पुस्तकं त्यानं वाचली होती. भूत, राक्षसांपासून किंगकाँगपर्यंतच्या गोष्टींच्या विविध पुस्तकांचाही त्यानं फडशा पाडला होता. तो ती पुस्तकं घरी आणायचा. फावल्या वेळेत आजीला गोष्टी ऐकवायचा. त्याचा मोबदला म्हणून आजी त्याला शेंगा, चणं, फुटाणं, कुल्फी द्यायची. कधीकधी त्याच्यासाठी गोड शिरा करायची. त्याला सिनेमा पाहायला पैसे द्यायची. तरी बाबूचा पुस्तकं वाचण्याकडेच जास्त ओढा होता. फावल्या वेळात तो माळ्यासमोरच्या कोपऱ्यावरच्या भैय्याकडे जायचा. तिथं त्याला हिंदी वर्तमानपत्र मिळायचं. बाजूच्या शंकरसिंग पानपट्टीवाल्याकडे मात्र मराठी वर्तमानपत्र होतं! त्याचा हा वाचनाचा नाद पाहून आजी आजोबाच्या कानात गुणगुणायची, "कार्टं मरस्तोवर कामबी करतंय. तिकडं वारेमाप पुस्तकंबी वाचतंय. मग हेचं डोळं धडसं कसं?"

आजा खळखळून हसायचा.

आजीनं बाबूकडून गोष्टीरूप महाभारत, रामायण परत परत ऐकून घेतलं. चपात्यांच्या घाण्यात तारुण्य जाळताना तिला असं चांगलं-चुंगलं बोलणारा कृष्ण भेटला नाही! तिची नातवावर खूपच माया होती. त्याला एखादं पुस्तक विकत घ्यायचं असेल, तर ती चटकन पैसे द्यायची. पैसे देताना एक अट घालायला मात्र ती विसरायची नाही. 'पुस्तक जर गोष्टीचं असेल तर ते आपल्याला वाचून दाखवायला हवं!' ती प्रत्येक महिन्याला बाबूच्या घरी चारशे रुपयांची मनी-ऑर्डर करायची.

"आई, मी अजून कुठं कमावतोय? पैसे पाठवून उगाच का मला लाजवतेस?" बाबू आजीवर वैतागायचा. तसा घायाळही व्हायचा.

"आसू दे. माझ्या घरात तू राबतोस, म्हणून तर मी इतकं कमावते. हवं तर हा तुझा पगार समज!" आजी मायेनं त्याच्या पाठीवर हात फिरवायची.

"म्हणजे मी तुझा रामाऽ! घरगडी!"

"पैसे पाठवताना तसं समज. मात्र, इतर वेळी तू माझा नातू!" ती खळखळून हसायची. त्याला पोटाबरोबर धरायची. तिचं डोळं डबडबायचं. आजीचा व्यवहार बाबूला कळायचा नाही. मात्र, आजीचं हे जगावेगळं प्रेम त्याला आवडायचं. जे काल होतं, तेच आज. फरक इतकाच होता की, बाबू आज पुरता पिकला आहे! शिकून शहाणा-सुरता झाला आहे. व्यवहारात उतरला आहे.

बाबूसाठी आजी काय करीत नव्हती? तिनं त्याच्यासाठी दोन तोळ्यांची सोन्याची चेन केली. बोटात पाऊण-पाऊण तोळ्यांच्या दोन अंगठ्या अडकवल्या. नोकरी करायची नसेल, तर गावाकडे एखादं भांड्याचं, कपड्यांचं नाहीतर तुला जे आवडेल ते दुकान काढून देते, अशी हमीही तिनं घेतली होती. चाळीस-पन्नास हजार रुपये भरून त्याच्यासाठी नोकरी मिळवण्याची तिची तयारी होती. मात्र, बाबूला हा आजीचा साधेपणा वाटायचा. बाबू बी.ए. पास होता. त्याला नोकरीत कुढायचं

नव्हतं. आपल्या प्रगतीची दारं बिझनेसच्या रस्त्यावरूनच जातात हा गुज्जू-मारवाडी विचार त्याच्या अंगी भिनला होता. कर्मधर्म संयोगानं आजीकडे जेवायला असणाऱ्या एका खाणावळ्याने तो काम करीत असलेल्या बिल्डरकडे बाबूला नेलं. अन् बाबूला आपला मार्ग मिळाला! आज मुंबईची उपनगरं, ठाण्याच्या आसपासची गावं त्याच्या पायाखाली तुडवली जात होती. जमिनीच्या व्यवहारामध्ये त्याचं नाव बऱ्यापैकी पुढे आलं होतं. उद्या एखादी बांधकाम कंपनी काढण्याचे स्वप्नही तो पाहात होता.

आजी व्यवहारी होती. आपला पोटचा पोरगा शाळा सोडून माळ्यातल्या पोरात बागडायला लागला, तर तिनं लागलीच त्याचा कान पिरगाळला. त्याला आयुष्यभर नसत्या चपात्या भाजाव्या लागतील, याची जाग दिली. शाळा करायची नसेल, तर गावी शेती कर असं ठणकवायलाही तिनं कमी केलं नाही. पोरानंही शाळेपेक्षा शेतीला पसंती दिली व गाव जवळ केलं. भाऊबंदातून माळा-मुरडासह सात एकर जमीन वाटून आली होती. त्यात तिनं आणखी सहा एकर बागायत जमिनीची भर घातली. पोरगं सोन्यासारखी जमीन पिकवतं. त्याचीही पोरं आता त्याच्या हाताखाली आलेत. काळ्या आईसारखीच लक्ष्मीच्या पावलाची सून सगळा तडज सांभाळते, म्हणून ती समाधानी आहे.

आजीचं मन फिरत फिरत लेकीवर येतं. तिच्या आठवणीनं काळजाला घरं पडतात. तिच्याकडे जेवायला असणारा कडक इस्त्रीतला जेवणारा. त्याच्या कडक इस्त्रीला भुलून तिनं आपल्या पोटचा गोळा त्याच्या लहान भावाच्या पदरात बांधला. कळून आलं नाही; दरवेशी की राजा! लेकीच्या हालअपेष्टा पाहून तिचं मन द्रवतं. कशी भुलले मी? हा एकच प्रश्न तिला नेहमी सतावतो; पण पोरीनं तेवढंच मनात ठेवून माहेरचं नाव टाकलं. कायमची मनात अढी राखली. मी असं मुद्दाम केलं का? पोटच्या गोळ्याचं वाट्टूळं झालेलं कुणाला आवडेल? तिचा जीव कळवळायचा. तिनं आता आपलं लक्ष बाबूवर केंद्रित केलं होतं.

बाबू शंभर टक्के शासकीय मदतीवर चालणाऱ्या शाळेत शिकला होता. तिथंच माळ्यातली पोरंही शिकतात. बाबूच्या वर्गात हरणा होती. दोघं एकमेकाच्या प्रेमात पडले. शाळेला दांड्या मारून सिनेमाला जाऊ लागले. चौपाटीसारख्या ठिकाणी थोडीफार भटकंतीही होऊ लागली. पोरगं न्हावणीच्या नादाला लागलं, ही बातमी म्हातारीपर्यंत पोहोचायला वेळ लागला नाही. तिनं बाबूला सज्जड दम दिला. घरातून हाकलून देण्याची भाषा केली. बाबूनंही असं काही नसल्याचं ठामपणे सांगितलं. एक वर्गमैत्रीण म्हणून फक्त बोलणं-चालणं, थट्टामस्करी! म्हातारीला बाबूवर विश्वास ठेवणं भाग होतं. दरम्यान, हरणा दहावीत नापास झाली, अन् तिची शाळा सुटली. बाबू मात्र कॉलेजला जाऊ लागला. म्हातारीच्या जिवाला तेवढाच गारवा मिळाला! मात्र, त्यानंतरही कोणी ना कोणी त्यांना सिनेमाच्या थिएटरात पाहिल्याचं, आइस्क्रीम खाताना बघितल्याचं

सांगत होतं. म्हातारीचा जीव खालवर व्हायचा. पाहता पाहता बाबू पदवीधर झाला. बाबूनं निवडलेल्या धंद्यात त्यानं आता आपलं बस्तानही बसवलं होतं. ते पाहून आजीनं त्याच्या लग्नाचं पालुपद सुरू केलं, पण बाबूनं तिला दाद दिली नाही.

हरणाच्या जातीतले लोक तिच्यासाठी स्थळ घेऊन आले. तिनं त्यांना स्पष्ट नकार दिला. त्यावर तिच्या आईनं दंगा केला. तरी हरणा बधली नाही. तिनं 'मी लग्न केलं तर बाबूशीच करेन!' असं आईला ठणकावून सांगितलं. तिच्या आईनं अंथरूण घातलं. चार दिवस ती उठली नाही. तरीही हरणा ढिम्म होती! शेवटी बाळाबाईनं बाबूच्या आजीचे पाय धरले व बाबूची तरी समजूत काढण्याची गळ घातली. त्यावेळी आजीला रुग्णालयात भरती करण्याची वेळ आली! आजीची हालत नाजूक असूनही बाबू बधला नाही. त्यांचे हे प्रेमचाळे मूकपणे पाहण्याशिवाय आजीला गत्यंतर उरलं नाही. शेवटी बाबूच्या आज्यानंच आजीची समजूत काढली. तरीही आजीचं आपल्या नातवावर प्रेम आहे. लेकीच्या काळजाला झालेल्या यातना तिला नातवाला होऊ द्यायच्या नाहीत. मात्र, आज ना उद्या बाबूचं मत बदलेल, असा तिला विश्वास वाटतो.

बाबूचा आजा तुकाराम बस कंडक्टर होता. सध्या रिटायरमेंटचं जीवन जगत आहे. त्यानं ना कधी हौसाला आपल्या कामात ढवळाढवळ करू दिली, ना तिच्या कारभारात हस्तक्षेप केला! पण त्यानं बाबूला कानमंत्र दिला होता, 'बसमधून प्रवास करणाऱ्या प्रवाशांसाठी अमुकच जात-धर्म, काळे-गोरे असं नसतं! तिथं माणूसपण हेच महत्त्वाचं. आपल्या जीवनाचं सूत्रही असंच आहे!'

आज्या-नातवातलं हे गुफ्तगू कमालीचं गुप्त राहिलं होतं. आज्याचा आपल्या नातवावर विश्वास होता. नातवानं एकदा फाडलेलं तिकीट तो प्रवास संपेपर्यंत जवळ बाळगणार याबाबत आज्याला शंका वाटत नव्हती.

हरणा देखणी होती. ती आपल्या घरची सून व्हावी, असं तिच्या जातीतल्या अनेकांना वाटत होतं. पण तिच्यापुढे कुणाची डाळ शिजत नव्हती. जातभाईंच्या मतानुसार आता ती घोडनवरी झाली होती. मात्र, हरणालाही विश्वास होता की, बाबू आपल्याला फसवणार नाही!

बाबू हरणाबरोबर लग्नाची स्वप्नं रंगवत असला तरी त्याच्याअगोदरच भिकुदादा हरणावर हात टाकणार याची माळ्यातल्या पोरांना खात्री होती. ती त्याच्या काळजात पायात घुसलेल्या काट्यासारखी सलत होती. तो फक्त योग्य संधीची वाट पाहात होता अन् तो ती सोडणार नाही, याची पोरांना पक्की खात्री होती. भिकुदादाकडे पैसा होता. चार पोरं होती. चारचौघांत ऊठबस होती. दारूच्या धंद्यामुळे पोलिसांशी चांगले संबंध होते. अन् हे त्याला त्याच्या भक्ष्याकडे घेऊन जायला पुरेसं आहे, असं माळ्यातल्या पोरांचं मत होतं.

२०

शिवजयंतीनिमित्त गोळा केलेल्या वर्गणीतली थोडी रक्कम उरली असल्याचं शिवजयंती कमिटीतल्या सदस्यांनी सांगितलं होतं. या गोष्टीवर बंडू निकम, नंदू पालकर आदी पोरांचा विश्वास नव्हता. त्यांच्या म्हणण्यानुसार उरलेल्या वर्गणीची रक्कम मोठी असली पाहिजे. मात्र, भिकुदादा, रामभाऊ घडवेसारख्या सांडांच्या कुठे नादाला लागायचं म्हणून ती आतल्या आत तळमळत शांत होती. शिवजयंती कमिटीच्या म्हणण्यानुसार शिल्लक राहिलेली रक्कम शिव कारभारासाठीच खर्च करावी अशी कमिटीतल्या भिकुदादा, संतोष पिंपरकर आदींची इच्छा होती. ही रक्कम कशी खर्च करायची, यावर रामभाऊ, संतोष, भिकुदादा, सुधीर मिरचीकर व माळ्यातली इतर पोरं यांच्यात बराच खल झाला. काहींनी त्यातून शिवजयंतीच्या कार्यकर्त्यांना जेवण द्यावं अशी मागणी केली, तर काहींनी जी मुलं महाबळेश्वर, प्रतापगडला जाऊ इच्छित होती, त्यांना एसटीचं येण्या-जाण्याचं प्रवासभाडं व वरखर्चासाठी काही रक्कम द्यायची मागणी केली. उरलेल्या रकमेचा विचार करून दोन्ही मागण्या मान्य झाल्या. मात्र, त्यालाही काही अटी होत्या. त्यापैकी पहिली अट म्हणजे, शिवजयंतीच्या कार्यकर्त्यांना हॉटेलमध्ये जेवण देण्याइतकं बजेट नव्हतं. त्यासाठी पाच किलो मटन आणायचं व ते माळ्यातच शिजवायचं, असं ठरलं. प्रत्येक कार्यकर्ता आपल्या घरून भात, चपात्या अन् त्यांना जे काही हवं ते घेऊन येणार होता. ज्यांच्यासाठी घरच्या जेवणाची सोय नाही, त्यांच्यासाठी पावाच्या लाद्या आणण्यात येणार होत्या. पार्टीसाठी जी काही दोन-चार बाटल्या गावठी दारू लागणार होती, त्याचा पुरवठा भिकुदादा करणार होता! त्याचे तो पैसे घेणार नव्हता!

महाबळेश्वर, प्रतापगडावर जाणारी पोरं तिकडंच दोन दिवस मुक्काम करणार होती. मात्र, माळ्यातली जास्तीतजास्त पोरं सुट्टीनिमित्त गावी गेली होती. काहींना लग्नकार्य होतं. मग ते स्वःघरचं असो किंवा अन्य नातेवाइकांचं! या वर्गवारीत गणपत जायकराच्या पोरांचाही समावेश होता. ती ट्रीपला येणार नव्हती. ट्रीपला जायला अवघी सहा पोरं तयार झाली. त्यांच्यासोबत सुधीर मिरचीकर, संतोष पिंपरकर जाणार होते!

मृग नक्षत्र तोंडावर आलं होतं; त्यामुळे पाऊस कोसळण्याअगोदर लवकरात लवकर सहल काढायचं निश्चित झालं. छत्रपती शिवाजी महाराजांनी प्रतापगडाच्या पायथ्याशी अफजलखानाचा कोथळा बाहेर काढला व मराठी राजसत्तेवरचं मोठं संकट टळलं. त्या प्रसगांची आठवण करीत पोरं भरल्या हृदयानं शिवाजी महाराजांच्या

पुतळ्याला अभिवादन करणार होती. त्यानंतर जवळच असलेल्या महाबळेश्वरमध्ये गोऱ्या कातडीच्या पोरी पाहात 'पॉइण्ट टू पॉइण्ट' फिरणार होती! पोरं गोऱ्या साहेबासारखीच डोक्यावर गोल-गोल हॅट घालून, आइस्क्रीमचा आस्वाद घेणार होती. त्यातही गोऱ्या साहेबाच्या हातात हात घालून फिरणाऱ्या मड्डमसारखी मड्डम आपल्या बाजूला नसणार याची खंत त्यांना वाटत होती. पोरांमध्ये सहलीला कसं जायचं, तिथं गेल्यावर काय करायचं याच्या रंगीत तालमी सुरू होत्या. मात्र, अजून एसटीचं का असेना; बुकिंग न केल्यानं घोडं जाग्यावरून हलायलाच तयार नव्हतं. त्यातल्या त्यात समाधानाची बाब म्हणजे शिवजयंतीच्या कार्यकर्त्यांसाठी पाच किलो मटनाची फिस्ट मात्र झाली होती! ती चव पोरांच्या जिभेवर रेंगाळत होती.

साळुंखीच्या घोळक्यासारखी पोरं बोळाच्या तोंडाला कलकलाट करीत बसली होती. हशा-टाळ्यांना ऊत आला होता. तिथं फौजदार चिमनराव सोन्नरची बुलेट धाकधूक करीत आली. बोळाच्या तोंडालाच उभी राहिली. फौजदारानं पोरांवर नजर टाकली. त्यांच्या काळजातली पाल कुचकुचली, 'आता हा बाबा अन् कशासाठी आला इथं?'

"येऽ, येरं हिकडं!" सोन्नरनं आवाज दिला. पोरांच्या पोटात कालवाकालव झाली. पुढं कुणी व्हायचं, पोरांना प्रश्न पडला.

"काय साहेब?" बंडू निकम मात्र लगबगीनं पुढे झाला. त्यानं तळहाताला सुटलेला घाम आपल्या पॅण्टला पुसला.

"चण्याचा माळा हाच का रेऽ?"

"होय साहेब."

"इथं संतोष पिंपरकर कुठं राहतो?" त्यानं आपली बुलेट स्टॅण्डला लावली.

"साहेब, चला दाखवतो त्याचं घर!" बंडू निकम निघाला. त्याच्या पाठोपाठ फौजदाराची दमदार पावलं पडत होती. शेळीमागून निघालेल्या लांडग्यासारखं हे चित्र दिसत होतं. दोघे माळ्याच्या चौकात आले. चौकाच्या उजव्या बाजूला झिपऱ्या जगनचं गोडाउन होतं. गोडाउनची कुलूपं काढून जगन फळ्या उघडीत होता. त्याचं फौजदाराकडे लक्ष गेलं. तो चटकन सरळ उभा राहिला. त्यानं फौजदाराला नमस्कार केला. सोन्नरनं त्याच्यावर एक नजर टाकली. आपलं चालणं मंद केलं. हातातलं दांडकं डोक्यापर्यंत नेलं. काहीतरी आठवल्यासारखं करून मान हलवीत त्यानं जगनकडे पाहिलं. जगनचं काळीज लक्ककन हललं. तो किंचितसा फळीआड झाला. सोन्नर पुढे गेला. जगननं उघडलेलं गोडाउन बंद केलं व तो तडक चालू पडला.

बंडू पहिल्या मजल्याच्या एका पायरीवर थांबला व पाठीमागे फिरला. चेहऱ्यावर आणता येतील तितके दीन भाव आणून त्यानं सोन्नरला विचारलं, "साहेब, संतोषकडे काय काम होतं?"

"गप चल मेपट्याऽ!" फौजदारानं बंडूला हासडलं.

बंडू निमूटपणे पायऱ्या चढू लागला. फौजदाराच्या वासानं सगळा माळा वटनात आला होता. सर्कशीतल्या वाघाला पाहावं, तसं प्रत्येकजण त्याला पाहात होतं. बंडू चौथ्या मजल्यावर आला. माळ्यात एका खोलीत राहाणारी पुष्कळ बिऱ्हाडं होती. त्यापैकीच एक पिंपरकराचंही होतं. पिंपरकराची खोली पाठीमागच्या बाजूला होती. पाठीमागच्या खोलीत जाण्यासाठी पुढच्या दोन खोल्यांच्या मध्ये साधारणत: तीन फूट रुंदीचं वटान ठेवण्यात आलं होतं. ते गॅलरीच्या मुख्य वटनाला जोडण्यात आलं होतं. ही सोय सर्वच बिऱ्हाडांसाठी सर्वच मजल्यांवर होती. त्यापैकीच एका वटनातून बंडू पिंपरकरनीच्या खोलीकडे गेला. त्याच्या पाठोपाठ फौजदार सोन्नरही होताच.

फौजदाराविषयी माळ्यात जबरदस्त कुतूहल पसरलं होतं. माळ्यातली काही पोरंबाळं, खाणावळ्या दबत-दबत जायकरनीच्या खोलीजवळ आतल्या वटनाच्या तोंडाला जमल्या होत्या.

"आक्का, काय झालं गंऽ? माळ्यात फौजदार का आलाय?" तुळसावडंकरनीनं तडेकरनीला विचारलं.

"काय माहीत! पण माळ्याला कुणाची तरी नदरच लागली असली पाहिजे. बघावं तवा आपलं पुलीस माळ्यात हायतीच!" तडेकरनीनं मळमळ बाहेर ओकली.

संतोषची ऑफिसला जायची तयारी झाली होती. आता तो आरशासमोर उभा राहून 'नका सोडून जाऊ रंग महाऽऽल!' या गीताची धून गुणगुणत केसांवर हात फिरवीत होता.

"संतोष पिंपरकर?" फौजदाराचा आवाज घुमला.

"येसऽ!" लडिवाळपणे ओ देत त्यानं दाराकडे नजर टाकली. दारात फौजदार पाहून तो सटपटला.

संतोषची बायको मेघना त्याच्या दुपारच्या जेवणाचा डबा भरीत होती. फौजदाराला पाहून तिचे हात थांबले. त्याची आई रेखा मार्केटमध्ये निघाली होती. तिनं सामान आणण्यासाठी कापडी पिशव्या घेतल्या होत्या. ती त्यांची घडी करीत उभी होती. हातातली घडी तशीच धरून तीही अपारल्यासारखी फौजदाराकडे पाहू लागली. जेवणाऱ्यांपैकी दोघेजण पाटावर बसून निवांतपणे तुकडे मोडत होते. तेही सावध झाले. संतोष चटकन पुढे झाला.

"या, या साहेब!" तो म्हणाला. सोन्नर आत आला. पाठोपाठ बंडू होताच.

"बसा साहेब." पत्र्याच्या फोल्डिंगच्या दोन खुर्च्या भिंतीशी उभ्या करून ठेवल्या होत्या. त्यापैकी एक खुर्ची त्यानं पुढे ओढली.

"मी बसायला नाही आलो. शिवजयंतीच्या वर्गणीच्या अफरातफरीचा आरोप

आहे तुझ्यावर! तक्रार आलीय. कुठं आहेत पैसे, पावत्या?'' सोन्नर डाफरला.

''आहेत ना साहेब, आहेत. जयंतीला तीस हजार रुपये खर्च झाले. बाकीचे दहा हजार रुपये माझ्याजवळ आहेत. पोरांच्या सहलीसाठी ठेवलेत!'' त्यानं लटपटत खुलासा केला. त्याला घाम फुटला.

''काढ ते.'' सोन्नरनं दम दिला.

संतोषनं उघडलेली खुर्ची तशीच पुढे ओढली. त्यावर उभा राहून सूटकेस काढली. उघडली. त्यातली निळ्या रुमालात बांधून ठेवलेली पत्र्याची छोटी पेटी उचलली. तिच्याखाली ठेवलेले दहा हजार रुपये घेतले व फौजदाराच्या हातात दिले. त्यानं ते पॅण्टच्या खिशात ठेवले. फौजदारानं शर्टच्या खिशात ठेवलेली एक लिस्ट काढली. त्याकडे पाहात तो म्हणाला, ''घरटी तीनशे रुपयांप्रमाणं माळ्यावरची एकूण वर्गणीच पंचाहत्तर हजार रुपयांच्या पुढे जाते. बाकी गोळा केलेली वर्गणी, जाहिरातींची रक्कम...!''

संतोषच्या घशाला कोरड पडली, ''इतकेच आहेत साहेब!''

सोन्नरनं एक पाऊल पुढे टाकलं. त्याच्या खाडकन् थोबाडीत हाणली. संतोषचा तोल गेला. तो भिंतीवर आपटला. डोक्यातून जीवघेणी कळ उठली. डोळ्यांतून घळाघळा पाणी वाहू लागलं. संतोषनं हात जोडले, ''देतो साहेब. सगळं देतो; पण मला मारू नका.''

संतोषनं नाकाचा शेंडा पुसला व निळ्या रुमालात बांधलेली पेटी उघडली, ''सव्वादोन लाख रुपये आहेत, साहेब!''

''सव्वादोन लाख रुपयेऽऽ!'' बंडूचा आवाज घशातच सुकला.

फौजदारानं पैशाची पेटी ताब्यात घेतली, ''देणगीच्या याद्या, पावती पुस्तकं?''

संतोषनं तीही दिली.

''या पैशाचं काय करणार होता रंऽ?'' फौजदारनं विचारलं.

संतोष बोलला नाही. सोन्नरनं त्याच्या गालफाडावर आणखी एक सणसणीत ठेवून दिली.

संतोषची पॅण्ट ओली झाली. तो फौजदाराच्या पाया पडला, ''साहेब, सांगतो, सगळं सांगतो.''

संतोषनं आपला गाल चोळला. गालावरून ओघळणारं पाणी पुसलं व रडतरडत तो म्हणाला, ''मी, रामभाऊ घडवे, भिकुदादा, सुधीर मिरचीकर ब्रेसिअरची फॅक्टरी सुरू करणार होतो. त्यासाठी भांडवल गोळा करायचं चाललेलं.''

''इतक्या भांडवलात फॅक्टरी होते?''

''पाठीमागच्या दोन-दोन शिवजयंती, गणपतीची वर्गणी बँकेत आहे. येणाऱ्या गणपतीतही जास्त वर्गणी गोळा करण्याचा विचार होता. शिवाय सरकारी कर्ज, सबसिडी, बँकेच्या कर्जासाठी अर्जही केलेत.''

"स्वतःच्या घराला ब्रेसिअरची तोरणं बांधायला दुसऱ्यांच्या चोळ्या, लंगोटं काढता होय रं भडव्यांनो? सरळसरळ सार्वजनिक पैशाचा अपहारऽऽ!" फौजदारानं त्याला आणखी एक ठेवून दिली.

नवऱ्याची हालत पाहून मेघनाचं काळीज थरथर कापत होतं. तर आपल्या लेकाला पडणारा मार पाहून रेखाचं मन खालवर होत होतं. रेखा पुढे झाली. तिनं फौजदाराला हात जोडले, "साहेब, जे काय आसल ते सगळं घ्या; पण तेला मारू नका!"

सोन्नरनं तिच्याकडे पाहून न पाहिल्यासारखं केलं.

"तुमचं मंडळ रजिस्टर आहे का? देणगी कोणत्या कलमाखाली घेतली?" त्यानं कायद्याला हात घातला.

"नाही," संतोष घाबरला.

"साल्यांनो, तरीही लोकांना लुबाडता! चल, तुझी आता चांगलीच सरबराई करतो." फौजदार बंडूकडे वळला, "जा रेऽ, एखादं चांगलं दावं घेऊन ये. साल्याच्या मुसक्या बांधूनच नेतो."

"हो साहेब," बंडू म्हणाला; पण हे दावं कुठं हुडकायचं, हा प्रश्न त्याला पडला.

संतोषनं सोन्नरचे पाय धरले, "साहेब, माझी चूक झाली. तुरुंगात गेलो, तर माझी नोकरी जाईल. मी विवाहित आहे. सगळे उघड्यावर पडतील."

"इतकी अक्कल आहे तर लोकांचे पैसे खाताना ती कुठं शेण खायला गेलेली? अन् तुझ्यासारखा नमकहराम माणूस नोकरीत तरी कोणते दिवे लावणार आहे रेऽ?" सोन्नरनं त्याची कॉलर पकडली व त्याला वर उचललं.

"साहेब, आमच्याकडे पाहून एकवेळ माफ करा." मेघनानं त्याला हात जोडले. तिच्याकडे पाहून फौजदाराचं मन द्रवलं.

"ठीक आहे. पाहतो विचार करून!" त्याच्या रागाचा पारा खाली आला. तो पुढे म्हणाला, "बँकेत ठेवलेल्या त्या पैशाचं काय?"

"साहेब, चला आताच खात्यावरचे काढून देतो; पण मला या प्रकरणातून मोकळं करा!" संतोष पिंपरकरानं हात जोडले.

"पाहतो." सोन्नर म्हणाला.

संतोषनं आपली पॅण्ट, अंडरपॅण्ट बदलली. त्यानं सूटकेसमध्ये ठेवलेलं बँकेचं पासबुक घेतलं. सूटकेसला कुलूपही न लावता तो सोन्नरबरोबर निघाला. सोन्नरनं पैशाची पेटी, पावती पुस्तकं, वर्गणीच्या याद्या काखोटीला मारल्या व तो वटनात चालू लागला. गर्दीनं तुडुंब भरलेलं वटान खाली झालं. समोरच्या, बाकीच्या मजल्यावरच्या वटनांतून लोक कुतूहलानं त्यांच्याकडे पाहात होते.

सोन्नरनं आपली बुलेट बँकेसमोर उभी केली. "या कपड्यांवर मी तुझ्याबरोबर आत आलो तर काय होईल?" सोन्नरनं विचारलं. भेदरलेला संतोष शांतपणे उभा

राहिला. सोन्नर पुढे म्हणाला, "बँकेतील कर्मचारी तुझ्याकडे गुन्हेगाराच्या नजरेनंच पाहतील."

"होय साहेब." संतोष घायकुतीला आला.

"मग असं कर...! मी दहा मिनिटांत कपडे बदलून येतो. तोवर बँकेत पैसे काढून तयार राहा. काही गडबड केलीस तर ठेचून मारीन."

"साहेब, मी पैसे काढून बँकेतच थांबतो... विश्वास ठेवा." संतोषनं गयावया केलं.

"विश्वास ठेवला अन् नाही ठेवला तरी माझ्या कचाट्यातून तू तसा सुटणार आहेस! जाऽ!" सोन्नरनं आदेश दिला.

संतोष पळतच बँकेत गेला. तो आत जाईपर्यंत सोन्नर थांबला व त्यानं परत आपली बुलेट सुरू केली.

सोन्नर अवघ्या दहा मिनिटांत कपडे बदलून बँकेत आला. तो सिव्हिल ड्रेसवर होता. संतोष लाइनमध्ये उभा होता. तोपर्यंत सोन्नर बँकेतल्या बाकड्यावर बसून राहिला. संतोषनं पैसे काढले. ते घेऊन तो सोन्नरकडे आला.

"किती आहेत?" सोन्नरनं विचारलं.

"सात लाख साठ हजार रुपये, साहेब!" संतोषनं पासबुक पुढे केलं. पासबुकावर अवघे साडेचारशे रुपये उरले होते.

सोन्नरनं रक्कम ताब्यात घेतली. हातातल्या छोट्या चामडी बॅगेत आबादानी ठेवली. पासबुकही आपल्या ताब्यात घेतलं व म्हणाला, "ये गाभण्याऽ, आज सोमवार आहे. गुरुवारी पोलीस ठाण्यात ये. तोपर्यंत मी या सगळ्या याद्या, पावत्या तपासतो. अन् त्याच दिवशी तुझं स्टेटमेंट घेतो."

"येतो साहेब; पण माझ्यावर केस करू नका!" संतोष परत घायकुतीला आला. सोन्नरनं सिव्हिल ड्रेसवर येऊन त्याच्यावर अगोदरच मोठे उपकार केले होते. त्या ओझ्याखाली तो दबला होता.

सोन्नरनं नुसतीच मान हलवली व तो चालू पडला.

२१

मृग निघाला, तरी पावसानं दडी मारली होती. शाळेला लपून चालणार नव्हतं. तिनं ठरलेल्या तारखेला आपली कवाडं खोलली. माळ्यावर शाळेच्या नावाची भरती आली. पहिली ते दहावीपर्यंतच्या लाटा उसळी घेऊ लागल्या. पुस्तकांचे संच या मजल्यावरून त्या मजल्यावर उडी मारू लागले. कधीकधी त्यांना पायऱ्या चढताना

घाम फुटू लागला. त्यातल्यात्यात बऱ्या पुस्तकांचा संच अर्ध्या किमतीत जाऊ लागला. पानं फाटलेली पुस्तकं संचात लपण्याचा प्रयत्न करू लागली. बालसुलभ खटके उडू लागले.

"काय ग आंबे, शाळेला येत न्हाईस व्हय?" मधूनच एखादा आवाज कानावर पडू लागला.

"न्हाय गं, अजून ड्रेस न्हाय शिवला."

"मग शाळेला कवा येणार?"

"टेलरचं कवा मढं जाईल तवा! सितुंड्यानं ड्रेस तरी द्यायला नगं व्हयऽ!"

"बरं बाई, मी जाते, शाळेला उशीर व्हानार."

अंबूच्या पायात ड्रेसची बेडी होती. तिचे डोळे जाणाऱ्या पावलांकडे असूयेनं पाहात होते.

माळ्यातल्या प्रत्येक पोराचा, पोरीचा शाळेला जाणं हा जन्मसिद्ध हक्क होता. अभ्यास करणं न करणं ही ऐच्छिक बाब. पोरं, पोरी तिचं मनोभावे पालन करायची. शाळेला न जाणाऱ्या पोरीला एखादं एका वर्गात दोन दोन वर्षे रेंगाळणारं पोरगं खुशाल म्हणायचं, "काय? तू शाळंला येत नाहीसऽ! मग कसं हुणार तुझं?"

"जा कार्ट्याऽऽ, यंदा पास तरी हुयाचं हुतंस! अन् मग शिकवायचं शानपण!" शाळेला न जाणाऱ्या पोरीची आई तोंडाचा पट्टा खुला करायची.

"मरा तिकडंऽ! सरळ सांगायला गेलू तर माज्या नावानंच बोंबलतीया!" पोरगं पुटपुटायचं व चालू पडायचं.

माळ्यातली नव्वद ते पंचाण्णव टक्के पोरं शाळेला जायची. हा जातो म्हणून तो जायचा. तिची पोरगी शाळेला जाते, मग माझीनं काय घोडं मारलंय, म्हणून ही जायची. मित्र-मैत्रीण शाळेत जातात. त्यांची चित्राची पुस्तकं, रंगीत पेन पाहून, शाळेतल्या गोडगोड बोलणाऱ्या बाईविषयी ऐकून; लहान पोरं-पोरी शाळेला पळायची. पालकही त्यांना पेपरमिंटच्या गोळ्या, पार्ले बिस्किट्स, कधी कॅडबरी चॉकलेट देऊन शाळेच्या भरीस घालायचे. शाळेत जाणारी लहान लहान पोरं-पोरी आपल्या थोरल्या भावा-बहिणींचं बोट धरून शाळेला जायची. ज्याचं तसं कोणी नाही, त्याला शेजार-पाजारची पोरं सांभाळून घ्यायची. अनेकदा खाणावळे, खाणावळ्याही पोरांना शाळेत सोडायला, आणायला जायच्या. मात्र, शाळेत जाणारी किती पोरं पुढे प्रगती करायची हा विचार कुणी केलेला नसायचा.

शाळा दुपारी भरायची; त्यामुळे पोरांना सकाळ-संध्याकाळ चपात्यांच्या घाण्याला जुंपायला मिळायचं. मग दुपारच्या वक्ताला पोरानं शाळेची गम्मत केली, तर बिघडलं कुठे? तेवढीच पोराला बाहेर पडायला, पाय मोकळं करायला जागा. हुंदडायला वेळ. बारा-तेरा वर्षांच्या पोरीही सकाळ-संध्याकाळ जेवणाऱ्यांसाठी जमेल

तेवढ्या चपात्या लाटायच्या. ते करताना त्यांच्या पाठीचा मणका ढिला व्हायचा. शाळेत गेल्यामुळं त्यांना तेवढीच विश्रांती मिळायची. दिवसभराची झाकाडाळ करून झोपायला रात्रीचे अकरा तरी निश्चितच व्हायचे. तरीही पाणी भरण्यासाठी पहाटे पाचपर्यंत उठावं लागायचं. एकतर झोप अपूर्ण, त्यात सकाळच्या जेवणासाठी पेटवलेल्या स्टोव्ह अन् शेगडीची धग! मग गरम झालेल्या खाणावळी दुपारच्या वक्ताला पंख्याखाली नित्रास झोपायच्या! लहान पोरं घरात असली तर ती उंदरासारखी खुडबुड करायची. खाणावळींची झोपमोड व्हायची. डोळे शंख करायचे. शरीर भनभनायचं. त्यापेक्षा पोरानं शाळेत जाणं केव्हाही चांगलं! माळ्यासाठी शाळा म्हणजे एक प्रकारचं पाळणाघरच! पोरांनी घेतलेला पुस्तकांचा संच याच्याकडून त्याच्याकडे असा किमान तीन वर्षे तरी खुरडत चालायचा. प्रथम अर्ध्या, नंतर पाव किमतीत तो मिळायचा. अनेकदा त्याच्यापेक्षाही कमी किमतीत; त्यामुळे पुस्तकांचा खर्च असा तो कितीसा? पेन, पेन्सिली, नव्या वह्या भांडत, झगडत म्हाताऱ्या पुस्तकाला मिठी मारून स्कूलबॅगेत बसायच्या. पोराला अंगात घालायला कपडे हे घ्यावेच लागायचे. मग त्यानं शाळेचा ड्रेस घातला काय किंवा रंगी-बिरंगी कपडे वापरले काय; माळकऱ्यांसाठी सारखंच होतं.

शाळा म्हणजे माळ्यातल्या पोरांसाठी सुगीचे दिवस. याच काळात गमती-जमतींना ऊत यायचा. शाळेत दिलेला अभ्यास पूर्ण करण्याच्या नावाखाली चपात्या भाजायला दांडी मारता यायची. ही वस्तू-ती वस्तू, ही फी-ती फी या नावाखाली पोराला घरातून चार पैसे मिळायचे. खिसा खुळखुळायचा. एखादा आवडीचा गोडधोड पदार्थ चाखायला मिळायचा. महिन्यातून एखाद्या दिवशी भैय्याकडे चार-आठ आण्याचे चणे-फुटाणे घेऊन दररोज त्याच्याजवळचे दाणे उचलून तोंडात टाकायला मिळायचे.

शाळेत जाणारी पोरं शाळेला जाता-येता दोन पुट्टं करायची. एक रस्त्याच्या उजव्या फुटपाथवरून चालायचा, तर दुसरा डाव्या फुटपाथवर असायचा. फुटपाथवर असलेल्या छोट्या दुकानांतून, हातगाडीवरून, भैय्याकडून किंवा फुटपाथवर मुस्काट उघडून बसलेल्या चण्या-कुरमुऱ्याच्या दुकानातून चांगली वस्तू; मग ती फळफळावळ असेल, कुरकुरीत नळ्या असतील; त्या ढापायच्या, हे त्यांचं काम. मग सगळे शाळेजवळ असलेल्या पाणपोईजवळ जमायचे. तिथं बसलेल्या भैय्याकडून ढापलेली फळं कापून घ्यायचे. भैय्यानं नकार दिला तर 'तुझ्याकडे बघू का?' हा लाडिक दम असायचा! पोरं कापलेली फळं वाटून खायची. हे यश दररोज पदरात पडायचंच असं नाही. अनेकदा पोरं आपल्या खिशातून खर्च करून सर्वांसाठी एखादं फळ खरेदी करायची! पोरं साईबाबाचा गुरुवार, मुंबादेवीचा मंगळवार, शुक्रवार कधी विसरायची नाहीत. तेथे होणारं अन्नदान हे त्यांचं मुख्य आकर्षण असायचं! अन्नदानात एखाद दिवशी चांगलं गोडधोड असेल तर पोरं ब्रेड टाकून द्यायची!

प्रत्येक पोराच्या दप्तरात 'गोटी झाडा'च्या बिया असायच्या. साधारणत: लहान बैदुलासारखा आकार असलेल्या या बिया असायच्याही दगडासारख्या कठीण. पोरं अशा बिया मुद्दाम साठवून ठेवायची. शाळेच्या रस्त्यावर पॉश कपडे घातलेला, टक्कल असलेला, ताठ्यात चालणाऱ्या पादचाऱ्यांच्या टपलीत 'बी' बसायची. सणकन कळ उठायची. तो रागानं पाठीमागं फिरायचा. परत पाठीमागून त्याच्या डोक्यावर एकसाथ तीन-चार बिया आदळायच्या. कळ सोशीत तो परत अर्ध रिंगण काढायचा. गजगजीत ढुंगण असलेली एखादी पोरगी समोर चालत असेल तर तिच्या ढुंगणावर 'बी' नखभर आत घुसायची. पोरगी 'स्स्' करीत लसायची. गोरीमोरी होऊन पटकन मागे वळायची. पाठीमागची माणसं शांतपणे, कोणी थट्टामस्करी करीत, हसत खेळत चाललेली दिसायची. त्यामध्ये ही शाळेची पोरंही असायची!

कपडा बाजार, लोखंड बाजार, मंगलदास मार्केट आदी ठिकाणी काम करणारे बरेच जेवणारे हातगाडीवर काम करायचे. ऑर्डरप्रमाणं माल पोहोचवला की, हातगाड्या रिकाम्या परतायच्या. अशावेळी जर शाळा सुटली असेल, तर माळ्यातलं पोरगं खुशाल आवाज द्यायचं, "ये मामा, थांब ना! मी येतोय."

आवाजासरशी हातगाडी थांबायची. ओळखीचं मिश्कील हसू हनुवटीवरून पाझरायचं. दप्तर सांभाळीत पोरगं हातगाडीवर बसायचं. घसरगुंडीवर बसल्यासारखं उगीचच ढुंगण मागं-पुढं करायचं. त्याला बैलगाडीची सय यायची.

"चल रंऽ माझ्या ढवळ्या-पवळ्याऽऽ! माझ्या लाडक्याऽऽ!" पोराच्या तोंडाच्या खोबणीतून आवाज यायचा. जेवणारे एकमेकाला चिमटा काढायचे. पोराला सांभाळीत गाडी सोन्या-चांदीची दुकानं वागविणाऱ्या गल्लीतून वाट काढीत पुढे घसरायची. पोरगं दुकानाच्या काचेत पाहात केसांवर हात फिरवायचं. त्याचं ध्यान दुकानाच्या आतल्या भागात किंवा दुकानापुढच्या चारचाकी गाडीकडे क्वचितच जायचं!

माळ्यावरच्या काही कुटुंबांची पोरं इंग्रजी माध्यमामध्ये शिकायची. अलीकडे त्यात नवं वारं लागलेल्या काही खाणावळींच्या पोरांचीही भर पडली होती. त्यांची संख्या जेमतेमच असायची. मात्र, इंग्रजी मीडियममध्ये शिकत असलं, तरी पोरगं चपात्या भाजण्यापासून सर्व कामं करूनच शाळा गाठायचं. आपला पोरगा इंग्रजी माध्यमात शिकतो याचा खाणावळींना कोण अभिमान असायचा. पोरगंही फक्कड गुणाचं असायचं. चपात्या भाजताना ते आईला म्हणायचं, "मम्मा, गिव्ह मी अ उलातनं!"

आई गुलजार हसायची. निळी चड्डी, सदरा घालणारी ही पोरं माळ्यातल्या मराठी माध्यमाच्या पोरांपेक्षा जरा वेगळी भासायची. त्यांचं वागणं, बोलणं इतरांपेक्षा नाही म्हटलं तरी थोडं वेगळं असायचं. मराठी व इंग्रजी माध्यमाच्या शाळेची

सुटण्याची वेळ एकच होती. दोन्ही शाळेतल्या पोरांची गाठ गल्लीच्या कोपऱ्यावर चौकात पडायची. मराठी माध्यमाची पोरं आरोळी ठोकायची, "ख्रिस्ताळलेली जमातऽ - मुर्दाबाऽऽऽद!"

इंग्रजी माध्यमाची पोरं सडेतोड उत्तर द्यायची, "मराठी रामाऽ - मुर्दाबाऽऽद!"

चौकात तुंबळ घोषणायुद्ध व्हायचं. नवखा माणूस काहीतरी भानगड आहे, उगीच नस्ती बिलामत नको म्हणून गडबडीनं चौक पार करायचा. सवय झालेले चौकातले दुकानदार हसायचे. त्यातलाच एखादा म्हणायचा, "मराठी माणूस नुसती बोंब मारण्यात पटाईत!"

सरकारी अनुदानावर पोसलेल्या खासगी शाळेत मराठी, गुजराथी, हिंदी या भाषा गुण्यागोविंदानं नांदायच्या. 'एक राष्ट्र, एक भाषा!' या संकल्पनेला मूठमाती देत त्या भाषानिहाय जातिवादाचं, प्रांतवादाचं बाळकडू नकळत पाजायच्या. शाळेत राष्ट्रीय एकात्मतेचं गाणं जरूर वाजायचं. 'भारत माझा देश आहे' ही प्रतिज्ञा वेगवेगळ्या भाषांत गळा काढायची. आपल्याच देशात आपणावर 'भारत माझा देश आहे', असं म्हणण्याची वेळ का यावी, हा प्रश्न पोरांना पडायचा नाही व मास्तरांनाही यातलं काही कळायचं नाही.

शाळेत माळ्यातल्या काही पोरांकडे गुंड, मवाली पोरं म्हणून बोट केलं जायचं. त्याचं पोरांना काहीच वाटायचं नाही. आपला जन्म हा जसं पोटापाण्याचं बघण्यासाठी आहे, तसा तो स्वत:चं संरक्षण करण्यासाठीही आहे, ही छोटीशी कळ पोरांच्या काळजाला धरून लोंबत असायची; त्यामुळे माळ्यातल्या पोराला कुणी 'अरेऽ' म्हणालं तर किमान सातआठ आवाज 'का रेऽ' म्हणून गर्जायचे. यात दादागिरी ती कसली असायची?

मराठी तसंच इतर मीडियमच्या अनेक मुलांकडे चांगले पेन, पेन्सिल्स, कंपास असायचे. अशी वस्तू पाहिली की, जिभेला पाणी सुटायचं. मग अशी एखादी वस्तू ढापली तर बिघडलं कुठे? ढापणं ही काय चोरी आहे? या वयात ढापाढापी करायची नाही तर कधी? अशी साधी गणितं असायची. बरं, अशा खोड्या काय फक्त माळ्यातलीच पोरं करायची का? हाही प्रश्न असायचाच.

माळ्यातली पोरं इतर वर्गातून राजरोस फिरायची. एखादी चांगली वस्तू ढापली तर ती स्वत:जवळ न ठेवता दुसऱ्या वर्गातील आपल्या भिडूकडे ठेवायला द्यायची किंवा माळ्यातल्याच एखाद्या पोरीकडे द्यायची! पोरगीही गुपचूप ठेवून घ्यायची. घरी कागाळीही करायची नाही. चपाती लाटतालाटता तिच्या नाकी दम यायचा. मग मास्तरांनी दिलेलं गाडाभर होमवर्कचं ओझं तिला पेलायचं नाही. अशावेळी ती तातडीचा उपाय म्हणून पोरांच्या वह्यावरून होमवर्क उतरवून काढायची. किंवा एखादं पोरगंच तिचं होमवर्क पूर्ण करून द्यायचं. वर्गात बाहेरचं कोण आलं होतं,

याचा संदर्भ घेऊन वस्तू गहाळ झालेलं पोरगं व त्या वर्गाचे वर्गशिक्षक माळ्यावरच्या पोरांपर्यंत पोहोचायचे. त्याचे खिसे, दप्तर तपासायचे. वस्तू मिळायची नाही. मग माळ्यातल्या पोराचे वर्गशिक्षक हळूच टोमणा मारायचे, 'भले आमचे विद्यार्थी गरीब असतील. गुंड, मवाली हा शिक्का त्यांच्यावर पडला असेल; परंतु ते असं वागणार नाहीत!''

मग मास्तरा-मास्तरांमध्ये शाब्दिक चकमकींना तोंड फुटायचं!

२२

''अहो, जरा थांबता का?''

''का?'' प्लॅस्टिकच्या पिशवीत जेवणाचा डबा ठेवीत सुभानजीनं विचारलं.

''थोडं बोलायचं होतं!''

''आख्खी रात सरली तवा सुचलं नाही का? ऑफिसला जायची वेळ झाली अन् तू म्हणते थांबा!''

''कसं बोलायचं याचा विचार करीत होते. कदाचित तुम्हाला राग आला तऽर!''

''जिलबे, तिसऱ्या पोराचा विचार तर नाही ना? नाहीतर चिंचा, आवळंऽऽ!'' सुभानजी खळखळून हसला. तिनं त्याला असं मनापासून हसताना खूप दिवसांनी पाहिलं. कदाचित बाबांची पावलं परत आपल्या घराकडे वळल्यामुळेही हे घडत असावं, असं तिला वाटलं.

''नाही. तसं काही नाही; पण तुम्हाला राग येईल!'' तिनं काळजीचा सूर लावला.

''सांग तरी खरंऽ!'' सुभानजीनं तिच्यासमोर बैठकच मारली. ती विचारात पडली. ''कसला विचार करतेस? बोल पटकन.''

''राग...''

''कसला राग!'' सुभानजी वैतागला, ''रागाचं नंतर बघू. प्रथम मला सांग तरी खरं!''

''काल बाबा आले होते!'' तिनं त्याच्या तोंडाकडे पाहिलं.

''कोण?'' सुभानजीचा चेहरा लालेलाल झाला.

''चार हजार रुपये देऊन गेले!'' तिनं त्याच्या पुढ्यात रुपये टाकले व ती म्हणाली, ''शिवाय झाल्या प्रकाराबद्दल त्यांनी माफीही मागितली.''

''कुणी त्या...!''

''बाबांनी,'' सुकन्यानं त्याचं बोलणं तोडलं.

“अन् तू त्याच्यावर विश्वास ठेवलास?”

“का ठेवू नये?” सुकन्यानं प्रतिप्रश्न केला.

सुभानजी विचारात पडला. ती त्याचा चेहरा न्याहाळू लागली.

“काय गं, हे पैसे किती टक्के व्याजानं दिले?”

“अगदी वेडे आहात! त्यांनी एखादी बँक उघडलीय, असं वाटतं की काय तुम्हाला? त्यांच्यामुळं आपल्याला भुर्दंड पडला. मानसिक त्रास सहन करावा लागला. त्याची ही भरपाई असल्याचं त्यांनी सांगितलं.”

“म्हणजे तो पैसे परत घेणार नाही?”

“कारणच काय?”

“जिलबे, मला काही कळंनाच झालंय बघ. फौजदाराचे पाय धरणारा स्वामी, आपल्याला त्रास होऊ नये म्हणून पैसे देणारा स्वामी. यातला खरा कोणता?”

“दोन्हीही!” तिनं ठामपणे सांगितलं.

“कसं?”

“त्यांचं पाऊल घरात पडलं अन् आपल्याला या दोन खोल्या मिळाल्या! इथं पाऊल ठेवल्याबरोबर त्यांनी सांगितलं की, या खोल्या आपल्याला लाभणार नाहीत! तर संकटांना सुरुवात झाली.”

“याला स्वामीच जबाबदार आहे नं?”

“साफ चूक आहे. होम त्यांच्यासाठी नव्हता; तो आपल्या भल्यासाठी होता. होमाची लाकडं आपण आणली, त्यांनी वापरली. लाकडाच्या छोट्या छोट्या ढलप्या न करायला तुमचे हात कुणी बांधले होते का? प्रश्न राहिला दारूचा. आपल्या जोगेश्वरीच्या खोलीत ते यायचे, तेव्हाही ते प्यायचेच की. अन् देव सुरा पीत नव्हते का? तीही दारूच होती नं!”

“अगं, त्यानं त्या फौजदाराचे पाय धरले, त्याचं काय?” सुभानजी वैतागला.

“मोठमोठ्या ऋषीमुनींवर, देवादिकांवरही संकटं आली. संकटसमयी त्यांनीही इतरांचे पाय धरले होते. अन् आपल्या दारात आलेला तो फौजदारऽ! मला तर तो फौजदाराच्या रूपातला राहू नाहीतर केतूच असावा, असं वाटतं. त्यानं बाबांना खासगीत भेटलंच पाहिजे. नाहीतर बाबा त्याला धडा शिकवल्याशिवाय राहणार नाहीत.”

“झालं, तू पण स्वामिनी बनलीस का?” सुभानजीनं कुतूहलानं तिच्याकडे पाहिलं.

“मग काही शंका आहे का? शेवटी शिष्या कुणाची?” त्याच्याकडे बघून ती हसली. पुढे झाली व त्याच्या कुशीत शिरली. सुभानजीनं तिला कवळ्यात घट्ट पकडली.

“अहो, बाबांचेही दिवस फिरलेले, दुसरं काय! अशा परिस्थितीत ते तरी बिचारे काय करतील?” तिनं त्याच्या चेहऱ्याकडे पाहिलं. तिच्या बोलण्यात लाडिकपणा ठासून भरला होता.

“तेही खरंच म्हणा!” सुभानजीनं आपलं तोंड खाली आणलं. तिनं पोरांकडे बोट करीत आपलं तोंड फिरवलं.

“त्यास्नी काय कळतंय!” मिक्सरचं भांडं बुडावर घट्ट बसवण्यासाठी फिरवतात तसं त्यानं तिचं तोंड फिरवलं व आपल्या ओठात तिचे ओठ पकडले. अधाशासारखे चोखले. ती गुदमरली. तिच्या पसरलेल्या पायांच्या हालचालीनं स्टोव्ह धडपडला. तिनं मोठ्या ताकदीनिशी त्याचं तोंड बाजूला सारलं. तिची छाती खालीवर झाली.

“खरंच. तुम्हाला अक्कल नाही,” ती चिडली व पटकन बाजूला झाली.

“अगं, तू माझी बायको आहेस!”

“म्हणून काय झालं! काही काळवेळ आहे की नाही? अन् असं रानडुकरागत भुईमुगाचं पीक उदसल्यासारखं काय करता!” ती कातावली.

“राहिलं बाबा, लोण्यासारखं चाखू!” तिच्याकडे पाहून तो हसला.

“काही नको. अगोदर ऑफिसला जा. वेळ होतोय.”

“आज नको. किती दिवसांनी असा हक्काचा पैसा घरात आलाय. आज आपण छानसं सिनेमाला जाऊ.”

“अन् यांचं काय करायचं?” तिनं पोरांकडे बोट केलं.

“आजचा दिवस पाठवू त्यांना तुझ्या त्या बाबांकडे!” त्यानं कोपरखळी हाणली.

“बाबा म्हणतात, त्यात खरंच काही चूक नाही. अगदी उंडारलेल्या बैलासारखं वागणं! तोच धसमुसळेपणा. तोच राग!”

“छान, म्हणजे तुझा बाबा मला उंडारलेला बैलपण म्हणतो! मग तो तुला काय म्हणतो?” ती छानसं हसली. तो पुढं म्हणाला, “खरंच, हा स्वामी मला प्रामाणिक वाटतो. अगं, माझ्या मित्रांनी सांगितलेल्या स्वामींच्या गोष्टींपुढं हा स्वामी म्हणजे ठार भोळा! नुसता खुळा म्हटलीस तरी चालेल! अगं, एखादा शहाणा असता तर तो कधीच टांग देऊन पसार झाला असता.”

“मलाही तसंच वाटतं.”

“माझंही मन मला खात होतं. स्वामीनं मला फसवलं, फसवलं नाही; असे मनात एकसारखे उलटसुलट विचार येत होते. पण निश्‍चित काही ठरत नव्हतं. आता मला पटलं की, हा स्वामी माणसातला आहे!”

“मग असं करा नं! किलोभर मटन घेऊन या. बिर्याणी बनवू. बाबांनाही जेवायला बोलावू. आपल्या आनंदात त्यांनाही सामील होऊ दे.”

“तसंच करू या; पण बाबाला बोलवायचं कसं? कुठं असतील ते?”

“त्यांनी एक फोन नंबर दिलाय माझ्याकडे. आज दुपारपर्यंत आहेत ते तिथं.”

“बाबाच्या घरी फोन नाही का?”

''कशाला ठेवतील ते? अहो, आपल्यासारखे भक्त त्यांना वेळी-अवेळी चावल्याशिवाय राहणार आहेत का? तुम्ही पैसे घेतले किंवा नाही, हे सांगण्यासाठीच त्यांनी हा नंबर दिलाय माझ्याकडे.''

''मग करतोच फोन; पण बाबांनी आता एखादा मोबाइल घ्यावा! भक्तांसाठी ते चांगलं होईल.''

''सुचवू आपण त्यांना; पण आता तुम्ही जा अगोदर. मलाही त्यांना एक गोष्ट विचारायची आहे.''

''ते अन् काय?''

''रात्री मला एक भयानक स्वप्न पडलं. त्यानंतर रात्रभर झोप नाही.''

''काय होतं स्वप्नात?''

''खूप भयानक होऽ! तशी मला कधी स्वप्नं पडत नाहीत. एक खोली मिळण्याअगोदर पडलं अन् आता हे दुसरं. गेल्या वेळचं स्वप्न किती भयानक होतं, मात्र, बाबांनी त्याचा अर्थ किती अचूक सांगितला. म्हणाले, काहीतरी लाभ संभवतो! लगेच दोन महिन्यांच्या आतच या खोल्या मिळाल्या. नाही का?''

''होय. पण तुझ्या स्वप्नात काय आलं?'' सुभानजीला तिच्या स्वप्नाबाबत प्रचंड कुतूहल होतं.

''मी यमाच्या रेड्यावर बसलेय. अन् यमानं मला पाठीमागून घट्ट मिठी मारलीय.''

''काय?''

''अहो होय. अत्यंत भयानक स्वप्न! स्वप्नात तुम्ही तर रेड्याच्या पायाखाली होता. रेडा तुम्हाला तुडवीत चालला होता.''

''छान! म्हणजे मला तुडवायला तुला रेडाच मिळाला; तोही यमाचा!'' तो हसला. थोडा गंभीर झाला. ती त्याचा चेहरा न्याहाळू लागली.

''त्यात इतकं गंभीर काय व्हायचं? अहो, स्वप्नच ते. तरीही शंकेला वाव नको म्हणून बाबांनाच विचारू,'' तिनं त्याला समजावलं.

त्यानं तिच्याकडून स्वामीचा फोन नंबर घेतला. मटनासाठी सुट्टे पैसे घेतले.

''बाबांच्या औषधाचं काय करायचं?'' तो गालात हसला.

''तुम्ही त्याची काळजी करू नका. ते त्यांच्या बरोबरच असतं. फक्त त्यांना ते थोडं जास्ती घ्यायला सांगा,'' ती हसली. त्यानं तिला छातीबरोबर धरली अन् तिच्या कपाळाचा मुका घेतला.

तो बाहेर पडला. तिनं दार बंद केलं. पुढं आलेल्या धाकट्यासाठी तिनं टी. व्ही.लावला. धाकटं टी. व्ही. पाहण्यात रमलं. ती मटनासाठी गरम मसाल्याचे डबे तपासू लागली.

...दारावर थाप पडली. तिनं दार उघडलं. समोर स्वामी उभे होते! त्यांच्या मधाळलेल्या डोळ्यांत तृप्तीचा आनंद ओसंडून वाहत होता. स्वामी आत आले. पाठोपाठ सुभानजी होता.

"ताई, आपल्याला रात्री वाईट स्वप्न पडल्याचं सुभानानं सांगितलं; पण घाबरू नका. जितकं वाईट स्वप्न, तितकं त्याचं फळ गोड!" कॉटवर बसत स्वामी म्हणाले. आपला एक पाय गुडघ्यात दुमडून सुकन्या भिंतीला चिकटून उभी राहिली.

"बाबा, कसलं गोड फळ? यमाचा रेडा अन् त्याच्या पायाखाली मी?" सुभानजी उसानला.

"चालायचंच. सुभाना, स्वप्नं ही भविष्याचा वेध घेणारी असतात! माणसाचा आत्मा त्यात गुंतलेला असतो. त्यातल्या त्यात ताईंचं स्वप्न म्हणजे, साक्षात परमेश्वराचा आदेश! त्यांच्या पूर्वीच्या स्वप्नात गोवऱ्या आल्या; पण दोन खोल्या मिळवून द्यायला विसरल्या नाहीत."

"बाबा, तिच्या या स्वप्नाचा अर्थ काय हो?" सुभानजीनं अप्रूवाईनं विचारलं.

"सुभाना, हा दोन जिवांचा, अतृप्त आत्म्यांचा मिलाप दिसतो. युगे, युगे भटकंती करून इच्छित स्थळी पोहोचलेल्या कामनेचं हे फलित असतं," स्वामींनी हळूच सुकन्येकडे पाहिलं. तिनं आपल्या पायाच्या अंगठ्याकडे नजर लावली.

"बाबा, मला काही कळलं नाही. मी, यम, रेडा याची काही संगती लागली नाही. जरा फोड करून सांगा नंऽ!" सुभानजीच्या भाबड्या स्वभावानं उचल खाल्ली.

"तुला जर संगती लागणार असती, तर रेड्यानं तुलाच का तुडवलं असतं?" स्वामी हसले. ते पुढं म्हणाले, "हे कळण्यासाठीही तेवढी भक्ती असावी लागते, निष्ठा लागते; त्या बाबतीत तर तू एकदम कच्चा! ताईंचंच उदाहरण घे, त्यांची निष्ठा त्यांना विश्वाची स्वामिनी बनवून गेली. त्यांना साक्षात देवलोकीचा संदेश मिळू लागला." ते थोडं थांबले व पुढे बोलू लागले, "इथं यम म्हणजे ऋषी. त्याच्या पुढ्यात असलेली ताई म्हणजे, जी मिळवण्यासाठी तो युगानुयुगे तपश्चर्या करीत होता ती शक्ती व रेड्याच्या पायाखाली तू सापडणं म्हणजे संकटं तुडवीत वाटचाल करणं! म्हणूनच सुभाना, तुला सांगतो, ताईंना लवकरच एखाद्या योगी पुरुषासारखं, जगत्‌श्रेष्ठ असं पुत्ररत्न प्राप्त होणार आहे!"

"काय?" सुभानजी जवळजवळ किंचाळलाच! सुकन्या चटकन आतल्या खोलीत पळाली. सुभानजीच्या आनंदाचा पारा खाली येईपर्यंत स्वामी थांबले.

"होय, ताईंना तेजस्वी पुत्ररत्न प्राप्त होईल. तसा योग तर दिसतो आहे," स्वामींनी ठामपणे सांगितलं व सुभानजीला चिमटताना ते पुढं म्हणाले, "तुला निष्ठा म्हणजे काय असतं, हे तरी काय कळणार म्हणा!" ते क्षणभर थांबले. त्यांनी सुभानजीच्या तोंडाकडे पाहिलं. आतल्या रूमचा अंदाज घेतला व पुढे म्हणाले,

“निष्ठेसंबंधी पूर्वी मी एक गोष्ट वाचली होती; ती मी तुला आता सांगतो. त्यावरून तुला निष्ठा नावाची चीज नेमकी काय आहे ते तरी कळेल!”

स्वामींनी त्यांना शंकराच्या एका भक्ताची गोष्ट सांगण्यास सुरुवात केली. त्यांच्या या कथेतलं शंकराचं मंदिर नदीच्या पलीकडच्या काठावर होतं. शंकराचा एक निस्सीम भक्त दररोज सकाळी स्नान केल्यानंतर नदीचं पात्र ओलांडून मंदिरात जायचा. शंकराची मनोभावे पूजा करायचा. त्याला त्याचं आवडतं बेल, कवठ वाहायचा. हातानं केलेल्या कापसाच्या वाती वाहायचा. त्याच्या मुखातून शंकराच्या नामस्मरणाशिवाय दुसरा शब्दच बाहेर पडायचा नाही. त्याच गावात दुसरा एक उडाणटप्पू मुलगा राहात होता. तो कधी अंघोळ करीलच याची शाश्वती नसायची. मात्र, पारोशा अंगानं का असेना; तो नित्यनेमानं त्याच शिवमंदिरात जायचा. त्याच्याजवळ नेहमी एक छडी असायची. ती तो सणकन शिवपिंडीवर मारायचा अन् परत फिरायचा.

एकदा नदीला खूप मोठा पूर येतो. शंकराचा निस्सीम भक्त नदीच्या काठावर येतो. नदीतलं पाणी पाहतो. अन् तिथंच नदीच्या काठावर चिखलापासून शंकराची पिंड तयार करतो. तिला बेल, फुलं वाहतो. पिंडीपुढे अगरबत्ती, पणती पेटवतो. प्रार्थना करतो. शिवाय तिथूनच मंदिराकडे तोंड करून तो शंकराला हात जोडतो. “हे शिवशंभो, नदीच्या पाण्यानं रोखल्यामुळं मी आज मंदिरात येऊ शकत नाही; तेव्हा मी आज इथं केलेली तुझी ही पूजा-प्रार्थना गोड मानून घे.”

नंतर तो शिवभक्त परत जातो.

थोड्या वेळाने हा उडाणटप्पू येतो. नदीला पूर आलेला पाहतो अन् मनात म्हणतो, ‘अस्सं आहे काय! पण तरीही तुला मी सोडणार नाही.’ तो त्या पुराच्या पाण्यात स्वत:ला झोकून देतो व पोहत पोहत पलीकडे जातो. मंदिरात येतो व पिंडीला सणकन् छडीचा फटका मारतो. नंतर तो नेहमीप्रमाणं परत फिरतो. नदीतून पोहत अलीकडच्या काठावर येतो. काठावर भोलेनाथ उभे असतात! ते म्हणतात, “बोल बेटा, तुला काय हवं? मी तुला प्रसन्न झालोय.”

बाबांच्या रसाळ वाणीतून शब्द गळत होते. सुभानजी ते कानात साठवीत होता. त्याला, भोलेनाथानं उडाणटप्पूला प्रसन्न होणं रुचलं नाही. त्यानं सांगितलं, “बाबा, इतका निस्सीम भक्त जवळ असताना भोलेनाथानं त्यालाच फटके देणाऱ्या उडाणटप्पूस प्रसन्न व्हायला नको होतं.”

“तीच तर खरी गोम आहे.”

“ती कशी?”

“हे बघ, निस्सीम भक्ती करणारा भक्त पुराच्या पाण्याला घाबरला. त्यानं स्वत:च्या जिवाकडे पाहिलं. मात्र, दुसरीकडे त्या उडाणटप्पूनं आपल्या निष्ठेत खंड पडू दिला नाही. त्यासाठी स्वत:चे प्राणही पणाला लावले.”

"निष्ठाऽ!" सुभानजीच्या तोंडातून नकळत शब्द बाहेर आले.

"होय. नित्यनेमानं शंकराच्या पिंडीवर काठीचा फटका मारणं ही त्याची निष्ठा होती. भक्ती होती व त्याच निष्ठेनं, भक्तीनं प्रत्यक्ष प्रचंड पुरालाही दाद दिली नाही. कळलं?" स्वामींनी अपेक्षेनं सुभानजीकडे पाहिलं.

"हं, आता गणित सुटलं."

"सुटलं ना; मग झालं तर! चला, या गोष्टीचाही आनंद साजरा करू" स्वामींनी बाटली बाहेर काढली.

"जिलबे, दोन ग्लास आण पाहू," सुभानजीनं आवाज दिला.

"अजून तुझं जिलबे आहेच का?"

"काय करणार बाबा? ही आमची बायकोवरची निष्ठा! दुसऱ्या नावानं हाक मारायला जमतच नाही. त्यासाठी जीभ वळतच नाही." तो स्वामींकडे पाहून हसला. स्वामी हसले. सुकन्या ग्लास घेऊन बाहेर आली.

"दोन नको. तीन..." स्वामींनी आदेश दिला.

"तीन?" सुभानजीनं विचारलं. हे तिसरं कोण येणार आहे, हे त्याला कळेना.

"होय तीनच," स्वामी म्हणाले. सुकन्या आणखी एक ग्लास घेऊन आली. स्वामींनी ग्लास भरले. एक सुभानजीनं उचलला. तर स्वामींनी एक ग्लास सुकन्येच्या हातात दिला. "घ्या. मदिरापानाच्या पंक्तीला रंगत येऊ दे."

"बाबाऽ!" सुभानजी भेलकांडला. त्यानं आश्चर्यानं स्वामींकडे पाहिलं.

स्वामींनी नजरेनंच होकार भरला. ते म्हणाले, "तुला कळायचं नाही सुभाना. अरे, ताई आता जगाची स्वामिनी आहे! सप्तलोक तिच्या हुकूमतीखाली आहेत. तिच्यातल्या शक्तीला ही मदिराच काबूत ठेवू शकेल. शिवाय बळकटीही आणेल."

सुभानजीनं स्वामींना चिअर्स केलं. स्वामींना सुकन्येला चिअर्स करायचं होतं. त्यांनी तिच्याकडे पाहिलं. ती आनंदात न्हाऊन निघाली होती. अमृत पीत असल्यासारखे दारूचे घोट तिच्या घशाखाली उतरत होते. सप्तलोकांवर राज्य करण्यासाठी स्वामिनी सिद्ध होत होती!

२३

वटपौर्णिमा असल्यानं रायकराची रखमा आज लवकर उठली. तिनं स्टोव्ह पेटवला. स्टोव्हवर तपेल्यात पाणी तापत ठेवलं. दुसरा स्टोव्ह पेटवून त्यावर भात शिजत टाकला. पाइपाची वाट न पाहता संडासजवळच्या नळातून पाण्याच्या आठ-

दहा घागरी आणल्या. माळ्यावरची बहुतेक कुटुंबं अजून झोपेत होती; त्यामुळे पटकन पुरेसं पाणी मिळालं. तिनं उकळणाऱ्या भातातली पेज मोरीत ओतली व भातात दुसरं पाणी घातलं.

रखमा गच्चीत गेली. तिथं तिचा नवरा रघू झोपला होता. तिनं त्याला उठवलं. यदाकदाचित तो परत झोपेल म्हणून तिनं त्याचा बिछाना गोळा केला अन् काखोटीला मारला. बिछान्यातून दारूचा भपकारा बाहेर पडत होता. तिनं नाक मुरडलं. इमानदार कुत्र्यासारखा रघू तिच्या मागून चालू लागला.

रखमानं गरम पाण्याचं पातेलं बादलीत उपडं केलं. इसानासाठी त्यात थंडगार पाणी ओतलं. बादलीत हात घालून गरम पाण्याचा अंदाज घेतला. रघूनं तंबाखूच्या मिसरीचं बोट डाव्या तळहातावर चोळलं. हात झटकले व तो मोरीत घुसला. गरम पाण्याच्या लोटाखाली दारूचा वास जायबंदी होऊ लागला. रखमानं दुसरं पातेलं स्टोव्हवर ठेवलं. शिजलेला भात उतरून कालवनाला फोडणी दिली. ती खोलीतून बाहेर आली. वटनात भिवा झोपला होता. त्याला उठवलं.

“वैने, पाणी आलं व्हयऽऽ?” बिछान्यात उठून बसत त्यानं विचारलं.

“आलंही. भरलंही!” ती म्हणाली व खोलीत गेली.

भिवानं दोन्ही हात ताणून आळस झटकला. बिछान्याची घडी केली. तो खोलीत आला. चौकटीच्या वर मारलेल्या फळीवर त्यानं बिछाना ठेवला. हातात तंबाखूची मिसरी घेतली व विचारलं, “वैने, पाइप तर कुठं दिसत न्हाई. मग पाणी कसं भरलंस?”

“संडासजवळच्या नळाचं. लवकर उठले. पाणी धो, धो वाहत होतं. घेतला चटका करून!”

रात्री चिरून ठेवलेली कोबीची भाजी रखमानं चुलीवर शिजत टाकली व पिठाचा डबा घेतला. ती काटवटीत पीठ चाळू लागली. भिवानं साबण घेतला. टॉवेलची घडी मानेभोवती टाकली व तो माळा उतरू लागला. त्याला मार्केटमधल्या बावडीवर घवसवाणी अंघोळ करायची होती!

रघू मोरीतून बाहेर आला. देवपूजेचा तांब्या घेतला. त्यात नळाचं ताजं पाणी घेतलं व तांब्यात लाल कपड्याचं फडकं बुडवून तो देवांचे फोटो पुसू लागला. देव ताजेतवाने दिसू लागले. रखमानं गरम पाण्याचं तपेलं मोरीत नेऊन ठेवलं. स्टोव्हवर चहा केला. पेल्यात ओतला. रघूनं देवापुढचं निरंजन पेटवलं. देव अधिक खुलून दिसू लागले. त्यानं फोटोंवर अगरबत्ती ओवाळली व देवाला मनोभावे हात जोडले. नंतर चहाचा पेला उचलून त्यानं भिंतीशेजारी बैठक ठोकली. गरम चहाची वाफ त्याचा घसा गरम करू लागली. रखमा मोरीत गेली. तिनं अंगावर गरम पाणी घेतलं. खसाखसा अंग चोळलं. साबणाचं पाणी हळूहळू मोरीत घरंगळू लागलं.

रखमानं बसल्या जागी अंगाभोवती साडीची भाळ मारली. ती उठून उभी राहिली व मोरीतून हळुवारपणे बाहेर आली. नुसतीच अंगावर घेतलेली साडी तिनं व्यवस्थित नेसली. पदराखाली वळवळणारं दोन गोळं ब्लाउजखाली डाळलं. केसाचा बुचडा बांधला. देवाचं दर्शन घेतलं. शिवाय ती रघूच्या पाया पडली. रघूला आश्चर्य वाटलं. त्यानं विचारलं, "हे काय?"

"आज वटसावित्रीची पुनव हाय." ती म्हणाली.

तिनं परत स्टोव्ह पेटवला. त्यावर टोपातला चहा गरम केला अन् पेल्यात ओतला. स्टोव्हवर तवा ठेवला. चहाचा पेला घशाखाली रिकामा केला. नंतर चपात्यांचा कागद पसरला. त्यावर ठेवलेल्या पोळपाटावर [illegible]. रघू तव्यावर एकापाठोपाठ एक चपात्या शेकू लागला. पिठाचा अर्धाअधिक गोळा संपला. सकाळी लवकर कामावर जाणाऱ्या माणसांची बेगमी झाली. तिनं स्टोव्ह बंद केला. पुढ्यातलं पोळपाट-लाटणं व पिठाची काटवट बाजूला सारली.

तिनं दोघा भावाभावांची जेवणाची ताटं तयार केली. दोघांचं जेवणाचं डबं भरलं. अध्येमध्ये येणाऱ्या जेवणाऱ्यांना जेवण देऊन किंवा त्यांचा डबा भरून त्यांची बोळवण केली. भिवानं जेवणाचा डबा उचलला व तो बाहेर पडला. पाठोपाठ रघूही निघाला.

"थांबा," तिनं मान उचलली.

"का?" रघूनं विचारलं.

दोन्ही हात केसावर फिरवीत, सरळ होत ती ताठर आवाजात म्हणाली, "लवकर परत या. पिऊ-बिऊ नका. नाहीतर आज माफ करणार नाही."

"बरं," रघूनं होकार दिला व डब्याची कापडी पिशवी सावरीत तो खोलीबाहेर पडला. त्याच्या पाठमोऱ्या आकृतीकडे पाहात ती उभी राहिली.

रखमाच्या घरातला देव्हाराही भिंतीवर छोटी फळी मारून तयार करण्यात आला होता. तिनं देव्हाऱ्याखालची जमीन पाण्यानं स्वच्छ धुतली. त्यावर स्वच्छ पाण्यानं धुतलेला पाट मांडला व पाटावर सुपारीच्या गणपतीची स्थापना केली. त्याला हळद-कुंकू, लाल फुलं, अक्षता वाहिल्या. बाजारातून विकत आणलेली वडाची छोटी फांदी व वटपौर्णिमेचा कागद तिनं गणपतीसमोर ठेवला, त्याचीही पूजा केली. कुंकू वाहिले. देव्हाऱ्यावरचं निरांजन उचलून पाटावर गणपतीसमोर ठेवलं. अगरबत्ती पेटवून लाकडी स्टॅण्डमध्ये खुपसली. त्या देवाला साखरेचा नैवेद्य दाखवून ती त्याच्या पाया पडली.

तिला आपल्या गावाची सय आली. वडाच्या झाडाभोवती धाग्याचा फेर धरून गाणी गाणाऱ्या सवाष्णी आठवल्या. मात्र, इथं वडाचं झाड कुठलं? बघावं तिकडं पावसाळ्यात उगवणाऱ्या कुत्र्याच्या छत्रीसारख्या उंचच्या उंच इमारती. या भागातच

वडाची गल्ली होती. तिथं म्हणे पूर्वी भलं दांडगं वडाचं झाड होतं. इंग्रजाच्या राज्यात काही इंग्रजांच्या मडमा म्हणे या वडाची पूजा करायच्या! देश स्वतंत्र झाला. ही जागा एका बिल्डरच्या मनात भरली. आकारानं मोठ्या असलेल्या वडाच्या झाडाच्या गळ्याला सुरी लागली. झाडाच्या जागेवर चकचकीत इमारत उभी राहिली. मेलेला पुढारी नाव घेऊन येतो, तसं गल्लीनं वडाचं नाव धारण केलं. वड नाही निदान वडाची गल्ली, हे तरी काय कमी होतं! तेवढीच आठवण शिल्लक. पण त्यालाही कुणा पुढाऱ्याची नजर लागली मग त्या गल्लीनंही त्या पुढाऱ्याच्या नावाचं कुंकू लावलं! तिनं वटपौर्णिमेच्या कागदावरून हात फिरवला अन् खुदकन हसली. उद्या या कागदावर पिठाच्या गोळ्याचा पुतळा करून टेंपररी नाहीतर डुप्लिकेट नवराही बसवता येईल! मनाचं पाखरू उगाच सैरभैर पळालं.

दिवसभराच्या कामकाजाची उपसाभर सुरू झाली. हातातल्या कामाबरोबर डोक्यात आठवणींच्या गर्दीनं उचल खाल्ली. तिचं लग्न झाल्यापासून आजची ही पाचवी पुनव. तरी अजून पोटचा गोळा जमिनीवर उतरला नाही. कसा उतरंल? संध्याकाळ झाली की यांची दारूची बाटली निघते. काही खटपट करण्याचं ध्यान तरी नको का? दिवसभर नोकरी, जेवणाऱ्यांसाठी रविवारच्या कोंबड्या. कधीतरी एखादा दिवस खाणावळ बंद असेल तर हे मित्रासोबत सिनेमा थिएटरात नाहीतर दारूच्या पार्टीत! सिनेमातल्या नटवीला एखादं तरी प्वॉर होत असेल; पण हे काय? तिनं अडीच वर्षे वाट पाहिली. मग ती आपल्या आईच्या कानाला लागली. आई सासूच्या कानात कुजबुजली. सासूनं रघूला चार-सहा वेळा चांगलंच झापलं. तिचं बोलणं फळलं नाही. मात्र, मलेरियाचं निमित्त होऊन सासूनं अचानक स्वर्ग गाठला. तिच्या दुखवट्यात वर्ष कसं उडालं, काही कळलंच नाही. रुसवा-फुगवा करून माहेरी राहिली. दोघा भावाभावांच्या पगाराचे पैसे जेवणावारी जाऊ लागले. शिवाय जेवणाची आबाळ होणं हे ठरलेलंच. दीर आला. त्यानं पाय धरले. हात पिवळं करायला आलेला दीर. अंगापिंडानं मजबूत. त्यानं असं चारचौघांत पाय धरणं तरी बरं दिसतंय का? जनलाजेखातर परत आले. नवऱ्याला तीन-चारदा खोलीत थांबवून घेतलं. बिछाना पसरला. दोघांच्या अंगावरची कापडं फेडली. त्याला कडकडून मिठ्या मारल्या. दारूचा वास सोसंना तरी पटापटा मुकं घेतलं. कराकरा ओठ चावलं; पण बाटलीबायच्या नशेपुढं शुद्ध तरी राहायला नको? त्याचं गच्चीत झोपणं थांबत नव्हतं. तशी दारूची बाटलीही बाजूला होत नव्हती. भांडले, झगडले; पण पुढे काय? वर्षभर तापलेली जमीन मृगाची वाट पाहते; त्याला कवटाळते अन् शांत होते. भादव्याच्या महिन्यात एका कुत्रीपाठीमागं किती कुत्रे असतात? आपण अक्कल असलेली माणसं, आपल्याला तसं जमणार आहे का? द्रौपदीसारखं पाच पती असते तर किती बरं झालं असतं...! झालं असतं थोडं हाल. सोसलं असतं

ते; पण हे काय? प्रत्येक पुरुषानं एकच बायको करावी व एका बाईचा एकच नवरा असावा असं सरकार सांगतं; पण आपल्या नवऱ्यासारख्या पुरुषांसाठी सरकारनं एखादा कायदा तरी केला आहे का?

घटस्फोट घ्यावा का? पण आपल्याबरोबर लग्न तरी कोण करणार? सातवी पास झाल्यापासून आठ-नऊ वर्षे गेली लग्न ठरवायला. जिथं एक लग्न करताना नाकी नव आले, तिथं दुसऱ्याची काय कथा! तो हुंडा, ते दागिनं, पैसा-अडका आणायचा तरी कुठून? परत घटस्फोटाचा प्रश्न आहेच. जरी तो मिळाला तरी बाईतच खोट नसेल कशावरून? एकदा नांदण्याचं चांदणं केलंय तर ती दुसऱ्यांदा ठीक राहील का? मग सुंदर असून तिला चाटाराची आहे का? असे नाना प्रश्न. पण उत्तर मात्र एकच... तिनं नवरा सोडला! सगळ्या वाटा चौकात गोळा झाल्यासारख्या 'बाई' या शब्दातच घुटमळत होत्या. करायचं तरी काय? आईला सांगितलं, मला माहेरात मरू दे. तर तिला भीती भाऊबंदांची! भाऊबंद नावं ठेवतील, हसतील. धाडस करून विचारलं, "किती दिवस हसतील?"

तर म्हणते कशी, 'पोरी तुला नाही कळायचं. ज्या दिवशी पोरगी दिली त्याच दिवशी ती आई-बापाला मेली!' सगळंच मुसळ केरात गेल्यानंतर आवाज तरी काय निघणार?

चुलीतल्या पेटत्या इस्तवासारखं शरीर पेटतं. धगीनं वाफा उसळतात. तापलेलं अंग रसरसतं. तो दाह..., कसं सांगू आई तुला; अगं, तूपण बाई. मीपण बाई. मग असा दुजाभाव का?

नवरा रांडुळा आहे म्हणावं, तर तसंही नाही. त्याच्या अंगावरचे कपडे काढून, आपले कपडे फेडून त्याला मिठी मारली तेव्हा त्याची काठी नागोबासारखी वर उसळली! पण नवऱ्याच्या अंगात न्याट नको का? दारूच्या नशेत स्वत:चा तोल तरी सावरता आला पाहिजे? काय करायचं, रातभर फडी काढली अन् गपगुमान वेटोळं घालून बसलं! आपण आधार देण्याचा प्रयत्न केला तरी कसं शक्य होतं ते? कुणा गड्याला बायांचा नाद असतो तर कुणाला पुस्तकांचा, एखाद्याला विडी-काडीचा तर कुणाला सिनेमाचा! म्हणून कोणी घरवाली विसरत नाही. यांना मात्र दारूची बाटली व सिनेमा याशिवाय दुसरं काही नाही. संसाराचा तमाशा व्हायची वेळ आली. यांच्या माघारी माळकरी यांना रांडुळं म्हणतात! आहात का रांडुळे तुम्ही? कसं समजवायचं?

बाजूच्या वटनातली नार्वेकराची सुंद्री. अचानक नवरा मेला, तर लगेच बाशिंग बांधायला तयार झाली. बाशिंगाचं जमत नाही, तर स्पीकरवाल्या प्रदीप कानकरचा हात पकडला. तो खुशाल स्पीकर वाजवल्यासारखा तिला वाजवतो! तिचं एवढं दांडगं पोरगं मंगेश. आईचं हे रंगढंग बघून पिटपिटलं, पिटपिटलं; पण सुंद्रीनं

त्याला स्पष्ट शब्दांत सुनावलं, 'अजून तू बिरमुट्याएवढा आहेस. तुला ह्यातलं कळायचं नाही. जेव्हा तू दांडगा पुरुष होशील तेव्हाच तुला काहीतरी कळेल!' त्यानंतर पोरग्याचा नांगा थंड झाला. प्रदीप घरात आला की, गपगुमान उठून समजूतदारपणे बाहेर जातं. आन् तुम्ही?

तुम्ही वळणावर येण्यासाठी किती देवरसी केलं! किती वेळा मुंबादेवी, महालक्ष्मी, गावाकडच्या देवीला नवस केलं! तरीही बाटलीबाई व सिनेमा काही सुटत नाही. नुसतं थेटरात बसण्यापेक्षा त्या सिनेमातलीच एखादी नटवी घरी आणली असतीसा, तरी मनाला बरं वाटलं असतं! ही वटसावित्रीची पाचवी पुनव. संसाराचा तमाशा बघतेली सकाळी पूजा करताना तिला बोललेय, 'तू पुण्यवान सावित्री, तू सत्यवानाला परत आणलंस. तुझा सत्यवान नीतिमान होता. त्यानं तुझ्यावर कधीही अन्याय केला नाही. पण माझा सत्यवान गटारात लोळतो. तुला खरं सांगते सावित्री, तू अंगीकारलेली पतिव्रतेची सगळी कर्तव्यं मी पार पाडली. त्याला देव मानून तो कसा संतुष्ट राहील, हे पाहिलं. पत्नीधर्म पाळला; पण साक्षात पतीचं काय? सावित्री, आज जर माझा पराभव झाला, तर मी कधीही तुझी पूजा करण्यालायक राहणार नाही. ही माझी शपथ समज. पण; तू देवी, साक्षात यमाला आव्हान देणारी. मी सामान्य स्त्री. फक्त नवरा गटारात लोळताना पाहणारी!' तिच्या मनातलं विचारांचं पाणी नदीच्या पुरासारखं या काठावरून त्या काठावर थडकत होतं, गर्जत होतं, उसळत होतं. मधूनच भोवऱ्यासारखं गरगर फिरवीत होतं.

संध्याकाळी सातचा सुमार झाला होता. रखमानं सर्व जेवण आटोपलं. जेवण कमी पडून परत स्टोव्ह पेटवावा लागू नये, म्हणून तिनं चार माणसांचं जेवण अधिक धरलं. आज तिनं दुपारचीही झोप घेतली नाही. दुसऱ्या दिवशी कराव्या लागणाऱ्या जेवणाची भाजी निवडून, चिरून घेतली. तांदूळ पाखडलं. उद्याची काळजी मिटल्यानं ती नित्रास झाली. सवाल फक्त जेवणाऱ्यांच्या भांड्यांचा होता; तोही नातेसंबंधातल्या जेवणाऱ्यांचा! माळ्यावरच्या खाणावळींकडे जेवणारे सर्वजण स्वत:चं ताट स्वत:च धुऊन ठेवायचे. मात्र, नातेसंबंधातल्या जेवणाऱ्याला हा नियम लावणं बरं दिसत नव्हतं; त्यामुळे काही जेवणाऱ्यांची ताटं खाणावळींनाच धुवावी लागायची. त्यातूनही एखादी खाणावळी पै-पाहुण्यांचे लाड करायची नाही. त्यांनाही ताटं धुवायला लावायची! मात्र, अशी जी काही ताटं मोरीत पडणार होती, ती रखमाच्या दृष्टीनं किरकोळ बाब होती. तिच्याकडचे बरेचजण डबे घेऊन जाणारे होते; त्यामुळे भांड्यांचा ताण तसा कमीच होता. शिवाय आज वटसावित्रीचा उपवास असल्यानं जेवणारेही अंडी, मासे आणणार नव्हते. साहजिकच स्टोव्हचं अध्येमध्ये गरगरणारं डोकं शांत राहणार होतं.

रखमानं चपात्यांचा सारीपाट गुंडाळला. स्टोव्हची ज्योत बारीक करून चहाला

आदान ठेवलं. त्यात साखर-पूड टाकली. खोलीत झाडू मारला व ती मोरीत घुसली. हातापायावर थंडगार पाण्याची धार सोडली. ओंजळीनं तोंडावर सपासपा पाणी मारलं. मऊसर टॉवेलनं खरडून अंग पुसलं. तिनं पेटीतली हिरवी साडी काढली. नेसली. देवापुढं निरांजन लावलं. अगरबत्ती पेटवली व क्षणभर डोळे मिटून हात जोडले.

तिनं हळूहळू चालणाऱ्या स्टोव्हला हवा मारली. आदान रटरटून उकळलं. तिनं त्यात दूध टाकलं. स्टोव्ह बंद केला. पेल्यात चहा घेऊन उरलेल्या चहावर झाकणी ठेवली. ती हळूहळू चहाचे घोट घेऊ लागली. थोड्या वेळातच भिवा आला. घरातली सामसूम पाहून चक्रावला.

"वैने चपात्या नाही करायच्या?"

"त्या कवाच केल्या!"

तो खुळ्यासारखा तिच्या तोंडाकडे पाहू लागला. सकाळचं पाणी वैनीनंचं भरलं. आता चपात्या लाटून त्या भाजल्याही. वहिनीचा आजचा कामाचा उरक पाहून तो कोड्यात पडला. इतक्या माणसांच्या चपात्या एकट्यानं लाटणं व भाजणं भारी पडतं; त्यामुळे तो संध्याकाळी कुठंही न थांबता लवकर घरी यायचा, चपात्या भाजायचा. सकाळच्या चपात्या मात्र रघू भाजायचा. आईनं घालून दिलेला शिरस्ता त्यांनी मोडला नव्हता. दोघेही नोकरदार असले, तरी ते घरच्या कामाला चिकटून होते. ज्या धंद्यानं त्यांना लहानाचं मोठं केलं, दिवस दाखवले त्या धंद्याशी ते इमान राखून होते.

"भगुल्यात चहा आहे. गरम करून घे." रखमानं भिवाला सांगितलं.

भिवा पुढं झाला. स्टोव्हला पंप मारू लागला.

जेवणारे येऊ लागले. ती डबे भरून देऊ लागली. जेवणाऱ्यांची ताटं तयार करू लागली. मधूनच एखादी नजर दारावर खिळू लागली. सैरभैर झालेलं मन याबाबतीत तिचं ऐकायलाच तयार नव्हतं. जेवणारे जेवून गेले. भिवा जेवला. त्यानं बिछाना घेतला अन् तो चौकटीशेजारी वटनात पसरला. भिवानं बिछान्यावर अंग झोकून दिलं. सत्यवानाची वाट पाहणारे रखमाचे डोळे किरंवाजले. तिनं मोरीत पडलेली भांडी घासून, धुऊन स्वच्छ केली. फळीवर पालथी घातली. तिनं ओल्या फडक्यानं खोलीतली गरम फरशी पुसली. नंतर तिनं आपलं ताट केलं. मनाचा कढ सावरीत घास गिळले व खरकटं ताट मोरीच्या कट्ट्यावर ठेवलं.

ती भिंतीला टेकून बसली. टोलाच्या घड्याळाने अकराचे ठोके दिले. तिनं घड्याळावर नजर टाकली. मेलेल्या नजरेत पाणी आलं. दार खडखडलं. तिनं दाराकडे पाहिलं. रघू आजही भरपूर दारू पिऊन आला होता. तो दाराच्या फळीचा आधार घेऊन उभा राहण्याचा प्रयत्न करीत होता. तो कुठंतरी गटारात पडला होता. त्याचे सगळे कपडे घाण झाले होते. पायातलं चप्पल, जेवणाचा डबाही कुठंतरी हरवला होता.

तिचं मस्तक भिरंबाटलं. ती उठून उभी राहिली. तावातावानं पुढे गेली. रघूच्या कंबरड्यात लाथ घातली. रघू तिडबिडत चौकटीतून बाहेर वटनात आपटला. तिनं त्याचा फळीवरचा बिछाना त्याच्या अंगावर फेकला.

"भाड्याऽ, तुझी लायकीच ही. जा चालता हो माझ्या म्होरनं!" सावित्री सत्यवानावर तुटून पडली. त्याला शिवी हासडून तिनं त्याच्या पेकटात दुसरी लाथ घातली. वटनात झोपलेला भिवा आदळाआपटीच्या आवाजानं बिछान्यावर उठून बसला. रखमा पाठीमागं वळली. तिनं भिवाचं मनगट पकडलं.

"चल रं आत झोपायला!" ती कडाडली. भिवा भांबावला. तो तिच्या चेहऱ्याकडे पाहू लागला.

"चल म्हणते नं तुला!" ती परत ओरडली व तिनं भिवाचं मनगट खसकन ओढलं. उठण्याचा प्रयत्न करणारा भिवा तिडबिडत उठला. तो तसाच खोलीत आला. भिवाचं अंथरूण गोळा करून ती आत आली व खोलीचं दार धाडकन बंद करून कडी घातली.

भिवाचं अंग थरथरत होतं. ती पुढं झाली. तिनं भिवाला काचकन मिठी मारली. पायाच्या बोटावर उभी राहात तिनं दोन्ही हातानं त्याचं डोकं घट्ट पकडलं व फणसाचे गरे खाल्ल्यासारखे त्याचे ओठ कराकरा चावले. तिनं त्याच्या डोक्याची पकड सोडली व आपले हात तसेच खाली आणले. हाताच्या भारानं भिवाची सॅण्डो बनियन तुटून खाली लोंबू लागली. तिनं आपल्या साडीला हात घातला अन् तीही पायानं झिंजाडून दूर केली. दोन्ही हातांनी झंपर ओढलं. कटकट आवाज करीत बटनाजवळ झंपर फाटलं अन् अंगापासून वेगळं झालं. तिनं झंपरात डाळलेलं, रसरसून, तटतटलेलं दोन गोळं स्वच्छंदपणे बाहेर पडलं. तिनं भिवाला परत मिठी मारली. धगीनं अजगर तापल्यासारखा भिवा फुरफुरू लागला.

सिंहासनावर ठेवलेल्या रामाच्या पादुका सीतेनं भरताच्या पायात चढवल्या. गादीवर बसून भरत राज्य करू लागला.

२४

जया चाफेकरीन, सखू पालकरीन व कमळा जायकरीन या तिघी जिवाभावाच्या मैत्रिणी. तिघीही देखण्या. तिघी मार्केटमध्ये भाजी, धान्यदुन्य खरेदीला जायच्या, तेव्हा रस्त्यावरून जाणारं माणूस एकदा तरी वळून त्यांच्याकडे पाहायचंच. तिघींनाही दागिन्यांची हौस. त्यांचं गळाभर दागिनं पाहताना पादचाऱ्यांचं मनही भरून जायचं.

जया व सखू एका सिनंच्या. तर कमळा दोन वर्षांनी लहान होती. सखू, कमळापेक्षा जयाची उंची मात्र अधिक होती. सखूचं गाल गोबरं होतं. ती हसली की, तिच्या गालावर खळी पडायची! तीसुद्धा पाहण्यासारखी असायची. तिघींचाही रंग गोरापान असला, तरी जयाचा झोक काही औरच होता. जयाला चित्रपट खूप आवडायचे. ती वरचेवर थिएटरमध्ये जाऊन चित्रपट पाहायची. मुलं झाली, तरी तिनं आपली ही सवय सोडली नव्हती. त्या अडीच-तीन तासांतच आपल्याला नवऱ्याशेजारी निवांत बसायला मिळतं, असं तिचं मत होतं. नाहीतर या चपात्यांच्या घाण्यातून ते सुख कुठलं?

जयानं आपल्या मुलांची नावंही सिनेमातल्या हिरोवरूनच ठेवली होती. थोरला दिलीप, धाकटा किशोर, मुली हेमा अन् ऐश्वर्या! मात्र, हेमा व किशोर ही तिनं सांभाळलेली मुलं होती, हे आज कोणाला सांगूनही खरं वाटलं नसतं. जयाचा चुलत मामेभाऊ साप चावून मेला. तर, त्याच्या निधनाचं दुःख न पेलल्यानं त्याच्या बायकोचं हृदयविकारानं निधन झालं. त्यांची लहान लहान दोन मुलं वाऱ्यावर पडली. ती जयानं पदरात घेतली. मन्या चाफेकरानंही त्याला मोठ्या मनानं संमती दिली. शिवाय उगाच पोरांत भेद राहायला नको म्हणून त्यानं बाप म्हणून त्यांना आपलंच नाव दिलं! जयाच्या या आगळिकीनं पै-पाहुण्यांत चांगलीच खळबळ माजली; पण जयानंच त्यांना प्रतिआव्हान दिलं. ज्याला हे पसंत नाही, त्यांनी खुशाल या बाळांचा सांभाळ करावा! मग मात्र पै-पाहुणे कुठे गायब झाले ते कळलंच नाही.

जयाचं मनच मोठं. तिच्या सख्ख्या बहिणीच्या, कांचन फुलकरच्या नवऱ्याला टी. बी. झाला. त्यात त्याची नोकरी गेली. दोन पोरं पोटाला. घरची परिस्थिती हलाखीची झाली. ती जयाच्या आसऱ्याला आली तेव्हा जयानंच तिला माळ्यावर खोली घेऊन दिली. कांचनचा खाणावळीचा धंदा सुरू झाला. आजही जया त्यांना काही हवं नको, याची चौकशी करते!

बसंती ही कांचन फुलकरनीची लेक. तर विजय हा मुलगा. त्यांच्या नावाचीही खास स्टोरी आहे. जसा जयाला चित्रपटांचा नाद, तसा तो कांचनलाही. ती तर चित्रपटातील हिरो, हिरॉइन्सच्या प्रेमातच पडायची. त्यातूनच तिनं 'शोले' चित्रपटातील हेमा मालिनीच्या भूमिकेवरून बसंती हे नाव मुलीला व 'दीवार' चित्रपटातील अमिताभ बच्चनचं विजय हे नाव आपल्या मुलाला दिलं होतं. हे दोन्ही चित्रपट आजही ती तितक्याच आवडीनं पाहते. तिला आणखी दोन मुलं झाली होती. त्यांचीही नावं अशीच सिनेमा स्टाइल होती; पण ती बालवयातच काळाच्या उदरात गडप झाली होती!

जयाची मुलगी हेमा वयात आली तेव्हा तिलाही आपल्या काळजातल्या

गुदगुल्या स्वस्थ बसू द्यायच्या नाहीत. मुलगी आहे, तिथं मुलांची कमतरता नसते! तिच्याकडे त्या अपेक्षेनं पाहणारे, तिच्यावर लाइन मारणारे कमी नव्हते. त्यांना टाळता टाळता कधीतरी आपलाही पाय घसरेल ही भीती तिला वाटायची. त्याच सणकीतून तिनं जयाला आपलं लग्न करण्याबाबत सुचवलं. पोटच्या मुलीनं केलेल्या या अनपेक्षित मागणीनं जया चांगलीच हादरली होती; पण पोरीनं आपल्यासारखा टोंगा वर करण्यापेक्षा लग्नाची मागणी केली, ही बाब तिलाही सुखावून गेली. तिनंही चांगलं घराणं पाहून हेमाचं लग्न लावून दिलं.

शारीरिक सुखाच्या बाबतीत मात्र कांचनची मुलगी बसंती जयाच्याच वळणावर असल्याचं जयाचंच मत होतं! बसंतीच्या वडिलांना टी. बी. होता; त्यामुळे बसंती वटनात झोपायची. बसंतीच्या बिछान्यात कधीकधी रात्रीची गडबड दिसत असल्याची चर्चा माळ्यात रंगायची; ती जयाच्या कानावर आली होती. त्याबाबत तिनं बसंतीला विचारलं होतं, "कोण आसतं गं तुझ्या हाथरुणात?"

मावशीच्या या अनपेक्षित प्रश्नानं बसंती थरथरली होती; पण तिनंही खरं सांगून टाकलं होतं.

तिचं ऐकून जयाच्या मनाला कढ आले होते. आपला राग तिनं जाहीर केला नसला तरी तिला बसंतीच्या करणीची कीव आली होती. आपण मित्रांच्या गळ्यात हात टाकला; पण ते बहाद्दर वाघ होते. त्यांच्या शेजारी उभा राहताना लोकांची छाती चार इंच पुढं यायची. तिनं बसंतीला सांगितलं होतं, "भिकारबोडं पोरगं हाय. लई गुतू नगंऽ! चार दिस मजा कर अन् स्वत:ला बाजूला काढ."

हादरलेल्या बसंतीनं जयाच्या तोंडाकडे पाहिलं होतं.

"अगं, एखाद्या दळभद्ऱ्या हाफिसातला शिपाई तुला काय सुखी ठेवणार हाय! कमळाची न् माझी मैत्री आसली म्हणून काय झालं; तिचा त्यो गजा तुला शोभतू का? आपणही आपल्या आयुष्याचा विचार करावा." बसंतीला जयाचा सल्ला क्षणभर रुचला नसला तरी त्यातही तथ्य होतं. "तू तुझ्या अभ्यासावर लक्ष दे. टी. व्ही.तल्या बायांसारखी कुणीतरी मोठी हू. मग तुलाच कोणताही वळू आपोआप वापरायला मिळंल!"

मावशीच्या या सल्ल्यानं बसंती नखशिखांत हादरली होती, पण मावशीच्या सल्ल्यातही काहीतरी वेगळं होतं. बसंतीनंही आपल्या कामाबरोबरच अभ्यासावर लक्ष केंद्रित केलं होतं. तिच्यासाठी तिचा मित्र एक खेळण्याचं साधन म्हणूनच राहणार होता. तशी तिनं मनाची तयारी केली होती.

बसंतीच्या सख्ख्या भावानं विजयनं मात्र कॉलेज पूर्ण केलं होतं. तो आता कसल्या कसल्या परीक्षा देत होता. जयानं आपल्या बहिणीला विजयला घरच्या कामापासून दूर ठेवण्याचा सल्ला दिला होता. कांचननंही तो पाळला होता. मात्र,

जयाला आपल्या पोराची - दिलीपची दया येत होती. त्याचंही वळण जयासारखंच होतं. तो कॉलेज थांबवून लाउड स्पीकरच्या धंद्यात उतरला होता! पण त्यात समाधान इतकंच की, पोरगं काहीतरी कामधाम करीत होतं.

जवानी सरली. पोरं मोठी झाली. खाणावळींचा व्याप वाढला; त्यामुळे जया, कमळा, सखूची मैत्री असली तरी त्यांना पूर्वीसारखं आता एकत्र मार्केटला जायला मिळायचं नाही. कधीतरी त्या तिघी किंवा त्यांपैकी दोघीजणी एकत्र दिसायच्या. माळ्यासमोरच्या रस्त्यालाही आता ही सवय करून घ्यावी लागली होती.

२५

राजा जायकराचं लग्न धूमधडाक्यात झालं.

राजानं स्वत:चंच लायटिंगचं सामान गावी नेलं होतं. लग्न-मांडवात वाजणाऱ्या छातीएवढ्या उंच डेकच्या आवाजावर लायटिंगचे दिवे झाग-झुग करीत होते. सरकत्या लाइटवरून गावकऱ्यांचे डोळे सरसरत होते. विस्फारत होते. गल्लीभरून वाहणाऱ्या प्रकाशात बुडत होते. डेकच्या आवाजानं सारं गाव गोळा केलं होतं. राजा मुंबईत राहात होता. तसा त्याचा अन् गावकऱ्यांचा खास असा परिचय नव्हता. कधी गावी आलं, अन् कोणी भेटलं तर 'हाय, हॅलो' व्हायचं; इतकंच! तरीही गावातलं लहान-थोर, बाया-बापडे, म्हातारी-कोतारी अशी सगळी राजाच्या लग्नाला आलेली. लग्नाच्या बडेजावानं त्यांना चांगलंच बांधून ठेवलेलं. नवरीच्या अंगावरचे दागिने, सजलेले-सोन्यानं मढलेले इन-इवाय, गाडीभर रुकवत, भेट म्हणून आलेली स्टीलची पिंपं, मिक्सर, कुकर, सी. डी. प्लेअर...!

अक्षता पडल्यानंतर गावातील प्रतिष्ठित मंडळी गप्पा-टप्पा करीत मांडवात थांबली होती. त्यात सरपंच, डेअरी चेअरमन, सोसायटीचा चेअरमन आदी लोकांचा समावेश होता. लग्नाचा हा थाट पाहून सरपंच डेअरी चेअरमनच्या कानाला लागला, "बघा चेअरमन, इतका मलिदा मिळत असंल तर कसलं राजकारण, समाजसेवा घेऊन बसलात! चला, एखादी खाणावळच टाकू या!"

चेअरमननं सरपंचाला हसून दाद दिली व तो म्हणाला, "त्यापेक्षा असं करू. एखादी खाणावळीच पटवू. ती तिकडं मुंबईत राहील. आपण मात्र मालपाण्यासाठी तिच्याकडे वरचेवर भेट देत जाऊ. नाहीतरी अनेकींच्या डोळ्यांचे कढ आपण पुसतोच की!"

चेअरमनच्या सल्ल्यावर सरपंच पोट धरून खदखदा हसला व म्हणाला,

"त्या, मागं झेडपी निवडणुकीला पडलेल्या नाना भोसल्यासारखंच म्हणा की!"

लग्नाचा सगळा खर्च सुपंकरनीनं केला. भाचीला सोन्यानं पिवळीजर्द केली. किडूक-मिडूकही कमी पडू दिलं नाही. तिनं लग्नाचा केलेला तडज पाहून कमळा जायकरनीच्या अंगावर मूठभर मांस चढलं. कोल्ह्याएवढी उंच, गुडघ्याला लागणारी सून काळजातली कळ होऊन सोन्याच्या लडीत अडकली. जेवणाऱ्यांनी आक्काच्या पोरग्याचं लग्न म्हणून दोघा-तिघांचे ग्रुप केले व मिक्सर, सीडी प्लेअर, पाण्यासाठी स्टीलची पिंपं, किचन सेटसारख्या वस्तू विकत घेऊन त्या भेट दिल्या. ज्यांचा जास्तच घरोबा होता त्यांनी एकट्यानं वस्तू घेणं पसंत केलं. ज्यांची इतकी ऐपत नव्हती, ते रुपये एकशे एक आहेर द्यायला विसरले नाहीत.

लग्न उरकून जायकरीन माळ्यात आली. ती माळ्यात आल्यापासून सून, तिचं माहेर, सुपंकरीन शिवाय लग्नातला बडेजाव याच्याच गोष्टी करायची. मनाचा बांध फुटायचा. सगळीकडे साखरेचं गोड गोड पाणी पसरायचं.

सकाळी दहाची वेळ होती. जेवण आटोपून पोरी वेणीफणी करीत बसल्या होत्या. ऑफिसला जायच्या तयारीत असलेला गजा जेवायला बसला होता. पंक्तीत असलेल्या जेवणाऱ्यांबरोबर त्याच्या गप्पा चालल्या होत्या. भिंत व लाकडी पेटीच्या मधल्या चिरवंडीत चिंध्या, कागद पडले होते. गणपत जायकर ते काढीत होता. हातात आरसा धरून जायकरीन कपाळावर कुंकू लावत होती. तिला कोळीवाड्यात जायचं होतं. तसा आज बाजारात जायला उशीरच झाला होता. बाजारातून संध्याकाळच्या जेवणासाठी भाजी, तांदूळ, मसाला आणायचा होता. दत्ता नारगावकराचं माळ्यात दुकान होतं. तिथं आटा मिळेल, साबण मिळेल, तेल मिळेल, चहा पावडर किंवा इतर सडं सामान मिळेल; परंतु भाजीचं काय? त्याशिवाय तर जेवण होणार नव्हतं. बरं, नारगावकराकडं आटा असो, साबण असो वा अन्य वस्तू; त्या मुलकाच्या महाग असायच्या. अडीनडीला ते ठीक होतं. तिला बाजारात जायला नावंनाव उशीर होत असल्यानं ती घाई करीत होती.

मधूनच जायकरनीच्या तोंडाचा पट्टा सुरू होता. तिला राजाच्या लग्नातल्या चांगल्या गोष्टींची सय यायची. तिनं आताही पंक्तीला बसलेल्या जेवणाऱ्याला विचारलं, "त्या मिक्सरची किंमत चौदाशे रुपय तरी आसंल, नाही का रं धन्याऽ?"

"हूं?" धनाजीनं तोंडातला घास गिळला व होकार भरला.

"कमळेऽऽ!" चौकटीत आलेल्या तडेकरनीनं आवाज दिला. जायकरनीनं आरसा, कुंकवाचा करंडा भांड्याच्या कपाटात कडेला ठेवला व ती मागं फिरली.

"काय वं आत्याऽऽ!" ती दोन पावलं पुढं आली. जायकरानं मुठीत घेतलेलं कागदाचं कपटं तिथंच टाकलं व तीही कमरेवर हात ठेवून तडेकरनीकडे पाहू लागली. पोरींच्या फण्या केसातच रुतल्या.

"माझ्या जेवणाऱ्यांचं काय करतीस? किती डाव निरोप द्याचं?" तडेकरनीनं रागाला आवर घातला. तिच्या पाठीमागं शिरप्या उभा होता. त्यानं टाचा वर करून आईच्या खांद्यावरून पुढे पाहिलं व तिच्या खांद्यावर असलेल्या पिशव्या स्वत:च्या हातात घेतल्या.

"आत्या, माझ्याच्यानं जेवण हुणार न्हाय, म्हणून मी तुमच्याकडच्या जेवणाऱ्यास्नी कवाच सांगितलंय."

"त्यास्नी जेवण देणं बंद केलंस का? चांगलं आठरा नळगं! एका माणसानं जेवाण बंद केलं तर किती नुकसान हुतं ते तुला माहीत नाही का?" तडेकरनीचे ओठ थरथरत होते.

"आत्या, त्येंचं जेवण बंद करायला ती का बारकी पोरं हायत का? मी जेवण न्हाय म्हणून सांगितलं तर स्वत:च्या हातानं घेत्यात. आता मी तरी काय करू?"

"काय करूऽऽ?" तडेकरनीनं कमरेवरच्या हातांवर जोर दिला. "हेच, हेच तुझं गाभणं बोलणं. सोडून दे ते. माझं मला जेवणारं परत दे." तडेकरनीनं दमदाटीची भाषा केली.

"त्या का कमरंच्या नोटा काढून द्याच्या हायत का आत्या! त्यास्नी कळायला नगं!" जायकरीन म्हणाली. पोरी खिदळल्या. जेवणारे हसले. तडेकरनीच्या अंगाचा तीळपापड झाला.

"ये रांडऽऽ, कुणाला सांगतीस हे? तुझं कौसाल न समजायला माळ्यावर मी का नवी हाय?"

"आत्या, तोंड सांभाळून बोला." जायकरीन डाफरली.

"कशाचं सांभाळा! अगं, ढुंगणाचं फेडून त्येंच्यापुढं जवानी उघडी केली आसशील. ती कोण कार्टी आणलीयास तीऽ!"

"मंदा, आये मंदाऽऽ!" पाठीमागून शिरप्यानं माहिती पुरवली.

"हां, हां, ती मंदा का कुंदाऽ! कवळी लुसलुशीत. टाकली आसशील त्येंच्यापुढं चघळायला व कमवीत आसशील नोटा!" तडेकरनीच्या डोक्यातली आग शब्दांत ठासून भरली होती.

"ये भवानेऽ, तू कुठं कमी हाईस गंऽ! चांगली गावोगाव हेपलून घेत फिरतीस. स्वत:ची लेकपण धंद्याला लावलीस व मला काण्या सांगतीस!" जायकरनीनं पदर खोचला. गजा खरकट्या हातानं ताटावर उठून उभा राहिला.

"अगं, माझी जात तशी न्हाई. त्यो हेल्पर; तुजा जेवणारा! तुझी छाती कचाकचा किवचतू. ह्या ह्या खांबाच्या आडुशाला! रात झाली म्हणून आमाला का दिसत नाही व्हय गंऽ सटवेऽऽ!" तडेकरनीनं वटनातल्या खांबाकडे बोट केलं.

"तुझ्या आयला तुझ्या, बाई हायेस का भित्ताड!" गणपत जायकरानं मध्ये तोंड घातलं.

"ए भाड्याऽ, नंदीबैला! मला भिताड म्हणतोस व्हय रंऽऽ!" तडेकरीन एक पाऊल पुढे झाली. तिनं जायकरनीकडे पाठवलेले अठरा जेवणारे, ते गेल्यानं तिची दरमहाची बुडालेली भली दांडगी रक्कम तिच्या डोक्यात गांधील माशीसारखी घोंघावत होती. गांधील माशीच्या मातीच्या घरट्यावर मारलेल्या दगडाने सैरभैर झालेल्या माशांसारखे तिचे शब्द रोंरावत होते.

"तुमी गप्प बसा वंऽ! रांड मांदाल्लीया. मस्तानलीया. मीच बगतू तिच्याकडं." जायकरनीनं गणपतला गप्प केलं व ती पुढे झेपावली.

हाताला हात भिडला. डोक्यावरचे केस मोकळे झाले. सैरभैर पळू लागले. जायकरनीनं तडेकरनीला खाली घेतली. ती तिला कुंबलू लागली. भांडणाचा आवाज ऐकून माणसानं फुललेलं वटान अवाक झालं. आईला पडत असलेला मार पाहून शिरप्याच्या डोक्यात सणक भरली. त्यानं जायकरनीच्या ढुंगणावर कचाकचा लाथा घातल्या. शिवाय तिला कवळ्यात भरली व हेबळली. अंगातला सगळा जोर एकवटून तिला भिरकावली. जायकरीन गरकन फिरली व धाडकन आपटली. तिचं डोकं उंबऱ्यावर आपटलं. डोक्याला जखम झाली. त्यातून लालभडक रक्त येऊ लागलं. तिनं 'ठोऽ, ठोऽ' बोंब ठोकली. क्षणभरात घडलेल्या या प्रकारानं गजा, गणपतचं पित्त खवळलं. ते पुढे झाले. त्यांनी शिरप्याला धरलं, उचललं व दाणकन वटनात आपटलं. त्याच्यावर लाथा-बुक्क्यांचा मारा सुरू केला. मघापासून पुतळ्यासारख्या गप्प असलेल्या शेवंता, मंदा पुढे झाल्या. त्या तडेकरनीवर तुटून पडल्या. तडेकरनीची हाडं अंगावरच्या चरबीत खेळू लागली. डोक्याला पडलेली खोक तळहातानं दाबून धरीत जायकरीन ओरडली, "रगडाऽ, रांडेला चांगली रगडाऽऽ! तिची लई रिवरिवतेय!"

माळ्यावरच्या या यादवीनं गंभीर वळण घेतलं. तसं आजूबाजूला उभं राहून तमाशा पाहात असलेल्या चार शहाण्या बाया-बापय पुढे झाले. त्यांनी मध्यस्थी केली. तोंडाची तोफ चालवीत जायकरनीचं सैन्य तिच्याभोवती गोळा झालं. तिच्या कपाळावर पडलेल्या खोकंचा अंदाज घेऊ लागलं. मुक्या मारानं बेजार झालेली तडेकरीन उठली. तिनं शिरप्याकडे पाहिलं. तो वटनाच्या भिंतीला टेकून बसला होता. तिथूनच घुम्यागत तो आपल्या आईला पाहात होता. भांडणाचा आवाज ऐकून गवताडकराच्या खोलीतली काही पोरं धावत आली होती. त्यांनी शिरप्याला उचललं.

"आई गंऽ!" तो कळवळला. वटनात आपटल्यानं त्याच्या उजव्या पायाला, ढुंगणाला चांगलाच मार लागला होता. अंगावर काळे-निळे डाग पडले होते. त्यातून कळा सुटल्या होत्या.

"रांडा, भाड्यांनी माझ्या पोराची हाडं मोडली. थांबा तुमाला चांगलाच हिसका दावते. फौजदारीच करते. चांगलं कुटून काढते." तडेकरनीनं जायकर मंडळीला चॅलेंज दिलं व ती एका हातानं जिन्याचा कट्टा धरून खाली उतरू लागली. एका

पोरानं शिरप्याला पाठीवर घेतलं होतं. ते पोरगंही पायऱ्या उतरू लागलं. शिरप्याच्या अंगातून जीवघेण्या कळा उठत होत्या.

गजानं आईच्या डोक्यावरची जखम तपासली. डोक्याच्या उजव्या बाजूला केसातून रक्त येत होतं. त्यानं हळूहळू केस फासटले. लाकडी चौकटीच्या तुटलेल्या नारानं केसातला चमडीचा छोटा तुकडा निघून केसातच अडकला होता. जखम तशी लहान असली, तरी किंचित खोल वाटत होती.

जायकरानं कपाटातली आयोडीनची बाटली आणली. देवापुढचा वातीचा कापूस घेतला. त्यानं जखमेवर आयोडीनचा बोळा फिरवला. चरचरलं. जखमेतून कमालीची तीव्र कळ उठली.

"रांडचं वाट्टूळऽ, वाट्टूळऽऽ झालं!" जायकरनीच्या डोळ्यांत पाणी उभं राहिलं.

"आई, दुसरी साडी नेस. ही सगळी रक्तानं भिजलीय." गजानं सांगितलं.

कमळानं अंगावरचं पातळ निरखलं. त्यावर डोक्याच्या उजव्या बाजूनं टपटप रक्त गळलं होतं. लहान पोरांनं भिंतीवर खडूनं केलेल्या रंगकामासारखी साडी भासत होती.

"थांब जरा. मग नेसते." कमळानं उसासा सोडला.

"जायकरांची खोली?" पायऱ्या चढून आलेल्या सावंत हवालदाराचा दणदणीत आवाज आला. त्याच्याबरोबर आणखी दोन हवालदार होते.

"व्हय सायेब!" पातळावरची नजर त्याच्यावर टाकीत जायकरीन म्हणाली.

"चला पोलीस ठाण्यात!" त्यानं हातातला कागद वाचण्यास सुरुवात केली. "गणपत जायकर, राजा, गजा, सदा, कमळाबाई, शेवंता, मंदाऽ!" हवालदार थांबला. त्यानं जायकरनीकडे नजर टाकली व तो म्हणाला, "तडेकरनीला व तिच्या पोराला जिवे मारण्याचा प्रयत्न व शिवीगाळ अशी तुमच्यावर तक्रार आहे."

जायकरनीच्या काळजाचं पाणी झालं. मारामारी होऊन असा कितीसा वेळ झाला होता की, तेवढ्यात दारात पोलीस हजर! अगदी सिनेमातल्यासारखं! 'काय भानामती म्हणायची की काय? रांडचा नादच वंगाळ!' जायकरीन पुटपुटली.

"पण साहेबऽ, राजा, सदा हितं नव्हतीच. हवं तर इचारा या माणसास्नी!" तिनं वटनात नजर टाकली.

पाणी गेलेल्या नळासारखं वटान रिकामं होतं. नसत्या भानगडी नकोत म्हणून हवालदार दिसल्या दिसल्या माळकरी आपापल्या बिळात घुसले होते. जायकरीन अन् तडेकरीन आपल्याच माळ्यातल्या. तशा आपणाला दोघीही सारख्याच; म्हणून जवळचेही पसार झाले होते.

"तुम्हाला जे काही सांगायचं ते पोलीस ठाण्यात येऊन सांगा." हवालदारानं दम दिला. क्षणाचीही उसंत न देता त्यांनी सर्वांना बाहेर काढलं. बाजूच्या वटनातली

रेखा पिंपरकर बाहेरच्या वटनाच्या तोंडाला उभी राहून हा तमाशा पाहात होती. तिच्या मागे मेघना उभी होती. नाइलाज झालेल्या जायकरनीनं रेखाला सांगितलं, "रेखा, बाई जरा माझ्या खोलीकडं लक्ष ठेव. कुणी जेवणारा आला तर त्याला हातानंच घ्याला सांग. मी लगीच परत येतू."

कमळानं दाराच्या फळ्या पुढे ओढून घेतल्या व ती हवालदारांबरोबर निघाली.

सावंत हवालदारानं जे सापडले, त्यांच्या नावापुढं पेननं टिक केली. गल्लीत माळ्यासमोर पोलीस व्हॅन उभी होती. त्यामध्ये सगळे बसले. गल्लीत व्हॅन आल्यानं अगोदरच गल्लीकरांचं कुतूहल वाढलं होतं. जायकराचं कुटुंब जसं व्हॅनमध्ये बसू लागलं तसे आजूबाजूचे व्यवहार क्षणभर थंडावले. लोक मान उंचावून गाडीच्या आतला वेध घेऊ लागले. गाडी गेली.

पोलीस ठाण्याच्या आवारात गाडी आली. हवालदारांनी सर्वांना खाली उतरलं. एका हवालदारापाठोपाठ जायकर मंडळी चालू लागली. तर एक हवालदार त्यांच्या मागून येऊ लागला. आणखी एक सोबत होताच. ही केस फौजदार बिरनाळेकडेच होती. सगळे त्याच्या केबिनसमोर आले. आतून तडेकरनीचा आवाज येत होता, "साहेब, पाचाला धा जाऊ देत; पण त्यास्नी चांगला धडा शिकवा. लई माजल्याती."

जायकरनीचं धाबं दणाणलं. हवालदारांपैकी एकजण केबिनमध्ये गेला. थोड्या वेळानं तो बाहेर आला. त्याच्यापाठोपाठ तडेकरीन, शिरप्या आला. त्यांच्या डोळ्यांत विजयाचा उन्माद खच्चून भरला होता!

"चला सगळी आत." हवालदारानं जायकर मंडळींना हुकूम दिला.

छोट्या टेबलामागे खुर्चीवर रेलून बिरनाळे बसला होता. त्यानं आपली कॅप टेबलावर ठेवली होती. त्याच्या हातातला दंडुका तिवड्याभोवती फिरणाऱ्या जनावरांसारखा उगीचच हातात रिंगण काढीत होता. त्याची पिकलेली नजर सर्वांचा वेध घेत होती. गणपत व गजानं त्याला नमस्कार केला. ते टेबलासमोर ठेवलेल्या बाकड्याजवळ आले. त्यांना बाकड्यावर बसण्याचं धाडस झालं नाही. जायकरीन दाराजवळच थांबली. तिच्या पाठीमागं शेवंता व मंदा होत्या.

"आणखी दोघं कुठे आहेत?" बिरनाळे डाफरला.

"साहेब, घरात आम्ही इतकीच होतो," भीतभीत जायकरानं सांगितलं. त्यानं बिरनाळेसमोरच्या टेबलावर नजर लावली.

"ए थेरड्याऽ, मला शिकवतोस? त्या बायबापडीला मारून तुझी पोरं पसार झाली म्हण की," खुर्चीवरचा बिरनाळे सरळ झाला.

"नाही ओ साहेब. गळ्याची शपथ!" जायकरानं गळ्यावर हात ठेवला.

"अन् काय रेऽ, त्या बाईला कसल्या कसल्या शिव्या घातल्यासा?" बिरनाळेचा चेहरा लाल दिसू लागला.

"साहेब, आमची काहीच चूक नव्हती. मी जेवत होतो," गजानं आपला खरकटा हात फौजदाराला दाखवला. तो पुढे सांगू लागला, "ती बाईच घाण घाण शिव्या घालीत आमच्या दारात आली. माय-लेकरांनी आमच्या आईला मारलं. तिचं डोकं फोडलं."

फौजदाराची उजवी भुवई खाली पडली. जायकरीन आपली जखम दाखवण्यासाठी पुढे येऊ लागली. मात्र, बिरनाळेनं तिला थांबवली. त्याला तिथूनही तिच्या साडीवर पडलेलं रक्त दिसत होतं. जायकरीन परत आपल्या जागेवर उभी राहिली.

"तुमचा धंदा काय रे?"

"खाणावळी घालतो साहेब," गणपतनं सांगितलं.

"खाणावळ चालवायचं लायसन आहे का?"

गणपत जायकर भांबावला. लायसनची ही काय भानगड आहे, हे त्याला कळेना. काय उत्तर द्यावं, म्हणून तो दुचमाटला. केबिनचं दार करकरलं. एक हवालदार आत आला. तो जायकरनीजवळ थांबला. तिच्याकडे पाहात पुटपुटला, "अक्का, तू नारायण डांग्याची भन नव्हं का?"

"व्हय, व्हय!" ती अदबीनं म्हणाली. डोळ्यांत टचकन ओळखीचं पाणी उभं राहिलं.

"आलोच," तो पुटपुटला व पुढे गेला. बिरनाळेच्या कानी लागला. फौजदारानं मान हलवली.

"बोलवा त्या थेरडीला आत." बिरनाळे परत लालबुंद झाला.

तडेकरनीला घेऊन हवालदार आत आला. बिरनाळे उभा राहिला. कमरेचा पट्टा काढला. हवालदाराच्या हातात दिला. तडेकरनीकडे पाहात त्यानं आज्ञा केली, "थेरडीच्या ढुंगणाची सालपाटं काढ. त्याशिवाय ती खरं सांगणार नाही."

फौजदाराचा अवतार पाहून तडेकरनीला कापरं भरलं. तिनं पट्ट्याकडे पाहिलं. ट्यूबच्या प्रकाशात पट्टा चमकत होता. त्यावरचं तळहाताएवढं रुंद बक्कल अंगावर पडलं तरऽ! तिच्या घशाला कोरड पडली. दरदरून घाम फुटला. ती मटकन खाली बसली. तिथूनच फौजदाराला हात जोडले, "सायेब, चुकलं माझं. मी खोटी कंप्लेंट केली. भांडण मीच उकरून काढलं."

सीता तडेकरनीनं डोळ्यांना पदर लावला व ढसढसा रडू लागली. बिरनाळे ओठात हसला. त्यानं हवालदाराला खुणावलं. फौजदाराच्या कानाला लागलेला हवालदार जायकरांकडे आला. त्यानं त्यांना केबिनबाहेर काढलं. तडेकरनीची अवस्था पाहून जायकर कुटुंबसुद्धा गांगरून गेलं होतं.

"अक्का, कशाला अशा फालतू माणसांच्या नादाला लागायचं?"

"चुकलं सायेब. पर माझी पण चूक नव्हतीच."

"चूक असो अगर नसो; पण मी आता तुम्हाला गाडीतनं खाली उतरताना

पाहिलं नसतं तर ते केवढ्याला पडलं असतं? पैशापरी पैसा गेला असता. मनस्ताप... तोही वेगळा! अन् वर पोरांचं पोलीस ठाण्यात रेकॉर्ड राहिलं असतं.''

''तुम्ही आम्हाला कसं ओळखता साहेब?'' भावूक झालेल्या जायकरनीनं त्याला विचारलं.

''अक्का, मी तुझ्या गावचा यशवंत मांगाचा पोरगा. गुलाबऽऽ, गुलाब फाळके. तूच मला गुलब्या म्हणायचीस नं!'' तो हसला.

''आरं गुलामा, केवडा मोठा झालास रंऽ! नाऱ्याबर याचास तवा एवडा एवडा हुतास!'' तिनं आपला हात गुडग्याजवळ न्हेला. तिच्या डोळ्यांतून घळाघळा पाणी वाहू लागलं.

''अगं आक्का, असं काय करतेस?'' तो भांबावला.

''बाळा, तू हुतास म्हणूनच आमी आज सुटलो. नायतर ती रांड काय चांगलं करणार नव्हती.'' तिनं डोळं पुसलं.

''आक्का, तिचा नवरा नाही?'' गुलाबनं विचारलं.

''हाय तर. बेवडं बसलं आसंल कुठतरी आड्ड्या-बिड्ड्यावर!'' जायकरनीनं माहिती दिली.

''चहा घेणार?'' गुलाबनं विचारलं.

''नगं, नगं. तूच चल घरला.'' जायकरीन म्हणाली.

''आता नको. ड्युटीवर आहे. नंतर कधीतरी येईन.''

''पावणं, आठवणीनं या बरं का!'' गणपतनं त्याचा हात हातात घेतला; त्याचंही डोळं भरून आलं होतं.

''येतो,'' गुलाबनं गणपतचा हात थोपटला. गणपतनं हळूच डोळं पुसलं.

जायकर मंडळी पोलीस ठाण्याच्या आवारातून चालू लागली. मुख्य गेट येईपर्यंत ते तीनदा पाठीमागं फिरले व त्यांनी निरोपाचा हात हलवला. ते मेन गेटमधून बाहेर पडेपर्यंत गुलाब तेथेच उभा होता.

२६

पहिल्या मजल्यावरच्या सखू पालकरनीनं गावाहून आणलेलं मांजर माळ्यावर भलतंच कौतुकाचा विषय ठरलं. ज्या दिवशी ते घरात आलं, त्याच दिवशी त्यानं उंदराचं पिटुकलं पकडलं व चौकटीशेजारी बसून त्याचा फडशा पाडला. मांजराची न्याहारी होईपर्यंत एक नंदू सोडला, तर सखू पालकरीन, तिचा नवरा साधू, तिच्या

तीन मुली शालू, मालू, शांता व गोमट्या कौतुकानं त्याच्याकडे पाहात होते. पण उंदराचे केस, कोवळी लुसलुशीत आतडी-कोथळा व त्याच्या ओढाताणीमुळे झालेली घाण भरण्याची वेळ आली तेव्हा सखूला ओकारी आली; त्यामुळे त्याच दिवशी मांजरानं केलेली दुसऱ्या पिटुकल्याची शिकार त्यांनी त्याला बाहेर घेऊन जाण्यास भाग पाडलं.

माळ्यावरची जन्मजात मांजरं उंदराकडे पाहिलं तरी शांततेनं पुढे निघून जायची. 'जगा व जगू द्या' या तत्त्वाचं प्रामाणिकपणे पालन करायची. उंदीर हाही एतद्देशीय असल्याच्या थाटात वावरायची. एखाद्या खाणावळीनं टाकलेलं खरकटं खायला उंदरांबरोबर तीही तुटून पडायची. त्यामध्ये भागीदार होण्यासाठी दुसरं मांजर आलं तर मात्र युद्धाच्या पवित्र्यात असायची. त्यांच्या नजरेत खून चढायचा. चंपाच्या एखाद्या कुत्र्यानं खाणावळीने टाकलेला हा मलिदा पाहिला तर तेही शेपटी हलवीत त्यात भागीदार व्हायचं. उंदीर, कुत्रा, मांजर यांचा हा त्रिवेणी संगम 'हिंदी-चिनी भाई भाई'ची आठवण करून द्यायचा. पालकरनीनं आणलेलं हे उपरं, परकीय मांजर हे सगळं वटनाच्या कट्ट्यावर बसून मोठ्या कुतूहलानं पाहायचं. त्याचा आपल्या डोळ्यांवर विश्वास बसायचा नाही. मग ते गुरगुरायचं. एखाद्या पिटुकल्याची चाहूल लागली तर सिंधी माणसानं एखाद्या धंद्यावर उडी मारावी तसं चटकन त्याच्यावर उडी टाकायचं!

पालकरनीनं आणलेल्या मांजरीचं नाक अत्यंत बसकं होतं. पालकरनीच्या थोरल्या पोरीनं - शालूनं तिला चिनी म्हणून हाक मारली व तिचं बारसं झालं. त्या एवढ्याशा परिवारात घुगऱ्या न वाटताही चिनीची एक कुटुंबघटक म्हणून नोंद झाली. सखूच्या माहेरची ही मांजर होतीही अंगापिंडानं गुटगुटीत. तिच्या पांढऱ्या रंगावर जागोजाग असलेले काळे काळे ठिपके तिनं अंगावर फॅशनेबल कपडे घातल्यासारखे वाटायचे. एकंदरीत ती छान दिसायची. सखूनं माहेराहून आणलेली ही मांजर पाहायला माळ्यातली पोरंही यायची. त्यांच्या नजरेत, बोलण्यात कौतुक असायचं. पोरं तर तिला लाडानं श्रीदेवी असंही म्हणायची! पण ही श्रीदेवी मांजर नसून आपली शालू आहे, हे सखूला कळायला फारसा वेळ लागला नाही. पोरांचा हा आगाऊपणा सखूला चांगलाच झोंबला. तिनं दोघा-तिघांना तर त्यांच्या तिरडीला हात घालण्याची धमकी दिली! तेव्हा कुठं चिनी व शालू आपापल्या नावावर जगायला मोकळ्या झाल्या व माळ्यावर काही काळ गाजणारं हे श्रीदेवी-चिनी पुराणही हळूहळू थंड होत गेलं. मात्र, खासगी गप्पांतला शालू-श्रीदेवी हा पीळ मात्र कायम राहिला.

सखूनं माहेराहून आणलेली ही मांजर तिच्या आईनं पाळली होती, पण ती सखूच्या मनात भरली. पोरी मोठ्या झाल्या. निदान मांजरीच्या पाठीवरून तरी हात फिरवीन, अशी इच्छा तिनं व्यक्त केली. लेकीनं मागून मागून काय मागितलं तर

मांजर! म्हणून आईनंही आढेवेढे घेतले नाहीत. मांजरीला पिल्लं होतील, तेव्हा त्यातलं एखादं पाठविण्यास मात्र तिनं ठणकावून सांगितलं. मांजर माहेरची असल्यानं सखूची तिच्यावर जरा जास्त माया. पहिले चार दिवस मांजर घरातून बाहेर पडली नाही. ती शेगडीशेजारी बसून राहिली; पण पिटुकल्यांच्या नादानं ती इकडे तिकडे फिरू लागली, तेव्हा तिच्या लक्षात आलं की, मुंबईत शेगडीशेजारी बसण्याची गरज नाही! चौकटीशेजारी किंवा अन्य कुठेही बसलं तरी इथल्या दमट हवामानामुळे ती ऊब मिळते!

पिटुकल्यांच्या पाठी फिरणाऱ्या चिनीचा पाय घराबाहेर पडला अन् तिच्या नजरेला पडली ती चंद्रा सुपंकरनीची कोंबडी! कोंबडीनं नुकतेच दाणे टिपले होते व ती आपली चोच वटनातल्या काँक्रीटच्या कट्ट्यावर घासण्यात मश्गुल होती. चिनीनं तिच्यावर उडी टाकायला आपल्या पायांची चाळवाचाळव केली. तेवढ्यात कोंबडीनं आपली मान वर केली. चिनीची उडी अन् कोंबडीची सावधानता एकाच वेळी घडल्यानं कोंबडी कोकाटतच भुर्रकन वर उडाली. शिवाय मांजरीनं दुसरा पवित्रा घेण्याअगोदर तिनं घरात धूम ठोकली. कोंबडीच्या कोकाट्यानं सुपंकरीन बाहेर आली. तिच्या नजरेतून चिनीचा चाळा सुटला नाही. सुपंकरीन सरळ सखूच्या घरात घुसली.

"अगं ये सखूऽ! तुझं हे मांजार माझ्या कोंबडीच्या पाठीमागं लागतंय न्हवं का गं!"

"न्हाय गं न्हायऽ! ती तशी लई गुणी हाय. म्हणून तर मी तिला मुंबईला आणली." सखू घायाळ होत म्हणाली.

"तू कायपण म्हण; पण मी माझ्या डोळ्यांनी बघितली तिला कोंबडीच्या अंगावर उडी मारताना!"

"न्हाय गं. नवीन मांजार बघून कोंबडी दचकली आसंल!"

"अगं, मी माझ्या नदरंनं बघितली तरऽ!" एकेरीवर येत सुपंकरीन म्हणाली. "मीपण तुला स्पष्टच सांगते, कोंबडीपण माझ्या माह्यारचीच हाय. तिला काय हुता कामा नये."

सुपंकरनीनं ठणकावलं व ती जशी आली तशी फणकाऱ्यानं परत गेली.

"आये, तिचं काय ऐकतीस! जाऊ दे ती तिकडं गेली तर! आपली चिनी तशी हाय व्हयऽऽ!" मालूनं मांजरीची तळी उचलून धरली.

"बग की तरऽऽ!" सखूनं होकार दिला व समोरचं काम निपटू लागली.

सुपंकरनीची गुबगुबीत कोंबडी चिनीच्या चांगलीचं मनात भरली होती. एकतर्फी प्रेमात पडलेलं पोरगं जसं पोरीच्या दारावरून सारखं सारखं चकरा मारतं, तसं चिनी सुपंकरनीच्या चौकटीकडे सारखंच पाहू लागली. कोंबडीची थोडीशी जरी चाहूल लागली तरी पवित्रा घेऊ लागली. उनाड पोराचा वास लागल्यानंतर पोरगी जशी

उंबऱ्याच्या आतच थांबणं पसंत करते, तशी कोंबडी घरातच रमली. अधूनमधून बाहेरचा अंदाज घेऊ लागली. मांजरी नजरेस पडली की, मान उंचावून 'क्वॉकऽ' असा आवाज करून हळुवार पावलानं परत फिरू लागली. चिनीची ही लटपट-खटपट मालूच्या लक्षात आली. तिनं ती आईच्या कानात सांगितली.

"असं म्हणतीस? मग चिनीला हुसक तिथनं, अन् हाकल घरात!"

मालूनं चिनीची मान पकडली व तिला पोटाबर उचलून घेतली. लहान पोराला जोजवावं तसं तिनं मांजरीला मागंपुढं हिंदकळलं व घरात आणलं. शालूनं बशीत दूध-भात कालवून तिच्या पुढ्यात ठेवला. चिनीनं भाताचा वास घेतला. त्यावरून जीभ फिरवल्यासारखं केलं व जबडा पसरून पाठीमागचा भाग ताणून आळस झटकला. तिनं शेपटी वर करून लडिवाळपणे आपलं अंग सखूच्या मांडीवर घासलं. नंतर शेपटीची काठी ताठ ठेवून ती तशीच लाकडी पेटीजवळ गेली अन् डोळ्यांची उघडझाप करीत बसली.

सुपंकरनीच्या मांदाललेल्या कोंबडीनं घरात पडलेली खरकटी शितं टिपली. लोखंडी पाटीत ठेवलेल्या रेशनिंगच्या गव्हावर एक-दोन टोच्या मारल्या व ती चोरपावलानं चौकटीत आली. तिनं 'क्वॉक, क्वॉक' करीत मान हळूहळू बाहेर काढून मांजरीचा अंदाज घेतला. मांजर नजरेस पडली नाही. तरीही काही वेळ ती मान उंचावून चौकटीत उभी होती! डोळ्यांवरून संशयाची पटलं दूर झाली व ती चौकटीच्या बाहेर आली. अन् खांबाआड पवित्रा घेऊन बसलेल्या चिनीनं तिच्यावर झडप घातली. तिची मान जबड्यात पकडून ती हासडू लागली. एक-दोनदा 'क्वॉक, क्वॉक' असा आवाज काढून कोंबडी धडपडली. तिच्या आवाजानं सुपंकरीन बाहेर आली.

"आगं रांडंऽऽ, तुझं वाटूळं झालं तुझं!" ती ओरडली. तिनं चौकटीशेजारचा झाडू उचलला. तो उलटा धरून त्यानं चिनीला बदडली. सुपंकरनीच्या माराला घाबरून चिनीनं कोंबडीची मान सोडली व संडासच्या बाजूला धूम ठोकली. ती संडासजवळच्या जिन्याजवळ पोहोचल्यानंतर थांबली व मागे पाहात रक्ताळलेल्या ओठांवरून जीभ फिरवू लागली.

बाहेरच्या गोंधळानं आजूबाजूच्या घरातली माणसं बाहेर आली. वटनात उभं राहून 'काय झालं?' याचा अंदाज घेऊ लागली. काही माळकरी तर निवांतपणे वटनाच्या कट्ट्यालाच टेकले व तिथून त्यांनी नजर लावली. वरच्या मजल्यावरची माणसं खाली आली. जी जवळपास होती ती सुपंकरनीच्या हातातली तडफडणारी कोंबडी पाहू लागली. सुपंकरनीची आई गिरजाही बाहेर आली. कोंबडीकडे पाहात ती तोंडातल्या तोंडात पुटपुटत होती. ती क्षणभर तिथं उभी राहिली व परत घरात गेली. सखूनंही कोंबडी पाहिली. कोंबडीची मान लुळी पडली होती.

"बघ, बघऽ, काय दिवं लावलं तुझ्या मांजरीनं!" थंड होत चाललेली कोंबडी

पुढं धरून सुपंकरीन कडाडली. ती पुढं म्हणाली, ''मी म्हणतू, आसलं भिकारचोट पाळायचंच कशाला? तरी मी आदुगरच बजावलं हुतं!''

''अगं, पण मला का सपान पडलंय वीऽ! ती आसं काय करील ते मला तरी वाटल्यालं वीऽ!'' सखू काकुळतीला आली.

''ते तुज तू बघ. माझी कोंबडीपण माहेरचीच. चांगली तीन-साडेतीन किलोची.''

''अगं पऽण!''

''पणबीन गेलं खड्ड्यात. मी वळखीत न्हाय त्येला. पयली माजी कोंबडी भरून द्याची.'' सुपंकरनीचा आवाज चढला.

''आता कशी देणार ती? ती तर मेलेय.'' मनाचा हिय्या करून सखू म्हणाली.

सुपंकरनीची कानशिलं रागानं तापली होती. तिच्याजवळ आजूबाजूच्या बायका येत होत्या. कोंबडीचा पाय, पंख, मान हातात धरून बघीत होत्या. 'चू, चू द्वाडाऽ!' असा आवाज काढून चुकचुकत होत्या. त्यांच्या आवाजानं सुपंकरनीच्या कानात शिशाचा रस ओतल्यासारखं होत होतं. तिला अधिकच चेव चढत होता.

''कशी देणार मंजी? पैसे दे तिचं. माझ्यावर काय मेहरबानी करतीयास का?'' सुपंकरीन शब्दागणिक तापत होती. बाजूच्या स्त्रियांकडे पाहात ती म्हणाली, ''दररोज अंडी घालायची न्हवं का कोंबडी!''

मांजर आपली, चूक आपली! सुपंकरनीनं मांजरीची खोड अगोदरच सांगितल्यानं सखूची गोची झाली होती. तिला आपलं बोलणं सुधरत नव्हतं.

''किती रुपय द्याचं?'' सखू पालकरनीनं नाइलाजानं विचारलं.

''पाचशे घीन. गावठी कोंबडी. त्यात ती माझ्या माहेरची हाय. पाळायला आणल्याली मी.'' सुपंकरीन मांजरीसारखीच फिस्कारली.

''तेवढ्या पैशात बैल ईल.''

''मग त्यो तू पाळ. मला आपली माजी कोंबडी दे.''

सुपंकरनीची मागणी अव्वाच्या सव्वा आहे, याची कल्पना इतरांना होती; पण बोलायचं कुणी? बाई तापट टाळक्याची. सखूला सोडून आपल्याला धरायची! म्हणून कुणी मध्ये बोलत नव्हतं.

''दोनशे रुपय दीन. पायजे असंल तर घे. नाहीतर तुला काय करायचं ते करऽ!'' सखू ठामपणे म्हणाली.

''आस्सं‌ऽऽ!'' फणकाऱ्यानं सुपंकरीन डाफरली.

''होऽ!'' सखूनं होकार भरला.

सुपंकरनीनं हातातली कोंबडी धाडकन खाली टाकली. पदर खोचला. हातातल्या बांगड्या पाठीमागं सारल्या व ती सखूवर कोसळली. काही विपरीत घडायच्या आत आजूबाजूच्या बायांनी सुपंकरनीला गच्च धरली.

"कशाला आयाटान करतीस? तिनं का मुद्दामहून तुजी कोंबडी मारलीय का? तरी बी ती तुला पैसं द्याला तयार हाय नव्हं!" जिजा मिरचीकरनीनं मध्ये तोंड घातलं.

म्हातारीच्या शब्दानं सुपंकरनीनं पड खाल्ली. शेवटी सौदा अडीचशे रुपयांवर ठरला. सुपंकरनीनं मेलेली कोंबडीही ठेवून घेतली. कारण ती तिच्या माहेरची होती!

चपलाचा मार बसलेली चिनी संडाससमोरच्या वटनात थोडावेळ रुंगाळली. नंतर ती त्याच बाजूच्या जिन्याने वर चढली व खिडकीत बसली. वरून खाली येणाऱ्या फुटक्या संडासच्या, धुण्याच्या, खरकट्याच्या पाण्यामुळं सगळा जिना बिळबिळीत झाला होता. तो वापरात नसल्याने कोणाला तिकडे लक्ष देण्याची गरजही वाटली नव्हती. भिकुदादाचा दारूचा फुगा तर नेण्यासाठी [illegible] त्या जिन्याचा वापर व्हायचा. फुगाच नशेत असल्यानं जिन्यावरची घाण त्याच्या नाकात घुसायची नाही. चिनी काही वेळ खिडकीवर निवांतपणे बसली. जिन्यावरून दंगा-मस्ती करीत येणाऱ्या उंदरांच्या माकडचेष्टांनी ती 'ठिस्सऽ!' करून जागीच उभी राहिली. संभाव्य धोक्याचा इशारा लक्षात घेऊन उंदरांनी संडासच्या बाजूला पलायन केले. चिनीनं त्यांचा पाठलाग केला. मात्र, उंदीर कुठं गडप झाले, हे चिनीलाही कळलं नाही.

चिनी जिन्याच्या पायरीजवळ थांबली. तिथूनच मान वर करून तिनं खिडकीकडे पाहिलं. आपला विचार बदलला व ती परत वटनातून चालू लागली. सुपंकरनीच्या खोलीसमोरून जाताना तिनं एक डोळा तिच्या चौकटीवर ठेवून तिथून लगबगीनं पाय उचलले. आपल्या क्षेत्रात हळुवार पावलं टाकीत ती आपल्या घरात आली अन् दूध-भाताच्या बशीवर तुटून पडली. सखूनं मांडीजवळ ठेवलेलं लाटणं हळूच उचललं व दाणकन चिनीच्या पाठीवर हाणलं. पेकाटात बसलेल्या दणक्यानं चिनी वाकली. जोरात ओरडली व टुणकन् उडी मारून घराबाहेर पडली.

"रांडंऽऽ, आडीशेऽ रुपयांचं भजं केलंस. हेच्यासाठी मी तुला मुंबईला आणली व्हय गं?" मांजरीच्या पाठमोऱ्या आकृतीकडे पाहात सखूनं मन रितं केलं.

संध्याकाळपर्यंत चिनी घराकडे फिरकली नाही. अडीचशे रुपयांच्या फटक्यानं कातावलेल्या सखूनंही तिच्याकडे लक्ष दिलं नाही. जेवणारे जेवून गेले व चिनी दारात उगवली. 'म्यांवऽ!' तिचा थांबून थांबून आवाज येऊ लागला.

"मरु दे झवकिरीला! बोलीव-बिलीवशील तिला आत!" सखूनं आपल्या पोरींना दम दिला.

भांडीकुंडी आटोपून, फरशी पुसून शांतानं जेवणाची ताटं मांडली. साधू पालकर भिकुदादाजवळची हातभट्टीची दोन कप मारून आला. त्यानं पायानं चिनीला दूर उडवलं व तो जेवणाच्या ताटावर येऊन बसला. 'म्यांवऽ!' परत मांजरीचा आवाज येऊ लागला.

सखूच्या मनाची उलघाल झाली. तिनं खाणं थांबवलं. तिच्या पोरी तिच्या तोंडाकडे पाहू लागल्या. पालकरही आपल्याच नादात एखाद-दुसरा घास मोडून तो तोंडात टाकीत सखूच्या तोंडाकडे पाहू लागला. काहीतरी विशेष समजल्यासारखं तो मान हलवू लागला.

"आये, आणू तिला आत?" मालूनं विचारलं.

"नगो. ही भाताची बशीच ठेव तिच्या पुढ्यात." सखूनं बशी पुढं केली.

मालूनं चिनीसमोर बशी ठेवली. चिनी भीत भीत, डोळ्यांच्या बाहुल्या वर उचलीत एक एक घास घेऊ लागली. पालकरनीच्या पोरींनी गालात हसत आपलं खाणं सुरू केलं

सखूनं चिनीला ठोकल्यापासून चिनी आपला जास्तीतजास्त वेळ वटनाच्या कठ्ठ्यावर बसून काढू लागली. तिचा तो चावरा खाक्या लक्षात घेऊन माळकरीही तिच्यापासून दबून असायचे. मात्र, सुपंकरीन नजरेसमोर आली तर चिनी घाबरून, दबून तिच्याकडे टुकूर टुकूर पाहायची. तिच्या बारीक-सारीक हालचालींवर तिचं बारीक लक्ष असायचं!

माळ्याखाली उभी असलेली कुत्री, त्यांच्यात वावरणारे उंदीर, एखाद-दुसरं मांजर पाहात बसणं हा चिनीचा नेहमीचा खेळ झाला होता. अध्ये-मध्ये डोकावणारे उंदीर तिच्या नजरेत मावायचे नाहीत. ती पायांची चाळवाचाळव करून पवित्रा घ्यायची. मात्र, तिथं असणाऱ्या कुत्र्यांच्या भीतीनं तिला खाली उडी मारायचं धाडस व्हायचं नाही. मधूनच एखाद-दुसरं कुत्रं सराइतासारखं सरसर पायऱ्या चढून वर यायचं. तिच्याकडे पाहात वटनातून खुशाल पुढे जायचं. ती मात्र संरक्षणाच्या पवित्र्यात तयार राहायची. हळूहळू तिला कुत्र्यांचा अंदाज आला. त्यांची सवयही झाली. मुंबईची कुत्री-मांजरं माळ्यावरच्या खाणावळ्यांसारखीच बुळी आहेत, असं तिचं पक्कं मत बनलं. ती वरूनच उंदरांवर ठिसकारू लागली. लहान-लहान उंदीर पळू लागले. घुशी, मोठ्या आकाराचे उंदीरही क्षणभर पळ काढून बाजूला व्हायचे. एकंदरीत परिस्थितीचा अंदाज घेऊनच ते माळ्याखाली पडलेल्या वस्तूंचा समाचार घ्यायला यायचे.

घरच्या दूध-भातावर ताव मारून चिनी कठ्ठ्यावर बसली होती. नेहमीप्रमाणं तिचं लक्ष माळ्याखाली लागलं होतं. चौकात चंपाची कुत्री इकडे-तिकडे जात येत होती. माणसांची रहदारीही सुरू होती. त्यातूनच उंदीर आडवे-तिडवे पळत होते. चिनीच्या नजरेत एक गुबगुबीत घूस भरली. ती हळूहळू पुढे सरकत होती. खाणावळींनी टाकलेलं खरकटं, भाजीपाला खाऊन ती मातलेली होती. तिचं गोल गरगरीत शरीर पालकरनीच्या कोंबडीसारखंच लुसलुशीत दिसत होतं. चिनीला धीर धरणं अशक्य झालं. तिनं पायांची चाळवाचाळव केली व कठ्ठ्यावर आपला तोल

सावरत घुशीवर नेम धरला. घूस टप्प्यात आली अन् चिनीनं गप्पकन तिच्यावर उडी मारली. चिनीबरोबरच घूसही टुणकन् वर उडाली. थोडं पाठीमागं जाऊन पुन्हा वळली. अंदाज घेतला व तिनं चिनीवर प्रतिहल्ला केला. काही कळायच्या आतच तिनं चिनीचा कान पकडला व कानाचा लचका तोडला. चिनी स्वत:ला सावरेपर्यंत घुशीनं परत हल्ला करून तिच्या पायाला चावा घेतला. चिनीची पळता भुई थोडी झाली. ती जीव मुठीत घेऊन जिन्याच्या पायऱ्या चढली. पण तेव्हापासून तिनं वटनाच्या कट्ट्यावर बसणंही सोडून दिलं.

२१

आर्द्रा नक्षत्र तोंडावर येऊन ठेपलेलं. मृग, रोहिणी नक्षत्रांनी पाण्याचा एक थेंबही न देता मुंबईकरांच्या तोंडचं पाणी पळवलं होतं. अधेमधे पडणाऱ्या वळिवानं तर कधीच सूंबाल्या केला होता. मुंबईकरांच्या आशाळभूत नजरा महानगरपालिकेकडे लागलेल्या. नगरपालिकेनं केलेली पाणीकपात चर्चेचा विषय झालेली. पाणी मिळत नसल्याने शहरात जागोजाग बंद, रस्ता रोको, घेराव उभे ठाकलेले. एक दिवसाचं आंदोलन किंवा घेराव झाला की, दुसऱ्या दिवशी नळाला भुळूभुळू पाणी यायचं. हे जंतर-मंतर दोन दिवस टिकायचं. तिसऱ्या दिवशी मात्र ये रे माझ्या मागल्या! चिडत, चरफडत मुंबईकर ऑफिस जवळ करायचा. तिसऱ्या दिवसाची किरकोळ रजा घ्यायची त्याची तयारी नसायची. एकवेळ अंघोळ नसेल तर चालेल; पण सीएल घालवून वर्षभर काय करायचं? पाण्याच्या कोट्यासारखा सीएलचा कोटा थोडाच वाढवून मिळतो? हे गणित नगरपालिकेच्या चांगलंच अंगवळणी पडलं होतं; त्यामुळे आंदोलनं, घेराव, बंद अशा गोष्टी महानगरपालिकेच्या दैनंदिन कामकाजाचा एक अविभाज्य भागच बनल्या होत्या!

पाणीप्रश्नावर माळा घायकुतीला आला होता. पाणीकपातीमुळे मोटरीला पाणी कमी पडायचं. अनेकदा मोटर बिघडली की, पाण्याचं प्रेशर कमी व्हायचं. काही मजल्यांवर पाणी फक्त हजेरी लावून जायचं. अशावेळी माळ्याची भंबेरी उडायची. मुळातच मोटरीच्या नळाचं पाणी प्रत्येक मजल्यावर प्रत्येक खोलीला अवघं नऊ मिनिटं मिळायचं. त्यातच ही अशी बोंब. एखाद-दुसरं मिनिट पाण्याचा पाइप ठेवून घेतला तर भांड्यावर भांडं आपटायचं. बुचडं सुटायचं. अंगावरची बंडी, कपडे फाटायचे. ओरखड्यातून रक्त वाहायचं. एकमेकांच्या सात पिढ्यांचा उद्धार व्हायचा. तेवढ्या वेळात पाणी हसत-खेळत मोरीत पळायचं!

प्रत्येक मजल्यावर तीन नळ होते. ते माळकऱ्यांनी आपापसात वाटून घेतले होते. प्रत्येक नळाचं प्रत्येक कुटुंबाला दररोज नऊ मिनिटं पाणी मिळायचं. कधी मोटर बिघडली किंवा पाणीच लेट आलं तर त्या नऊ मिनिटांतही कपात ठरलेलीच. साहजिकच इतक्या वेळात जी काही छोटी-मोठी भांडी भरायची आहेत, त्यासाठी अंगापिंडानं थोडंसं कमकुवत असलेलं माणूस खोलीत थांबायचं. ते एखाद्या लहानशा भगुल्यात पाण्याच्या रबरी पाइपचं तोंड खुपसून आपल्या खोलीत घेऊन यायचं व आपल्या घरातल्या भांड्यात सोडायचं. नऊ मिनिटं झाली की, नळ अशाच पद्धतीनं पुढच्या खोलीत जायचा. एकवेळ माळा विसरेल; पण नळाच्याच अंगवळणी पडलेल्या या गोष्टी! घरातली लहान लहान पोरंही छोटी कळशी घेऊन पाण्यासाठी बाहेर पडायची. भरात आलेल्या पोरी, बापय माणसं जरमनचे हंडे, तांब्या-पितळेच्या घागरी-हंडे घेऊन धावायची. या कामात नुकतंच लग्न होऊन घरात आलेल्या सुनाही आघाडी सांभाळायच्या. पाण्यासाठी इतर इमारतींबरोबरच माळ्याशेजारच्या कुमुद मॅन्शनचा अरुंद, पन्नास-साठ फूट लांब बोळ ओलांडावा लागायचा. बोळात दिवे नसायचे. त्यातच भरीस भर म्हणून कुमुद मॅन्शनमध्ये असलेल्या केळाच्या वखारीतून पहाटे केळी न्यायला आलेल्या भैय्यांची रांग लागायची. समोरून एखादा पाटीवाला केळं घेऊन आला तर भिंतीबरोबर चिपकूनही जमायचं नाही. तेथे तेवढी जागाही नव्हती. मग त्या पाटीवाल्याबरोबरच तेवढा बोळ ओलांडून परत यावं लागायचं. पाटीवाला माळ्यातून बाहेर पडून रस्त्याला लागल्यानंतरच पाणक्यास आत जायला वाट मिळायची.

कुमुद मॅन्शनच्या तळमजल्यावर नळाला मस्त पाणी असायचं. त्यात तिथले भैय्ये मनमुराद न्हायचे. त्यातच अधेमधे घागर खुपसून माळ्यावरची मंडळी चटका करायची. एखाद्याच्या अंगावरचा साबण घागरीत, हंड्यात उडायचा. एखाद्या भैय्यानं नळाच्या तोंडावर हात ठेवून सोडलेली पाण्याची चिपळी हंडा तोलत बाजूस उभ्या असलेल्या गोऱ्या कायेस सपकन भिजवायची! अंगावर काटा उभा राहायचा. कातडी थिरकायची. एखाद्यानं नळाला पाइप जोडून तिथल्या पिंपात पाणी सोडलं, तर माळकऱ्यांची इतरत्र धावाधाव व्हायची. विशेषत: कवर चाळीत असलेल्या कचरा कोंडाळ्याजवळच्या नळावर काही मंडळी जायची. लाकडी खोक्यांच्या पसाऱ्यातून वाट काढीत पाण्याची घागर भरायची. भरलेली घागर, हंडा सांभाळत अंधारातून चाचपडत निघायचं. इमारतीत वरती असलेल्या एखाद्या संडासच्या फुटलेल्या पाइपमधून विष्ठेचे पाणी, कण उडायचे; त्यामुळे अंग शहारायचं. घाणीच्या त्या वासाने नाकातले केस उभे राहायचे. माणसं तशीच पुढे व्हायची. आपल्याकडे असणारे जेवणारे, त्यासाठी लागणारं भरपूर पाणी; शिवाय खोलीतली भलीमोठी पाण्याची पिंपं समोर दिसायची.

कमी पाणी, नादुरुस्त मोटर असे प्रश्न उद्‌भवले की, माळ्यातली पोरं शंकर

गल्लीत कोपऱ्यावर राहणाऱ्या मुन्नास्वामीला गाठायची. त्याची मनधरणी करून त्याच्याजवळ असलेली महानगरपालिकेच्या लालभडक हायड्रंट नळाची चावी घ्यायची. रस्त्यावर धोऽ धोऽ पाणी वाहायचं. माळ्यातले लोक यायचे. त्यांची चंगळ व्हायची. इतर इमारतींतली मंडळीही यायची. झुंबड उडायची. दंगाधोपा उसळायचा. त्यावर एखाद्या पोलिसाची नजर पडली की, तो दमदाटी करायचा. त्याला माणसं येरगटायची. पाणीप्रश्नाचं महत्त्व कळल्यागत तो पाणकऱ्यांची रांग लावायचा. हायड्रंटचं पाणी बंद होईपर्यंत काठी आपटीत त्या हायड्रंट नळासारखाच तोही तिथं बसून राहायचा. पाण्याची लाइन संपली की, पोरं नळाखाली बसायची. प्रेशरनं येणाऱ्या पाण्याशी दस्ता द्यायची. त्यातलंच गरवारं आगाऊ पोरगं नागवं होऊन अंघोळ करायचं. त्याच्याकडे पाहात बाजूला बसलेल्या पोलिसाचं दांडकं आपल्या भाऊबंदाला उगीचच न्याहाळत राहायचं!

आज नळाला प्रेशर कमी होतं. मुन्नास्वामी बाजल्यावर झोपला होता. त्याला पोरांनी उठवलं. झोपलेल्या अवस्थेतच मुन्नास्वामी पोरांवर खेकसला व त्यानं पोरांना हुसकावून लावलं.

"मुन्नास्वामीऽऽ!" पोरांनी गळा काढला.

"मादरच्योतऽ!" मुन्नास्वामीनं उठण्याचा प्रयत्न केला, पण त्याला ते शक्य झालं नाही. त्याच्यापासून जरा बाजूला सरून पोरं उभी राहिली. मुन्नास्वामीच्या मांसल शरीरावर सापाच्या पिलांगत मांसाच्या घड्या होत्या. त्या वळवळणाऱ्या घड्यांकडे त्यांनी नजर लावली.

"काय रं मंगेशऽ, काय झालं चावीचं?" पोरांजवळ येत सदा जायकरानं विचारलं.

"आरं, कुठलं काय! ते न्हाय म्हणतंय!"

"का?"

"चावी मागितली तर अंगावर धावूनच आलं."

"मुन्नास्वामीऽऽ!" सदानं लाडिक हाक मारली.

"मादरच्योत, चूऽप!" मुन्नास्वामी सदावर खेकसला. सदा पोरांकडे पाहात हसला. पोरांचीही हसून हसून मुरकुंडी वळली.

मुन्नास्वामी अंगानं जाडजूड होता. इतका की, त्याला स्वत:चा देह इतरांच्या मदतीविना बाजल्यावरून उचलणं अशक्य असायचं. ऐन चाळिशीत असलेला मुन्नास्वामी धान्य ठेवण्याच्या कामटाच्या गोल गरगरीत कणगीसारखा दिवसभर बाजल्यावर बसून असायचा. तो अत्यंत देखणा असूनसुद्धा त्याचं ते सौंदर्य शरीरावरच्या चरबीखाली दबलं होतं. तो शंकर गल्लीत लागणाऱ्या तयार कपड्यांच्या सहा हातगाड्यांचा मालक होता! गिरगावात त्याची स्वत:ची खोली होती. मात्र, खोलीपासून धंद्यावर येणंही त्याला जमत नव्हतं. म्हणूनच त्यानं आपल्या धंद्याजवळच

तळ ठोकला होता. त्यानं आपल्या गावाकडची काही पोरं हातगाडीवर कामाला ठेवली होती. तीसुद्धा त्याच्याबरोबरच गल्लीतल्या फुटपाथवर राहात होती. मुन्नास्वामीच्या अंघोळीपासून त्याची सर्व काळजी तीच घ्यायची.

मुन्नास्वामीला ओळखणारे त्या भागात पुष्कळजण होते. मुन्नास्वामी हा अत्यंत सेक्सी असल्याचं त्यांचं मत होतं! असं असूनही मुन्नास्वामीचं लग्न झालं नव्हतं. बक्कळ पैसा असला किंवा त्यानं खर्च केला, तरी लग्न करून आलेल्या पोरीनं त्याच्याकडून काय अपेक्षा धरायची? शिवाय असं हे बिनकामाचं धूड गळ्यात तरी कोण बांधून घेणार? मुन्नास्वामीला त्याची फिकीर नव्हती. कधीतरी एखादी वेश्या त्याच्या बाजल्यावर दिसायची. त्यानं एक देखणा तृतीयपंथी ठेवला होता. तो त्याच्या अंगाला मॉलिश करण्यापासून त्याच्या गुप्तांगाला खेळविण्यापर्यंत कामं करायचा. मध्यरात्री रस्त्यावर चालणारा हा फुकटचा खेळ त्या भागातले अनेक टगे पाहायचे. त्यांना मुन्नास्वामीची किळस यायची; तशी त्याची दयाही वाटायची. त्याच्याकडे काम करणारी पोरं पडल्या जागेवरून हा खेळ गमतीनं पाहायची अन् हसायची; पण नंतर त्यांनाही त्याची सवय व्हायची. त्यातलंच एखादं पोरगं कधीतरी त्याच्या मिठीत आढळायचं! चावी मागणारं कोणतंही लहान पोरगं त्याच्या बाजल्याशेजारी किंवा त्याच्या हाताच्या आवाक्यात जायचं नाही. असं एखादं सापडलंच तर मुन्ना त्याची चटणी करायचा! मुन्ना मूडमध्ये असेल किंवा माळ्यातल्या त्याच्या परिचयाच्या एखाद्या मोठ्या पोरानं, गडीमाणसानं चावी मागितली तर तो द्यायचा.

मुन्नास्वामीनं सदाला शिवी हासडली. प्रथम हसून नंतर पोरं गंभीर झाली. एकमेकांचे चेहरे न्याहाळू लागली. काय करावं हे त्यांना सुचत नव्हतं. खांद्यावर घागरी, हंडे बसून होते. त्यांनी हंडे, घागरी हातात घेतल्या. पाण्यासाठी आता कुठे दरोडा घालायचा, यावर खल सुरू झाला. हातातल्या हेलकावे खात असलेल्या घागरी, हंडे दोन्ही मांड्यांवर आपटू लागले.

"कुमुदमध्ये आज काय भानगड हाय रंऽ?"

"त्येनी आपल्या माळ्यातल्यास्नी तिकडं याला बंदी केलीया."

"ते भैय्ये हरामखोरच आहेत."

"चला, कवर चाळीत तरी पाणी मिळतंय का बघू या. ह्यो रांडचा राती हिजड्याबरोबर झोपला आसंल. त्यो कुठला चावी देतूय!" सदा म्हणाला. पोरं पोट धरून हसली.

"मादरच्योतऽ!" बाजल्यावरचा मुन्नास्वामी किंचाळला. त्याचं संपूर्ण अंग गदगदा हललं.

"हाऽ हाऽ हाऽऽ!" पोरं मोठ्यानं खिदळली. त्यांनी दंगाही मस्तपैकी एंजॉय केला. नंतर त्यांची पावलं कवर चाळीकडे वळली.

पाण्याची घागर घेऊन सदा आला. घरात पाण्यावरून त्याच्या आईची व रेखा पिंपरकरनीची बाचाबाची चालली होती. पाण्याचं प्रेशर कमी असल्यानं पिंपरकरनीनं पाइप दोन मिनिटं जास्त ठेवून घेतला होता. जायकरनीनं नाइलाजानं तिच्या हातातला पाइप हिसकावून आणला. पिंपरकरनीला ते सहन झालं नाही.

"अगं, कशानं इतकी माजलीस? का अंगात बळ चढलं रेड्याचं?"

"तोंड सांभाळून बोल काळेऽ! तुला सांगून ठेवते." जायकरनीनं दम दिला.

पिंपरकरीन उंच होती. नाकेली होती. हाडापेरानं मजबूत होती. पण वाणानं दगा दिला होता. शरीरावर बऱ्यापैकी काळपटपणा पसरला होता. ती आरशात पाहताना तिला कधीही आपलं रूप काळं भासलं नाही. उलट आपला रंग सावळा आहे, असं ती सर्वांना सांगायची. पंढरीचा विठोबा सावळा होता. तो मुरलीवाला कृष्ण कन्हैयाही निळा-सावळाच होता. ती आरशात पाहताना तिचं लक्ष आपसूकच घरातल्या देव्हाऱ्याकडे जायचं. कृष्णाकडे पाहून तिला उगीचच हुरहुर वाटायची. त्याचं सगळं ध्यान आपल्याकडेच लागलं आहे, असं तिला वाटायचं. त्याच मस्तीत ती राहायची. एखाद्यानं तिला काळी म्हटलं तर तिची नस न् नस पेटून उठायची. देवादिकांनी समुद्रमंथन केल्यासारखी ती ढवळून निघायची.

"कमळेऽ, रांडऽऽ, परत जर काळी म्हणालीस तर उभा घोडा लावीन! गोऱ्या ढुंगणाची हाईस म्हणूनच दररोज एक जेवणारा घेतीस नव्हं का!" पिंपरकरीन फुस्कारली.

"ए झवाडे, तू किती पतिवरता हाईस, ते मला म्हाईत न्हाई व्हय गंऽ! आता घरात सून आली म्हणूनऽ! नाहीतर न्हवरा कामावर गेला की, चांगला साजसुंगार करून याराखाली पडायचीस की. ते आमाला काय माहीत न्हाई व्हय गंऽऽ!" पिंपात सोडलेला पाण्याचा पाइप सरळ धरीत जायकरीन कडाडली.

पिंपरकरनीच्या अंगात वीज संचारली. ती जायकरनीच्या खोलीत शिरली. तिनं जायकरनीच्या झिपऱ्यांना हात घातला व किंचाळली, "बऱ्याच नळांचं पाणी पिऊन पिऊन तुझं मांदं चांगलंच रिवरिवतंय."

दात-ओठ खात पिंपरकरीन जायकरनीला बुकलू लागली. तिच्या पाठोपाठ धावत आलेली मेघना तिला आवरण्याचा प्रयत्न करू लागली. जायकरनीनं एका हातानं पिंपामध्ये धरलेला पाइप सोडला नव्हता. ती पिंपरकरनीला दुसऱ्या हातानं प्रतिकार करीत होती. दोघींच्या तोंडाचा पट्टा सुरू होता. आईला पडणारा मार सहन न होऊन शेवंता पुढे झाली. मंदा पुढे आली. त्यांनी पिंपरकरनीला बडवायला सुरुवात केली. मेघनाला अशा भांडणाची सवय नव्हती. तरीही ती आता शेवंता व मंदाला दूर लोटण्याचा प्रयत्न करू लागली.

सदा पाण्याची घागर घेऊन आला. त्यानं आपल्या खांद्यावरची घागर खाली

ठेवली व तोसुद्धा रेखावर तुटून पडला. आता मात्र पिंपरकरनीचं अवसान संपलं. ती बोंबलू लागली. पहिल्या मजल्यावरच्या सार्वजनिक नळात दगडू होता. त्यानं आपल्या आईचा आवाज ऐकला. त्यानं आपली घागर तिथंच टाकली व तो पळत वर आला. त्यानं शेवंताच्या दोन थोबाडीत ठेवून दिल्या. मंदाच्या दंडाला धरून खेचलं व तिच्याही कानशिलात लगावली. तोवर सदानं खलबत्त्यातला बत्त्या उचलला अन् तो दगडूला हाणला. बत्त्याचा फटका दगडूच्या उजव्या खांद्यावर बसला.

"आईऽऽ, मेलो!" दगडू कळवळला.

नेहमीप्रमाणं भांडणात करमणूक करून घेणारे शेजारी पुढं झाले. त्यांनी सर्वांना बाजूला सारलं.

"आई, चल पोलीस स्टेशनला जाऊ." कळवळत दगडू म्हणाला.

पोलीस ठाण्याचं नाव काढल्याबरोबर मेघनाच्या अंगाचा थरकाप उडाला. तिच्यासमोर सोन्नर फौजदार उभा राहिला. त्यानं संतोषच्या कानफटात लगावल्या होत्या. तो आवाज आताही तिच्या कानात गुंजू लागला.

"कशाला रंऽ? तिथंपण रांडनं ठेवल्यात नव्हं! तडेकरनीच्या भानगडीत बघितलं नाहीस का!" पिंपरकरनीनं दगडूची समजूत काढली.

"आत्ती, ह्यांना फोन करू का?" मेघनानं विचारलं. घरात जागेची अडचण होती. ती विचारात घेऊन संतोष आपल्या ऑफिसमध्ये झोपायला जायचा. त्याच विभागात त्याचं ऑफिस होतं. शेठच्या मेहरबानीमुळेच हे शक्य झालं होतं. जेव्हा त्याला मेघनाशी गुजगोष्टी करण्याची लहर यायची, तिला बाहुत घेण्यासाठी अंग शिवशिवायचं तेव्हा तो तिला घेऊन सरळ लॉजवर जायचा.

"नगंऽऽ!' रेखा म्हणाली.

या सर्व लफड्यात गोंधळून गेलेला जगन्नाथ पिंपरकर वटनात उभा होता. पिंपरकरनीनं त्याला पाहिला. तिच्या तळपायाची आग मस्तकात गेली. त्याच्याकडे बोट करीत ती दगडूला म्हणाली, "ह्यो बघ, मातल्याला रेडा कसा उभा राहिलाय! बायका-पोरं मेली तरी भाड्याला काळजी हाय का! जिथं घरचंच घोडं पेंड खातंय, तिथं पोलीस तरी काय करणार रं?"

पिंपरकरनीनं आपल्या लेकाला आपल्या खोलीत नेलं व ती बत्त्याचा मार पडलेला त्याचा उजवा खांदा तपासू लागली. पाठोपाठ पिंपरकर घरात आला. तोही दगडूचा खांदा पाहू लागला.

"माझा सोन्या वाघच हाय. आरं, बत्त्या टाळक्यात हाणला असतास तरी चाललं आसतं!" जायकरीन उद्‌गारली. तिनं सदाच्या तोंडावरून बोटं ओवाळून आपल्या कानशिलाजवळ कडाकडा मोडली.

सदा गालातल्या गालात खुसखुस हसत मंदाकडे पाहू लागला.

२८

दुपारी तीनचा सुमार होता. सकाळचं जेवण-खाणं आटपून, संध्याकाळच्या जेवणाची अर्धीअधिक तयारी करून खाणावळी झोपल्या होत्या. तरण्यातांठ्या पोरी आई आई करीत आईच्या अंगावर पाय टाकून खुशाल तिला मिठी मारून पडल्या होत्या. खाणावळे उंबऱ्यावर डोकं टेकून झोपले होते. छताला लोंबणारा पंखा त्यांच्या अंगात गुंजन घालीत होता! [illegible] पाट पाहात गर्मीनं उलथ-पालथ होणाऱ्या माळकऱ्यांना गारव्याचा तेवढाच दिलासा मिळत होता. बहुतेक खोल्यांची दारं बंद किंवा पुढे ओढून घेतलेली होती.

माळ्याला दोन जिने होते. एक होता ईशान्य दिशेला. इमारतीच्या कोपऱ्याला लागूनच! बाहेरच्या बाजूला संडास व त्याला लागून जिना पूर्वेकडच्या विंगचा एक घटक बनला होता. दुसरा जिना होता तो नैर्ऋत्य दिशेला. त्याला लागून सार्वजनिक नळ होते. माळकरी तिथंच आपले कपडे धुवायचे. या दोन्ही बाजूंनी माळ्यात उजेड येत होता. शिवाय आतल्या खोल्यांत जाण्यासाठी ठेवलेल्या तीन फुटी वटनाच्या शेवटच्या टोकाला असलेल्या आडव्या भिंतींना खिडक्या होत्या. त्यातूनही उजेड पडत होता. माळ्याच्या मध्यभागी चौक होता. त्या चौकातही वरून उजेड आला होता. तरीही तो पुरेसा नव्हता. दुपारची वेळ असली, तरी माळ्यातल्या खोल्यांत अंधार नित्रासपणे वावरत होता. पोरं शाळेला गेली होती. एखाद-दुसरं पोर, जे जागं होतं किंवा शाळेला दांडी मारून घरी बसलं होतं, ते वटनात खुडखुड करीत होतं.

दारावर टकटक झाली. सुधानं दार उघडलं. समोर घासलेटचा डबा घेऊन वाण्यानं पाठवलेलं पोरगं उभं होतं!

"नागर?" त्यानं विचारलं.

"होय."

"हे दहा लिटर घासलेट. कुठं ठेवायचं?"

"कुणी सांगितलं आणायला?" सुधाच्या चेहऱ्यावर प्रश्नचिन्ह होतं.

"बाई, सांगितल्याबिगार आणलं का?" तिच्याकडे आश्चर्यानं पाहात वाण्यानं पाठवलेलं पोरगं म्हणालं. काय समजायचं ते सुधा समजली.

"काय आहे?" आतून नागरकाकांचा थरथरता आवाज आला.

"काही नाही. हा वाण्याचा माणूस खोली नंबर चुकलेला दिसतोय."

"बाई..."

“आम्ही कोणीही ऑर्डर दिलेली नाही. तू जा बघू येथून.” सुधानं सांगितलं व तिनं चटकन दरवाजा बंद केला.

“काय माणसं आहेत!” वाण्याचं पोरगं तोंडातच पुटपुटलं. त्यानं क्षणभर दाराकडे पाहिलं व घासलेटचा डबा खांद्यावर घेऊन ते परत निघालं.

सुधानं चिन्मयचं गोळा झालेलं अंथरूण ठीक केलं. त्याच्या अंगावर पातळ कापडाचा धडपा टाकला व त्याच्या शेजारी झोपली.

शिवजयंती साजरी झाल्यापासूनचे दिवस तिच्या नजरेसमोर फेर धरून नाचू लागले. मामंजी शिवजयंतीची वर्गणी देऊ देत नाहीत. तेव्हापासून चार-सहा दिवसांनी तिच्या घरी दहा-बारा ग्लास रस, चहा, ज्युस, कोल्डिंक्स ते अगदी वाण्याच्या दुकानातील अन्नधान्यापर्यंत ऑर्डरचा माल येतो. तोही त्यांनी कोणतीही ऑर्डर न देता! दरवर्षी हे रहाटगाडगं ठरलेलं. अशावेळी ती एक-दोन ग्लास ठेवून घ्यायची. बाकीचे परत पाठवायची; पण त्यासाठी तिला कितीतरी वेळा बाचाबाची करावी लागायची. वितंडवाद व्हायचा. अशावेळी चिडलेल्या सासऱ्याची समजूत काढताना तिची दमछाक व्हायची. गेल्या वर्षी तर कोळसेवाला कोळशाची आख्खी गोणी घेऊन दारात आला होता! मुंबईतल्या कोळशाच्या वखारी आयागमनी झाल्या तरी त्यानं ते कोठून पैदा केले होते ते तोच जाणो! कोण करतं हे? कशासाठी पाठवतं? शिवजयंतीची वर्गणी देत नाही म्हणून की अन्य कारणाने? हे कसं थांबवायचं? गतवर्षी तिनं पोलीस केसही केली होती. पोलीस तरी किती काळ पहारा ठेवणार? परत ये रे माझ्या मागल्या सुरू. समाधानाची बाब हीच होती की, आता त्यात खूपच घट झाली होती.

शंकर नागर पूर्वी समाजवादी पक्षाचं काम करायचे. सहा-सव्वासहा फूट उंच. शरीरानं किडकिडीत. गोरा गोमटा रंग. नाक मात्र जरा अपरं होतं. अंगावर खादीचा पेहराव. काखेत शबनम बॅग. तोंडात समाजवादी रसधारा. समोरच्या व्यक्तीवर त्यांची चटकन छाप पडायची. आयुष्यभर त्यांनी झोपडपट्टी हेच आपलं कार्यक्षेत्र निश्चित केलं होतं. आपली नोकरी सांभाळत त्यांचा उरलेला बराचसा वेळ त्याच भागात जायचा. तेथील लोकांचं शिक्षण, कामधंदा, राहणीमान, मूलभूत सुविधांचा अभाव आदी विषयांबाबत ते झपाटून जायचे. पोटतिडकीनं बोलायचे. झोपडपट्टीवासीयांच्या दुःखासमोर त्यांना ते राहात असलेल्या माळ्याची दुःखं कस्पटासमान भासायची. माळ्याच्या डोक्यावर निदान छप्पर आहे, त्याला चार भिंती आहेत. खाऊन-पिऊन माळा सुखी आहे. समृद्ध आहे; पण त्यांचं काय? माळ्यालाही शंकर नागर हा चांगला कार्यकर्ता आहे, इतकंच माहीत होतं. माळ्यावरच्या कुणालाही त्याच्यापेक्षा अधिक माहिती करून घेण्याची गरज वाटली नव्हती. शिवाय शंकररावांनीही हे तुणतुणं कधी वाजवलं नाही.

वयोमानानुसार शंकररावांचं बाहेर फिरणं बंद झालं. पूर्वी मार्गदर्शनासाठी काही तरुण मंडळी यायची. तीही हळूहळू बंद झाली. कधीतरी चुकून-माकून एखादा ओळखीचा मध्यमवयीन कार्यकर्ता येतो. त्यांच्या तब्येतीची चौकशी करतो. त्यानंतर सगळं कसं जैसे थे! शंकररावांचा माळ्यातला जनसंपर्क तसा कमीच होता. जो काही होता तोसुद्धा हळूहळू मोडीत निघाला. त्यांच्या कारकिर्दीतली काही कुटुंबं माळा सोडून गेली. काहीजण पोराबाळांकडे खोल्या सोपवून आपल्या गावाकडे राहायला गेले. जी मंडळी माळ्यात होती त्यांच्यातले काही लोक निसर्गनियमानुसार काळाच्या पडद्याआड गेले! पिढी दर पिढी फरक पडत गेला. तरुण रक्ताला वाव मिळू लागला. शंकररावांनीही आपली निवृत्ती स्वीकारली. मात्र, त्यांच्या मनात एक सल नेहमी बोचत राहिला. आपण [illegible] बदलण्याचा प्रयत्न केला; मात्र आपण राहात असलेल्या माळ्यासाठी काही केलं नाही! आपणास काही करावंसं वाटलं नाही. हा झोपडपट्टीतल्या दुःखाचा तीव्र कढ होता की माळ्याचं सुख-दुःख आपणास कधी समजलंच नाही?

शंकररावांना एखाद्याकडून पैसे घेऊन त्याचं काम करणं जमलं नाही. वाममार्गाने पैसा कमावण्याचा ध्यास लागला नाही. सत्तेच्या उबीपासून तर ते नेहमीच दूर राहिले. देवधर्म, जयंत्या, पुण्यतिथ्या यांचा त्यांना मनापासून तिटकारा. देवधर्माच्या आश्रयानं वाढणं किंवा एखाद्या सत्, थोर पुरुषाच्या नावानं तुंबड्या भरणं याचा त्यांना कमालीचा राग यायचा. त्यांनी उभ्या आयुष्यात कधी कुठल्या धर्मासाठी, देवासाठी, मंदिरासाठी किंवा जयंती-पुण्यतिथ्यांसाठी वर्गणी दिली नाही. जे देत होते, त्यांना त्यांनी परावृत्त करण्याचाच प्रयत्न केला. त्यांना भले कोणत्याही प्रसंगाला तोंड द्यावं लागो; पण ते डगमगले नाहीत.

त्यांनी सदानंदसारखा शांत स्वभावाचा, हुशार मुलगा आपल्या तुटपुंज्या उत्पन्नावर वाढवला. त्याला इंजिनिअरिंगचे शिक्षण दिले. सध्या तो दिल्लीत एका सार्वजनिक उपक्रमाच्या ऑईल कंपनीत नोकरी करतोय, एवढीच काय ती जमेची बाजू! म्हातारपणाची काठी किंवा सोयही म्हणा! तीन वर्षांपूर्वी त्याचं लग्न झालं. नोकरी करणारीच मुलगी पाहिली. आई-बाबांचा सांभाळ केल्यासारखंच ती सासऱ्याला जपते. त्यांच्या म्हातारपणाची काळजी घेते. जनसेवेच्या व्रताचं फलित ते आणखी काय हवं?

२१

जायकरीन व तडेकरनीचं भांडण माळ्यावर भलतंच गाजलं. तसं हे भांडण किरकोळच; पण दोघींच्याही इज्जतीचा प्रश्न निर्माण करणारं ठरलं. यात शारीरिक

बाजूला जितकं महत्त्व होतं तितकंच त्याला सामाजिक बाजूही होती. तडेकरीन ही तशी माळ्यात तोंडगळ म्हणूनच प्रसिद्ध होती. तिच्याशी भांडायचं म्हणजे आपल्या अब्रूचे धिंडवडे काढण्यातलाच प्रकार. तिनं अशी अनेकांची धिंड काढली होती! पण आजपर्यंत तिनं आपल्यापुढे कुणाला एक पाऊलही टाकू दिलं नव्हतं. माळ्यानं तिला किती शिव्या घातल्या, तिच्या झिंज्या वाऱ्याला लावल्या तरी तिचा टेंभा उतरवण्याची ताकद तशी कोणात नव्हती. ती कधी काय करील, हे कधी सांगता यायचं नाही. माळ्यावर तिची भलतीच चलती होती. तिच्या हाताखाली, तिच्याच तालमीत तिची लेक शुभांगी व ल्योक शिरप्या तयार झाले होते. आईच्या इशाऱ्यासरशी ते कोणावरही तुटून पडायचे. त्यातून चार घेतले तरी दोन दिल्याचं समाधान तडेकरनीच्या चेहऱ्यावर उमटायचं; त्यामुळेच विरोधी पक्षाला जिंकल्याचं समाधान मिळणं जिकिरीचं व्हायचं. 'गिर गया तो भी टांग उपर' या न्यायाने तडेकरनीनं आपल्या विजयाची डरकाळी अगोदरच फोडलेली असायची! लोकांनी भांडण स्वतःच्या डोळ्यांनी पाहिलेलं असलं तरी मी तिचा दाना कसा कुटला, त्याच्या गोट्या कशा ठेचल्या, हे ती तिखट-मीठ लावून सांगायची. अशा युद्धात तिचा नवरा रामू तडेकर मात्र कधी नसायचा. त्याला भांडणाची भीती वाटायची की त्याला भांडणच आवडायचं नाही, हे सांगता यायचं नाही. याबाबत तो तडेकरनीलाही काही बोलायचा नाही. त्याचं हे बायलं रूप पाहून तडेकरीन चरफडायची. त्याला एखाद्-दुसरी शिवी हासडायची. पण भांडणाव्यतिरिक्त तिचा कोणताही आदेश रामू बिनबोभाट पाळायचा.

जायकरनीबरोबरच्या भांडणात मात्र तडेकरीन चांगलीच तोंडघशी पडली. एकतर भांडणात बेदम मार खावा लागला व ती स्वतः पोलीस ठाण्यात जाऊनही पोलीस डिपार्टमेंटही तिच्यावरच उलटलं! पैशापरी पैसा गेला, अन् तिला तिचे खाणावळेही परत मिळाले नाहीत. उलट कमळा जायकरनीचे नातलग पोलीस ठाण्यात आहेत, हा बभ्रा उगीचच सगळीकडे झाला. तिच्यामुळे जायकरनीची माळ्यातली इज्जत काकणभर वाढलीच.

तडेकरीन ही माजलेली, तोंडगळ म्हणून माळ्यात प्रसिद्ध असली तरी जायकरीनही काही कमी नव्हती. भले त्याचं प्रमाण तडेकरनीपेक्षा थोडं कमी असेल! तशी तडेकरनीबरोबरच्या भांडणात जायकरनीची चूक होती. कोणतीही खाणावळी कुठं गावाला किंवा अन्य कारणानं बाहेरगावी गेली असेल, तर इतर खाणावळी तिचे जेवणारे (खाणावळे) ती परत येईपर्यंत सांभाळायच्या व गावाकडे गेलेली खाणावळी परत आली की, त्यांची रवानगी तिच्याकडे करायच्या. भले जेवणाऱ्यांना तिच्याकडे जायचं नसलं तरी त्या त्यांना ठेवून घ्यायच्या नाहीत! हा अलिखित नियम सगळ्याजणी पाळायच्या. मात्र, जायकरनीनं त्याला छेद दिला होता. तडेकरनीनं

तिच्याकडे तात्पुरतं पाठवलेल्या अठरा जेवणाऱ्यांना तिनं चक्क आपलंसं केलं होतं! ही तडेकरनीच्या पोटावर मारलेली सरळ-सरळ लाथ होती व माळ्याला ते कधीही पसंत पडलं नव्हतं. मात्र, इतर माळकरी कमळा जायकरनीच्या बदमाशीबाबत काही करू शकत नव्हते! ते असाहाय्य होते.

जायकरनीचे पोलीस डिपार्टमेंटशी संबंध आहेत, याची माळ्यात भरपूर चर्चा झाली. माळकऱ्यांच्या दृष्टीनं तसं हे जास्तच होतं. तडेकरनीला तर जायकरीन ध्यानी, मनी, स्वप्नीही दिसत होती. रात्र झाली की, तडेकरीन भिकुदादाच्या फुग्यातली दोन कप दारू मारायची अन् बोंबलायची, "रांडंचं वाट्टूळं, वाट्टूळं हुईलऽऽ!" ती अनेकदा झोपेतही रडून [illegible]. रडताना हात जोडायची व म्हणायची, "रांडंनं पोलीसवालंही सोडलं नाहीत गंऽ!" अन् तिच्या डोळ्यांतून पाण्याच्या धारा वाहायच्या.

३०

स्वामीनं सुभानजीला रुपये दिले तेव्हापासून त्याच्या घराला तेज आलं. पैशाची थोडीफार अडचण असल्याचं कळविल्यामुळे गावाकडून पाच हजार रुपये आले होते! अध्येमध्ये एखाद-दुसऱ्या बाबीवर स्वामी मनमोकळेपणे खर्च करीत होते. दरम्यान, सुभानजीला वरिष्ठ लेखालिपिक पदावर बढती मिळत असल्याची गोड बातमी ऑफिसमध्ये पसरली होती. प्रत्यक्षात अजून बढती मिळाली नसली तरी तशी नोट पुट-अप झाल्याची चर्चा सुरू होती. म्हणजे आज ना उद्या पाकळीऐवजी पूर्ण फूल पदरात पडणार होतं. स्वामींच्या पायगुणावर, आशीर्वादावर सुभानजी खूश होता.

सुकन्याची चिडचिड कमी झाली होती. ती देवधर्मात अधिक रस घेत होती. दररोजच्या देवपूजेला, मंत्रपठणाला सकाळच्या चहाइतकंच महत्त्व प्राप्त झालं होतं. तिच्या आवाजातही फरक पडत चालला होता. ती धीरगंभीर, खोलवर आवाज काढण्याचा प्रयत्न करीत होती. तिचा तसा सराव सुरू होता. सुभानजी, घरी येणारे-जाणारे हे आपले शिष्य आहेत असंच तिला वाटत होतं. तिच्या बोलण्यात लाडिक अधिकार, समजूतदारपणा आला होता. तिच्या शब्दांना साधुसंतांचा स्पर्श असल्याचं ते ऐकणाऱ्याचं मत व्हायचं.

स्वामी वरचेवर सुभानजीच्या घरी यायचे. तिथं मुक्काम ठोकायचे. त्यांच्या सेवेला सुभानजी, सुकन्या नेहमीच तत्पर असायचे. अलीकडे त्यांच्याकडे अनिता खाडेही परत येऊ लागली होती. सुभानजी ऑफिसला गेल्यानंतर दुपारच्या वेळी

स्वामी घरी यायचे. ती त्यांची आवडती वेळ झाली होती. अनिताही देखणी होती. तिच्या देखणेपणाबरोबरच तिचं स्वामींच्या चरणी लीन होणं माळ्यात चर्चेचा विषय ठरलं होतं. माळ्यातल्या दोघा-तिघांनी तर स्वामी, सुकन्या व अनिताला एकत्र विवस्त्र अवस्थेत पाहिल्याचं छातीठोकपणे सांगितलं होतं! ही बातमी उडतउडत सुभानजीच्या कानावर आली होती; पण स्वामीसारख्या देवपुरुषावर अशी किटाळं रचल्याबद्दल त्याला अत्यंत वाईट वाटलं होतं. या पापाच्या परिमार्जनासाठी त्यानं स्वामींच्या सांगण्यानुसार विघ्नहर्त्या गणरायाचा जप सुरू केला होता! काळजातले शब्द बोटाच्या माध्यमातून जपाच्या माळेवर आरूढ होऊन गांडुळासारखे वळवळत होते. हीच गोष्ट अनिताची आई साळूबाईच्या कानावरही गेली होती; पण तिचा आपल्या लेकीवर दांडगा विश्वास होता. ती अशी आवई उठवणाऱ्यांच्या नावानं कडाकडा बोटं मोडायची. अगदीच राहवलं नाही, तर स्वामींची भेट घेऊन त्यांच्या पायावर डोकं टेकून तृप्त व्हायची! अनेकदा तिच्याबरोबर सुदामही असायचा. सुदाम, साळूबाई आली की, स्वामींच्या वाचेला अधिकच गोडवा यायचा. साखरपाकात बुडवलेल्या स्वामींच्या शब्दांचं ओझं घेऊन साळूबाई, सुदाम भरल्या मनानं परत फिरायचे. सुदामला तसा देवाधर्माचा नाद नसला तरी देव आहे यावर त्याचा पूर्ण विश्वास होता. आपल्या पोटी एखादं सुंदरसं अपत्य असावं असं त्याला मनापासून वाटत होतं. मग त्यासाठी देव असो, एखादा संत असो, नाहीतर अन्य कोणी; त्याच्यामुळे आपलं कल्याण होत असेल, तर त्याची भक्ती करण्यास त्याची कोणतीही आडकाठी नव्हती. म्हणूनच स्वामी अभयानंदांच्या का असेना, स्पर्शानं आपलं चांगलं होत असेल, तर त्याला जग काय म्हणतं याची फिकीर करण्याचं कारण वाटत नव्हतं. अनेकदा साळुबाई स्वामींच्या दर्शनाला निघायची, त्यावेळी सुदाम घरी असेल तर ती त्यालाही घेऊन जायची.

सुकन्यानं स्वामींच्या मागे काहीतरी चमत्कार दाखवून माळकऱ्यांची तोंडं बंद करा, असं टुमणं लावलं होतं. यातून कसा मार्ग काढायचा, याचा विचार स्वामी करीत होते. त्यांना माळकऱ्यांची तोंडं बंद करण्याबरोबरच आपलं स्वामित्व अभंग राखायचं होतं. मार्ग अनेक होते; मात्र ते माळकऱ्यांच्या नजरेस पडणं अवघड होतं.

स्वामी आज संध्याकाळीच घरी आले होते. कार्यालयातून आलेला सुभानजी त्यांना माळ्याच्या तोंडालाच गाठ पडला होता. स्वामी आल्याचं पाहून अनिता खाडेही त्यांच्या दर्शनाला आली होती.

"ताई, माझं स्वामित्व अभंग राहील, माळकऱ्यांची तोंडं बंद होतील असा एक उपाय आहे माझ्याकडे!" स्वामींनी सुकन्याला सांगितलं.

"काय?" सुकन्यानं आतुरतेनं विचारलं.

"काळझरी देवीला जायचं."

''अन् तिथं माळा कसा न्यायचा?'' सुभानजीनं विचारलं.

''सुभानजी, तुझं डोकं आहे की खोकं तेच मला कळत नाही. अरे, तिथं माळ्याची काय आवश्यकता? माळ्यात नेहमी वटवट करणारी एक-दोन बोलघेवडी माणसं बरोबर घेतली म्हणजे झालं. त्यांची एकदा खात्री पटली की, माळकऱ्यांचा विश्वास संपादन करायला आणखी काय हवं?'' स्वामींनी नेमकं वर्मावरच बोट ठेवलं.

सुकन्याच्या जिवाला बरं वाटलं.

''पण त्यांची खात्री कशी पटविणार?''

''त्याची काळजी तू का करतोस सुभाना? मी आहे ना! प्रत्यक्ष कृती केल्यानंतरच तुलाही कळेल ते.'' स्वामींनी सुभानजीला आधार दिला.

''अन् होऽ, आपला तो अपूर्ण राहिलेला होमही पूर्ण करायचा आहे.'' होमाच्या आठवणीनं स्वामींचं, सुभानजीचंही तोंड कडू झालं. स्वामी पुढं बोलू लागले, ''सुभाना, आता तुला प्रमोशन मिळणार. तुझा दर्जा वाढणार, पगारही वाढणार. तुझ्या या खोल्याही अजून तुझ्या नावावर झालेल्या नाहीत. तुझी चुलती याबाबत थंड आहे. तिलाही चालती-बोलती करायची आहे. घरातल्या शांततेला अधिक बळकटी आणायची आहे. त्यासाठी काळझरीला जाणं आवश्यकच आहे.''

''काळझरीच्या दर्शनानं मनात उद्भवणारे वाईट-साईट विचारही नाहीसे होतील!'' सुकन्यानं स्वामींच्या सुरात सूर मिसळला. अलीकडे सुकन्याचं वागणं म्हणजे बाबा म्हणतील ती पूर्व दिशा झालं होतं. त्याचा सुभानजीलाही काही त्रास नसल्यानं तसा तो मस्त होता.

''आम्ही माळ्यासाठी नवीन; आम्हालाही माळा नवीन. मग ही वाचाळ माणसं ठरवायची तरी कशी?'' सुभानजीनं शंका उपस्थित केली.

''त्यात काय अवघड आहे? आपणास कुठं काळीभोर दाढी-मिशा असलेले टोणगे हवे आहेत? अन् ते बोलून बोलून कुणाजवळ बोलणारऽऽ! एकतर बायको नाहीतर शेजारी!'' स्वामींनी दिलेल्या या उत्तरावर अनिता खळखळून हसली.

''सुभान, माळ्यातली उगाच फोका मारणारी दोन पोरं सोबत घ्यायची. ती अगदी बैजवार ही बातमी घराघरांत पोहोचवतील,'' स्वामीनं उपाय सांगितला.

''मी विचारते पोरांना. त्याची काळजी तुम्ही सोडा.'' अनितानं हमी दिली व पुढे विचारलं, ''काळझरीला कधी जाणार?''

''चांगल्या कामाला देर कशाला? उद्या संध्याकाळीच निघू. उद्या रात्री सर्व कामकाज आटपून परवा देवीचं दर्शन घेऊ. कुंडात यथेच्छ स्नान करू म्हणजे पूर्वीच्या सात जन्माची पापं तरी धुतली जातील. शिवाय तिथंच मुक्काम करू अन् दुसऱ्या दिवशी परत इकडे निघू.''

सुकन्या, सुभानजीला हा बेत आवडला. मात्र, अनिता गंभीर होती. ही बाब हेरून सुकन्यानं तिला विचारलं, ''अनिता, तू का गंभीर आहेस?''

''मी तिकडे येऊन आमच्याकडे असणाऱ्या जेवणाऱ्यांचं काय करायचं? इतक्याजणांचं जेवण करणं आईला जमणार नाही; त्यामुळे मला तरी तिकडं येणं शक्य नाही'' अनितानं सांगितलं.

''ठीक आहे. तशी तुझी तिथं काही आवश्यकताही नाही. एकतर होम हा सुभानजीचा घरगुती मामला आहे. मात्र, एका गोष्टीला तू मुकशील!'' स्वामींनी तिला घोळात घेण्याचा प्रयत्न केला.

स्वामींना नेमकं काय म्हणायचं आहे, ते अनिताला कळलं नाही. तिनं विचारलं, ''कोणत्या?''

''तुझे बाबा जो काही चमत्कार करणार आहेत तो या आमच्या प्याऱ्या प्याऱ्या शिष्योत्तमेला पाहायला मिळणार नाही,'' स्वामींनी उगाचच तिचे गोबरे गाल चिमटीत पकडून हलवण्याचा अभिनय केला.

''म्हणजे दोन दिवसांचा तर प्रश्न!'' सुभानजीनं बोलणं पुढे चालू ठेवलं.

तरीही अनिता ढिम्म होती. घरात जेवण करण्याचा प्रश्न तर होताच; पण ती काळझरीला निघाली, तर तिच्याबरोबर सोपानही येणार. त्याला थांबवतो म्हटलं तरी ते शक्य नव्हतं! त्यांच्या ग्रुपमध्ये सुभानजीही होता. त्यापेक्षा तिकडं न जाणंच चांगलं, असं तिला वाटत होतं. विषयाला कलाटणी देण्यासाठी स्वामीनं विचारलं, ''ताई, काल माझ्या दर्शनाला आलेल्या त्या ठसठशीत बांध्याच्या पोरी कोण?''

''आमच्याच माळ्यातल्या. पहिल्या मजल्यावर राहातात. का हो बाबा?''

''त्यांच्या चेहऱ्याकडे पाहिलं की लक्षात येतं; पोरी चांगल्या घरात जातील! त्यांना सुखी, समाधानी कुटुंबं, सालस नवरे मिळतील. पण...''

''पण काय, बाबा?'' थोड्याशा नाराजीनं सुकन्यानं विचारलं.

''पोरींनी काही दिव्य तोडगे केले पाहिजेत. त्यांना त्याचा मोठा फायदा होईल,'' बोलता-बोलता स्वामी थांबले. सुकन्या खूपच नाराज झाल्याचं त्यांच्या चाणाक्ष नजरेनं हेरलं. ते पुढं म्हणाले, ''अन् बरं का ताई, काही शिष्यांचं भलं केल्याशिवाय, त्यांचं दुःख जाणून घेतल्याशिवाय माळ्याच्या टीकेचा सूर कमी होणार नाही.''

''बाबा, मी जाते. आता जेवणारे यायची वेळ झाली. आईतरी किती काम करणार!'' अनिता निघाली.

''पण पोरांची आठवण ठेव. एकदा पावसाला सुरुवात झाली की, आपल्याला तिकडे जाता येणार नाही. जे काही करायचं ते या एक-दोन दिवसांतच.'' स्वामीनं तिला सांगितलं.

''बाबा, तुम्ही त्याची काळजी करू नका. मी आत्ताच विचारते त्यास्नी.''

अनितानं स्वामींच्या पायावर डोकं टेकलं. स्वामींनी तिच्या डोक्यावर हात ठेवला. व 'अष्टपुत्रा सौभाग्यवती भव' असा आशीर्वाद दिला. अनिता गेली. तिच्या पाठमोऱ्या आकृतीकडे पाहात स्वामी म्हणाले, "सुभाना, या बाईच्या जातीला समजून घेताना साक्षात परमेश्वराचीही दमछाक होत असली पाहिजे!" दोघेही हसले. स्वामी पुढे म्हणाले, "तर मी काय म्हणत होतोऽ!"

"बाबा, पहिल्या माळ्यावरच्या त्या पोरींना अजून तितकीशी उमज आलेली नाही. त्यांना आपल्या तोडग्याची भाषा ती काय समजणार? त्याऐवजी आपल्या संप्रदायात शिष्यांचं वय जरा वाढतं राहू दे. "

"मी नाही कधी म्हणालो? कुणाला माझा गंडा बांधायचा असेल तर त्याला माझी तयारी आहे. अन् एक सांगू का ताईऽऽ! अहो, त्या पोरी कोवळ्या आहेत, म्हणूनच त्यांना माझी गरज आहे. योग्य वयात योग्य मार्गदर्शन झालं तर पुढं कोणताही प्रश्न उभा राहात नाही. काय सुभाना, खरं ना?" स्वामींनी सुभानजीची साक्ष काढली. सुभानानं होकारार्थी मान हलवली.

"पण बाबा..."

"आता पण नको. अहो, त्या पोरींचं एक-दोन वर्षांत लग्न होईल. त्यांचे संसारही सुखाचे झाले पाहिजेत ना? अन् बरं का ताई, तुम्ही आता असल्या किरकोळ प्रश्नात लक्ष घालू नका. अहो, आपण आता काळजी करायची ती विश्वाची! त्यातच आपलं भलं आहे. काय सुभाना?"

सुभानजी स्वामींवर भलताच खूश होता. तो म्हणाला, "बाबा म्हणतात ते खरं आहे!"

स्वामी आपल्या जागेवरून उठले. सुकन्येच्या शेजारी बसले. तिच्या पाठीवर मायेनं हात फिरवू लागले.

३१

पावसाळ्याचे दिवस सुरू झाले होते. अजून मृगाचा पाऊस कोसळला नसला तरी अधूनमधून आकाशात ढग जमा होत होते. पावसाला कधीही सुरुवात होण्याची शक्यता होती. तरीही माळ्याच्या मालकाकडून माळकऱ्यांना माळा खाली करण्याच्या नोटिसा आल्या होत्या. नोटिशीवर एप्रिल महिन्याची तारीख असली, तरी त्या मिळाल्या होत्या मात्र जूनमध्ये!

माळ्याची इमारत राहण्यास धोकादायक असल्याचे गेल्या चार-पाच वर्षांपासून

घोषित होत होते. यंदा ती अतिधोकादायक सदरात आली होती. तशी नोटिस नोटिस बोर्डावर लागली होती. त्या नोटिशीची दखल घेऊन इमारतीच्या मालकाकडूनही माळकऱ्यांना खोल्या खाली करण्याबाबतच्या नोटिसा आल्या होत्या. माळकऱ्यांना हा सर्व प्रकारच हास्यास्पद वाटत होता. वरून डोक्यावर ढग लोंबत असताना अशा नोटिसा कोणी देतं का? पावसाच्या तोंडावर नोटिसा आल्यानं त्याचं गांभीर्य कमालीचं कमी झालं होतं. याबाबत माळकऱ्यांनी चाळ कमिटीच्या सदस्यांना, रामभाऊ घडवेला, भिकुदादासारख्या जाणत्या माणसांना विचारलं होतं. त्यांनी माळकऱ्यांना नोटिशीकडे दुर्लक्ष करण्याचा सल्ला दिला होता. बाबू आगाशेसारख्या नवागत पुढाऱ्यानंही तोच राग आळवला होता. मात्र, जुने-जाणते नेते 'पावसाळ्यात कोणतंही घर खाली केलं जात नाही', हे आवर्जून सांगायला विसरले नव्हते.

माळकऱ्यांना आता या नोटिशींची सवय झाली होती. नोटिस कधी इमारत मालकाकडून तर कधी बिल्डरकडून येत होती. हा बिल्डर कोण, तो काळा की गोरा हेही माळकऱ्यांना माहीत नव्हतं. त्याची नियुक्ती कुणी केली, हेही त्यांना ठाऊक नव्हतं. मात्र, माळ्याचा मालकच बिल्डर असून, तोच माळ्याचा पुनर्विकास करणार असल्याची पक्की खबर माळकऱ्यांकडे होती. माळकरी भाडेकरू होते. त्यांना माळ्याचा पुनर्विकास झाला तर शासकीय नियमानुसार घरे मिळणार होती. मात्र, भाडेकरूंचे हक्क, किती स्क्वेअर फुटाची घरे मिळणार याबाबतही त्यांना कोणी स्पष्ट केलं नव्हतं. चाळ कमिटीही मूग गिळून गप्प होती. मात्र, आतल्याआत काहीतरी खळबळ सुरू असल्याचं माळकऱ्यांना जाणवत होतं.

माळ्यात माळ्याच्या मालकाचा दिवानजी येत होता. महिन्याचे भाडे वसूल करीत होता. रहिवाशांच्या हातात पावती पडत होती. हातात आलेली पावती लोखंडी पेटीतल्या जुन्या पावत्यांमध्ये जाऊन बसत होती. वर्षानुवर्षे हेच चाललं होतं. पुढेही हेच चालण्याची शक्यता दिसत होती. पावती मिळते म्हणजे आपणही या माळ्याचे घटक आहोत, यात माळकरी संतुष्ट होते.

गेल्या चार-पाच वर्षांपासून माळा राहण्यासाठी धोकादायक म्हणून घोषित होत होता. यंदा तो अतिधोकादायक सदरात आला होता; त्यामुळे माळकऱ्यांना काल व आजच्या माळ्याच्या परिस्थितीत असा काय फरक पडला आहे, हे कळत नव्हतं. माळ्यात जिन्याच्या छताचं थोडं जरी प्लॅस्टर पडलं तरी त्या ठिकाणी ठेपा उभा राहात होता. माळकऱ्यांच्या मते, त्या ठिकाणी सिंमेटचा गिलावा केला, तर समस्याच राहणार नव्हती. अशावेळी ठेप्याची गरज काय? मात्र, मालकाला माळकऱ्यांची मोठीच काळजी वाटत होती. माळ्यात काही ठरावीक ठिकाणी त्याने ठेपे उभे केले होते. ठेप्यामुळे माळकऱ्यांची होणारी अडचण तो विचारातच घ्यायला

तयार नव्हता! माळ्यापेक्षा संडासची हालत मात्र खराब होती. ते दुरुस्त करण्याची मोठी आवश्यकता होती. मात्र, मालकाचं वागणंही असं विचित्र होतं की, तो जखम सोडून भलत्याच अंगाचा विचार करीत होता!

सुरुवातीला माळकऱ्यांना इमारत मालकाकडून नोटिसा यायच्या. नंतर बिल्डरकडूनही येऊ लागल्या होत्या. त्या कधी सर्व माळकऱ्यांसाठी एकदम यायच्या नाहीत. त्या प्रत्येक माळ्यावरच्या चार-सहा घरांसाठी अधूनमधून यायच्या. खाणावळ्यांना स्वारस्य असेल तर त्याबाबत माळ्यातल्याच एक-दोघांकडे विचारणा व्हायची. नाहीतर ती नोटिस एकतर टी. व्ही.वर पडून राहायची किंवा त्याला पेट्या, अंथरुणं ठेवण्यासाठी चौकटीच्या वर मारलेल्या फळीवर जागा मिळायची. ती तिथं सुखात असायची. काहींच्या घरात तर कागदाची आवश्यकता भासली तर नोटिशीचाच कागद उपयोगात आणला जायचा!

माळ्याच्या मालकाचा दिवानजी कधीतरी माळ्यात यायचा. त्याच्यासाठी दुपारी बारानंतरची वेळ नित्रास होती. त्यावेळी माळ्यात कोणतीही झंझट नसायची. तो माळ्यात आला की, तळमजल्यावर चंपाच्या खोलीजवळ फोल्डिंगची खुर्ची टाकून तिथं थोडा वेळ बसायचा. त्याच्यासाठी चंपा घट्ट दुधाचा चहा करून आणायची. चंपा त्याला माळ्यातली हालहवाल सांगायची. त्यानं जर एखादं कागदपत्र तिच्याजवळ दिलं तर ते ती संबंधित कुटुंबाच्या हवाली करायची. त्यांच्याशी गुलुगुलु बोलायची व कागदपत्रं मिळाल्याबद्दल त्यांचे सही-अंगठे घेऊन यायची. भाडे वसूल करताना मात्र दिवानजी प्रत्येक मजल्यावर जायचा. मालकाला इमारतीतील एखाद्या कुटुंबप्रमुखाला भेटायचं असेल तर दिवानजी स्वत: त्या खोलीत थडकायचा. तिथंही घट्ट दुधाचा चहा रंगायचा. मग आपली-तुमची दखल घेत खोलीमालक दिवानजीबरोबर इमारत मालकाच्या कार्यालयाची वाट चालू लागायचा. दिवानजीसारख्या मोठ्या व भल्या माणसाबरोबर चालताना त्याची छाती बऱ्यापैकी वर आलेली असायची!

माळा राहण्यास अतिधोकादायक ठरल्यानं इमारतीचा मालक, बिल्डर माळकऱ्यांना नोटिसा पाठवत होता. या गोष्टी सोडल्या, तर माळकऱ्यांचं सगळंच सुशेगात चाललं होतं. माळ्यावर काही असंतुष्ट आत्मेही होते. त्यांना या नोटिशीपाठीमागे वेगळाच वास येत होता. ते त्याचा अर्थ लावण्याचा प्रयत्न करीत होते. त्यांची आपल्या परीने धावाधाव सुरू होती. पण, त्यांना म्हणावा तसा प्रतिसाद मिळत नव्हता. चाळ कमिटी, माळ्यातले नेतेगण तर माळ्यात राहणारं प्रत्येक कुटुंब माळ्याचं मालक असल्याचं छातीठोकपणे सांगत होते. त्यांच्या दृष्टीनं नोटिशींचा हा प्रश्न किरकोळ होता! माळ्यात प्रत्येकजण आपल्यापुरताच उरल्यानं धडपड करणाऱ्यांचंही घोडं तिथंच अडलं होतं. एखाद्या वकिलाच्या सल्ल्यासाठी जावं, तर वकिलाची फी कुणी द्यायची हा प्रश्नही होताच. कोर्ट-कचेऱ्यांचं झंझट आपल्या

पाठीमागे असावं असंही कुणाला वाटत नव्हतं. जे इतरांचं होईल ते आपलं, असं म्हणून तेही गप्प राहात होते.

नोटिसांचे कागद माळ्यात पोहोचत होते. आता पावसाला सुरुवात होणार होती. माळा त्या धाराही शांत चित्तानं अंगावर घेणार होता.

३२

"हे बघ, हाता-पायावर किती जागी सूज आलेय!" नंदूनं बंडूसमोर आपले हातपाय पसरले. त्याच्या शरीरावर जागोजाग छोट्या छोट्या गाठींसारखी टरटरीत सूज दिसत होती.

"वाऽ, तुझं त्वांडपण कसं सुजलंय बघ!" त्याच्या तोंडाकडे पाहात बंडू फिदीफिदी हसला.

"का, तुला यातनं सूट मिळालीय? तुझं त्वांडंच काय; सगळंच सुजलंय! खालच्या गाठीवर पण गाठी आल्या असतील बघ!" तोंड वेंगाडत नंदूनं चिमटलं.

"मला आपले डास चावलेत! आसू देत बिचारेऽ! त्यांच्या पण जिभेला तेवढाच चेंज!"

"पण काही म्हण, स्वामी म्हणजे मादरच्योत. साल्यानं आपल्याला रातभर कवायत करायला लावली!" नंदू उसानला.

"तू कवायत केलीस ना? मग आता गप बस. अजून आपल्याला बरेच प्रकार शिकायचे आहेत."

अनितानं काळझरीच्या ट्रीपबाबत नंदूला सांगितलं होतं. 'स्वत:च्या खिशातून खर्च करायची गरज नाही. सगळा खर्च सुभानजी करणार आहे', याची कल्पनाही तिनं त्याला दिली होती. शिवाय ट्रीप संपल्याबरोबर त्यांना सुभानजीकडून काही रक्कम पॉकेटमनी म्हणून मिळणार होती! तिथं स्वामी काहीतरी चमत्कार करून दाखवणार असल्यानं हा हिंदी सिनेमासारखा क्लायमॅक्स पाहायला मिळणार असल्याचं तिनं स्पष्ट केलं होतं. मात्र, तिथून परत येईपर्यंत गुप्तता पाळण्याबाबत सांगण्यासही ती विसरली नव्हती. स्वामी दारू पितो; तीही इंग्लिश! सोबत उंची सिगार, मटन यांचंही आमिष होतंच. पण नंदूनं तिकडे दुर्लक्ष केलं होतं. कारण देवस्थानाच्या ठिकाणी मटन खाणं, हे त्याला जरा जास्तच वाटलं होतं! तरीही दोन दिवसांची ट्रीप व काळझरी देवीचं दर्शन फुकट होणार होतं! आपणही खूश, देवही खूश! नंदूनं याची कल्पना बंडूला दिली होती. तिकडे जायला बंडू एका पायावर तयार झाला होता. त्यालाही स्वामीच्या लीलांबाबत जबरदस्त कुतूहल होतं. शिवाय पॉकेटमनी

खुणावत होताच. दोघांनीही आपल्या घरात काळझरी देवीची महती गायली होती. माणसानं आयुष्यात एकदा तरी त्या देवीचं दर्शन घ्यावं असं शास्त्रात सांगितल्याचे दाखले दिले होते. काळझरीला जाण्यासाठी त्यांच्या घरातल्यांनीही त्यांना उदार मनानं परवानगी दिली होती.

माळ्यातून बाहेर पडता पडता संध्याकाळचे सहा वाजले. सुभानजीनं तेल, तूप, डाळ, तांदूळ, तिखट असं दहा माणसांच्या स्वयंपाकाचं सामान, तेही दोन दिवसांचं; घेतलं होतं. त्यातूनही काही कमी पडलं, तर ते तिथंच खरेदी करण्याचा त्याचा बेत होता. इतर सामानही त्याच्याजवळच होतं. त्याला हातभार लावावा म्हणून नंदू व बंडूनं त्याच्याजवळची एक-एक पिशवी घेतली. जेवणाची भांडी तिथंच माळ्यानं घ्यायची होती. जळणासाठी लाकूडफाटा, होमाचं साहित्यही तिथंच मिळत होतं; त्यामुळे ओझ्याचा भार तेवढाच हलका झाला होता! सुकन्यानं राहुलला कडेवर घेतलं होतं. दिनकर सुभानजीचं बोट धरून चालत होता. त्यांना निरोप द्यायला आलेल्या अनिता खाडेचा जीव खालीवर झाला होता. आपल्या लाडक्या स्वामींच्या लीला पाहायला मिळणार नसल्याने तिचा जीव कचकचला होता. तिच्या आईची, साळूबाईची काळझरीला जायची तयारी होती; पण तिला स्वामीनंच मना केलं होतं. एकतर तिथं होणारे होम व्यक्तिगत होते व त्या निमित्तानं होणारी धावपळ साळूबाईला पेलणार नाही असं स्वामींचं मत होतं.

माळ्यातून बाहेर पडलेले लोक मरीन लाइन्स रेल्वे स्टेशनपर्यंत चालत गेले. तेथून रेल्वेनं त्यांनी बोरिवली गाठली. एकतर संध्याकाळची वेळ. दिवसभर गुलामासारखं राबणाऱ्या चाकरमान्यांचं उद्यापर्यंतचं स्वातंत्र्य सुरू झालं होतं. त्यांनाही घरी जायची मोठी घाई. साहजिकच रेल्वेत चढताना सुभानजी अन् कंपूला चांगलीच आईमाई आठवली. त्यातच जवळ असलेल्या सामानानं तर चांगलीच भंबेरी उडवली. ते बोरिवली रेल्वे स्थानकातून पश्चिमेला बाहेर आले व तेथील मोकळ्या जागेत उभं राहून स्वामींची वाट पाहू लागले. स्वामींबरोबर बोरिवलीची दोन कुटुंबं येणार होती. त्यांनाही काळझरीला शांती होम करायचा होता. रात्री नऊ वाजले, तरी स्वामींचा पत्ता नव्हता. त्यांची वाट पांहून सर्वजण कंटाळले होते. या मुदतीत सुभानजीनं सर्वांना फुटपाथवरील गाडीवरचा एक-एक कप चहा पाजला होता.

"नंद्या, हिथंच नऊ वाजले! अजून स्वामीचा पत्ता नाही. तिथं पोहोचेपर्यंत किती वाजणार ते सांगता येत नाही. तिथून पुढं जेवण तयार होणार. मग आपण खाणार. काही खरं दिसत नाही, मर्दाऽ! त्यापेक्षा चल, आपण इथंच काहीतरी खाऊ!" बंडू नंदूच्या कानात कुजबुजला.

"अरे व्वाऽ, बंडूशेठ राजी तर का मानणार नाही नंदूकाझी!" नंदू हळूच हसला व त्यानं सुभानजीला सांगितलं, "आम्ही जरा पाय मोकळं करून येतो."

"लवकर या."

"लगेच परत फिरतो."

दोघांनी फुटपाथ सोडला व कुठं हॉटेल दिसतंय का, ते पाहू लागले. त्यांच्या नजरेच्या टप्प्यात एक हॉटेल आलं. ते आत घुसले.

"पुरी-भाजी घ्यायची की मसाला डोसा?" नंदूनं विचारलं.

"कशाला, मुर्गी मसालाच सांग की. तुझ्या बापाच्या खिशातलंच खर्च हुणार की न्हाय!" बंडू साजूक हसला व म्हणाला, "लेका, जेवणच घेऊ. सगळ्याचं दर सारखंच."

बंडूनं सरळ जेवणाची म्हणजे राइस प्लेटची ऑर्डर दिली.

जेवण आटपून दोघे अर्ध्या तासात परत फुटपाथवर आले. अजून स्वामी आले नव्हते. सुभानजीची पोरं पागेच्या घोड्यासारखी खालवर, मागेपुढे करीत होती. कधी खाली बसत होती तर कधी बाबाचं बोट धरून उठून उभी राहात होती. चवड्यावर बसून सुकन्या कंटाळली होती. तिच्या चवड्यांनाही कढ आले होते.

"पोरांना काहीतरी खायला तरी घ्या." नंदूनं सुभानजीला सांगितलं.

"पोरांना तर आणाच; शिवाय तुम्हीही काहीतरी खा." सुभानजीनं खिशातले तीनशे रुपये काढले व नंदूच्या हवाली केले.

नंदूनं पोरांसाठी ग्लुकोज बिस्किटाचे चार पुडे घेतले. सहा वडा-पाव व दोन डझन केळी घेतली. शिवाय त्याच रकमेतून आपल्या जेवणाचे वळते केले. दोघांनी एक-एक कप चहा मारला व शिल्लक रक्कम सुभानजीला देऊ केली.

"नको. ठेवा तुमच्याजवळच. दोन दिवसांच्या तंबाखूला उपयोगी येतील." त्यानं सांगितलं.

दोघांनी एकमेकाच्या तोंडाकडे पाहिलं. नजरेला नजरेनं संमती दिली. नंदूनं पैसे खिशात ठेवले. रिकाम्या खिशात बंडूचा हात उगीचच वळवळू लागला.

जगत्स्वामिनी व्हायला निघालेल्या सुकन्यानं फुटपाथवर बसूनच तीन वडा-पाव फस्त केले. दोन सुभानजीनं हाणले. दिनकरनं एक वडा-पाव खाल्ला. सुभानजी व सुकन्यानं तीन-तीन केळीही फस्त केली. पोरांनीही केळ्यांवर चांगलाच ताव मारला. शिवाय सोबत बिस्किटंही होतीच. पोटात आधार झाल्यानंतर बंडू, नंदूविषयी सुकन्याची नजर कृतज्ञतेने भरून आली.

स्वामी आले. त्यांच्यासोबत पाच माणसं होती. त्यापैकी प्रताप जाधवांची फॅमिली आज सकाळीच गावी गेल्याने ते एकटेच होते. तर पांडुरंग गावकर आपली बायको व दोन मुलींसह आले होते. गावकरांची बायको निर्मला पंचेचाळिशीतली असूनही तब्येत मेंटेन केल्यासारखी बारीक होती. शिवाय निर्मला देखणीही होती. तिच्या तरण्याबांड पोरी श्रद्धा व उज्ज्वला पंजाबी ड्रेसमध्ये होत्या. रंगारूपानं त्या

आईवर गेल्या होत्या. मुसमुसत्या तारुण्याची झलक त्यांच्या चालण्या-बोलण्यात डोकावत होती. बायकोसमोर पांडुरंग गावकर एकदम फटीचर वाटत होते. साध्यासुध्या कपड्यांतली त्यांची वामनमूर्ती अगदीच 'ही' वाटत होती.

"सॉरीऽऽ, उजू-श्रद्धाला ऑफिसमधून निघायला वेळ झाला; त्यामुळेच आम्ही लेट झालो," पांडुरंग गावकरनं सुभानजीजवळ दिलगिरी व्यक्त केली.

"चालायचंच. थोडं मागंपुढं हे व्हायचंच!" सुभानजीनं ओठांवर लटकं हसू आणलं.

स्वामींना पाहून सुकन्या उठून उभी राहिली. ती रागारागानं आतल्याआत नुसती फणफणत होती. स्वामी तिच्याजवळ गेले. तिला हात जोडले, "माफ करा, ताई. काय करणार! विश्वाची काळजी करायची म्हणजे वेळ हा होणारच."

स्वामीचं हे दीनवाणं रूप पाहून सुकन्याला त्याही अवस्थेत हसू फुटलं. नंदू-बंडू जोडगोळीनं गावकर मंडळीला आपादमस्तक न्याहाळलं. त्यांची वागण्याची, बोलण्याची ढब पाहिली. दोघेही त्यांच्यापासून दूर सरकले. नंदू बंडूच्या कानात कुजबुजला, "या स्वामीला काळ्या-सावळ्या बायका चालत नाहीत का रेऽ? लेकाचा इतकं मॅनेज तरी कसं करतो?"

"त्याच्याकडून तीच विद्या शिकून घेऊ."

"..अन् खाणावळींच्या सडलेल्या, कुजलेल्या पोरींवर प्रयोग करू; असंच ना?"

"साल्याऽ, तुझी आई खाणावळ घालत नाही की माझी आई? उगाच स्वत:चीच अब्रू काढून घेऊ नकोस!" बंडूनं त्याला सावध केलं.

"असू दे रेऽ! घर घर की कहानी! पण प्रयोग हे प्रथम उंदरा-बेडकांवरच करायचे असतात! पण त्यात त्यांचा तरी दोष काय म्हणा! स्टोव्हची धगच इतकी असते की, सगळं अंग नुसतं वाफालतं! मग, गजकर्ण अन् नायट्यानं त्यांना पकडलं तर त्यात त्यांचा तरी काय दोष?"

बंडूला क्षणभर नंदूच्या अंगात स्वामीच संचारल्याचा भास झाला. त्यानं विषयाला कलाटणी देत म्हटलं, "साला, या स्वामीनं असा माल सोबत आणणार हे अगोदर सांगितलं असतं तर जीन्स तरी घातल्या असत्या! नाहीतरी आता दोन दिवस आपल्या दोघांशिवाय त्या दोघींना आधार तो कोणाचा?"

"सोड रे ही बात. लेका, त्या ऑफिस लाइनच्या पोरी. तुझ्यासारखे अनेक पंटर तिथं पडून असतात. शिवाय स्वामीनं त्यांना अगोदरच चोखलं नसेल कशावरून? मग आपून काय ही हाडकं चघळायची?"

"तर मोठा बादशहाच लागून गेलास की नाही? निदान इतकी गोरी चमडी जवळून बघायला मिळतेय, हेच नशीब समज लेका. मला काय, आपला भुकेला कोंडा अन् निजायला धोंडा! शिवाय अगोदरचा एक्सपिरियन्स असेल तर मग..."

"पुढचं त्रासदायक होणार नाही!'' नंदूनं बंडूच्या हातावर टाळी दिली. दोघेही खळखळून हसले.

प्रताप जाधवांनी बाकी राहिलेल्या सर्वांची तिकिटं काढली. विरारपर्यंतचा प्रवास. अर्धा-पाऊण तासाचा प्रश्न; पण चाकरमान्यांनी खचाखच भरलेल्या विरार गाडीत चढताना त्यांच्या तोंडाला फेस आला. सुकन्या, गावकरांची फॅमिली महिला डब्यात घुसली. मुलं आत घेताना चांगलीच ओढाताण झाली. गावकर मंडळींना त्याची सवय होती; पण सुकन्याचं चांगलंच हाल झालं. तिलाही गावकर मंडळीनंच आत ओढलं! सुभानजीकडे असलेल्या सामानातील थोडं थोडं सामान घेऊन बाकी सगळेजण लोकलमध्ये चढले. दक्षिण, मध्य मुंबईतून उठलेल्या मराठी माणसांसारखीच गाडी विरारच्या दिशेनं धावू लागली.

विरारहून काळझरीला जाणारी शेवटची एसटी गेली होती. जाधव, सुभानजीनं तिकडं जायला एखादा भाड्याचा टेंपो तरी मिळतोय का, याची चाचपणी केली. रात्रीची वेळ; उबदार पांघरुणात पडण्याची. अशावेळी टेंपोचा ड्रायव्हर, क्लीनर किंवा मालक एकत्र सापडतील तर शपथ! त्यात जंगलाचा, आडवाटेचा रस्ता. तिकडे इतक्या रात्री गाडी घालण्याचं धाडस तरी कोण करणार? बरं, तिकडं जाणारं दुसरं वाहनही दिसत नव्हतं. जी गत वाहनांची, तीच तिथल्या हॉटेल्स व लॉजची! दोन बेडसच्या रूम. त्यात तिसरं कसंतरी बसणार! हॉटेलला जनरल खोल्या नसल्याचंच सर्वांचं उत्तर. बरं, वेळ रात्रीची. अडचणीची. अडलेली. अशावेळी हॉटेलचं भरमसाट भाडं, हे ओघानं आलंच! क्षणभर ते भरायची तयारी केली, तरी लॉजचे पत्ते कुणाकडे होते? त्यातूनही एखादं लॉज शोधून काढलं तरी सकाळी काळझरीला सुटणारी पहिली गाडी हॉटेलमध्ये थांबून थोडीच मिळणार होती? सर्वांनी सारासार विचार केला व अनिच्छेनं सर्वजण एसटी स्टॅण्डवरच थांबले. स्टॅण्डमधली रिकामी बाकडी भिकारी, बेवारशांनी अगोदरच बळकावली होती. गाडी चुकलेले प्रवासी, भणंग कुत्री, बकऱ्या जागोजाग आरामात पसरले होते. दिवसभर पायदळी तुडवून घाण झालेल्या स्टॅण्डमध्ये नाकाला झोंबणारा वेगळाच दर्प भरून राहिला होता. स्टॅण्डशेजारून गटार वाहात होतं. सांडपाणी, खातेऱ्याचा कुबट वास तर नाकात बिनबोभाट प्रवेश करीत होता.

गावकर नवरा-बायको शिवाय स्वामींचं जेवण झालेलं. बंडू-नंदूनं दोन घास पोटात ढकललेले. सुभानजी व सुकन्यानं वडा-पाव, केळ्यांवर ताव मारलेला. प्रताप जाधव व गावकरांच्या पोरी मात्र उपाशी होत्या. स्टॅण्ड परिसरात जेवण बनवण्याचा तर प्रश्नच नव्हता. स्टॅण्डवरचे सर्व गाडे, दुकानं बंद झाली होती. अन्यत्र खाद्यपदार्थ मिळण्याची शक्यताही दुरावलेली. त्यातूनही जाधवांनी डोकं चालवलं. रेल्वे स्टेशनमधल्या कॅण्टीनमधून काही वडा-पाव आणले. ते सर्वांनी

दाताखाली घातले. सुकन्याजवळची केळी सर्वांनी वाटून खाल्ली. मात्र, केळ्यांवर खरा ताव मारला तो सुकन्याच्या पोरांनी! गावकरांजवळ वॉटर बॉटल होती. सगळेजण त्यामधलं पाणी थोडं थोडं प्यायले. तरीही पाणीटंचाईची झळ जाणवत होती. स्टॅण्डजवळच पाण्याची टाकी होती. बंडू व नंदूनं टाकीतलं पाणी वॉटर बॉटलमध्ये भरून आणलं. तेही सगळ्यांनी घशाआड केलं.

काळझरीची दोन दिवसांची ट्रीप म्हणून सर्वांनी आपापल्या बॅगा घेतल्या होत्या. त्या त्यांनी सर्वांच्या मध्ये एकत्र ठेवल्या. बाकीचं सामानही बॅगांशेजारी ठेवण्यात आलं. सर्वजण त्याभोवती पसरले. आता त्यांचं लक्ष लागलं होतं ते सकाळ होण्याकडे!

सामानातली एक चादर बंडू, नंदूच्या वाट्यास आली. त्यातल्या त्यात नवी जागा पाहून त्यांनी चादरीनंच कचरा झटकला. चपला काढून उशाखाली घेतल्या व मस्तपैकी ताणून दिली. खालून फरशी गार लागत होती. वरून डास गाणी म्हणत होते. डास, पिसवा अंगाला डसत होते. चटकन कातडी लसत होती. शरीराची ती बाजू चटकन वर उचलली जात होती. स्वत:चं अंग झाकण्यासाठी दुसऱ्यानं चादर ओढली तर पहिला उघडा पडत होता! पहिला चादर खेचून घेईपर्यंत चार-सहा डास, पिसवा टचाटच चावून कार्यभाग साधत होत्या. गालावरचा डास मारताना गालावर हाताची बोटं रुतत होती. दरम्यान, डास मारण्याच्या निमित्तानं नंदूनं बंडूच्या गालावर तीन-चार ठेवून दिल्या. चापटी असह्य होऊन बंडू वैतागला, ''गप की लेका. मारू नकोस ना!''

''डास मारतोय रेऽ! नाहीतर विनाकारण तुला ते चावतील. त्रास होईल.''

''डासच काय प्रत्यक्ष स्वामी चावला तरी चालेल! पण तू मात्र माझी इतकी काळजी घेऊ नकोस.''

''असं कसं? स्वामीच्या लीला जवळून पाहायच्या आहेत नव्हे! शिवाय शिकायच्याही!'' नंदूनं बंडूला कोपरखळी मारली.

''गाभण्या, स्वामीचं प्रपोजल घेऊन तूच माझ्याकडे आलास!''

''तू नाही म्हणायचं होतंस! त्यावेळी तुझ्यापुढे...!''

''गप रेऽ! कशाला जखमी काळजावर ओरखडे काढतोस? अगोदर या डासलीला निस्तारू अन् मग स्वामीकडे बघू. झोप आता,'' बंडू म्हणाला व पायाला डास चावत असलेल्या जागेवर त्यानं दुसरा पाय खसाखसा चोळला. त्यानं आपले पाय चादरीत ओढले.

बंडू-नंदू चोरून बोलण्याचा प्रयत्न करीत होते. मात्र, त्यांच्यामध्ये होणारा संवाद जागे असलेल्या मंडळींच्या कानावर थोडाफार तरी का होईना पडत होता. ज्यांच्या कानावर संवाद पडत होता, त्यांनी झोपेचं सोंग आणलं होतं!

विरारच्या आभाळातही ढग लोंबत होते. वारा पडला होता. कमालीचा उकाडा

जाणवत होता. डासांच्या भीतीनं चादरीत अंग झाकून घेतलं तरी अंगावर चादर घेतल्यानं आतल्या आत गर्मीनं माणूस हैराण होत होतं.

भिंतीला टेकून पाय पसरून स्वामी बसले होते. त्यांनी आपली मान भिंतीवर टेकली होती. डोळे मिटले होते. दोन्ही हात जुळवून ते मांडीमध्ये खुपसले होते. सुकन्या, निर्मला गावकर त्यांच्या पायाजवळ बसल्या होत्या. झोपेच्या तारेत त्या कधी स्वामींच्या पायावर कलंडल्या ते त्यांचं त्यांनाही कळलं नव्हतं. उज्ज्वला व श्रद्धा खुशाल सामानावर कूस टेकून झोपल्या होत्या. अर्ध-उपाशी पोटाला त्यांच्या पंजाबी ड्रेसमधून डोकावणाऱ्या डासांची तमा नव्हती. सुभानजी, जाधव, गावकर गांना झोप आवरत नव्हती. तरीही पेंगुळल्या डोळ्यांना जागवत ते सामानावर पहारा देत होते.

विरारमधून सुटलेल्या पहिल्या गाडीनं ते काळझरीला आले. तेथे त्यांनी स्वामींच्या ओळखीनं दोन खोल्या भाड्यानं घेतल्या. जेवणाची लाकडं, भांडी मालकानंच पुरवली. सुकन्या, निर्मलानं जेवणात लक्ष घातलं. त्यांना सुभानजी, गावकर मदत करू लागले. जाधव, स्वामी देवीच्या मंदिरात जाऊन आले. नंतर जाधवही जेवणाजवळ काय हवं-नको पाहात थांबले. तर स्वामी, बंडू, नंदू, उज्ज्वला व श्रद्धा स्नानासाठी गरम पाण्याच्या कुंडांकडे गेले.

कुंडातल्या गरम पाण्यातून वाफा निघत होत्या; तरीही त्यात अनेक स्त्रिया, पुरुष, लहान मुलं स्नान करताना दिसत होती. ते एखाद्या मासोळीसारखे एका कुंडातून दुसऱ्यात तर दुसऱ्या कुंडातून तिसऱ्यात जात होते. हे तीन कुंड एकमेकाला खेटून होते. त्यातल्या पाण्याची प्रतवारीही ठरलेली होती. पहिल्या कुंडात गरम, दुसऱ्या कुंडात त्यापेक्षा गरम तर तिसऱ्या कुंडात पहिल्या दोन्हीपेक्षा अधिक गरम पाणी होतं. कुंडांच्या मध्ये असणारे कट्टे पाण्याखाली बुडाल्याने पहिल्या कुंडातून तिसऱ्या कुंडापर्यंत जाता येत होतं. गरम पाण्याच्या कुंडामागे शास्त्रीय कारणं होती; पण स्वामीसारख्या मंडळींनी त्याला प्रकृतीच्या किमयेचं नाव दिलं होतं. शिवाय त्यातच ते देवत्व शोधत होते! देवाची महती गात होते. या पाण्यात स्नान केल्यानं सगळी पापं, रोग नाहीसे होतात, असं सांगितलं जात होतं. जगण्याच्या तीव्र लालसेनं, हातातून घडणाऱ्या पातकातून मुक्त होण्यासाठी माणसंही मोठ्या भक्तिभावानं कुंडात डुबकी मारत होती!

बंडू, नंदू पाण्यात उतरले. पाठोपाठ स्वामीही होतेच. पाणी त्यांच्या कमरेच्या वर होतं. पाण्यात कसं उतरायचं, याचा विचार करीत श्रद्धा, उज्ज्वला अवघडून पाण्याच्या काठालाच उभ्या राहिल्या.

''विचार कसला करता? आहे त्या कपड्यांवरच खाली या.'' स्वामींनी त्यांना सांगितलं.

तरीही त्या दोघी पुढे झाल्या नाहीत. स्वामी पुढे आले. त्यांनी उज्ज्वलानं पुढं केलेला हात पकडला व तिला खाली खेचलं. ती सरळ स्वामींच्या अंगावर कोसळली. श्रद्धा चोरपावलानं पाण्यात उतरली. पंजाबी ड्रेसखाली गरम पाण्याच्या वाफा उठल्या. नंदू, बंडू त्यांच्याकडे नेत्रकटाक्ष टाकीत पाण्यात डुबकी मारू लागले. या कुंडातून त्या कुंडात सरकू लागले.

“श्रद्धा, पाण्यात बुडून राहण्याचा तुझा स्टॅमिना किती आहे?” स्वामींनी विचारलं.

“आंऽ?” त्यांच्याकडे लक्ष नसलेल्या श्रद्धानं विचारलं. उज्ज्वला तिच्या कानी लागली. श्रद्धा हसली व म्हणाली, “[illegible] स्टॅमिना आणायचा!”

“इकडं ये. मी तुला शिकवतो, पाण्यात कसं बुडून राहायचं ते!”

श्रद्धा स्वामींजवळ गेली. स्वामींनी आपला श्वास आत खेचला. डाव्या हातानं दोन्ही नाकपुड्या चिमटीत पकडल्या व तोंड बंद करून ते पाण्यात बुडाले. काही वेळ त्याच स्थितीत राहून ते पाण्याबाहेर आले.

“मी आता तुला दाखवलं तसं श्वास आत धरून पाण्यात बुडून राहायचं.”

श्रद्धानं श्वास आत खेचला. डाव्या हातानं नाकपुड्या बंद करून तिनं भीतभीतच पाण्यात डुबकी मारली. त्या स्थितीत क्षणभरच राहून ती पटकन उठून उभी राहिली.

“आणखी प्रयत्न कर!” स्वामी म्हणाले. श्रद्धानं आणखी दोन वेळा प्रयत्न केला. मात्र, तिनं लगेचच डोकं पाण्याबाहेर काढलं.

“थांब. मी तुला मदत करतो.” स्वामी म्हणाले व तिच्याजवळ आले. त्यांनी तिला श्वास आत खेचायला लावला. आपल्या डाव्या हाताच्या चिमटीत त्यांनी हळुवारपणे तिचं नाक पकडलं. आपला उजवा हात तिच्या पाठीमागून तिच्या उजव्या कुशीत खुपसला. ती पाण्यात बुडेपर्यंत त्यांचा हात हळूहळू तिच्या छातीपर्यंत पोहोचला. नंदूच्या काळजात चर्रऽऽ झालं.

“आर्रऽऽ!” त्यानं मानेला हिसडा दिला.

स्वामींच्या प्रयोगाकडे पाहून काठावरची पोरं गमतीनं टाळ्या वाजवू लागली. कुंडांजवळ असलेले हौशे, गवसे शिवाय नवसेही काठावर उभं राहून ही मजा पाहू लागले. श्रद्धा, उज्ज्वलालाही गंमत वाटू लागली. दोघींवरही सुरू असलेला स्वामींचा हा प्रयोग बराच वेळ चालला.

ओलेत्या अंगानं स्वामी देवीच्या दर्शनाला गेले. तोपर्यंत पुजाऱ्यानं त्यांनी सांगितल्यानुसार तयारी करून ठेवली होती. तो त्यांना सामोरा आला. त्यानंच देवीची खणा-नारळानं ओटी भरली. सर्वांनी देवीचं दर्शन घेतलं. जाधवानी पुजाऱ्याची दक्षिणा, शिवाय खणा-नारळाचं बिल अगोदरच दिलं होतं!

जेवण तयार करून सुकन्या, निर्मला, पांडुरंग गावकर, सुभानजी स्नानासाठी बाहेर पडले. त्यांच्याबरोबर जाधवही होते. सर्वांच्या अंघोळी उरकल्यानंतर जाधवानी सर्वांना मंदिरात नेलं. त्याच पुजाऱ्याकरवी प्रसाद दिला.

डाळभात, बटाट्याची भाजी, पापड, लोणच्याचं रुचकर जेवण करून सर्वजण झोपी गेले. रात्री अंगा-खांद्यावर खेळलेल्या डास, पिसवा त्यांच्या स्वप्नातही यायला तयार नव्हत्या! नंदूनं डोळे उघडले तेव्हा संध्याकाळचे साडेपाच वाजले होते. त्यानं बंडूला हलवून जागं केलं. दोघांनी खळखळून चुळा भरल्या. तोंड धुतलं. उज्ज्वलानं त्यांना चहा दिला.

"आणखी एक कप मिळेल का?'' नंदूनं विचारलं.

"का नाही? हवा तेवढा मिळेल!'' तिनं त्याच्यासाठी आणखी चहा आणला.

बंडूनंही कप पुढे केला. उज्ज्वलानं त्यात चहा ओतला. बंडू म्हणाला, "बस, बसऽऽ! एवढा पुरेऽ!''

"त्यात इतका संकोच मानायचं कारण काय? मी काय थोडाच हॉटेलमधून आणून देतेय? कालवनाच्या रिकाम्या पातेल्यात पुष्कळ बनवलाय. हवा तर आणखी आणते!'' ती म्हणाली व खळखळून हसली.

"पातेलं? म्हणजे आमटीसारखाच चहाही भुरकावा लागणार म्हणा की!'' बंडूच्या बोलण्यावर ती खळखळून हसली. त्यांच्या बाजूलाच जाधव, गावकर, सुभानजी बसले होते; त्यामुळे नंदू मात्र भारी संकोचला. त्यानं बंडूच्या तोंडाकडे पाहिलं. बंडूनं आपल्या जिभेला लगाम घातला व चहाचे भुरके मारू लागला.

कामानिमित्त स्वामी एकटेच बाहेर गेले होते. ते आले.

"चला बघू. सर्व तयारी झाली.'' ते पुटपुटले व तसेच दुसऱ्या खोलीत गेले.

सगळे बाहेर पडले. सुभानजीने खोल्यांना टाळे ठोकले. स्वामींच्या आदेशानुसार जाधवांनी लाकडाची मोळी घेतली. घरमालकाकडून लाकडे तोडण्याची पारळी घेतली. गावकर व सुभानजीनं इतर सामान घेतलं. ते सर्वजण नदीची वाट चालू लागले.

उथळ कायेची नदी दूरवर पसरली होती. मोठाले खडक आपलं पूर्ण शरीर बाहेर काढून जागोजाग बसले होते. कुठे ते पसरट होते, तर कुठं सुळके! कुठं वरचा भाग खडबडीत तर कुठं गुळगुळीत! त्यांच्या बगलेतून पाण्याचे लहान लहान ओहोळ वाहात होते. नदीच्या अंतरंगात अनेक ठिकाणी मोठमोठे खोल खड्डे पडले होते. त्यातलं पाणी संथपणे वाहात होतं. नदीच्या कायेवर मुंबईतल्या मराठी माणसांच्या वस्त्यांसारखं ठिकठिकाणी शेवाळं, झुडपं, पानगवताचे हिरवेगार पुंजके दिसत होते. स्वामी अशाच एका पसरट, गुळगुळीत भल्या दांडग्या खडकावर सर्वांना घेऊन आले. त्यांनी आपल्या हातातलं सर्व साहित्य खाली ठेवलं. सुभानजीनं स्वामींच्या मार्गदर्शनानुसार मोळीतील लाकडांचे पारळीनं दीड-दीड हात लांब कंडके केले.

होळी रचल्यासारखे ते सर्व उभे केले. स्वामी कपडे काढून तयारच होते. त्यांनी गळ्यातल्या जानव्यावर हात फिरवला. कमरेच्या पट्ट्याच्या चड्डीची नाडी तपासली व ते नदीतल्या खडकासमोरच्या डोहात उतरले. त्यांनी डुबकी मारली. हातात पाणी घेऊन अर्घ्य दिलं. मंत्रोच्चारण केलं व मंत्रोच्चारण करीतच ते पाण्याबाहेर आले. त्यांनी लाकडावर घासलेटची बाटली उपडी केली. काडी पेटवून त्यावर फेकली. भडका उडाला. होम पेटला. पश्चिमेकडच्या वाऱ्यामुळे वाळक्या लाकडांनी चांगलाच पेट घेतला. होमाशेजारी स्वामी मांडी घालून बसले. ते तोंडातल्या तोंडात मंत्र पुटपुटू लागले व अग्नीत मुठी भरभरून रानवळ झाडा-झुडपांचा पाला टाकू लागले. त्यांनी होमाला दही-भात, दूध, तूप यांचं अर्घ्यही दिलं. त्यावेळी सूर्य पार मावळतीला गेला होता. जनकल्याणासाठी समोरच्या धगटीसारखा पेटून मंत्र उच्चारण करणारा स्वामी पाहात साक्षात सूर्यनारायणही मावळला. स्वामींनी होमाभोवती सर्वांना पाच फेऱ्या मारायला लावल्या. नंतर एकेकाला बोलावून होमाचं दर्शन घ्यायला लावलं. होमाबरोबरच ते स्वामींच्याही पाया पडले. स्वामी प्रसाद म्हणून त्यांच्या हातावर पेल्यातलं दूध ठेवू लागले. नंदू-बंडूनं होमाचं दर्शन घेतलं नाही. त्यासाठी त्यांच्यावर कोणी सक्ती केली नाही. होमाजवळून उठलेल्या स्वामींनी नदीच्या पाण्यात हातपाय धुतले. चूळ भरली.

स्वामींनी आपल्या पिशवीतून लिंबू काढले. एक-एक लिंबू कापायचे. त्यावर हळद-कुंकू वाहायचे व ते एकेका माणसाच्या अंगावर ओवाळून, त्याच्या दोन फोडी करून त्या विरुद्ध दिशेला फेकायचे. ही लिंबूक्रिया सुरू असतानाही त्यांचं मंत्रोच्चारण सुरू होतं. त्यांनी सर्वांच्या अंगावरून लिंबू उतरून टाकले. अपवाद फक्त सुभानजीच्या धाकट्याचा. ते गाढ झोपेत असल्यानं त्यांनी त्याला घरमालकाकडेच ठेवलं होतं!

स्वामींनी परत हातपाय धुतले. चूळ भरली अन् ते म्हणाले, "आता तुम्ही बिनधास्त राहा. येथून पुढे तुमच्याकडे वाईट नजरेनं पाहायची कोणाचीही हिंमत होणार नाही. मी सर्व गोष्टींचा पुरता बंदोबस्त केला आहे. यापुढे तुम्ही फक्त स्वत:ची भरभराटच पाहात राहायचं!"

सर्वांचे चेहरे खुलले. त्यांनी सर्वांना आज्ञा केली, "होमात पडलेली राख ही राख नसून तो अंगारा आहे. तो घरी न्यायला घ्या."

सुभानजी, जाधव, रायकर मंडळी पेटलेल्या लाकडांच्या गरम गरम राखेत अंगारा शोधू लागली. श्रद्धा, उज्ज्वला, सुकन्या शेकोटीजवळ बसल्यासारख्या होमाजवळ बसल्या. नंदू, बंडूही त्यांच्यासोबत होते.

सूर्य मावळला होता. झुंजूमुंजू झालं होतं. पूर्ण काळोख व्हायला तसा अवकाश होता. स्वामींबरोबरचे लोक होमातल्या राखेत अडकले होते. स्वामी आपल्या कपड्यांकडे गेले. त्यांनी कमरेभोवती टॉवेल गुंडाळून आपली पट्ट्यापट्ट्याची चड्डी

ठीक केली. कपड्यांखाली ठेवलेल्या दोन-तीन कागदाच्या पुड्या त्यांनी गुपचूप चड्डीच्या खिशात ठेवल्या. त्यांनी कपड्यांखाली ठेवलेलं एक लिंबू उचललं. त्याला हळद-कुंकू लावले. ते नदीकिनारी आले. त्यांनी नदीतल्या पाण्याचे दोन थेंब त्या लिंबावर सोडले. मंत्र पुटपुटत ते लिंबू आपल्याच अंगावरून ओवाळून नदीमध्ये दूर फेकले. त्यांनी कमरेचा टॉवेल काढला व वाळूत फेकला. स्वामी नदीच्या पाण्यात उतरले. किमान त्यांच्या बेंबीला लागेल इतक्या पाण्यात ते तरंगू लागले. त्यांचा त्यावेळचा अवतार एखाद्या मासेमाऱ्यासारखा वाटत होता. ते काय शोधत असावेत, त्यांना नेमकं काय हवं आहे याचा अंदाज घेत नंदू अन् बंडू कुतूहलानं त्यांच्याकडेच पाहात होते! स्वामी बराच वेळ पाण्यात रुंगाळले. मग एके ठिकाणी थांबले.

"तुम्ही सगळेच आत या. तुम्हाला दैवी शक्तीचा प्रत्यय देतो." स्वामींनी सर्वांना बोलावलं.

पुरुषांनी भराभर कपडे काढले व ते चड्डीवर पाण्यात उतरले. सुभानजीनं दिनकरला होमाच्या धगटीशेजारी बसवलं व तोही पाण्यात उतरला. नंदू, बंडूही आले. स्त्रियांनी अंगावरच्या कपड्यांनिशीच पाण्यात उतरणं पसंत केलं. त्यांच्याही कमरेच्यावर पाणी खेळत होतं. सर्वजण स्वामींच्या भोवती अर्धगोलाकारात उभे राहिले.

"जाधव, माझ्याजवळ काही आहे का, ते पाहा. मला तपासा." त्यांनी जाधवांना आज्ञा केली.

"काहीतरीच काय बाबाऽऽ! तुमच्याविषयी शंका घ्यायची?" गडबडून गेलेले जाधव इतरांच्या तोंडाकडे पाहू लागले.

"तपासा तरी अगोदर. गरजेचं आहे ते!"

जाधवांनी नाइलाजानं स्वामींच्या कमरेभोवती हात फिरवला व ते उभे राहिले, "काही नाही."

"तुम्ही तपासा." स्वामीनं बंडूच्या तोंडाकडे पाहिले.

बंडू पुढे झाला. त्यानं स्वामींच्या कमरेभोवती हात फिरवला. स्वामींनी पायाची तिठी घातली होती. बंडूचा हात त्यांच्या मांड्याकडे खाली जाऊ लागला. तेवढ्यात गावकरांनी बंडूच्या खांद्याला धरून पाठीमागं खेचलं व म्हणाले, "बाळ, काय करतोस हे? अरे, आपण कधी महापुरुषांची परीक्षा घ्यायची असते का? परीक्षा घ्यायची ती त्यांनी. तीही आपली. तो अधिकार त्यांना. आपला नव्हे!"

"पांडुरंग, त्याचं शंकानिरसन होऊ दे. तपासू दे तो मला!" स्वामी म्हणाले.

गावकरांचा नाइलाज झाला. त्यांनी बंडूचा खांदा सोडला. बंडूनं स्वामींच्या चेहऱ्याकडे पाहिलं. स्वामी का व कशासाठी तपासा म्हणून सांगत आहेत, याचं कोडं बंडूला उलगडलं नाही. तो म्हणाला, "ठीक आहे. मला आता तपासायचं नाही."

"गावकर, तुम्ही पुढे या."

गावकर पुढे झाले.

"डोळे मिटा अन् 'ॐ, ॐ' मंत्रजप करीत ओंजळ उघडी ठेवा." स्वामींच्या सांगण्यानुसार गावकरांनी आपले डोळे मिटून ओंजळ उघडली. स्वामी मंत्रोच्चार करीत पाण्यात गळ्यापर्यंत बुडाले. पाण्यात ओंजळ बुडवून डोहातलं पाणी वर खेचू लागले. स्वामींचे हात जिथं फिरत होते, तिथं पाणी उचंबळून वर येत होतं. भोवऱ्याची कोंडी फुटल्यासारखं पाणी दिसू लागलं. स्वामींचा मंत्रोच्चाराचा जोर वाढला. भर तिन्हीसांजेला कुतूहलानं, जिज्ञासेनं सर्वजण पुढे पाहू लागले. स्वामींचा हात एकदम खाली जाऊन पाण्याच्या उचंबळण्याबरोबर वरती आला. स्वामींनी आपल्या दोन्ही हाताच्या ओंजळीत काहीतरी पकडल्याचं दिसत होतं. त्यांनी आपली ओंजळ गावकरांच्या हातात उपडी केली. गावकरांच्या हातात साक्षात गणरायाची तीन इंच उंचीची पितळेची मूर्ती पडली! गावकरांनी डोळे उघडले. आपल्या ओंजळीत साक्षात गणराया पाहून त्यांना आनंदाचं भरतं आलं. त्यांनी ती मूर्ती तशीच उचलली व डोळ्यांना, कपाळाला लावली. गावकर, सुभानजीसह त्यांचं कुटुंब भारावून गेलं.

"धन्य हो प्रभू, तुमची ही लीला पाहण्यासाठी माझं कुटुंब इथं हवं होतं!" जाधवांनी हळहळ व्यक्त केली व स्वामींना हात जोडले.

"सुभाना, पुढं ये."

सुभानजी पुढे आला.

"गावकरांसारखाच तूही पुढे उभा राहा." त्यांनी आज्ञा केली. सुभानजीनं डोळे मिटले व त्यांच्यापुढे ओंजळ उघडून उभा राहिला. ओठातून 'ॐ, ॐ' चा मंत्र बाहेर पडू लागला. परत पाणी उचंबळू लागलं. सर्वांच्या नजरा ताणल्या गेल्या. स्वामींचा हात वरती आला. सुभानजीच्या हातात लक्ष्मीची मूर्ती पडली.

"सुभाना, तू लक्ष्मीचा भक्त नं?" स्वामींनी विचारलं.

"बाबांचा विजय असो!" हातातली मूर्ती कपाळाला लावत सुभानजीनं आरोळी ठोकली.

जाधवांना दत्ताची मूर्ती मिळाली. बाबांच्या या चमत्कारानं लोक चांगलेच भारावून गेले.

"महाराज, मी विठ्ठलाचा भक्त आहे. माझ्यासाठी एखादी विठ्ठलाची मूर्ती काढा नंऽ!" नंदू त्यांच्यासमोर ओंजळ पसरून उभा राहिला. स्वामींनी परत पाण्यात हात हलवले. थोडा वेळ पाणी उचंबळलं. स्वामींचे रिकामे हात बाहेर आले.

"बाळा, अशी शक्ती काही ठरावीक काळासाठीच जागृत होते. ती जागृत करण्यासाठी मी दिवसभर मंत्र-तंत्राची आराधना करीत होतो. तिनं आपलं फळ दिलं व आता बहुतेक ती गेली असावी. शिवाय विठ्ठलाप्रति तुझी भक्तीही कमी दिसते. त्याशिवाय असा रिकामा हात वरती येणार नाही," स्वामी मधाळ हसले. इतर

सर्वांनी होकार देऊन स्वामींचं समर्थन केलं. त्यात बंडूही होता. तो नंदूकडे पाहून हसत होता!

"पण तरीही मी तुला नाराज करीत नाही. काहीतरी प्रयत्न करतो." स्वामींचे हात परत पाण्यात फिरू लागले. नजरा रोखल्या गेल्या. स्वामींचे हात वरती आले. नंदूच्या ओंजळीत उपडे झाले. नंदूनं डोळे उघडले. त्याच्या ओंजळीत हनुमानाचं चित्र असलेली अष्टधातूची अंगठी होती!

"का हो स्वामी, तुमच्या शक्तीला विठ्ठलाचं वावडं आहे का? तुमच्या अंगातली शक्ती जर हनुमानाची अंगठी काढू शकते तर विठ्ठलाची का नाही?" नंदूनं गाभ्यालाच हात घातला.

"अन् स्वामी पितळ काढू शकतात, अष्टधातू काढू शकतात; मग सोनं का नाही?" बंडूनं दुसरा घाव घातला.

"काय सांगायचं या अल्लड पोरांना! सोन्यामुळे माणसाची मती बिघडते, इतकंही यांना कळू नये?" स्वामी म्हणाले व तुम्हाला अक्कलच नाही, अशा अर्थाचं गूढ हसले.

स्वत:च्या भावनांना आवर घालून खोळंबलेल्या निर्मला, सुकन्या, उज्ज्वला, श्रद्धा पुढे झाल्या. त्या स्वामींच्या अंगाला भिडल्या. त्यांच्या गालाचे मुके घेऊ लागल्या. त्यांच्या अंगावर लाडिकपणे आपली मान घासू लागल्या. जाधव, गावकर, सुभानजी आपल्या जवळच्या मूर्ती सांभाळत त्यांचा जयजयकार करीत होते. स्वामींनी आपले हात श्रद्धा व सुकन्याच्या खांद्यावर ठेवले व ते पाण्यातून बाहेर येऊ लागले. बंडूचं लक्ष त्यांच्या उजव्या हाताकडे गेलं. त्यांचा उजव्या हाताची बोटं पाहात बंडू म्हणाला, "स्वामी, तुमच्या उजव्या हाताच्या बोटातली अंगठी कुठं गेली?"

स्वामींनी त्याचं बोलणं ऐकूनही न ऐकल्यासारखं केलं. जाधव, गावकर, सुभानजी त्यांच्या जयजयकारात मश्गूल होते, तर महिला मंडळ स्वामींच्या अंगाला भिडलं होतं. स्वामी मात्र सुकन्या व श्रद्धाच्या खांद्यांवर आपल्या दोन्ही हातांची पकड घट्ट करीत काजळलेल्या रात्रीत पुढे पुढे सरकत होते.

३३

माळ्याची इमारत सात मजल्यांची असली तरी पूर्वेकडची विंग तीन मजल्यापर्यंतच होती. माळ्याला दोन टेरेस होते. एक होतं, सातव्या मजल्यावर. त्याला माळकरी 'टेरेस'च म्हणायचे. तर दुसरं होतं तिसऱ्या मजल्यावर. त्याला माळकरी 'गच्ची'

या नावानं संबोधायचे. माळ्यातले दोन्ही जिने सातव्या मजल्यावरच्या टेरेसपर्यंत गेले होते. चौथ्या मजल्यावर कांचन फुलकरच्या वटनातून गच्चीत जाता यायचं. पहिल्या माळ्यापासून टेरेसपर्यंत पायऱ्या चढून जाताना माळकऱ्यांचा जीव मेटाकुटीला यायचा. तरी टेरेस वा गच्चीसारखी हवा खाली मिळायची नाही; त्यामुळे सकाळ व संध्याकाळच्या वेळी दोन्ही ठिकाणी माळकऱ्यांचा राबता असायचा. वरच्या मजल्यावरच्या कुटुंबांना टेरेसचा मोठा लाभ व्हायचा. अर्थात, अधूनमधून वरच्या मजल्यावरचे माळकरी गच्चीतही दिसायचे! मात्र, गच्चीचे कठडे टेरेसपेक्षा लहान असल्यानं शक्यतो बाईमाणूस टेरेसलाच प्राधान्य द्यायचं. याच कारणानं माळकरी लहान मुलांनाही शक्यतो गच्चीवर जाऊ द्यायचे नाहीत.

माळ्यातल्या बाईमाणसांचे किंवा कुटुंबवत्सलांचे प्राधान्य टेरेसला असल्याने माळ्यातली जाणती, बऱ्यापैकी कळती पोरं गच्चीत ठाण मांडून असायची. इथं जसे त्यांचे गप्पांचे फड रंगायचे, तसे ते रात्रीच्या वेळी गच्चीचा वापर झोपण्यासाठीही करायचे. त्यांच्या झोपण्याच्या जागा ठरलेल्या असायच्या. वयानं मोठी, नेतृत्व करणारी, लग्न झालेली; परंतु घरात जागा कमी पडते म्हणून तिथं झोपण्यासाठी येणारी पोरं एकत्र असायची. दहावीच्या वर्गात शिकणारी किंवा त्या आसपास असणाऱ्या पोरांचा वेगळा पुट्टा असायचा. अनेकदा दोन्ही गटांची सरमिसळही व्हायची. गच्चीत कधीतरी एखादा वयोवृद्धही असायचा. एखाद्या कुटुंबवत्सल माणसाच्या पोटाशी चिकटून त्याचं एखादं लहान पोरही कधीतरी झोपलेलं दिसायचं. मात्र, गच्चीत खरं राज्य होतं ते माळ्यातल्या ताणात आलेल्या पोरांचंच! गच्ची एकाच विंगवर असल्याने तशी आकारानं टेरेसपेक्षा लहान होती. तिथं सर्वांनाच जागा मिळेल असं नसायचं. शिवाय गच्चीत माळ्यातल्या जाणत्या पोरांचा राबता असल्यानं काही माळकरी त्या पोरांना वांड ठरवून गच्चीकडे दुर्लक्ष करून टेरेसला प्राधान्य द्यायचे.

कांचन फुलकरनीच्या खोलीसमोर एखादं माणूस वटनात झोपलं असेल, तर त्याच्या बाजूनं गच्चीत जाताना जाणाऱ्याला सर्कस करीतच जावं लागायचं. झोपलेल्या माणसाच्या अंगावर कधी तोल जाईल किंवा पाय पडेल याची शाश्वती नसायची. बरं, तिथं एखादी स्त्री झोपली असेल तर अधिकच पंचाईत व्हायची; त्यामुळे माणूस एकदा बिछाना घेऊन गच्चीत आलं की, शक्यतो सकाळपर्यंत कुणी परतायचं नाही. रात्री लघवीला आलं, तर पोरं गच्चीच्या कट्ट्यावरून बिल्डिंगच्या बाजूच्या गटारात धार सोडायची. शौचास आलं असेल तर मात्र गच्चीतल्या माणसाला माळ्यातल्या संडासकडे जाण्याशिवाय पर्याय नसायचा. गच्चीत लाइटची सोय नव्हती. चौथ्या माळ्यावरून किंवा सहाव्या, सातव्या माळ्यातील लाइटचे कवडसे, उस्तं पडेल तेवढंच. गच्चीत तसा बऱ्यापैकी अंधार असायचा. गच्चीत एखादी मीटिंग किंवा चित्रपट असेल तर तेव्हा मात्र वटनात वर्दळ असायची.

माळ्यातली मोठी पोरं मेट्रो थिएटरला लागलेल्या एका इंग्रजी सिनेमाबद्दल कुजबुजत होती. सिनेमा ॲडल्ट होता. त्याची नायिका नग्नावस्थेत पडद्यावर खूप वेळ वावरली होती. तिची भरदार शरीरयष्टी, पुष्ट स्तन, तिचा बिनधास्तपणा हा आजचा विषय होता.

"साला ती पाण्यात डुबकी मारते अन् उताणी होऊन लाटेबरोबर वर येते तेव्हा आहाऽऽ हा! दोन टणक टेकड्या वर आल्यासारखं वाटतं!" भागू रोंगे म्हणाला.

"मी तर खुर्चीचे दांडे गच्च धरले. शिवाय खाली वाकून बाटली तर फुटली नाही ना, याचीही खात्री करून घेतली!" सुधीर मिरचीकरनं सांगितलं. पोरं खुदुखुदू हसली. तितक्यात प्रदीप कानकरच्या मोबाइलची रिंग वाजली. मूडमध्ये आलेली पोरं एकदम भडकली.

"पद्या, ते तुझं ठावकं घेऊन बाजूला जा बघू!" भागू रोंगे प्रदीपवर उखडला. थोड्या अनिच्छेने मोबाइलकडे पाहात प्रदीप खुदकन हसला. त्यानं मोबाइलचं बटन दाबलं. तो कानाला लावत प्रदीप पोरांच्या टोळक्यातून उठला व वटनाकडे चालू लागला. प्रदीप उठल्यानंतर पोरं परत लाइनवर आली.

"साला, खरंच रेऽऽ! हा सिनेमा पाहताना कित्येकांच्या बाटल्या फुटल्या. खोचलेला इनशर्ट निघाला किंवा बाटलीसमोर पॅण्टवर आडवा हात धरून कुणी चालताना दिसलं तर समजायचं, शंभू महाराजांनी कारभार उरकला!" भागूच्या बोलण्यावर पोरं परत खळखळून हसली.

"ती नागडी-उघडी किनाऱ्यावर मस्ती करते, तिचे जोडीदार तिला पाण्यात धुतात. काय डेरिंग रे तिचं!" किती सांगावं, असं दिलीप चाफेकरला झालं होतं.

"अशा पिक्चरला सेन्सॉर संमती कशी देतं रंऽ? मराठी सिनेमात नुसती मांडी दिसली तरी यांची दांडी ताठ! इथं कात्री लाव, तिथं कात्री लाव! मग या फॉरेन ललनांनाच सूट का?" भागू रोंगेनं प्रश्न उपस्थित केला.

"कात्री लावूनही राहिलेलं पाहताना आपले हे हाल होतात, तर त्या सेन्सॉर बोर्डाचं काय होत असेल रेऽ? म्हणे त्या पॅनेलवर बायकाही असतात! साला सगळी गंमतच!" बंडूनं अधिक माहिती पुरवली. भागू रोंगेच्या शंकानिरसनात वेळ दवडावा असं त्याला वाटलं नाही.

"मग काय भाग्याऽ, इतके दिवस गावाला गेलास! तिथं एखादं खोडवं तरी काढलंस का न्हाई? घरात बायको असली तरी तू थोडाच गप्प बसणार!" सुधीर मिरचीकरनं भागूला डिवचलं.

"केला प्रयत्न एकदा. सकाळचं झुंजूमुंजू होतं. मागं-पुढं कुणी दिसत नव्हतं. मग रस्त्यातच धरली. गचकन मिठी मारली अन् मुका घ्यायला गेलोऽ!" जोर देऊन भागू म्हणाला.

"मग?" अधीरतेनं सुधीरनं विचारलं. पोरांनी सशासारखं कान टवकारलं.

"ती घुसमाटली अन् तिनं पटकन तोंड उघडलं," भागूच्या बोलावर पोरं अधिकच चेकाळली.

"अन् तिनं नुकताच भरलेला तपकिरीचा बार भापकन माझ्याच तोंडावर आला! मग बसलू शिंका काढीत. डोळं चोळीत!" भागूनं तोंड वेंगाडलं. पोरं खळखळून, पोट धरून हसली.

"दिलप्या, त्या सर्जा घोडगावकराची काय मजा केलीसा रेऽऽ?" सुधीरनं विचारलं.

घसा खाकरून दिलीप सांगू लागला, "अरेऽ, गेल्या आठवड्यात आम्ही खाली गप्पा मारीत बसलो होतो. तेवढ्यात तिथं सर्जा आला. इतका खळीला आलेला की, बोलायची सोय नाही. आम्हाला तर वाटलं की, हा एखाद्या पोरावरच चढतो की कायऽ!" दिलीपच्या कॉमेंटवर पोरं हसली.

"मुद्द्याचं बोल!" भागूनं त्याला डिवचलं.

"तो म्हणाला, मी फोरास रोडला कधी गेलो नाही. मला तिथं जायचं आहे. माझ्याबरोबर जे कोणी येईल त्याचे पैसे मी भरतो. मग काय, मी व पिंपरकरनीचा संतोष गेलो! आम्ही आमच्या पसंतीच्या पोरी घेऊन आत गेलो. यानंही एक पसंत केली व आत गेला. आम्ही कपडे काढेपर्यंत याच्या खोलीतली पोरगी गुरा-ढोरासारखी ओरडली!"

"काय सांगतोस? या भडव्यानं असं काय केलं तिला?" सुधीर मिरचीकरनं सरळ बसत विचारलं.

"हा गडी आगाडलेला. दगडावर घण घातल्यासारखे मारले कचाकच गचके!" दिलीपच्या स्टोरीवर पोरं पोट धरून हसली.

"पुढं, पुढं काय झालं?" बंडूनं विचारलं.

"पुढं काय! सगळेजण आपापलं सोडून याच्याकडेच की. ओरडता ओरडता पोरगी आपल्या मांड्यात हात घालून तपासतेय, कुठं फाटलं तर नाही नाऽऽ!" पोरांनी हसून परत दंगा केला.

रात्र वाढली तरी पोरांच्या गप्पा सुरू होत्या.

आभाळ गच्च झालं होतं. जागोजाग ठिगळं जोडल्यासारखे ढग आभाळाला चिकटले होते. ते कधी गळतील हे सांगता येत नव्हतं. मुंबईवर चार-पाच दिवसांपासून असेच ढग जमा होत होते अन् ते बघता बघता कुठं गायबही होत होते. पहिल्या दिवशी आकाशात ढग जमा झाले तेव्हा पोरं सावध होती. तावदारलेल्या ढगांचा अंदाज घेत होती. गेल्या चार-पाच दिवसांपासून हा खेळ सुरू असल्यानं ती अधिक धीट व बेजबाबदार बनली होती. पावसाचा हंगाम सुरू झाला म्हणजे आज

ना उद्या तो गळणारच. कधी गळेल तेव्हा पाहता येईल, असा सूर निघत होता. त्यातूनच पोरांच्या अंगात एक प्रकारचं निर्धास्तपण भिनलं होतं.

उकाडाही वाढला होता. अंगातून घामाच्या धारा वाहात होत्या. तापलेली रात्र गरम दिवसाची सोबती बनली होती व नागड्या-उघड्या सिनेमांचा कसदार विषय चघळताना ती अधिकच गरम झाली होती. इतक्या भन्नाट विषयानं पोरांची झोप कधीच पळवली होती. चित्रपटाबरोबरच माळ्यातल्या, आजूबाजूच्या इमारतीतल्या गोऱ्या कायांचे लचके तोडले जात होते. मग उकाड्यानं अंगावरून गळणाऱ्या घामाच्या वगुळांची पर्वा ती काय करायची? मात्र, दिवसभर केलेल्या कामाचा शिणवा हळूहळू पोरांच्या बोकांडी बसू लागला. अंगात मुरू लागला. त्यानं आपला अंमल गाजवायला सुरुवात केली. जीभ जड होऊ लागली. समोरच्याला होकार देतानाही अपार कष्टानं ओठ उघडू लागले. हळूहळू त्यांचीही हालचाल बंद झाली.

रोहिणी, मृग नक्षत्रात पावसानं दडी मारली होती. मात्र, आर्द्रा नक्षत्रात गेल्या चार दिवसांपासून पावसानं मुंबईकरांवर डोळे वटारले होते. त्यातच काळीभोर अमावास्या उद्यावर येऊन ठेपलेली अन् अमावास्येचं टोनं गाठून पावसानं सुरुवात केली. मोठ्या आकाराच्या मक्याच्या दाण्याएवढा पावसाचा एक-एक थेंब. सुपातून दाणे ओतल्यासारखे थेंब पोरांच्या अंगावर बदाबदा कोसळू लागले. गोऱ्याकच कायेची धग वागवीत झोपलेल्या पोरांना बदडून काढू लागले. अचानक कोसळलेल्या पावसानं गच्चीत झोपलेल्या पोरांची एकच तारांबळ उडाली. अंगाखालची अंथरुणं काखोटीला मारतानाच त्यांचं अंग ओलंकच झालं. लोकांनी फुलकरनीच्या वटनाकडे धाव घेतली.

गच्चीतून माळ्यात पळणाऱ्यांमध्ये बंडू निकम सर्वांत पुढे होता. बंडू संज्या नार्वेकरच्या बिछान्यात झोपायचा. त्याचा स्वत:चा असा बिछाना नसल्याने तो तसा सडा होता. बिछान्याचं चंबूगबाळं संज्या आवरत होता. तोपर्यंत बंडूनं पुढे धूम ठोकली होती. वटनात पुरेपूर अंधार होता. वटनात झोपलेली माणसं चुकवून चालण्याची ही वेळ नव्हती. त्याच्या पाठीमागूनही भरपूर लोक धावत होते. त्यांनीही आपले बिछाने कवळ्यात भरून पोटाबरोबर धरले होते. ते बिछानेच बंडूला पाठीमागून पुढे रेटीत होते. बंडू अचानक कुणाच्या तरी पायाला थटला अन् धाडकन पुढे आपटला. त्याच्या धक्क्यानं बसंतीच्या बिछान्यावरून उठणारं कुणीतरी पुढे लोटलं गेलं. बांगड्या किणकिणल्या. वटनात फुलकरनीची लेक बसंती झोपली होती. बंडू तिच्याच अंगावर पालथा पडला होता!

"मादरच्योतऽ! कोण आहे? कोण आहे?" भेदरलेल्या गजा जायकरनं शिवी दिली. गजा बसंतीबरोबर झोपला होता. गच्चीत गडबड झाल्याचे ऐकून तो तिच्या अंगावरून उठत असतानाच बंडूच्या धक्क्याने तो पुढे हेलपाटला होता. तेवढ्यात

त्याच्या अंगावर आणखी कोणीतरी कोसळल्यानं तो अधिकच पुढे हेलपाटत गेला. घडत असलेला प्रकार बंडूच्या लक्षात यायला वेळ लागला नाही. तेवढ्या वेळातही त्यानं चटका करून बसंतीला गच्च मिठी मारली. नागवी, मांसल, रगेल कायेची दाहकता त्याच्या हाडात रुतू लागली. त्यानं तिचे ओठ ओठात घेतले व ते घट्ट पकडून चोखू लागला.

त्याच्या ओठांच्या मिठीतून आपल्या ओठांची कशीतरी सुटका करीत, पेटलेल्या बसंतीनं बंडूला शिवी हासडली, "हलकट मेला!"

"गप ग पतिवरता!" बंडूचे पुढचे शब्द हवेतच विरले. पाठीमागून आलेली पोरं माणसं त्याच्या अंगावर कोसळू लागली. त्याखाली बंडूचं बसंतीचं अंग चेंगरू लागलं. तरीही बंडूचे ओठ मात्र बसंतीच्या ओठांचा माग काढून जमेल तेव्हा त्यांना डसू लागले.

३४

कमळा जायकरनीनं एक हजार कानावल्यांची दुरडी केली. ती धोतराच्या पांढऱ्याखड धडप्यात बांधली. दुरडीत नारळ, चोळीचा खण, एक डझन केळी, हळद-कुंकू ठेवायला ती विसरली नाही. दुरडी घेऊन सदा आपल्या वहिनीला आणण्यासाठी तिच्या गावी मुराळी म्हणून गेला. मुंबईतून सकाळी सात वाजता निघालेली एसटी बायकोच्या गावात पोहोचायला संध्याकाळचे किमान पाच तरी होतात, याची कल्पना राजाला होती. साहजिकच पूर्ण दिवसाच्या प्रवासात सदाला एकट्याला कंटाळा येऊ नये म्हणून राजानं नंदू पालकरला त्याच्यासोबत पाठवला. नंदूचा सर्व खर्च राजाच करीत होता.

नुकतीच अमावास्या संपून आषाढ महिना सुरू झाला होता. लग्नानंतरच्या पहिल्या आषाढात नवऱ्यानं बायकोचं तोंड पाहू नये, अशी प्रचलित समजूत. ही प्रथा स्वत: कमळानं पाळली होती. नवविवाहित जोडप्यामधील 'ती' आषाढात माहेरी असेल तर माहेराहून सासरी कानावले, खुडबुळी, कळ्याचे लाडू, केळी, शेव-चिवडा इत्यादी पदार्थांची ऐपतीप्रमाणे शिदोरी पाठविली जाते. त्याला 'आकाड पाठवला' असं म्हणतात. आकाड संपल्यानंतर अंगावरची मुरू लागलेली हळद सांभाळीत मुलगी श्रावणात सासरी येते. पावसाच्या धारेसारख्याच फळा-फुलांच्या लडी तिच्या मनात लोंबत असतात. रानपाखरांचं गाणं तिच्या कानात मावत नसतं! तिच्या नसानसांत जिवाच्या सख्याची साद भिनलेली असते. कधी एकदा त्याचं

रुपडं पाहतो, हा मनमोहर तिच्या अंगाला रोमांचित करीत असतो. कधीकधी सासरची माणसं तिला उदारपणे आकाडाबरोबरच गौरी-गणपती करून येण्याचीही सूट देत. त्यातून सासरचं प्रेमळ छत्र प्रकट व्हायचं.

जून महिना हा शेतकऱ्यांच्या घरी पेऱ्याचा. भात, भुईमूग, वाल, उडीद, बांधावरचा भाजीपाला, राजगिरा, कारेळा अशा सर्रास खरीप पिकांची लागवड याच दिवसांत होते. त्यावर शेतकरी राजाचं संपूर्ण वर्षाचं खाणं-पिणं अवलंबून! अशावेळी शेतकामासाठी माणसांची मोठी गरज असते. प्रत्येकाचा घरटी पेरा असल्यानं या काळात रोजंदारीला माणसं मिळत नाहीत. मग शेतकऱ्याची जास्तीतजास्त भिस्त घरच्या माणसांवरच राहते. या गोष्टींचा विचार करून जायकरनीनं सुनेला आणण्याची घाई केली नाही. तेवढीच इवायाला मदत! पण लग्न झाल्यापासून राजाला करमत नव्हतं. त्याला आपल्या लाडक्या बायकोची-रश्मीची सय यायची. रेल्वेत, रस्त्यावर, चौपाटीला, बसस्टॉपवर गुलूगुलू करणारं एखादं जोडपं दिसलं, तर काळजात कळ उठायची. एखादा सिनेमा बघतानाही पडद्यावर रश्मी दिसायची. पडद्यावरचा हनिमून मांड्यात उतरायचा. सगळं गारेगार करून जायचा! रश्मीनं बोहल्यावर घेतलेलं नाव, 'टेकून उभी होते माडीला, ऊन लागलं साडीला! राजासाब उठा, जुंपा गाडी, अन् या सासुरवाडीला!' त्याला सारखं सासुरवाडीची आठवण करून देत होतं. कानात बैलांच्या घुंगरांचा आवाज खुळखुळत होता. सरकारी एसटीच्या फुग्याचा भोंगा कानात 'प्वॉमऽ, प्वॉमऽ!' करीत होता. सायकलची घंटी किनकिनत होती. रश्मी वाहनाच्या आडवी येत होती. वाहन बेनं तिला हळूच नाजूक धक्का देत होतं. रश्मीचा तोल जात होता. राजाचं काळीज थरथरत होतं. तिला जखम तर झाली नाही ना, या विचारानंच नुसतं लटलट कापत होतं!

राजानं जायकरनीच्या पाठीमागं नुसता धोशा लावला होता. रश्मीला आणा, इतकंच त्याचं म्हणणं होतं. जायकरीन सुरुवातीला बघू, आणू अशा शब्दावरच भागवीत होती. शेवटी राजानं तिला स्पष्टच बजावलं, "तुम्ही तिला जर आणणार नसाल, तर या चार दिवसांत मीच घेऊन येईन."

राजाच्या धमकीनं जायकरनीच्या तोंडचं पाणी पळालं. ती म्हणाली, "आमी तिला आणायसाठी न्हाय कवा म्हणलं! पर आकाड तरी संपू दे. नुकतंच लग्न झालेल्या बाईनं पहिल्या आकाडात नवऱ्याचं तोंड बघायचं नसतं!"

"तिच्या नजरेनं माझं थोबाड जर बिघडत आसंल, तर त्येची काळजी तू करू नकोस; पण तू तिला आण." राजानं हे तिला जवळजवळ ओरडूनच सांगितलं.

"भटा-बामनानी लिवलेल्या शास्त्राचा, वाडवडलांच्या रीतिरिवाजाचा थोडातरी इचार कर." ती समजुतीनं म्हणाली.

"तो इचार, ते शास्त्र राहू दे त्यांच्याकडंच. ते मला सांगू नकोस. गेल्या वर्षी

त्या सहाव्या माळ्यावरच्या बाज्याचं लग्न झालं. दुसऱ्या दिवसापासून त्याची बायको घरात! तवा आकाड नव्हता का?'' राजा चिरकांडीवर आला.

जायकरनीला पोरगं दम धरणार नाही, याची खात्री पटली. आजची दुनिया अशीच. लोणी म्हणता-म्हणता तूप गळलंच पाहिजे; काय करायचं! आपला काळ किती चांगला होता. लग्न झाल्यापासून किमान दोन वर्षे आपला नवरा आपल्याशी बोलत नव्हता. समोरून आलेली दिसले तर चटकन बाजूला व्हायचा किंवा नजर फिरवायचा. कधीकधी घरात इतर कोणी नसायचं. आपण एकट्याच असायचो. तर हे भिंतीकडे तोंड करून, 'अहोऽ, जरा प्यायला पाणी देता का?' असा गळा काढायचे. त्याची भारी गंमत वाटायची. मुंबईवाला नवरा. त्याचे कडक इस्त्रीतले कपडे, तिरकी टोपी, काखेतली ती चमड्याची बॅग व तोंडातला लालभडक पानाचा तोबरा पाहायला आपला जीव तीळतीळ तुटायचा. त्यांचं लांबून दर्शन झालं तरी जिवाला ग्वॉड वाटायचं. ते पण पक्के हरामी! जेवणाची आबाळ होतेय म्हणून मला माहेरातून उचललं अन् मुंबई दाखवली. त्यानंतर आजतागायत माहेरात घवसवाणी असं राहायला मिळालं नाही! मग पोरानं तरी का कढ काढावा म्हणा! त्याच क्षणी तिनं निर्णय घेतला, दोन दिवसांच्या आत सुनेला शिदोरी द्यायची; पण सून घरात झोपणार तरी कुठं? आपलं दहा बाय बाराचं खुराडं तर अगोदरच भरलंय. तरीही ती घरी आल्यानंतर पाहू, काहीतरी वेगळा मार्ग काढू, असा तिनं विचार केला.

माळ्याच्या अंगाखांद्यावर पाऊस खेळत होता. माळकऱ्यांसाठी टेरेस, गच्ची बंद झाली होती. टेरेस, गच्चीत झोपणारी पोरं गल्लीतल्या फुटपाथवर झोपू लागली होती. फुटपाथवर नायलॉनच्या दोऱ्यांची बाजली होती. चारचाकी गाड्या होत्या. गाड्या दिवसभर आजूबाजूच्या गल्ल्यांत धंद्यावर असायच्या. त्यांच्यावर दिवसभर रेडिमेड कपड्यांचा भार पडलेला असायचा. रात्रीच्या वेळी मात्र पोरं त्यावर नित्रासपणे झोपायची. एका हातगाडीवर दोन पोरं आरामात झोपायची. दुकानांच्या आड्याला त्यांच्या नावाचे बोर्ड चिपकलेले असायचे. त्यांचं थोबाड नेहमीच फुटपाथ झाकेल इतकं पुढे आलेलं असायचं. त्याखाली हातगाडीवर, बाजल्यावर झोपल्यानंतर पावसाचं भय नसायचं. त्यातूनही दुकानाचं नाव वागविणारं आडं गळत असेल तर पोरं अंगावर प्लॅस्टिकची खोळ पांघरायची; त्यामुळे त्यांचं गळत्यापासून व पावळणीतून पडणाऱ्या पाण्याच्या दुस्कारापासूनही संरक्षण व्हायचं. दहा बाय बाराच्या पसाऱ्यात दाटीवाटीनं पडून राहण्यापेक्षा पोरांना हा खुला महालच चांगला वाटायचा! शिवाय इथं उशिरापर्यंत चकाट्या पिटायला मिळायच्या. पत्त्यांचा डाव मांडता येत होता. टिंगल-टवाळी रंगत होती.

जायकराचा राजा गाडीवर बिछाना पसरून पालथा झोपला होता. रश्मी माळ्यावर घरात, अन् हा खाली फुटपाथवर! ओठांवर जांभूळ होतं. मात्र, तोंड उघडत नव्हतं!

विचारांचा किडा स्वस्थ बसू देत नव्हता. तो डोक्यात बऱ्यापैकी वळवळत होता. काय करावं, कसा मार्ग काढावा याबाबत काही सुचत नव्हतं. सरळ उठावं व घरात घुसावं, असं वारंवार वाटत होतं; पण तसं करणंही शहाणपणाचं दिसत नव्हतं. मग करायचं तरी काय? डोक्याभोवती घडी करून पडलेले त्याचे हात मध्येच हलत होते. उसासा सुटत होता.

बाजूच्या दुसऱ्या गाडीवर पोरांनी पत्त्याचा डाव मांडला होता. त्यांच्या नजरेतून राजाची अस्वस्थता सुटत नव्हती. विशेषत: भागू रोंगे बारीक नजरेनं त्याला वरचेवर न्याहाळीत होता. त्याची चाललेली तगमग पाहून गालात हसत होता. त्यानं हातातला जोकर पुढे फेकला व म्हणाला, ''पाडं उकऱ्या काढतंय वाटतं! बहुतेक काठी गप्प बसू देत न्हाई मर्दानूऽ!''

सगळी पोरं फिदीफिदी हसली.

''असं पालथं झोपून बोंदरल-बिंदरल! मग सगळाच प्रॉब्लेम व्हायचा!'' सर्जा घोडगावकरानं री ओढली. पोरं परत पोट धरून हसली.

राजा तिडबिडत उठला. त्यानं सर्जाच्या पाठीत जोरदार ठोसा हाणला अन् त्याच्या हातातली पत्त्याची पानं काढून घेतली. डाव पुढं सुरू झाला. राजाच्या हातातले राजा-राणी चिडीचूप झाले. मात्र, भागू रोंगेनं टाकलेला जोकर त्यांच्याकडे पाहात खुदुखुदु हसत होता!

३५

''कमळे, झाल्या का चपात्या?'' आपल्या तोतऱ्या आवाजात गिरजानं विचारलं. गिरजा चौकटीला धरून वटनात उभी होती.

जायकरनीकडे गिरजा आली की, अशी चौकटीला धरून किंवा चौकटीच्या आत येऊन अर्धा मिनिट, मिनिटभर उभी राहायची. घरातल्यांची विचारपूस करायची व परत पुढच्या घराकडे जायची. तिचा हा कितीतरी वर्षांपासूनचा दिनक्रम होता. ती रोज संध्याकाळी पायऱ्या चढून जायकरनीच्या खोलीत यायची. नंतर तिच्या आजूबाजूच्या खोल्यांत डोकावून का होईना; पुढे जायची. कधीकधी ती इतर मजल्यांवर घरोबा असलेल्या ठिकाणीही जायची.

''नाही अजून झाल्या. पर आत्तेऽ, आत तरी ये आगुदर!'' हातातला पिठाचा गोळा गोल करीत कमळा जायकरीन म्हणाली.

गिरजा आत आली. शेवंतानं चपाती लाटणं थांबवून मंदाकडे पाहिलं. मंदा

उठली. जायकराचं चामड्याचं चप्पल चौकटीजवळ होतं. ते तिनं गुपचूप पालथं ठेवलं व ती परत जागेवर येऊन चपात्या भाजू लागली. गिरजा कमरेवर हात ठेवून जायकरनीकडे पाहात उभी होती. तोंडातल्या तोंडात पुटपुटत होती.

"आत्ते, बस. चहा करतू." जायकरीन म्हणाली.

"असं म्हणतीस!" गिरजा पुटपुटली व लाकडी पेटीवर बसली. तरीही तिचं पुटपुटणं सुरूच होतं. जायकरनीसह तिच्या पोरींनाही आश्चर्य वाटलं. एक रिवाज म्हणून जायकरीन तिला नेहमीच चहाबाबत विचारायची. मात्र, गिरजा शक्यतो चहा घ्यायची नाही. त्यातूनही कुणी चहा घेत असेल, त्यांच्या भगुल्यात चहा शिल्लक असेल तर मात्र ती तोंड गोड करून घ्यायची! पण कुणाच्या घरात [illegible] निमित्तानं का होईना आपलं बुड टेकायची नाही.

जायकरीन या माळ्यात राहायला आली, तेव्हा तिला गिरजाची खूपच मदत झाली होती. ते विसरणं जायकरनीला शक्य नव्हतं. तिची जाण तिनं नेहमीच ठेवली होती. मात्र, कधीकधी तिचं मन कसनायचं. त्यापाठी तसं महत्त्वाचं कारणही होतं. 'गिरजाच्या घरी चेटूक आहे. ते त्यांच्या घरी कोणत्याही वस्तूची कमतरता पडू देत नाही. संध्याकाळी गिरजा माळ्यावर जी फेरी मारते, ती चेटकाच्या आदेशानुसारच! ती पुढं जाते व तिच्या पाठीमागून चेटूक येत असतं. गिरजा ज्या ज्या घरात जाते त्या घरातल्या वस्तू चेटूक गोळा करतं. ते कुणाला दिसत नाही.' अशी वदंता माळ्यात होती. जायकरनीला चेटकाची भीती वाटायची. आपल्या कष्टाचं, घामाचं उत्पन्न चेटकानं असं घरातून नेण्याची कल्पनाच तिला सहन व्हायची नाही. मात्र, आपल्या घरातून वस्तू गायब होतात, असा अनुभव तिला कधी आला नव्हता! कधी जेवणाऱ्यांना चपात्या कमी पडल्या, तर मनात तसा संशय जरूर उभा राहायचा. पण ते सिद्ध करणंही अवघड होतं! तिनं चेटकावर नामी युक्ती योजली होती. गिरजा उंबऱ्याच्या आत आली की, चौकटीच्या कोपऱ्यात चामड्याचं चप्पल पालथं करून ठेवलं जायचं! अन्य खाणावळीही हाच मार्ग अवलंबायच्या. चामड्याच्या चपलाला चेटूक घाबरतं, ते घरात येत नाही, अशी समजूत होती. शिवाय ते अगोदरच घरात आलं असेल, तर परत धूम ठोकतं, अशी बोलवा होती. जुनी-जाणती माणसंही हेच सांगायची! गिरजा म्हातारी दारात दिसली की, पटकन चप्पल पालथं घालण्याबाबत तिनं पोरींना सक्त ताकीद देऊन ठेवली होती.

"आत्या चहा!" जायकरनीनं तिच्यासमोर चहाचा कप धरला.

गिरजानं थरथरत्या हातानं चहाचा कप घेतला. लहान मूल जसं हळूहळू चाखल्यासारखं दूध पितं, तसा तिनं चहाचा एक-एक घोट घशाखाली उतरवला. रिकामा कप पेटीवर ठेवला. जायकरनीकडे पाहून ती एकदा हसली व पुटपुटत पेटीवरून उठली. जाता जाता तिच्या नजरेला पालथं ठेवलेलं चप्पल पडलं.

"भरल्या घरात चप्पल पालथं असणं हे वाईटच!" तिनं जायकरनीला सांगितलं. ती खाली वाकली. चप्पल सरळ केलं व पुटपुटतच बाहेर पडली. ती बाजूच्या छोट्या वटनातून पिंपरकरनीच्या खोलीकडे गेली.

"बघितलंस! रांडनं चप्पल सरळ केलं!" मंदा म्हणाली.

"मंदेऽ, ते म्हातारं माणूस हाय. आपण नेहमी आपलं तोंड सांभाळून बोलावं." जायकरनीनं मंदाचा कान पिरगाळला. मंदा वरमली.

तसं गिरजाचं बरचसं आयुष्य माळ्यावर गेलं. आपला नवरा, मुला-बाळांसह गिरजा कोळीवाड्यात राहायची. पोरं मोठी झाली. त्यांची लग्नं होऊन संसारही रांकेला लागले. अन् ध्यानीमनी नसतानाच तिचा नवरा अचानक हृदयविकाराच्या झटक्यानं गेला. बाप गेल्यानंतर लेकानं तिच्याशी उभा दावा मांडला. तिनं आपली खोली लेकाच्या हवाली केली व ती इथं माळ्यात लेकीकडे सुपंकरनीकडं राहायला आली. लेक मायेची. जावईही प्रेमळ. गोविंद सुपंकर तिला स्वत:च्या आईसारखंच जपतो. डॉक्टर-पाणी... काय हवं-नको ते पाहतो. गिरजाचं वय झालं, तरी तीही लेकीला जेवण तयार करण्यात हातभार लावते. लसुण सोलणं, भाज्या खुडणं अशा कामांत म्हातारीचा आजही हातखंडा आहे. वेळप्रसंगी ती चपात्याही भाजते. तरीही दिवसभर खोलीत बसून म्हातारीची घुसमट होते. हे कोंडलेपण तिला नको वाटतं. शरीरयष्टी कृश असल्यानं निदान माळ्यावर फिरता तरी येत होतं. मग म्हातारी दररोज संध्याकाळी आपल्या सलगीतल्या घरांत अशी एक चक्कर मारते. आपल्या माणसांना पाहावं, भेटावं, त्यांच्याशी बोलावं असं तिला मनापासून वाटतं. मात्र, ती ज्यावेळी खोलीबाहेर पडते, ती वेळ खाणावळींसाठी चपातीची असल्यानं त्यांचा गैरसमज होतो.

अलीकडे म्हातारीचा देवाधर्माकडे ओढा वाढला होता. तिच्या तोंडात रामनामाचा अखंड जप असायचा. मुळातच तिला कुणाच्या भानगडीत नाक खुपसायची सवय नव्हती व कारणाशिवाय बोलणं नसल्यामुळे रामनाम जपात खंड पडायचा नाही. पण माळकऱ्यांना मात्र वाटायचं, 'म्हातारी चेटकाला खूश करणाऱ्या मंत्राचाच जप करते!'

चेटकाची बात उडत उडत सुपंकरनीच्याही कानावर आली होती. तिनं आपल्या आईला इतरांच्या घरी जाण्यापासून रोखण्याचा प्रयत्न केला होता. मात्र, म्हातारीचं आपलं 'ये रे माझ्या मागल्या!' सुरूच होतं. गोविंद सुपंकरानंही गिरजाचं वागणं मनावर न घेण्याबाबत बायकोला सांगितलं होतं. कोणी काही म्हटलं तरी तिकडे दुर्लक्ष करण्याचा सल्लाही दिला होता!

अलीकडं म्हातारी रात्रीची अचानक उठते. देवापुढची पणती पेटवून त्याच्याकडे पाहात बसते. हातात रुद्राक्ष माळ व तोंडात रामनाम! चार दिवसांपूर्वी तर तिनं सुपंकराकडे पंढरपूरच्या विठूरायाला भेटण्यासाठी आषाढी एकादशीला जाण्याचा

हट्ट धरला. पण गिरजाची तब्येत नाजूक होती. पंढरपूरमध्ये होणारी गर्दी, पाऊस-पाण्याचे दिवस यामुळे तिला त्रास होण्याची शक्यताच अधिक. सुपंकरानं तिला पावसाळा संपल्याबरोबर खास गाडी करून पंढरपूरला नेण्याचं आश्वासन दिलं होतं. तरीही तिची नाराजी दूर झाली नव्हती.

जायकरनीच्या घरातून बाहेर पडलेली म्हातारी पिंपरकराच्या खोलीत गेली. तेथून ती दुसऱ्या कुणाच्या खोलीत गेली नाही. ती जिन्याच्या पायऱ्या उतरली व आपल्या खोलीत आली. मटकन खाली बसत पुटपुटली, "बाळा, गरगरतंय गंऽ!"

"काय म्हणालीस आये?" तिच्याजवळ येत सुपंकरनीनं विचारलं.

"गरगरतंय." ती पुटपुटली. क्षणभर तिची मान थरथरली व बसल्या जागेवरच ती जमिनीवर कोसळली.

"आयेऽ, आयेऽ!" सुपंकरीन ओरडली व पटकन खाली वाकली. तिनं गिरजाच्या काखेत हात घालून तिला सरळ केलं. सुपंकरानंही तिला सरळ करायला मदत केली. सुपंकरीन सप्पय बसली व गिरजाचं डोकं उचलून तिनं आपल्या मांडीवर घेतलं. तिनं गिरजाच्या गालफाडांना हात घातला व हलक्या हातानं थोपटू लागली, "आयेऽ! आयेऽऽ! डोळं उघड की!"

सुंपकरानं ग्लासमधून पाणी आणलं. तिच्या चेहऱ्यावर मारलं.

गिरजानं एकदाच डोळं उघडलं. लेकीकडे पाहिलं. डोळ्यांतली चमक विझली. पापण्या मिटल्या. गिरजाचा श्वासोच्छ्वास बंद झाला.

"आयेऽऽ, अगं ये माझे आयेऽऽऽ!" सुपंकरनीनं हंबरडा फोडला. माळ्याच्या भिंती-भिंतीत तो मुरू लागला.

जायकरनीच्या हातातला पिठाचा गोळा खाली पडला. ती सुपंकरनीच्या खोलीकडे धावली. सखू पालकर, जया चाफेकर, जिजा मिरचीकर, पिंपरकरनीसह माळ्यातल्या बाया गोळा झाल्या.

"अगं, काय बाई अक्रीत! म्हातारी आताच माझी चौकशी करून गेली न्हवं का?" पिंपरकरनीनं आश्चर्य व्यक्त केलं.

"अगं, आताच ती माझ्याकडं चहा प्याली की!" जायकरीन कळवळली.

म्हातारीनं मरण्यापूर्वी आपल्याच हातचा चहा घेतला, तो मान आपल्या लेकीला दिला नाही! जायकरनीच्या मनातली पाल कचकचली. लोक जुनी पुराणी कथा सांगतात. त्या कथेत आईनं लेकीला मीठ दिलं; त्यामुळे आईच्या मृत्यूसमयी लेकीची आईशी कधीही भेट होत नाही, असं सांगितलं जात होतं; पण गिरजानं त्या गोष्टीला छेद दिला होता! मात्र, मरणापूर्वी आपल्या हातचा चहा पिऊन म्हातारीनं अगदी मरेपर्यंत आपली आठवण ठेवली याचंही जायकरनीला अप्रूप वाटलं.

सुपंकरनीच्या मांडीवर म्हातारीचं चिमूटभर शरीर विसावलं होतं. जायकरनीलाही

गिरजा गेल्याचं दु:ख झालं होतं. तिचं मन भरून आलं होतं. ती सुपंकरनीजवळ बसली. गिरजाच्या अंगावरून एकदा हात फिरवला व दोन्ही हातानं कपाळ बडवून घेत तिनं हंबरडा फोडला, ''आत्ते, आता कुणाच्या हातात चहाचा कप ठिवू गंऽ! दारात कोण आल्यावर चप्पल पालथं करू गंऽऽ! अगं ये माझे आत्तेऽ, आत्ते गंऽऽऽ!''

३६

''आत्तीऽ, पोरगं घरात झोपायचं म्हणतंय!'' जायकरनीनं जिजा मिरचीकरनीला सांगितलं.

''बायकू घरात हाय म्हणल्यावर ते काय दारात झोपंल?'' जिजानं प्रतिप्रश्न केला.

''तसं नव्हं आत्या, घरात जागा नगं का?''

''मग करायची. ती केल्याबगार हुईल का?''

''कशी करू? बाहेर तर धो धो पाऊस पडतोय.'' जायकरीन काकुळतीला आली.

''कमळे, माळ्यात दुसरी जोडपी झोपत न्हाईत का गं? का माळ्यात आजपातूर तुझ्याच वाणीतिणीच्या पोराचं लगीन झालंय का? करायची त्यातनंच जागा.'' जिजानं फटकारलं.

जायकरीन गप्प झाली. विचार करू लागली. जिजा तिचा अंदाज घेत म्हणाली, ''आसं कर, तुझी शेवंता अन् मंदा का काय ती; त्येंना माझ्याजवळ झोपू दे. नाहीतर माझ्या घरात मी अन् सुधीरबगार कोण हाय! त्योपण खाली पोरात झोपायला जातू.''

माळ्यात जिजाच्या दोन खोल्या होत्या. दुसरी खोली पाचव्या मजल्यावर होती. तिथं तिचा थोरला मुलगा बळवंत राहात होता. तो इलेक्ट्रिसिटी बोर्डात नोकरी करीत होता. त्याचं लग्न सरिताशी झालं होतं. त्यानं मात्र सरिताला खाणावळीच्या धंद्यापासून दूर ठेवलं होतं. जिजा खाणावळी घालीत होती. तिला बळवंतचा मोठा विरोध होता; पण तिनं त्याला जुमानलं नव्हतं. नाही-होय करीत जिजा आपल्या जवळच्या नात्यातल्या पाच-सहाजणांचं जेवण करीत होती. 'खाणावळ सुरू असल्यानं मी हलते-फिरते तरी! नुसतं बसून तरी काय करायचं,' असं तिचं म्हणणं होतं. नात्यातल्या त्या जेवणाऱ्यांच्या चपात्या मात्र सरिताच लाटायची! जिजाचा नवरा दाजी हाही बळवंतकडेच असायचा.

"बरंऽऽ!" जायकरनीच्या तोंडावर आनंदाचं पाणी खेळू लागलं.

"अन् काही दिवस तुझा म्हातारा वटनात झोपला तर तुझी काय अडचण हुईल का?" जिजानं कोपरखळी हाणली. जायकरीन पटकन हसली. तिचे गाल आरक्त झाले.

"चलऽ, तुझं आपलं कायतरीच!" ती मनापासून लाजली.

"तसं नव्हं गंऽ!"

"बरं, बरंऽऽ, ते आसू दे. त्या दोघीस्नी तुझ्याकडंच पाठवते. अन् सद्याला पिटाळतू खाली गाडीवर. गजा तर काय नेहमी त्येच्या कंपनीतच झोपायला जातो." जिजाचं बोलणं मध्येच थांबवून जायकरीन म्हणाली

"बग बरं, आता कशी झाली जागा! अगं, एका मैदानात अनेक कुस्त्या रंगल्याबगार त्या मैदानाला सोबा हाय का?" जिजा स्वत:च हसली. जायकरनीच्या पोटातही हास्याची उकळी फुटली.

"म्हातारे, आता तू आलीयास खळीला! बोलू आपून परत कवातरी. जातू आता मी. पैलवान तयारीतच असतील!" ती परत हसली व आपल्या खोलीत गेली.

सर्वांची जेवणं आटोपली. मंदानं मोरीतली भांडी विसळली. शेवंतानं झाकाडाळ केली. पाण्यात साबणाचा खीस टाकून गरम फरशी पुसली. फरशीवर पसरलेला ओला थर पंख्याच्या हवेनं अलगद वरच्यावर उचलला! रश्मीनं अंथरूण टाकायला सुरुवात केली. जायकरनीनं तिला थांबवलं. सदाला त्याचं अंथरूण घेऊन खाली फुटपाथवर पिटाळलं. तिथं कुणाच्या गाडीवर जागा मिळेल, याचा विचार करीत तो कुरबुरत गेला. तिनं म्हाताऱ्याचा बिछाना जिजा मिरचीकरनीच्या वटनात पसरला. तिथं चौकातल्या पावसाची झड येत नव्हती. तिनं गणपत जायकराचा हात पकडला व त्याला बिछान्यापर्यंत आणलं. त्यावर झोपवलं. जायकर दारूच्या नशेतही बरळला, "बायला, आज हिथं व्हयं!"

बिछान्यावर पडल्या पडल्याच तो झोपला.

"हे हाथरून घ्या अन् तुम्ही दोघीबी जिजा आत्तीच्या घरात झोपा." कमळानं शेवंताला सांगितलं.

"मी शाप कुणाच्या घरात जाणार नाही. आपली इथं तुझ्या न् भिंतीच्या मध्ये झोपंन." शेवंता ठिसकारली.

"नव्हं, तुला काय आक्कलं...!"

"माझी अक्कल काढायची गरज न्हाय! मी तुला स्पष्ट सांगते, मी दुसऱ्या कुणाच्या घरात झोपायला जाणार नाही." शेवंता कडाडली.

"कार्टीच आगाव!" जायकरनीनं मंदाचा बिछाना तिच्या हातात दिला. "जा बाई, तू तरी तिकडं झोप!"

मंदानं बिछाना उचलला व ती जिजा मिरचीकरनीच्या खोलीत गेली. जायकरनीनं दाराच्या फळ्या पुढं ओढल्या. अवघडून उभ्या असलेल्या सुनेला तिनं सांगितलं, ''बाळा, तुमचं दोघांचं हाथरून तिथं न्हाणीच्या बाजूला चौकटीपुढं घाल. आम्ही दोघी इथं भिंतीशेजारी झोपतू.''

लग्नानंतरची पहिली रात्र; तीही सासू, नणंदेच्या उपस्थितीत; ही गोष्टच रश्मीला खटकली. परंतु त्यालाही इलाज नव्हता. तिनं आपलं अंथरूण घातलं. त्यावर ती पडली. जायकरनीनं पासोडी पसरली. त्यावर चिंध्यांच्या उशा ठेवल्या. अंगाभोवती पदर टाकून अंगातली चोळी काढली. उशाखाली ठेवली. शेवंतानं नेहमीप्रमाणं अंगावरच्या परकर, पोलक्यावर पाण्याचा शिंतोडा मारला. कपडे आंबट-ओले केले व आईशेजारी भिंतीजवळ झोपली.

''बाळा, ऊठ न् तेवडी लाइट घालीव.'' जायकरनीनं सुनंकडं तोंड फिरवलं व तिला सांगितलं.

रश्मी उठली. तिनं चौकटीशेजारचं ट्यूबचं बटन बंद केल्यानंतर पांढऱ्याखड प्रकाशाला अंधारानं गिळलं. मात्र, नाइट लँपचा लालभडक प्रकाश चांगला डोळे वटारून पाहू लागला!

''त्यो बारका बलपण घालीव. अन् जरा पंका वाढीव.'' कमळानं परत सांगितलं.

रश्मीनं नाइट लँप बंद केला. एक आट्या पंखा वाढवला व ती आपल्या जागेवर झोपली. शेवंतानं आईच्या अंगावर पाय टाकला. जायकरनीनं हातानं हळुवारपणे तो दूर झिडकारला.

''द्वाडा, सरळ झोप की!'' ती फुसफुसली.

सगळीकडे सामसूम झाली. खोलीतला पंखा भिरभिरू लागला. त्याच्या तालावर कमळाच्या घोरण्याचा आवाज वाढू लागला. भांड्याच्या कपाटात उंदीर 'ची, चीऽ' करीत मोकाट पळू लागले. कपाटात ठेवलेल्या सैल बुडाच्या वाट्या घसरू लागल्या. क्षणभर शांतता पसरून परत खडखड होऊ लागली. आपल्या राज्यात उंदीर खुशीनं दंगा करू लागले. एवढ्याशा हालचालीनंही शेवंताच्या पापण्या उघडू लागल्या. का कुणास ठाऊक, पण आज तिला झोपच येत नव्हती.

दार करकरलं. शेवंताच्या पापण्यांची हालचाल होऊन त्या गप्प मिटून राहिल्या. राजा आत आला. त्यानं नाइट लँपचं बटन दाबलं. इकडे तिकडे पाहात त्यानं हळूहळू शर्टाची बटनं काढली. शर्ट खुंटीला टांगला. रश्मीला ओलांडून तो मोरीच्या कट्ट्याजवळ आला. हलक्या हातानं पाणी घेऊन चूळ भरली. परत एकदा दाराची कडी चेक केली. नाइट लँप बंद केला. त्यानं लुंगीची गाठ ढिली करून ती उशाजवळ ठेवली व तो रश्मीशेजारी झोपला.

रात्र तापू लागली. राजा-रश्मीच्या मुखातून निघालेले उसासे शेवंताच्या काळजाला धडका मारू लागले. कचा-कचा चावलेले ओठ, त्यातून उठणारे चीत्कार, कुजबुज तिला बोचकारू लागली. रात्रीबरोबर शेवंता तापू लागली. ती स्वत:ची छाती दाबू लागली. आपल्याच हातानं अंग रगडू लागली. अनेकदा हात मांड्यांमध्ये जाऊन पायाच्या तिठीत जायबंदी होऊ लागले. तोंडातून 'स्सऽ'चा सल बाहेर पडू लागला. तापलेल्या अंगाची लाही लाही होऊ लागली. ती अस्वस्थ झाली. हातांचा रतीब वाढला. तिला जाग्यावर पडून राहणं अवघड झालं. ती बेभान झाली. त्याच झिटीत अंथरुणावरून उठली. पटकन लाइट लावली अन् मोरीत घुसली. तिनं पाण्याचा टोप उचलला व बताबता अंगावर ओतून घेतला.

घाई-गडबडीत जाताना शेवंताचं एक पाऊल राजाच्या अंगावर पडलं होतं. अचानक पडलेलं पाऊल, पेटलेली ट्यूब यामुळं नवरा-बायकोची गाळण उडाली. त्यानं आपल्या उघड्या-नागड्या शरीरावर चादरीची भाळ मारली, तर रश्मीनं अंगाभोवती साडी गुंडाळली. चादरीच्या आडोशानं त्यानं भरभर बनियन, चड्डी घातली व लुंगीही गुंडाळली. कमरेभोवती लुंगी गुंडाळताना त्याच्या मेंदूला तिडा पडला. बेभान झालेल्या राजानं शेवंताला मोरीतून खस्सकन बाहेर ओढलं. तिच्या गालफाडावर सणसणीत चपराक दिली. तिडबिडलेली शेवंता जायकरनीच्या अंगावर कोसळली. पाण्याची किचकिच खोलीत पसरली. झोपमोड झालेली कमळा पटकन उठून बसली. तोवर रागानं फणफणणाऱ्या राजानं कोपऱ्यातलं चप्पल उचललं व तो शेवंताला बडवू लागला. शेवंता मुकाटपणे मार खाऊ लागली. जायकरनीनं त्याला अडवण्याचा प्रयत्न केला; पण ते तिच्या आवाक्याबाहेरचं होतं. तिनं खोलीचं दार उघडलं व खच्चून बोंब मारली, "पळाऽ, पळाऽऽ! माझ्या बायला वाचवा! मेली गंऽ, माझी बाय मेलीऽऽ!"

स्टोव्हच्या उष्णतेनं नुसत्या भिंतीच काय; पूर्ण खोल्या गरम व्हायच्या. त्या गरमीत प्रचंड उकडायचं; त्यामुळे एखाद्-दुसरा अपवाद सोडला, तर छोट्या वटनात खोल्या असलेले माळकरी आपल्या खोल्यांचे दरवाजे उघडेच ठेवायचे. जायकरनीनं ठोकलेली बोंब पिंपरकरनीच्या घरात घुसली. जागे झालेले पिंपरकर नवरा-बायको धावत आले. त्यांना पाहून जायकरीन म्हणाली, "धर गं धरऽ! भाड्याला धरऽऽ! माजी सोन्यासारखी पोरगी मरल-बिरल!"

पिंपरकरानं राजाला गच्च मिठी मारली तर पिंपरकरनीनंही जोर लावून राजाला दाबून धरलं. तरीही त्याच्या अंगात संचारलेला मदन उसळी मारण्याचा प्रयत्न करीत होता! घाबरलेली रश्मी अंगाभोवती कशीबशी साडी गुंडाळून दरवाजाजवळ एका बाजूला उभी होती. कमळानं वटनातच बोंब ठोकल्यानं वटनात झोपलेले, खोल्यांची दारं उघडी टाकून झोपलेले पटापट उठले होते. प्रत्येकजण जायकरनीच्या खोलीकडे

धावत होता. जिजा मिरचीकर, मंदाही धावत आल्या होत्या. एकंदर मामला काय आहे, ते जिजाच्या लक्षात आलं. तिनं दाराजवळ जमलेल्या लोकांना पाठीमागे ढकललं व दुसरं कुणी घरात घुसू नये, म्हणून पटकन दार बंद करून त्याला कडी घातली.

कमळानं शेवंताला कुशीत घेतलं. तिचं अंग कुरवाळलं. तिची हनुवटी हातात पकडीत ती म्हणाली, ''माझी बाय तीऽ! काय केलंस त्यास्नी तू?''

रती-सुखाच्या वासानं जळलेली मदनिका भिजलेल्या अंगानं व मेलेल्या नजरेनं आईच्या तोंडाकडे नुसतीच पाहात राहिली.

३७

तिसऱ्या मजल्यावर वटनाला टेकून सर्जा घोडगावकर उभा होता. तितक्यात बंडू वरून खाली आला. दोघांच्या चेहऱ्यावर हसू फुटलं. एका नव्या चित्रपटाची बात निघाली. बोलता बोलता मागं-पुढं पाहणं, वटनाच्या कठ्ठ्यावरून खाली वाकणं सुरू होतं. अचानक बंडूची नजर पहिल्या माळ्यावर जायबंदी झाली. त्याचं सर्जाच्या बोलण्यावरचं लक्ष उडालं. बंडू इतकं बारकाईनं काय पाहतोय, हे पाहण्यासाठी सर्जानंही तिकडे लक्ष दिलं.

पहिल्या मजल्यावर पालकरनीच्या शालूनं वटनाकडे तोंड करून चौकटीत बसून गहू पाकडलं होतं. ते डब्यात भरून ती आता झाडूनं वटनातला कचरा सुपलीत भरीत होती. ठुसक्या बांध्याची, पिठासारखी पांढरीखड शालू चौकातून खाली सुटलेल्या उजेडात खुलून दिसत होती. तिच्या अंगात पांढरं पोलकं होतं. बदामी रंगाच्या स्कर्टवर ते उठून दिसत होतं. ती सुपलीत कचरा भरता भरता मधूनच कमरेच्या डाव्या बाजूला हातानं खाजवीत होती. पोलकं थोडंसं बाजूला झाल्यानं तिच्या कमरेवरचा काळा डाग जर्मनच्या चकचकीत भांड्यावर धुराच्या पडलेल्या काळ्या डागासारखा दिसत होता!

''साली कुजलेय!'' सर्जा घोडगावकर म्हणाला व मोठ्यानं हसला.

''भोसडीच्या ती नंद्याची बहीण आहे!'' असं पुटपुटत बंडू पटकन पाठीमागे फिरला.

सर्जाचं हसणं ऐकू गेल्याने शालूनं वर पाहिलं. मात्र, त्यानं तोपर्यंत आपली नजर दुसरीकडे वळवली होती! पालकरीन राहात असलेल्या खोलीच्या समोर, चौकाच्या पलीकडच्या रांगेत जया चाफेकरनीची खोली होती. नेमकी त्याच वेळी चाफेकरनीची थोरली लेक हेमा वटनात उभी होती. तिनं शालूला पाहिलं होतं.

शालूच्या कमरेला उठलेलं भलं मोठं गजकर्ण तिच्याही नजरेतून सुटलं नव्हतं. तसं सर्जा हसल्यानंतर तिनंही वटनातून पटकन मान बाहेर काढून वर पाहिलं होतं.

हेमाचं लग्न झालं होतं. तिला दोन मुलं होती. माळ्यात राहूनही दहावी पास होणाऱ्या मुलींपैकी ती एक होती. तिच्या नशिबानं तिला सासर खूपच चांगलं मिळालं होतं. तिच्या सासऱ्याचा स्थानिक राजकारणात बऱ्यापैकी वट होता. त्यानं सुनंला बी. ए.पर्यंत शिकायला लावून पंचायत समितीत नोकरीही लावून दिली होती. हेमा पंचायत समितीच्या आरोग्य खात्यात नोकरी करीत होती; त्यामुळे ती कधी माळ्यात आली, तर खाणावळी तिला भरपूर मान द्यायच्या. आताही आई-बापाची आठवण आली म्हणून ती चार दिवसांसाठी माहेरला आली होती. ती तशीच पालकरनीच्या खोलीकडे गेली. शालूनं सुपलीत कचरा भरून सुपली चौकटीशेजारी ठेवली होती. आता ती गव्हाचा डबा उचलून आत निघाली होती.

"चल आत. मी तुमच्याकडंच आलेय." तिच्याकडे पाहून हेमा हसली.

शालूनं गव्हाचा डबा सांभाळला व ती आत निघाली. तिच्या पाठोपाठ हेमा होतीच. पालकरनीच्या घरातल्या कुबट वासानं तिचं स्वागत केलं. घरात पेटलेल्या ट्यूबनं अंधाराला हाकलून दिलं होतं. गोडाउनमध्ये अस्ताव्यस्त पडलेल्या सामानासारखे मालू व साधू पालकर फरशीवर पसरले होते. सखू पालकरीन स्टोव्हमध्ये घासलेट भरीत होती.

"आई, हेमाक्का आली बघ!" शालूनं सांगितलं.

सखूनं पाठीमागं पाहिलं. ती तोंडभरून हसली. तिनं घासलेटचं टमरेल स्टोव्हमध्ये रितं करून स्टोव्हच्या टाकीचं झाकण लावलं व स्टोव्ह, घासलेटचं कॅन बाजूला सारलं. उजव्या हातानं नाकातली नथ वर उचलली व खुडूक कोंबडी बुळाकल्यासारखी तिनं तोंडातला तपकिरीचा तोबरा शेगडीच्या राखेत थुंकला. ते दृश्य पाहून हेमाच्या पोटात कालवलं.

"सखूमावशी, तुझी तपकिरीची सवय अजून गेली नाही का?" तिनं विचारलं. सखू अपारली. "तुला गेल्या वेळी किती समजावलं होतं! आता याच राखेतलं जेवण तू खाणार अन् खाणावळ्यांना वाढणार! काय हे मावशी?" हेमाच्या भडिमारानं सखूनं मान खाली घातली. "मावशे, तुझ्याकडं सत्तर-ऐंशी माणसं तरी जेवायला असतील! त्यांनी तुझ्या भरोशावर दोन घास खायचे. ते हे असले? तू राखेत पचापचा थुंकायचीस. त्यावर भाकरी भाजायचीस, अन् तेच तुकडं जेवणाऱ्यांनी मोडायचं! आता यावर काय बोलायचं, मावशीऽ!" हेमाच्या चिमट्यानं सखूचं स्वत:चं मन कसानल्यागत झालं.

हेमाची नजर सखूच्या घरात पडलेल्या अस्ताव्यस्त सामानावरून फिरत होती. तरीही शालूनं चटका करून मालू व साधूला उठवलं. हेमाला पाहून साधू अपारला;

लाजला. आपल्या दाढीच्या पांढऱ्या खुंटावरून हात फिरवीत चटकन उठला व बाहेर वटनात आला. तेवढ्या वेळेतही हेमानं त्याची तेलकट, मळलेली अंगातली बंडी व पट्ट्या-पट्ट्याची चड्डी पाहून घेतली. मालूनं अंथरुणं गोळा केली. तिच्याही अंगावर बदामी रंगाचा स्कर्ट होता व त्याच रंगाचं मात्र फुल्या-फुल्याचं पोलकं होतं. त्याच्यावरही तेलकट हात पुसल्याचं स्पष्टपणे दिसून येत होतं. कपडे दररोज धुतले जात असले, तरी अंथरुणं बरेच दिवस न धुतल्यानं बरीच मळली होती. त्यातून उग्र दर्प येत होता. शिवाय अंथरूण, पांघरुणावर ठिकठिकाणी ढेकूण चिरडल्याचंही दिसत होतं. भिंतींवर नक्षी काढल्यासारखे ढेकूण मारल्याचे डाग दिसत होते.

"मावशे, ही शालूची कमर पाहिलीस का?" हेमानं शालूला पुढे ओढली. तिच्या कमरेचा स्कर्ट जरा खाली खेचला. कमरेभोवती गजकर्णाचं पेव फुटलं होतं! जणू पेटलेल्या स्टोव्हच्या ज्वाळांनी तिच्या कमरेभोवती रिंगणच धरलं होतं. वारंवार खाजवल्यामुळं त्यातून ठिकठिकाणी रक्त आल्याचं दिसत होतं. शिवाय काही जखमांनी खपल्या धरल्या होत्या. काळपट, तांबड्या, पांढऱ्या रंगाचं मिश्रण होऊन त्यानं मूळचा गोरा रंग हडप केला होता. शालूची कमर पाहताना किळस येत होती.

"मावशी, तुझ्याही कमरेला असेल?"

"व्हय!" सखू लाजली.

"अन् तुझ्या गंऽ?" हेमानं मालूकडे पाहिलं. मालूनं आपली नजर पायाच्या अंगठ्याकडे लावली.

घरात शेगडीसमोर साचलेला राखुंडा, शिवाय पाच-सहा स्टोव्ह इथं किती उष्णता पैदा करीत असतील, याची पुसटशी कल्पना देत होते. उष्णतेनं अंगावरून वाहणाऱ्या घामाच्या धारांनी शरीराचं काय हाल होत असतील? वास मारतेलं गबाळं अंथरूण, घामेजून मळलेले कपडे बरंच काही सांगून जात होते; त्यामुळे सखूच्या कमरेची काय अवस्था असेल, याची कल्पनाच न केलेली बरी, असं क्षणभर हेमाला वाटलं.

"मावशी, औषध घेता की नाही?"

"घेते."

"कोणत्या डॉक्टरचं?"

"पयल्यांदा डॉक्टरचं घेतलं. आता मेडिकलमधनच ट्यूब आणते, अन् लावते."

"अगं मावशी, खुळी आहेस का तू? अंगातलं रक्त असं नासायला लागलं तर किती दिवस चांगली राहशील तू? शिवाय तुझ्या घरातली माणसंही. अगं, चार दिवस चांगलं पाहायचं तर तत्काळ डॉक्टरकडे जा. हवंतर मी बरोबर येते; पण माझे आई, असं काही करू नकोस. तुझ्या पोरी लग्नाला आल्या, याचा तरी विचार कर."

सखूला प्रश्नाचं गांभीर्य कळत होतं. मात्र, त्यावरचा इलाज करण्याबाबत ती बेफिकीर होती.

"मावशे, तुझ्या शालूसाठी माझ्या भावकीतच एक चांगलं स्थळ आहे; पण पोरीची ही अशी हालत बघून कोण कशाला तिला पसंत करील?" हेमानं सखूला चांगलाच तडाखा दिला. "तुझ्या पोरी वटनात उभ्या राहिल्या की, त्यांच्या कमरेकडे पाहून वरनं पोरं फिदीफिदी हसतात. आता फिदीफिदी हसण्यासारख्या तुझ्या पोरी आहेत का? तुझी शांता कुठं घरात दिसत नाही. कॉलेजला गेली वाटतं. तिच्या कमरेलाही हे असलं असेल तर कॉलेजमध्ये तिची काय हालत होत असेल, सांग बघू?" हेमाचा झंजावात सुरूच होता.

सखू चांगलीच वरमली. माणूस जर एखाद्या चांगल्या घरात गेलं, तर किती बदलतं, हे हेमाकडे पाहिल्यानंतर तिला कळून येत होतं. पूर्वी तीही तिच्या पोरींसारखीच होती. यांच्यापेक्षा थोडीशी स्वच्छ असेल, तरी वळण एकच होतं. मात्र, ती आठवण करून देण्याचं धाडस सखूला झालं नाही.

"मावशे, साधूकाकाला स्वच्छ राहायला सांग. तूही घरात स्वच्छता ठेव. कपडालत्ता वेळच्या वेळी धू. ढेकणांवर औषध मार. तुझी ही शेगडीऽऽ! आता कुणी शेगडी वापरतं का? कोळशाच्या वखारी केव्हाच बंद झाल्या. तरीही तुझ्याकडे ती आहे! काढून टाक आता ती. त्याऐवजी आणखी एखादा स्टोव्ह घे; त्यामुळे तुझं घरही स्वच्छ राहील व खोलीतली उष्णताही कमी होईल." हेमाचं बोलणं सखू घुमेपणानं ऐकत होती. "अन् हे बघ, मी अजून चार दिवस इथं आहे. तेव्हा संध्याकाळी माझ्याबरोबर डॉक्टरकडे चल. नुसता पैसा, पैसा करून तरी काय करणार आहेस? इकडं कमवायचा; पण त्याचा उपभोग घ्यायला आपण धड नको का? त्या पैशानंच माणसाचं पार भुईचकार बनवलं. त्याच्या कलानंच फिरत राहायचं. आयुष्यभर!"

सखूच्या डोळ्यांत पाणी उभं राहिलं. "हेमा, कळतं गं; पण वळत न्हाई! चल, आज रातच्यालाच डॉक्टरकडं जाऊ."

"मावशे, आता कशी माणसागत बोललीस बघ. अगं, आता शालू बाहेर उभी होती. अन् वरच्या मजल्यावर उभी असलेली पोरं तिची टिंगलटवाळी करीत होती. म्हणूनच मी आत आले. माझ्या येण्याचं वाईट वाटून घेऊ नगं. अन् मी बोलले म्हणून मनात रागपण धरू नगं. पण माझी सखूमावशी मला चांगलीच पाहायची आहे, ही गोष्ट मात्र विसरू नकोस!" हेमा उठली.

"अगं, चहा तरी घे." सखू म्हणाली.

"नको. मी नुकताच घरात घेतलाय." हेमा जशी आत आली, तशीच ती बाहेर पडली.

"आई, ती सांगतेय ते खरं आहे. आपण डॉक्टरकडं जाऊ या." मालू म्हणाली.

"आता ती एखाद्या मसनात चल म्हणाली तरी मी तिच्याबरोबर जाईन!" सखू म्हणाली. तिच्या कमरेला खाज उठली. ती खाजवण्यासाठी सखूची बोटं तिकडं वळली.

३८

मुंबईमध्ये देशावरच्या मराठी माणसात वडाळ्याच्या विठ्ठलाचं बऱ्यापैकी प्रस्थ. ज्यांना पंढरपूरच्या विठूरायाचं दर्शन घ्यायला जमत नाही, अशांची तिथं गर्दी ही ठरलेलीच. आषाढी, कार्तिकीला तर विचारायलाच नको! यंदा गणपत जायकर व साधू पालकर हे आषाढीनिमित्त वडाळ्याच्या विठोबाचं दर्शन घ्यायला गेले होते. रात्री आठ वाजता गेलेले जायकर, पालकर दुसऱ्या दिवशी दुपारी परतले! विठ्ठलाच्या दर्शनरांगेत उभं राहून त्यांचे पाय ताठून गेले होते. डोळ्यांवर झोपेची झापड येत होती. त्यांना कधी एकदा बिछान्यावर पडतोय, असं झालं होतं. जायकर, पालकर यांच्या आगमनाची वार्ता कर्णोपकर्णी माळ्यात पसरली. आपल्या सोयीचं व सलगीचं घर पाहून खाणावळी त्यांच्या घरी येऊ लागल्या. त्यांनी वडाळ्यातून आणलेला अबीर-बुक्का माळकर, माळकरणींच्या कपाळावर उभा-आडवा फासला जाऊ लागला.

जायकराच्या घरात माणसं येत होती. त्यांच्या कपाळाला अबीर-बुक्का लावला जात होता. घरात येणारे जायकराच्या घरातल्यांच्या कपाळालाही बुक्का लावीत होते. जायकराच्या कपाळावर थरावर थर चढत होते. देवादिकांचा मान राखून उरलेला अबीर-बुक्का कपाळावरून खाली कपड्यांवर पडत होता. कपड्यांवर जागोजागी काळे डाग दिसत होते. घरात येणाऱ्या खाणावळ्या, खाणावळे शिवाय इतरांना जायकर म्हणजे आपल्या भक्ताच्या रूपात आलेला विठ्ठलच आहे, असा भास होत होता! ते जायकराच्या पायावर डोकं टेकत होते. सोबत सुखी-समाधानी ठेवण्याची विनंतीही होतीच. त्यानंतर त्यांच्या हातावर कुरमुऱ्याचा प्रसाद यायचा. मुठीत प्रसाद पकडून दोन्ही हात कपाळांपर्यंत जायचे. नंतर प्रसाद तोंडात दिसेनासा व्हायचा. जायकराचा सदा लोकांचं हे देवताळेपण लाकडी पेटीवर बसून पाहात होता व गालात हसत होता.

"सद्या, कारं हसतोस?" आषाढीच्या फराळावर ताव मारणाऱ्या धनाजीनं सदाला विचारलं.

"विचार करत होतो, दादा तर नेहमी दारू पितो. त्याच्या तोंडाचा वास विठ्ठलाला कसा वाटला असेल!"

"जायकराच्या खिशात बाटली आहे का, हे मात्र त्यानं नक्कीच तपासलं नसेल! पण बेवड्यांनाही आशीर्वाद द्यावा लागतो, याचं मात्र त्याला निश्चितच वाईट वाटलं असेल!" धनाजी म्हणाला. दोघं खळखळून हसली.

त्यांचं बोलणं जायकराच्या कानावर पडलं होतं. त्याच्या अंगाचा तीळपापड झाला. तो सदाच्या अंगावर धावून आला. त्याला सुपंकरनीनं अडवला.

"काय हे जायकर, देवाला जाऊन आलाय नव्हे?"

"बघ की कसं बोलतंय ते!" जायकर इनबाईजवळ गुरगुरला. "भिकारचोटास्नी बापाची किंमत हाय व्हयऽ! अन् तू रं धनाजी, आमचीपण मापं काढायला लागलास का?"

"आसू दे. पोराची जात. पडतं कवातरी वाकडं पाऊल! अन् तुम्ही दारू पिता की नाही, ते त्या इट्ठलाला माहीत नाही का? उगाच कशाला भोंडगं आयाटान आणायचं!" सुपंकरनीनं जायकराला चांगलंच झापलं.

"झालं, तूपण त्येचीच बाजू घेतीस।" जायकर फुरंगटला.

"यात बाजू कसली? पोराची जात खरं तेच बोलायची! तुमी इट्ठलाचं पाय धरलं. आमी तुमच्या पाया पडलूच नव्हं का? का आमी असं म्हटलं की, तुमी दारू पिता, तर तुमच्या पाया कसं पडायचं?" सुपंकरनीच्या दणक्यासमोर जायकर गप्प झाला.

जायकराची आषाढी एकादशीला पंढरपूरला जायची इच्छा होती. त्यानं हा विषय दोन-चारदा जायकरनीकडे काढला होता. मात्र, तिनं दाद दिली नव्हती.

"पंढरीपास्नं आपलं गाव असं किती लांबऽऽ! चार-पाच तास लागले तरी चार ढेंगा टाकून जाशीला अन् तिकडंच रमशीला! हिथं खंडीभर माणसांची उपसाभर कुणी करायचीऽ!" तिनं स्पष्ट शब्दांत त्याला सुनावलं होतं.

"अगं कमळे, ऐक. मी त्येच्या संगत हाय. दर्शन झाल्याबरुबर दोन दिसात परत येतू." खोकंवाल्या म्हातारीनं जायकराची बाजू उचलून धरली होती.

"मावशे, तुला ह्येंचा स्वभाव म्हाईत नाही का गंऽऽ? धोंडूबाच्या जत्रंयेळी बघितलं नाहीस का; दोन म्हैनं तिकडंच गायब! यांनी पुढा तिकडं मुलूख थोडा करायचा, अन् आमी हिथं ह्येंच्या नावानं काय नुसतं बोंब मारीत बसायचं?" जायकरीन चांगलीच कातावली.

कमळानं गणपतची डाळ शिजू दिली नाही. खोकंवालीनं आपली पत्र्याची पेटी, खलबत्ता, सूप जायकरनीच्या खोलीत ठेवलं. तिला निघण्याची घाई होती. कसंही करून तिला लवकरात लवकर फलटण गाठायचं होतं. तिथं तिच्या दूरच्या नात्यातली बहीण राहात होती. तिच्यासोबत तिला पंढरपूरच्या दिंडीत सामील व्हायचं होतं. तिथून 'विठ्ठल, विठ्ठल, जय हरीऽ विठ्ठल!'च्या घोषात, टाळ- चिपळ्यांच्या तालावर नाचत-गात विठूरायाच्या भेटीला जायचं होतं. आषाढातल्या पावसा-पाण्याची, थंडी-वाऱ्याची, चालताना होणाऱ्या पायांच्या चिरफाळ्यांची पर्वा न करता लोक पंढरपूरला जात होते. त्यात म्हातारी-कोतारी, भणंग-भिकारी, हौशे-नवशे, तरणी पोरं-सोरं आदींचा समावेश होता. त्यांना एकाच आपुलकीनं, मायेनं आशीर्वाद देण्यासाठी कमरेवर हात ठेवून उभ्या

असलेल्या विठूरायाच्या पायावर डोकं टेकायचं होतं. खोकंवालीनं दरवर्षी हा नेम पाळला होता!

साडेपाच फूट उंच, अंगानं भरदार, काळी-सावळी खोकंवाली लबाड कोल्ह्याचं हसू वागवीत या माळ्यात केव्हा आली व या माळ्याचाच एक भाग बनून गेली हे कळलंसुद्धा नाही. तिचं मूळ नाव तारूबाई होतं; पण ते केव्हाच लुप्त होऊन माळकरी तिला खोकंवाली या नावानंच ओळखायचे! तिचं मुख्य काम मसाला कुटणं. कारेळा, जिरं, धनं, लसूण यासारखे मसाल्याचे पदार्थ माळ्यावरच्या खोल्यांत कुटले जायचे नाहीत. त्यात शेंगदाण्यांचाही समावेश होता. एखाद्यानं असा प्रयत्न केलाच, तर खालचं बिऱ्हाड छताची डिवळं खाली पडतात, म्हणून बोंब मारीत वर यायचं! त्यातच जेवणाऱ्यांचं कोडकौतुक करीत असा मसाला कुटायला खाणावळींना वेळही मिळायचा नाही. दिवसभर काम करून आंबलेल्या शरीराला ते झेपायचंही नाही. कधी एकदा बिछान्यावर पडतोय असं व्हायचं. आयुष्याच्या उत्तरायणात खाणावळींनी आपली खाणावळ बंद केली की, त्यांचंही शरीर असंच पटकन मातीत पडायचं. चार भिंतींच्या आत वाफलून गेलेल्या शरीराला ऊन, थंडी, वाऱ्याचा ताप सोसायचा नाही! खोकंवालीकडूनच खाणावळी चार-सहा किलोचा मसाला एकदम कुटून घ्यायच्या. मसाला कुटण्यासाठी तारू म्हातारीला माळ्याखाली चौकात एका बाजूला बसावं लागायचं. या कामासाठी तिला किलोपाठीमागं आठ-दहा रुपये मिळायचे. तारू म्हातारीसारख्याच आणखी तीन-चार बाया मसाला कुटण्याचं काम करायच्या. त्यांनीही आपला तळ चौकातच ठोकलेला असायचा.

माळ्यावर तारूची खोली नव्हती की सगेसोयरे नव्हते. ज्याची पडती बाजू आहे, घरात माणसं कमी आहेत अशांच्या घरात ती चपात्या भाजायची. त्यांचं इतर हलकं-फुलकं कामही करायची. त्याच घरात तिला जेवायला व झोपायलाही जागा मिळायची. सकाळचं न्हाणंही अशाच घरात व्हायचं. तारू म्हातारीनं एक तत्त्व नेहमी पाळलं होतं. तिनं एखाद्या घरचा मसाला कुटला असेल, शिवाय त्याच दिवशी त्या घरातल्या चपात्याही भाजल्या असतील, तर त्या दिवशी ती त्यांच्याकडून मसाल्याचे पैसे घ्यायची. शिवाय त्या घरात जेवणही करायची. समजा, एखाद्या दिवशी ती त्या घरात जेवली असेल, मसालाही कुटला असेल व चपात्या भाजल्या नसतील, तर मात्र ती मसाला कुटण्याचे पैसे घ्यायची नाही. तिनं पैसे नको म्हणून सांगितले, तरी काही खाणावळी मात्र तिच्या हातात तिच्या श्रमाचे पैसे कोंबायच्याच! या पाठीमागं तारू म्हातारीविषयीची तळमळ, तिच्या कामाचा गौरव की पुढचा मसाला कुटण्याचं आमिष असं कोणतं कारण असावं, याचा मात्र थांगपत्ता लागायचा नाही!

तारूबाई टेरेसवर झोपायची. प्रश्न पावसाळ्याचाच असायचा. त्या दिवसांत तिला जायकरनीच्या घरात झोपायला जागा मिळेलच याची शाश्वती नसायची. मात्र, इथं तिला हक्कानं जेवण मिळायचं. अशीच आणखी दोन-तीन घरं तिनं धरून ठेवली होती. आषाढी एकादशी किंवा एखाद्या लग्नकार्यासाठी तिला कुणी गावाला घेऊन गेलं, तर त्याच कालावधीसाठी ती माळा सोडायची. बाहेरगावी जाताना आपलं सामान-सुमान जायकरनीजवळ ठेवायला मात्र ती विसरायची नाही. तिच्या अंथरुणाची वळकटी जायकरनीच्या घरातच असायची!

तारूबाई पंढरपुरातून काळे धागे, अबीर-बुक्क्याच्या दहा-बारा पुड्या, तितकेच ताईत, कुरमुऱ्यांची पाकिटं घेऊन यायची. ती आपल्या सलगीतल्या खाणावळींना वाटायची. एखाद्यानं अशा वस्तूंसाठी पैसे दिले असतील, तर ती आठवणीनं त्याच्यासाठी या वस्तू खरेदी करायची! पंढरपूरचं हे ओझं वागवीत तारूबाई माळ्याच्या अंगचटी आला की, एखादा तरी खानावळा, खाणावळी किंवा जेवणारा तिला गाठ पडायचे. ते चटकन् तिच्या पाया पडायचे. खांद्याला खांदा भिडायचा. पाया पडणाऱ्याला साक्षात विठूरायाला भेटल्याचा आनंद व्हायचा! कधीकधी मसाला कुटण्याचे आठ-दहा रुपये द्यायला का कू करणाऱ्या खाणावळीही मनापासून तारूचे पाय धरायच्या. तारू तिथंच त्यांना माळ्याची हालहवाल विचारायची. समोरच्याकडून पंढरीच्या विठूची, जत्रेची चौकशी व्हायची. पंढरपूर गावाला लागलेल्या चंद्रभागेच्या पाण्याची वाच्यता व्हायची. म्हातारीच्या आगमनानंतर किमान पाच-सहा दिवस तरी हा कार्यक्रम सुरू राहायचा. या दिवसांत वडाळ्याच्या विठ्ठलाचं दर्शन घेऊन आलेल्या माळकऱ्यांकडे कुणी ढुंकूनही पाहायचं नाही.

चंद्रा सुपंकरनीनं पंढरपूरला गेलेल्या तारू म्हातारीची पंधरा दिवस वाट पाहिली. शेवटी ती कंटाळली व जायकरानं आणलेला वडाळ्याच्या विठ्ठलाचा अबीर-बुक्का घेऊन गेली. तिनं तो अलीकडेच वारलेल्या आपल्या आईच्या गिरजाच्या फोटोला लावला. दोन अगरबत्त्या पेटवून फोटोवरून ओवाळल्या. हात जोडले व ती म्हणाली, ''आई, पंढरीला जायची तुझी शेवटची इच्छा अपुरीच राहिली; पण पुढच्या जन्मात तूच माझी आई म्हणून ये. मग आपुन दोघी जाऊ पंढरीला!'' तिनं फोटोतल्या आईला साकडं घातलं. आईच्या फोटोकडे पाहात असतानाच तिच्या डोळ्यांतून पाणी ओघळू लागलं.

३१

जायकरानं चहाचा पेला खाली ठेवला. बसण्यावरची बैठक मोडली. इस्वलकरनं ठाणा परिसरातून काळी माती आणली होती. उंबऱ्याजवळ ठेवलेली ती पिशवी त्यानं उचलली. रिकाम्या परातीत ओतली. पावसानं भिजून चिप झालेली माती लाजत-मुरडत परातीत उतरली. त्यानं मातीत थोडं पाणी ओतून ते कालवलं व चिखल केला. तो भाकरीच्या पिठासारखा घट्ट मळला. त्यात सदाची डिंकाची बाटली ओतली. चिखल परत कचाकचा कालवून मळला. चिखलात डिंकाचं खानदान दिसेनासं झालं. त्याचा वंशक्षय झाला. एखाद्या कसबी कुंभारासारखी जायकरानं त्या चिखलात बैलांची दोन धडं, दोन डोकी तयार केली. डोकी धडाच्या खोबणीत घट्ट बसवली. शिंगाच्या पाठीमागं वशिंड उभं राहिलं. जायकरानं बैलांना हातात उचलून घेतलं व तो त्यांना मागून-पुढून, दोन्ही बाजूंनी न्याहाळू लागला. जायकराकडे बैलं व बैलांकडे पाहात जायकर हसू लागला!

"काय जायकर, बैलं केली वाटतं!" भागू रोंगे वटनातून चालला होता. त्यानं क्षणभर थांबत जायकरला विचारलं.

"व्हय, व्हय!" त्याच्याकडे पाहात जायकर म्हणाला. त्यानं भागूला जवळ बोलावलं, "ये की मर्दाऽ! बघ की कशी झाल्यात!"

भागू चौकटीजवळ आला. जायकरानं एक बैल भागूच्या हातात दिला. भागूनंही बैल मागून-पुढून अगदी बारीक नजरेनं न्याहाळला. एखाद्या हेड्यागतच!

"मस्ताड हाय ना?" खुशीत आलेल्या जायकरानं विचारलं.

"मस्तच आहे. पण..." आपल्या भुवया ताणत भागू म्हणाला. त्याचा आवाज एखादं खंडीभर वरणात मुतल्यासारखाच झालेला.

"पण काय?" जायकराच्या पोटात खड्डा पडला.

"जायकर, तुम्ही म्हणता म्हणून बैल हे! पण याला पाठीमागच्या तंगड्यात खाली काहीच दिसत नाही. मग तो गाय की बैल हे कसं समजायचं?" भागूनं एकदम मोठा आवाज काढला. भागूचा आवाज खोलीत घुमला. जेवणारे खळखळून हसले. पोरी खुदकल्या. जायकरनीची नथ ओठावरच थिरकली.

"थो तिच्या आयलाऽ! हे सांगितलंस व्हय!" जायकर हसला. त्यानं चिमूटभर चिखल घेतला. त्याला बैलाच्या पुरुषत्वाचा आकार दिला व ती वाटोळी आंडबिली बैलाच्या पाठीमागच्या तंगड्यात डकवली. 'माझ्या बाबतीत काय करतोस?' या अपेक्षेनं जायकराकडे पाहणाऱ्या दुसऱ्या बैलाचाही आत्मा त्यानं थंड केला! त्या

बैलाच्या जिवालाही बरं वाटलं. बैलं डरकाळी फोडण्याच्या पवित्र्यात दिसू लागली.

आज पोळा. शास्त्रात सांगितला नसला, तरी शेतकरी राजाच्या घरचा सण. शेतकऱ्याला व शास्त्रकारालाही जगविणाऱ्या बैलांचा सण. शास्त्रात त्याची शिंगाडं उठली नसली म्हणून काय झालं; शेतकऱ्यांच्या काळजात तरी तो आहे ना! बैलांना परत परत न्याहाळताना जायकराला आपलं बालपण आठवलं. गोठ्यातली ढवळ्या-पवळ्याची जोडी साद घालू लागली.

तेव्हा बरं होतं. पोळ्यादिवशी सकाळी लवकर उठायचं. वैरणीचं भारं आणून गोठ्यात टाकायचं. बैलांचं कासरं सोडायचं. बाबाजवळचा एक कासरा आपणाजवळ घ्यायचा. भिजल्या पांदीतून चिखल तुडवीत बैलं नदीकडे चालायची. मधूनच पांदीत एखादी चढण लागायची. बैलं चढणीला शिंगं लावायची व चढणीची माती मनमुराद उकरायची; मधूनच डिरकायची. एखादं झुडूप नजरेत भरलं तर व्हलपटायची. नदीत खडूळराड पाणी दोन्हीकडंची दरडं धरून वाहायचं. गणपतचा वडील एक एक बैल घेऊन पाण्यात जायचा. नदीच्या काठालाच गवंडावरच्या मांड्याभर पाण्यात बैलांचं अंग वाळक्या दोडक्यानं खसाखसा घासायचा. त्यांच्या अंगावर पाणी शिंपडायचा. बैलाच्या अंगावरील पांढऱ्या केसातून निघालेली तांबूस घाण पाण्यात मिसळायची. ती खायला नदीतल्या लहान लहान माशांचं धावणं पडायचं. नंतर वडील बैलांना नदीच्या धारेत पवनी घालायचा. हे सगळं काठावर उभं राहून पाहताना गणपतला गंमत वाटायची. मन हरकायचं.

बैलांना गोठ्यात आणलं जायचं. त्यांच्या शिंगांना लाल, निळ्या, पिवळ्या वारनिसच्या रंगानं रंगवलं जायचं. त्यावर गुलाबी रेबिनीचं फूल बांधायचं. बैलांच्या गळ्यात आंब्याच्या पानांचं तोरण बांधायचं. नैवेद्य म्हणून मक्याच्या भरड्याचं उंडं शिजवायचं. त्यात गुळाचा खडा ठेवून ते बैलाला चारायचं. दुपारच्या वक्ताला बैलाच्या अंगावर झुली चढवल्या जायच्या. बैलं भेदरायची. मागं फिरून पाहायची. त्यांना काऱ्या नजरेनं झुलीवरच्या आरशात, सिनेमातल्या हिरोसारखं स्वत:चं रूप चिकनं दिसायचं. ती डरकाळी फोडायची. बैलांच्या या खोडी बघून गोठ्यातच एका बाजूला बांधलेली गाय लाजायची. गोठ्यातून दावणीत, दावणीतून गोठ्यात असं पाय मागं-पुढं करून ती शेपटी वर करायची. थोडं थांबून अंदाज घ्यायची. उसासा सोडायची व फळाफळा मुतायची. अंगावरच्या भरजरी झुली सांभाळीत, मेकअप केलेली बैलं गाड्याच्या मिरवणुकीला बाहेर पडायची.

जायकराच्या मनात लहानपणच्या आपल्या बैलांची सय अशी दाटून यायची. कधीकधी वाटायचं, हे सारं इथंच सोडावं. गाव गाठावं व शेती करावी! पण शेतीतरी पूर्वीची राहिली आहे का; हा विचारही घोंगावणाऱ्या वाऱ्यासारखा मनात रुंजी घालायचा. वाढती वंशावळ, जमिनीच्या होणाऱ्या वाढत्या वाटण्या! कित्येकदा

तर लंगोटीएवढे जमिनीचे हिस्से वाटणीला यायचे. ते बैलांना उभं राहायला तरी पुरतील का, हा प्रश्न असायचा. शिवाय बैलांच्या खाण्याचं काय, आपल्या जगण्याचं काय? या प्रश्नांची उत्तरं गुलदस्त्यातच राहायची. तरीही म्हातारपणात आपणाला गावी जायचं आहे, शेती करायची आहे हा विचार त्याच्या काजळलेल्या मनाला उभारी द्यायचा.

मुंबईसारख्या माणसांच्या खुराडी दुनियेत बैलाला स्थान नसलं, तरी गणपत जायकर हा हाडापेरानं शेतकऱ्याचा मुलगा होता. प्रत्यक्ष नाही; पण रीतभात म्हणून तरी तो आपली परंपरा जागवीत होता. जिवंत ठेवीत होता. त्यानं बैलं उचलली. तो देव्हाऱ्याजवळ आला. पांजरपोळात भाकड जनावरांचे कळप असतात, तसे देव कळपानं देव्हाऱ्यात बसले होते! ज्या देवांना बसायला जागा नव्हती, ते उभे होते. वाडवडिलांच्या टाकांनीही काही जागा घेतली होती. देव्हाऱ्यात देवांच्याच आसनाचा प्रश्न असल्यानं तिथं बैलांना स्थान मिळणं शक्य नव्हतं.

गणपतनं देव्हाऱ्याखाली भिंतीशेजारी पाट मांडला. त्यावर बैलं ठेवली. त्यांची पूजा करून त्यांना साखरेचा गोड नैवेद्य दाखवला. भरडलेल्या मक्याचे उंडे नाहीत, हे पाहून बैलं दुचमाटली. त्यांच्या नजरेला जायकरनीसमोरच्या दुरडीतला चपात्यांचा ढीग पडला. तो पाहून बैलं एकमेकांकडे पाहून, हे पीक काढताना मालकानं आपल्याला औताला जुंपलं होतं का; याची शहानिशा करू लागली.

४०

सकाळी अकराचा सुमार झाला होता. तसा शाळेला जायला अवकाश असल्याने बंडू निर्धास्त होता. तो आपल्या खाकी पॅण्टच्या खिशात हात घालून शीळ घालत हळूहळू पायऱ्या उतरत होता. चौथ्या मजल्यावर जिन्यासमोरच वटनात बसंती उभी होती. जायकरनीचा गजा तिच्या अंथरुणात रंगेहाथ सापडला होता. पाऊस आल्यानंतर गच्चीतून पळत आलेल्या माळकऱ्यांच्या पायाखाली तुडवल्यानंतर तो ओरडला होता. मात्र, त्यामुळेच त्याचं बिंग बाहेर पडलं होतं. चौथ्या माळ्यावर दक्षिण दिशेच्या विंगमध्ये कांचन फुलकरची खोली होती. ती मुख्य वटनाला लागून होती. तर कमळा जायकरनीची खोली उत्तर दिशेच्या विंगमध्ये होती. तीही बाहेरच्या बाजूलाच होती. त्यांच्यामध्ये चौक होता. नेहमीच होणाऱ्या नजरा नजरेतून बसंती फुलकर व गजा जायकराचं जुळलं होतं.

जायकरनीचा गजा दहावी पास होता. दहावी पास होण्यासाठीही त्याला तीन

वेळा परीक्षेला बसावं लागलं होतं. त्यानंतर मात्र त्यानं शाळा बंद केली होती. त्यानं तो पहिल्यांदा दहावीच्या वर्गात गेला, तेव्हापासूनच एका फर्ममध्ये नोकरी पकडली होती. तो शिपाई होता. त्याची ती पहिलीच नोकरी. कधी चांगली नोकरी मिळेल तेव्हा बघू, मात्र तोपर्यंत तरी हीच करू ही त्याची धारणा होती. नोकरीमुळे मुंबईतला आपला खर्च तरी निघेल, या हिशेबापोटी तो नोकरी करीत होता. जायकरनीच्या खोलीसमोरच पलीकडच्या वटनात फुलकरनीची खोली असल्याने तिच्या खोलीतून फुलकरनीच्या घरातलं सगळं दिसायचं. गजाला तर बसंतीशिवाय दुसरं काही नजरेला पडायचंच नाही! नोकरीवर जाण्यापूर्वी व कामावरून घरी आल्यानंतर त्याची माळ्याच्या वटनात अनेकदा बसंतीशी नजरानजर व्हायची. थट्टा-मस्करीचा एखाद-दुसरा शब्द इकडे-तिकडे व्हायचा. सकाळचं पाणी भरताना, माळ्याच्या बोळात, रस्त्यावर समोरून येता-जाता ती दिसायची. हसायची. सार्वजनिक नळावर ती कपडे धूत असतानाही तिच्या मजबूत पोटऱ्यांचं त्याला दर्शन व्हायचं. नजरेचा गुंता हळूहळू इतका वाढला की, नळाजवळ कपडे धूत बसलेल्या बसंतीचा फ्रॉक त्याला पाहून अनेकदा मांडीवरून घसरायचा. तो नळाजवळ पाणी भरीत असला किंवा अंघोळ करीत असला तर चावट पाणी तिच्या अंगावर उडायचं. जी गोष्ट त्याला माहीत होती, तीच तिलाही बरोबर कळायची! मग तिच्या ओठावर लटकं हसू फुटायचं. जे फक्त गजालाच कळायचं. अल्पावधीच गजा नोकरीबरोबर बसंतीलाही सांभाळू लागला. त्याच्या नजरेनं ती स्वत:च्या पायावर उभी असलेली मुलगी होती.

शाळेव्यतिरिक्त बसंती कधी फारशी बाहेर जात नसल्याने तशी गजाची कोंडी व्हायची. शाळेला जातानाही ती माळ्यातल्या पोरींच्या घोळक्यात असायची. दूध सेंटरवरून सकाळचं दूध आणायला बसंती-विजय दोघं बहिण-भावंडं जायची. गजा नोकरी करीत होता. ती अडचणही होतीच. बसंतीबरोबर इश्क करायला त्याला शेठ सुट्टी देणं शक्यच नव्हतं. तसं असलं, तरी गजाचं नशीब बलवत्तर होतं. बसंतीच्या बापाला खोकला होता. किती औषधं केली तरी तो जात नव्हता. माळ्यातले लोक तर म्हणायचे की, त्याला टी. बी. आहे! ही बाब बसंती व गजाच्या पथ्यावर पडली होती. बापाच्या खोकल्याला कंटाळून बसंती बाहेर वटनात झोपायची. गजा नेहमी त्याच्या कंपनीच्या कार्यालयात झोपायला जायचा. पण बसंतीचं व त्याचं जुळल्यानंतर तो अनेकदा रात्री बाराच्या पुढं माळ्यात यायचा. बसंतीशी जुगायचा व परत आपल्या कार्यालयात जायचा. बसंती गजाबरोबर झोपत असली तरी निरोध घातल्याशिवाय तिनं गजाला कधी जवळ येऊ दिलं नव्हतं. गजानं एकदा तसा प्रयत्न करून पाहिला होता; पण तेव्हा बसंतीनं त्याचं गुप्तांग मुठीत धरून असं काही दाबलं होतं की... गजाच्या डोळ्यांपुढे चांदण्या नाचल्या होत्या! तेव्हापासून त्यानं आगाऊपणा तर केला नाहीच; परंतु तो बसंतीला टरकूनही असायचा. त्या दिवशी बंडू व माळकऱ्यांच्या

धक्क्यानं पुढे हेलपाटलेला गजा ओरडल्याने सगळाच विचका झाला होता. गणपत जायकरानं तर त्याला थोबाडलं होतं. असल्या घरात आपल्याला घरोबा करायचा नाही, असं त्यानं गजाला ठणकावून सांगितलं होतं.

त्या दिवशी बसंतीच्या उरावर बंडू निकम होता. तो दूर हटत नाही हे पाहून तिनं बंडूच्या हाताला कडकडून चावा घेतला होता. मग मात्र बंडूची पळता भुई थोडी झाली होती. तेवढ्या मुदतीत बसंतीनं आपल्या ब्राचे हूक लावून ब्लाउजची बटनं घातली होती. त्यानंतर बसंतीनं आवाज वाढवून साळसूदपणाचा आव आणला होता, "काय पिलीग झालाय व्हयऽऽ! का असं हिव भरल्यागत पळताय? जरा वटनात माणसं झोपलेत ते तरी पाहाऽ!"

बसंतीनं कितीही पळवाट काढण्याचा प्रयत्न केला, तरी या प्रकरणाचा माळ्यात व्हायचा तसा बभ्रा झाला होता. संपूर्ण जायकर कुटुंब तिच्यावर रागावलं होतं, म्हणूनच ती जायकरनीची चौकट टाळून थोडी जिन्याकडच्या बाजूला उभी राहिली होती. तिच्या दोन्ही हातांत दूध वाटपाच्या पिशव्या होत्या. माळ्यावरच्या ग्राहकाला याच पिशव्यांतून ती सकाळच्या पारी दुधाच्या बाटल्या द्यायची. दिवसा अकरा-बारा वाजता त्याच बाटल्या गोळा करायच्या, हा तिचा शिरस्ता होता. दुधाची बाटली देतानाच दुसरी रिकामी बाटली घेणं तिच्यासाठी सोईस्कर होतं; पण खाणावळी बदलीसाठी दुसरी बाटली ठेवण्यास तयार नव्हत्या. त्यासाठी बसंतीनंही त्यांच्यावर जोर केला नव्हता. एखादीनं बाटली बंद केली तर थोडं का असेना; पण आर्थिक नुकसानं व्हायचं. त्यापेक्षा तिची माळ्यातल्या माळ्यात बाटल्या देणं व त्या गोळा करण्यास वेळ देण्याची तयारी होती! शिवाय अलीकडे पॉलिथिन पिशवीतूनही दूध मिळत होतं; पण काही अपवाद वगळता अजूनही माळा बाटल्यातच अडकला होता! मात्र, अजिबात नसण्यापेक्षा थोड्या का होईना, पॉलिथिनच्या पिशव्या स्वीकारण्यास सुरुवात झाली, हे बसंतीच्या दृष्टीनं महत्त्वाचं होतं. हळूहळू बाटल्या कायमच्याच बंद होतील. एखाद्याच्या जड झालेल्या आयुष्यासारख्या त्या एकदाच आयागमनी होतील, तो असह्य भार उतरेल, याची तिला खात्री होती. सकाळी अकरा ते दुपारी दोनपर्यंत खाणावळींच्याकडे जेवणाऱ्यांची तुरळक वर्दळ असायची. यावेळी तशी घाई-गडबड नसायची. हीच वेळ बाटल्या गोळा करण्यास अधिक सुकर होती. दुपारी दोननंतर मात्र खाणावळी पथारी पसरून कधी पडतील याचा नेम नसायचा.

बसंतीला समोर पाहून बंडू आपल्या बऱ्यापैकी फुटलेल्या मिशात हसला. त्यानं ओठावरून जीभ फिरवली. त्याची ती कृती पाहून बसंती हसली.

"काय बसंती, बाटल्या गोळा करतेस?" त्यानं विचारलं.

"होय."

"दूध गायीचं असतं की म्हशीचं?"

"बाटली सुरू कर की. मग कळंल तुला!"

"आता गवळण तू. तुझ्या दुधाची जातकुळी तुलाच माहिती!"

"ती तर माहीत आहेच रंऽऽ!"

"मग तूच सांगितलंस, गायीचं की म्हशीचं; तर विचार तरी करता येईल नं?"

"डुकराचं हाय. पाहिजे तुला?"

"डुकराचं म्हणल्यावर जरा विचार केलाच पाहिजे. तसा हा प्रकारच नवीन म्हणा!" तो हसला. बसंतीही त्याचं बोलणं पटल्यासारखं हसली.

"अंगावरची चमडी हाडाचा मुका घेतेय; ती अगोदर सांभाळ. अन् मग दुधाची वार्ता कर." बसंतीनं हसता हसता त्याला टोला हाणला.

"कसं का असेना; पण चामाट आहे ना? मग तर झालं. त्याबाबतीत तुला पण माहिती आहे!" त्यानं ओठांवर परत जीभ फिरवली.

"पटपट माणसं वटनात घुसली म्हणून सुटलास त्या दिवशी. नाहीतर..." शब्दांवरचा जोर वाढवीत बसंती म्हणाली.

"आसू दे गंऽ! होतं असं कवा कवा! नाहीतरी आमच्याकडं तरी कोण बघायचं? अन् आपूनबी थोडं झाकून करावं. चार-चौघांची नजर आसती. ती बघत्यात इतकं तरी ध्यानात ठेवायचं." तो गालात हसला. तिलाही हसू फुटलं.

"जातो. शाळेला जायचं आहे." बंडू म्हणाला. त्यानं परत आपल्या ओठांवरून जीभ फिरवली.

"जा, जाऽ!" बसंती खुदाकली.

बंडू दुसऱ्या मजल्यावर आला. तिथं समोरच्या वटनात सर्जा घोडगावकर व सुदाम खाडे गप्पा मारत उभे होते.

"बंडू, ये. बरं झालं तू दिसलास ते. तुझाच विषय चाललेला." सुदाम खाडेनं बंडूला हाक मारली. बंडू त्यांच्याजवळ आला.

"विचार ह्येला! ह्येनं बसंतीला चोखली की न्हाय ते!" बंडूकडे कौतुकानं पाहात सर्जानं सुदाम खाडेला सांगितलं.

"आयला, तो विषय तर आता जुना झाला. नवीन काही आसंल तर बोला!" बंडूनं विषयाला बगल दिली.

सुदाम खाडेसाठी ही माहिती नवीनच होती. किस, मुका हे विषय त्याच्या कसे काळजाला गुदगुल्या करणारे! ते सोडून अन्य विषयांवर काय बोलायचं? त्यानं विचारलं, "बंडू, तिचं व्हट खोबऱ्यासारखं असतील, न्हाय रं?"

"नुसतं खोबरंऽऽ! जशा हापूस आंब्याच्या फोडीच!" बंडूनं फोडणी टाकली.

"आयला काय सांगतोस?" सुदाम खाडेची उत्सुकता ताणली.

बंडूला त्याची कीव आली. सुदामनं तशी तिशी पार केली होती. या वयाचा

माणूस काय विचारतोय, कसली चर्चा करतोय, याचं त्याला वाईट वाटलं. माणूस वाढला; पण अक्कल वाढली नाही, या विचारानं बंडूच अस्वस्थ झाला. बंडू गप्प झाला. बंडूचं शांत राहणं सुदामला असह्य झालं.

"फक्त एकदाच धरलीस का?" त्यानं विचारलं.

"आज रात्री पण ठरलंय." बंडूनं तिखट-मीठ लावलं.

"काय सांगतोस!" सर्जानं विचारलं. त्याच्यासाठीही हा मोठा धक्का होता.

"अन् त्या गजा जायकराचं काय रं?" सुदामनं विचारलं.

"जगाची चौकशी करायचं आपल्याला काय कारण? बाई राजी असल्यानंतर काझीला कोण विचारतंय?" बंडूनं आपलं मत मांडलं व तो चालू पडला.

"आरं बंडूऽ, थांब, थांब." सुदामनं पाठीमागून आवाज दिला. मात्र बंडू थांबला नाही. तो तडक जिन्यावरून खाली घरंगळला.

"आयला, काल काढलेलं आज आपणाला आव्हान ठरलंय!" सुदाम खाडे पुटपुटला. त्याच्या काळजाचे ठोके वाढले. बंडू गेलेल्या दिशेला पाहात त्याच्या मनात विचारांचा हलकल्लोळ उडाला. घरची भाकरी तर आपण दररोज खातो. कारण ती हक्काची असते! पण बाहेरची रोटी खाण्यातली मजाही काही औरच असते. त्याचं बाह्य मन त्याच्या अंतर्मनाला ढुसण्या देऊ लागलं. तशी माळ्यात लफड्यांची कमतरता नव्हती. बसंतीलाही गजा घुमवत होता. बंडू निकमानंही हात मारला होता. त्यात आपली भर पडली, म्हणून काय बिघडतं? तसं, माळ्यातल्या कोणत्याही तरण्याताठ्या बाईनं, पोरीनं लफडं करावं ते आपल्याशीच! त्यांनी गुलुगुलु बोलावं तेही आपल्याशीच, असं त्याला राहून राहून वाटायचं. माळ्यावरच्या अनेक तरण्याताठ्या बायांना, मुलींना त्यानं मिठीत घेतलं होतं, तेही स्वप्नात! त्यांची स्वप्नं पाहात त्यानं अनेक रात्री जागवल्या होत्या. तो गच्चीत झोपायला यायचा. तिथेही तो बिछान्यावर पडल्या पडल्या आपलं लिंग खेळवायचा. माळ्यातली पोरं त्याला लिंगपिसाट म्हणायची. पोरांमध्ये असलेली ही बात त्याच्या बापाच्या कानावर गेली होती. म्हाताऱ्यानं त्याच्यावर लगेच अक्षता टाकल्या. म्हाताऱ्यानं तेव्हा त्याचं लग्न केलं नसतं तर तो खरंच पागल किंवा लिंगपिसाटच झाला असता, असं माळकऱ्यांचं म्हणणं होतं!

माळकरनीं त्याला अवचाकलेला म्हणतात. तो कधी काय बोलेल, याचा अंदाज नसल्यानं त्या त्याच्याशी बोलणंही टाळतात. पण त्यांना टाळून सुदामला कसं जमेल! त्यानं अनेकींच्या बाहेरख्याली वर्तणुकीची जंत्रीच आपल्या काळजातल्या फाइलमध्ये जपून ठेवली आहे!

एखाद्या पोरगीनं आपल्याला लाइन द्यावी, म्हणून सर्जा घोडगावकर युद्धपातळीवर प्रयत्न करीत होता. तालमीच्या हौद्यात दुसऱ्या पैलवानाला उलथा-पालथा करायला

त्याला वेळ लागायचा नाही. मात्र, या मैदानावर मात्र त्याचं मन कच खात होतं. त्याची गात्र न् गात्रं थंड पडत होती. गटात कुस्ती खेळताना जोड्या लावल्या जातात. त्यासाठी पैलवान इतक्या किलोंपासून इतक्या किलोंपर्यंत असावा, असा लिखित नियम होता. मात्र, सर्जानं आपल्या मनातल्या कुस्तीसाठी ही अटही शिथिल केली होती. काळी, गोरी, ढोबळी, नकटी, सुंदर... कशी का असेना; पण ती बाई या सदरात मोडणारी असावी. तिच्यासाठी त्याचा जीव तळमळत होता. त्याच्या मनात एक-दोनदा लग्नाचा विचार आला होता. पण नोकरीचं काय? घोडं तिथंच पेंड खात होतं. अलीकडे त्याला गोलपिठ्याचाही नाद लागला होता. पाणी आतल्या आत ढवळायला लागलं तर तो तिकडे पळायचा; पण तिथं गेल्यामुळे गुप्तरोग होण्याची भीती वाटत होती. शिवाय एड्स या रोगाबाबतही तो ऐकून होता! ती टांगती तलवार टाळायची तर कसंही करून एखादी पोरगी पटवणं आवश्यक होतं!

बसंतीचा विषय चघळताना दोघे भलतेच गरम झाले होते. त्यांच्यामध्ये कुजबूज, दीर्घ श्वास फुटत होते. मधूनच हातही गिरकी घेत होते. अचानक सुदाम गंभीर झाला. त्यानं आपल्या कोपरानं सर्जाला ढोसणलं. तो पुटपुटला, ''ती बघ, ती खाली येतेय.''

सर्जानं जिन्याकडे नजर टाकली. बसंती जिन्याच्या पायऱ्या उतरत होती.

बसंतीनं तिसऱ्या ते सातव्या मजल्यावरच्या बाटल्या गोळा करून घरी ठेवल्या होत्या. आता तिच्या पहिल्या व दुसऱ्या मजल्यावरच्या बाटल्या गोळा करायच्या बाकी होत्या. त्या एकदा गोळा झाल्या की, आताची कटकट मिटली! या दोघांना बाजू देऊन ती उरलेल्या जागेतून कशीबशी पुढे जाऊ लागली.

''बसंती...!'' सर्जाचा आवाज घोगरा झाला.

''काय?'' बसंती थांबली.

''एक काम होतं.'' सर्जाचा चेहरा गंभीर होता. तो बसंतीकडे पाहात कसनुसं हसला. सुदाम बावरला. कान देऊन ऐकू लागला.

''कसलं ते सांग लवकर. मला बाटल्या गोळा करायच्या आहेत.''

''आमच्याकडं बघ की जरा,'' तो म्हणाला. त्याच्यातल्या धीटपणानं अचानक उसळी घेतली. त्यानं त्याचा पुरता कब्जा केला. तो काय म्हणतोय, याचा बसंतीला अर्थबोध झाला नाही.

''तुला काय म्हणायचं आहे?'' तिनं विचारलं.

''परवा बंडूला कसं दिलंस! आजपण त्याला भेटणार आहेस. मग आम्ही काय घोडं मारलंय व्हय?'' एका दमात, जीव एकवटून तो म्हणाला. 'काय गाभणं हाय!' अशा नजरेनं सुदामनं सर्जाकडे पाहिलं.

''तुझ्याकडं माझं हे खेटार बघतंय. जास्त शाणपणा केलास तर डोक्याचं केस

भादरायलाही कमी करणार नाही,'' तिनं त्याला आपल्या पायातलं चप्पल दाखवलं. "निर्लज्ज, बेशरम, कसा काढला होता,'' असं पुटपुटत ती पुढे गेली.

सर्जानं कपाळावरचा घाम पुसला. 'शाब्बास रं फाकड्याऽ!' अशा अर्थाची थाप सुदामनं त्याच्या पाठीवर टाकली व तो हळू आवाजात म्हणाला, "लेका, असं डायरेक बोलायचं असतं व्हय! बोलणं कसं आतघुसणी पाहिजे.'' त्याला सुदाम उपदेश करू लागला. सर्जाचं काळीज आतून धपापत होतं. त्याला नीट बोलणंही सुधरत नव्हतं. त्याला कधी एकदा येथून जातो, असं झालं होतं. पण सुदामनं त्याचा हात धरून त्याला थांबवलं व तो म्हणाला, "थांब ती परत येऊ दे. मग बघ, मी कसं बोलतो ते! अरं, कळलं तर पाहिजे; पण उत्तर देताना चांगलीचं गोची झाली पाहिजे.''

बसंतीनं दुसऱ्या मजल्यावरच्या बाटल्या गोळा केल्या. पिशवीत टाकल्या. तिनं येतायेता खोरवाटकरनीच्या घरातली बाटली घेतली. ती तिच्या हातातच होती.

"बसंतीऽ!'' सुदामनं आवाज दिला. सर्जानं मात्र आपली नजर दुसरीकडे वळवली होती.

"काऽ! अजून तुझी बारी राहिली?'' ती वैतागली.

"असू दे गं. उगाच त्येचं मनावर घेऊ नगं. अजून बारकं पोरगं हाय ते!'' त्यानं तिला मऊसूत सल्ला दिला. "बरं, मला सांग, तू घरात इतकं काम करतीस. भरलेल्या बाटल्या पण उचलतीस. या सगळ्या कामात तुला काथ्यासाब करायला तरी वेळ मिळतू का?'' असलं गुपित फक्त आपल्यालाच कळतं अशा थाटात तो बोलला व गुलजार हसला.

बसंतीचा पारा चढला. तिनं हातातली बाटली उचलली व सणकन सुदामला तडाखा हाणला. त्यानं तो चुकवायचा प्रयत्न केला तरी निसटता का होईना तो फटका त्याला बसलाच. तो गुरासारखा ओरडला. एकाच तडाख्यात बाटली तर फुटलीच; पण सुदामचं कपाळही फुटलं. भळाभळा रक्त वाहू लागलं. त्याच्या मेंदूलाही झिणझिण्या आल्या. जरा कमी नाहीतर त्याच्या आकावरच टोला बसला असता!

सुदामच्या ओरडण्यानं माणसं बाहेर आली. सुदामला बसंतीनं बाटलीनं मारलं. कपाळावर खोक पडलीय. त्यातून रक्त वाहतंय. माळ्यात एकदम बोलबाला झाला. एक बारकं पोरगं अनिताच्या घरात धावत गेलं. त्यानं अनिताला खबर दिली. ती पळत वटनात आली. तिनं बोंब ठोकली, "रांडंच्चंऽ वाटूळळंऽऽ, वाटूळळंऽऽ झालंऽऽऽ! माझा साधाभोळा कारभारी का तिच्या मनात भरला?''

ती धाय मोकलून रडू लागली.

४१

बंडू व नंदू काळझरीला जाऊन आले. त्यांनी स्वामींच्या अब्रूची लक्तरं माळकऱ्यांसमोर पसरली. हा स्वामी कसा भोंदू आहे, हे त्यांनी अगदी तिखट-मीठ लावून तोंडभरून सांगितलं. सुभानजीनं दिलेला बक्कळ पॉकेटमनीही त्यांच्या तोंडाला लगाम घालू शकला नाही.

तरीही स्वामी आज माळ्यात येतात, काल येत होते. कदाचित ते उद्याही येतील. त्यांचा संबंध सुभाना, सुकन्याशी होता, अनिताशी होता. तो त्यांचा व्यक्तिगत भाग होता. त्यात पडण्याचं तसं माळ्याला कारण नव्हतं. मात्र, स्वामींनी पाण्यातून देवादिकांच्या मूर्ती बाहेर काढल्या ही बातमी बाहेर आल्यापासून लपत-छपत का होईना काही माळकऱ्यांचे पाय तिकडे वळू लागले होते! काही खाणावळीही त्याच्या दर्शनाला गेल्या होत्या. जात होत्या. पालकरनीच्या भक्तीलाही भरतं आलं होतं. तीही आपल्या पोरी घेऊन उभ्याउभ्याच तीन-चारदा स्वामीदर्शन करून परतली होती. नंदूनं तिला कितीही समजवायचा प्रयत्न केला, तरी नंदूचं बोलणं तिला पटलं नव्हतं! त्यावरून मायलेकराचं भांडणही झालं होतं. पालकरनीच्या उठाठेवीनं तर नंदू आतल्याआत नुसता धुमसत होता.

पालकरनीनं स्वामीदर्शन केलं होतं. मात्र, आज ना उद्या ती काय, तिच्या पोरी काय स्वामींजवळ हळूहळू थांबायला सुरुवात करतील, याची कल्पना माळ्यातल्या पोरांना होती. या घटनेनं विशेषत: दिलीप चाफेकर चांगलाच अस्वस्थ झाला होता. अनितानं हरणा देसाईलाही स्वामींचं दर्शन घेण्याचा सल्ला दिल्यानं बाबूचंही पित्त खवळलं होतं. स्वामीचं मुख्य ठाणं म्हणे अंधेरीला होतं. त्यानं काही खाणावळींना तिकडं येण्याबाबत सांगितल्याची चर्चाही माळ्यात सुरू होती.

बंडू, कानिफसारखी पोरं सुभानाच्या घरात नागवा दरबार भरतो, अशी बोंब मारायची. आज भागू रोंगेसारखा चौकस, चारही बाजूनं विचार करून बोलणारा पोरगाही छातीठोकपणे तेच सांगत होता. मात्र, स्वामीनं पाण्यातून काढलेल्या मूर्तींसमोर या बाबी पाला-पाचोळ्यासारख्या उडून गेल्या होत्या. स्वामीसारखा लांडगा माजत होता. त्याचं बेचाळं वाढत होतं. दाढवान अधिक टणक होतं होतं.

स्वामी घरात आल्यानंतर सुभानजीचं दार पूर्णपणे बंद व्हायचं. त्याला कडी लागायची. त्यापाठीमागं कुठंतरी भीतीचा लवलेश होता. शेजाऱ्या-पाजाऱ्यांनाही या बंद दाराची सवय झाली होती. दररोज तेच ते काय बघायचं, त्याविषयी काय बोलायचं, ऐकायचं म्हणून ते त्याकडं दुर्लक्ष करायचे. अलीकडे मात्र दाराचं

धाडस वाढलं होतं. त्यावर अनेकांची टकटक होत असल्यानं फळ्या आतबाहेर करायच्या. पोरांना त्या दुरून का होईना वाकुल्या दाखवत असल्याचा भास व्हायचा.

नेहमीप्रमाणं आज स्वामी आले. त्यांचं पाऊल घरात पडल्यानंतर दाराच्या फळ्यांनी आपलं तोंड मिटलं. भागू रोंगे, दिलीप चाफेकर, सर्जा घोडगावकर, दगडू पिंपरकर, कानिफ, जितेंद्र नारगावकरसह आणखी चार-पाच पोरं दाराजवळ आली. हळू आवाजात ते आपआपसांत काहीतरी बोलत होते. भागू रोंगे मात्र खूपच नाराज होता. तो दिलीपजवळ म्हणाला, "अरे, तो रांडंचा नुकताच आत गेलाय. आपण जरा उशिरा गेलो तर काहीतरी बघायला तरी मिळेल!"

"गप्प बस लेका! आपल्या डोळ्यांची लाज आपणच राखायची असते," दिलीप पुटपुटला. त्यानं दारावर टकटक केली. थोड्या वेळानं सुकन्यानं दार उघडलं. तिच्या अंगावर फक्त गाऊन होता. दिलीपला दारात पाहून तिला अचंबा वाटला. दार तसंच किलकिल्या अवस्थेत ठेवून तिनं विचारलं, "काय हवं?"

"सांगतो." तो म्हणाला. त्यानं दार जोरात पुढे दाबलं. दार उघडलं. सुकन्या भेलकांडली; पण तिनं स्वत:ला सावरलं. आजूबाजूला उभी असलेली पोरं घरात घुसली. समोरचं चित्र पाहून थोडी अपारलीही! स्वामींच्या अंगात शर्ट, बनियन नव्हतं. ते नुसत्या चड्डीवर कॉटवर निवांत पडले होते. त्यांच्या शेजारी कॉटवर अनिता बसली होती. तिच्या बाजूलाच पडलेली एक ब्रा नजरेत भरत होती. ती कुणाची? अनिताचं लक्ष दरवाजाकडेच होतं. पोरं आत आल्याबरोबर ती पटकन उठली व भिंतीशेजारी उभी राहिली.

पोरं एकदम आत आल्याने स्वामी फाफलले. ते उठू लागले. तोवर दिलीप चाफेकर, भागू रोंगे, सर्जा घोडगावकर, दगडू पिंपरकर, शिरप्या तडेकर पुढं झाले. दिलीपनं स्वामीचे केस पकडले व त्याला बेडवरून खाली ओढलं. स्वामी धाडकन जमिनीवर आपटले. पोरांनी त्याला धू-धूतलं. लाथा-बुक्क्या, फायटींचा मनसोक्त मारा केला. स्वामीच्या आरडाओरड्यानं माळकरी धावले. तोवर पोरांनी स्वामीला एखादी भरलेली गोण ओढावी तसं खोलीबाहेर ओढलं. अंडरपॅण्टवर असलेल्या स्वामींना पाहून माळकरीही अचंबित झाले. दिलीप चाफेकरनं स्वामीच्या ढुंगणावर सणकन लाथ घातली व विचारलं, "काय रं भडव्याऽऽ! काळझरीला देवादिकांच्या मूर्ती पाण्यातून बाहेर कशा आल्या?"

"पाण्यात जायच्या अगोदर मीच त्या गुपचुप चड्डीच्या खिशात घेतल्या होत्या. पाण्यात गेल्यानंतर वाळूत ठेवल्या व नंतर पायाच्या बोटांच्या चिमटीत पकडून एक एक वर घेतली," स्वामींच्या नजरेत मरणप्राय यातनांची झलक दिसत होती. धक्के खात, कसेतरी मागेपुढे करीत स्वामींनी माहिती दिली. पोरांनी स्वामीला परत बडवला. गयावया करता करता स्वामीची पुरेवाट झाली. शेवटी दिलीपनं त्याच्या

पेकाटात लाथ घातली व तो म्हणाला, "यापुढे या माळ्यात तुझं पाऊल जर पडलं तर उभा चिरून भाजी करीन."

स्वामी तिडबिडत उठला. धावण्याचा प्रयत्न करू लागला. भागूनं आणखी दोन लाथा हाणल्या. स्वामी पायऱ्यांवर धाडकन आपटला.

"आई गंऽऽ! मेलो, मेलोऽऽ!" स्वामीच्या नजरेसमोर सारं ब्रह्मांड अवतरलं.

४२

खिडकीवर बाहेरून मारलेल्या प्लायवुडचे खिळे पोरं उचकटायची. बिल्लू घरातल्या हातोडीनं ते परत ठोकायचा. पोरांना शिव्या घालायचा. पण कुणाचं नाव घेण्याचं किंवा एखाद्यावर संशय व्यक्त करण्याचं धाडस त्याला व्हायचं नाही. हा पाठशिवणीचा खेळ नेहमीच सुरू असायचा. शेवटी खिळ्यांची गंमत करून पोरं कंटाळली. बिल्लूचा अंदाज घेऊन अखेर त्यांनी मसाला कुटायच्या ठोंब्यासारख्या वस्तूंनी खोक्यांचं प्लायवुड तोडलं. बिल्लूचा जीव चरफडला. केलेली मेहनत फुकट गेल्याचं पाहून त्याला अतीव दुःखं झालं. त्यानं सुगंधाला सांगितलं, "हे बाहेरचं न्हाणीघर आपण आत घेऊ, म्हणजे सगळेच प्रश्न मिटतील."

"बाथरूम आत घेऊन किचनची मोरी कुठं ठेवणार?"

"सिंगल खोलीवाल्यांची मोरी, बाथरूम एकच आहे नं?" त्यानं प्रतिप्रश्न करीत स्वसमर्थन केलं.

"जगाचं मला सांगू नकोस. भांडी घासलेल्या काळ्या राखेत, खरकट्यात बसून मी अंघोळ करू का? काही नडलेलं नाही." ती डाफरली.

बिल्लूचा नाइलाज झाला. त्यानं खिडकीच्या दारांवर पत्रा मारला. खिडकीच्या व्हेंटिलेटरवरही पत्रा ठोकला. खिडकीला नवीन बिजागऱ्या बसवल्या. कडी-कोयंडा घट्ट केला. खिडकीतला पाण्याचा माठ हलवला. इतका खटाटोप केल्यानंतर अंघोळ करताना करकरीत पत्र्याचं दार बंद होऊ लागलं. तरीही सुगंधाच्या मस्तगुल स्वभावामुळे ते कधी उघडं राहिलंच तर पुढचे प्रश्न उद्‌भवू नयेत, म्हणून त्यानं खिडकीला आतून पडदा बसवला.

खरं तर त्याला बाहेरचं न्हाणीघर पूर्ण बंद करून बाहेरच्या खोलीचा बेडरूम कम हॉल बनवायचा होता. पाठीमागच्या खोलीतच मोरी, न्हाणीघर एकत्र करायचे होते. सुगंधाच्या विरोधामुळे तो प्लॅन प्रत्यक्षात आला नाही. बायकोचा विरोध

डावलून त्याची अंमलबजावणी करण्याचं धाडस त्याच्या अंगी नव्हतं. त्यानं तसा प्रयत्न केला असता तर सुगंधानं त्याला घराबाहेर हाकलून दिलं असतं!

बिल्लू मुलकाचा लोचट तसा चिवटही होता. त्याच्या लोचटपणाला कंटाळून शेवटी सुगंधानं त्याच्या होला हो केलं. बायकोचं मतपरिवर्तन करण्यात बिल्लूला यश आलं असलं, तरी त्यासाठी त्याला कसून मेहनत करावी लागली होती. काम प्रत्यक्षात आणण्यासाठीही त्याला काही महिने थांबावं लागणार होतं. तिनं येत्या दिवाळीत हे काम पूर्ण करू म्हणून त्याला आश्वस्त केलं होतं.

निव्वळ गोड बोलण्यानंच बिल्लूनं या खोल्या पदरात पाडून घेतल्या होत्या. त्यासाठी त्याला नाना पद्धतीनं खोटं बोलावं लागलं होतं. स्वतःचा फायदा होतो आहे, तर आपल्या जन्मदात्या बापालाही चुना लावण्याची त्याची तयारी होती. मग हे खोल्यांचं काय घेऊन बसलात? दोस्तीच्या नात्यानं, गरजू म्हणून घरात घुसलेला बिल्ल्या घरातच राहिला. मात्र, शेंदवाडकरासारख्या सरळमार्गी माणसाला बाहेर व्हावं लागलं. त्यानं शेंदवाडकराला कर्जतसारख्या उपनगरातल्या आलिशान दोन बेडरूम फ्लॅटचं स्वप्न दाखवलं. ते पूर्णही केलं. मात्र, त्यामुळे हे कुटुंब मुंबईला कायमचंच मुकलं! बिल्ल्यानं काय केलं, कसं केलं हे माळ्याला कळलं नाही. मात्र, शेंदवाडकरासारख्या सज्जन माणसाला टोपी बसल्याची चर्चा माळ्यात रंगली होती. बिल्ल्या भानामती करीत असावा, त्याच्याकडे एखादं भूत असण्याची शक्यताही वर्तवली जात होती. आपले मुंबईत किमान चार फ्लॅट हवेत, असंही त्यानं अनेकांना बोलून दाखवलं होतं; त्यामुळे संशय अधिकच बळावत होता.

बिल्लू हा राज्य शासनाच्या दुग्ध विकास खात्यात मजदूर म्हणून नोकरीस लागला. तिथून त्यानं मशीन ऑपरेटर पदापर्यंत झेप घेतली. साधारणतः सरकारी कारकुनाच्या दर्जाचं हे पद. त्याला पगार असून असून किती असणार? तरीही इतक्या तोकड्या पगारात हा माणूस मुंबईसारख्या ठिकाणी चार चार फ्लॅट घेण्याची स्वप्नं पाहतोच कशी, हा प्रश्न माळकऱ्यांना पडायचा. असा पराक्रम करायचा तर, त्यासाठी चोरी करणं, दोन नंबरचे धंदे करणं, लांड्या-लबाड्या करणं, गोड बोलून गळे चिरणं यासारखेच मार्ग निवडणं भाग होतं. याबाबतीत बिल्ल्या कमी पडणार नाही, याची माळकऱ्यांना खात्री होती. शिवाय शेंदवाडकराच्या प्रकरणावरून माळकऱ्यांना त्याची प्रचितीही आली होती.

बिल्लूला मिळालेल्या प्रमोशनपाठीमागं त्याची बायको, हे कारण असल्याचं अनेकजणांचं मत होतं. माळ्यातल्या काहीजणांनी बिल्लूला प्रमोशन देणाऱ्या साहेबाबरोबर बिल्लूची बायको फिरताना, हॉटेलमध्ये हादडताना पाहिलं होतं. तो इसम बिल्लूच्या घरातही आला होता. आपला रुबाब दाखवण्यासाठी बिल्लूनं माळ्यातल्या पोरांची त्याच्याशी ओळखही करून दिली होती. याच आधारावर

बिल्लूनं माळ्यातल्या दोघांना नोकरीचं आमिष दाखवलं होतं. त्यासाठी काही खर्च येणार होता. मात्र, अगोदर ऑर्डर नंतर पैसा, असा पोरांनी पवित्रा घेतल्यानं तूर्तास तरी ते काम थंडावलं होतं. बिल्लूची बायको व त्या साहेबाचं गुफ्तगू असल्याच्या चर्चेला उधाण आलं होतं. याबाबत पोरांनी बिल्लूला छेडलं होतं. त्यावर बिल्लूनं दिलेलं उत्तर मोठं मासलेवाईक होतं. तो म्हणाला होता, 'खिशातले पैसे देऊन आपण नागडं का व्हायचं? आपल्याबरोबर बायकोलाही सुखात राहायचं आहे. मग तिनं थोडी तसदी घेतली तर बिघडलं कुठे?'

माळ्यावर पिकणाऱ्या चपात्यांचा वास बिल्लूच्या रोमारोमांत भिनला होता. आपल्या बायकोनं घरात बसून आपलं थोबाड निव्वळ आरशात पाहात राहण्यापेक्षा चार माणसं जेवायला घालावीत. त्यातून आपणाला आणखी चार पैसे मिळतील, दुसऱ्या घराचा विचार तरी करता येईल, असं त्याचं मत होतं. तसा प्रस्तावही त्यानं बायकोसमोर ठेवला होता. सुगंधाही त्याच्यापुढं चार पावलं होती. स्वत:च्या सौंदर्याला कोणतीही बाधा न आणता काही मदत करता आली, तर ती करण्याची तिची तयारी होती. याबाबत दोघांचा समेट झाला होता. त्यातून दहा माणसांच्यावर एकही माणूस जेवायला घालणार नाही, असं तिनं ठणकावून सांगितलं होतं. बिल्लूनंही ते मान्य केलं होतं. तिच्या आणखी काही अटी होत्या. त्यामध्ये रविवार व सार्वजनिक सुट्टीच्या दिवशी खाणावळ बंद; गबाळे कामगारछाप जेवणारे नकोत; भांडी घासणं, भाजीपाला खुडणं, चपात्या भाजणं यासारख्या कामांसाठी बिल्लूची मदत अशा बाबींचा समावेश होता.

बिल्लूच्या दृष्टीनं दहा खाणावळे मिळवणं तसं अवघड नव्हतं. त्यानं मार्केटमध्ये धावाधाव करून ऑफिस लाइनचे पाच-सहा लोक मिळवलेही. त्यांनीही घरची टापटीप पाहून शंभर रुपये अधिक द्यायचं कबूल केलं. त्यांच्यापाठोपाठ इतरही आले. बिल्लूसाठी उत्पन्नाचा आणखी एक मार्ग खुला झाला. बिल्लूचा जीव भांड्यात पडला.

रविवार व सार्वजनिक सुट्टीच्या दिवशी खाणावळ बंद राहायची. रिकामे स्टोव्ह बदली कामगारासारखे त्याच्या तोंडाकडे पाहायचे. सुट्टीचा दिवस कसा कारणी लावायचा, हा बिल्लूस पडलेला प्रश्न त्याच्या एका मित्रानं सोडवला. त्याला त्याच्या मैत्रिणीसोबत पूर्ण दिवस काढायचा होता. त्यासाठी त्याला खात्रीच्या जागेची आवश्यकता होती. याबाबत त्यानं एकदा सहजच बिल्लूला सांगितलं, "बिलवाडकर, बघ रेऽ, अशी एखादी रूम मिळतेय का? मी दिवसाचे तीनशे रुपये देईन."

"लॉजमध्ये का जात नाहीस?"

"तिथं खूप रिस्क असते. कधी पोलिसांची रेड पडेल, हे सांगता येत नाही; त्यामुळे पोरगी तिकडं यायला तयार नाही."

बिल्लूच्या मनाला पालवी फुटली.

"चौकशी करून उद्या सांगतो." त्यानं मित्राला आश्वासन दिलं.

याबाबत त्यानं सुगंधाशी चर्चा केली. तिला फायद्याची बाजू समजावली. तिनं होकार दिला.

"जागा आहे. मात्र चारशे रुपये पडतील." त्यानं मित्राला सांगितलं.

"खात्रीची आहे ना! मग हरकत नाही." मित्रानं तयारी दर्शवली. त्यानं पुढे विचारलं, "जागा कुठे आहे?"

"माझीच."

"काय?"

"होय; पण राग मानू नकोस. तसा मी व्यवहारी माणूस आहे. तुझ्याकडून चारशे रुपये घेतले तरी ती मी तुझ्यासाठी स्वीकारलेली रिस्कच आहे." बिल्लूनं शांतपणे सांगितले.

मित्रानं गपगुमान खिशात हात घातला. त्यानं बिल्लूच्या हातावर दोनशे रुपये टेकवले. "बाकी काम झाल्यानंतर..."

"येताना सिनेमाची दोन तिकिटं आण. तुम्ही इकडे गमजा करा. तोपर्यंत मी व माझी बायको थिएटरात तरी जाऊन बसेन."

"साल्या, पैशासाठी मरशीलसुद्धा."

"जागा पाहिजे नव्हं?" बिल्लूनं लोचट दम दिला.

जागा दाखवण्यासाठी बिल्लू त्या मित्राला घेऊन आपल्या घरी आला. त्या दिवसापासून बिल्लूस आणखी एक उत्पन्नाचं साधन मिळालं. माळकऱ्यांनी कधीही न पाहिलेले बिल्लूचे आते, मामे, मावस भाऊबंद, चुलते, मेहुणे त्याच्या घरी दिसू लागले. तेही सुट्टीच्या दिवशीच; रविवारी! आश्चर्याची बाब म्हणजे सगळेच तरुण असायचे. प्रत्येकाची बायकोसुद्धा तरुण व टकाटक. त्यांना कधी मुलं होतात की नाही, हा प्रश्न पडावा! बरं, पाहुणे घरी आले म्हणजे लोक घरी थांबतात; पण बिल्ल्या त्यांना घरी ठेवून स्वत: बाहेर जायचा! हे माळकऱ्यांसाठी कोडंच होतं.

आपल्या या भाऊबंदांकडून बिल्लू निघेल तितका पैसा काढीत होता. आता तर त्यानं घरातल्या लोखंडी कॉटला तिलांजली देऊन त्या जागेवर सोफा कम बेड ठेवला. नवी करकरीत, जाडजूड गादी, दोन उशा, लाइट कलरचे डिझाईनचे बेडशीट, अभ्रे घरात आले. भिंतीला कलर चढला. तोही बिल्लूनं स्वत:च दिला. भिंतीवर दोन ठिकाणी नदीकाठी झाडावर बसलेल्या पाखरांची पोस्टर्स चिपकली. उघड्या बाथरूमसमोर प्लॅस्टिकचा तर आतल्या व बाहेरच्या चौकटीवर फुल्याफुल्यांचे कॉटनचे पडदे लोंबू लागले.

रविवारच्या दिवशी किचनमध्ये केळी, सफरचंद, संत्री अशी फळफळावळ बांबूच्या छोट्या टोपलीत दाटीवाटीनं बसू लागली. लिटरभर दूध, साखर-चहा-पावडरीच्या संगतीत रंगू लागले. घरात वेगळ्या संडासची सोय नव्हती. त्यासाठी घरात शौचाचं भांडंसुद्धा आलं! बिल्लूचे भाऊबंद भरल्या मनाने संतुष्ट होऊ लागले. दारावरचे पडदे पुढच्या रविवारकडे अपेक्षेनं पाहू लागले.

४३

मंदाच्या दृष्टीनं ही गोष्ट महत्त्वाची होती.

लाकडी पेटीवर झोपणारा सदा भिंतीशेजारी झोपू लागला. पेटीवर पाय पसरून व्यवस्थित झोपता येत नाही, अंग आखडून जातं ही त्याची तक्रार होती. शिवाय पावसाळ्याचे दिवस. रात्री कधी पावसाचा मारा सुरू होईल, सांगता यायचं नाही. पावसाच्या भीतीनं वटनात, गच्चीत झोपता यायचं नाही. राजानं घरात भांडण केलं. शेवंताला चोपली. त्या दिवसापासून त्यानं रश्मीला सुपंकरनीच्या घरात घातली. तोही तिथंच झोपू लागला. रश्मी बाहेर गेल्यानं गणपत जायकराला मोरीजवळची त्याची हक्काची जागा मिळाली. मात्र, त्याच्याशेजारी झोपण्याचं धाडस कुणी करायचं नाही. गणपतनं ढोसलेल्या दारूच्या वासानं रात्रभर डोकं भणभणतं, असा सगळ्यांचाच अनुभव होता. जायकराच्या पायथ्याला आडवं शेवंता, कमळा, मंदा अशा क्रमानं झोपायच्या. सदाला दुसऱ्याच्या अंगावर पाय टाकण्याची सवय; त्यामुळे शेवंता व कमळानं त्याला आपल्याजवळ थारा दिला नाही. साहजिकच त्याची वर्णी लागली ती मंदाच्या शेजारी. भिंतीजवळ.

मंदालाही सदा हवा-हवासा वाटायचा. तो वयानं तसा तिच्यापेक्षा दोन वर्षांनी लहान; पण जिममध्ये जाऊन त्यानं कमावलेली रुंद, भरदार छाती तिला आवडायची. त्याचा मिश्किल स्वभाव तिला भावायचा. तो घरात असला की, ती कबुतरागत त्याच्याभोवती घुमायची. घरातलं शेंडेफळ म्हणून सदाचंही घरात भारी कौतुक व्हायचं. त्याच्या खोडी लहानग्यांच्या सदरात टाकल्या जायच्या. त्यात तितकंसं गांभीर्य नसायचं. हाच सदा आता मंदाच्या शेजारी झोपत होता! काळ्या रात्रीत झोपेची पटलं डोळ्यांवर चढेपर्यंत ती त्याच्या कानात कुजबुजायची. त्याच्या छातीवरून, पोटावरून, मांड्यांवरून मनमुराद हात फिरवायची. त्याच्या गालाचे, ओठांचे मुके घ्यायची. हा आवाज बाहेर न पसरता, आतल्या आत गुदमरायचा. मंदा पोलक्याची बटनं काढून सदाच्या उघड्या छातीवर उरोज टेकवायची व त्याला घट्ट

मिठी मारून बिलगून राहायची. तिची ऊब त्याच्या नसानसांत भिनायची. त्याच्या बटनं निघालेल्या चड्डीत हात घालून त्याची उभी राहिलेली काठी हलविताना, आपल्या मांड्यात खुपसताना तिला मजा यायची. तिच्या जिवाला ग्वॉड वाटायचं. हा व्यायाम करताना सदाला चेव यायचा. हाताची पकड घट्ट व्हायची. ती गुदमरायची. तिला अधिक बरं वाटायचं.

हे सर्व करताना तिला मामीचं किंवा मामाचं भय वाटायचं नाही. मामाला दारूच्या नशेत उठता यायचं नाही. जायकरीन तर दिवसभराच्या कामाचा शिणवा दूर व्हावा, चांगली झोप लागावी म्हणून भिकुदादाच्या फुग्यातली एखादा कप दारू रिचवायची. तीही बिछान्यावर पडल्या-पडल्या डाराडूर झोपायची. रातकिड्याच्या आवाजासारखं तिचं घोरणं भिंतीवर आपटायचं. मंदाची शेवंताच्या प्रेमप्रकरणाला साथ होती; त्यामुळे शेवंताकडून असलेला धोकाही तसा संपुष्टात आला होता.

रात्रीच्या किर्रऽऽ अंधारात भिंतीवर पेटलेला लालभडक झिरोचा बल आपलं अस्तित्व टिकवून होता. त्याला साक्षी ठेवून घरात, भांड्याच्या कपाटात उंदीर कडमडत होते. याच उजेडात मंदा व सदाचा खेळ रंगात आला होता. त्यांची कुजबुज, मस्ती वाढली होती. कधीही रात्री जागा न होणारा गणपत जायकर आज अचानक जागा झाला. बहुतेक तो कमी प्यायला असावा! त्याच्या कानावर त्यांची कुजबुज आली. त्यानं कानोसा घेतला. तो जायकरनीच्या उशाजवळून रांगत-रांगत या दोघांजवळ आला. नाइट लॅम्पच्या लालभडक उजेडात त्यानं डोळे फाटेपर्यंत ताण देऊन त्यांना न्याहळलं. दोघांची चुम्माचुम्मी रंगात आलेली. दोघेही चांगलेच खळीला आलेले. जायकर उठून बसला अन् त्यानं मंदाच्या खाडखाड दोन मुस्काटात लगावल्या. दोन सदाला ठेवून दिल्या. दोघांनाही आई-माई आठवली. गणपतनं सदाला उचलला. तसाच बाहेर वटनात फेकून दिला व दार बंद केलं. घरातल्या धडपडीनं जायकरनीनं डोळं उघडलं. तिच्या डोळ्यांवर झोपेची मजबूत नशा होती. त्यातूनही ती अडखळत बोलली, ''थेरड्याऽ, झोप की आता. का रातीचा कडमडतोस? जरा कमी प्यायची न्हाय व्हय!''

जायकरनीनं डोळे मिटले. तिचं घोरणं परत सुरू झालं. तिला शेवंता बिलगली.

जायकर सकाळी उठला. पाणी भरलं. अंघोळ केली. देवपूजा आटोपली व चहाचा घुटका घेता घेता त्यानं मंदाकडे पाहिलं. तिची छाती दडपली. तोंडचं पाणी पळालं. गणपतनं जायकरनीला सांगितलं, ''या मादरच्योत पोरगीला इथं न्हाय ठेवायची! माझ्या बहिणीची असली म्हणून काय झालं! तिला आजच्या आज घालीव.''

''म्हाताऱ्या, का बिघाडलास असा? इतक्या साऱ्या माणसांचं जेवाण तू करणार का?'' जायकरनीनं नाक मुरडलं.

साठ-सत्तर माणसांच्या पिठाच्या गोळ्यानं मंदाला अभय दिलं. तिच्यावर आपल्या घरी जायची नौबत आली नाही, परंतु सदाचं घरात झोपणं मात्र बंद झालं. सलग चार रात्री मंदाला नीट झोप आली नाही. तिच्या काळजात हुरहुर वाढली. हळूहळू तीही निवाली. हत्तिणीबरोबर रोमान्स करणाऱ्या उंदरासारखं सगळं घडत गेलं. भरात आलेल्या, पेटू लागलेल्या मंदाला थंड होणं अवघड होऊन बसलं. अधूनमधून तिला सदाच्या शेजारपणाची आठवण यायची. गरम उसासे बाहेर पडायचे. ही रुखरुख मनाला चांगलीच डागणी द्यायची. जायकर घरात असला की, सदाच्या घरात वावरण्यावरही मर्यादा यायच्या. त्याची मंदाशी नजरभेट व्हायची; मात्र त्यात दाहच मोठा असायचा. एक-दोन वाक्यांची देवाण-घेवाण व्हायची. मात्र, ते शब्दही कोरडे असायचे.

दरम्यान, अलीकडे माळ्यावर चाफेकरनीच्या किशोरच्या फेऱ्या वाढल्या होत्या. त्याची सख्खी मावशी कांचन फुलकर याच माळ्यावर राहायची. तिच्या खोलीसमोर किशोर अनेकदा वटनाच्या कठ्ड्याला टेकून उभा असायचा. तो कांचनच्या घरात बसला असला तरी स्टुलावर बसून जायकराच्या खोलीकडे नजर लावायचा. वटनाचा कठडा म्हणजे सिमेंटची गॅलरी. त्यातून जायकरनीच्या घरातल्या हालचाली स्पष्ट दिसायच्या. किशोर दिसायला सुंदर तर होताच; शिवाय सदापेक्षा हाडापेरानं, अंगापिंडानं मजबूत होता. त्यातल्या त्यात समाधानाची बाब म्हणजे, बिछान्यात पडल्यावर मंदाच्या नजरेसमोर त्याचं चमकणंही सुरू झालं होतं.

४४

सर्रास खाणावळींच्या घरात भिंतीवर महालक्ष्मी कॅलेंडर लोंबायचं. कॅलेंडरवरच्या चौकात तारखांचे आकडे घर करून होते. त्याच एका चौकात बसलेला नागोबा आज नागपंचमी आहे, याची आठवण करून द्यायचा! घरातल्या जेवणाऱ्या नागोबांना सांभाळता सांभाळता थकलेल्या खाणावळींना आनंद देणारा हा सण. तिखट-मीठ लावून माळ्यातली लफडी ऐकताना-ऐकवताना, एकेकाळी नव्या असलेल्या ठेवणीतल्या शालूसारख्या जुन्या झालेल्या लग्नाच्या गोष्टी, बारसं, जयंत्यांसारख्या शिळ्यापाक्या गप्पांमध्ये एवढाच नागोबा दोन-चार दिवस वळवळायचा. एखादी खाणावळ दुसरीला नागपंचमीची आठवण करून द्यायची. खेड्या-पाड्यांत आई-बापाच्या घरात नागपंचमीला आपण कधीकाळी गाणी म्हटल्याचं, झिम्मा-फुगडीचा ताल धरल्याचं तिला आठवायचं. आईचं हे कौतुक पुराणातली गोष्ट ऐकल्यासारखी तिची पोरगी चपातीचा लाटा

मळता मळता ऐकायची व हळूच ती अनिल कपूर, सनी देवल, ऋषी कपूर, गोविंदा, सलमान खान, शाहरुख खानच्या सिनेमाचा विषय काढायची. मग खाणावळीचा तोल सिनेमातल्या नाचणाऱ्या हिरोवर जायचा. मग पोरगीच तिला सांगायची, 'अगं, तो काय सन्नी देवल नव्हे; तो आमिर खान आहे!'

नागपंचमीचे चिखलाचे नागोबा घेऊन गावगन्ना घरटी येण्याचा मान कुंभाराचा होता; पण मुंबईला त्याचं वावडं होतं. माळ्यात नागोबा मिळणं तर शक्यच नव्हतं. भाजी मार्केटमध्ये काही ठिकाणी ते असायचे. मात्र, सगळ्याच खाणावळ्यांना, माळकरनींना ते मिळायचेच असं नाही. एखाद्या खाणावळीला तो मिळाला तर तिचं नशीबच फळफळलं म्हणायचं! त्याला पर्याय नागाची चित्रं मिळवणं किंवा शास्त्रात सांगितल्यानुसार पाटावर पाचफणीचा नाग काढणे हाही होता. त्याचाही अवलंब खाणावळी करायच्या. मात्र, ज्या खाणावळींना या कामाचा कंटाळा असायचा, त्या कॅलेंडरवरच्या शंकराच्या किंवा देव्हाऱ्यावरच्या शंकराच्या फोटोत त्याच्या मानेभोवती वेटोळं घालून बसलेल्या नागालाच गंधगोळीचं पांढरंखड बोट लावायच्या. तेच बोट हळूच शंकराच्या कपाळावरही टेकलं जायचं. अमृतांजन लावल्यानं ठणका मारणारं डोकं शांत व्हावं, तसं शंकराला गारगार वाटायचं! आजचा दिवस तरी त्याला नागाचा हेवा वाटायचा. पायातलं पायताण पायातच बरं, असा चावट विचारही त्याच्या मनाला शिवून जायचा. पण आरतीच्या फेऱ्यात अडकलेल्या नागोबाला पाहण्याखेरीज त्याच्याही हातात काही राहायचं नाही! शंकराचं नशीब इतकं थोर की, कॅलेंडरवरच्या चित्रातील त्याच्या मानेची-डोक्याची ब्लेडनं चिरफाड करून नागोबाला वेगळं करायचा कोणी प्रयत्न करायचं नाही! ही बाब त्याला कमालीचं समाधान द्यायची.

"कमळे, कानावलं खोबऱ्याचं करणार का?" गुजी चोरगेनं विचारलं.

"बघते की गंऽ! अजून ठरीवल्यालं न्हाय. पण सण वर्साचा हाय, म्हणजे केलं पाहिजेत. देवाला कायतरी निवद दाखवायला नगो का?"

"मी खोबऱ्याचंच करणार!"

'कशाला भवाने खोटं बोलतीस! तू खोबऱ्याचं कानावलं केलंस तर जेवणारास्नी भुळकी लागंल! हरभऱ्याच्या डाळीचं चार दाणं टाकून तांदळाचं लाटं ठेवशील पुढं; पण नखरा काय!' कमळा जायकरनीनं मनातल्या मनात गुजीची हजेरी घेतली. मात्र, उघड बोलताना ती म्हणाली, "गुजे, तुझा बारकावा माळ्यात दुसरा कुणाला जमणार हाय व्हयऽ!"

इतकं बोलून कमळा जायकरीन थांबली नाही. ती साजूक गोड हसली.

"काय करायचं बाई, परघरची माणसं! त्येंच्यासाठी कायतरी केलंच पाहिजे," गुजी चोरगे म्हणाली. जायकरनीनं मारलेली पाचर तिच्याही लक्षात आली होती. ती आपल्या खोलीकडे चालू पडली.

नागपंचमीला तवा चुलीवर ठेवायचा नाही, तव्यात काही भाजायचं नाही, त्यात काही तळायचं नाही हा मागच्या पिढ्यांकडून पुढे चालत आलेला रिवाज; पण माळ्यात एका-एका खोलीत तीन-तीन, कधीकधी चार-चार तर कधी पाच तवे गरम व्हायचे. चपातीच्या चवडीवर चवडी भाजून पडायच्या. पंचमीच्या नावानं मे महिन्यात गावाकडून आणलेलं मकं गरम व्हायचं. तव्यात लाह्या फुटायच्या. फुलं उमलल्यासारख्या उमलायच्या. खाणावळी कुरकुरीत लाह्या मजेनं चावायच्या. या दिवशी काही तळायचं नाही, म्हणून उकडलेलं कानावलं करायची प्रथा पडली असावी, असा विचार उगाचच एखाद्या खाणावळीच्या डोक्यात तरळायचा. ती तो आपल्या लेकी सुनांनाही ऐकवायची. पंचमीच्या दिवशी तांदळाचं पीठ मळायचं. त्याचे पुरीच्या आकाराचे पातळसे गोल करायचे. त्यात ओलं खोबरं व गुळाचं किंवा हरभऱ्याची डाळ व गुळाचं सारण भरलं जायचं. मग गोलाची घडी बंद व्हायची. तपेल्यात पाणी ठेवून उकळत्या पाण्याच्या वाफेवर एखाद्या झाऱ्यात ते उकडले जायचे. नागोबाला उकडलेले कानावले व दुधाचा नैवेद्य दाखवला जायचा. त्यानंतर उकडलेल्या खोबऱ्याच्या कानावल्यावर खाणावळी व तिचे कुटुंबीय ताव मारायचे. खोबऱ्याचं सारण घातलेल्या कानावल्यांची चव तर खुमासदार असायची.

खेडेगावात पंचमीचं जेवण म्हणजे फक्त उकडलेलं कानावलं, बोटुकली व दूध-भात! या बोटुकल्यांची कहाणी मजेदार असायची. शास्त्र म्हणून निव्वळ तांदळाचं मळलेलं पीठ हाताच्या मुठीत दाबून बोटभर उंचीची थोडी बोटुकली तयार केली जायची. मात्र, कानावल्यांना सारण कमी पडलं, तर मळलेलं तांदळाचं पीठ वाया जाऊ नये, म्हणूनही अशी बोटुकली तयार व्हायची. ती दूध-गुळाच्या मिश्रणाबरोबर कालवून वरपली जायची. मुंबईत हे परवडायचं नाही. साठ-सत्तर, शे-सव्वाशे जेवणारे असणाऱ्या खाणावळींना ते बनवताना भारी पडायचं. शिवाय तांदळाचा, खोबऱ्याचा खर्चही मोठा असायचा. म्हणूनच खाणावळी खोबऱ्याच्या सारणाऐवजी हरभऱ्याच्या डाळीच्या सारणापासून कानावलं तयार करायच्या. जेवणाऱ्याच्या डब्यात चपातीसोबत दोन-दोन कानावले गर्दी करून बसायचे.

माळ्यातली प्रत्येक खाणावळी घरच्यांसाठी खोबऱ्याच्या सारणाचे कानावले तयार करायची. मात्र, जेवणाऱ्यांसाठी असायचे ते डाळीचे. तेही प्रत्येकी दोन! ही गोष्ट जशी जायकरनीला माहीत होती, तशी ती गुजी चोरगेलाही! मात्र, एकमेकींशी बोलताना त्या मला जेवणाऱ्यांची किती कणव आहे, असं भासवायच्या. गणपत जायकर दारू प्यायला की, त्यांच्या या खोडीबाबत नेहमी रस्त्यावरून चाललेल्या शेळ्यांचं उदाहरण देत असतो. रस्त्यावरून एकापाठोपाठ एक अशा दोन शेळ्या जातात. त्यावेळी पाठीमागच्या शेळीच्या मनात विचार असतो, 'रांड उघडी हाय.

तिचं सगळं दिसतंय!' पण हा विचार करताना ती नेहमी हे विसरते की, पाठीमागून तिचं मात्र सगळं गाव बघतंय! खाणावळींची अवस्था यापेक्षा वेगळी नव्हती.

रात्रीची वेळ. सखू पालकरनीच्या खोलीत जिजा मिरचीकर, रेखा पिंपरकर, सीता तडेकर, गुजी चोरगे, जया चाफेकर, घाटकरीन, सखू पालकरनीसह इतर खाणावळ्या जमल्या होत्या. सोबत त्यांच्या मुलीही होत्या. त्यांना पंचमीची गाणी गायची होती. घरात इतर खाणावळी आल्याचं पाहून साधू पालकरानं तंबाखू खाण्याचं निमित्त काढलं व तो जायकराकडे आला. सर्व जेवणारे जेवून गेल्यामुळे तशी कोणी पुरुषमंडळी खोलीत येण्याची भीती उरली नव्हती. खाणावळींना गाण्याच्या तालावर झिम्म्याचा फेर धरायचा होता. पण टिचभर खोलीत झिम्म्याचा ताल धरण्यासाठी एकीनं ढुंगण वाकडं केलं तर दुसरीस फिरणं मुश्कील होणारं होतं. म्हणूनच साऱ्याजणी जागा अडवून निव्वळ गाणी म्हणण्याच्या तयारीत होत्या. मधूनच एकमेकीच्या उखाळ्या-पाखाळ्या काढणंही सुरू होतं. जिजानं वीस रुपयांची नोट काढून जायकरनीकडे दिली. कुणी वीस, कुणी दहा, तर कुणी पाच अशी वर्गणी जमवली. ज्या खाणावळी पीत नव्हत्या, त्यांनी मात्र हात आकडता घेतला.

कमळा जायकर संडासकडच्या जिन्यानं दुसऱ्या माळ्यावर आली. संडासजवळच्या वटनातून तिनं कोपऱ्याला उभ्या असलेल्या भिकुदादाला खुणावलं. तिनं गोळा झालेली रक्कम व स्टीलचा तांब्या भिकुदादाकडे दिला. भिकुदादानं तांब्यातून दारू आणली. ती हळूच कमळाच्या हवाली केली. कमळा गुपचूप जिन्याच्या पायऱ्या उतरली.

सखूनं शेंगदाण्याची बरणी कागदावर ओतली. स्टीलच्या पेला, वाटीतून दारूचा एक-एक घोट घशाखाली उतरू लागला. खाणावळी नागोबासारख्या डुलू लागल्या. डोलता डोलता पंचमीची गाणी आठवणं, आठवलेल्या ओळी गुणगुणणं सुरू झालं. पण ती गाणी गाऊन सालं-साल लोटल्यानं आता ती तशी आठवणीत राहिली नव्हती; त्यामुळे एखाद-दुसरी ओळ म्हणण्यापलीकडे खाणावळींची झेप जात नव्हती. मग गाण्यांना फाटा देऊन 'माझा नवरा असा - तुझा कसा?' हा खेळ रंगू लागला. हास्याचे फवारे उडू लागले.

"कमळे, म्हण की गाणंऽ!" जिजाबाईनं सांगितलं.

"आते, कसलं गाणं म्हणतीस! आमच्या कारभाऱ्याचं रडगाणं ऐकून ऐकून ते गाणं पार इसारलं," जायकरनीच्या बोलावर इतर खाणावळी फिदीफिदी हसल्या.

"तू गं सखू?" तडेकरनीनं विचारलं.

"अजिबात न्हाय. आमचं हे ढुंगणात चिरमाट झालंय. त्येच्या उस्ताभरीत कसं सुचंल गाणं?" सखू पालकरीन म्हणाली. खाणावळी परत हसल्या.

"तू गंऽ रेखाऽऽ?"

'अहंऽऽ! आमचं हे चिप्पाडऽ'' पिंपरकरनीचं बोलणं पूर्ण व्हायच्या अगोदरच खाणावळींच्या तोंडातून हसू बाहेर पडलं.

प्रत्येकीला प्रश्न पडलेला, कोणतं गीत म्हणायचं? गाव सोडून इतकी वर्षं झाली की, कुणाचे केस पिकले, कुणाचे नुकतेच पिकू लागले होते. तर काहींच्या केसाचं पिकून पार पिंजार झालं होतं! गीतांची जागा कोंबड्या, चिकन, भाजीपाला, पिठाचा गोळा, चपात्या यांनी घेतलेली. मग गीतांचे शब्द तरी कसे आठवणार? माळ्यात आलेल्या अलीकडच्या काही सुनांनी तर गावच्या नागपंचमीत, गौरीत मराठी सिनेमांतील गाणी म्हटलेली. गाणं कोणतं, ते येतं की नाही हा दुय्यम भाग. मात्र ते गाऊन दाखवणं हे महत्त्वाचं. त्यावर सर्वच खाणावळींचं एकमत होतं.

सखू पालकरनीला शांतता असह्य झाली होती. ती दारू पीत नव्हती; पण वातावरणाच्या धुंदीनं तिच्यावरही अंमल गाजवला होता. ती गाऊ लागली,

''नवरा माझा नागूबा; राजा गंऽ,
काटवटीत पिठाचा गोळा; ताजा गंऽ,
आले जेवणारेऽ, लवकर चपाती भाजा गंऽऽ!''

''लवकर भाजा गंऽऽ!'' तिच्या पाठीमागून इतर खाणावळींनी कोरस धरला.

४५

कमळा जायकरनीनं मंदाजवळ सुपंकरनीला आपल्या घरी येऊन जाण्याचा निरोप दिला. सुपंकरीनंही तत्परतेनं आली. तिला पाहताच जायकरनीच्या डोळ्यांतून घळाघळा पाण्याच्या धारा लागल्या.

''अगं कमळा, काय झालं? का रडतीस?'' चंद्रा सुपंकरनीचं काळीज हललं.

''काय हुयाचं राहिलंय!'' जायकरनीनं परत डोळ्यांना पदर लावला. सुपंकरनीनं तिचा तुंबलेला हुंदका रिता होऊ दिला व तिच्या खांद्यावर हात ठेवला.

''हं बोल आता. रडायला काय झालं तुला?''

''काय हुयाचं! सोन्यासारखं पोरगं सुनंसकट घरातनं बाहीर पडलं.''

''पडलं तरी माझ्या घरात आहे नव्हं चांगलं!''

''आसंल; पण काळजावर पाय दिल्यासारखं समोरून चालत जातं. पण कवा ढुंकूनबी बघीत न्हाय. सुनंचं पण तसंच,'' तिनं परत डोळ्याला पदर लावला.

''त्यात इतकं रडायचं काय? राग मावळेपर्यंत राहील माझ्याकडं. अन् एकदा रितं झालं की आपोआप बोलायला लागंल तुमच्याशी.''

"पण हे वागणं शेजार-पाजारला बरं दिसतंय का? माघारी लोकं तोंडात श्यान घालत्यात. न्हाय न्हाय ते बोलत्यात. कळायला नगं का त्येला?" कमळा उसानली. सुपंकरीन सचिंत मुद्रेनं थोडा वेळ बसली.

"ठीक हाय. बघते प्रयत्न करून!" तिनं शब्द दिला.

"अगं, असं परक्यावानी नगं वागूस. केलंस तर तूच कायतरी!" जायकरनीनं सुपंकरनीला हात जोडलं. सुपंकरीन उठली. गुळमाटजार तोंड करून आली तशी बाहेर पडली.

सुपंकरनीजवळ आपली कैफियत मांडल्यापासून जायकरनीचं चित्त दिवसभर कशात लागलं नाही. राहूनराहून तिचं लक्ष वटनाकडं जायचं. ती काहीतरी धुंडाळण्याचा प्रयत्न करायची. हातातलं काम थांबवून चटकन बाहेर यायची. आताही ती वटनात उभी होती. समोरच्या वटनातून राजा आला. त्यानं तिला पाहून चटकन नजर वळवली. तिनंही पाहून न पाहिल्यासारखं केलं. तो जिना उतरून माळ्यातून बाहेर पडेपर्यंत ती तिथंच उभी होती.

घरात जेवणाऱ्यांची गर्दी झाली. बंद झालेले स्टोव्ह उसासे टाकीत जायकराची डबे भरताना झालेली घाई बघू लागले. शेवंता, मंदा टी. व्ही.कडे पाहात पाहात एखाद्या खास जेवणाऱ्याचं मोरीत पडलेलं ताट अधेमधे धूत होत्या. जेवणाऱ्यांचं फरशीवर पडलेलं खरकटं पुशीत होत्या. नंबर आलेला जेवणारा पंक्तीला बसत होता. जेवून मोकळा झालेला जेवणारा स्वत:चं खरकटं ताट धुऊन कट्ट्यावर ठेवीत होता. काहीजण जोडीदाराचं जेवण आटोपण्याची वाट पाहात रुमालानं हात पुशीत भिंतीशेजारच्या पेटीवर बूड टेकीत होते किंवा बाहेर वटनात कट्ट्याला टेकून उभे राहात होते. डबे न्यायला आलेलं पोरगं जेवणानं भरलेल्या पाच-सहा डब्यांची जुडी उचलून बाहेर जात होतं. डबेही लाइननं पुढे सरकत होते. जायकर कपाळावर साचलेला घाम डाव्या हाताच्या बाहीनं पुशीत होता!

जेवणाऱ्यांतून वाट काढीत रश्मी पुढे आली. तिनं शेवंताकडे हसरा नेत्रकटाक्ष टाकला. शेवंता लाजली. तिनं मान खाली घातली. मंदानं तिचं हसून स्वागत केलं. गणपत जायकर भांबावल्या नजरेनं तिच्याकडे पाहू लागला. रिकामे डबेही तिच्याकडे कुतूहलानं पाहू लागले. ती जायकरनीजवळ आली.

"आत्ती, तुम्हाला त्या आत्यानं बोलावलंय," तिनं सुपंकरनीचा निरोप दिला.

जायकरनीनं हातातला डबा पुढे सारला. कालवनाचा चमचा झाकणीवर ठेवला. एका जेवणाऱ्यानं जेवणासाठी पुढं केलेलं ताटही तसंच बाजूला सारलं.

"शेवंता, भर गं डबंऽ! अन् तुमी काय असं हेंबल्यासारखं खोळंबलाय? माणसांची ताटं तरी तयार करा!" तिनं जायकराला टोकलं व गुडघ्यावर जोर देऊन उठली. तोंडातला तपकिरीचा तोबरा मोरीत रिता केला. चूळ भरली अन् ती उंबऱ्याबाहेर पडली. पाठोपाठ रश्मी होतीच!

४६

एक ते तिसऱ्या मजल्यावर प्रत्येकी अडतीस खोल्या होत्या. तर चार ते सात मजल्यावर चौतीस. अर्थात त्यात दोन-दोन खोल्या एकत्र करून राहणाऱ्या कुटुंबांची संख्याही मोठी होती. तर मूळ आराखड्यानुसार दोन खोल्यांचं क्षेत्रफळ एका खोला नंबरवर सामावलेली पुष्कळ घरं माळ्यावर होती. त्यात एकच कुटुंब राहायचं. असं असलं, तरी प्रत्येक मजल्यावर ईशान्य दिशेला सहा-सहा संडास होते. प्रत्येक मजल्यावरचा एखाद-दुसरा संडास त्यातल्या त्यात बऱ्या अवस्थेत होता. इतर संडासमध्ये पायाखालची फरशी पार फुटली होती. तिथं खड्डेही पडले होते. काही खड्ड्यांत तर उंदरानी बिळं केली होती. संडासाच्या कोपऱ्यात पान, तपकीर, तंबाखूच्या पिचकाऱ्या, विडी-काडीची थोटकं कोपरा धरून बसली होती. शिवाय त्यांच्या दारांची फळीही व्यवस्थित लागत नव्हती. तीसुद्धा तळाकडच्या बाजूला कुजली होती. दार जरासं जोरात आपटलं, तर चिखलाच्या गोळ्यासारखा दाराचा वसला खाली पडत होता. संडासांच्या छताकडचं सिंमेटही फुटलं होतं. त्यानं जागोजाग डिवळांचा आकार धरला होता. सिंमेटच्या त्या डिवळांचे लगदे खाली पडू नयेत, म्हणून त्यांना खालून लाकडी खांबांचे ठेपे दिले होते. याच खांबांना बांबू आडवे बांधले होते. त्यांना आधार मिळावा म्हणून ते बाजूच्या खिडकीच्या गजांना बांधण्यात आले होते. या बांबूंवर प्लॅस्टिकचे कागद दुहेरी टाकले होते. या कागदावर वरच्या माळ्यावरच्या फुटलेल्या संडासची घाण गळायची. कागदावर गळणारी घाण सखल कोपऱ्यावरून, बाजूच्या भिंतीला धरून खाली उतरायची! संडासच्या पाठीमागच्या खिडकीलाही तावदानं, फळ्या राहिल्या नव्हत्या. त्यातूनही वरच्या माळ्यांवर नळ फुटलेल्या संडासची घाण, पाणी खिडकीतून आत पडत होतं. या खिडक्यांवरही प्लॅस्टिकचे काळे कागद बांधले होते. त्यांच्याही जागोजाग चिरफाळ्या झाल्या होत्या. तरीही खिडक्यांना तेवढाच आधार राहिला होता. वरून, खालून, पाठीमागून वाहणारी घाण मध्ये बसलेल्या माणसांच्या अंगावर शहारे आणीत होती. त्यातल्या त्यात धडशा संडासांचीही थोड्याफार फरकानं अशीच अवस्था होती!

सर्वच मजल्यांवर संडासासमोरच्या अडीच-तीन फूट जागेत पाण्याचा नळ होता. नळावर सकाळची गर्दी असायची. नळाखाली घागर ठेवली व तिच्यासमोर माणूस उभं राहिलं, तर संडासमध्ये जायची अडचण व्हायची. त्यातच माळ्यावर त्यातल्या त्यात अधिक धडसे म्हणून चौथ्या मजल्यावरच्या दोन संडासांची ख्याती;

त्यामुळे खालच्या, वरच्या मजल्यावरच्या रसिक लोकांची इथं रीघ लागायची. पाण्याच्या लाइनकडे दुर्लक्ष करीत चिंपाडं रांगेत बसायची.

संडासमध्ये बसल्यानंतर बाजूनं वाहणारी घाण चपलावर येते, म्हणून भागू रोंगेनं आपल्या ओळखीच्या सुताराकडून लाकडी पादुका तयार करून घेतल्या होत्या. भागूला आता शौचाला जायचं होतं. तिकडे जाण्याचा पोशाख म्हणून त्यानं इलॅस्टिकच्या चड्डीवर जितेंद्र नारगावकराची जुनी डगळ खाकी चड्डी घातली. जितेंद्रच्या बापानं पोरासाठी पुढील चार वर्षांचा हिशेब नजरेसमोर ठेवून ती शिवली होती! शिवाय भागूनं अंगावर पांढराखड सदरा चढवून इनशर्ट केला. शाळेचं दप्तर हातात धरल्यासारखं पाण्याचं चिंपाड उजव्या हातात पकडून त्यानं पायात पादुका चढवल्या.

"भागू, पूर्वीचे ऋषीमुनी असल्याच पादुका वापरायचे ना रेऽ?" बंडूनं विचारलं.

"पण या कारणासाठी निश्चितच न्हाय!" लंगड्या कानिफनं अधिक माहिती दिली.

"बरोबर आहे. त्यांनी दगडावर ढुंगण ठेवलं असेल!" बंडूनं आपल्याच कॉमेंटवर हसून स्वत:चं समाधान करून घेतलं. त्याला कानिफनंही हसून दाद दिली.

एखाद्या विशेष मोहिमेवर निघाल्यासारखा भागू रोंगे जय्यत तयारीनिशी बाहेर पडला. त्यानं 'एकदोपऽ, एकदोपऽ!'चा ठेका धरला.

"सावधानऽ! माळ्यातल्या संडासला भेट द्यायला भागू महाराज निघाले आहेत होऽऽऽ!" कानिफनं वहीच्या पुठ्ठ्याचा कर्णा तोंडासमोर धरून घोषणा केली.

पोरांची हसून हसून मुरकुंडी वळली. काहीतरी विशेष घडतंय, याची चाहूल लागल्यानं खाणावळ्या, खाणावळे वटनात आले. त्यांची लहान लहान पोरंबाळं तिकडे धावली.

भागूच्या पादुकांचे लाकडी ठोकळे पावलागणिक 'खाड खाड' आवाज करीत होते. भागूनं पायाचे अंगठे व तर्जनीमध्ये पादुकांची शिरगुळी घट्ट दाबून धरली होती. पायाचा अंगठा व त्याच्या शेजारच्या बोटामध्ये पादुकांच्या लाकडी शिरगुळ्या पकडल्यानं जखमा होण्याची शक्यता होती. त्यासाठी भागूनं विशेष काळजी घेतली होती. गावाकडे आलेला मुंबईवाला परत निघाला की, भागूची आई त्याच्याजवळून भागूला भाकरी व बकऱ्याचं सुकं मटन, कोंबडीचं मटन, मासे किंवा अंडी असं काहीतरी पाठवायची. त्या भाकरी भागूच्या वडिलांच्या जुन्या-पुराण्या फाटलेल्या पंज्याच्या धडप्यात बांधलेल्या असायच्या. त्यातल्याच एका फडक्याच्या धशा त्यानं पादुकांच्या शिरगुळीला गुंडाळल्या होत्या. तरीही त्या शिरगुळ्या बोटांत रुतत होत्या. त्याला पादुका घालण्याची सवयही नव्हती. त्याचं एक-एक पाऊल मोठ्या मुश्किलीनं पुढं पडत होतं. पोरांचा कलकलाट वाढत होता. वटनातून एकच माणूस नीट जाऊ शकत असल्यानं अर्धी पोरं भागूच्या पुढं व अर्धी मागून चालत होती.

त्याला एखाद्या वरातीसारखंच स्वरूप आलं होतं. काही पोरांनी हातात फुटके डबे घेतले होते. ती ते वाजवीत होती. मधूनच घोषणा दिल्या जात होत्या.

''भागू महाराज की...''

''जऽय!''

खाणावळ्या आश्चर्यानं तोंडात बोटं घालीत होत्या. त्यांच्या चेहऱ्यावर 'काय बाय आक्रीत!' असाच भाव होता!

सातव्या मजल्यावरून निघालेली ही मिरवणूक पहिल्या मजल्यावर आली. तिथून परत फिरून ती चौथ्या मजल्यावरच्या धडशा संडासाजवळ विसर्जित होणार होती. त्यानंतर पुढचा कारभार उरकायला भागू मोकळा होणार होता. मात्र, आताच कसं त्याच्या पोटात कळ मारल्यासारखं होत होतं. तो घाई करीत होता; पण पोरं हसत-खिदळत, गमजा करीत चालली होती. त्यांचे पाय कमालीचे हळूहळू उचलत होते. भागूलाही पादुका सांभाळत पाय उचलणं अवघड जात होतं. ही कल्पना उगाचच आपण पोरांना सांगितली असं त्याला राहून राहून वाटत होतं. त्याच्या म्हणण्याला त्याच्या पोटांत उठणारी कळ होकार देत होती!

भागूची मिरवणूक एकदाची चौथ्या मजल्यावर आली. तिथं नंदू पालकर, सर्जा घोडगावकर, विजय फुलकर, चांगदेव राडकर, झिलप्या करडेकरसह काही पोरं भागूची गमजा पाहात उभी होती.

''लेका, चमड्याचं पट्टं करून निदान खडाव तरी करायचं! की पादुकाऽ?'' नंदूनं विचारलं.

''आसू दे की. आपल्या संस्कृतीचा ठेवा आहे. त्या नाही निदान या कारणाला तरी उपयोगी!'' विजय राडकरनं समर्थन केलं.

''हे कंचा ऋषी वापरायचा रंऽ?'' नंदूनं विचारलं.

भागूनं तोंड उघडलं. तोवर विजय फुलकरनं त्याच्या तोंडावर हात ठेवला व म्हणाला, ''भागू, थांब, थांब. उगाच नाव घेऊ नकोस. हजारजणांनी झवलेली आपली संस्कृती; त्यामुळे तितकेच देव अन् तितकेच पंथ-संप्रदाय! उगाच एखाद्याचं नाव घेशील अन् त्याच राशीचं एखाद कडबोळं इथं असायचं. त्याच्या भावना दुखायच्या! अन् उगाचच आपल्या सुखाच्या गांडीला दुखाचा बोळा लागायचा!''

भागूच्या पोटात जोराची कळ येत होती. तो कसातरी पोरांतून वाट काढू लागला. त्याला पायातल्या पादुकांमुळे पुढं जाणं कठीण होऊ लागलं. त्यानं करडेकराच्या खोलीसमोर पादुका काढल्या. तिथंच वटनात असलेलं एक चप्पल पायात चढवलं व तो हातातलं चिपाड सांभाळत संडासकडे पळाला. मात्र, नेमकं त्याचवेळी धडशा दोन्ही संडासामध्ये कोणीतरी गेलेलं होतं. भागूनं बाहेरून जोरजोरात दार ठोठावलं व तो आतल्यानं बाहेर यायची वाट पाहू लागला. त्याच्या पोटात

उठलेली कळ थांबली नव्हती. पायाची तिठी घालून तिला तो थांबवण्याचा प्रयत्न करीत होता. भागूच्या पाठोपाठ पळत आलेल्या पोरांसाठी हा प्रसंग महत्त्वाचा होता. भागूची उडालेली भंबेरी त्यांच्यासाठी मोठं मनोरंजनाचं साधन बनली होती. हसत-खिदळत भागूची जाम टर उडवत ते ती मनसोक्त एंजॉय करीत होते.

४७

बाहेर पाऊस असो अगर नसो; पालकरनीचं मांजर शेगडीच्या राखेत उबेला बसायचं. मुंबईच्या दमट हवामानामुळं माळ्यात कुठंही ऊब मिळत असली, तरी पावसानं चांगलाच राडा होतो, या निष्कर्षाप्रत ते आलं होतं. त्याला कितीही हाकलण्याचा प्रयत्न केला, तरी ते जायचं नाही. हातात मानगूट पकडून त्याला दूर फेकलं, तर 'म्याऊंऽ!' अशा तारस्वरात ते ओरडायचं व परत राखेत बसायचं. तसं माळ्यात स्टोव्हचंच राज्य होतं. तिघा-चौघांकडे गॅसही आला होता. तरी काही मोजक्या खाणावळींनी अजून कोळशाच्या शेगडींना सोडचिठ्ठी दिली नव्हती. त्यात पालकरनीचाही समावेश होता. तसंच काहीसं मांजराचं झालं होतं. ते पालकरनीच्या घराला घट्ट चिपकून बसलं होतं. मांजराच्या निगरगट्टपणानं वैतागलेला साधू पालकर 'मर तिकडं!' म्हणत त्याचा नाद सोडून आपलं काम सुरू करायचा.

मांजर घरात आल्यापासून ते शौचाला खोलीबाहेर निघून जायचं. तेही संडासजवळच्या रहदारी नसलेल्या जिन्यावर! त्याच्या या सवयीचं सर्वांना कौतुक वाटायचं. चारचौघात, जेवणाऱ्यात, इतकंच काय किरकोळ चर्चेतही पालकरीन हे मुद्दाम सांगायची. पण पाऊस सुरू झाल्यापासून ते आपला विधी घरातच कोपऱ्यात, डब्याच्या किंवा एखाद्या अन्य वस्तूच्या आडोशाला उरकायचं. त्याचा घाण वास सुटायचा. जेवणाऱ्यांना उचंबळून यायचं. तोंडातला घास तोंडात फिरायचा. ती घाण काढताना मालू तर दोन वेळा ओकली. ही मांजर आईच्या माहेरची व माहेरावर आईचं दांडगं प्रेम; म्हणून पोरींनी हे काम पालकरनीवरच सोपवलं. मांजराच्या खोडीनं तीसुद्धा वैतागली. जेवणारेही बोंबलू लागले. वासानं घास जात नाही, म्हणू लागले. मांजराला हाकलण्याची विनंती करू लागले. कोपऱ्यातला पाट उचलताना मांजराच्या विष्ठेनं दोघा जेवणाऱ्यांचे हात भरले. त्यातल्या एकानं तत्काळ तिच्याकडचं जेवण बंद केलं व त्याच माळ्यावर दुसऱ्या खाणावळीकडे जेवायला जाऊ लागला. मांजरानं पालकराच्या घरातलं वातावरण चांगलंच गंभीर झालं.

"ती रांड घरात दिसली तर चांगलीच ठोका!" सखू पालकरनीनं घरच्यांना मांजरीला बदडण्याचा आदेश दिला.

तेव्हापासून मांजर घरात आली किंवा दिसली, तर जो तो तिला बदडायचा. मांजर जीव घेऊन बाहेर पळायची. 'म्यांवऽ! म्यांवऽ!' ओरडत वटनाच्या एका कोपऱ्याला उभी राहायची. तिच्याकडे कुणीही लक्ष द्यायचं नाही. तिचा दूध-भाताचा खुराकही पालकरनीनं केव्हाच बंद केला होता! त्यामुळे पोट भरण्यासाठी चिनीला माळ्याखाली उतरावं लागायचं. तिचे माजलेले जातभाई तिच्यावर हल्ला करायचे. त्यांच्याकडे कुत्री, उंदीर आश्चर्यानं पाहायचे व ते मांजरांसमोर पडलेल्या चांगल्या मलिद्यावर तुटून पडायचे. अशावेळी त्यांना हटकून मराठी माणसाची आठवण व्हायची! इतर मांजरांपासून जीव वाचवण्यासाठी चिनी पालकरनीच्या घरात घुसायची. तिच्या पाठीमागून धावत आलेला भलादांडगा बोका किंवा मांजर पाहून घरच्यांना तिची दया यायची. घरातले बोका हाताला लागला तर केरसुणीने नाहीतर कोपऱ्यात ठेवलेल्या कपडे सुकत घालायच्या काठीने ठोका द्यायचे व त्याला हुसकून लावायचे. मात्र, थोड्या वेळातच चिनीलाही घराबाहेर हाकलायचे. चिनीची अवस्था नवऱ्यानं टाकलेल्या बाईसारखी व्हायची. तरीही चिनी रात्रीची, दुपारची माणसं झोपली की, संधी पाहून घरात घुसायची.

अलीकडं मात्र चिनीचं घरात घुसणं कमी झालं होतं. तिलाच आता घरात करमायचं नाही. पालकरनीच्या घरातली माणसं पूर्वीची राहिली नाहीत, ही खंत तिला कुरतडायची. अलीकडे पालकरनीच्या शेगडीसमोरची राख वेळच्या वेळी भरली जायची. सांदी-कोपऱ्यात पडणारी वस्तू, धडुतं, पांघरूण उचललं जायचं; त्यामुळे चिनीची गोची व्हायची. तिला घरातल्या उबदार स्पर्शाला मुकावं लागायचं. शिवाय पुसलेल्या फरशीवर तिला स्वतःचा चेहरा दिसायचा. कोणीतरी दुसरंच मांजर आपल्यावर हल्ला करायला येत असल्याचा तिला भास व्हायचा. ती फरशीवर नखांचे ओरखडे काढायची; पण काही उपयोग व्हायचा नाही. ती त्या जागेवर असेपर्यंत फरशीवरलं मांजरही तिथंच तळ ठोकून असायचं!

पालकरनीच्या घरातली शेगडीही गायब झाल्याचं चिनीच्या नुकतंच ध्यानात आलं होतं. शिवाय दिवसेंदिवस पालकरनीच्या घरातली माणसंही उग्र होत होती. चिनी समोर दिसली की, ती पिसळायची व तिच्या अंगावर धावून जायची. माणसं बदलली. जागेचं रूप बदललं. आता तिथं जाऊन उपयोग काय? कधीतरी घरात घुसणंही चिनीनं सोडून दिलं. एखाद्या अपरिचित, परक्या माणसासारखी ती पालकरनीच्या दारावरून जाऊ लागली. कधी आत ढुंकून पाहण्याची तसदीही घ्यायची नाही. मात्र, माळ्यातल्या चौकात फिरताना, इतर मांजरांशी भांडताना ती नित्यनेमानं दिसायची. तिची तब्येतही चांगली बाळसेदार झाली होती.

वटनाच्या कट्ट्याला रेलून कधीतरी सखू पालकरीन उभी असायची. तिच्या शेजारी तिच्या पोरी असल्या तर त्या म्हणायच्या, "आये, ती बघ. तुझ्या माहेरची मांजर खरकटं खातेय!"

सखूची नजर तिकडे वळायची.

४८

शेवंतानं स्टीलच्या ताटात पणती ठेवली होती. तिची ज्योत भरभरत होती. ताटात कुंकू, तांदळाचे दाणे होते. शिवाय एका साच्याच्या पाच-सहा राख्या ठेवल्या होत्या. त्या पणतीच्या उजेडात खुलून दिसत होत्या. जेवणारा तरुण असेल तर शेवंता त्याला कुंकुमतिलक लावत होती. त्याच्या कपाळावर तांदळाचे दोन दाणे चिकटवून चार दाणे त्याच्या डोक्यावर टाकीत होती. त्याच्या हातावर राखी बांधून ओवाळत होती. जेवणारा आरतीत किमान दहापासून पन्नास रुपयांपर्यंत ओवाळणी ठेवीत होता. जायकरीन त्याकडे मोठ्या अप्रूवाईनं पाहात होती. थोरा-मोठ्या जेवणाऱ्यांना जायकरीन स्वत: राखी बांधीत होती. न चुकता ओवाळणी ताटात पडत होती. बहिणीचं प्रेम धाग्याच्या रूपानं भावाच्या मनगटात रुतत होतं. तर भावाची माया पैशाच्या रूपात बहिणीला गुदगुल्या करीत होती.

हातावर राखीचा भार वागवणारा भाऊ ताटावर बसत होता. त्याच्या पुढ्यात खोबऱ्याचं सारण, डाळीचं सारण घालून तयार केलेले उकडलेले कानावले येत होते. शिवाय भातावर घट्ट वरणाचा थर निथळत होता. जास्त सलगी असणाऱ्या, साडी-चोळी आणणाऱ्या भावास जायकरीन थांबवून घेत होती. त्याच्यासाठी खास तयार केलेला नारळी भात वाट पाहात असायचा. शेवंतानं मोठ्या लाडिक हट्टानं जेवणाऱ्या दोन भावांकडून सहावारी साड्या मिळवल्या होत्या. ते भाऊ घरच्यांच्या पंक्तीला बसून जेवणार होते!

जायकरनीचा सख्खा लहान भाऊ आकाराम ठाण्याला राहात होता. त्यानं नारळी पौर्णिमेच्या निमित्तानं तिला ठाण्याला बोलावलं होतं. तिच्यासाठी खास जेवणाचा बेत आखला होता; पण भावाची उडी जास्तीतजास्त पाच-सहाशे रुपयांच्या साडीपर्यंत होती. तिथंपर्यंत जायचा खर्चच पाच-पंचवीस रुपये. भावाच्या पोरांसाठी काहीतरी खायला नेणं भाग असायचं. त्याचा खर्चही पाच-पंचवीस रुपये. शिवाय रिक्षा, सोबत असणाऱ्या माणसाचा खर्च! बरं, आपण ठाण्याला गेलो तर इथं जेवणारे पोरींच्या ताटात दहाचीच नोट टाकणार! म्हणजे भावाची नारळी पौर्णिमा फळफळली तरी ती

जायकरनीसाठी आतबट्ट्याचीच; त्यामुळे जायकरनीनं ठाण्याला जायचं टाळलं. त्यापेक्षा तिनं म्हाताऱ्याची तब्येत बरी नव्हती, असं सांगण्याचा निश्चय केला. नाहीतरी यापूर्वीच्या राखी पौर्णिमांनाही कोणी ना कोणी आजारी पडत होतंच की! त्यामुळे इतर दिवशी भावाच्या घरी गेलं तरी त्यात बिघडण्यासारखं काहीच नव्हतं!

राजानं न चुकता शेवंता व मंदाला साड्या घेतल्या. त्याला शेवंता ओवाळत होती तेव्हा तो न बोलता पाटावर बसला. शेवंतानं त्याला कुंकूमतिलक लावला. त्याच्या कपाळावर तांदूळ चिकटवलं. त्याला ओवाळलं व त्याच्या पाया पडली. त्याचा हात आशीर्वादासाठी वर गेला. त्यानं आरतीतही ओवाळणी ठेवली. जायकरनीनं त्याला नारळीभात वाढला. तो जेवला. गुपचूप. सगळा कसा मुक्याचा कारभार! नंतर तो आल्यापावली परत गेला. शेवंतानं गजाला राखी बांधली. त्यानं ताटात सव्वापाच रुपयांची ओवाळणी ठेवली. तर गजानं वीस रुपये!

"आमच्या या भावांचं खिसं कसं फाटलेलंच!" शेवंतानं मंदाजवळ त्यांना चिमटा काढला व कुजकट हसली.

"देतोय ते गप घे. नाहीतर तुझ्या लग्नात जाशील की हंडा घेऊन!" चिडलेला गजा म्हणाला.

"माझ्या लग्नाची तू काळजी करू नगं. माझं मी भरपेट कमवून ठेवलंय. त्यातलं अर्धंतरी दे म्हणावं आईला!" शेवंतानं फटके दिले.

"रांडच झोंडगाळऽऽ!" जायकरनीनं शेवंताला शिवी हासडली. ती आपल्या जागेवरून उठली व शेवंताजवळ गेली. तिनं शेवंतावर हात उगारला, "तुला गप बसवत नाही व्हय गं बटकी!"

"बघ बरं. खरं बोललं तर तुला कसा राग येतू!" शेवंता करवादली.

जायकरनीनं हसून हाही वार झेलला.

माळ्यात राखी पौर्णिमेची भरती आलेली. प्रत्येक खाणावळीनं, त्यांच्या पोरींनी ठेवणीतले कपडे परिधान केलेले. अंगावर चार दाग-दागिने चढवलेले. नाकातल्या नथी वयाप्रमाणं, आकाराप्रमाणं झुलत होत्या. एवढा नट्टापट्टा झाल्यानंतर त्यांना सख्ख्या भावांची आठवण काढायचं कारण नव्हतं! खाणावळींच्या पोरींना काळजी होती ती जेवणाऱ्या भावांची!

बंडू, भागू, सुधीर, दिलीप, संतोषसह इतर पोरांनी जेवणखाण आटोपलं होतं. ते रिकाम्या गल्लीत रात्रीच्या नित्रास गारव्याला बाजल्यावर गप्पा छाटीत बसले होते. प्रत्येकाच्या हातावर चार-सहा, चार-सहा राख्या होत्या. दिलीप चाफेकरच्या हातावर मात्र एकच राखी होती. तीही गावाकडे राहात असलेल्या त्याच्या चुलत बहिणीने पाठवलेली. माळ्यातला हिरो म्हणून आज त्याचा भाव भलताच वधारला होता.

"आरं ती मालूऽ! पालकराची. मला राखी बांधणार होती; पण वाचलो," दिलीप सुधीरला म्हणाला.

"ते कसं?" बंडूनं मध्ये तोंड घातलं.

"बहुतेक तिच्या आईनंच तिला डोळा मारून नको बांधू असं सांगितलं असावं! अन् तिनं राखी नाही बांधली ते बरं झालं. ते मला पण आवडलं नसतं." सुखावलेला दिलीप म्हणाला.

"तिच्या आईच्या मनात भरलेला दिसतोस!" भागू रोंगेनं दणका दिला. पोरं हसली.

"जावई म्हणून!" भागूनं वाक्य पूरं केलं. दिलीप खुदाकला.

"मी तर पोरगी दिसली की, हात वर करूनच चालत होतो. बांधा, काय बांधायच्या तेवढ्या राख्या बांधा! पण ओवाळणी मिळणार नाही. उलट तुमचा राखणदार म्हणून मलाच काहीतरी भत्ता देता येतोय का ते पाहा, असं सगळ्याजणींना सांगत होतो." बंडूनं सांगितलं. पोरं हसली नाहीत. बंडूला खूप वाईट वाटलं.

"पण बंड्याऽ, तुला विशेष काही तकटायचं नाही, हे सगळ्या पोरींना माहीत आहे. तरीपण तुझ्या हातावर इतक्या राख्या कशा रंऽ?" संतोष पिंपरकरनं विचारलं. पोरं फिदीफिदी हसली.

"काय करतील बिचाऱ्याऽ! भावाचं त्वांड वंगाळ. राखी बांधून तुझं त्वांड तेवढं बंद ठेवीत जा, असं साकडं घातलं असेल त्यांनी याला!" सुधीरनं संतोषचं शंकानिरसन केलं. पोरं खळखळून हसली.

पोरांच्या गप्पाटप्पा चांगल्याच रंगात आल्या होत्या. त्यात बाबू आगाशे, कानिफ येऊन मिळाले. पोरांनी त्यांना बसायला जागा दिली. तिथं सर्जा घोडगावकरही आला. त्याच्या दोन्ही हातावर कोपरापर्यंत राख्या लोंबत होत्या.

"हा पाहा होलसेल भाऊ आला!" किशोरनं कॉमेंट केली. बेंबीच्या देठाला ओढ लागेपर्यंत पोरं हसली.

"तो नेहमी पोरींच्या पाठीमागं धावतो; पण आज पोरीच त्याच्या पाठीमागं धावत होत्या!" भागू रोंगे.

"भैय्याऽ, राखीऽऽ! भैय्याऽ, राखीऽऽ! असं म्हणीत." बंडूनं भागूचं बोलणं तोडत अभिनय केला. पोरांनी दंगा केला. सर्जाला पोरांच्या हसण्याचं वाईट वाटलं नाही; पण माळ्यात जायकराकडे आलेल्या मंदासारख्या नवख्या पोरीनंही आपल्याला राखी बांधावी, हा सल त्याला चांगलाच टोचत होता. तो तिथून चालू पडला.

"सर्जाऽ, सर्जाऽऽ!" पाठीमागून पोरं आवाज देत होती. मात्र, दुखावलेल्या सर्जाच्या कानापर्यंत तो आवाज पोहोचत नव्हता.

४१

पांढऱ्या सदऱ्याला खाकी चड्डीच्या आत दुमडून माळ्यातली पोरं सकाळीच शाळेत दाखल झाली. त्यांच्या दृष्टीनं शाळेतला पंधरा ऑगस्टचा कार्यक्रम अत्यंत मिळमिळीत व पचपचीत असा होता. खरा पंधरा ऑगस्ट त्यांनी रात्रीच साजरा केला होता. गेट वे ऑफ इंडियापासून जागोजाग लायटिंग करून सजलेली मुंबई त्यांनी रात्री पाहिली होती. काहीजणांनी क्वार्टर फोडून घशाखाली रित्या केल्या होत्या. रात्री बाराच्या ठोक्यावर स्पीकरवर गाणी वाजवून पोरं बेभानपणे नाचली होती. मात्र, शाळेचे विद्यार्थी म्हणून शाळेतल्या झेंडावंदन कार्यक्रमालाही हजर राहणं भाग होतं. म्हणूनच ती आलेली. शिवाय गमती-जमती करण्यासाठी या दिवसासारखा दुसरा असा चांगला दिवस तरी कोणता?

पांढरा झगा घालून त्यावर कमरेला भगवी पट्टी बांधून पोरीही माळा उतरल्या. शाळेच्या पटांगणात आपली रांग हुडकून काढणं तसं अवघड नव्हतं. ओळखीच्या खाणाखुणा चाचपीत पोरं, पोरी आपल्या रांगेत उभी राहिली. पीटी मास्तरानं विश्राम-सावधानचा आवाज दिला. पाहुण्यांनी झेंड्याची दोरी ओढली. बकुळीची पांढरी, झेंडूची नारंगी फुलं बदा-बदा खाली पडली. तिरंगा फडकू लागला. पोरांनी, पोरींनी, शिक्षक, शिक्षिकांनी व उपस्थितांनी टाळ्या वाजवल्या. "भारत माता की..."

"जयऽ!" सार्वत्रिक घोषणा झाली.

त्यानंतर 'जन, गण, मन...!' सुरू झाले. सगळीकडे शांतता पसरली, तीही खुडखुडणाऱ्या पोरांचा अपवाद करून! ज्यांना 'जन, गण'मध्ये इंटरेस्ट होता, त्यांनी आपला आवाज वाढवला. ज्यांचं दिल लागत नव्हतं, त्यांच्या नजरा इतर रांगांवरून फिरू लागल्या. 'जन, गण, मन..' संपलं. शाळेच्या शिपायानं आपल्या कडकडीत आवाजात आरोळी ठोकली, "भारत माता की..."

"जयऽऽ!" शाळेच्या पटांगणात आवाज घुमला.

नऊ मुलांचा संच पुढे आला. त्यात पाच मुली होत्या. त्यांनी 'सारे जहाँ से अच्छाऽ हिंदोस्तां हमारा, हमारा!' या गीताचा सूर लावला. प्रत्येकाचं काळीज चिरीत धून आत गेली. 'जन, गण'ला रांगारांगात वळवळणाऱ्या नजराही जायबंदी झाल्या. त्यांनासुद्धा हिंदुस्तान आपल्या काळजात कुठंतरी आहे, याची जाणीव झाली.

शाळेत अनेक माध्यमांत पहिली ते दहावीपर्यंत शिकणारे विद्यार्थी. त्यांची संख्याच हजारोंच्या घरात. झेंडावंदन, राष्ट्रगीत, त्यानंतर दोन गीतं व प्रमुख पाहुण्यांचं छोटेखानी भाषण झाल्यानंतर शाळेच्या मुख्याध्यापिका राधिका चिरमुले यांनी पाहुण्यांचे आभार

मानले. त्यानंतर पीटी मास्तरानं कार्यक्रम संपल्याचं जाहीर केलं. त्यांनी कार्यक्रमाला उपस्थित असलेल्या सर्वांना चॉकलेटस घेण्याचं आवाहनही केलं. चॉकलेटसाठी मुलांच्या व मुलींच्या वेगळ्या रांगा होत्या. माळ्यातली पोरंही जमेलं तिथं व तसं रांगेत उभी राहिली. माळ्यातलं पोरगं चॉकलेट घेतलं की, पाठीमागं जायचं. आठ-दहा पोरं सोडल्यानंतर त्याच रांगेत उभ्या असलेल्या माळ्यातल्याच एखाद्या पोरापाठी किंवा मित्रापाठी दुसऱ्या चॉकलेटसाठी उभं राहायचं! पोरींनी मात्र एक-एक चॉकलेट घेऊन घरी जाणंच पसंत केलं. त्यांच्या नजरेसमोर चपातींचे भलेदांडगे गोळे नाचत होते! दिवसभर कामाच्या गाड्याखाली पिचणारे, भारतभूच्या प्रगतीला नेहरू, गांधींनंतर हातभार लावणारे जेवणारे दिसत होते! शिवाय चपाती लाटता लाटता देशप्रेमाची महती सांगणारे टी. व्ही.वर लागणारे चित्रपट पाहणं, हेही आकर्षण होतंच!

कार्यक्रमाचे प्रमुख पाहुणे स्टाफ रूममध्ये आले. शाळेचा कर्मचारी वर्ग व शिक्षक यांच्यासोबत तेथे त्यांच्या चहापानाची व्यवस्था करण्यात आली होती. स्टाफ रूममध्येच देशाच्या स्वातंत्र्यासाठी लढलेल्या महत्त्वाच्या नेत्यांचे, राष्ट्रपती, पंतप्रधान, मुख्यमंत्री शिवाय देशातल्या, राज्यातल्या इतर महत्त्वाच्या दिवंगत पुढाऱ्यांचे फोटो एका ओळीत लावले होते. त्यांना प्रमुख पाहुण्यांच्या हस्ते हार घालायचे होते. प्रमुख पाहुण्यांनी ते काम चहापानापूर्वी पार पाडावं, अशी शाळेच्या मुख्याध्यापिका, कार्यकारी मंडळानं विनंती केली होती. त्याला प्रमुख पाहुण्यांनी होकार दिला होता; पण फोटोंची संख्या अन् हारांचा ढीग पाहून प्रमुख पाहुण्यांच्या पोटात भीतीचा गोळा उठला. त्यांनी चिरमुले मॅडमला सांगितलं, ''पहिल्या पाच फोटोंना मी हार घालतो. बाकीचे तुम्ही नंतर पाहा. मला अजून तीन ठिकाणी कार्यक्रमाला जायचं आहे. तुमचा चहापानाचा कार्यक्रमही अजून बाकी आहेच!''

चिरमुले मॅडमनी मान हलवून त्यांच्या हो ला हो दिला. पाहुण्यांनी पहिल्या पाच फोटोंना हार घातले. तेवढ्या वेळात काही शिक्षकांनी प्रमुख पाहुण्यांच्या शेजारी उभं राहून त्यांच्यासोबत फोटो काढून घेण्याचे पुण्य पदरात पाडून घेतले. नंतर प्रमुख पाहुणे चहापानाच्या टेबलवर विराजमान झाले. शिपायांनी हारांचा गठ्ठा कोपऱ्यात ठेवला व नाष्ट्याच्या थाळ्या आणण्यास सुरुवात केली.

भिंतीवरचे काही फोटो स्वातंत्र्याची ही करामत डोळे फाडून बघू लागले, तर काहींची नजर हार घातलेल्या फोटोंवर स्थिरावली. त्यांच्या नजरा त्यांना विचारू लागल्या, 'भले बहाद्दर, तुमच्याबरोबर आम्हीही गोळ्या खाल्ल्या. लाठ्या झेलल्या; पण तुम्हाला भारतरत्न किंवा दुसरे पुरस्कार मिळाले. ज्यांना ते लवकर मिळाले नाहीत, त्यांना त्यांच्या जयंत्या, शताब्द्या गाठून दिले गेले. भले सरकार तेच असेल किंवा वेगळं! हा या जातीचा, तो त्या पंथाचा, धर्माचा, प्रांताचा अशा अनेक मखरांत तुम्ही बसलात. तुमच्या जयंतीला सार्वजनिक सुट्ट्या जाहीर झाल्या. तुमचे जातभाई,

धर्ममार्तंड, प्रांतवासीय खूश झाले. तर सरकारनं आम्ही काहीतरी केलं, म्हणून आपलं ढुंगण बडवून घेतलं. पण काय हो, भारतभूच्या स्वातंत्र्यासाठी फक्त तुम्हीच लढला होता का? गावगन्ना तेव्हा किती आहुत्या पडल्या होत्या! किती संसार उद्ध्वस्त झाले होते. तरीही हा छेद का? भेद का? यासाठीच आपण लढलो होतो का? स्वतंत्र होणारी तर भारतमाताच होती नं? मग अशा पुरस्कारांना नकार द्यायची धमक तुम्ही का दाखवली नाही? जात-पात, प्रांत, प्रदेश, धर्म, संप्रदायाच्या मखरात तुम्हाला बसायचं होतं, तर आमची फरफट का केलीत?'

ज्यांच्या गळ्यात हार होते, त्या फोटोंनी इतरांकडे दुर्लक्ष केलं. काही ऐकू येत नाही, कळत नाही असं भासवलं; पण तत्पूर्वी पहिल्या [illegible] बसण्याचा आणखी कोणी प्रयत्न तर करीत नाही ना, याची खात्रीही करून घेतली. त्यांनी स्टाफ रूममधून बाहेर पडणाऱ्या पाठमोऱ्या प्रमुख पाहुण्यांकडे नजर लावली. रडत-खडत का होईना, आपल्याला हार घालून आपला मान ठेवल्याबद्दल त्यांचे मनोमन आभार मानले व ते सव्वीस जानेवारीचा कार्यक्रम किती दूर आहे, याची आकडेमोड करू लागले.

५०

झिपऱ्या जगननं बाबू आगाशेला निरोप पाठवला होता. कामाच्या गडबडीत बाबूला गेल्या दोन दिवसांत जाता आलं नव्हतं. झिपऱ्यानं बोलावलं म्हणून जायला पाहिजेच असंही नव्हतं. बाबूचे त्याच्याशी चांगले संबंध होते व त्याचं गोडाउन माळ्यातल्या चौकातच म्हणजे माळकऱ्यांच्या वाटेवरच होतं. मात्र, आज वेळात वेळ काढून तो जिन्याच्या पायऱ्या चढण्याअगोदर जगनच्या गोडाउनमध्ये आला. त्यानं जगनच्या टेबलाजवळची खुर्ची पुढे ओढली व तो बसला.

"जगन, काय? कशासाठी बोलावलंस?"

"माझी पोलीस ठाण्यात कोणीतरी निनावी तक्रार केलीय."

"तुझी? का बरं?" बाबूलाही आश्चर्य वाटलं.

"आपल्या या धंद्याबद्दलच!" जगननं खिशात हात घातला व कागदाची एक घडी बाहेर काढली. ती बाबूच्या हातावर ठेवली. बाबूनं कागद उघडला. कागदावरचं अक्षर टाइप केलेलं होतं. अत्यंत मोजक्या व सुटसुटीत भाषेत मजकूर होता. बाबूनं तक्रारअर्ज वाचला. मागपुढं करून दोन-तीन वेळा पाहिला. कागदावरचा पोलीस ठाण्याचा रिमार्कही परत परत वाचला.

"पोलीस अधिकाऱ्याचा रिमार्कही आहे याच्यावर! पण हा तुझ्याकडे कसा आला?"

"त्यात काय अवघड! ही तर झेरॉक्स आहे. सगळी फाइलच्या फाइल बाहेर काढायची आपली तयारी आहे."

"यावर काही कारवाई?"

"कारवाई कसली! फक्त हप्त्यात वाढ झाली. शिवाय अंमलदाराला जरा गरम करावं लागलं. बरं, मला सांग, हे काम कुणाचं असावं, असं तुला वाटतं?"

"काहीच सांगता येत नाही. इतकं सुटसुटीत लिहिणारं माळ्यात तरी कुणी असावं असं मला वाटत नाही," बाबूनं आपला अभिप्राय दिला.

"माळ्यातलं नसेल, तर बाहेर कसा कुणावर संशय घ्यायचा? बरं, जे काही आहे ते माळ्यातल्या या गोडाउनमध्येच."

बाबू विचारात पडला.

"हे काम तुझं तर नाही?" जगननं बाबूकडे रोखून पाहात विचारलं.

बाबू सावध झाला. ताठ बसला. जगनच्या डोळ्यांत नजर खुपसून म्हणाला, "हे बघ, मला तुला नागडं करायचं असेल, तर ते मी जाहीरपणे करीन. मग काय व्हायचं ते होऊ दे. पण सध्या तू मात्र तुझं तोंड सांभाळ."

जगननं भुवया ताणल्या. त्याचे डोळे तांबूस झाले. तो ताठर आवाजात म्हणाला, "तू मला धमकी देतोस काय?"

"दोस्त या नात्यानं फक्त कल्पना दिली. काय अर्थ घ्यायचा ते तुझं तू ठरव."

जगन पुढे बोलला नाही. त्याला बाबूचा रोखठोक स्वभाव माहीत होता. आपल्या पाळामुळांची कल्पना बाबूलाही असणार, हे त्याला पक्कं ठाऊक होतं. त्याला बाबूस दुखवायचं नव्हतं. आव्हान द्यायचं नव्हतं. जगनच्या धंद्याच्या दृष्टीनं ही बाब घातक होती. जगनचं गोडाउन ही मोक्याची जागा होती. त्यानं या जागेवर अतिक्रमण केलं होतं. बिल्लू बादशहानंच त्याला ही जागा दाखवली होती. त्यासाठी त्यानं जगनकडून दोन हजार रुपये वसूल केले होते. त्यानंतर बिल्लू त्याला या माळ्यात वरचेवर घेऊन येऊ लागला. जगनचं माळ्यातल्या पोरांत, माळकऱ्यांत बसणं-उठणं वाढलं. वरचेवर चहा-पाणी, मुर्गीमटन होऊ लागलं अन् एक दिवस तळमजल्यावर माळ्याच्या खांबांना धरून जगननं प्लायवुडची गोडाउनसारखी दिसणारी खोली तयार केली. माळकऱ्यांनी बघून न बघितल्यासारखं केलं. त्या जागेवर बसणारी, मस्तपैकी फिरणारी चंपाची कुत्री मात्र बावरून त्याकडे पाहू लागली. चंपानं जगनला विरोध केला. जगननं तिला सुनावलं, "देख चंपा, माले के एक बाजू में तू रहती है। वह जगह तुम्हारी नही। फिर भी तू रहती है नं! आज मुझे ज़रुरत है। इसलिए आपुन भी इधर रहने की सोचता है। तो तू बीच में टांग क्यूं अडाती है?"

"माझी कुत्री कुठं बसणार? अन् मीसुद्धा या जागेचं भाडं भरते. माळ्याच्या

मालकाचा दिवानजी घेऊन जातो!'' जगनचं हिंदी न पचल्यामुळे चंपानं मराठीत ठोकून दिलं. मात्र, माळ्यात साफसफाई करणाऱ्या कामगाराला राहण्यासाठी मालकानंच ही खोली बांधली होती. चंपा त्याचं भाडंही भरत नव्हती!

''तुझ्याजवळ भाड्याची पावती आहे का? कुत्री पाळायला लायसन लागतं, ते आहे का?''

चंपाचा आवाज बंद झाला. पोटाला पोर नाही, म्हणून कुत्र पाळलं. त्याचा वंश वाढून ही दहा-बारा नातवंडं, पतवंडं जगताहेत तर हा विचारतो, त्यांचं लायसन! चंपाला एका गोष्टीचं मात्र आश्चर्य वाटत होतं. साध्या-साध्या गोष्टीवर बोंबलणारे मालकरी यानं माळ्यारवाली खोली तयार केली तरी कुठं का दिसत नाहीत? त्यांचा आवाज का ऐकू येत नाही?

''चंपा, तू व तुझी ती कुत्री माळ्यात एका बाजूला सुखात राहा. ही दुसरी बाजू मी वापरतो. उगीच वितंडवाद कशाला? शिवाय काही लागलं-सवरलं, काही दुखलं-खुपलं तर सांग मला.''

त्यानं एक किलो पेढ्याचा पुडा तिच्या हातावर ठेवला. चंपानं तो घेतला. काही पेढे स्वत:साठी व नवऱ्यासाठी ठेवले. बाकीचे अवती-भवती जमलेल्या कुत्र्यांसमोर टाकले. कुत्रीही मोठ्या चवीनं पेढे खाऊ लागली. त्यांच्याकडे पाहात जगननं तिला एक गुपित सांगितलं, ''चंपा, यहाँ जगह देने के लिए दिवानजी ने मुझ से रक्कम ली है!''

जगनला ही जागा मानवली. गोदीतला किरकोळ माल बाहेर काढणं हा त्याचा मूळ धंदा होता. हळूहळू तो मार्केटकडं वळला. मार्केटमधल्या मालाची चोरी, कापडाच्या ताग्यांची चोरी, काही संबंधितांना हाताशी धरून ट्रकातल्या मालाची चोरी आदी कारणांनी त्याचा चांगला जम बसला होता. माळ्यातल्या या गोडाउनमुळे त्याला बरकतच आली! अलीकडे त्यानं कपड्याच्या व्यापारातही लक्ष घातलं होतं. त्यानं प्लायवुडच्या ठिकाणी विटा, सिमेंटच्या भिंतीनी आपलं गोडाउनही पक्कं केलं होतं. गोडाउनच्या शटरवर 'जगन एक्स्पोर्ट कंपनी' नावाची पाटीही दिमाखात झळकली होती. जगनच्या हातात तसाही थोडाफार पैसा असायचा. आता तर तो मोठ्या प्रमाणात खेळू लागला होता. त्याच्याकडे काम करत असलेल्या पोरांतही वाढ होत होती. या सर्व उठाठेवीत झिपऱ्या जगनचा जगनशेठ कधी झाला हे मात्र माळ्याला कळलंच नाही! पोलीसही त्याच्याकडे एक भला माणूस म्हणूनच पाहण्याच्या मन:स्थितीत आले होते.

जगनची प्रगती होत होती. मात्र, त्याच्या चहापाण्याला भुलून किंवा पैशाच्या मोहाला बळी पडून माळ्यातल्या एकाही पोरानं त्याच्याकडे काम करणं पसंत केलं नाही. या गोष्टीचं त्याला राहून राहून आश्चर्य वाटत होतं. त्यानं आपलं गोडाउन

माळ्याखाली उभारलं असलं तरी तो माळ्यातल्या काही ठरावीक पोरांना फूल ना फुलाची पाकळी म्हणून काही रक्कम द्यायचा. त्यात बाबूचाही समावेश होता. स्थानिक जिवांना उपाशी, खदखदत, अतृप्त ठेवून आपण येथे धंदाच करू शकणार नाही, हे साधं गणित त्यापाठी होतं. नंदू, बंडूसारख्या जोडगोळीला तर जगन नुसत्या चिरीमिरीवर भागवायचा. मात्र, तेही 'चोराची काय लंगोटी घ्यायची?' या उक्तीला जागून तेवढ्यातही समाधान मानायचे. जगनला कधी विसर पडला, तर स्वत:होऊन आठवण करून द्यायचे. जगननं सुरुवातीला बिल्लू बादशहालाही हप्ता दिला होता. मात्र, बिल्लू हा निव्वळ बोलबच्चन आहे; त्याची माळ्यातली किंमत शून्य आहे, हे लक्षात आल्यानंतर त्यानं त्याचा हप्ता बंद केला होता. बिल्लूनं त्याला दमात घ्यायचा प्रयत्न केला होता. मात्र, जगननंच त्याला 'तंगडी मोडून ठेवीन' असा दम भरला होता!

"चल, निघतो मी." बाबू म्हणाला व खुर्चीवरून उठला.

"बस रेऽ, जाशील की मग!" जगन टेबलावर पालथा पडला. त्यानं बाबूचा हात पकडला व त्याला खाली बसवलं. "रागावू नकोस. मी सहजच म्हणालो. नाहीतरी अशा परिस्थितीत कुणालाही राग येईलच की नाही? तूच सांग बघू!" त्यानं समजुतीचा स्वर लावला. क्षणभर थांबून तो पुढे म्हणाला, "पण मला हे कळत नाही रेऽ, हे काम कोणाचं असावं? माझ्यासारख्या गरिबाच्या जिवावर कोण उठलं असावं?"

"तुझ्या धंद्यातलाच एखादा पार्टनर आहे का पाहा. ज्याचा तुझ्यावर राग आहे असा."

"आमच्याकडे गोळीची भाषा असते. अशी चायकम पाणीवाली बात नाही," जगन म्हणाला. बाबूनं डोकं खाजवलं. मात्र, कोणतीही प्रतिक्रिया दिली नाही.

"बिल्लू बादशहा तर नसेल?"

"तो का?"

या प्रश्नाचं काय उत्तर द्यावं, या विचारानं जगन बुचकळ्यात पडला.

"बिल्लूला असं लिहिणं जमेल?" बाबूनंच परत खपली काढली.

"दुसऱ्याकडून लिहून घेण्याची शक्यता नाकारता येत नाही. अन् बिल्ल्या हे गुण उधळायला कमी करणार नाही."

"सांगता येत नाही."

"तू प्रामाणिक आहेस. असं काही करणार नाहीस, याची मला खात्री आहे. मात्र, तरीही मला तुझाही संशय येतो!" गोंधळलेल्या जगननं मन रितं केलं.

"चला, जगन महाराज येतो आम्ही," बाबू पटकन उठला. जगननं परत त्याच्या खांद्यावर हात टाकला. त्याला जबरदस्तीनं खाली बसवलं.

"रागावू नको रे दोस्ता. माझी अवस्था काय आहे, हे तुला कसं सांगू? बरं ते मरू दे. हे तुझे दोन महिन्यांचे पैसेऽ." जगननं टेबलाचा ड्रॉवर उघडला.

"दोन नाही तीन..."

"बाबू, तू अन् हिशेब? कधीपासून करायला लागलास?" जगननं ड्रॉवरमधल्या काही नोटा घेतल्या. बाबूच्या हातावर ठेवल्या. बाबूनं त्या नीट खिशात ठेवल्या.

"आतापासूनच. तू कधी गोळी घालशील तेव्हा घाल; पण त्याअगोदर तुझे चार पैसे खाल्ल्याचं समाधान तरी मिळेल जिवाला!" बाबूचा टोमणा जगनच्या जिव्हारी लागला. बाबूनं पॅण्टच्या खिशात हात घातला व पिस्तूल बाहेर काढलं. जगनला दाखवलं. जगन टरकला.

"घाबरू नकोस. चायकम पाण्याची तुझी भाषा तेव्हा विचार केला, पिस्तूल कसं असतं ते तरी दाखवू तुला।" त्यानं पिस्तूल परत ठेवलं

जगन तत्परतेनं जागेवरून उठला. बाबूचे हात हातात घेतले व म्हणाला, "बाबूराव, रागावू नका."

आपल्याला इथं धंदा करायचा असेल तर हे हात कापावेच लागतील, असा वाह्यात विचार जगनच्या मनात तरळला. बाबूनं आपले हात पाठीमागं घेतले. 'हरामी आहे. कधी आपले हात छाटेल, सांगता यायचं नाही.' बाबूच्या मनानं कौल दिला. तो परत फिरला.

आत चाललेला सगळा प्रकार माळ्याच्या चौकात आडोशाला उभं राहून बंडू व नंदू पाहात होते. ते पटकन आपल्या जागेवरून हलले व पुढे जाऊ लागले. जाता जाता त्यांनी नेहमीसारखंच लक्ष गेल्यासारखं गोडाउनकडे पाहिलं.

"आप्पा, आज इथं?" चटकन् बंडू आत आला. सोबत नंदूही होता.

"आलातऽ! बरं झालं. थोडा वेळ थांबा इथं. मी घरात जाऊन लगेच परत येतो. आज आपण जेवायला जाऊ. जगनरावांचेच पैसे आहेत," बाबू म्हणाला. त्यानं पुढे शेपूट जोडलं, "जगनराव, येथून पुढं मला विकत घेण्याचा प्रयत्न करू नका! असले प्रकार थांबवा." तो हसला व झपाट्यानं गोडाउनबाहेर पडला. जिन्याच्या पायऱ्या चढताना त्याच्या डोक्यात जगनचाच विचार होता. पुढे माळकऱ्यांना त्रास होण्यापेक्षा आताच याचा बंदोबस्त केला पाहिजे, याची खूणगाठ त्यानं बांधली.

५१

"ए ठमाबाय, झालं का? आपण जाईपर्यंत सिनेमा सुरू होईल!" गोट्यानं वटनातून आवाज दिला. हा गोट्या म्हणजे कमळा जायकरनीकडे जेवायला असणारा

खाणावळा. त्याचं आडनाव गुटीकर होतं. मात्र, त्याच्या संगतीतल्या लोकांनी त्याचं कधी गोट्या केलं हे त्यालाही कळलं नव्हतं!

"झालंऽ, झालंऽऽ! कशाला इतका नखरा करता! जणूकाय आमी सिनेमा बघितला नसल्यागत!" ताटातला शेवटचा घास उचलीत शेवंता म्हणाली. तिनं दाताखाली घातलेला घास चावीत ताटातच खरकटा हात धुतला. ग्लासमधल्या पाण्याचे घुटके घेतले व ताट उचलून मोरीत ठेवलं.

"आगं ये येवशे, आन् ते धुयाचं कोण? तुझा बाप व्हयऽऽ गं!" कमळानं विचारलं.

गणपत जायकरानं एक नजर मोरीत टाकली व तो समोरची भाजी खुडू लागला.

शेवंतानं ओठातल्या ओठात पुटपुटतच ताट खंगाळलं. ते मोरीच्या कठ्ड्याबरोबर उभं करून ठेवलं. तिनं ओले हात परकरला पुसले अन् लाकडी पेटी उघडली. त्यातून आपली आभाळी रंगाची साडी काढली. ती साडी नेसायला बाजूच्या वटनात राहणाऱ्या पिंपरकरनीच्या खोलीत गेली. तिच्या पाठोपाठ मंदा गेली. पिंपरकरनीचा दगडू बाहेर येऊन वटनात उभा राहिला.

गिरगावातल्या सेंट्रल टॉकीजला मराठी सिनेमा लागला होता. तो पाहण्याची जायकरनीची इच्छा होती. त्याची तिकिटं आणायला तिनं गोट्याला सांगितलं होतं. मात्र, सिनेमा एकाच थिएटरला होता. त्यातच त्याचं या आठवड्याचं बुकिंग फुल्ल असल्यानं तिकिट मिळालं नसल्याचं गोट्यानं सांगितलं होतं. त्यानं जायकरनीला हा सिनेमा पुढच्या आठवड्यात दाखवण्याचं प्रॉमिस दिलं होतं. शेवंताच्या आग्रहाखातर तो नॉव्हेल्टीची मॅटिनीची तीन तिकिटं घेऊन आला होता. हिंदी सिनेमातलं काही कळत नाही, शिवाय तो धांगडधिंगा काय पाहायचा म्हणून जायकरनीनं सिनेमाला यायला नकार दिला होता. तशी ती कधीतरी आपल्या पोरांना बरोबर घ्यायची व एखाद्या जेवणाऱ्याबरोबर एखादा मराठी सिनेमा पाहायची. चार-सहा महिन्यांत तेवढीच एखादी करमणूक. त्या मुदतीत जायकर घर सांभाळायचा. आक्कासाठी एखादा जवळचा जेवणाराच सिनेमाचा, जाण्या-येण्याच्या टॅक्सीचा, चहा-आइस्क्रीमचा खर्च उचलायचा. माळ्यातल्या इतर खाणावळ्याही कधीतरी अशा चित्रपटाला जायच्या.

माळ्यातली पोरं जाणती झाली की, आपल्या मित्रमंडळींबरोबर चित्रपट पाहायची. अनेकदा एखाद्या टॉकीजसमोरून जात असतील व त्या टॉकीजचं पिक्चर पाहायची हुक्की आली तर तिकीट काढून एकटीच सिनेमा पाहायची; त्यामुळे त्यांचं घरातल्यांबरोबर सिनेमाला जाणं तसं कमीच असायचं. पोरी लहान होत्या, तेव्हा जाणते भाऊ त्यांना सिनेमाला न्यायचे; पण त्या थोराड दिसू लागल्या की, त्यांच्याबरोबर चित्रपटाला जाणं तसं कमी व्हायचं! स्वत:च्या आईबरोबर सिनेमा पाहण्यातही त्यांना आनंद वाटायचा नाही. घरातल्यांबरोबर एखादा जेवणारा असेल तर नावच नको! घरातल्यांना

एखादा सिनेमा पाहायचा असेल, तर त्यांना तिकीट आणून द्यायचं काम मात्र ते करायचे. जेवणाऱ्यांनी दिलेल्या पैशाची तिकिटंही ते आणून द्यायचे. कधीकधी स्वत:जवळची रक्कम घालून ते घरातल्यांचं तिकीट काढायचे. माळ्यात असेही काहीजण होते की, ते आपल्या घरच्यांसोबत चित्रपट पाहायला वेळ काढायचे. मात्र, त्यांची संख्या तशी कमीच होती.

एकाद्याचं लग्न झालं असेल व त्याला बायकोला घेऊन सिनेमाला जायचं असेल, तर घरच्यांचा त्याला विरोध नसायचा.

गणपती विसर्जन, आकिती यासारख्या सणादिवशी जेवण पूर्ण बंद असायचं. त्याच्या आदल्या रात्री खाणावळी दोघी-तिघींत मिळून भाड्यानं व्हिडिओ आणायच्या. कधीकधी तो एखाद्या जेवणाऱ्यानंही स्पॉन्सर केलेला असायचा. जेवणारा आपल्या एखाद्या मित्राला घेऊन किंवा एकटाच सिनेमा पाहायला यायचा. पूर्ण रात्रीत रंगीत टी. व्ही.वर तीन शो पाहिले जायचे. त्यात एकतरी मराठी सिनेमा असायचाच. त्या एवढ्याशा खोलीत जेवणारे, खाणावळ्या, खाणावळे, त्यांची पोरंबाळं, आलेले आगंतुक एकमेकाला खेटून बसायचे. बसून बसून पाय ताटकळले की, त्यातच जागा करून ते पसरायचे. त्यावर एखादी खाणावळी किंवा तिची पोरगी डोकं टेकायची किंवा हात फिरवायची. पायांना बरं वाटायचं. सिनेमा अगदी गुलमुसासारखा मऊ व्हायचा.

मार्केट विभागात असलेल्या कंपन्यांच्या गोडाउनमध्ये शेठच्या मेहरबानीनं माळ्यावरचे अनेक जेवणारे राहायचे. सुटी दिवशी कंपनी बंद असायची. शेठ आपल्या घरात आराम करीत असायचा. मग तिथं राहणारे कामगार त्या दिवशी भाड्यानं व्हिडिओ आणायचे. व्हिडिओवर बीपी लावायचे. पडद्यावरची चित्रं पाहात, गावाकडे असलेल्या आपल्या अस्तुरीची आठवण काढीत ते आपली भोंडगी कामवासना डोळ्यांवाटे भागवायचे. कपाळावर केसरी टिळा लावून, हातात तुळसीमाळ घेऊन मंत्रजप करणारेही त्यामध्ये मागे नसायचे! हे खाणावळे अनेकदा ते जेवायला असलेल्या खाणावळीच्या पोरालाही आमंत्रण द्यायचे. अर्थात खाणावळी आक्काच्या पोराशी त्यांचे संबंध कसे आहेत, यावरच ते अवलंबून असायचं. मात्र, जेवणाऱ्यांनी खाणावळीच्या पोराच्या ताटात टाकलेली ही लोणच्याची फोड रंगत आणायची! पुढच्या सुट्टीच्या वेळी ते पोरगंच त्यांना विचारायचं, "आज काय विशेष?"

"आटपलं का बघा. हिथंच सव्वाअकरा झाले. साडेअकराचा पिक्चर आहे." गोट्या उंबऱ्यातून आत डोकावत म्हणाला.

जायकरीन उंबऱ्यातून बाहेर आली. पिंपरकरनीच्या खोलीकडच्या वटनात उभी राहिली व तिनं आवाज दिला, "अगं ये येवश्यानोऽ!, झालं का गं? अगं, ह्यो राजेश खन्ना वटनात उड्या मारायला लागलाय नव्हं!"

आपल्याच कॉमेंटवर जायकरीन हसली. ताटावर बसलेले दोन जेवणारेही हसले.

"तुमच्या मायला तुमच्याऽ! आटपा की लवकर!" बाहेर आलेल्या जायकरानंही आवाज दिला.

जायकरीन आपण स्वत: किंवा एखादं आपल्या घरचं, विश्वासातलं माणूस असल्याशिवाय शेवंताला पिक्चरला पाठवायची नाही. त्यांच्या तिकिटाचा भार जेवणाराच उचलायचा. जायकरनीचा तसा गोट्यावर विश्वास होता. तो तरुण असला तरी त्याचं लग्न झालं होतं. त्याची बायको गावाकडे होती. शिवाय त्याला तीन लहान लहान मुलं होती. गोट्या मनानंही चांगला होता. रविवारचं मार्केट बंद असायचं, तेव्हा तो सकाळी आठ वाजता यायचा. गणपतला कोंबड्या कापायला मदत करायचा. कोंबड्यांना कधी पैसे कमी पडले, तर उसने द्यायचा. सार्वजनिक सुट्टीदिवशी व्हिडिओ आणायचा. चपातींच्या धगीनं वाफाललेल्या पोरींना कधीतरी सिनेमाला घेऊन जायचा. पोरींनी एखादी वस्तू मागितली, तर तीही आणून द्यायचा. दसऱ्याला न चुकता जायकरनीला पातळ, ब्लाउज पीस आणायचा. तरीही जायकरीन शेवंताला सिनेमाला जायचं असेल तर स्वत: सोबत करायची. मात्र, मंदा आल्यापासून तोही प्रश्न मिटला होता. मंदाच शेवंताला सोबत करीत होती.

तिघेही धावत-पळत थिएटरात घुसले. आपल्या सीटवर जाऊन बसले. मधल्या सीटवर शेवंता होती. तिच्या उजव्या बाजूला मंदा व डाव्या हाताला गोट्या होता. गोट्यानं बाजूच्या प्रेक्षकांवर नजर टाकली. थिएटरमध्ये त्यातल्या त्यात डोळे वटारून बघणारी लाइटही पूर्ण बंद झाली. मेन पिक्चर सुरू झालं.

"बघा बरं मामा, लवकर आलो ते बरं झालं का न्हाय!" शेवंतानं गोट्याकडे पाहिलं. ती सीटच्या डाव्या बाजूला सरकून बसली. तर गोट्या त्याच्या सीटच्या उजव्या बाजूला सरकला. तो थोडासा कलला व कानगोष्ट सांगितल्यासारखा म्हणाला, "तर ओऽऽ!"

शेवंताला हसू फुटलं. तिनं त्याच्याकडे लाडिक नजर टाकली. त्यानं आपला उजवा हात शेवंताच्या पाठीमागून तिच्या उजव्या काखेत नेला व तिला थोडी जवळ खेचली. पाठीमागच्या सीटवरच्या प्रेक्षकांना त्रास होऊ नये म्हणून दोघंही थोडी खाली सरकली.

पडद्यावरचे शाहरुख खान, काजोल भलतेच रोमँटिक दिसत होते. व्हिलन वाटत असलेल्या तिच्या बापानं अमरीश पुरीनं त्यांना 'डिस्टर्ब' करू नये, असंच मंदाला वाटत होतं.

५२

गणपत जायकरानं भिकुदादाच्या फुग्यातली दारू झोकली होती. तो दारूच्या नशेत तर्रऽऽ होता. त्या नशेतच त्यानं माळ्यावरच्या कुणा खाणावळीच्या पोरानं आपल्या दारात खोचलेला कागदी तिरंगा उपसला होता! त्याची कामटाची काठी चिमटीत पकडली होती. तो चिमटीची बोटं मागं-पुढं करायचा. बोटांना हेलकावे द्यायचा. त्याबरोबर काठीसुद्धा मागे-पुढे जायची. त्यावर फेव्हिकॉलनं डकवलेला तिरंगा उलटा-तिलटा व्हायचा. गणपतसारख्याच मागे-पुढे झोकांड्या खायचा. जायकर ओरडायचा, ‘‘भारत माता की... जयऽऽ!’’

हा खेळ खेळत तो आपल्या चौकटीपर्यंत आला. त्याला मंदानं अडवलं. ‘‘मामा, फरशी पुसतेय. थांबा तिथंच.’’

जायकराचा पुढे-मागे तोल जात होता. त्यानं आपला डावा हात चौकटीवर टेकला व त्यावरच आपला भार टाकून आत बघत थांबला. मंदानं ओलं बारदांड फरशीवर फिरवायला सुरुवात केली. जायकरनीनं तपकिरीचं शेवटचं बोट तोंडात कोंबलं. ते परत डाव्या हातावर चोळलं. टाळी वाजवून दोन्ही हात झटकलं व पाण्यानं भरलेलं चिंपाड उचललं. गणपतकडे नजर टाकून ती म्हणाली, ‘‘झेपत न्हाय तर कशाला घोटायची एवढी!’’ तिनं पोरींना सांगितलं, ‘‘तो प्यालाय गंऽऽ! उगाच त्येच्या नादाला लागू नगा!’’

जायकरानं गचकं देत आपली मान वर उचलली. ती वरच्यावर तोलली. ‘‘जा, लई शानी हू नगं!’’

‘‘बेवडं कुठलं!’’ कमळा जायकरीन चिंपाडासारखंच तोंड वासून बोलली व शौचालयाकडे चालू पडली.

‘‘झवाडी मला श्यानपणा शिकिवतीया!’’ आपला तोल सावरीत, अडखळत जायकर पुटपुटला. हातातला झेंडा सावरीत तो आत आला. त्याचा ओल्या फरशीवर इकडून तिकडे तोल जाऊ लागला.

‘‘भारत माता की जयऽ!’’ आपल्या हातातला झेंडा नाचवीत तो परत ओरडला.

‘‘मामा, मी फरशी पुसतेय. एका जागेवर तरी बसा!’’ मंदानं अजिजीनं सांगितलं.

‘‘ए मादरच्योत, तू मला शिकवू नगं.’’ जायकर डाफरला.

मंदा जायकराकडे क्षणभर तशीच पाहात उभी राहिली. तिच्या हातातल्या बारदांडातून गढूळ पाणी गळत होतं. नंतर ती खाली वाकली व परत फरशी पुसू

लागली. जायकर पुढे झाला. त्यानं आपला तोल सांभाळत वाकलेल्या मंदाच्या पाठीत धपाटा घातला. धापकन आवाज आला.

''ए भटकभवाने, माझ्याकडं डोळं मोठं करून बघतीसऽ!'' तो बरळला.

मंदानं हातातलं बारदांड मोरीजवळ फेकलं व ती पेटीवर बसून मुसमुसून रडू लागली. रात्रीचा हा सिनेमा शेवंता मुकाटपणे पाहू लागली. झाड्याचं उरकून कमळा आली. तिनं वटनात भिंतीशेजारी चिंपाड ठेवलं. तिनं चौकटीजवळ चप्पल काढीत खोलीत नजर टाकली. फरशीवर शिंपडलेलं पाणी तसंच होतं!

''नव्हंऽ! कैदासिनीनू, राच्चं आकरा वाजलं तरी अजून तुमी फरशी पुसली न्हाय? जेवायचं कवा अन् झोपायचं कवा गं रांडानू?'' जायकरीन वैतागली.

शेवंता पुढे आली. तिनं आईला बापानं केलेला प्रताप सांगितला.

''सांग, सांगऽऽ! तू पण त्याच अवलादीची!'' लाकडी पेटीच्या दुसऱ्या टोकावर बूड टेकलेल्या जायकरानं आवाज दिला.

''नव्हं, थेरड्याऽ, आसा का बिघाडलाईस? कसलं चळं लागलंय तुला?'' जायकरीन गणपतकडे पाहात हात नाचवीत खोलीत आली. तिनं मंदाचं डोकं पोटाशी धरलं. ''माझी बाय ती!'' तिनं मायेनं तिच्या डोक्यावर हात फिरवला. मंदा अधिकच स्फुंदू लागली. शेवंतानं बारदांड उचललं व ती फरशी पुसू लागली.

''गतकाळी भवानी! बघ कशी रडतीया? तिला आजच्या आज तिच्या घरला घालीव. मला हे बांडगूळ इथं नाही पाहिजे.'' जायकराचा आवाज चढला.

''मामे, मला कसल्याही परिस्थितीत गावाला घालव.'' मंदा म्हणाली व अधिक हुंदके देऊ लागली.

''हाकल, हाकलऽऽ! या अवलादीला आजच्या आज हाकल. जगायला आल्याली टवळी!'' जायकराचा पारा खूपच चढला.

''काही फुकटचं न्हाई वाढलंसा! दररोज चांगल्या शंभर माणसांच्या चपात्या भाजून घेतल्यासा!'' गरम तव्यासारखी मंदा तापली व जवळजवळ ओरडलीच. जायकरनीची भंबेरी उडाली. तिनं मंदाच्या कानाखाली हळूच चापट मारली. ''रांडं, तुला गप्प म्हणतूय नव्हं! तुजी मामी जित्ती हाई नव्हं अजून!'' तिनं जायकराच्या तोंडाजवळ हात न्हेला व म्हणाली, ''का बोकडासारखा पिसाळलायस? दिवसभर काम करून आंडं बाहेर पडतंय आमचं. दोन घास खाऊन घटकाभर शांततेनं राहू दे की आम्हाला!''

''हागायला म्हणून गेलीस. अन् आता आली असशील दारूची टमऱ्यालं ढोसून! कशाला एवढा नखरा करतीस गं दारूडेऽऽ!'' जायकर डाफरला. त्यानं काही कळल्यागत मान हलवली.

कमळाची सहनशक्ती संपली. तिनं त्याचं गचूर पकडलं. दोन्ही हातांनी त्याला

हेबळलं व त्याच्या दोन्ही गालांवर खाड खाड ठेवून दिल्या. त्याचं डोकं दोन्ही हातांत पकडून तेही पाठीमागच्या भिंतीवर थाड थाड आपटलं. शेवंतानंही गणपतच्या पोटात तीन-चार गुच्च्या हाणल्या. तिनं अभिमानानं मंदाकडे पाहिलं व ती गरगर फिरणाऱ्या पंख्याखाली भिंतीला टेकून बसली.

"रांडंऽ, मार. पाक मार मला!" अधूनमधून जायकराचा आवाज येत होता.

कमळा आपणहून बाजूला झाली. तिच्या तोंडाचा पट्टा सुरूच होता. शेजारी-पाजारी कानावर पडणारे शब्द झेलीत वटनात उभे होते. सर्वांनाच कुणाला काय बोलायचं, हा प्रश्न पडला होता. जायकरीन मोरीत गेली. कट्ट्यावरचा पाण्याचा तांब्या घेऊन चूळ भरली.

"रांडंऽ, तू काय काय धंदं करतीस, ते मला म्हाईत न्हाय व्हय गं! तुला आता नव्हऱ्याची फिकीर राहिलीय व्हयऽ!" जायकराचा आवाज चढला होता.

जायकरनीनं आपल्या हातातला तांब्या धाडकन मोरीच्या कट्ट्यावर आपटला व ती मागं फिरली. "आरं जाऽ रं निसण्याऽ! गेलास उडत... माझ्या बाच्या धसकाटण्यावरनं! तू जर रांडुळा झाला नसतास, तर कशाला तुला आसं बोलायला लागलं आसतं आज!" तिनं दांडीवरचा टॉवेल खेचला. तोंडावरून फिरवला. त्यानं हात पुशीत ती पुढं म्हणाली, "जगतंयस बायकूच्या जिवावर ते जग की. का आक्काबाई सरळ खावू दिनाऽ!" ती पोरींकडे वळली. "घ्या गं ताटं जेवायला. खाल्लं तर खावू दे न्हायतर आसंच बोंबलत बसू दे." तिनं फर्मान सोडलं.

पोरींनी ताटं वाढली. भिंतीशेजारी बसून जायकरीन सावकाशपणे एक-एक घास मोडू लागली. गणपतसाठी वाढलेलं जेवणाचं ताट तसंच वर थोबाड करून बसलं. गणपतनं त्याकडे ढुंकूनही पाहिलं नाही.

पोरींनी भांडी विसळली. जायकराचं ताट खरकट्यात ओतलं. ते धुऊन आबादानी कपाटात ठेवलं. फरशीवर पडलेलं पाणी बारीवरच्या वाळक्या बारदांडानं पुसलं. अंथरुणं टाकली. जायकराचं अंथरूण चौकटीजवळ पसरलं. दार बंद केलं. लाइट घालवली व जायकरीन झोपली. पोरी झोपल्या.

पेटीवर बसून बरळणारा जायकर काही वेळानं तिडबिडत उठला व आपल्या जागेवर झोपला. त्याच्या अंगाखाली तिरंगा दुमाडला. जायकराचं तोंड अजूनही हळूहळू वाजत होतं. दारूनं भरलेल्या पोटात जुन्यापुराण्या आठवणी 'डिचळांग डिचळांग' करीत फिरू लागल्या. त्या वासानं त्याचा मेंदू भूतकाळात भन्नाट पळू लागला. त्याला आपली म्हातारी, घरदार, जमीन-जुमला आठवू लागला.

गणपत अकरा-बारा वर्षांचा होता, तेव्हा त्याचा बाप पायात गॅन्गरिन होऊन वारला. त्याच्या रांडमुंड आईनं, गीताबाईनं त्याला तळहाताच्या फोडावानी जपला. वाढवला. भाऊबंदांनी आपल्याच भावाचा पोरगा म्हणून त्याला कोणतीही तकलीफ़

होऊ दिली नाही. भाऊबंदकीच्या जमान्यात हेही प्रेम जगावेगळंच म्हणायचं! भाऊबंदांनी आपल्या भावजयीला काटं-कुंपनापासून जमीन नांगरट, कुळवट, पाटं फिरवणी, पेरणी करण्यापर्यंत मदत केली. आणखी अडीअडचणीला ते होतेच. रोजगाऱ्यांच्या मदतीनं भांगलन-टोंगलन, काढणी-मळणी मात्र गणपतची आईच करायची. काढणी-मळणीलाही भाऊबंदाचा हातभार होताच!

गणपतच्या शरीराची ठेवण लहान. मध्यम उंची; पण गोरा-गोमटा. अगदी गाजरासारखा दिसायचा. सडपातळ, गोटीसारखं शरीर तकतकायचं. त्यानं कपडे काढले तर विहिरीवर धुणं धुणाऱ्या पोरींचं हात क्षणभर थांबायचं. त्या त्याच्याकडे टक लावून पाहायच्या. गीताबाईला हे माहीत असल्यानं ती त्याला नदीवर, विहिरीवर अंघोळीला जाऊ द्यायची नाही. गावाजवळच्या आडाच्या चार घागरी ती स्वत: आणायची. नाहीतर गणपतलाच आणायला सांगून ती त्याला घरातल्या न्हाणीत किंवा घराच्या जोत्याजवळ अंघोळ करायला भाग पाडायची.

गणपतला तालमीचा भारी नाद. गावातल्या पोरांबरोबर गावोगावच्या जत्रंची मैदानं मारताना त्याला मजा यायची. म्हातारीच्या अंगावर मूठभर मांस चढायचं. ती त्याचा खुराक कमी होऊ द्यायची नाही. तिनं दोन दुभत्या म्हशी पाळल्या होत्या; त्यामुळे गणपतला दुधाची ददात नसायची. त्या रतिबानं तो अधिकच बाळसेदार दिसायचा. गीताबाई त्याच्यासाठी साजूक तुपाची धार टाकून गव्हाचा गरा बनवायची. गरा खाताना गणपतच्या बोटांवरून तुपाचे वगूळ खाली यायचे. गीताबाईचं हृदय भरून यायचं. आपलं पोरगं आपल्या गळ्यातल्या ताइतासारखंच आपल्याजवळ असंच सुखात असावं, असं तिला वाटायचं. गणपतही आईचं मन मोडायचा नाही. ती सांगेल तसं तो वागायचा.

मुंबईत नोकरी करीत असलेला भावकीतला तायाप्पा कधीकधी गावी यायचा. तो गणपतला मुंबईच्या मनमोहक गोष्टी सांगायचा. तिथल्या प्रचंड मोठ्या इमारती, रस्ते, सिनेमं, मिल, गोदी, राजाभाई टॉवर यांची वर्णनं ऐकवायचा. आपण कशी नोकरी करतो, महिन्याचा पगार कसा वेळच्या वेळी मिळतो, त्यातली मजा कशी औरच असते या बाता तो मधाळपणे सांगायचा. त्यानं दिलेल्या तिखट-मिठाच्या फोडणीनं गणपतच्या मानगुटीवर मुंबईचं भूत थयथय नाचायचं. त्यातूनच गणपतच्या मनात मुंबईची हवा शिरली. वारं इकडून तिकडे पळू लागलं. एकदा असाच तायाप्पा गावी आला होता. त्याला त्यानं विचारलं, ''मी मुंबईला येतो. मला नोकरी देशील?''

''मी देईन रंऽ! पण तुझी म्हातारी परवानगी देईल का?'' तायाप्पानं विचारलं. गणपत निरुत्तर झाला.

त्यानं आईला मुंबईला जाण्याबाबत विचारलं. गणपतचं मुंबईला जायचं ख्याट

गीताबाईला आवडलं नाही. तिच्या जिवाची घालमेल झाली. वाणीतिनीचं एकुलतं एक पोरगं परमुलखात कसं पाठवायचं? तिथं त्येचं आई की बाप; कोण काळजी घ्यायचं? अन् एखाद्या कावळ्यानं दुरडीतला भाकरतुकडा पळवावा तसं मुंबईला आपल्या पोटच्या गोळ्याला का पळवू द्यायचं?

गणपतच्या मानगुटीवर मुंबई बसली होती. ती त्याला तसा सोडायला तयार नव्हती. त्यानं आईशी भांडण केलं. घरात दंगा केला.

"उगाच कशाला त्रास करून घेतेस! गेलं तर जाऊ दे तिकडं. चार धक्के खाईल अन् येईल आपुनच परत." भाऊबंदांनी सल्ला दिला; शिवाय तिच्याजवळ आपण असल्याचा दिलासाही! गीताबाईनं काळजावर दगड ठेवून गणपतला परवानगी दिली.

एक वर्षानंतर गणपत गावी आला. त्याला कपडा मिलमध्ये त्रासण खात्यात नोकरी मिळाली होती. त्याचा प्रोबेशन पिरीयड संपून महिन्याचे पूर्ण दिवस भरत होते. चार पैसे खिशात खुळखुळत होते. त्याच्या चेहऱ्यावर मुंबईचं पाणी खेळत होतं. कडक इस्त्रीचा लेंगा, पैरण, डोक्यावर तिरकी टोपी, तोंडात पानाचा तोबरा, काखेत चमड्याची बॅगऽ! गणपतचा झोक काही औरच होता. तो दारात आल्याबरोबर गीताबाईनं भाकरतुकडा, पाणी घेतलं व त्याच्या अंगावर ओवाळून चौकटीच्या डावी-उजवीकडे टाकलं. त्याच्या गालाचं पटापटा मुकं घेतलं. त्याला कुशीत घेऊन त्याचं डोकं कुरवाळलं. त्याला भुताखेताची नजर लागू नये, म्हणून लगेचच त्याच्या अंगावरून मीठ-मोहरी, मिरच्या ओवाळून त्या पेटत्या चुलीत टाकल्या. चुलीत तडतड आवाज उठले. गीताबाईचा जीव शांत झाला.

असेच तीन पावसाळे गेले. त्या दरम्यान गणपतनं राहण्यासाठी चण्याच्या माळ्यावर एक खोलीही विकत घेतली. चौथ्या पावसाळ्यापूर्वी मात्र गीताबाईनं त्याच्या अंगावर अक्षता टाकल्या. पोराची हळद मुंबईच्या गल्लीबोळांत झडू नये, ती इथल्याच मातीत झिरपावी ही गीताबाईची इच्छा होती. ती तिनं पूर्ण केली. गणपतनं मुंबई सोडली नाही. त्यानं सुरुवातीची दोन वर्षे बायकोला आईजवळ ठेवली. नंतर जेवणाची आबाळ होत आहे, हे कारण दाखवून तिला मुंबईला घेऊन आला. त्यानंतर गीताबाईला सुनेचं दर्शन हे दुष्काळी भागात पडणाऱ्या पावसासारखंच राहिलं!

कमळाला घरात बसून कंटाळा येतो, म्हणून तिच्या संमतीनं गणपतनं चार माणसं जेवायला ठेवली. चार म्हणता म्हणता त्यांची संख्या वाढू लागली. त्यात कमळाच्या बाळंतपणाच्या दिवसाचाच काय तो खंड पडू लागला. आपलं बाळंतपण विचारात घेऊन जायकरीन आपल्या नात्या-गोत्यातल्या एखाद्या बाईला, तरण्याताठ्या मुलीला मुंबईला आणायची. कमळाच्या बाळंतपणाची पिवळाई हटेपर्यंत ती बाई किंवा मुलगी मुंबईत राहायची. खाणावळ्यांची उस्ताभर करायची. जायकरनीला

सासूचाही मोठा हातभार मिळायचा. कमळाची चार बाळंतपणं झाली; पण सगळी मुंबईच्या खोलीत! गीताबाईची इच्छा असूनही तिला गावाकडच्या घरात सुनेला चार तांबे पाण्याचं न्हायला घालणं जमलं नाही. गावापेक्षा ही चार भिंतीची खोलीच कमळाला अधिक सुरक्षित वाटली. सुनेच्या बाळंतपणासाठी गीताबाई दोन-तीन महिने मुंबईला यायची. मात्र, इथल्या उकाड्यानं ती हैराण व्हायची. एवढ्याशा खोलीत वावरताना तिच्या पायाला कढ यायचे. घरी शेतीची कामंही खोळंबायची. हिवाळ्यात स्थलांतर करून आलेल्या परदेशी पक्ष्यागत ती भुर्रकन उडून जायची!

गावाकडे असलेल्या गीताबाईला गणपतची नेहमी आठवण यायची. ज्या कडेवर त्याला घेतला, थोपटला, खेळवला ती कड शिवशिवायची. डोळ्यांत पाणी उभं राहायचं. नंतर मात्र घुबडानं दाढेत धरलेल्या खड्यासारखी दिवसेंदिवस गीताबाई खंगत चालली. आपल्यानंतर या इस्टेटीचं काय? घरादाराचं काय? ही काळजी तिला दिवस-रात्र पोखरायची. गणपतला लहान मुलं, जेवणारे, त्यांच्यासाठी लागणारं रेशनिंग, भाजीपाला, दळप-कांडप, पाणी भरणं या उस्ताभरीत गावी जायला वेळच मिळायचा नाही. त्याला अनेकदा आईची आठवण यायची. मात्र, त्यातही पूर्वीसारखा जोर राहिला नव्हता. अन् एक दिवस गीताबाई कायमचीच घरटं सोडून गेली. जेवणाऱ्यांचा गाडा हाकताना गणपतजवळ उरले ते तिला हाक मारताना त्यानं उच्चारलेले 'आई' हे शब्द!

गणपतच्या खोलीत जेवणाऱ्यांचा रामरगाडा सुरू होता. त्याची घरगुती खाणावळ जोसात होती. शंभरभर माणसं जेवायला होती. रेशनिंग, पाणी, चपात्या, बायको-पोरांचं दुखलं-खुपलं या धबडग्यात त्याचे कामावरचे खाडे सुरू झाले. त्यालाही थट्टा-मस्करी करीत चपात्या भाजण्यात, भाजी चिरण्यात, दळप-कांडप करण्यात मजा वाटू लागली. पूर्वी घरगुती कामामुळं खाडे व्हायचे. मात्र, आता तो कामावर जायचीच टाळाटाळ करू लागला. त्याच्या घरी राहण्यानं कमळाला मदतच व्हायची; त्यामुळे तिची काही तक्रार असण्याचं कारण नव्हतं. अन् एक दिवस गणपतनं नोकरी सोडली. त्याचंही तिला विशेष असं काही वाटलं नाही. त्याच्या कडक इस्त्रीच्या कपड्यांच्या जागी काळी तेलकट बंडी, चड्डी आली. कामाच्या व्यापात चार-चार दिवस गालावर दाढीचे खुंट राहू लागले. हळूहळू खुडलेल्या भाजीसारखा गणपतचा रुबाब, डामडौल कोळपला. शेगडीवर रटरटून थंड झालेल्या काळ्या कळकट कालवनाच्या टोपात व त्याच्यात फरक राहिला नाही. तरण्याबांड स्त्रियांच्या काळजावर राज्य करणाऱ्या मर्दानी पुरुषाला हवेनं उडणाऱ्या कांद्याच्या टरफलाची कळा आली. जायकरनीला झकपकीत, कधी-कधी अत्तराचा बोळा कानात ठेवणारे स्वत:च्या कमाईवर उंडारणारे, बायको-पोरांना सुखा-समाधानात ठेवणारे, जेवणारे अधिक चांगले वाटू लागले!

गणपत पूर्वी कधीतरी दारू घ्यायचा. आता तर त्याला तिचं व्यसनच लागलं. जेवण व दारू हे त्याच्या जगण्याचं अभिन्न अंग झालं. कधीतरी चांगली किक बसली की, सगळं उकळी मारणाऱ्या पाण्यासारखं त्याच्या मनात वर यायचं. मग तो शिव्या घालायचा. दंगा करायचा. तरीही त्याला हे कळायचं नाही की, आपण शिव्या नेमक्या कुणाला देतोय? अन् त्या का देतोय? घरात दंगा केल्यानंतर गणपत चार दिवस फुरंगटायचा. मुंबईत राहणाऱ्या एखाद्या जवळच्या नाहीतर दूरच्या नातलगाकडे जाऊन राहायचा व दोन दिवसांनी पुन्हा आपल्या घरी परतायचा. प्रेमानं जवळ आलेल्या कुत्र्याला आंजरून-गोंजरून भाकरीचा तुकडा टाकावा तशी जायकरीन त्याला आंजरायची. गोंजरायची. गणपत न्हाय-होय करीत जेवायचा व एक-दोन दिवसांत पूर्ववत् व्हायचा. चार-सहा महिन्यांत एकदा तरी असं घडायचं. ते खोलीच्याही अंगवळणी पडलं होतं!

आताही जायकर बरळतच अंथरुणावर पडला. त्याचा डोळा कधी लागला ते त्यालाही सांगता आलं नसतं! अनेकदा यायची तशी आजही गीताबाई त्याच्या स्वप्नात आली. त्याच्याशी खूप काही बोलली. त्याला समजावून सांगितलं व त्याला साजूक तुपाचा गरा खायला दिला.

"आईऽऽ!" तो झोपेतच ओरडला अन् अंथरुणावर उठून बसला. त्याच्या आवाजानं भांड्याच्या कपाटात उतरलेले उंदीर गप झाले. आपले कान लांबवून अंधारही तो काही म्हणाला का, याचा कानोसा घेऊ लागला.

५३

पाऊस ओसरला होता. रस्त्यावरचं पाणी आटलं होतं. आभाळासंग रस्ता पांढराखड झाला होता. तापलेलं ऊन पावसाचं दिनमानही विसरून गेलं होतं. गल्लीत नवरंगांची उधळण करणारे कपडे गाड्यांवर खुशीत बसले होते. रस्त्याशेजारी गाडीवर बसलेल्या आपल्या भिडूला पाहून फुटपाथशेजारच्या दुकानांच्या शोकेसमधले कपडे मात्र दात-ओठ खात होते. गल्लीत आलेलं गिऱ्हाईक प्रथम गाड्यांवर नजर टाकायचं व नंतर मनात आलं तरच दुकानाची पायरी चढायचं! रस्त्यावर थंड बर्फाच्या लालभडक गोळ्यांच्या गाड्या, लहान मुलांच्या खेळण्यांच्या सामानांच्या चारचाकी गाड्या, मातीचा माठ वागवणारी पिण्याच्या पाण्याची गाडी, लिंबू-सरबताच्या गाड्यांनी मान वर काढून फतकल मारली होती. विविध वस्तूंच्या गाड्यांजवळ स्टुलावर बसलेल्या नजरा गिऱ्हाइकांचा शोध घेत होत्या. एकमार्गी

रस्त्यावरून चाललेल्या हातगाड्या, टॅक्स्यांचा गोंधळ सुरू होता. रस्त्याच्या दोन्ही बाजूंना उभ्या असलेल्या विविध वस्तू, कपड्यांच्या गाड्या व त्याभोवती वावरणारी गिऱ्हाइकं यातून मार्ग काढता काढता त्यांच्या नाकीनऊ येत होतं. कर्णकर्कश हॉर्न्स, हातगाडी, पाटीवाल्यांचे आवाज एकमेकांत गुरफटले होते. त्यातूनच रिकाम्या रस्त्याचा शोध घेत, वाट मिळेल तसं आपला जीव मुठीत धरून पादचारी चालले होते.

सदा जायकर व कानिफची जोडगोळी भलतीच रंगात आली होती. पाठीवरचं दप्तर सांभाळत त्यांना शाळा जवळ करायची होती. कानिफचं दप्तरही सदानंच घेतलं होतं; पण त्यांना आज शाळेपेक्षा स्टर्लिंगला लागलेल्या ब्रुस लीच्या चित्रपटातच दांडगा इंटरेस्ट होता. त्याचं तिकीट कुणी काढायचं, यावरच त्यांची गरमागरम चर्चा चालली होती. पुढून येणाऱ्या वाहनांची, रस्त्याच्या बाजूला उभ्या असलेल्या हातगाड्या, वाहनांची पर्वा न करता त्यांच्या एकमेकाला ढकलणं, पाठीत धपाटा घालणं असल्या माकडचेष्टा चालल्या होत्या. रस्त्यालाही हे रोजचंच होतं.

"सद्या, तूच तिकीट काढ." कानिफनं पायावर जोर देत आदेश दिला.

"ह्याऽऽ, इंग्लिश पिक्चरची तिकीट काय थोडी आसती व्हय! वा रेऽ फाकडू! इतकी रक्कम मी कुठून आणू?"

"बाबाच्या खिशातलं पळीव की..."

"बाबाच्या खिशात काय हायऽ! दारूसंगं खायला घेतलेलं दोन आण्याचं चणं!" दोघेही हसले. मग सदानंच सल्ला दिला, "मग तूच तुझ्या भावाकडनं घे ना?"

"त्यात एक तिकीट निघंल रंऽ! मग तुझं काय करायचं?" कानिफनं विचारलं.

सदा गप्प झाला. इंग्लिश पिक्चरच्या तिकिटाला लागणाऱ्या पैशात अनेक हिंदी सिनेमं पाहता यायचे. शिवाय तो सिनेमा गोलपिठ्यात असेल, तर मग काय विचारायलाच नको! कानिफच्या भावाकडे दोन तिकिटांचे पैसे मिळणार नाहीत, याची दोघांनाही खात्री होती. निदान एका तिकिटाचे का होईना, बिनबोभाट मिळतात, हे काय कमी होतं! ते सोन्या-चांदीच्या दुकानांच्या गल्लीत आले.

"सद्या, आसलं एखादं दुकान पाहिजे हुतं आपलं, नाही का रे?" एका मोठ्या शोरूमकडे पाहात कानिफने हळहळ व्यक्त केली.

"अगोदर आहे याच दुकानात तुला फरशा तरी पुसायला घेतात की नाही ते बघ. नंतर मालकीचं बघू...!"

कानिफनं सदाच्या पाठीत ठोसा हाणला. सदानं पटकन पाठ फिरवली व तो दप्तरावर झेलला. दोघेही शांतपणे निघाले.

"लिबर्टीला लागलेल्या पिक्चरची पोस्टर तरी आज पाहू या!" सदानं शांतता भंग केली.

"अन् शाळा?"

"तर तुला दांडगी काळजी नं...!"

ते विठ्ठलवाडीत एका ओळखीच्या भैय्याकडे आले. त्याच्या दुकानात त्याला न विचारताच दप्तरं ठेवली.

"अरेऽ, यह का करत वो भईऽऽ? अरे, पढाई करो!" भैय्या म्हणाला.

"ए भैय्याऽ!" सदानं आवाज दिला. उजवी मूठ आवळली व प्रेमानं त्याच्यावर उगारली.

'भैय्याऽऽ!" कानिफनं आपला पांगळा पाय सांभाळत दाताखाली ओठ चावले.

"जाओ, जाओऽ! ऐश करो. तबतक हम तुम्हारे घरपर दप्तर भेज देते है।" भैय्या गुलजार हसला

पुढे चाललेला सदा पाठीमागे वळला अन् बाटली फुटल्यागत खळ्ळकन हसला. नंतर तो रस्त्यावरच्या समोरच्या गर्दीत मिसळला.

दोघे मेट्रो सिनेमाजवळ आले. त्यांनी तेथे लागलेल्या नवीन मॅटिनी चित्रपटाची पोस्टर्स पाहिली. गेले चार आठवडे सुरू असलेल्या ओळखीच्या हिंदी सिनेमाच्या पोस्टर्सवरून परत परत नजर फिरवली. त्यांनी मॅटिनीशिवाय आगामी शोची पोस्टर्सही डोळे भरून पाहिली. तेथून दोघांची स्वारी निघाली. मेट्रोच्या बाजूच्या गल्लीत घुसून लिबर्टीजवळ आली. लिबर्टीनं एका सिनेमाचं भलं दांडगं पोस्टर आपल्या खांद्यावर घेतलं होतं. पोस्टरमधल्या सिनेमा-हिरोच्या दाढीचे खुंट थोडे थोडे वाढले होते. तर तोकड्या कपड्यातली नायिका आपल्या गोऱ्यापान मांड्या पादचाऱ्यांना दाखवत उभी होती. तिचा हात आपल्या अर्धनग्न छातीवर होता व त्या हातात पिस्तूल होतं. ते तिनं ओठाला लावून नजर रस्त्यावर रोखली होती.

"पिक्चर सस्पेन हाय वाटतं रंऽ?" कानिफ म्हणाला. सदानं उत्तर दिलं नाही.

ते काचेच्या शोकेसजवळ आले. शोकेसमधील काही आगामी चित्रपटांची पोस्टर्स त्यांनी यापूर्वी अनेक वेळा पाहिली होती. तरीही ते प्रत्येक पोस्टर डोळे फाडून बघू लागले. अनेक पोस्टर्समध्ये फॉरेनच्या गोऱ्याकच नायिकांच्या कायेचा बराचसा भाग उघडा होता. काही पोस्टर्समध्ये त्यांच्या छातीवर, कमरेखाली काळ्या-पांढऱ्या पट्ट्या चिकटवल्या होत्या. कानिफचं मन कचकचलं. "बघितलंस! हरामखोरांनी पोस्टरला पण पट्ट्या चिकटवल्यात. आता याची काही गरज होती का?"

सदा अजूनही गप्प होता. दोघेही प्रत्येक शोकेसमधील प्रत्येक पोस्टर बारकाईनं पाहात होते. दोघांच्याही नजरा पांढऱ्या बिकिनीत असलेल्या एका वारांगनेवर खिळल्या. थिएटरवर पिस्तूल घेऊन उभी केलेलीच ही बया होती. त्यांच्या सुदैवानं तिला पांढऱ्या-काळ्या पट्ट्यांची मलमपट्टी करण्यात आली नव्हती! पाण्यानं भिजलेली ती टंच वारांगना पिकलेल्या चिबडासारखी दिसत होती. तिच्या अंगावरच्या भिजलेल्या वस्त्रातूनही बरंच काही दिसत होतं. विशेषत: तिच्या छातीवरच्या दोन बियांनी सदाची

नजरबंदी केली. त्याला पटकन मंदा आठवली. तिच्या बियासुद्धा अशाच होत्या. रात्री त्या चोखताना किती मजा यायची! तो हळहळला.

कानिफ म्हणाला, "लेका, ही अंघोळ करणारी बाई बिल्ल्याच्या बायकोसारखी दिसतीया."

"छटऽ!" सदा उत्तरला.

"मी स्वत: तिला अंघोळ करताना बघितलीया तर...!" कानिफनं आपल्या बोलण्यावर जोर दिला.

सदा शांत राहिला. दोघांनी सर्व पोस्टर्स पाहिली. त्यानंतर हा चित्रपट सेक्सी असावा व त्यानंतर येणारे चित्रपटही सेक्सीच असावेत, या निष्कर्षाप्रत कानिफ आला. सदाही त्याच्याशी सहमत होता.

"आयला, पिक्चर बघितलं पाहिजे!" कानिफनं अधाशासारखी ओठांवरून जीभ फिरवली. मात्र, खिशात कवडीही नसल्याने हे फक्त स्वप्नरंजन ठरणार हेही त्यांना माहीत होतं; त्यामुळे तो विचार तिथंच थांबला.

त्यांचा सिनेमांची पोस्टर्स पाहणे, हा आजच्या दिवसाचा कार्यक्रम पार पडला. शाळा सुटेपर्यंत बाकीचा वेळ कुठंतरी घालवणं आवश्यक होतं. सध्या त्यांना आझाद मैदानावरही जाता येत नव्हतं. तिथं चिखल अन् गवताचं साम्राज्य पसरलं होतं. ते बॉम्बे हॉस्पिटलच्या कोपऱ्यावर आले.

"लंगड्याऽ, त्यो बघ तुझा भाऊ! जा पळ. आपल्या सिनेमाची सोय झाली!" सदानं कानिफला डिवचला.

कानिफनं समोर पाहिले, तर समोरून एक उंच, धिप्पाड असा अरब येत होता. तसे मुंबईसाठी अलीकडे अरब दुर्मीळ झाले होते! त्यांनी इकडे यायचंच बंद केलं की सरकारनंच त्यांच्यावर बंदी घातली हे कळायला मार्ग नव्हता. मात्र, त्यामुळे कानिफसारख्या अनेकांची प्रचंड गोची झाली, हेही तितकंच खरं होतं! कानिफनं त्याला नीट पाहून घेतला. तो आपला पांगळा पाय उडवीत पुढे गेला व त्याला भिडला. त्याला हातानं डिवचून तो म्हणाला, "साबऽ, गरीब भूखा-प्यासा है। साब! कुछ देदो साब। दया करो साब। अल्ला आप को बरक़त देगा साब।"

अरबानं कानिफकडे पाहिलं. आपला पांढराधोट पायघोळ ड्रेस सावरला व तो समोर पाहून चालू लागला. कानिफ गाडीला बसवलेल्या हॉर्नसारखा त्याला चिपकला. कानिफची बकबक अरबाच्या कानात घुमू लागली. त्यानं चार-सहा वेळा कानिफला झिंजाडलं. दूर लोटण्याचा कसोसीनं प्रयत्न केला. मात्र, चिवट कानिफ त्याला परत परत भिडला. कानिफच्या किटकिटीचा जोर वाढला. तो अरबाला अधिकच डिवचू लागला. हळूहळू त्याचे कपडेही ओढू लागला. अरब वैतागला. त्याच्याकडे रागानं पाहात तोंडातल्या तोंडात पुटपुटू लागला. तरीही कानिफचा जोर सुरूच होता.

"साब, रहम करो। गरीब की दुवा ले लो।" कानिफच्या शब्दातली धारही वाढली होती.

रागानं पिसाळलेला अरब शेवटी थांबला. त्यानं खिशातून बटवा बाहेर काढला. मागचा-पुढचा विचार न करता त्यानं कानिफच्या अंगावर शंभर रुपयाची नोट भिरकावली. कानिफनं ती पटकन् उचलली.

"साब, अल्ला तेरा भला करेगा। मेरी दुवांए हमेशा तेरे साथ रहेगी।" नोट कपाळावर टेकवत कानिफ म्हणाला. मात्र, तोपर्यंत अरब त्याच्या आवाजाच्या आवाक्याबाहेर गेला होता.

रस्त्याच्या बाजूला दोन भिकारी उभे होते. ते कानिफकडे डोळे फाडून पाहात होते. त्यांच्या डोळ्यांत काही वेगळाच विचार तरळत असल्याचं जाणवत होतं. तितक्यात सदा कानिफजवळ आला. त्याच्याकडे पाहून कानिफ गोड हसत म्हणाला, "तसा सोडतूय व्हय झवन्याला!"

"च्या आयला मला वाटलं, दिलं तर दहा-वीस रुपये दील. पण हे काय, करकरीत शंभर रुपये! अरे, त्याला किती पिक्चर पाहणार म्हणून सांगितलं होतंस?" सदानं आश्चर्य व्यक्त केलं.

कानिफनं त्याला आपल्या पांगळ्या पायाचा फटका दिला. सदानं बाजूला पळाल्यासारखं केलं. त्यानंतर दोघे मित्र निघाले. ब्रुस ली त्यांचीच वाट पाहात होता.

५४

रायकराचा रघू जसा आहे तसाच होता. सकाळच्या चपात्या भाजणं, कामावर जाणं, रात्री परतताना दारू ढोसून येणं, जेवण गेलं तर ठीक, नाहीतर वटनात चौकटीजवळ तसंच झोपणं ही त्याची दिनचर्या. रखमाला त्याची दया यायची. त्याचं हाल बघवायचं नाहीत. कसं केलं तरी तो तिच्या कुंकवाचा धनी होता! तिचा रक्षक होता. तो जर दारू प्यायला नाही, तर एक-दोघांना लोळवण्याची धमक त्याच्या अंगात आहे, याची जाणीव तिला होती. असं असतानाही त्याला वटनात झोपावं लागतं, याचं तिलाही वैषम्य वाटायचं. पण ती तरी काय करणार? तीसुद्धा माणूसच होती. तिलाही मन होतं, भावना होत्या. अंगात उसळणारी, शरीराचे बांध फोडून बाहेर झेप घेऊ पाहणारी रग होती. त्याच्यावर उपाय काय?

रघूची दारू हीच सगळ्या घाणीला कारण होतं. तरी ती होता होईल तेवढी त्याची काळजी घेत होती. त्याला सकाळच्या पारी अंडी-चपात्यांचा नाष्टा देत होती.

सकाळ-दुपारच्या जेवणातही अंडी, मासं, मटन असं काहीतरी चांगलं-चुंगलं असायचं. शिवाय ती त्याला जबरदस्तीनं दोन ग्लास दूधही प्यायला भाग पाडायची.

सकाळी रघू घरात असेपर्यंत भिवा स्वत:ला इतर कामांत गुंतवायचा. त्याची नजर टाळायचा. रखमासुद्धा काळजी घ्यायची. रघू बाहेर पडला की, भिवा जेवायला बसायचा. भावाच्या मांडीला मांडी लावून कसं जेवायचं, म्हणून त्याचं ताट लाजायचं! मात्र, तिथून पुढं त्याचंच राज्य सुरू व्हायचं! रखमा पूर्वीपासूनच त्याच्यावर माया करायची. धाकला दीर म्हणून काय हवं नको, ते पाहायची. मात्र, शरीरानं ती त्याच्याजवळ गेली अन् सगळ्या नात्यांनाच सुरुंग लागला. कायेच्या ओल्याकच घामात नदीच्या पुरात वाहणाऱ्या ओंडक्यासारखी नाती वाहिली. भिवालाही तिची सवय झाली. तिच्या नसानसांवर अधिराज्य गाजवायला आवडू लागलं. तरीही भिवा रघूला खूप घाबरत होता. त्याला त्याच्या ताकदीचा अंदाज होता. कधीकधी त्याला रखमाच्या विचित्र वागण्याची, ठाम निर्धाराचीही भीती वाटायची.

अलीकडे रघूच्या वागण्यात थोडंफार परिवर्तन दिसून येत होतं. त्याचं दारू पिणं सुरू असलं, तरी तो कसल्यातरी विचारात असायचा. रखमानं याबाबत त्याला दोन-तीनदा टोकलं होतं. मात्र, त्यानं सांगायला टाळाटाळ केली होती. एकदा तो दारूच्या फुल्ल नशेत होता. त्या दिवशी त्याची घरात झोपण्याची इच्छा होती. मात्र, भिवानं त्याला बाहेर काढलं. तेव्हा रघू शिव्या घालीत, बरळत वटनात झोपला. त्याच दिवशी रखमानं अंथरुणात भिवाला सज्जड दम दिला. त्याच्याशी चांगलं वागण्याची ताकीद दिली. शिवाय त्याला आत झोपायचं असेल तर त्या दिवशी तू बाहेर झोपत जा, असंही ठणकावलं होतं! मात्र, तेव्हापासून रघूच्या वागण्यात जास्तच फरक पडला असल्याचं रखमाला वाटत होतं. त्याच्या अंगातली पुरुषी हुकमत कुठंतरी डिवचली गेलीय, हे तिला कळत होतं. यदाकदाचित त्याचा स्फोट झाला, तर तो किती भयानक असेल, याची खूणगाठ बांधण्याचा ती प्रयत्न करीत होती. म्हणूनच मोठ्या सावधानतेनं, धीरानं ती एकेक पाऊल पुढे टाकण्याचा प्रयत्न करीत होती.

रघूचं जेवण चाललं होतं. रखमानं रघूचा दुपारच्या जेवणाचा डबा भरला. आजूबाजूला कोणी नाही ना, याचा अंदाज घेतला. भावाचं जेवण चालल्यानं भिवाही बाहेर वटनात उभा होता. रघूच्या नजरेतून रखमाची द्विधा अवस्था सुटली नाही. तोंडातला घास गिळून तो थांबला.

"काही बोलायचं हुतं?" त्यानं विचारलं.

"व्हय!" स्वत:च्या मनातल्या गोंधळाकडे तिनं दुर्लक्ष केलं अन् ती म्हणाली.

"काय?" त्यानं विचारलं.

तिचा चेहरा गंभीर झाला. तिनं साडीच्या केळात हात घातला व ते घट्ट

पकडलं. श्वास घेतला अन् तितक्याच तत्परतेनं तो सोडलाही. तो बावरला. हळूहळू गंभीर झाला. त्यानं परत विचारलं, "काय सांगायचं हाय?"

"बायको नवऱ्याला काय सांगणार!" ती विचित्र हसली. तिचं हुर्द भरून आलं. डोळ्यांत पाणी तरळलं.

रघूचा जीव घाबरा झाला. त्यानं रखमाला अशा अवस्थेत कधी पाहिली नव्हती. त्यानं अधिरतेनं विचारलं, "काय भानगड आहे?"

"मर्द हायसा नव्हं?" ती बोलायची थांबली. तिच्या डोळ्यांतल्या पाण्याची जागा निर्धारानं घेतली.

"काय झालं?" त्याच्या आवाजाला धार आली. त्याच्यातला पुरुष जागा झाल्याचं तिनं ताडलं.

"आपल्या गावचा वसंता! गेल्या चार-सहा दिवसापास्नं सारखा फिरायला, सिनेमाला चल म्हणतो. जेवणाच्या ताटावर पन्नास-शंभराच्या नोटी टाकून जातू. काल तर त्यानं इचारलं की, राच्चं किती वाजता येऊ म्हणून!"

"थांब जरा." त्यानं पाण्याचा तांब्या उचलला. तोंडाला लावला. आपला उकळणारा राग जरा थंड केला व मग विचारलं, "तू काय सांगितलंस?"

"अजून नाही सांगितलं. खेळवीत ठेवलंय तसंच. पण पहिल्यांदा आपल्या नवऱ्याला तरी इचारावं म्हटलं!"

"भिवाला सांगितलंस?"

"त्येला काय सांगायचं? त्यो का माझा नवरा हाय? अन् त्याला सांगण्याची पाळी येण्याइतपत मी काय मेल्या आईचं दूध प्यालेय?" तिनं गरम उसासा सोडला व चमच्यानं कालवन ढवळून ती पुढं म्हणाली, "असं कुठल्याही भडभुंज्यानं येऊन इचारायला; मी काय इथं धंदा सुरू केलाय? मी पण गरत हाय. तुमच्यानं न्हाय तकाटलं तर मीच बघते काय करायचं ते!"

रघूनं ताटात हात धुतला. घटाघटा पाणी प्यायला. पोटातला आगडोंब अजून पुरता शांत झाला नव्हता. त्यानं डबा पिशवीत ठेवला व रखमाला सांगितलं, "आज राच्च्याला त्याला बोलीवच; पण चांगला दोन किलो मिरच्याचा खरडाही तयार ठेव."

रघूनं पायात चप्पल चढवलं. तो सपाट्यानं जिन्याच्या पायऱ्या उतरला. भिवानं रघूला पाठमोरं पाहिलं. तो इतका तडकाफडकी का गेला, याचं कोडं त्याला पडलं! तो आत आला.

"काय झालं? दादा गडबडीत का गेला?" त्यानं रखमाला विचारलं. त्यानं नेहमीसारखंच वहिनी म्हणायचं मात्र टाळलं. त्याला तिच्यासाठी वहिनीऐवजी कोणता शब्द वापरायचा, हेच सुचायचं नाही.

"तुला मोठ्यांच्या गोष्टी काय करायच्या? होतं काहीतरी नवरा-बायकोतलं!" रखमा डाफरली.

भिवाच्या अंगाचा तीळपापड झाला. त्यानं पुढचा संवाद टाळला. तो मुकाटपणे ताटावर बसला. त्यालाही कामावर जायला उशीर होत होता.

रखमानं आज वांग्याचं कालवन केलं होतं. तिनं कालवनाच्या टोपात परत चमचा फिरवला. वांग्याच्या फोडी वर आल्या. वांग्याच्या फोडींसारखीच तिच्या मनात वसंताच्या विचारानं उसळी मारली. वसंता हा त्यांच्याच गावातल्या बऱ्यापैकी, खाऊन-पिऊन सुखी असलेल्या कुटुंबातला. त्याला कपडा मार्केटमध्ये चांगली नोकरी होती. तो चार पैसेही बाळगून होता. त्याचं लग्न झालं होतं. बायको गावाकडं असली तरी दिसायला छान होती. त्याला दोन मुलंही होती; त्यामुळे वसंता असं अवचाकल्यासारखं काही विचारेल, असं तिला वाटलं नव्हतं; पण पुरुषाचीच जात ती!

रखमाचे तिच्या दिराशी - भिवाशी - संबंध आहेत, हे एव्हाना संपूर्ण माळ्याला माहीत झालं होतं. तसं ते तिच्या गावातही! पै-पाहुण्यांना तर हा विषय म्हणजे दातात धरलेल्या सुपारीच्या खांडासारखा. नुसता चघळायचा! रखमालाही याची कल्पना होती. तरीही तिच्या तोंडाकडे पाहण्याची कुणाची शामत होत नव्हती. माघारी बोलणाऱ्यांना ती भीक घालीत नव्हती. बाईचं दुःख काय असतं, याची कल्पना त्यांना असणार नव्हती. अन् तशी ती असावी असं तिलाही वाटत नव्हतं. तिला पटलेल्या, भावलेल्या परिस्थितीचा अर्थ कुणीही कसाही लावावा, त्याची फिकीर तिला नव्हती. मात्र, ते बाहुलं पुढे करून कोणी अंगावर चाल करून येत असेल, तर त्याची गय करणाऱ्यातली ती नव्हती; त्यामुळेच वसंतासारख्या चवचाल पुरुषाला धडा शिकविण्याचं तिनं मनावर घेतलं होतं.

दुपारची वेळ. जवळजवळ सर्व माणसं जेवून गेली होती. ताटावर बसलेल्या दोघांनीही हात धुतले. पण अजून वसंता आला नव्हता. तो लवकरात लवकर यावा, असं तिला सारखं वाटत होतं. तो जर आला नाही, तर सगळ्या बेतावर पाणी पडणार होतं. त्याला यायला आज इतका वेळ का व्हावा, हेच तिला कळत नव्हतं. तिनं खलबत्त्यातला ओल्या मिरच्यांचा खरडा ताटात ठेवला. खलबत्ता उचलून मोरीत धुतला. भगभगणारे हात साबणानं स्वच्छ धुतले.

"जेवण आहे की संपलं?" उंबऱ्याच्या आत पाऊल टाकीत वसंतानं विचारलं.

"तुमास्नी नाही म्हणजे मला खाणावळच बंद केली पाहिजे." टॉवेलनं हात पुशीत रखमा म्हणाली. तिनं थोडंसं गालात हसल्यासारखं केलं.

"उशीर केलासा?"

"खरेदी करायची होती जरा!" सैल होत वसंतानं सांगितलं.

रखमा भिंतीला टेकून बसली. तिनं आपल्या बाजूलाच काटकोनात वसंतासाठी

पाट ठेवला. वसंता बसला. काहीतरी आठवल्यासारखं करून ती उठली. वसंताच्या बाजूने जाताना तिचा. जरा तोल गेला. तिच्या अंगाची मांड्यापर्यंतची उजवी बाजू त्याच्या अंगाला घासली. तिनं स्वत:ला सावरलं. वसंताला मात्र गुदगुल्या झाल्या. दाराजवळ ठेवलेलं खर्ड्याचं ताट घेऊन ती परत आली. आपल्या जागेवर जाताना तिच्या पातळाचा पायघोळ तिनं किती जरी सावरला तरी त्यानं दगा दिला. तो मांडी घालून बसलेल्या वसंताच्या गुडघ्यात अडकला. त्यानं तो अलगद काढला. ती जागेवर बसत म्हणाली, ''मघा लागलं तर नाही नं?''

''छे, छेऽ!'' वसंता म्हणाला. तिनं पूर्णपणे आपल्या अंगावर पडावं असंच तेव्हा त्याला वाटलं होतं.

तिनं दोघांची ताटं तयार केली. त्याचं ताट त्याच्या पुढ्यात ठेवलं. तिनं दाराकडे नजर टाकली. वटनात कोणी नव्हतं. मात्र, सिमेंटच्या गॅलरीतून पुढची खोली स्पष्ट नजरेत भरत होती. तिथंही माणसांची हालचाल जाणवत होती. तिनं दाराकडे पाहिलं म्हणून वसंतानंही पाहिलं.

रखमानं पहिलाच घास मोडीत हळुवार आवाजात विचारलं, ''तुमी एवढं धाडस करताना भीती नाही वाटली?''

''का? काय झालं?'' आकस्मित हे काय, हे वसंताला कळलं नाही.

''राच्च्याला येऊ का, म्हणून जे तुमी मला काल इचारलं...!'' ती लाजली.

''हां, हां ते होयऽ! दुसरा मार्ग पण दिसत नाही. इतकी तू मला आवडलीयास.''

''ते खरं होऽ! पण असं सरळ विचारताना तुमाला भीती वाटली नाही का? ते मी विचारतेय!''

''भीती? ती व कुणाची?''

''त्येंची. भिवाची. दोघंपण पैलवान हैत, हे म्हाईत हाय नव्हं!'' रखमानं त्याच्याकडे रोखून पाहिलं.

''पण दारूत गेलेत. काय त्येंचा उपयोग? अन् तू कुणाला सांगणार नाहीस, याची मनाला खात्री पण वाटते.''

भिवा कधीतरी दारू घेतो, हे तिला माहीत होतं. तिनं सासू असतानाच त्याला एकदा कानफटवला होता. त्यानंतर त्यानं दारूला स्पर्श केला नव्हता. मात्र, वसंतासारख्या सांडाला ते सांगून उपयोग नव्हता.

''ती कशी काय?'' रखमानं आश्चर्य व्यक्त केलं.

''आम्हीही माणसं ओळखतो. आपलं कोण, परकं कोण; हे आम्हाला पण कळतं!'' तो हसला.

''आसंऽ कितीजणीस्नी इचारलंत?''

''छे, छेऽ! मी काय बाईलवेडा वाटतो की काय? अगं, तुझं वागणं, बोलणं,

डॅशिंग स्वभाव बघून धाडस केलं.'' हे सांगतानाही वसंताला आतून गुदगुल्या होत होत्या.

रखमा हसली. तिनं ताटातला चिमूटभर खरडा त्याच्या ताटात वाढला.

''इतका खरडा कुणासाठी?'' वसंतानं ताटाकडे पाहात विचारलं.

''तुमच्यासाठीच!'' ती दिलखुलास हसली.

''काय तरीच काय!'' वसंता लाजला.

''बरं, ते राहू दे. असं बिनअकलंचं इथनं पुढं वागू नका. कसंबी कायबी इचारू नका. आजूबाजूला माणसं असत्यात.'' तिनं परत वटनात नजर टाकली, तो गंभीर झाला.

''तुमचा संशय आला तर ते भाऊ भाऊ कोंबड्यागत फासटतील तुमाला अन् मलापन!'' तिनं समजुतीचा स्वर लावला. वसंतानं पाखरू जाळ्यात आल्याची खूणगाठ बांधली. ती पुढं म्हणाली, ''अगोदरच मी भिवामुळं बदनाम झालीया. त्यात तुमचं नावही पुढं आलं तर माझ्या आब्रूचं खोबरं पार वेशीवरच!''

''मग बाहेर जाऊ!''

''ते तर अजिबात शक्य नाही. दिवसभर माणसांचा रौंदा. राच्चाऽ, सुट्टी दिवशी भिवा लक्ष ठेवून. मग कसं येणार? मनात असलं तरी जमणार नाही.''

''मग मी काय करू? माझापन जीव हाय तुझ्यावर!'' त्यानं जेवण मध्येच थांबवलं. डावी मांडी थोडीशी वर उचलली व डाव्या हातानंच पॅण्टच्या खिशातून गुलाबी रंगाचा, जरीचे ठिपके असलेला ब्लाउज पीस बाहेर काढला. तो हळूच रखमाकडे सरकवला.

''तुला हा चांगला शोभून दिसेल.''

रखमा वाकली. तिनं तो पटकन् उचलला. त्याची घडी मांडीवर विस्कटून निरखली.

''ग्वॉड हाय!'' तिच्या चेहऱ्यावर गुलाबी रंग पसरला. तिनं पुढे विचारलं, ''तुमची खरेदी ती हीच व्हयऽ!''

वसंता फक्त हसला. ती परत उठली. मोरीत हात धुतला. पाणी प्यायली व आपल्या जागेवर येऊन बसली.

''जेवण का मध्येच बंद केलं?'' त्यानं विचारलं.

''असंच...'' ती एकदम लाडात आली. ''तुम्ही लई आवडता मला!'' तिनं बॉम्बगोळा टाकला. त्यावेळी ती आपल्याला मिठीच मारतेय की काय; असं वसंताला वाटलं. तिनं आपला हात त्याच्या मांडीवर टाकला व उसासा सोडला. तिचा हात त्याच्या मांडीवर हळूहळू फिरू लागला. तिनं एक-दोनदा बोटांची पकड दाबून त्याची मांडी चिमटली. नाजूक कळ उठली. नागिनीच्या चाहुलीनं बिळात

सजग झालेल्या नागोबासारखा वसंता ताठ झाला. 'स्सऽ' करीत फुस्कारू लागला. मांड्यातली खळबळ काबूत ठेवणं अवघड होऊ लागलं.

"तुमी आसं करा की, आज राच्च्यालाच झोपायला या." तिनं त्याच्या मांडीवरचा हात चटकन बाजूला केला. तिच्या हस्तस्पर्शानं पेटलेलं त्याचं काळीज थरथरलं.

"घाबरला?" तिनं त्याच्याकडे रोखून पाहात विचारलं.

"नाही, नाहीऽ!"

"नाही तर कायऽ! मेलं काल तर तोंड फासून राच्च्याला येऊ का म्हणून दचारीत हुता. अन् आता या म्हटलं तर कांट लागला।" तिच्या शब्दांत हेटाळणी होती.

"पण भिवा?" वसंता चाचरला.

"त्येला कसलं घाबरता? त्योपन पितो हे तुमाला माहीत नाही का? आणखी थोडी पाजते, अन् टाकते त्याला वटनात!"

"तो ऐकेल का?" वसंतानं शंका घेतली.

"थोडी प्याल्यावर काय करतंय ते!" ती निर्धारानं बोलली. वसंताचा जीव भांड्यात पडला. थोडा वेळ थांबून तिनंच त्याला विचारलं, "आता मजा मारून नंतर सोडून तर देणार नाही नव्हं मला?"

"काय तरीच काय? शब्दाचा पक्का हाय मी. एकदा शब्द दिला मजी दिला."

तिचा हात परत त्याच्या मांडीवर फिरू लागला. त्यानं कसाबसा हात धुतला. तो उठला. तिनं पुढं केलेल्या टॉवेलला हात पुशीत तो म्हणाला, "राती येताना माझ्या राणीसाठी दोन साड्या आणतो."

"खरंऽऽ?" तिच्या चेहऱ्यावरची नस न् नस आनंदली.

"मग काय खोटं सांगतोय!"

"आताच एखादी आणली तर...!" ती पटकन बोलून गेली.

"आता?"

"व्हय. तुमच्या नावाचा जप करीत आजचा उरल्याला वेळ तरी घालवीन."

"ठीक आहे. मग आताच आणतो. दुसरी मात्र रात्री हंऽऽ!"

"चांगली ठेवणीतली आणा. नाहीतर बोतार-बितार आणशीला? फेकून दीन वटनात. साडी पण अन् तुम्हालाही!" तिनं लाडिक दम भरला.

"बघच तूऽ!" तो झपाट्यानं खोलीतून बाहेर पडला.

त्याच्या पाठमोऱ्या आकृतीकडे पाहात रखमानं आपलं ताट पुढं ओढलं. गबागबा चार घास घशाखाली ढकलले. जेवण आटोपल्यानंतर तिनं ताटं उचलली. मोरीत विसळली. पटापटा झाकाडाळ केली. तोंडावरून पाण्याचा हात फिरवला. ती

परत आरशाकडे आली. कपाळावर कुंकू लावलं. केसावरून हात फिरवला. ती बिछाना टाकण्याच्या विचारात असतानाच वसंता आला. त्यानं साडी आणली होती!

तिनं साडीची घडी उघडली. लिंबू कलरची साडी. तीही चांगलीच महागातली दिसत होती. तिची नजरबंदी झाली.

"ग्वॉड हाय!" ती फुलली. तिनं साडी अंगावर टाकली. तिला तिचं रुपडं खुलून दिसू लागलं. ती खुदकन हसली. तिच्याकडे आशाळभूतपणे पाहात उभा असलेला वसंता सुखावला. ती त्याच्याकडे सरकली; पण तेवढ्यात वटनात कुणीतरी चालल्याची चाहूल लागली. ती थांबली. त्याचा हिरमोड झाला.

"खरंच तुमचा जीव माझ्यावर आहे?" ती मधाळ झाली.

"अजूनही शंका वाटते?"

"नाहीऽ!" तिच्या मनातलं मधाचं पोळं फुटलं. ती पुढं म्हणाली, "आता एक काम करा. रात्री याच; पण बाराच्या पुढं...! रात्री अकरा-साडेअकरापर्यंत माळ्यावरची सगळी झोपत्यात. तुमी येईपर्यंत एखादं जागं असलं तरी तेही झोपंल."

ती थोडीशी त्याच्याकडे सरकली. मधूनच तिच्या अंगाचा स्पर्श त्याला होऊ लागला. त्याचं चित्त बेभान झालं. तिला आताच कवेत घ्यावी असं त्याला वाटलं; पण बाहेरचा दरवाजा उघडा होता!

"रात्री घरात कसा येऊ?" त्यानं घोगऱ्या आवाजात विचारलं.

"दाराची कडी काढून ठेवते. सशाच्या पावलानं दार ढकला. बिल्कूल आवाज करू नका. नाहीतर सगळाच बट्ट्याबोळ हुईल, जसा तुमचा; तसा माझा!"

"हो, होऽ!" अनाहूत हुरहुरीनं त्याचा आवाज थरथरत होता.

"मी जागीच राहीन. या इथं बिछाना असतो माझा. सरळ पुढं या." तिनं पायानंच त्याला जागा दाखवली. तिच्या शरीराचा त्याला धक्का लागला. अंगात विजेसारखी एक नाजूकशी लहर खेळली.

"भाईर हुंबऱ्याजवळ वटनात हाथरून असलं तर त्यो भिवाच हाय असं समजा. अन् तिथं हाथरून नसंल तर परत जावा. उगा आत धडपडू नका. नाहीतर सगळाच वांदा हुईल."

"नको, नको. असं काही करू नकोस." वसंता काकुळतीला आला.

"मी सगळं यवस्थित करतेच होऽ; पण तरीही काळजी घ्यावी म्हणून सांगितलं." तिनं त्याला विश्वास दिला.

"बरं जातो." तो कसंतरी म्हणाला. त्याला आपलं पाऊल घरातून बाहेर टाकावंसं वाटत नव्हतं. "पण काळजी करू नगं. रात्रीपण एक नव्हे, तर दोन साड्या घेऊन येतो." त्यानं शब्द दिला.

"आतासारख्याच चांगल्या फैना हव्या..." ती गुलगुलीत हसली.

“आणतोच.” तोही खुलला व जड अंत:करणानं तसा जड पावलानं बाहेर पडला.

रखमानं साडीची नीट घडी केली. ती आपल्या गालावर घासून तिचा मऊसूतपणा मनावर घेतला. तिनं फळीवरची पेटी काढली. त्यात साडी ठेवून दिली. त्यानंतर तिनं आपला बिछाना पसरला. दार पुढे ओढून घेतलं व निश्चिंत मनानं ती बिछान्यावर पडली.

...दार करकरलं. हळुवारपणे दार पुढे ढकलीत वसंता आत आला. त्याने पाठीमागे हात करून हळूच दार बंद केलं. समोर लालभडक नाइट लॅम्प पेटला होता! घरात झोपायला सोकावलेल्या भिवाला आज बाहेर वटनात झोपावं लागलं होतं. आतून अस्वस्थ असलेला भिवा अर्धवट झोपेत होता. दाराच्या आवाजानं त्याची झोप उडाली. त्यानं कान टवकारलं. अंदाज घेत तो तसाच बिछान्यावर पडून राहिला. नंतर उशाची तंबाखूची पुडी चाचपीत तो बिछान्यावर उठून बसला.

वसंता आत आला. मात्र, त्याला काही कळण्याअगोदरच रघूनं त्याचा कवळा भरला व धाडकन् फरशीवर आपटला. रखमानं पटकन त्याच्या तोंडावर हात ठेवला व लगेचच त्याच्या तोंडात फडक्याचा बोळा कोंबला. नरड्यातून निघू पाहणारा आवाज चिंधीत अडकला. वसंताचे हात पाठीमागं बांधून रघूनं त्याला धू, धू धुतला. भिवा बिछान्यावर बसला तरी आतल्या धडपडीचा आवाज त्याच्या कानावर येत होता. तो उठला. त्यानं दार पुढे ढकललं. त्याला नाइट लॅम्पच्या उजेडात आत खणाखणी सुरू असल्याचं दिसलं. त्यानं पटकन ट्यूबलाइट लावली. रघू वसंताच्या उरावर बसून त्याला बुकलीत होता! यावेळी वसंताला घरात पाहून तो कशासाठी आला असावा, याचा थोडा अंदाज त्याला आला. तो पुढं झाला. दोघा भावांनी वसंताला चांगलाच रेमटला. त्याची कमरेखालची वस्त्रं फेडून त्याला नागवा केला व त्याच्या ढुंगणात ओल्या मिरच्याचा खरडा रेटून भरला. ढुंगणात जीवघेणी कळ उठली. वसंताच्या डोळ्यांपुढे वीज चमकली. तो हातपाय झाडू लागला. त्यांनी वसंताचे कपडे परत चढवले. रघूनं त्याला उचलला व भिवाच्या खांद्यावर दिला.

“त्याला माळ्याबाहेर रस्त्याच्या पलीकडं टाक. मी आता दार बंद करतोय. जा.” रघूनं सांगितलं व खाडकन दार बंद केलं. त्यानं दाराला कडी घातली व लाइटचं बटन बंद केलं.

रघूनं भरलेल्या कवळ्यात, हक्काच्या आभाळात वीज खेळावी तशी रखमा खेळू लागली. ‘मी परत दारू पिणार नाही...!’ आभाळाच्या कानाकोपऱ्यात ढगांचा गडगडाट होऊ लागला.

५५

माळ्याच्या चौकात वाळू, सिमेंटची पोती आली. विटा आल्या. संडासाची नवी भांडी आली. फरशा आल्या. चौकटीची दारं आली. बांधकामासाठी टेकू द्यायला बांबू आले. जेवणारे, माळकरी त्यातूनच तिडबिडत चालू लागले. त्यांच्या झालेल्या गैरसोयीमुळे ते मुरमुरू लागले. इतकं साहित्य एकदम आल्यानं माळकऱ्यांना आश्चर्य वाटलं. लवकरच महापालिकेची किंवा विधानसभेची निवडणूक असावी, असा अंदाज त्यांनी बांधला. साहित्याबरोबर अधिकारी, कामगारांचा ताफा आला. पहिल्या मजल्यापासून संडासाच्या दुरुस्तीला सुरुवात झाली. माळा गडबडला. माणसं हडबडली. एखाद्या युद्धावर मोर्चा बांधण्याची घाई व्हावी, तसं संडासाच्या डागडुजीचं काम सुरू झालं.

काम कोण करतंय, इमारत पुनर्रचना मंडळ, महापालिका की आणखी कोणी; याबाबत खाणावळ्या, खाणावळे अंधारात होते. मात्र, अलीकडेच माळ्याच्या दुर्दशेबद्दल मुंबईच्या एका दैनिकात ठळकपणे छापलेली बातमी सगळ्यांच्या स्मरणात होती. त्यात भागू रोंगेच्या पादुका-टमरेल यात्रेचं खुमासदार वर्णनही छापलं होतं. हे काम कोणी केलं, याबाबत माळकरी अंधारात असले, तरी हे काम बाबू आगाशेचा मित्र अभय भोकरे यानंच केलं असावं याचा अंदाज बंडू, नंदूला होता. बातमीत संडासाप्रमाणे इलेक्ट्रिक मीटर, मेन स्वीच यांच्या दुरवस्थेवरही प्रकाश टाकण्यात आला होता. त्या बातमीनंतर पाहणी करण्यासाठी माळ्यात येणारे वेगवेगळे साहेबलोक, नगरसेवक, आमदार यांनाही त्यांनी पाहिलं होतं. त्यांच्याबरोबर बाबू व माळ्यातली पोरं एक ते सात मजले फिरली होती.

डोळ्यांपाठीमागचा इतिहास माळकऱ्यांना ज्ञात नसला तरी भागू रोंगेच्या पादुका-टमरेल यात्रेनं मात्र माळ्याला चांगले दिवस दाखवले, असं माळकऱ्यांचं मत होतं. काही दिवस काम चालणार असल्यानं कोणत्या माळ्यावरचे संडास खुले आहेत, याच्या सूचना माळकऱ्यांना देण्यात आल्या होत्या. तिथं होणारी गर्दी, ही डोकेदुखी असली तरी त्याला सामोरं जाण्याची माळकऱ्यांची तयारी झाली होती.

माळ्याचं प्रवेशद्वार पूर्वेला होतं. सुरुवातीला माळ्याच्या समोर पुष्कळ मोकळी जागा होती. मात्र, पुढे त्यावर माळ्याच्या मालकानं प्रशस्त तळमजली इमारत बांधून त्यात दुकानांचे गाळे तयार केले होते. माळ्याच्या दक्षिणेला कुमुद मॅन्शन उभी होती. तिनं मात्र आपले हातपाय पार गल्लीपर्यंत पसरले होते. दुकानांचे गाळे व कुमुद मॅन्शनच्या कंपाउंड वॉलमधून माळ्यात यायला बोळ होता. दुकानांच्या

इमारतीच्या भिंतीवर बोळात मोठमोठी लाकडी खोकी टांगली होती. त्यात माळ्यावरच्या प्रत्येक घरातील लाइटचे मेन स्वीच, मीटर आहेत हे कळत्या पोरांपासून सरणाची वाट चालू लागलेल्या माणसालाही माहीत होतं. ती खोकी जुनी होऊन झडली होती. त्यांचे खिळे गंजून खिळखिळे झाले होते. भिंतीवर तांबेऱ्याच्या ओघळांचे उमटलेले व्रण पार जमिनीपर्यंत पोहोचले होते. सर्व मीटरांचा काळा रंग कधीच मिटला होता. खोक्यांचे दरवाजेही बिजागरीतून सुटले होते. ज्यांना अजूनही एखाद्या बिजागरीचा आधार होता, ते कसेबसे टिकून होते. मात्र, दरवाजांच्या दुरवस्थेमुळे भिंतीवरची ही खोकी एखाद्या वयोवृद्ध बाईनं नेसलेल्या एकटांगी दाळकांडासारखी दिसत होती! पावसानं तर त्यांची दयनीय अवस्था केली होती. खोक्यांवर मोठ्या आकाराचे काळे मेनकागद पसरले होते. पण त्यावरही वरून काहीबाही पडून ते कचऱ्याचाच भाग बनले होते. ते जागोजाग फाटलेही होते. त्यातून पावसाचं पाणी खाली उतरलं होतं. मेन स्वीचमध्ये पाणी शिरल्याने अनेकदा फरफर आवाज होऊन त्यातून ठिणग्या उडत होत्या.

मेन स्वीचखाली नित्रास राहणाऱ्या मुंग्यांच्या बुडाला पाणी लागलं, तर त्यांची झुंडच्या झुंड बाहेर यायची. पंख असणाऱ्या मुंग्या आत-बाहेर करणाऱ्या एखाद्याच्या मानगुटीवर कधी बसायच्या हे कळायचं नाही. मेन स्वीचच्या अंगाखांद्यावर सरपटणारी तेलमुंगी जर अंगावर पडली, तर तिने घेतलेला चावा मायबापाची आठवण करून द्यायचा! खोक्याच्या आधारानं राहणाऱ्या पाली, केकरं ही वेगळीच प्रकरणं होती.

भिंतीत ठोकलेले खिळे गंजून तुटल्यानं माळ्यातून मेन स्वीचपर्यंत आलेल्या केबल्स आपली जागा सोडून पुढे सरसावल्या होत्या. एखाद्या सर्पोद्यानात अनेक सापांचं एकत्र लटांबर असावं, तशा त्या एकमेकांत अडकून आडव्या-तिडव्या, खाली-वर पसरल्या होत्या. त्या माणसांच्या अंगावर येऊ नयेत, म्हणून अध्येमध्ये त्यांना रस्सीनं बांधून आधार देण्यात आला होता. केबल्सचं हे ओझं कोसळण्याच्या बेतात असलेल्या काळ्याभोर ढगासारखं भासत होतं! शॉक बसण्याच्या भीतीनं माणसं जीव मुठीत धरूनच हा चिंचोळा बोळ पार करीत होती. एखादवेळी बोळात गटार फुटलं असेल तर त्याच्यावर अन् वरच्या केबल्सवर नजर ठेवून वाटचाल करताना लोकांना जीव नकोसा व्हायचा. संडासच्या कामाबरोबरच लाइटचे मेन स्वीच, मीटर नीट बसवण्याचं कामही सुरू झालं होतं. त्यासाठी जाडजूड पत्र्याची खोकी आणली होती.

संडास बांधणी, लाइट दुरुस्तीच्या खर्चाबाबत माळ्यात उलटसुलट चर्चा सुरू होती. हा खर्च कोण करतंय? त्यासाठी वर्गणी घेणार का? या कामांसाठी चाळ कमिटीची परवानगी घेतलेय का? अशा स्वरूपाच्या असंख्य प्रश्नांना पाय फुटले होते. सीता तडेकरनीच्या चौकस बुद्धीला, अटकलींना तर भलतेच पंख फुटले होते.

तिला वटनाच्या कट्ट्याला टेकून उभी असलेली मेघना पिंपरकर दिसली. ती जिना उतरून तिच्याजवळ आली.

"संतोषनं जमिवलं का गं हे?" तिनं पिंपरकरनीला विचारलं.

"नाही, नाही." पिंपरकरनीनं खरं तेच सांगितलं. ती पुढे म्हणाली, "हे ऑफिस सोडून आता दुसरं कुठंही लक्ष घालत नाहीत."

"आसं; पण कुठलं गंऽ, संडास दुरुस्त करायचं नुसतं ढ्वाँग आसंल हे! ते आपलंच खिसं भरतील तवा माळ्याला कळंलच! बरं, तुमच्या शिवजयंतीच्या न्हेलेल्या पैशाचं पुढं काय झालं गंऽ?" तडेकरनीनं विचारलं.

त्या दिवसाच्या नुसत्या आठवणीनंही मेघनाच्या तोंडचं पाणी पळालं. तिचे तोंडातून बाहेर पडू पाहणारे शब्दही जागच्या जागी गोठले. ती तडेकरनीकडे न पाहता तशीच तडक आपल्या घरात गेली. तडेकरीन तिच्याकडे आश्चर्यानं पाहू लागली. तिच्या तोंडातून आपसूक शब्द बाहेर पडले, "हेंबलंच हाय कुठलं! सरळ इचारायला गेलं तर घरातच पळालं!"

तडेकरनीनं एकदा-दोनदा वटनाच्या कट्ट्यावरून खाली नजर टाकली. नंतर ती जिन्यावर आली. जिन्याच्या कट्ट्यावर हात ठेवून आपल्या शरीराचा भार सांभाळीत ती पायऱ्या चढू लागली. बंडू निकम पायऱ्या उतरत होता. तिची अन् त्याची गाठ पडली. ती थांबली.

"काय रं बंड्याऽ, संडासची दुरुस्ती कशानं चाललीया?" तिनं अगदी दमात विचारलं.

"सिमेंट-वाळूनं!"

"गुलामा, तसं नव्हं!"

"मग कसं? भिंती काय पिठाच्या गोळ्यानं दुरुस्त होतात का?"

"आरं मेल्याऽ, कुणाच्या खर्चानं हे काम चाललंय?" वैतागलेल्या तडेकरनीनं विचारलं.

"माळ्याच्या. दुसऱ्या कुणाच्या?"

"तुझ्या आईनं तुला काय उफराटा काढला हुता का रंऽ?" ती चिडली व पुढे म्हणाली, "इचारीन त्या प्रस्नाला वाकडं उत्तर!"

"म्हातारे, याबाबत मी आईशी बोललो नाही अन् माझं बोलणं इतकं सरळ आहे तरी तुला ते वाकडं वाटतंय, त्याला मी काय करू?" बंडू हसला.

"हे बघ, उगा बकबक करू नगं. मला एवढंच सांग की, हा दुरुस्तीचा खर्च कुणी केला?" ती समजुतीच्या स्वरात म्हणाली.

"केला कुठं? करायचा आहे."

"मग हे सगळं सामान आलं कसं?"

"क्रेडिटवर."

“कुणाच्या?”

“त्यासाठी चाळ कमिटीनं माळाच गहाण ठेवलाय.”

“आरंऽ देवा!” तडेकरनीनं कपाळाला हात लावला.

“तू कशाला इतकी काळजी करतेस? खोलीमागं वीस-वीस हजार रुपये वर्गणी काढून माळा सोडवून आणायचा आहे.”

“हे माझ्या कर्माऽ! वीस-वीस हजार रुपये वर्गणीपण का?”

“वर्गणी का नको? मागचा कारभार उरकीत पुढं फरशीत बघून केसाचा भांग पाडशीला तवा!” तो मोठ्यानं हसला व चटकन पायऱ्या उतरू लागला.

“तुझी मितूंडी फोडली तुझी [illegible]!” तडेकरनीनं शिवी दिली. पण, ती ऐकण्यासाठी बंडू तेथे होताच कुठं?

५६

“आन् आत्या, राती बरोबर बारा वाजता पाळणा हालला,” रेखा पिंपरकरनीनं जिजा मिरचीकरनीला सांगितलं. जिजानं मान हलवली.

“मला न्हाय गं दिसला!” पालकरीन घायाळ झाली.

“तवा मी तुला डिवचलं न्हाय वी; त्यो बघ पाळणा हालतोय म्हणून!” पिंपरकरनीनं आठवण करून दिली.

“काय करणार; एका बाजूनं त्येनी कोपरानं ढोसणलं, आता पाळणा हालंल म्हणून! अन् दुसऱ्या बाजूनं तू पाळणा हालला म्हणून! तुमच्या दोघांकडे बघेपर्यंत पाळणा हालून थांबलाही!” पालकरनीनं हळहळ व्यक्त केली. स्पीकरच्या दणदणाटातही तिची हळहळ त्यांच्या कानापर्यंत पोहोचली.

“ती गुजरातीन किती मान हालवीत हुती गंऽ! तिला म्हणं पाच मिण्टं पाळणा हालताना दिसतू!” पिंपरकरनीनं अधिक माहिती पुरवली.

“कंची गंऽ?” उगाच डोक्याला ताण देत पालकरनीनं विचारलं.

“दोडा, तुझं लक्षच कुठं आसतं!” रेखा वैतागली. दोघींच्या बोलाचालीत जिजाला बोलण्याची संधी मिळाली नव्हती. तिनं पिंपरकरनीचा वैताग झेलणाऱ्या सखू पालकरनीनं तोंड उघडण्याअगोदर सुरुवात केली, “आवंदा खोकंवाली तारू म्हातारी न्हाय, नाय गं?”

“दरवर्षी याची नव्हं देवळात. ती पण म्हणायची, तिला सपष्ट पाळणा हालताना दिसतो म्हणून.” रेखानं सांगितलं.

जिजाचं लक्ष पाळण्याकडे नव्हतंच. तिनं विचारलं, "आषाढीला गेलेली म्हातारी आजून कशी परत आली न्हाय गं?"

"का वाहिली बिहिली पुरात?" पालकरनीनं आपलं मत मांडलं.

"आगं, आगंऽऽ! असं वाईट-वंगाळ बोलू नगं. म्हातारी चांगली हाय. आसंल कुठं तरी पै-पाहुण्याकडं!" जिजाला तारूची दया आली.

गोमट्या दुसऱ्यांदा सखूला बोलवायला आला. पालकरनीला आता जाणं भागच होतं. नाहीतर थोरली कार्टी बोंबाबोंब करून सगळं घर डोक्यावर घेईल, ही भीती तिला होती. ती जिजाला म्हणाली, "आत्या, जातू वंऽऽ! मग कवातरी इन बसायला!"

"अगं थांब. जरा तपकीर तरी दिऊन जा." जिजानं हात पसरला.

"मी बंद केलं न्हाय वी घासणं! ह्यो ह्यो बघाकी तपकिरीनं, मिसरीनं दाताचा कसा सत्यानास झालाय!" तिनं तोंड फासटून दाखवलं. तिचे तपकीर, मिसरीनं खराब झालेले दात काढून त्या ठिकाणी डॉक्टरनं चांदीचे दात बसवले होते. ती लगबगीनं पायऱ्या उतरली.

"ती तशी बंद करतीया वीऽ! तिच्या मानगुटीवर ती शेजारची बड्या घरची राजकारणी बया हेमा मालनी बसली!" रेखानं सांगितलं व हसली.

"कोण? चाफेकरनीची हेमी?"

"दुसरं कोण असणार!" रेखानं आपल्या साडीच्या केळात खोचलेली तपकिरीची डबी काढली. "ही घ्या आत्याऽ!"

पिंपरकरनीनं जिजाच्या हातावर तपकिरीची चिमूट ठेवली.

श्रावण वद्य अष्टमीला माळ्यावर कुणाच्या तरी घरात पाळणा असावा, अशी रेखाची उत्कट इच्छा. पण ते वीणा घेऊन उभा राहणं, शिवता-शिवत, जेवणाऱ्यांना लागणारी अंडी, मटन, मासे या पाळवणुकीमुळं त्यासाठी कुणीही तयार होत नव्हतं. याबाबत स्वत: रेखानं धाडस केलं असतं. मात्र, तिला तिच्या नवऱ्याचा भरोसा वाटत नव्हता! तो दारूच्या नशेत कधी जवळ येईल, हे सांगता यायचं नाही, म्हणून ती भीत होती. गावाकडे गोकुळाष्टमीची रात्र कीर्तन, भजन, पुराणकथा, मंत्र श्रवणात जाते. मात्र, माळ्याला ते वेड नव्हतं; त्यामुळे तिला प्रत्येक गोकुळाष्टमीला शंकर गल्लीत असलेल्या मंदिरात जावं लागायचं. तिथंच तिला हलत्या पाळण्याचं दर्शन व्हायचं. माळ्याची तऱ्हाही अजबच होती. एखादं भजन, कीर्तन सुरू झालं तर झोपेचं खोबरं झालं म्हणून माळकरी बोंब मारतील. मात्र, गल्लीत एखादा सिनेमा असेल तर मात्र रात्र-रात्र जागतील! 'तसं आपल्याला तरी कुठं भजनाचं वेड आहे खरं!' हा विचारही रेखाच्या मनात रेंगाळला. ती गोकुळाष्टमीनिमित्त मंदिरात यायची ती निळ्या-सावळ्या कृष्णसख्यासाठीच!

तपकिरीची डबी कमरेच्या केळात खोचीत रेखा आपल्या खोलीत गेली. जिजा मिरचीकरही दातावर बोट फिरवीत हळूहळू खोलीकडे परतली.

आज श्रावण वद्य नवमी म्हणजे गोपाळकाला; त्यामुळे सकाळपासूनच स्पीकरनं कोकलायला सुरुवात केली होती. 'दहीहंडी फोडू या चला...' हे गाणं तर इतक्या वेळा वाजवलं जात होतं की, माळ्यावरच्या पोरासोरांसह खाणावळे, खाणावळींच्याही ते तोंडपाठ झालं होतं! त्यावर गुजी चोरगेची उषा आईला म्हणत होती, "सारखं, सारखं त्येच काय लावायचं? जरा त्या नवीन पिक्चरचं लावा की म्हणावं त्यास्नी!"

"आसू दे गं. देवाधर्माचं हाय. नावं ठिवू ने!" गुजी आपलं मत मांडत होती.

"हूंऽऽ। तुझं आपलं कायतरीच।" उषा मानेला झटका देत होती.

माळ्यातल्या स्पीकरचा आवाज माळ्याच्या कानाकोपऱ्यात दुमदुमत असला तरी दिंडेकरनीच्या घरात सन्नाटा पसरला होता. दिंडेकरनीचा संदीप गेलं वर्षभर बिछान्यावर पडून होता. तो आपल्या दहीकाला मंडळाच्या वतीनं दहीहंडी फोडीत मुंबईभर फिरायचा. मात्र, गेल्या वर्षी तो आठव्या थरावर चढला. खालचे गडबडले. धडाधड खाली आले. आबानधबक्या संदीप फुटपाथच्या कडेला असलेल्या दगडावर आपटला. मणक्यासह खुबा कामातनं गेला. काही महिने हॉस्पिटलमध्ये गेले. मंडळाच्या अध्यक्षापासून नगरसेवक, आमदारांपर्यंत लोकांनी भेटी दिल्या. वर्तमानपत्रात फोटो आले. काहींनी आर्थिक मदतही केली. मात्र, संदीपला उठवण्यात सर्वांनाच अपयश आलं. तो अन् त्याच्या कुटुंबाच्या वाट्याला मात्र यातनाच आल्या. गेल्या वर्षापासून हा भोग सुरू आहे. संदीपच्या मृत्यूपर्यंत तो सुरू राहणार असल्याचं त्याच्यावर उपचार करणाऱ्या डॉक्टरनं सांगितलं होतं.

संदीप पडल्यानंतर त्याला भेटण्यासाठी, विचारपूस करण्यासाठी सुरुवातीला एक-दोन महिने अनेकजण येत होते. मात्र, त्यानंतर कुणी इकडे फिरकताना दिसलं नव्हतं. गेल्याच आठवड्यात एका इंग्रजी व एका मराठी दैनिकाचे वार्ताहर त्याची मुलाखत घेऊन गेले. ती प्रकाशितही झाली. त्यात त्यानं या जीवघेण्या खेळात तरुणांनी भाग घेऊ नये, असं आवाहन केलं होतं. मात्र, तरुणाईच्या जोशात ते कोणाला ऐकू गेलं की नाही हा प्रश्नच होता. त्या मुलाखतीनं मात्र एक काम केलं. तो ज्या मंडळाचा सदस्य होता, त्याचा अध्यक्ष व सेक्रेटरी त्याच्या भेटीला आले. त्यांनी त्याच्या वैद्यकीय खर्चासाठी त्याच्या आई-वडिलांजवळ दहा हजार रुपये दिले! स्थानिक आमदाराचा माणूसही भेटून गेला होता.

माळ्याच्या चौकात मध्यभागी हंडी बांधली होती. तिच्यावर हळद-कुंकू, अष्टगंधाचे ठिपके उठून दिसत होते. हंडी फोडायला पोरांना जड जाऊ नये म्हणून तिचे दोर दुसऱ्या मजल्यावरच्या वटनातल्या खांबांना तळाला बांधण्यात आले होते. दोराला मध्यभागी लोंबणाऱ्या हंडीला झेंडूच्या फुलांची माळ घातली होती. ती

हंडीपासून चांगली वीतभर खाली लोंबत होती. दोरावर जागोजाग फुलांच्या माळा, आंब्याच्या पानांच्या डहाळ्या बांधल्या होत्या. त्या हंडीची शोभा अधिकच वाढवीत होत्या. चौकाच्या मध्यभागी सकाळपासूनच लहान लहान पोरं जमेल तसं नाचत होती! कधीतरी कौतुकानं एखादी आई, बहीण किंवा वहिनी वरून त्यांच्या अंगावर पाणी ओतीत होती! मग पोरगं अधिकच खळीला येत होतं.

माळ्यातली मोठी पोरं दरवर्षी हंडीखाली चांगलं तास-दीड तास भरभक्कम नाचायची. अन् मगच हंडी फोडायची. माळ्यात बाहेरच्या हंडी मंडळांना प्रवेश नव्हता! माळ्यातली पोरंही बाहेरच्या हंड्या फोडायला जायची नाहीत. माळ्यातले दोघे-तिघे सार्वजनिक मंडळांचे सदस्य होते. मात्र, संदीप दिंडेकरचं झालेलं हाल पाहून त्यांनी यंदा आपल्या संबंधित मंडळांकडे पाठ फिरवली होती. माळ्यातला सगळा मामलाच घरगुती होता. नाचता-नाचता एखादं मोठं पोर क्वार्टर तोंडाला लावायचं. त्या धुंदीत लहान पोरं पायाखाली यायची किंवा त्याचा तोल गेला तर लहान पोर गुरगुरायचं, ''बघ की जरा! दिसं ना वीऽऽ!''

नाचणाऱ्याचं लक्ष पोरांकडे नसायचंच. तो स्पीकरच्या हवेवर स्वार असायचा. दोन्ही हात पसरून, वर आभाळाकडे पाहात नाचताना त्याला खालचं भान राहायचं नाही. शिवाय वटनात उभं असणारं कोणी आपल्या नजरेला पडतं की नाही, हेही त्यालाच कळायचं नाही! माळ्यावर असलेल्या चोरट्या दिलाची चुणूक इथंही दिसायची. माळ्या-माळ्यांवरून पोरी आपल्या मैतराच्या, भावी पतीच्या किंवा कोणी नसेलच तर भावाच्या, शेजाऱ्याच्या अंगावर बदा-बदा पाणी ओतायच्या. काही टोपांत, बादलीत, पातेल्यात रंगीत पाणी असायचं. पोरींवर खाणावळी ओरडायच्या. कमी पाणी वापरण्याचा सल्ला द्यायच्या. चौकात जागा कमी; पण पोरं जास्त; त्यामुळे नाचताना खिचडी व्हायची. त्यातूनही पोरं बऱ्यापैकी नाचण्याचा प्रयत्न करायची. मग माळ्यावरची एखादी बहीण वरून बोटानं दाखवायची, ''आये बघ, आपला गण्या कसा नाचतूय ते!''

पोरगी हसायची. खाणावळीला आपल्या लेकाचं अप्रूप वाटायचं. मग ती प्रेमानं वरून तांब्याभर पाणी त्याच्या अंगावर ओतायची! पोरांमध्ये खाणावळेही असायचे. आपल्या कुवतीनुसार ताल धरायचे. त्यांना पाहायला त्यांच्या कारभारनी वटनात हजर असायच्या. मग एखादी कारभारीन समोर वटनात किंवा बाजूला उभ्या असलेल्या दुसऱ्या खाणावळीकडे नजर टाकायची व गडगडा हसत उजवी भुवई उडवीत म्हणायची, ''बघितलंस, माझं म्हातारंपण कसं बिघाडलंय ते!''

तिच्या त्या बोलण्यातही अभिमान असायचा.

स्पीकरनं आपलं तोंड बंद केलं. पोरांचं नाचणं थांबलं. त्यांनी थर धरायला गोल केला. बारकी-बारकी पोरं बाजूला झाली. तिथून ती वर बघू लागली. ज्यांच्यावर

दारूचा अंमल होता, जी अंगानं जाडजूड होती त्यांनी तळाच्या थरालाच उभं राहणं पसंत केलं. खालच्याच्या खांद्यावर पाय देऊन पोरं वरचा थर धरू लागली. तशी खोल्या-खोल्यांत असलेली माणसंही पटापटा बाहेर आली व डोळे फाडून खाली पाहू लागली. वरून पाण्याचा मारा वाढू लागला. चाफेकरनीचा लंबू किशोर शेवटच्या थरावर चढला. त्यानं दोन्ही हातानं हंडी धरली व तो तिला कपाळाच्या ढुसण्या देऊ लागला. कमळा जायकरनीच्या वटनातून मंदा त्याच्या अंगावर बदा-बदा पाणी ओतू लागली. तिचा हा भीमपराक्रम पाहात बाजूस उभ्या असलेल्या कमळानं तिला टोकलं,

“अगं ये मेनका! हे यमुनेचं पाणी नव्हं, म्युनिसिपालटीच्या नळाचं हाय. जरा बेतानं!”

५७

सुपंकरनीच्या अशोकनं दारू सोडली, हे माळ्याच्या दृष्टीनं फार मोठं आक्रीत होतं. सकाळी उठल्यावर लोकं पाण्यानं तोंड धुतात. मात्र, अशोक आपल्या शेजारी पडलेल्या बाटलीतलीच दारू हाताच्या कुडच्यात घ्यायचा अन् तोंडावर मारायचा! अशोकचं दारू पिण्याचं प्रमाण प्रमाणाबाहेर वाढलं होतं. हे असंच सुरू राहिलं, तर सुपंकरनीला लवकरच तिरडीची सोय करावी लागणार, असं माळकऱ्यांचं मत होतं.

अशोकच्या दारू सोडण्यामागे कोणतं कारण असावं, याचा शोध माळकरी घेत होते. काहींच्या मते जायकराचा राजा व त्याची बायको तिथं राहायला गेल्यापासून त्याच्यात फरक पडत गेला होता. नवरा-बायकोचं प्रेम कसं असतं, काय असतं, संसाराची गंमत किती छान असते, गोऱ्याचिट बायकोशी गप्पा मारताना, तिच्याबरोबर सिनेमा पाहताना किती गंमत येते हे राजामुळंच त्याला कळलं होतं व त्याचाच परिणाम त्याच्या मनावर झाला होता, यावर काही माळकरी ठाम होते! तर काहींच्या मते, अशोकची दारू सुटावी म्हणून सुपंकरीन विशाळगडाच्या बाजूला कोणत्या तरी देवीला गेली होती. तिथं तिनं देवीला अशोकचं दारू पिणं सुटलं तर, तुझ्यासमोर बकरं कापतो, असा नवस केला होता. त्यांच्या मतानुसार, अशोकच्या दारू सुटण्यापाठीमागे या देवीचाच हात आहे! त्याशिवाय इतका वाया गेलेला माणूस एकदम माणसात येईलच कसा? इतर माळकऱ्यांना त्यांचा हा तर्क खोडून काढणंही जड जात होतं. मात्र, अंतस्थ व खरं कारण हे होतं की, मुंबईत दारू सोडायला मदत

करणाऱ्या अनेक संस्था आहेत. अशा एका संस्थेत सुपंकरनीच्या एका जेवणाऱ्यानंच अशोकला न्हेलं होतं!

अशोकनं कोणत्या कारणानं दारू सोडली, हे क्षणभर बाजूला ठेवलं, तरी अशोकवर त्याचे चांगले परिणाम झाले होते. तो अंगापिंडानं चांगला भरला होता. हाडापेरातली सळसळ वाढली होती. त्याची तब्येत सुधारावी म्हणून सुपंकरनीनं त्याच्या खाण्याच्या बाबतीत कोणतीही कसर बाकी ठेवली नव्हती. तिनं बदाम-पिस्त्यापासून चिकन-माशांपर्यंत जेवणाचे सर्व प्रकार अमलात आणले होते. त्याच्या राहणीमानातही कमालीचा बदल झाला होता. त्याचा केसांचा अस्ताव्यस्तपणा जाऊन त्यांना निश्चित दिशा मिळाली होती. ओठावरच्या राठ, जाडजूड मिशा गुळगुळीत घोटलेल्या गालांवर करवंदाच्या घोसांसारख्या शोभून दिसत होत्या. कपडालत्त्याच्या बाबतीतही नीटनेटकेपणा आला होता. मात्र, उपासमारीनं, अतिरिक्त मद्यपानानं डोळ्यांखाली आलेली काळी वर्तुळं, नाकाच्या बाजूला, चेहऱ्यावर पडलेले वांगासारखे काळे डाग पुसट पुसट दिसत होते.

अशोक पदवीधर होता. चांगल्या फर्ममध्ये नोकरीला लागला होता; पण अचानक त्याला दारूची अवदसा आठवली. हा नाद त्याला कसा लागला, हे संपूर्ण माळ्याला पडलेलं कोडं होतं. तरीही एक चांगलं पोरगं दारूत वाया चाललं, याबद्दल माळ्यात हळहळ व्यक्त व्हायची. मात्र, त्यातूनही सावरून तो परत कामावर जाऊ लागला. हाही माळकऱ्यांसाठी गोड असला तरी धक्काच होता. अशोकच्या सुदैवानं त्याला पूर्वीच्याच शेठनं आपल्याकडे ठेवून घेतलं. पोरगं परत कामधंद्याला लागल्यानं सुपंकरनीला त्याचं हात पिवळं करायची घाई झाली होती. लेकाचं भलं झालेलं पाहात, काखं-कडेवर नातवंडं खेळवायची होती. तिनं आपल्या भावी सुनेची चाचपणीही सुरू केली होती. तिचे जवळचे नातेवाईक त्याला मुलगी द्यायला का कू करीत होते. आज जरी दारू सोडली, तरी तो उद्या पिणार नाही, हे कशावरून; हा त्यांचा प्रश्न होता. सुपंकरीन आपल्या कुवतीनुसार त्यांच्या प्रश्नाचं निराकरण करायचा प्रयत्न करीत होती. त्यात आपल्याला लवकरच यश येईल, अशी आशा तिला वाटत होती.

माळ्यातल्या दोघी-तिघींनी तिला जायकरनीच्या शेवंताबद्दल सुचवलं होतं. हे सुचवणारणींच्या पाठीमागे जायकरनीचा हात आहे, हे न समजायला सुपंकरीन दुधखुळी नव्हती! शेवंता गोळीसारखी बाजूबंद आहे, किंचित गव्हाळ असली, तरी उठावदार आहे हे दिसतच होतं. पै-पाहुण्यांत रिश्ता झाला तर तो तिलाही हवाच होता. मात्र, पोरगी फटकळ व तिचं वागणंही तिला पसंत नव्हतं. ती जेवणाऱ्यांच्या गळ्यात गळा घालून सिनेमाच्या थिएटरमध्ये बसते, ही बातमी तिच्यापर्यंतही पोहोचली होती. ही गोष्ट ती जायकरनीला बोलली नव्हती. उगाच कशाला पाहुण्या-

रावळ्यातल्या संबंधात बिब्बा घाला, असा तिचा विचार होता. तिनं शेवंताच्या स्थळाबाबत कानाडोळा केला होता.

तिला पालकरनीची शालू आवडली होती. पोरगी देखणी होती. तशी तिची वागणूक गुणी या सदरात मोडणारीच होती. ती अशोकला सांभाळून घेईल, याची तिला खात्री वाटत होती. म्हणूनच तिनं याबाबत स्वत: पालकरनीला विश्‍वासात घेऊन विचारलं होतं. पालकरनीची त्याला संमती होती; पण तिचं एकच म्हणणं होतं, आणखी चार महिने थांबू या. पालकरनीला अशोकनं खरंच दारू सोडलेय का; याची शहानिशा करायची होती. चार-सहा महिन्यानं तसा फरक पडणार नव्हता, म्हणून सुपंकरीनंही थांबली होती. या मुदतीत पोरा-पोरीची कुंडली, जातक बघण्यावर तिनं लक्ष केंद्रित केलं होतं. एका बाजूला चंद्रा सुपंकरनीच्या उरावर तिची आई गिरजा गेल्याचं दु:ख होतं. तर दुसऱ्या बाजूला पोटच्या पोराच्या कल्याणाचा प्रश्‍न होता. माळकऱ्यांसाठी हा विषयही चर्चेचा ठरला होता. पण, आई ही माहेरची. सासरसाठी तिच्या सुतकाचा प्रश्‍न येत नाही, अशी तिनं भूमिका घेतली होती. नाहीतरी यापेक्षा अधिक ती काय करू शकणार होती? एकदा गेलेली आई परत येणार नव्हती; पण लेकराकडं लक्ष दिलं नाही तर आयुष्यभर त्याचे होणारे हाल, आपली तगमग... कल्पनेच्या बाहेरचीच असणार होती. तिनं आई गेल्याचं दु:ख लेकराच्या नाळेत गुंडाळलं होतं!

ऑफिस सुटलं होतं. नेहमीच्या सवयीनं अशोक घरी येत होता. त्याला शंकर गल्लीत, पुढच्या कोपऱ्यावर गणपत जायकरानं गाठलं. ते तिथं बराच वेळ बोलत उभे होते. चक्कीत ठेवलेला दळपाचा डबा आणायला गेलेल्या साधू पालकरच्या नजरेला ते पडले होते. जायकराचा शालूच्या लग्नात खोडा घालायचा विचार तर नाही ना, या विचारानं साधू अस्वस्थ होता. त्यांचं काय चाललं आहे, याचा अंदाज घेण्यासाठी तो तिथंच त्यांना न दिसेल असा आडोसा धरून उभा राहिला होता. त्याला त्यांच्या बोलण्यातलं काही ऐकू येत नव्हतं. त्याला ते काय बोलत असावेत, याचा अंदाजही बांधता येत नव्हता. शेवटी जायकरानं अशोकचा हात पकडला व त्याला जवळजवळ ओढीतच तो कवर चाळीकडे घेऊन गेला. मग मात्र पालकराच्या पायाखालची वाळू सरकली. जायकर अशोकला आण्टीच्या अड्ड्यावर घेऊन गेल्याची त्याची खात्री झाली.

पालकर पिठाच्या गिरणीत आला. गिरणीत एक दळप चालू होतं. त्यानंतर त्याचाच नंबर होता. गहू दळून होईपर्यंत उभं राहणं त्याला भाग होतं. गहू दळून झाले. त्यानं हातातला टॉवेल आपल्या खांद्यावर टाकला. त्यावर पिठाचा गरमागरम डबा घेतला व तो झपाट्यानं माळ्याकडे चालू लागला. त्यानं डब्याच्या वरच्या तोंडाला, काठाला पकडलं होतं. मात्र, पिठाच्या गरमपणामुळे बोटांना चटके बसत

होते. त्यासाठी तो वारंवार हात बदलत होता! तो माळ्याजवळ आला. त्याच्यासमोरच गणपत जायकर व अशोक चालले होते. दोघेही पिऊन तर्रऽ होते. जायकराची स्थिती त्यातल्या त्यात बरी होती. अशोकनं आपला सगळा भार गणपतच्या खांद्यावर टाकला होता. माळ्याजवळ आल्यावर गणपतनं अशोकचा हात आपल्या खांद्यावरून दूर केला. अशोक तिडबिडत उभा राहिला. काही न बोलता जायकर तडक माळ्यात चालू पडला. पालकरानं डबा सांभाळला व अशोकला बाजू देऊन तो पुढे निघाला. तो घरात आला. पिठाचा डबा ठेवला अन् तसाच परत फिरला. पालकर पटकन पाठीमागे फिरल्यानं आश्चर्यचकित झालेली पालकरीन आपल्या जागेवरून उठली व बिगीबिगी वटनात आली.

पालकर अशोकजवळ आला. त्यानं त्याला आधार दिला. हळूहळू एक-एक पाऊल पुढे टाकीत जिन्यात, वटनात धडपडत तो त्याला घेऊन चंद्रा सुपंकरनीच्या खोलीत आला. तोपर्यंत पालकरीनही त्यांच्याजवळ आली होती. चंद्रा सुपंकरनीची जेवणाऱ्यांचं डबं भरण्याची घाई चालली होती. तिनं दोघांना समोर पाहिलं. तिच्या काळजाचा ठोका चुकला. ती बिगीनं उठली. अशोकची अवस्था पाहून रश्मी घाबरली. गोविंद सुपंकरही घाबरला.

लेकाची ही हालत पाहून चंद्राला गलबलून आलं.

"पालकर काय हेऽऽ!" तिच्या तोंडून कसेतरी शब्द उमटले व ती धाय मोकलून रडू लागली.

पालकरनीनं तिला शांत केली. पालकरानं तिला घडला प्रकार सांगितला. आईच्या आतड्याला पीळ पडला. चंद्रा रागानं बेभान झाली. तिनं उंबऱ्याजवळचं चप्पल उचललं. ती तशीच जायकराच्या खोलीकडे निघाली.

दारू प्यायलेला जायकर डुलत डुलत येऊन नुकताच लाकडी पेटीवर बसला होता. त्याच्या घरात घुसलेल्या सुपंकरनीनं डाव्या हातानं त्याचा खांदा धरला व उजव्या हातातल्या चपलानं त्याला खाड खाड बडवायला सुरुवात केली. चप्पल कुठं अन् कसं पडत होतं, ते त्या चपलेलाही कळत नव्हतं! तिच्या पाठीमागून आलेल्या गोविंद सुपंकर, साधू पालकर, पालकरीन, शिवाय घरातल्या इतर माणसांनी तिला आवरेपर्यंत तिनं जायकराला अर्धाकच्चा केला होता! चपलाचे खिळे लागून त्याच्या तोंडावर एक-दोन ठिकाणी रक्तही निघालं होतं.

भांबावलेल्या कमळा जायकरनीला काय घडलं किंवा काय घडतंय, हेच क्षणभर कळलं नाही.

"कमळेऽ, रांडं ह्यो वळू कशाला पाळलायस गंऽ? दुसऱ्यांची घरं बरबाद करायला?" सुपंकरीन कडाडली. ती अजूनही उसळी मारीतच होती. आजूबाजूच्या माणसांनी तिला घट्ट दाबून धरलं होतं. आपल्या हातातलं चप्पल नाचवीत ती

म्हणत होती, “माझ्या पोराला दारू पाजताना या भाड्याची सुदबुद कुठं गेली हुती? रांडनं ह्येला कसा काढला हुता गंऽऽ! इतकं करण्यापरास ह्यो भाड्या सापबीप चावून मेला कसा न्हाय गंऽऽ!”

सुपंकरनीतल्या आईचं आतडं कळवळत होतं. तिच्या डोळ्यांतून पाण्याच्या धारा वाहात होत्या.

गणपतवर चपलाचा मार पडू लागला तेव्हाच जायकरनीच्या हातातलं जेवणाचं ताट घळलं होतं. ती लगबगीनं उठून उभी राहिली होती. इनीच्या अंगात एखादी हडळ संचारली की काय; हा प्रश्न तिला सतावीत होता. कमळा सावकाशपणे पुढं होऊन जारकरापुढे उभी राहिली. चपलाच्या मारानं त्याचं दाढवान फुटलं होतं. तो त्यातून ओघळणारं रक्त पुशीत होता. तिनं त्याच्या तोंडापुढे आपला उजवा हात नेला व सावकाशीनं विचारलं, “तुला काय पिलीग झाला हुता वी त्या पोराला दारू पाजायला?” हळूहळू ती तापली, “कशानं आसा बिघाडलास रं? कसली मस्ती आलीय तुला? का माझी आशी हाडं काढतूस!”

गणपतचा मेंदू दारूनं गरम झाला होता. सुपंकरनीकडून चपलाचा मार खाऊन तो चांगलाच ठसठसू लागला होता. जायकरनीच्या शब्दांनी तर तो ढणढणा पेटू लागला. त्याला दाढवानातून गळणाऱ्या रक्ताचं भान राहिलं नाही. आपल्या अडखळत्या जिभेनं तो जायकरनीला म्हणाला, “रांडंऽ, तूच तर म्हणीत हुतीस की, ते कार्टं दारू पिऊन मेल्याबगार आपल्याला ती खोली अन् तिचं सोनं मिळणार न्हाय!”

कुणीतरी आपल्याला खोल दरीत ढकलून दिल्याचा भास जायकरनीला झाला. अंगावर बर्फाचा गोळा ठेवल्यागत चंद्रा सुपंकरनीचं अंग बधिर झालं. तिची वाचा गोठली. जेवणारे, दंगा ऐकून जमलेले शेजारी-पाजारी, हौशे पुतळ्यासारखे स्तब्ध झाले.

५८

उद्या रविवार. सुट्टीचा दिवस. मंगलदाससारखी कपडा मार्केट, लोखंड बाजार, काथ्या बाजार आदी सर्व मार्केट्स पूर्णत: बंद राहणार होती. इतर वस्तूंच्या घाऊक, किरकोळ बाजारपेठाही सुट्टीचा अनुभव घेणार होत्या. आठवड्यातील सहा दिवस राब-राबणाऱ्या हातांना, शरीराला विश्रांती मिळणार होती. कामाच्या व्यापानं कुरकुरणारी हाडं सुट्टीचं तेलपाणी करणार होती. गादीवर बसून लोडासारखं ढुंगण इकडे-तिकडे मिरवणाऱ्या शेठ लोकांचा मेंदू उद्याचा दिवस थंड राहणार होता. डोक्यात हिशेबाचे वळवळणारे किडे गायब होणार होते.

माळ्यातही कामावर, कार्यालयात जाणारे नोकरदार, पंचविशी-तिशीत असलेली; परंतु अजूनही पोरांत गणना होणारी माणसं होती. शाळेला जाणारी पोरं होती. तीही उद्याचं आपआपलं वेळापत्रक निश्चित करून मोकळी झाली होती. ज्यांना ते करण्यास जमलं नव्हतं, ते उद्याचं उद्या बघता येईल, या हिशेबानं गप्प होते. ज्यांनी ते बनवलं होतं, त्यापैकी अनेकांच्या वेळापत्रकात बदल होण्याची शक्यताही होती. उद्याचा पूर्ण दिवस झोपून काढायचा या उद्देशानं अनेकजण आजच रात्री नऊच्या शोला गेले होते. त्यांचे आवडते, काळजात घर करून राहिलेले पडद्यावरचे स्वामी-स्वामिनी थिएटरात त्यांची वाटच पाहात होते! अनेकांच्या फिल्मी स्वामींचं, स्वामिनींचं पिक्चर नवीन होतं; त्यामुळे ते चुकवूनही जमणार नव्हतं. पावसामुळे आझाद मैदान बंद होतं. मैदानात उगवलेल्या गवतात, पावसाच्या साचलेल्या पाण्यात खेळता येत नव्हतं, म्हणून काही पोरांना 'उद्या खेळायला कुठं जायचं?' हा प्रश्नही भेडसावत होता. एकंदरीतच रात्र वाढेल तशी प्रश्नांचे तिढे वाढत होते, काही सुटत होते. तर काहींचे पीळ तसेच राहात होते.

रात्रीची जेवणखाणं आटोपून पोरं माळ्याखाली फुटपाथवर लावलेल्या रिकाम्या हातगाड्या, बाजल्यांवर गप्पा छाटत बसली होती. काहींनी पत्त्याचा डाव मांडला होता. पत्त्यांची पानं फेकीत अधूनमधून तीही बोलण्यात सहभागी होत होती. सुधीर मिरचीकर, संतोष पिंपरकर हेही अलीकडे पोरांत बसायला येत होते. तसे ते आजही आलेले. शिवजयंतीतील वर्गणीच्या पैशावरून त्यांची इज्जत धुळीला मिळाली होती. त्या काळात माळ्यावर कोणाला तोंड दाखवू नये, मरून जावं असं त्यांना वाटत होतं. इतर माळकरीही त्याच नजरेनं त्या कंपूकडे पाहात होते. परंतु हळूहळू माळकऱ्यांच्या नजरेचे पीळ ढिले झाले. माळ्यातून आत-बाहेर करताना खाली मान घालून जाणारे-येणारे संतोष पिंपरकर, सुधीर मिरचीकर लोकांबरोबर वरचेवर बोलताना दिसू लागले. हळूहळू त्यांची भीड चेपली व ते पोरांतही ऊठबस करू लागले. शिवाय पोरांपासून अलिप्त राहून ते कुठं जाणार होते? चूक ही कोणाकडूनही होऊ शकते. शिवाय चूक असो किंवा बरोबर; त्यांना आपलं आयुष्य याच माळ्यात काढायचं होतं.

पोरांनी आता दगडू पिंपरकराच्या विषयाला हात घातला होता. दगडूला भांडुप, मुलुंडच्या बाजूला एका मोठ्या औषध कंपनीत नोकरी मिळाली होती. कसातरी कुथत, कुथत दहावी पास झालेला दगडू चांगला पगार घेत होता.

"त्याला तिथं कुणी ठेवला रेऽ?" सुधीरनं संतोषला विचारलं.

"माझ्याच मेहुण्यानं! तो तिथं युनियन लीडर आहे."

"दगड्याला शिकवायचं म्हणत होतास ना पुढं?"

"त्याची तयारी नको? किती समजावून सांगितलं, हात जोडून पाहिलं; पण

बाबाचं लक्षण काही ठीक दिसलं नाही. त्याला चपात्या भाजण्यातच मजा वाटत होती!'' संतोष पिंपरकरनं मन मोकळं केलं.

''खानदानी पेशा!'' मोहन कानकरनं चिमटा काढला.

''त्याचीच फळं भोगतोय ना आपण! उगाच त्याचं आयुष्य बाद होण्यापेक्षा घातलं मेहुण्याला साकडं!'' संतोष वैतागला.

''असू दे रेऽ! भावाचं कल्याण केल्याबद्दल तुला दुवा मिळेल!'' भागू म्हणाला.

''यात दुवा कसली? पुढं शिकलं असतं तर अधिक कल्याण झालं असतं.''

''संतोष, आहे ते काही वाईट नाही. अरे, आम्ही मिलमध्ये रंग तयार करून कुजलो; पण आमचा दोन महिन्यांचा पगारही त्याच्या एका पगाराइतका होत नाही.'' भागू रोंगेनं मन रितं केलं.

''लक्की साला...!'' मधू झाडेनं हातातलं पान पुढे टाकलं. दगडू पिंपरकराच्या विषयातली गोडी केव्हाच संपली होती. नुस्तं चिप्पाड चघळण्यात अर्थ नव्हता. पोरं आपसूकच दुसऱ्या विषयांकडे वळली. मधूनं पुढे विचारलं, ''नंदू कुठं गेला रं?''

''धर्मेंद्रचा नवीन सिनेमा बघायला. त्यो, सदा जायकर, कानिफ...'' बंडू म्हणाला.

''काय बंडोपंत, हरणा काय म्हणतेय? आपण त्यांच्या मैफलीत असता म्हणे!'' मधूनं चिमटलं.

''छे, छेऽऽ! असल्या चौकशीत आपण पडत नाही. आपलं कसं; आपलं काम भलं की आपण भलं!'' बंडूच्या नजरेसमोर बाबूनं झिपऱ्या जगनला दाखवलेलं पिस्तूल नाचत होतं.

''चौकशी करून तरी बघऽऽ! मग हरणाचा कोयता अन् तुझ्या गोट्या! त्याच गोट्यांनी पोरं माळ्यात डाव मांडतील!'' पोरांच्या टिवल्या-बावल्या शांतपणे ऐकत बसलेल्या प्रदीप कानकरनं बंडूवर निशाणा साधला. पोरांची हसून हसून पुरेवाट झाली. त्यात बंडूही सामील झाला.

''पद्या, तू माळ्यावर रात्रंदिवस पडून असतोस. हरणा-बाबूची तुला काय खबरबात?'' संतोष पिंपरकरानं प्रदीपला मैदानात घेतलं.

''मला माहीत असलं, तरी मी बोलत नाही. काय करायचं आपल्याला! उगीच भांडणाला कार. मात्र, तरीही तुला सांगतो, हरणामुळे बाबूची आजी त्याच्या नावानं ठो ठो बोंब मारीत असते. पण हा फाकड्या कुठं तिला आता भीक घालतो!''

''त्याचं राहणीमानही भलतंच बदललंय. लेकाचा ब्रॅण्डेड कपडे, वस्तू वापरतो.'' मधू झाडेनं प्रत्येकाच्या मनातल्या जखमेवरची खपली काढली.

''तुम्ही खूपच मागं आहात! बाबूकडे चारचाकीही आहे. तिला इथं पार्किंगला जागा नसल्यानं तो आणत नाही, इतकंच!'' प्रदीप कानकरनं पोरांवर बॉम्बगोळा टाकला.

''मग ती असते कुठं?'' मधू झाडेनं आश्चर्यानं विचारलं.

“इतकं मला माहीत नाही अं! ऑफिस असेल किंवा त्यानं एखाद-दुसरं घरही घेतलं असेल तिकडंऽऽ!” प्रदीपनं दिलेल्या माहितीनं पोरं अधिकच गार झाली.

“बाबू तुफान पैसा कमवत असावा!” मधू झाडेनं मान हलवली.

“मी एकदा खोदून, खोदून विचारलं तर म्हणाला की, जमिनीच्या मॅटरमध्ये चांगला पैसा मिळतो!” प्रदीपनं खुलासा केला.

“काही का असेना; पण आपण त्याला गांडू नशीबाचा म्हणत होतो. शिकून काय दिवे लावणार आहेस म्हणून चिडवत होतो; पण आज त्यानंच कसला जम बसवलाय!” सुधीर मिरचीकरानं वास्तव मांडलं.

“त्यानं झिपऱ्या जगनला पिस्तूल दाखवलं. सालाऽ, जगन्या त, त, फ, फ करायला लागला. आमचीपण बोबडीच वळली!” बंडूनं फोडणी दिली. ते ऐकून पोरं अवाक झाली.

“बाबूनं?” अभावितपणे पोरांच्या तोंडून आश्चर्य व्यक्त झालं.

“तर काय! आम्ही चौकात आडोशाला उभं राहून पाहात होतो.”

“साल्यानं चोर बाजारात तर खरेदी केलेलं नाही नं?”

“काही का असेना; वट ती वटच.” संतोष म्हणाला. त्यानं मनगटावरच्या घड्याळात पाहिलं. तो जागचा उठला.

“बस की लेका!” मधूनं त्याचा हात पकडला.

“नको रेऽ! खूप भूक लागलेय.” संतोष गेला.

“सुध्या, तुझं कुठवर आलंय? बघ नाही तर दुसऱ्या माळ्यावर उभा राहून बिल्ल्याच्या खोलीकडे खाली पाहात पाहात तुलाच मुळ्या फुटतील!” खुसखुशीत हसत मधूनं सुधीर मिरचीकरला रिंगणात घेतलं.

“हा, हे खरं मुद्द्याचं!” बंडू निकमानं प्रतिसाद दिला.

“आहे मार्गात. त्यो चाफेकरनीचा दिलप्या झवना मध्ये आला नसता, तर धुळवडीदिवशीच सुगंधाला आवळली असती!” सुधीरनं हळहळ व्यक्त केली.

“इतिहास उगाळू नको रेऽ! मुद्द्याचं बोल.” भागू रोंगेनं हसत हसत सुधीरला जमिनीवर आणलं.

“सपोर्ट आहे. अधूनमधून बोलते. खूश आहे आपल्यावर!”

“चला, म्हणजे बिल्ल्याच्या घरात मिरचीकराचा दिवा तेवणार!” प्रदीप कानकर हसला. पोरंही हसली. प्रदीपनं पुढे विचारलं, “बंड्याऽ, चाफेकरनीच्या किशोरला गोपाळकाल्यात भिजवला. त्याची तुला काही माहिती आहे का?”

“ते अन् कुणी?” बाबूनं बाजल्याजवळ येत विचारलं.

“बाबूशेठ, या. आता तुमचाच विषय चालला होता.” प्रदीपनं त्याला बाजल्यावर जागा करून दिली.

"पद्या, आज तू खाली पोरांत! भलताच रंग दिसतोय आज!"

"चालायचचं. नुसतं हरणाचं पाडस तरी किती दिवस कुरवाळत बसायचं!" प्रदीपच्या चिमट्यानं बाबू खळखळून हसला. त्यानं प्रदीपच्या पाठीत धपाटा घातला.

"साल्या, संधी मिळाली की सोडायचंच नाही बघ. नुसतं चावत राहतो. बरं मला सांग, किशोरला कुणी भिजवला?"

"जायकरनीच्या घरात आलेल्या पाहुणीनं! ती किशोरच्या अंगावर काय बदाबदा पाणी ओतत होती. काय हसत होती, अहाऽ हाऽऽ!"

"तिच्यावर तर सर्जा घोडगावकर लाइन मारत होता नव्हे?"

"तिनं त्याला राखी बांधलीऽऽ!" आपल्या स्टाइलमध्ये बंडूनं सांगितलं. पोरं हसली. "पण काही म्हणा, त्यामुळं तो सदा जायकरही उघडा पडला!"

"आमचा बिल्डर सदा? तो शाळकरी!" बाबूचं कुतूहल जागं झालं.

"शाळकरी का? चांगलं रातभर तिचं ओठ कचाकचा चावीत होता की!" बंडूच्या तोंडाला पाणी सुटलं.

"तू फुलकरनीच्या बसंतीचं नाही चावलंस?" सुधीरनं बंडूला चिमटलं.

बंडू खुसखुशीत हसला व म्हणाला, "चुकून संधी मिळाली!"

"सदाचं खरं आहे?" बाबूचं कुतूहल चाळवलं.

"तेच लेकाचं सांगीत हुतं. पण किशोरनं मात्र त्याच्या पोटावर पाय आणले."

"काही म्हणा, बाईची जातच हरामी. कधी उलटेल, दगा देईल ते सांगताच यायचं नाही." शांतपणे ऐकणारा भागू वैतागला. पोरांनी माना हलवल्या.

"बाबू, आज शनिवार. म्हणजे हरणीला पिक्चरला घेऊन जायचा तुझा दिवस! आज तुला ती नाही म्हणाली का?" मोहननं परत चिमटलं.

"मला नाही म्हणाली, तरी ती तुला हो म्हणणार नाही!" बाबूनं परत त्याच्या पाठीत धपाटा घातला. पोरं हसली.

"इथं येण्याइतपत, आज तू इतका निवांत कसा?"

"माणसाला त्याच्याही काही गरजा असतातच की."

"तू मस्त विद्वान आहेस बघ. तुझ्या गरजा इथं काय भागणार आहेत? आमची ही महफ़िल म्हणजे जगाच्या कुलंगड्या काढीत बसणं, टवाळ्या करणं. ही कशी दिसते, तिचा दाणा कसा उड्या मारतो, याची खमंग चर्चा... सगळाच कसा भोंडगा बाजार आहे बघ!" भागू करवादला.

"तसं नाही भागू!" बाबूच्या बोलाबरोबर पोरं सावध झाली. बाबूतला तत्त्वचिंतक जागा झाल्याची ही खूण होती. तो प्रांजळपणे बोलायचा. त्याचा अभ्यास, वाचनही दांडगं असल्याने ते पोरांच्या पार काळजात उतरायचं.

"तू रामायण, महाभारत, कादंबऱ्या वाच. राक्षस, देवादिकांच्या गोष्टी ऐक.

सिनेमे बघ. सगळी लफड्यातच अडकलेली; ती तुला बाई या शब्दाभोवतीच फिरताना दिसतील! एकदा हे तुझ्या ध्यानात आलं की, तुला हा भोंडगा बाजार वाटणार नाही.'' बाबू क्षणभर थांबला. बाबूचं थांबणंही पोरांना असह्य झालं. इकडे-तिकडे पाहात बाबू पुढे बोलू लागला, ''गरीब असो वा श्रीमंत; कितीही पैसा, संपत्ती कमवू दे. कुठंतरी बाई, लफडं हे डोकावणारच.''

''त्याच्या पाठीमागचं कारण काय?'' भागू.

''बाई ही माया आहे. अन् या मायेची आसक्ती परमेश्वरानंच माणसात निर्माण केलेय. माणसंच कशाला; इतर प्राण्यांतही तुला हेच दिसून येईल. साधं कुत्र्याचंच उदाहरण घे. ते कितीही इमानदारपणे धन्याची सेवा करू दे. घराचं रक्षण करू दे. कुत्री नजरेला पडली की, ते पुढं जाणारच. तिला हुंगणारच. तीच गोष्ट रेड्याची, बैलांची. तसं आपण कितीही पैसा, संपत्ती गोळा करू दे, शेवटी प्रश्न येणारच, हे सगळं कशासाठी? कुणासाठी? आपण सगळं कमावलं; पण आपल्याला हवं ते नाही मिळालं! पोटाची गरज भागली पण चोटाचं काय? तो खाली बघणारच. त्याला तुम्ही सेक्स म्हणा, प्रेम म्हणा नाहीतर आणखी काही... ती तर नैसर्गिक गरजच...''

''पण इथं बसून आपण तर नुसती पोकळ चर्चाच करीत असतो. त्या भानगडी दुसऱ्यांच्याच असतात!'' मधूनं इंधन टाकलं.

''ती जरी पोकळ चर्चा असली, तरी त्या पाठीमागची भावना आपलीच असते. आपलं मनच शब्दांनी, विचारानं त्याचा उपभोग घेत असतं. आपली तुंबलेली भावनाच त्यात कुठंतरी तृप्ती शोधत असते. तसं जर नसतं, तर नुसत्या प्रेमावर पिढ्यान्पिढ्या चित्रपट निघालेच नसते. आपण अनेकदा एकाच दिवसात दोन-तीन पिक्चर बघायचो. पण त्यात फरक तो काय असतो? रसायन तेच, फक्त ब्रॅण्ड वेगळा! पण काय करायचं! माणसाच्या मनात वास करीत असलेल्या मायेलाच उद्दीपित केल्यामुळे राहतो तो त्याभोवतीच घुटमळत!''

''बाबूमहाराज, ते तसं असेल तर जायकरनीच्या पाहुणीचंच उदाहरण घे. तिला दुसरा मित्र पाहायची गरजच काय होती? किंवा आपण माळ्यातल्या काही स्त्रियांची इतकी लफडी पाहतो, ते असं का?'' प्रदीपनं सरळ प्रश्न केला.

''सुंद्री नार्वेकरचं तर तुझ्या एकट्याशीच आहे!'' बाबूनं प्रदीप कानकरच्या लंगोटीलाच हात घातला. पोरांत हास्याचा धमाका उडाला. प्रदीपनंही हसता हसता बाबूच्या पाठीत धपाटा घातला.

''पद्या,'' बाबूनं पुढं सुरुवात केली, ''माणसाच्या मनातली माया कधी स्वस्थ बसलेली नसते. ती निरंतन काहीतरी धुंडाळीतच असते. तिला एका गोष्टीचा शोध लागतो. तोवर समोर त्याच्यापेक्षा वरचढ बाब आलेली असते. साहजिकच तिचं मन

तिकडे खेचलं जातं. आपण जगाच्या लफड्यावर चर्चा करतो, हा मूळ विषयच घे. पण, आपण त्याऐवजी क्रिकेट, राजकारण, धंदा-पाणी यावर चर्चा केली, तर ती लवकरच आपल्याला शुष्क वाटेल. कोरडी वाटेल. ती आपल्या काळजातून उतरणार नाही. फुलणार नाही. उमलणार नाही. कारण ती आपण व्यवहार म्हणून स्वीकारलेली असते! त्यांची उत्तरं मिळाली की, आपण मूळ पदावर येतो. मग माहिती असलेल्या लफड्यांवरही तासन्‌तास गप्पा छाटत बसतो. कारण त्या माया, भावनेला आपल्या काळजातूनच पाझर फुटलेला असतो. शिवाय ही चर्चा आपल्याकडेच होते, असं नाही. सगळीकडे, गरीब-श्रीमंतांतही हेच चालू असतं. फक्त त्याच्या [illegible] फरक असतो इतकंच!''

''तो कसा?'' भागूची जिज्ञासा जागृत झाली.

''तू माळ्यासमोरच्या फुटपाथवर बसून चर्चा करतोस तशी उद्योगपती करणार नाही. तो आपल्या आलिशान बंगल्यात, पंचतारांकित हॉटेलमध्ये कुजबुज करील. पण त्याची सर्वार्थानं त्यातून सुटका होईल, असं तू समजू नकोस. आता हाच प्रश्न...''

''कोणता?''

''चित्रपटांची उघडी-नागडी चित्रं छापली जातात. त्यावर आपण तिखट-मीठ लावून चर्चा करतो. तरीही आपलं मन माळ्यातल्याच लफड्यात का गुंततं?''

''का?'' बराच वेळ गप्प असलेल्या मधू झाडेनं आपल्या हनुवटीला हातानं दिलेला टेकू बाजूला केला व विचारलं.

''जे आपल्याला परिचित असतं, ज्याच्याशी आपला दररोजचा संबंध असतो त्यात आपलं मन अडकलेलं असतं.''

''आपण ही भावना की माया काबूत ठेवू शकत नाही?'' सुधीर मिरचीकरनं विचारलं.

''काही प्रमाणात. अगदी मोजक्या टक्क्यांत. आपण भावना कंट्रोल करू लागलो तर आपल्यात व देवादिकांत फरक तो काय राहील? आपल्या ऋषीमुनींची साठ-साठ हजार वर्षांची तपश्चर्या वाया जाते, म्हणजे हा परमेश्वरानंच माणसाच्या पायात अडकवलेला खोडा नसेल, असं कशावरून?'' बाबूनं प्रतिप्रश्न केला. बाकीचे चिडीचूप झाले. एकमेकांच्या तोंडाकडे पाहू लागले.

काळोखाच्या आडोशाला उभा राहून माळा बाबूचं हे तत्त्वज्ञान ऐकत होता. त्याचा शब्द न् शब्द टिपून घेत होता.

५१

पोरांनी माळ्यासमोरच्या रस्त्यावर क्रिकेटचा खेळ मांडला होता. रस्त्याच्या मधोमध दगडाच्या आधाराने स्टम्पस् उभ्या होत्या. ती वाकडी आहे की सरळ, कुणाचं ढुंगण कललंय, अशा एकमेकींच्या उकाळ्या-पाकाळ्या काढीत स्टम्पस् दगडांच्या मिठीत गच्च उभ्या होत्या. समोरून भिरभिरत येणारा चेंडू एखादीच्या उरावर आदळायचा. ती वाकडी-तिकडी व्हायची किंवा सरळ उताणी पडायची. कधीकधी एकाच वेळी दुसरीपण मार खाऊन कलायची. विकेटकीपर असलेलं पोरगं तर त्यांना सारखं सारखं डिवचायचं व 'आउटऽ!' अशी आरोळी ठोकायचं. एकवेळ चेंडू उरावर घेणं परवडलं; पण त्या पोराचं डिवचणं नकोसं व्हायचं! तरी बरं, पायाखालची जमीन सिमेंट-काँक्रीटची होती, नाहीतर पोरांनी बॅटच्या दांड्यानं स्टम्पस्ना ठोकून, रगडून काढलं असतं!

क्रिकेटमध्ये इंटरेस्ट नसलेली काही पोरं फुटपाथवरच्या कपड्यांच्या रिकाम्या गाड्यांवर फोका मारीत बसली होती. कित्येकदा चेंडू त्यांच्यामधून सुळकन पळायचा किंवा बाजूच्या दुकानाच्या शटरला थटून त्यांच्या अंगावर यायचा. चेंडू इकडे न मारण्याबद्दल ते बॅटस्मनला परत परत ताकीद द्यायचे. अनेकदा प्रकरण हमरी-तुमरीवर यायचं; थोडी कचकच होऊन ते थंडही व्हायचं. पोरांवर पावसानंही मेहेरबानी केली होती. उघडीप देऊन आझाद मैदानाची कसर भरून काढली होती. रविवार असल्यानं रस्त्यावरही माणसांची तुरळक वर्दळ होती. कोंबड्या अजून शिजायच्या असल्याने रस्त्यावर जेवणाऱ्यांची भाऊगर्दीही झाली नव्हती.

बिल्लू बादशहा व सुगंधा बोळ ओलांडून बाहेर आले. त्यांना मेट्रो थिएटरात मॅटिनी शोला जायचं होतं. सिनेमा सुटल्यावर त्यातल्या त्यात बऱ्यापैकी हॉटेलमध्ये नाष्टा, चहा-पाणी असा तास-दीड तास इकडे-तिकडे खर्च करून चार-साडेचारपर्यंत घरी परतण्याचा प्लॅन त्यांनी आखला होता. त्यांना रविवारची सुट्टी सत्कारणी लावायची होती. सुगंधा आज गार्डनची फुल प्रिंटेड साडी नेसली होती. त्यावर तिनं यू गळपट्टीचं, नारंगी रंगाचं स्लीव्हलेस ब्लाउज घातलं होतं. ब्लाउजमधून बाहेर पडलेले तिचे गुबगुबीत हात कोवळ्या दुधी भोपळ्यासारखे दिसत होते. तिनं केसांचा खापीदार बुचडा बांधून त्यामध्ये वळवळणारे केस अडकवले होते. केसांनी मध्येच दगा देऊ नये म्हणून तिनं बुचड्यावर नेटचं पांघरूणही घातलं होतं. तिच्या पायात रिगलचं उंच, टिपटॉप चप्पल होतं. सुगंधा मुळातच देखणी होती. या वेशात तर ती अगदी खुलून दिसत होती. तिच्या सोबत असलेला बिल्लू मात्र अगदीच 'हा'

वाटत होता. त्याने इस्त्री केलेले कपडे घातले असले, तरी त्यांचं मोजमाप बेंगळुरी होतं. त्याच्या गालावर वाढलेले दाढीचे खुंट, पायातलं खरडत चाललेलं चप्पल! एखाद्या तिऱ्हाइताने त्यांना पाहिलं असतं, तर बिल्ल्या सुगंधाचा चपराशी आहे की नवरा, हा प्रश्न त्यालाही पडला असता!

बाजल्यावर बसलेल्या पोरांच्या नजरा त्यांच्यावरच रोखल्या होत्या. त्या काहीतरी वेगळं गुपित बोलत होत्या. पोरांचा क्रिकेटचा खेळही थंडावला. बॅट स्टम्पकडे तोंड करून बघू लागली. जायचं का त्यांच्याबरोबर? ती खाणाखुणा करून विचारू लागली.

''काय बिल्लूशेठ, सिनेमाला चालला वाटतं?'' सर्जा घोडगावकरानं विचारलं.

''होय, होय.'' बिल्लूची पावलं थबकली. बिल्ल्याच्या शेजारी थांबलेल्या सुगंधानं बाजल्यावर बसलेल्या सुधीरच्या नजरेत नजर घातली. तिच्या ओठावर स्मित झळकलं.

''तिकीट कुणी आतेभावानं काढलं का?'' बंडू निकमानं चिमटा काढला.

बिल्लूनं त्याच्याकडे दुर्लक्ष केलं. तो सुगंधाला म्हणाला, ''चल लवकर. कार्टी आगाऊ आहेत.''

दोघे झपाझप पावलं उचलीत गल्लीत बरीच पुढे गेली. तेवढ्या वेळातही सुगंधानं दोन वेळा पाठीमागे बघत सुधीरला पाहून घेतलं. सुधीरनं उसासा सोडला. तोपर्यंत क्रिकेटचा खेळ थांबवून त्यांच्याकडे पाहणाऱ्या एका पोरानं आरोळी ठोकली, 'बिल्लू महाराज की...'

'जयऽऽ!' सगळ्या पोरांनी एका सुरात साथ दिली.

''वाईट वाटतं रेऽ! इतकं चांगलं नक्षत्र या चूत्याच्या गळ्यात कुणी, कसं बांधलं? साला, या बुळ्या माणसाबरोबर संसार करीत बाईची जवानी फुकट चाललेय.'' सुधीर मिरचीकर हळहळला. तो पुढे म्हणाला, ''चला, आटपा लवकर. आता तो बिल्ल्याचा आतेभाऊ येईल.''

सुधीर बाजल्यावरून उठला व माळ्यात गेला. त्याच्या सोबत सर्जा घोडगावकर व भागू रोंगेही गेला. बंडू बाजल्यावरच बसून राहिला.

माळ्यातल्या लहान लहान पोरांच्या नजरेतून सुधीर व कंपूच्या हालचाली सुटल्या नव्हत्या. काहीतरी विशेष भानगड आहे हे ओळखून दोन-तीन लहान मुले त्यांच्या पाठीमागून निघाली. बंडूनं त्यांना आवाज दिला व आपल्या शब्दाच्या धाकातच त्यांना बोळाच्या तोंडी अडवून झापलं, ''लेकंहोऽ, तुम्ही त्यांच्या पाठीमागून येताय हे त्यांना कळलं तर ते तुम्हाला वटनातनं खाली फेकतील. जा, गपचीप जाऊन क्रिकेट खेळा.''

बंडूच्या धमकीचा परिणाम झाला. पोरं मागं फिरली व आपापल्या खेळात रमली.

बंडूची आतुरता वाढली होती. त्याची नजर गल्लीच्या दोन्ही टोकांकडे आलटून-पालटून भिरभिरत होती. अजून तरी नजरेच्या टप्प्यात सावज आलं नव्हतं. बिल्लू बादशहा व सुगंधा इतकी नटून-थटून बाहेर गेली म्हणजे ते येणार हे निश्चित होतं. पण त्यांना इतका वेळ का लागतोय, हे बंडूला कळत नव्हतं! बंडू सारखा सारखा मंगेश नार्वेकरनं मनगटावर बांधलेल्या घड्याळात डोकावत होता. मंगेशही अधूनमधून कुजबुजत होता. त्याचं कुजबुजणं बंडूला असह्य होत होतं. लंगडा कानिफ जांभळीच्या झाडावर बसलेल्या माकडासारखा बाजल्याची एक कड धरून गुपचूप बसला होता. त्याचेही डोळे वाटेकडेच लागले होते! इतर पोरांचं क्रिकेट खेळणं सुरू असलं तरी वयात आलेल्या प्रत्येक पोराला काहीतरी वेगळं करण्याची, पाहण्याची हुरहुर लागली होती. त्यांचं चित्त खेळावरून उडालं होतं.

साडेअकरा वाजले. जेवणाचा डबा हातात धरलेला एखाद-दुसरा खाणावळा गल्लीत दिसू लागला. बंडू, कानिफसह इतर पोरांच्या जीवाची उलघाल वाढली. ती फिरून फिरून गल्लीत नजर टाकू लागली. गल्ली तशी निपचित पडून होती. एक-दोन पाटीवाले खांद्यावर टॉवेल टाकून बंद दुकानांच्या पायऱ्यांवर गप्पा छाटीत बसलेले दिसत होते. चार-सहा पादचारी, एक भाडोत्री टॅक्सी व क्रिकेट खेळणारी पोरं इतकीच हालचाल गल्लीत दिसून येत होती. ती भाडोत्री टॅक्सी चोरपावलानं माळ्याजवळ थांबली. टॅक्सीचं बिल चुकतं होईपर्यंत बाहेरच्या नजरा पार आतपर्यंत घुसल्या. सावज; नजरांचे इशारे थरारले. टॅक्सीतून जोडपं बाहेर पडलं. माळ्याकडे चालू लागलं. कानिफनं पोराला ओळखलं. ''अरेऽ, हा तर बिल्ल्याचा मावसभाऊ! पाठीमागे एकदा आला नव्हता का? पण तेव्हा त्याच्याबरोबर अशी उंच, रसरशीत पोरगी नव्हती रंऽऽ!''

''गेल्या दोन रविवारी आलेली ही नव्हेत. ती कुणीतरी दुसरीच होती!'' मंगेश नार्वेकरनं पुस्ती जोडली.

''ओ पाव्हणंऽ!'' त्यांच्याकडे पाहात बंडू निकमानं आवाज दिला.

तो पोरगा थांबला. पोरगीही थांबली. तो बंडूकडे रागानं पाहू लागला.

''कोण पाहिजे?'' बंडूनं विचारलं.

''बिलवाडकर.'' पोरगं जरा गुर्मीतच बोललं.

''तो तर आताच बाहेर गेला; सिनेमाला!''

पोरगं क्षणभर गोंधळलं. तोवर क्रिकेट खेळणारी पोरं खेळ थांबवून बंडूजवळ आली. त्या दोघांकडे कुतूहलानं पाहात बंडूजवळ उभी राहिली.

''भेटला मला. लगेच परत येतो म्हणाला.'' पोरगं बोललं. पोरगी आळीपाळीने त्यांच्या तोंडाकडे पाहू लागली.

''तुम्ही कोण त्याचे?'' दिलीप चापेकरनं विचारलं.

"आरंऽ, हा मावसभाऊ हाय बिल्ल्याचा. मी एकदा बघितलंय त्येला त्येंच्या घरात. जाऊ दे बिचाऱ्याला." बाजल्यावरून खाली उतरत कानिफ म्हणाला.

पोरग्याला कुठंतरी काडी गवसली. माळ्यात जावं की परत फिरावं या विवंचनेतून सुटका होण्यासाठी एवढी बाब पुरेशी होती. त्यानं खुशीनं कानिफकडे पाहिलं.

"पावणं, चावी आहे का घराची? नाही; अडचण असेल तर थांबा माझ्या घरी!" दिलीप चाफेकरनं सहानुभूती दाखवली.

"चावी आहे आमच्याकडे. आताच बिलवाडकरानं दिली." पोरानं सांगितलं व ते पटकन बोळात सटकलं. त्याचा काहीसा भेदरलेला चेहरा पोरांच्या नजरेतून सुटला नाही; पण त्यानं आणलेला आव मात्र दाद देण्यासारखा होता, यावर पोरांचं एकमत होतं.

"मला वाटलं, आता तुझ्या एखादी कानफटात ठेवून देतंय!" दिलीप चाफेकर बंडूला म्हणाला.

"सोडऽ, सोड रेऽऽ ही बात! बंडू निकम म्हणतात मला! साला, आमच्याच बिल्डिंगमध्ये येतो. ऐश करतो, अन् तो मला मारणार? अन् मला मार पडलाच तर तुम्ही काय मेलात का? की हातात बांगड्या भरल्या आहेत?" बंडू गालात साजूक हसला. दिलीप चाफेकरनं त्याच्यावर हात उगारला.

जोडप्याच्या आगमनाची वार्ता घेऊन मंगेश नार्वेकर माळ्यात गेला. त्याला सुधीर, भागू, सर्जाला सावध करायचं होतं.

नंदू पालकर धावतच पोरांजवळ आला. मोठा श्वास सोडून खालवर होणारी छाती त्यानं काबूत आणली व विचारलं, "आला का रेऽ?"

"होऽ! आला."

"कुठपर्यंत पाळत ठेवलीस?" दिलीपनं विचारलं.

"मेट्रोजवळच्या नाक्यापर्यंत. तिथं बिल्ल्यानं त्याच्याजवळचे पैसे व सिनेमाचं तिकीट घेतलं व लेकाचा मेट्रोत घुसला. त्यानंतर हा हिरो टॅक्सी करून इकडे आला. तुम्ही त्याला काही विचारलं का?"

"नुस्तं विचारलं! अगदी ठरल्यानुसार, तालीम केल्याप्रमाणं सगळं झालं!" कानिफ.

"शाब्बास फाकड्यांनो! दावू या आता गंमत त्याला!" नंदूनं कानिफच्या पाठीवर थाप टाकली.

"अरे, प्लॅन कुणाचा? संतोष, सुधीर, अन्...!" दिलीप चाफेकरनं अभिमानानं आपलं कॉलर वर उचललं.

माळ्यावरचे खाणावळे, खाणावळी जेवणात अडकल्या होत्या. स्टोव्हवर कोंबड्या शिजत होत्या. आज त्यांना भलतंच महत्त्व आलं होतं. चपात्यांचा घाणाही

सुरू होता. कोंबड्या, चपात्या, मसाला यातून खाणावळ्यांना उसंत नव्हती. जेवणारे जेवून जाईपर्यंत खाणावळींच्या पोरीही बिझी राहणार होत्या. साहजिकच रविवारी वटनात माणूस तसं तुरळकच असायचं अन् जे कोणी असतील, ते जेवणारे माळ्याबाहेरचेच असायचे. तरीही पोरांनी काळजी घेतली. मजल्या-मजल्यावर पोरं जिना धरून उभा राहिली. दुसऱ्या मजल्यावर तर पोरं वटनाच्या नाका-नाकाडावर उभी होती. लहान लहान मुलं डोकवायचा प्रयत्न करायची; परंतु त्यांना लगेच पिटाळलं जायचं.

भागू रोंगे व सर्जा घोडगावकरानं चाहत ड्रेसवाल्याकडून आणलेले ड्रेस चढवले. भागूनं पायात बूट घातला. सर्जानं त्याचंच अनुकरण केलं. सुधीर मिरचीकरनं फौजदाराचा पोशाख केला. पायात टोचीचा चकचकीत चामडी बूट घातला. डोक्यावर टोपी, छातीवर नावाची पाटी; ए. एन. कुलकर्णी! त्याच्या कमरेला रिव्हॉल्व्हर होतं. तो अगदी ओरिजिनल फौजदारासारखा भासत होता. सर्जा व भागूची जोडगोळीही हवालदाराच्या वेशात शोभून दिसत होती. सुधीरनं टोपी काखेत दाबून धरली. हातातलं दांडकं एकदा फिरवलं. वटनातल्या लोकांचं लक्ष ड्रेसकडे वेधलं जाऊ नये म्हणून त्यांनी अंगावर लुंग्या घेतल्या व ते तडक बिल्लूच्या खोलीजवळ आले. त्यांच्या पाठोपाठ बंडू, सदा, कानिफ, नंदू होते. सदाच्या हातात धुणं वाळत घालण्यास वापरली जाणारी नायलॉनची दोरी होती. संतोष पिंपरकर, दिलीप चाफेकर तिसऱ्या माळ्यावर उभे राहून सूत्रसंचालन करीत होते. एकदा सुधीर, भागू, सर्जा सेट झाले की, संतोषही आत जाणार होता; पण त्यासाठी त्यानं एकंदरीत परिस्थितीचा अंदाज घ्यायचं ठरवलं होतं. त्यातूनही काही विपरीत घडलंच, तर थोराड पोरांनी बाजूला राहून प्रत्यक्ष कटात उतरलेल्या शिलेदारांना वाचवायचं होतं! शिवाय त्यांनी लहान पोरांची, खाणावळ्यांची, जेवणाऱ्यांची मध्ये ढवळाढवळ होऊ नये याचीही काळजी घ्यायची होती. त्यासाठीच त्यांनी दुसऱ्या मजल्याची पुरती नाकाबंदी केली होती.

सर्वजण बिल्ल्याच्या खोलीजवळ आले. कोणताही विलंब न करता तिघांनीही आपल्या अंगावरच्या लुंग्या काढल्या व त्या नंदूकडं दिल्या. सुधीरनं डोक्यावर कॅप घातली व दारावर टकटक केली. आतून प्रतिसाद आला नाही. त्यानं परत जोरदार टकटक केली. तरीही प्रतिसाद नाही. मग मात्र भागू रोंगेनं हातातल्या दंडुक्यानं दार ठोठावलं. आतून दाराची कडी निघाल्याचा आवाज आला. दार किलकिलं करून पोरगं बाहेर पाहू लागलं. ते उघडंच असल्याचं दिसत होतं. समोर पोलिसांना पाहून त्याचं काळीज चरकलं.

"बिलवाडकर?" सुधीरनं दमदार आवाजात विचारलं.

"बाहेर गेलेत." पोरगं कसंतरी बोललं. तोपर्यंत त्याला घाम फुटला होता.

बाहेर जास्त वेळ उभं राहणं धोक्याचं आहे, हे ओळखून सुधीरनं दातओठ खाऊन दारावर हात ठेवला व ते पुढं दाबलं. पोरगं आपोआपच बाजूला झालं. सुधीर, भागू, सर्जा, बंडू, कानिफ, सदा, नंदू आत आले.

फौजदारानं दरवाजा बंद करण्याचा हुकूम दिला. भागू हवालदारानं दार बंद केलं व त्याला आतून कडी घातली. सर्जानं लाइटचं बटन दाबलं. सर्वत्र लख्ख प्रकाश पडला.

"बघ, लेकाच्यानं कामाला सुरुवात पण केलेली दिसतेय." बंडू नंदूच्या कानात कुजबुजला.

"[illegible] ओव्हरफुल झाला असेल तर ते तरी काय करील खरंऽ!" नंदू हळूच बंडूच्या कानात पुटपुटला.

बंडूनं बाहेर पडणारं हसू कसंतरी पराकाष्ठेनं दाबलं. खरं तर पोलीस बिल्लूच्या घरात घुसल्यानंतर नंदूनं बाहेर थांबून परिस्थिती नियंत्रणात ठेवायची होती; पण तेवढं भान नंदूला राहिलं नव्हतं! तिसऱ्या माळ्यावर थांबलेल्या संतोष पिंपरकरच्या लक्षात ही बाब आल्यानंतर त्यानं तातडीनं दिलीप चाफेकरला तिकडे रवाना केलं!

"साहेब, ह्योच हरामी माणूस बघा!" कानिफनं सुरुवात केली.

"बाहेरच्या पोरी, वेश्या घेऊन इथं येतो व मौजमजा करतो!" बंडूनं फोडणी दिली.

"साल्यांनी माळ्याचा पार कुंटनखानाच बनिवलाय!" नंदू.

पोरगं पटकन खाली बसलं. त्याला कमरेचा टॉवेल सांभाळण्याचंही भान राहिलं नाही. त्याच्या डोळ्यांतून पाण्याच्या धारा वाहू लागल्या.

"अटक करा त्याला." फौजदारानं हुकूम दिला. सर्जा एक पाऊल पुढे झाला.

"साहेब, पाया पडतो मी तुमच्या; पण असं काही करू नका." पोरगं गयावया करू लागलं.

"पोरगी कुठं आहे?" भागू रोंगेनं विचारलं.

"आत आहे साहेब."

भागूनं सुधीरकडे पाहिलं. त्यानं त्याला आत जाण्याची खूण केली. भागू आतल्या खोलीत गेला. अंगावरचे कपडे आपल्या छातीबरोबर धरून पोरगी लटलट कापत उभी होती. पोलिसांना पाहून ती गारठून गेली होती. भीतीनं तिच्या शरीराचं पाणी पाणी झालं होतं. तिचं बरंचसं उघडं नागवं अंग डोळ्यांत भरत होतं. तिच्याकडे पाहात भागूनं आपल्या ओठावर खलनायकी विकट हास्य आणलं व तिनं छातीबरोबर धरलेल्या कपड्यांना हात घातला. हातातले कपडे घट्ट दाबून धरण्याचं धाडस पोरगीत उरलं नव्हतं. कपडे भागूच्या हातात आले. पोरगी गोरीपान, पांढरीफेक होती. तिची काया चवळीच्या शेंगेगत होती. तिचे धष्टपुष्ट स्तन पाहून

भागूच्या मेंदूला झिणझिण्या आल्या. त्यानं तिचा एक स्तन हातात घेतला अन् दाबला. ती लसली. छातीतून कळ उठली. तिच्या तोंडून 'स्सऽ!' हा एकमेव शब्द बाहेर आला. भागूनं हातातले कपडे खाली टाकले. तिच्या दोन्ही स्तनांवर हात फिरवले व तिला घट्ट मिठी मारली. शिवाय तिचे ओठ आपल्या ओठात घेऊन ते चोखले. भीतीच्या आवरणाखाली पोरगीला चांगलीच हुडहुडी भरली होती.

भागूनं कपडे उचलले अन् तो बाहेर आला. त्यानं कपडे पलंगावर ठेवले व पलंगावरची चादर घेऊन तो आत गेला. त्यानं पोरगीसमोर चादर टाकली. "रंभा घे ही अंगावर!"

पोरगीनं थरथरत्या हातानं चादर उचलली. तोवर भागूनं परत तिला मिठी मारली. तिचे ओठ चोखले व तो बाहेरच्या खोलीत आला. पोरगीनं चादरीखाली अंग झाकलं. पोरगी कमालीची घाबरली असली, तरी तिच्या अंगावरची चादरही थरथर कापत होती.

"साहेब, काय करायचं आता?" त्यानं फौजदाराला विचारलं.

"बेड्या ठोका याला!" सुधीर म्हणाला. पण नंतर त्याच्या लक्षात आलं की, आपण बेड्या आणायला विसरलो आहोत! तरीही स्वत:ला सावरून घेण्यासाठी त्यानं तोंड उघडलं. तितक्यात ते पोरगंच त्याच्या पायावर पडलं. पोरानं त्याच्या पायाला घट्ट मिठी मारली.

"साहेब, पाया पडतो; पण तसं काही करू नका." पोराच्या डोळ्यांतून आसवांच्या धारा लागल्या.

सुधीरनं त्याचे केस पकडून त्याचं डोकं गदागदा हलवलं. शिवाय त्याच्या केसाला धरूनच त्याचं डोकं वर उचलीत त्याला विचारलं, "बायको ना ती तुझी! मग का घाबरतोस?"

"बायको नव्हे; मैत्रीण आहे साहेब." त्याचे शब्दही थरथरत होते.

"साहेब, पूर्वीही हा इथं दुसऱ्या पोरी घेऊन आला होता!" कानिफनं पायावरचा भार कमी करीत अधिक माहिती दिली.

"खरं आहे हे?" सुधीरनं त्याच्या कानफटात ठेवून दिली. पोरगं कळवळलं.

"होय साहेब. सांगतो सगळं; पण मारू नका." तो धाय मोकलून रडू लागला.

त्याचं गुऱ्हाळ ऐकण्यात पोरांना इंटरेस्ट नव्हता.

"तुझं आता काय करायचं?" भागूनं आवाजात जरब आणली. सुधीरनं भागूकडे डोळे वटारून पाहिलं. भागू गप्प झाला.

"साहेब, वाट्टेल तेवढा खर्च करतो; पण मला वाचवा."

"साहेब, त्याच्या खिशात किती आहेत ते बघा." मंगेश नार्वेकरनं मध्ये तोंड घातलं.

"ए बेमट्या, तुला रं काय करायचं? हा पोलिसी मामला आहे. त्याचं काय करायचं ते आमचं आम्ही बघू. तुम्ही तक्रार केली ना; तिथंच संपलं तुमचं काम!" भागूनं मंगेशला झापलं.

"चुकलं साहेब!" मंगेशनं माफी मागितली. पोरं चिडीचूप झाली.

"तू बिलवाडकराचा कोण लागतो?" सुधीरनं विचारलं.

"कोणी नाही साहेब."

"मग इथं कसा?"

"रूमचं भाडं म्हणून त्यानं माझ्याकडून चारशे रुपये घेतलेत. शिवाय सिनेमाची दोन तिकिटंही."

"लॉजवर का गेला नाहीस?"

"तिथं पोलिसांची रेड पडण्याची भीती वाटते. शिवाय काही हॉटेलमध्ये छुपे कॅमेरे बसवलेले असतात, असं म्हणतात." हे सांगताना पोरगं चांगलंच घाबरलं होतं.

सुधीरला संतोषनं दिलेल्या छोट्या कॅमेऱ्याची आठवण झाली. यातून काही गंभीर बाब उद्‌भवू नये, म्हणून त्यानं यांचे फोटो काढण्यास सांगितलं होतं.

"कॅमेरा कोणाकडे आहे रेऽऽ?" हवालदारांकडे पाहात फौजदारनं विचारलं.

"माझ्याकडे साहेब." नंदू पालकर म्हणाला.

फोटोचं नाव ऐकून पोरगं चांगलंच गर्भगळित झालं. त्यानं हात जोडले, "साहेब...!"

सुधीरनं त्याच्या आणखी एक थोबाडीत हाणली. नंदू पालकरनं त्याचे दोन फोटो काढले. भागू रोंगे पोरगीला आणायला आत गेला. तेव्हा त्यानं पोरीला परत मिठी मारली. तिची छाती दाबली. तिच्या ओठात ओठ घातले. त्यानंतर तो पोरगीला घेऊन बाहेर आला. दोघांना एकत्र उभं करून त्यांचे आणखी दोन फोटो काढले. त्यानंतर सर्जा घोडगावकरानं पोरगीच्या अंगावरची चादर हिसकून बाजूला केली. तिचं ते नागवं रूप पाहून पोरं थरारली. त्यांच्या नांग्या विंचवासारख्या ताठ झाल्या. पोरगीनं छातीवर हात ठेवले. नंदूनं त्यांचे या अवस्थेत दोन फोटो काढले. त्यानंतर सर्जानं खाडकन तिच्या मुस्काटात ठेवून दिली व तिचे हात बाजूला सारले. पोराचा टॉवेल खेचून दूर केला व आणखी चार फोटो काढण्यात आले. एखादा फोटो खराब झाला, चांगला आला नाही, अशी भानगड नको म्हणून इतकी काळजी घेण्यात आली. फोटोसेशन संपलं. भागूनं पुढे केलेली चादर पोरगीनं अंगाभोवती गुंडाळली. तिला घेऊन भागू आत गेला. आता मात्र त्यानं आपले कपडे काढले. पोरगीच्या अंगावरची चादर बाजूला करून तीच जमिनीवर अंथरली व तो तिला भिडला.

पोरगं बाहेरच होतं. फोटोसेशन झाल्यानंतर त्यानं गडबडीनं कमरेभोवती टॉवेल गुंडाळला.

"त्याचे हात बांधा अन् चला त्याला असाच्या असा घेऊन!'' फौजदारानं आज्ञा केली.

भागू आत असल्याने सर्जाचा जीव तीळतीळ तुटत होता. त्याला आपली पॅण्ट इथंच ओली होते की काय याची भीती वाटत होती; पण त्यानं स्वत:ला आवरलं व सदाजवळची दोरी घेतली. त्या पोराचे हात बांधले.

"साहेब, मला वाचवा हो यातून. माझ्याजवळचं सगळं घ्या; पण मला वाचवा यातून.'' पोरगं गयावया करू लागलं.

फौजदारानं खूण केली. सर्जा पुढे झाला, "ठीक आहे. तुझी इच्छा आहे तर!''

"दोन हजार रुपये खिशात आहेत साहेब. हे ब्रेसलेट घ्या. गळ्यातली चेन घ्या. पण मला वाचवा.'' पोरगं हमसून हमसून रडू लागलं.

सर्जानं त्याच्या खिशातले पैसे काढून पलंगावर ठेवले. त्याच्या हातातलं ब्रेसलेट काढताना सर्जानं विचारलं, "इतका रडतोस, लगीन करणार नाहीस तिच्याबरोबर?''

"नाही साहेब.''

"मग ही तुझ्याबरोबर कशी आली?''

ऑफिसमधली आहे साहेब. चांगल्या हॉटेलमध्ये जेवण, चांगल्या गिफ्ट दिल्या की पोरी तयार होतात साहेब.''

"अशा किती फिरवल्यास रेऽ भोसडीच्याऽऽ?'' सर्जानं त्याच्या कानफटात ठेवून दिली. तो तिडबिडला. काही न बोलता केविलवाण्या नजरेनं सुधीरकडे पाहू लागला.

मघापासून दम धरलेला सर्जा काट्यावर आला होता. त्याला आता दम धरणं शक्य नव्हतं. भाड्यानं आणलेल्या पॅण्टवर कधीही डाग पडण्याची शक्यता होती. त्यानं फौजदाराला विचारलं, "साहेब, मी मॉलिश करू?''

भागू अजून आतच होता. 'आपण फौजदार झालो अन् झक मारली!' अशा विचारानं सुधीर अस्वस्थ झाला होता. त्याला पुढ्यात नागवी मुलगी दिसत होती. तिची गरगरीत छाती पाहून त्याचाही मेंदू बधिर झाला होता; पण आपण फौजदार आहे, हे विसरूनही चालणार नव्हतं. शिवाय त्याचं सावज अजून यायचं होतं! त्यानं अगदी मनाविरुद्ध सर्जाला परवानगी दिली, "कर; पण अगोदर ही पोरं बाहेर काढ. पोलीस मॅटरमध्ये या साल्यांचं काय काम आहे इथं!''

सर्जानं हळूच दाराची एक फळी उघडली. बाहेर वटनाच्या कट्ट्याला टेकून गंभीर चेहऱ्यानं दिलीप चाफेकर उभा होता. सर्जानं त्याला डोळा मारला. त्यानं बंडू, कानिफ, नंदू, सदा, मंगेशला बाहेर काढलं. पोरांचा पाय बाहेर निघत नव्हता; पण त्यालाही आता इलाज नव्हता. सर्जानं आतून कडी घातली.

"आता काही खरं नाही. साला आपणच हवालदार व्हायला पाहिजे होतं!'' नंदू पालकर बंडूजवळ कळवळला.

"माझ्या मेंदूचा पण पार भुगा झालाय!" बंडूनं आपल्या दु:खाला वाट मोकळी करून दिली.

सर्जानं गादीवरचे रुपये, दागिने फौजदाराच्या हातात दिले. गादीवर ठेवलेले पोरीचे कपडे झुरळ झटकल्यासारखे झटकले. त्यानं गादीचा कवळा भरला व तो आतल्या खोलीत गेला. फौजदार बिनगादीच्या बेडवर बसला.

"हं बोलऽ! काय करायचं तुझं?" फौजदार गुरकावला.

'पोरीची तर वाट लागली. या फोटोंमुळे आपलीही लागणार. हा फौजदार आपल्याला चौकीत नेल्याशिवाय राहणार नाही. एकवेळ पोरीची समजूत काढू; पण फौजदाराची धणी भागणार? त्यात फौजदाराला आपण तिच्याशी लग्न करणार नाही, हे सांगून घोडचूक करून बसलो. माळ्यात आणण्यापूर्वी मात्र आपण तिच्या गळ्यात नकली का होईना, मंगळसूत्र अडकवून आपली बायको असल्याचं भासवलं होतं. आता फौजदार किती कलमं लावणार, याची काही शाश्वती देता येत नव्हती. त्यातच या माळ्यातली पोरंही साक्षी-पुराव्याला होतीच. इज्जत तर गेलीच; पण सोन्यासारखी नोकरीही गेल्यातच जमा होती. आपली तशी तिचीही. काय करायचं आता? तरी हा फौजदार विचारतोय, काय करायचं तुझं म्हणून!' उलटसुलट विचारानं पोराच्या डोक्याचा पार खिमा झाला होता.

"साहेब, मला सोडा होऽ! पाया पडतो मी तुमच्या. आयुष्यातून उठेन मी." पोराचं गयावया सुरू होतं.

"अन् त्या पोरीचं काय करायचं?"

पोरगं क्षणभर घुटमळलं. दारावर टकटक झाली.

"साहेब, दार उघडा." बाहेरून आवाज आला. सुधीरनं संतोषचा आवाज ओळखला. त्यांचं ठरल्यानुसार संतोषलाही ती पोरगी उपभोगायची होती. त्यासाठी तो प्रथम परिस्थितीचा अंदाज घेणार होता. त्याची बाहेर होत असलेली तडफड पाहून सुधीरला हसू आलं. त्यानं दार उघडलं.

"जा, कर जा मजा. पोरगी आत आहे." सुधीर मान दाराबाहेर काढून त्याच्या कानाला लागला.

संतोष पटकन आत आला व त्यानं दाराला आतून कडी घातली. त्यानं सुधीरला हात जोडले व म्हणाला, "साहेब, माळ्यात आणखी एक भयानक प्रकार आहे. जरा बाजूला या सांगतो."

सुधीरला घेऊन तो बाजूला आला अन् त्याच्या कानात कुजबुजला, "लेका कसली पोरगी उपभोगतोसऽ! माळ्यात सगळीकडे बोंबाबोंब झाली आहे. खरंच कोणीतरी खऱ्या पोलिसांना फोन करील."

संतोषनं सांगितलेलं ऐकून सुधीरचेच पाय क्षणभर लटपटले.

“घाबरू नकोस. प्रथम सावकाशीनं यांना बाहेर काढ. तोवर बाहेरचं मी सांभाळतो.” इतकं सांगून संतोष बाहेर पडला.

सुधीरनं आतून कडी घातली व तो त्या पोराजवळ आला. “हं बोल, काय करायचं तुझं?”

“साहेब, सोडा हो आम्हाला. परत नाही असं वागणारऽ!” पोरगं गयावया करीत होतं.

“पोरीबरोबर लग्न करशील?”

पोरगं काहीच बोललं नाही.

“तुझी लायकी पोलीस कोठडीतच ठेवण्याची आहे.” सुधीरनं पोराच्या पेकाटात लाथ हाणली. पोरग्याला मायबाप आठवले. “साल्या, तुला आयुष्यभर खडी फोडायलाच पाठवतो.” सुधीर कडाडला.

“साहेब, मी पोरीबरोबर लग्न करतो; पण आम्हाला जाऊ द्या.” पोरगं घायकुतीला आलं. एकतर ते रंगेहाथ सापडलं होतं. पोलिसांनी तर त्याचे फोटो काढण्यापासून सगळी तयारी केली होती.

“खरं? नाहीतर पोलीस ठाण्यात हे फोटो जमा आहेतच.”

“देवाची शपथ साहेब...”

सुधीर पुढे झाला. त्यानं पोराच्या हाताला बांधलेली रस्सी सोडली. पोरगं पटकन कपड्यांकडे धावलं व ते अंगात घालू लागलं.

“हवालदार, बाहेर या.” सुधीर जवळजवळ ओरडलाच.

बाहेरच्या हालचालीनं सर्जा, भागू अगोदरच सावध झाले होते. ते दोघेही बाहेर आले.

“त्या पोरीला तिचे कपडे द्या. हा हरामखोर तिच्याशी लग्न करायला तयार आहे. एकवेळ माफ करू आपण त्यांना!” सुधीरनं औदार्य दाखवलं. भागूनं पोरीचं चप्पल व कपडे उचलले अन् ते उंबऱ्यावरूनच पोरीच्या अंगावर फेकले.

“दुसरी एक गंभीर घटना घडलेय. आपल्याला तातडीने तिकडे जायचं आहे.” फौजदारानं आदेश दिला.

सर्जानं आतून गादी आणली. ती कॉटवर अंथरली. काही मिनिटांतच पोरगं व पोरगी कपडे करून तयार झाले. त्यांना सोडल्याबद्दल पोरगं चक्क फौजदाराच्या पाया पडलं. त्यानं आपल्या बोटातली अंगठीही काढली व ती फौजदाराकडे सुपूर्द केली. “घ्या साहेब. आम्हाला सोडल्याबद्दल आभारी आहे मी आपला.”

पोरगीच्या बोटातही अंगठी होती. ती अंगठी काढू लागली.

“राहू दे ती!” भागू रोंगेनं सांगितलं. पोरगीनं आपली मूक नजर भागूवर टाकली व ती खाली पाहू लागली.

सुधीरनं दाराची कडी काढली. वटनात संतोष उभा होता. त्याला त्यानं आत बोलावलं. संतोष आत आला. त्यानं दार बंद केलं.

"तुम्ही स्वत: यांना त्यांच्या घरी सोडा. हवं तर बरोबर एखादा हवालदार न्या." फौजदारानं संतोषला आज्ञा केली.

"नको, नको साहेब. आमचं आम्ही जातो." पोरगं कळवळलं.

"ते शक्य नाही."

"मग साहेब, आम्हाला मरीन लाइन्सला सोडा. तेथून पुढे आमचं आम्ही जातो." पोरग्यानं विनंती केली. फौजदारानं ती मान्य केली.

"साहेब, [illegible] हवालदाराची नको. नाहीतर लोक यांच्याकडे संशयानं पाहतील." संतोषनं आपलं मत दिलं.

"ठीक आहे. पण त्यांना सोडण्याची जबाबदारी तुमची." फौजदार डाफरला.

"हो साहेब." संतोषनं दार उघडलं.

तिघेही बाहेर पडले. भागू, सर्जानं पोरीचे ओठ चोखल्याने ते लालभडक झाले होते. काहीसे सुजलेही होते. तिच्या गळ्यावर, मानेभोवती, गालावर ठिकठिकाणी पुसटशा दातांच्या खुणा उमटल्या होत्या. चालताना ती कुलपत होती. मांड्यातली कळ पावलात भिनली होती. वरच्या, खालच्या वटनांतून माणसं कुतूहलानं त्यांच्याकडेच पाहात होती. त्यांना मेल्याहून मेल्यासारखं झालं होतं.

भागू व सर्जाचे सिव्हिल कपडे घेऊन दिलीप चाफेकर आला. त्यांनी अंगावरचे कपडे उतरवून आपली हवालदारकी पिशवीबंद केली. त्यानंतर सुधीर, भागू, सर्जा घरात थांबले. दिलीप चाफेकरानं बिल्लूच्या घराला बाहेरून कुलूप घातलं व तो आपल्या घरी गेला. माळ्यात पसरलेली हवा थांबली की त्याला परत यायचं होतं. आतल्यांसाठी शौच, लघवीसाठी दार उघडायचं होतं. शिवाय बिल्लू बादशहावर लक्ष ठेवून आतल्यांना सावध करण्याची जबाबदारीही त्याचीच होती!

सुधीरनं दिलेले पाचशे रुपये घेऊन बंडूसह कटात सामील असलेली पोरं नाक्यावरच्या उडप्याच्या हॉटेलाकडे गेली. बिल्ल्याच्या घराकडे लागलेल्या माळकऱ्यांच्या नजरा कुलपानं परतवल्या. तरीही एखादं लहान पोरगं दारासमोर उभा राहून म्हणत होतं, "सुधीरदादा, आत हाय!"

उडप्याच्या हॉटेलकडे चाललेल्या मंडळींच्या गप्पा रंगल्या होत्या. ते जाताना कसे भरभर चालत होते, पोरगी कशी लंगडत चालत होती याची नक्कल होत होती. तिच्या गालावर, मानेवर उठलेले दात भागूचे, सर्जाचे की सुधीरचे यावरही तर्क-वितर्कांना उधाण आलं होतं. समोरून संतोष आला. त्यानं बंडूला विचारलं, "बाकीचे कुठं आहेत?"

"सुगंधाच्या मागावर!" बंडू हसला.

कटाच्या नियोजनानुसार सुधीरला अजून सुगंधा मिळाली नव्हती. तिच्यावर तो भलताच आशिक झाला होता. शिवाय बिल्लू बादशहाला शिक्षा मिळायची अजून बाकी होतीच.

"काही होणार तर नाही ना?" कानिफनं विचारलं.

"आता काय होतंय? मरीन लाइन्सजवळ टॅक्सी थांबल्याबरोबर दोघेही रेल्वे स्टेशनकडे धूम पळाले. ते गाडीत बसून गाडी सुटेपर्यंत मी त्यांच्या मागावरच होतो." संतोषनं सांगितलं.

"पण मजा आली अंऽऽ!" मंगेश नार्वेकर म्हणाला.

"मजाऽऽ! एखाद्यानं पोलीस ठाण्यात फोन केला असता, तर निघाली असती मजा!" बंडूनं त्याला जमिनीवर आणलं.

"पोरगं मात्र प्रचंड घाबरलं होतं अंऽऽ!"

"न घाबरून काय करील! एकतर पोरगी बिनलग्नाची. प्रत्यक्ष झोपलेले सापडले. तिला गळ्यात घ्यायचं की पोलीस डिपार्टमेंटचा कचका सहन करायचा! वर अन् माळकऱ्यांची दहशतही होतीच." संतोष पिंपरकराला सोन्नर फौजदारानं थोबडलं होतं, त्या गोष्टीची आठवण होऊन त्याचं तोंड कडू झालं. "त्यांना लवकर पिटाळलं ते बरं झालं. नाहीतर तिघांच्या कचक्यानं पोरगी बेशुद्ध पडली असती किंवा मरूनही गेली असती. असं झालं असतं तऽऽर...!" संतोष बोलायचा थांबला. नुस्त्या कल्पनेनंच त्याच्या अंगावर सर्रकन काटा आला.

"सगळ्या माळ्याला वात आला असता!" बंडूच्या आवाजातही प्रसंगाचं गांभीर्य पुरेपूर भरलं होतं.

पोरं उडप्याच्या हॉटेलमध्ये घुसली.

दुपारचे चार वाजले होते. मटनाचं जेवण असल्याने पिणाऱ्या खाणावळींनी आज अर्धा-अर्धा कप अधिक मारला होता. प्रत्येक घरात घरच्यांसाठी कोंबडीच्या मटनाचे चांगले चांगले पीस, काळीज, डोकं, चुनाळा आदी भाग वेगळा शिजवला जायचा. अशा शिजवलेल्या मटनाची चव जिभेवर घोळवीत खाणावळींनी नेहमीपेक्षा दोन घास जास्तच खाल्ले होते. जेवणाऱ्यांना सकाळचंच मटनाचं आदान संध्याकाळीही वाढायचं असल्याने भाजी खुडण्याचा त्रास नव्हता. जेवणा-खाणाबरोबर खरकटी भांडी विसळून गरगरा फिरणाऱ्या पंख्याखाली त्या नित्रास पहुडल्या होत्या. त्यांच्या नवऱ्यांची स्थिती यापेक्षा काही वेगळी नव्हती. किंबहुना ते खाणावळींच्या दोन पावलं पुढेच होते.

मेट्रोचा सिनेमा पाहिल्यानंतर वाडीलाल आइस्क्रीमची चव जिभेवर खेळवत बिल्लू व सुगंधा माळ्यात आले. दुपारची झोपाझोप, पोरं खेळायला पांगल्यामुळे माळा शांत, नित्रास दिसत होता. बिल्लू आपल्या खोलीजवळ आला. त्याच्या

पाठीमागून येणारी सुगंधा त्याला म्हणत होती, ''पण काही म्हणा, जॅकी श्रॉफ कसा राजबिंडा पुरुष वाटतो; नाहीतर तुम्ही?''

तिच्या बोलण्याकडे बिल्लूनं दुर्लक्ष केलं. दाराला कुलूप नसल्याचं बघून तो घोगऱ्या, दबक्या आवाजात म्हणाला, ''अगं, ती अजून आतच आहेत!''

''टकटक करा. चार वाजले की. जावा म्हणावं आता. दमला असाल!''

त्यानं दारावर दोन-तीनदा टकटक केली. दार हळूच किलकिलं झालं. दारं उघडणारं कोणी पुढे आलं नाही. त्यानं सावकाशपणे दाराची फळी पुढे केली व तो आत आला. त्याच्या पाठोपाठ सुगंधाही आत आली. बंडूनं दार बंद केलं. पोरांनी टाळ्या वाजवली. बिल्लू गडबडला. माळ्यावरची मोजकी जाणती पोरं बेडवर, खुर्चीवर, स्टुलावर बसली होती. त्यांच्या पुढ्यात फस्त केलेल्या केळी, मोसंबी, चिक्कू व सफरचंदाच्या साली पडल्या होत्या. सुगंधानं कपाटात ठेवलेल्या फरसाणाच्या बरण्याही रिकाम्या झाल्याचं दिसत होतं. त्यात शेंगदाण्याच्या बरणीचाही समावेश होता! भंबेरी उडालेल्या बिल्लूनं पोरांवर नजर टाकली. चाफेकरनीचा दिलीप, संतोष पिंपरकर, नंदू पालकर, नार्वेकराचा मंगेश, लंगडा कानिफ, सदा जायकर अशी वेचक पोरं दिसत होती. दरवाजा धरून पाठीमागे बंडू निकम, सर्जा घोडगावकर, भागू रोंगे उभे होते. ते त्याच्याकडे रोखून पाहात होते व गालात खुदूखुदू हसत होते.

''तुम्ही इथं काय करताय?'' भेदरलेल्या बिल्लूनं विचारलं.

''नुस्ते आम्हीऽऽ! आत फौजदारसाहेबही बसले आहेत.'' नंदूनं सुरुवात केली.

आतली ट्यूबलाइट पेटली. चौकटीतून आत नजर टाकल्यावर बिल्लूला टोक असलेला बूट व खाकी वर्दी दिसली. फौजदारानं हातात धरलेलं रिव्हॉल्व्हरही दिसत होतं. बिल्लूला घाम फुटला. सुगंधा त्याला बिलगली. तिला सगळं कसं अगदी एखाद्या सस्पेन्स सिनेमासारखं वाटत होतं!

''पोरगीला घेऊन इथं मजा मारायला आलेला तुझा तो कथित मावसभाऊ सकाळीच पोलिसांनी पकडून न्हेला!'' संतोषनं सांगितलं.

बिल्लूचं अंग शहारलं. नुसत्या कल्पनेनंच तो पॅण्टमध्ये फळाफळा मुतला. धार खाली उतरली. पोरं फिदीफिदी हसली.

''तक्रार आम्हीच केली होती. पण घाबरू नकोस. साहेब ओळखीचेच आहेत. घेतील समजून.'' संतोषनं पोरांवर नजर टाकली.

फौजदारानं आपला पाय जमिनीवर आपटला. बुटाचा खाडकन आवाज झाला. बिल्लूच्या काळजाचं पाणी झालं. संतोष जागेवरून उठला. त्याच्या जवळ आला. ''प्रकरण मिटवायला आम्ही पाच हजार रुपये द्यायचं कबूल केलं आहे. साहेबांनीही संमती दिलेय. नाहीतर मग खोल्या तर गेल्याच; पण तूसुद्धा गेलासच बाराच्या भावात!''

बिल्लूनं थरथर कापणारं शरीर कसं तरी सावरलं. त्यानं कशाचाही विचार न करता खिशातून चाव्या काढल्या व बाहेरच्या रूममध्ये असलेलं लोखंडी कपाट उघडलं. कपाटाचा आतला कप्पा, त्या कप्प्यात असलेला चोरकप्पा उघडून त्यानं हाताला लागतील तेवढ्या नोटा बाहेर काढल्या. संतोषजवळ दिल्या. संतोषनं नोटा मोजल्या. तीन हजार सातशे रुपये होते.

''इतकेच?'' संतोषनं आश्चर्यानं विचारलं. बिल्लूनं खिशात हात घातला. पावणेसहाशे रुपये निघाले.

''एवढेच आहेत!'' गयावया करीत बिल्लू म्हणाला.

''ठीक आहे. बाकीचे उद्या दे. मी साहेबांची समजूत काढतो.'' संतोषनं त्याला सांगितलं. तो पोरांच्याकडे वळला व म्हणाला, ''तुम्ही कशाला थांबताय रे इथंऽ! चला बाहेर, प्रकरण मिटवायचं आहे. आता तुमच्या साक्षी-पुराव्याची काही गरज भासेल असं वाटत नाही.''

बिल्लूकडे गंभीरपणे पाहात एक-एक करून पोरं बाहेर पडली. काळजावर दगड ठेवून बिल्लू आतल्या रूमकडे पाहू लागला.

संतोषनं त्याच्या खांद्यावर हात ठेवला. बिल्लू कासावीस झाला. संतोष गालात गूढ हसला व सावकाश म्हणाला, ''तू पण चल बाहेर. बायको राहू दे आतच. माळ्यावर कुंटनखाना चालवताना इथल्या पोरीबाळींवर, बाईमाणसांवर त्याचा काय परिणाम होईल याची फिकीर तुला नव्हती. आता साहेबांनी एखादा तास तुझ्या बायकोबरोबर काढला, तर त्यात कसली काळजी करायची? तुझी बायको त्यांच्या मनात भरलेय. अन् तुझ्या जागेसारखी नित्रास जागा त्यांना पोलीस ठाण्यामध्ये थोडीच मिळणार आहे?''

संतोषनं लाइट बंद केली. मान वर न करता बिल्लू संतोषसोबत खोलीबाहेर आला. भांबावलेली, नवऱ्याच्या आगळिकीकडे हताश होऊन पाहणारी सुगंधा थिजल्यासारखी जागेवरच उभी होती. संतोषनं दार घट्ट ओढून घेतलं. बिल्लूच्या ओल्याकच पॅण्टमधून अजूनही थेंब गळत होते.

६०

गणपत जायकरानं अशोकला दारू पाजली. त्याच दिवशी चंद्रा सुपंकरनीनं आपल्या घरातून रश्मी व राजाला अक्षरश: हाकलून काढलं. पोरगी भावाची असली तरी उद्या ही कालवड आपल्या जेवणात काहीतरी घालून आपल्याला ठार मारायलाही

मागेपुढे पाहणार नाही, अशी भीती तिला वाटत होती. शेवटी संपत्ती व पैशापुढे सगळी नाती संपतात, हे ती आयुष्यभर पाहात आली होती. तिकडे आपला प्रेमाचा भाऊ खुशीची गाजरं खात असणार अन् इकडे आपला जीव मात्र स्वर्गाच्या नाहीतर नरकाच्या दारात कुठंतरी लोंबत राहायचा! शेवटी खाण तशी माती म्हणतात, त्यात काही चूक नव्हतं. आज सासरा बोलला; तेच त्यांनी आपल्या सुनेच्या कानात भरलं नसेल, असं कशावरून? म्हणजे आतापर्यंत जगलो ते परमेश्वराचीच कृपा म्हणायची! राजानं शेवंताला भर मध्यान्ह राती मारलं; ती यांची ठकशाळा नसेल, असं कशावरून? घरात भांडण झालेलं दाखवायचं व आपलं माणूस माझ्या घरात [illegible], '[illegible]' [illegible] आपल्या पाठीवर म्हणायचा. नाहीतर काही खरं नव्हतं, हेच खरं.' सुपंकरीन वारंवार परमेश्वराचे आभार मानीत होती. तो प्रसंग घडल्यापासून सुपंकरनीला दुसऱ्याच्या संपत्तीवर डोळा ठेवणारी अवलाद परमेश्वर जन्मालाच का घालतो, हा प्रश्न सारखा सतावत होता; पण अशा माणसांशिवाय दुनिया चालणार तरी कशी, असा विचार करून ती स्वत:चं समाधान करून घेत होती. आपल्याच माणसांची ही अघोरी करणी पाहून तिचा मेंदू सुन्न झाला होता. आपल्याला नेमकं काय म्हणायचं आहे, काय हवं आहे हेच तिला कळेनासं झालं होतं. मोठ्या संकटातून वाचल्यामुळे तिचं मन फिरून फिरून देवाचा धावा करीत होतं.

हा प्रसंग घडल्यानंतर जायकरनीनं त्याच रात्री जायकराची बॅग भरली. परेल एसटी डेपोतून सकाळी सात वाजता गावाकडे जाणारी गाडी होती. त्या दिवशी गजा घरीच झोपला व जायकराला पहाटेच उठवून सकाळी सातची गाडी गाठली! का? कशासाठी? अशा प्रश्नांना जागाच राहिली नव्हती. ज्यांना रात्रीचा प्रसंग माहीत नव्हता, त्यांनी जायकराची चौकशी केली, तर जायकरनीचं उत्तर तयार होतं. 'गणपती तोंडावर आलेत. ज्योतिषानं गावाकडच्या नवीन घरात गणपतीची स्थापना करायला सांगितलं आहे.' माळ्यावर तिची जी 'छी, थूऽ' होतं होती, ती कमी करण्यासाठी म्हाताऱ्याला गावी पाठवण्याशिवाय पर्याय उरला नव्हता. तिनं तो तातडीनं अमलातही आणला होता. रात्रीच्या प्रसंगाची आठवण करून देणाऱ्यांना ती म्हणत होती, 'कुठलं होऽ! म्हातारं दारू पिऊन पिऊन भिरंबाटलंय. काय मनाला ईल ते बराळतंय. उगाच इथं भांडण-तंटा करण्यापेक्षा हाकललं गावाला!'

त्या प्रसंगानंतर रश्मीनं दोन रात्री सासूजवळ काढल्या. तिसऱ्या दिवशी राजाला काथ्या बाजाराजवळ भाड्याची खोली मिळाली. तो तिथं राहायला गेला. त्यानंतर काही दिवसांतच त्यानं भाईंदरला वनरूम किचन फ्लॅट बुक केला! शेंदवाडकरानं फ्लॅट घेतल्याचं माळ्यानं पाहिलं होतं. बाबू आगाशेनंही दोन फ्लॅट घेऊन ठेवल्याची वदंता माळ्यात पसरली होती! मात्र, शेंदवाडकर व राजामध्ये हा फरक होता की,

शेंदवाडकराला बिल्लू बादशहानं फसवल्याचं माळ्याचं मत होतं! माळ्यावरचा माणूस आपलं कुटुंब वाढलं तरी त्यातच दाटीवाटीनं राहायचा. पण मुंबईत अन्यत्र घर घ्यायचा नाही. एखाद्यानं माळ्यावरची खोली विकली, तर तो आपलं सामान-सुमान बांधून सरळ गावी जायचा किंवा कोळीवाडा अथवा आसपास एखादी खोली भाड्यानं घेऊन राहायचा; पण स्वत:चं घर असावं म्हणत त्या पाठीमागे धावणारे खूप कमी होते! जायकरनीनं फ्लॅट घेण्यासाठी राजाला पन्नास हजार रुपये दिले. आपल्या पोराचंच घर असणार आहे, याचा आनंद तिच्या चेहऱ्यावर होता.

फ्लॅट बुक करण्यासाठी राजाला बाबू आगाशेची मोठी मदत झाली. मुळातच बाबूनं इतक्या मोठ्या कुटुंबाला दुसरं घर कसं गरजेचं आहे, हे पटवून दिलं. त्यासाठी प्रथम त्याला जायकरनीचं मन तयार करावं लागलं. सध्या राहात असलेल्या घराबरोबरच फ्लॅटची मालकीही त्यांचीच राहणार आहे, हे त्यानं त्यांच्या गळी उतरवलं. उद्या दुसऱ्या पोरांची लग्नं झाल्यानंतर राहण्याची समस्या अधिकच गंभीर होईल, हेही त्यांच्या निदर्शनास आणलं. शिवाय जागांच्या वाढत्या दराचे गणितही मांडलं; तेव्हा कुठे कमळा जायकरनीनं पैसे भरण्याची तयारी दाखवली. जायकराच्या सुखासाठी बाबूनं आपलं वजन कारणी लावलं. मात्र, राजा जायकरानं घर बुक केल्याचा परिणाम असाही झाला की, एका खोलीत गुण्या-गोविंदानं राहणारे अनेक भाऊ दुसऱ्या घराचाही विचार करू लागले. आलिशान फ्लॅटची स्वप्नं रंगवू लागले.

आता माळ्यावरच्या एखाद्या बाईनं जायकरनीला त्या रात्रीची आठवण करून दिली की, जायकरीन आपल्या अपऱ्या नाकाचा शेंडा उडवून म्हणते, 'तिची खोली बळकावायला मी का उचलपुची हाय? चांगला फिलॅट घेतला फिलॅट! उगा नाकानं कांदं सोलू नगो म्हणून सांग तिला!'

६१

मुंबईतील एका प्रतिष्ठित बिल्डरसाठी बाबू काम करीत होता. शिवाय तो स्वत:ही जमिनींचे व्यवहार करीत होता. कामानिमित्त तो रविवारी सकाळी माळ्याबाहेर पडला होता. गेले चार दिवस तो मुंबईबाहेरच होता. तो आज माळ्यात प्रकटला. माळ्याच्या तोंडालाच त्याला मंगेश नार्वेकर भेटला. मंगेशनं त्याला रविवारी घडलेली कहाणी इत्थंभूत सांगितली. दोन स्त्रियांवर झालेला बलात्कार ऐकून बाबूच्या अंगावर काटा उभा राहिला. तो शहारला. त्यानं मंगेशला विचारलं, "पोलीस केस झाली काय?"

"नाही."

"बिल्ल्यानं काही केलं नाही?"

"काही नाही. तो गप्प असतो. गपचिप कामावर जातो. त्याला संतोषनं पोलिसांना फोटो दाखवू अशी तंबी दिलेय."

"फोटो कुणाकडे आहेत?"

"मी फोटो पाहिलेले नाहीत; परंतु कॅमेरा नंदूजवळ आहे."

बाबू क्षणभर विचारात पडला व मंगेशला म्हणाला, "त्याला कॅमेरा परत करू नकोस म्हणून सांग. उद्या काही उद्‌भवलं तर तेवढंच संरक्षण!"

बाबू आपल्या घराकडे निघाला.

बिल्लूच्या घरात घडलेलं महाभारत माळ्याच्या कानाकोपऱ्यात पोहोचलं होतं. त्याचं पाणी प्रत्येक घरात खेळत होतं. दबक्या आवाजात चर्चेची चूळ भरली जायची. प्रत्येक बाई आपल्या पोराचं, भावाचं, नवऱ्याचं, नातलगाचं नाव वगळून दुसऱ्यांच्याच नावाची चर्चा करायची. माझी पोरंबाळं, नातलग त्यातले नाहीतच असं भासवायची. हा विषय काढतानाही तो समोरच्याकडूनच कसा निघेल याचीही खबरदारी घेतली जायची. नाहीतर तो विषय सरळ टाळलाच जायचा. या प्रकरणामुळे पोलीस, एसआरपीपासून सीआयडीपर्यंतची नावं माळ्यात रांगत होती. नुसत्या उल्लेखानंच माळ्याच्या उरात धडकी भरत होती. प्रकरणाची आखणी करणाऱ्या दिलीप चाफेकरनं आपली बाहेरची ऑर्डर असल्याचं सांगून मुंबईबाहेर सूंबाल्या केला होता. तर संतोष पिंपरकरानं येणाऱ्या गणपतीचं निमित्त करून बायकोला काखोटीला मारून सासुरवाडी गाठली होती. त्यानं आपला कॅमेरा नंदूजवळच सोडून दिला होता! जणू तो आपला नाहीच, अशी त्याची भूमिका होती. त्या कॅमेऱ्याचं काय करायचं, या विवंचनेत नंदू पालकर होता. उद्या संतोषला हुक्की आली अन् त्यानं तो परत मागितला तर द्यावाच लागेल म्हणून त्यानं तो आपल्या पेटीत तळाला लपवून ठेवला होता.

वार्षिक परीक्षा जवळ आल्यासारखा बंडू निकम पुस्तकातून मान वर काढीत नव्हता. संतू निकमानं त्याला नेहमीच अभ्यासासाठी वेळ दिला होता. त्याला चपात्यांच्या घाण्यापासून शक्य होईल तितकं दूर ठेवलं होतं. शिकत राहा, इतकीच संतूची अपेक्षा होती; पण बंडूनं त्याला नेहमीच नाराज केलं होतं. माळ्यातल्या प्रकरणानंतर मात्र संतूनं बंडूच्या कानाखाली आवाज काढला होता! त्यातल्या त्यात या प्रकरणाच्या निमित्तानं का होईना, बंडू गंभीर झाल्याचं पाहून त्याला बरं वाटत होतं. बंडूचा जिवलग मित्र नंदू पालकरची अवस्थाही यापेक्षा वेगळी नव्हती. साधू पालकरलाही आपलं पोरगं शिकावं, त्यानं घराण्याचं नाव उज्ज्वल करावं, असं वाटायचं. त्यासाठी त्यानं घरातलं सकाळचं पाणी भरणं, कधीतरी रेशनिंगचं धान्य,

घासलेट आणणं अशा कामांव्यतिरिक्त नंदूकडून जास्त कामाची अपेक्षा केली नव्हती; पण नंदूही आपल्या खरेपणाला उतरत नव्हता, ही त्याची डोकेदुखी होती. माळ्यातलं प्रकरण घडल्यानंतर साधूला कमालीचा राग आला होता. तो नंदूच्या अंगावर धावून गेला होता. सखू मध्ये पडली नसती, तर त्या दिवशी नंदूची काही खैर नव्हती! त्यातूनही साधूनं त्याच्या गालावर दोन सणसणीत ठेवून दिल्या होत्या. संतू निकम काय किंवा साधू पालकर काय; दोघांनीही बंडू, नंदूला आता जर नापास झालात तर तुमची गय नाही, अशी तंबी दिली होती. एकंदरीतच माळ्यानं हे प्रकरण खूपच गांभीर्यानं घेतलं होतं. प्रकरणाचं गांभीर्य पाहता कधी काय होईल, याची काहीच शाश्वती नसल्यानं संबंधित गाळकरी जपून पावलं टाकीत होते.

ज्यांचे या प्रकरणाशी संबंध नव्हते, अशी कुटुंबं त्याची बिनधास्तपणे चर्चा करीत होती. अधिक माहिती कशी मिळेल हे पाहात होती. त्यामध्ये सीता तडेकर, सुदाम खाडेसारख्या वल्ली आघाडीवर होत्या. सुदाम खाडेचा आंबटशौकिनपणा तर जगजाहीर होता. शिवाय हे प्रकरणच इतकं विशाल व गंभीर होतं की, या परिस्थितीत सुदामसारख्याला दुखवूनही चालणार नव्हतं.

या प्रकरणात माळ्यावरच्या बहुतेकांचं शेपूट कुठे ना कुठे अडकलं होतं; त्यामुळे सर्रास कुटुंबं विवंचनेत होती. आतापर्यंत चपात्या भाजायला दांडी मारणारी पोरं निमूटपणे चपात्या भाजण्याचं काम करीत होती. पहाटेचं उठून पाणी भरीत होती. भाज्या, कांदा चिरीत होती. आई-बाला पडेल ती मदत करून त्यांचा विश्वास संपादन करण्याचा प्रयत्न करीत होती.

हा सर्व प्रकार ऐकून नागरकाकांची सून सुधाचे होश उडाले होते. आपले सासरे म्हातारे, आपणही घरात एकट्याच; त्यामुळे ती चांगलीच भयभीत झाली होती. उद्या ही पोरं आपल्यावरही हात टाकायला कमी करणार नाहीत, अशी भीती तिला खायला उठली होती. विचार करून करून तिचं डोकं ठणका मारीत होतं. त्या सणकीतच ती जिजा मिरचीकरनीकडे आली. जिजानं आपल्याजवळच तिच्यासाठी पाट ठेवला. त्यावर ती बसली.

"आत्या, मी तुमच्या नातीसारखी. मला सांगा, माळ्यात हे काय चाललंय?"

तिला काय म्हणायचं आहे ते जिजानं ओळखलं; पण जिजाचा दिवटा सुधीरच या प्रकरणाचा कर्ता-करविता असल्याचं पोरांनी तिला सांगितलं होतं. सुधीर तिसऱ्या माळ्यावर उभा राहून बिलवाडकराच्या खोलीकडं पाहत राहायचा. ही बाब तिच्या कानावर आल्यानंतर तिनं सुधीरला दम भरला होता. थोरल्या भावानं, बळवंतनंही त्याला चांगलाच खडसावला होता. पण एखादी कानाखाली वाजवण्याइतका सुधीरही काही लहान नव्हता! त्यामुळे त्यांना ती बाब जास्त ताणता आली नव्हती. मात्र, आता एखाद्या बाईवर बलात्कार करण्याइतपत त्याची मजल गेली होती! ही

भानगड कळल्यानंतर बळवंतनं त्याच्या मुस्काटात हाणल्या होत्या. तो तरी आपला राग किती आवरणार होता? त्यालाही आपल्या भावाचं चांगलं झालेलंच पाहायचं होतं. त्यावेळी बळवंतच्या बायकोनं सरितानं त्याला आवरलं होतं. मात्र, सुधीरला मार देणाऱ्या बळवंतला आवरावं असा विचारही जिजाच्या मनात आला नव्हता! एखाद्या बाईवर बलात्कार; हा प्रकारच जिजाच्या काळजाला घरं पाडून गेला होता.

आपल्या लेकानं अति केलं, हे जिजाला कळत होतं. मात्र, आपलीच बोटं दगडाखाली अडकल्यानं तिची भलतीच कोंडी झाली होती. तरीही ती सुधाला म्हणाली, "पोरी, मी काय सांगू तुला? मीसुद्धा तुझ्यासारखंच दुसऱ्याकडून ऐकलं. पाहणाऱ्यांना त्याची काळजी नाही, सोसणाऱ्यांनी ते सोसलं।"

"तुमचा सुधीरच पुढं होता, असं ऐकते...!" सुधाला राहावलं नाही.

जिजाची कुणीतरी डोक्यात दगड घातल्याची भावना झाली. तरीही तिनं स्वत:ला सावरलं. "खरं-खोटं... देवाला माहीत! पण कोणती आई आपल्या लेकराला असलं शिक्षण दील!"

"आत्या मीही घरात एकटीच असते. शिवाय घरात म्हातारा सासरा. नवरा तर बाहेरगावी. अशावेळी ही पोरं आमच्यावरही...!" तिला हुंदका दाटून आला.

"गप, तसं काय हुणार नाही. उगाच तू जिवाला त्रागा करून घेऊ नगो. ज्येंच्या बाबतीत घडलं ते गप असल्याचं सांगत्यात!"

सुधाचं अवसान गळालं.

"हे बघ बाळा, गावाची म्हस आपून फुकाफुकी अंगावर वडून घेणं शहाणपणाचं ठरणार नाही."

"आज दोघींच्या बाबतीत झालं..."

"गुंडसुद्धा माणूस बघूनच हात टाकतो. चोरसुद्धा चोरी करताना पयल्यांदा घर कसं हाय ते बघतू! तू कशाला काळजी करतेस! जसं करणं तसं भरणं, त्येंच्या करणीचं फळ त्यांस्नी मिळालं. ह्येंच्या करणीचं यास्नी आज ना उद्या मिळलंच. ऐक माझंऽ!" जिजानं समजुतीचा स्वर लावला. "जा आता. काही अडचण आसली तर सांगीत जा मला. मी फन्छी हाय तुझ्या मागं!" जिजानं तिच्या पाठीवर हात ठेवला.

तिनं दुचमाटलेल्या सुधासाठी चहा केला होता. सुधानं तो घेतला व ती पाटावरून उठली. घडलेल्या घटनेविषयी नवऱ्याला ट्रंक कॉल लावायचा की पत्र टाकायचं, की त्याच्या कामात व्यत्यय नको म्हणून गप्प बसायचं, की तो तातडीने मुंबईला येईल म्हणून ही घटनाच त्याला सांगायची नाही; याबाबत तिचा निर्णय होत नव्हता.

हरणाची आई कोळीवाड्यात गेली होती. बाहेरगावाहून आलेला बाबू प्रथम हरणाच्या खोलीत गेला. त्याला पाहिल्या पाहिल्या हरणा उठली व तिनं बाबूला

कडकडून मिठी मारली. तिच्याही डोळ्यांत पाणी साचलं होतं. बाबूनं तिचा कैफ कमी होऊ दिला. त्यानंतर ते बोलत बसले.

''बाबू, तू तरी कायतरी कर कीऽऽ!'' हरणानं बाबूला विनंती केली.

''मी काय करणार! बिल्ल्या मर्द असता तर लढला असता. आज आपण त्याच्या बाजूने उभा राहायचं अन् तोच आपल्यावर उलटायचा! पुचाट माणसाचा कधी नेम असतो का?''

हरणा उदास झाली.

''तू नाराज होऊ नकोस. अगं, जगात दररोज अशा शेकडो घटना घडतात. कुणीतरी जिंकायचं, कुणीतरी हरायचं; हे चालूच आहे. आपणसुद्धा असंच जिंकतो ना!''

तिनं चमकून बाबूकडे पाहिलं. बाबू काय म्हणतो आहे, हे तिला कळलं नाही. ती अधिकच त्याच्याजवळ सरकली. ''बाबू, भीती वाटते रंऽ! तू असा बाहेर आसतोस. त्यातच त्यो भिकुदादाही माझ्याकडं वाईट नजरेनं बघतो!''

''त्याचा बंदोबस्त करता येईल. पण तू धीर सोडू नकोस.''

''तशी मी कुणाच्या 'बा'लापण घाबरत नाही रंऽ! तसा एखादा अंगावर आला तर त्येला कोयत्यानंच तोडीन!'' तिनं भांड्याच्या कपाटात ठेवलेल्या कोयत्याकडे बोट केलं.

''मला माहिती आहे ते. म्हणूनच मी निर्धास्त असतो.''

''असं किती काळ चालायचं?''

''आजी लग्नाला परवानगी देईपर्यंत. थोडी थोडी मऊ पडलीय ती. होईल लवकरच सरळ. आपला पार्ल्याला बुक केलेला फ्लॅट लवकरच ताब्यात मिळेल. तुमच्याचंही काम पूर्ण होत आलं आहे. मध्ये फक्त एका मजल्याचं अंतर!'' तो हसला व पुढे म्हणाला, ''एकदाचा उडवून टाकू बार. मग आजी काय अन् आजोबा काय! पण तू मात्र ही बातमी कुणाला सांगू नकोस. तुझ्या आईलाही नाही.''

हरणा खुदाकली.

चौकटीत सावली पडली. हरणाची आई बाळाबाई भाजीपाल्याच्या पिशव्या सांभाळीत आत आली. बाबू उठला.

''काय जावईबापूऽऽ! कुठं गायब हुता चार दिसऽ? तुमी बाहेर हुता तेच बरं झालं म्हणायचं!'' तिनं पुढचं बोलणं मात्र टाळलं.

६२

'गणपती बाप्पा मोरयाऽऽ'च्या घोषात गणपतीची चार फूट उंचीची मूर्ती माळ्याच्या सिंहासनावर विराजमान झाली. तशी ती प्रत्येक वर्षी व्हायची. जागा तीच असली तरी सिंहासन मात्र बदलायचं. प्रदीप कानकरचं लायटिंग, स्पीकरचं सामान तेच असलं तरी गाण्यात अन् पोरांत मात्र फरक असायचा. नवीन सिनेमा आला की, गाणं बदलत होतं. गणपतीसमोर नाचणारं पोरंही एक वर्षानं मोठं होतं होतं. दरवर्षी गणपतीची मूर्तीही बदलायची; त्यामुळे पोरात झालेला बदल गणपतीला कळून यायचा नाही.

गल्लीतला गणपती माळ्यातल्यापेक्षा तोऱ्यात असायचा. त्याच्यासाठी गल्ली कमिटी राबायची. पण त्या गणपतीनं माळ्यातल्या गणपतीला कधी विरोध केला नव्हता. 'आपण दोघं भाऊ, सुखानं राहू', हा मराठी माणसांत दुर्मीळ झालेला गुण गणपतीलाही कळत असावा! माळ्यातल्या गणपतीसाठी माळ्यातलीच काही कारागीर पोरं राबायची. तीच स्टेज बांधायची. त्यावर मातीचा थर द्यायची. मातीत हिरवळ करायची. हिरवळीमध्ये वाहत्या पाण्याचा पाट असायचा. पाटात निळंशार पाणी झुळूझुळू वाहायचं. वेगवेगळ्या रंगांचे बल्ब वापरून केलेलं लायटिंग थर्माकोलच्या मखरात बसलेल्या गणपतीला सुख द्यायचं. एकंदरीतच गणपती पोरांवर खूश असायचा.

या वर्षीचा गणपती माळ्यात थाटात आला. रुबाबात बसला; पण तो बाबू आगाशेच्या चांगलाच कचाट्यात अडकला. एकतर गणपतीसाठी राबणाऱ्या सक्रिय कार्यकर्त्यांपैकी संतोष पिंपरकरनं माळ्याबाहेर अगोदरच पळ काढला होता, तर राजा जायकर माळा सोडून दुसरीकडे राहायला गेला होता. तो गणपतीला आपलं तोंड दाखवायला कधीतरी यायचा; पण त्याला तसा अर्थ नव्हता. काही जाणती मंडळी गणपतीनिमित्त आपापल्या गावी गेली होती. बाकीचे कार्यकर्ते बाबूपुढं चांगलेच दबले होते. एकतर माळ्यात घडलेल्या बलात्कार प्रकरणामुळे माळा आतल्याआत चांगलाच मेटाकुटीला आला होता. अजून काही घडलं नसलं, तरी घडणारच नाही, याची काही शाश्वती देता येत नव्हती.

नेमका याच गोष्टीचा फायदा घेऊन बाबूनं सगळ्या पोरांना कामाला लावलं होतं. माळ्यातील रहिवाशांकडून, आजूबाजूच्या धंदेवाल्यांकडून, माळ्यात जेवायला असलेल्या जेवणाऱ्यांकडून बऱ्यापैकी वर्गणी गोळा करण्यात आली होती. खाणावळींकडे पावती पुस्तके देऊन त्या वसुलीतही कोणती कसर ठेवण्यात आली नव्हती.

आक्काचा पडलेला चेहरा पाहून जेवणाऱ्यांनीही मजबूत हातभार लावला होता. शिवजयंतीला खुशीनं वर्गणी गोळा होते, मग गणपतीनं काय घोडं मारलं आहे, असा बाबूचा सवाल होता! वर्गणीच्या वसुलीत काही गडबड झाली तर बाबू पोलीस ठाणं गाठणार अशी माळ्यात हवा पसरली होती. ती बाबूच्या विरोधकांनी पसरवली की चाहत्यांनी, याची शहानिशा करण्याच्या भानगडीत कुणी पडलं नव्हतं. माळ्यात नुकतंच घडलेलं बलात्कार प्रकरण बाबूला चांगलंच फायदेशीर ठरणार, अशी वदंताही माळ्यात होती. नसती बिलामत नको म्हणून माळ्यानं वर्गणीसाठी हात ढिला केला होता. विशेष म्हणजे नागरकाकांची सून सुधानंही यंदा पहिल्यांदाच दोनशे रुपये वर्गणी दिली होती।

बाबू तसा पैशाचा अपव्यय करणार नाही, असं माळकऱ्यांना वाटत होतं; पण शिवजयंतीत गोळा केलेल्या पैशांबाबत संतोष पिंपरकर, सुधीर मिरचीकर, भिकुदादा, रामभाऊ घडवे यांनी काय दिवे लावले हे माळ्यानं पाहिलेलं होतं. बरं, ते पैसेही त्यांना लाभले नव्हते. फौजदारानं बोलावलेल्या दिवशी ते पोलीस ठाण्यात गेले; परंतु तिथं चिमणराव सोन्नर नावाचा कुणी फौजदारच नव्हता! बरे, नकली का असेना; पण त्या फौजदारानं बँकेतल्या पैशांवरही डल्ला मारला व पैशांबरोबरच सगळं रेकॉर्डही नेलं होतं! रेकॉर्डच हातून गेल्यानं धड बोंबही मारता येत नव्हती किंवा कायदेशीर कारवाईही करता येत नव्हती. पोलीस ठाण्यात एखाद्या अधिकाऱ्याला बोलावं तर आपली गणना चोरांतच होणार होती! त्यामुळे तेव्हा रामभाऊनं सबुरीचा मार्ग पत्करला होता. मात्र, हा सगळा घटनाक्रम पाहून रामभाऊही चक्रावून गेला होता. यात माळ्यातल्याच कुणाचा तरी हात असल्याशिवाय असं घडणार नाही, याबाबत संतोष, सुधीर, रामभाऊ, भिकुदादा ठाम होते. संशयाची सुरी अखेर बाबूजवळच येऊन थांबत होती!

गणपतीची वर्गणी पाहून सीता तडेकरीन चांगलीच पिसाटली होती. ती मिरचीकरनीकडे आपलं मन रितं करताना म्हणाली, "शिवजयंतीचं थ्यार तू पाहिलंसच. शेवटी पोलिसास्नीच धाड टाकावी लागली. मध्ये त्या संडास दुरुस्तीचं खूळ आलं. त्यात किती माया गोळा केली कुणास ठाऊक! अन् आता गणपती; म्हणजे त्येंची सगळी बोटं तुपात!"

इतर वेळी सीता तडेकर असं बोलली असती, तर जिजानं तिला फाडून खाल्ली असती. पण शिवजयंतीच्या रकमेत अफरातफर करण्यात तिच्या लेकाचा, सुधीरचाही हात होता; त्यामुळे तिला सीताचं बोलणं निमूटपणे ऐकावं लागलं होतं. शिवजयंतीला वर्गणी दिली म्हणून गणपतीलाही द्यावी, असा काही कायदा नव्हता. वर्गणीचा विचार जिजालाही पटला नव्हता; पण उगाच सीताच्या नादाला लागून नस्ती बिलामत अंगावर कशाला घ्यायची असा तिचा साधा-सरळ हिशेब होता.

नंदू पालकर, बंडू निकम, भागू रोंगे, मंगेश नार्वेकरसारखी पोरं अलीकडे बाबूच्या कळपातली म्हणून ओळखली जायची. परंतु पोरांनी बलात्कारासारख्या गलिच्छ कटात भाग घेतला व भागूनं तर त्या मुलीवर बलात्कार केल्याने सगळंच गाणं बिघडलं होतं! प्रत्येकजण एकमेकाकडे अविश्वासानं पाहात होता. बाबूही पोरांपासून दोन हात अंतर ठेवून चालला होता; ही गोष्ट पोरांच्याही लक्षात आली होती. त्यांनी बाबूसमोर हात जोडले होते. हा प्लॅन आपला नसल्याचं त्यांनी प्रामाणिकपणे सांगितलं होतं. परंतु या कुकर्मात प्रत्यक्ष भाग घेऊन शेण खाल्ल्याचं त्यांनी कबूल केलं होतं. इथून पुढं आपल्याकडून कोणतीही आगळीक होणार नाही, याची त्यांनी हमीही दिली होती. बाबू जरी त्यांच्यापासून अंतर ठेवून चालला असला तरी त्यालाही पोरांना जवळ करण्यावाचून तरणोपाय नव्हता. शेवटी तो याच इमारतीतला रहिवाशी होता अन् असे हक्काचे हात दुसरे कुठं मिळणार होते?

बलात्कार प्रकरणात जायकराचा सदाही सामील होता. सीता तडेकरनीच्या मनाला ही बाब डाचत होती. जायकर मंडळींनी आख्ख्या माळ्यासमोर, पोलीस ठाण्यात तिच्या इज्जतीचा फालुदा केला होता. साहजिकच सूडाच्या प्रवासात ही घटना तिच्यासाठी सोन्याहून पिवळी होती. तिनं तत्परतेनं बिल्लू बादशहाच्या बायकोची, सुगंधाची गाठ घेऊन तिला सल्ला दिला होता, 'तू पोलीस ठाण्यात तक्रार कर. सूड घे!'

सुगंधानं मात्र तडेकरनीला धुडकावून लावताना उलट तिलाच ऐकवलं होतं, 'पैशासाठी किती अधर्म करायचा? लांड्या-लबाड्या करायच्या? प्रत्येक गोष्टीला काही मर्यादा असते. जेव्हा ती संपते, तेव्हाच असं काहीतरी घडतं. मग रडत कशाला बसायचं? मला जर विचाराल तर मी अगदी खूश आहे. या पोचट, बुळ्या माणसाबरोबर संसार करून करून थकले. निदान या निमित्तानं तरी मला सुधीरसारखा दणकट, रानवट मित्र मिळाला हे काय कमी आहे? मी सुधीरवर फिदा आहे. मी खात्रीनं सांगते, घेईल तो माझी काळजी!'

सुगंधाचं अजब तर्कट ऐकून तडेकरीन दुरडीतल्या शिळ्या चपातीसारखी गार झाली होती. माणसं निर्लज्ज असतात, पण सुगंधा म्हणजे त्यावरचा कळस आहे, असं तिचं मत होतं. तिनं ते सुपंकरनीजवळ बोलून दाखवलं होतं. तडेकरनीमुळंच ही बाब इतर माळकऱ्यांच्याही निदर्शनाला आली होती. तेव्हापासून त्या घटनेत सामील असलेल्या पोरांच्या कुटुंबांनी तडेकरनीला टाळलं नसलं, तरी ती त्यांच्या नजरेत भरली होती! तिनं सुगंधाला पोलीस ठाण्यात जाण्याचा सल्ला दिल्याने तिला आज ना उद्या बघून घेऊ, असा दबका आवाज निघत होता. तर दुसरीकडे तिच्यामुळेच बिल्ल्याकडून कोणतीही पोलीस ॲक्शन होणार नाही, ही बाबही बाहेर पडली होती. ती सर्वांसाठी दिलासादायक होती. माळकऱ्यांवरचा ताण कमी करणारी होती.

गणपतीची आरास झकपकीत झाली होती. पण पोरं काहीशी मरगळलेली होती. जे एखाद्-दुसरं दारू पीत होतं, त्यांनं उगाच नस्ती झंझट नको, म्हणून गणपतीसमोर येताना दारूला फाटा दिला होता. पोरांनी बिड्या, सिगारेटलाही निदान गणपतीसमोर तरी सोडचिट्ठी दिली होती. गुटखा, तंबाखू मात्र गुपचूप तोंडात बसत होती! पोरांना गणपतीच्या आरतीला उपस्थित राहावं लागत होतं. तसे आदेशच बाबूनं काढले होते. जे शाळा, कॉलेजला जाणारे आहेत, नोकरदार, धंदेवाले आहेत, त्यांना मात्र त्यातून सूट मिळाली होती. गणपतीसमोरचा स्पीकर मात्र तोऱ्यात वाजायचा. सकाळी आठला त्यानं आपली बडबड सुरू केली तरी तो रात्री साठेआठनंतर शांत व्हायचा. शिवाय तो खाणावळींच्या दुपारच्या झोपेची काळजीही घ्यायचा. एकंदरीत बाबूनं पोरांचा गणपती अळणी केला नसला तरी पोरांना तो तसा वाटत होता!

६३

हरतालिका हे प्रत्यक्ष पार्वतीचं व्रत. तिनं शंकराच्या प्राप्तीसाठी अन्न-पाणी सोडून त्याची मनोभावे पूजा केली. तिच्या पूजेवर संतुष्ट होऊन शंकर तिला प्रसन्न झाले व त्यांनी तिच्याशी लग्न केलं. तिच्या व्रताच्या प्रभावानं तिला सौभाग्य मिळालं. ही पुराणकथा माळ्यातल्या खाणावळींना पुसटशी माहीत होती. त्यांच्या सासवा, आयांकडून ती पुढे चालत आली होती.

आज भाद्रपद शुद्ध तृतीया. हस्त नक्षत्र. हाच तो दिवस शंकराच्या दर्शनाचा. आशीर्वादाचा. पार्वतीच्या स्वप्नांची पूर्तता झाल्याचा. जायकरनीनं यंदाही हरतालिकेचं व्रत केलं होतं. आज सकाळी ती लवकर उठली. स्नानसंध्या आटोपली. घरातलं कामकाज बघीत देवपूजा केली. त्यानंतर ती माठातल्या थंड पाण्याचे दोन ग्लास प्यायली. तिला शेवंतानं चहा दिला. चहाचा ग्लास बाजूला सारीत तिनं सांगितलं, ''हरताळकीचा उपास हाय माझा! आजचा दीस शिजिवल्यालं, तळल्यालं खायाचं न्हाय मला!''

''आरं देवाऽ! मला पण उपास करायचा होता नवं का; पण मी चहा प्याले!'' शेवंता हळहळली.

''पुढच्या वर्षी कर...!''

कमळानं तो विषय तेथेच संपवला. तिनं सकाळची घरातली सगळी कामं आटोपली व आपल्या रोजच्या ठरलेल्या वेळेत भाजी मार्केटमध्ये गेली. तिनं

कोळीवाड्यात भाजीपाला, मसाला विकत घेऊन संध्याकाळ तसेच उद्याच्या सकाळच्या जेवणाची तरतूद केली. तिथून ती पेरवाच्या गाडीजवळ आली. पिवळसर, गरगरीत पिकून टवटवीत दिसणारे पेरू महाग होते. त्याऐवजी तिनं थोडं डागाळलेलं, पिकून पुढं गेलेलं स्वस्त पेरू घेतलं. याच पद्धतीनं तिनं केळी खरेदी केली. गणेश चतुर्थीमुळं त्यांचाही भाव वधारला होता. तिनं घरच्या वाटेवर नेहमीच्या भैय्याजवळ तीन रुपयांचं दही खरेदी केलं. तेवढाच उपाशी जिवाला गारवा. नाहीतर उद्या सकाळच्या न्याहरीपर्यंत याव्यतिरिक्त पोटात तरी काय असणार आहे?

गणपती येणार असल्यानं आज हेल्परमामानं कामाला दांडी मारली होती. तो पुजाऱ्या जेवणाला आला. त्यानं विचारलं, “म्हातारेऽ, हरतालकीचा उपास हाय नक्कं तुजा?”

“म्हाताऱ्या हाय.” ती हसली व पुढे म्हणाली, “अन् ह्यो उपास न रेटण्याइतकी मी म्हातारी नाही झालू अजून!”

“तर जवानी सळसळतीया नंऽ!”

“ओ मामाऽ! ती तरणीच हाय अजून. तुमच्याच टाळक्यावर क्यास हाईत का बघा अगोदर!” शेवंतानं हेल्परच्या टाळक्याकडे पाहात कोपरखळी मारली.

“बघ की तरऽऽ!” चेहऱ्यावर लटका राग आणीत जायकरीन म्हणाली व पोरींच्या हसण्यात सामील झाली.

“मग एक काम करा...”

“कसलं?” जायकरनीनं हेल्परला विचारलं. पोरींचं कान खडं झालं.

“उपासात देवाजवळ जायकरासारखा गबाळा, चपात्या भाजणारा वीर मागू नका. चांगला...”

“मग काय तुमाला मागू?” जायकरनीनं त्याचं बोलणं तोडलं व ती तोंडभरून हसली.

“काय हरकत आहे? मी निदान बायकूच्या जिवावर खाणार तरी न्हाय. अन् जायकरापेक्षा तरी निश्चितच चांगली ठेवीन.”

“वा रंऽ म्हाताऱ्याऽऽ! लबाड कोल्ह्यासारखा चांगला ऊसच पाहिजे म्हण कीऽ!” गूळ खाल्ल्यासारखं जायकरीन गुळमाटजार हसली.

दुसऱ्या दिवशी सकाळी जायकरनीनं हरतालिकेचा उपवास सोडला नाही. हरतालिकेला जोडूनच ऋषी पंचमी आली होती. तिनं बाजारात मिळणारे ऋषी पंचमीच्या उपवासाचे तांदूळ, मीठ आणले. त्याचा वेगळा भात बनवला अन् फराळ केला. ती मार्केटमधून परत येत असताना तिच्यासोबत जया चाफेकरीन होती. ऋषी पंचमीच्या कडकपणावर कमळाची चाफेकरनीशी चर्चा रंगली होती.

ऋषी पंचमीच्या दिवशी बैलाच्या श्रमाचा कोणताही पदार्थ खाऊ नये असं

म्हणतात; पण रेशनिंगचं धान्य-धुन्य खाणारे हे कसं ठरविणार की, ते बैलाच्या कष्टाचं आहे की पुरुषाच्या श्रमाचं? आजच्या दिवसात फक्त पुरुषाच्याच श्रमाचं खायचं असेल तर वर्षाचे बारा महिने खाणावळ्यांचा नवरा जेवण-खाणं बनविण्यासाठीच राबत होता. तेच जेवण त्याही खातात. मग वर्षाच्या ऋषी पंचम्या किती होतील? की वर्षभरच ऋषी पंचमी धरायची?

कमळाचं लग्न होण्यापूर्वी तिच्या बाबांकडे येणाऱ्या सुदाम भटाला ती अनेकदा पाहायची. ऋषी पंचमीचा उपवास का करायचा, याबाबत त्यानं कमळाच्या आईला सांगितलं होतं. कमळाच्या आईनं तेच कमळाच्याही कानात ओतलं होतं. कोणत्याही स्त्रीस ऋतू प्राप्त होतो ती शिवताशिवतीची होते, विटाळशी होते; तेव्हा तिला बसण्यासाठी घरात वेगळी जागा दिली जाते. त्या काळात तिचे हात अनवधानाने किंवा विसरतेपणी जेवण-खाण्यास लागण्याची शक्यता असते! ऋषी पंचमीचं हे व्रत धरल्यानंतर वर्षभर हातून घडलेल्या अशा पातकातून त्या स्त्रीची सुटका होते! कमळाच्या आई-वडिलांना सुदाम भट ही गोष्ट सांगायचा त्या काळात ती तशी लहानच होती. जगरहाटी नसानसांत मुरायचं तिचं ते वय नव्हतं. पण आज ऋषी पंचमीचा उपवास करतानाही तिला याची शहानिशा करून घ्यावीशी वाटत नव्हती.

ज्या ऋषीच्या नावाने आज ती उपवास करते, तो जो कोणी असेल; तो ऋषी एका महिलेच्याच गर्भात नऊ महिने वाढला होता. त्या महिलेच्या बाळंतपणात पाणठूळ फुटल्यानंतरच त्याचा जन्म झाला होता! म्हणजे जो विटाळामध्येच जन्मला होता, त्याच्यासाठी हे उपवासाचं आयाटान कशासाठी; हा प्रश्न तिला पडत नव्हता. विटाळात जन्मलेला विटाळशीच असला पाहिजे. त्यातून पवित्र होण्यासाठी त्याने असा एखादा उपवास केला होता का? जायकरनीनं जरी हे व्रत केलं, तरी शास्त्राप्रमाणं विटाळ पाळायचा तर तिच्याकडे जेवायला असलेल्या माणसांचं काय करायचं? त्यांचं जेवण कोणी तयार करायचं? बरं, जे जेवतात ते दाम मोजतात; त्यांनाच जर जेवू घातलं नाही तर आपल्या कुटुंबाचं पोट तरी कसं भरायचं? अन् महत्त्वाचं म्हणजे, स्त्रीच्या पोटात राहून, विटाळात जन्मलेल्या आपल्या नवऱ्याच्या हातचं अन्न तरी कसं खायचं? ते पवित्र कसं असू शकेल? प्रश्न अनेक होते; पण ते तिच्या डोक्यात उगवत नव्हते व एखाद्यानं त्याबाबत तिला विचारलं, तर ते तिला पटत नव्हतं.

ऋषी पंचमीच्या कथेवरून तिचा एकदा जिजा मिरचीकरनीशी वादही झाला होता. त्यातून काहीच निष्पन्न झालं नव्हतं. मात्र, अशा गोष्टींचा अपमान झाला, तर आपल्या कुटुंबाचं काहीतरी वाईट होतं, ही बाब तिच्या मनावर अधिकच बिंबली होती. तिला अशा गोष्टींची फारच भीती वाटायची. याच भीतीतून ती आज ऋषीच्या उपवासाचं तांदूळ, मीठ घ्यायला धावली होती.

कमळा मार्केटमधून आली होती. तिनं मंदाला चहाचं आदान ठेवायला सांगितलं. चहा तयार होईपर्यंत तिनं पिशवीतला बाजार काढून बाहेर ठेवला. मंदानंही तिला तत्परतेनं चहा दिला.

“आई, ऋषी पंचमीचा उपास का करत्यात गं?” जेवणाऱ्याच्या ताटात चपाती ठेवता ठेवता शेवंतानं विचारलं.

“होय मामे, ऋषी पंचमीची गोष्ट तरी आम्हाला सांग.” मंदानंही जिज्ञासा दाखवली.

मंदानं जायकरनीसमोर चहाचा पेला ठेवला. तो उचलून कमळा तिच्या आईकडून ऐकलेली गोष्ट [illegible], [illegible] सांगू लागली. [illegible] कान कमळाच्या गोष्टीकडे लागले.

६४

प्रत्येक वर्षाच्या रिवाजानुसार माळ्यावर सार्वजनिक गणपती बसला. माळ्यावरच्या सर्वच कुटुंबांचा तो तारणहार, पालनहार. मात्र, माळ्यातही दहा-वीस ठिकाणी घरगुती गणपती येत होते. तीन दिवसांचा, पाच दिवसांचा पाहुणचार घेऊन ते चौपाटीची वाट चालायचे. त्यांच्याशिवाय माळ्यात इतर कुणी घरगुती गणपती आणण्याच्या भानगडीत पडायचं नाही. घरात शिजणाऱ्या अंडी, मटन, कोंबड्या, मासे आदी खारकांडामुळे घराच्या पावित्र्याचा प्रश्न असायचा. शिवाय स्त्रियांच्या शिवता-शिवतीसारख्या गोष्टीही महत्त्वाच्या होत्या. गणपतीला वशाट चालत नाही, विटाळ चालत नाही असं सांगितलं जातं अन् रागाच्या बाबतीत तर गणपती हळवा देव असल्याने गणपती बसवण्याची जबाबदारी कोणतंही कुटुंब घेत नव्हतं. गणपतीच्या सणात काही खाणावळ्या माळ्यातल्या गणपतीला एकवीस [illegible]रळाची जुडी, एकवीस दुर्वा वाहायच्या. एकवीस मोदकांचा नैवेद्य दाखवायच्या. काही असेल ते यातच भागवून घे, अशी गणपतीला विनंती करायलाही त्या चुकायच्या नाहीत. गणपतीलाही ते पटत असावं!

माळ्यात दारू किंवा इतर वाईट-साईट गोष्टींपासून दूर असलेल्या कुटुंबांचीही संख्या पुष्कळ होती; परंतु माळ्याला खऱ्या अर्थानं चर्चेत ठेवण्याचं काम त्यांना झेपायचं नाही. यंदा रामू तडेकराच्या नेतृत्वाखाली काही मोजक्या दारूबाज लोकांचं एक मंडळ तयार झालं होतं. भिकुदादा, पिंपरकर, मिरचीकरासारख्या दारू पिणाऱ्यांचा त्यात समावेश होता. त्यांनी सार्वजनिक गणपतीची वर्गणी भरली होती. गणपती

आणायला मदतही केली होती. पण दारू पिणाऱ्या माणसांची चारचौघांत हेटाळणी होते, असं कारण दाखवून त्यांनी यंदा आपला सवता सुभा मांडला होता. प्रत्येक वर्षी गणपतीनिमित्त भिकुदादाचं बिऱ्हाड गावी जायचं. तसं ते यंदाही गेलं होतं. गणपतीनिमित्त होणारा बिझनेस लक्षात घेऊन भिकुदादाचा शेठ त्याला रजा द्यायचा नाही. त्यातच भिकुदादाला त्याचा माळ्यातला दारूचा धंदाही सांभाळावा लागायचा. म्हणून तोही कधी गावी जायच्या भानगडीत पडायचा नाही. हीच संधी साधून दारूबाजांनी भिकुदादाच्या खोलीत दहा दिवसांच्या गणपतीची स्थापना केली. गणपती आणण्याअगोदर त्यांनी खोली धुऊन चकचकीत केली होती. भिंतीला डिसटेंपरही दिला होता.

दारूबाज मंडळानं आपला गणपती एका टेबलावर ठेवला होता. त्याला सुंदर मखराची आरास केली होती. आराशीसाठी बेगड, रंगीत कागद, झागझुग करणाऱ्या लायटिंगचाही वापर करण्यात आला होता. गणपतीमागच्या डेकोरेशनसाठी नव्या बेडशीट, चादरीचा वापर करून पडदे तयार करण्यात आले होते. आपण बसवलेला गणपती कसा चिकना दिसेल याची त्यांनी पुरेपूर काळजी घेतली होती.

दारू पिणाऱ्यांना सार्वजनिक ठिकाणी, चारचौघांत मान मिळत नाही, असा दावा दारूबाज मंडळानं केला असला तरी त्याला दुसरे पदरही होते. गणपतीत पुढे पुढे असणाऱ्या काही पोरांनी बलात्कार प्रकरणानंतर त्यातून अंग काढून घेतलं होतं. ती जबाबदारी बाबूनं उचलली होती. बाबू तर पोलीस ठाण्यात जाण्याची बात करीत असल्याच्या वावड्या होत्या. त्याचा राग भिकुदादा, मिरचीकराच्या मनात घर करून होता. शिवाय बाबूसारख्या पोरकटाच्या हाताखाली काम करणं त्यांच्या जिवावर आलं होतं. बाबूचे नाभिक समाजातल्या मुलीशी असलेले संबंधही बहुतेकांना खटकले होते. हरणानं तर चक्क भिकुदादाच्या इज्जतीलाच हात घातला होता; त्यामुळे भिकुदादाही रागानं आतून नुसता धुमसत होता. अन्य काही कारणांनी त्याच्यावर नाराज असणाऱ्या माळकऱ्यांनीही दारूबाजांच्या गणपतीला आतून पाठिंबा दिला होता. माळ्यात ज्या काही मोजक्या दारू पिणाऱ्या बाया होत्या, त्याही या मंडळाच्या पाठीमागे उभ्या राहिल्या होत्या. त्यांच्या हातात गुपचूप दारूचा ग्लास ठेवणाऱ्या भिकुदादाशी इमान राखण्याचा हाही एक मार्ग होता! भिकुदादा, संतोष पिंपरकर, रामभाऊ, मिरचीकराच्या सुधीरनं शिवजयंतीच्या वर्गणीत अफरातफर केली होती. ती बाब चव्हाट्यावर आली होती. त्यापाठीमागे बाबूचाच हात असल्याचा मोठा बोलबाला झाला होता. या संशयावरूनही काही कुटुंबं त्याच्यावर चांगलीच नाराज होती. त्यांनाही दारूबाज मंडळाचा गणपती आपलाच वाटत होता.

रामू तडेकर, मिरचीकर यांनी आपली पूर्णवेळ सेवा गणपतीच्या चरणी वाहिली होती. ते सकाळची अंघोळ उरकायचे. त्यानंतर त्यांच्या अंगावर असायची ती

गुडघ्यापर्यंत लोंबणारी पट्ट्यापट्ट्याची चड्डी! ते उघड्याबंब शरीरानं गणपतीची पूजा-अर्चा करायचे. त्यांच्या कपाळ, गळा, पोटावर असलेले गंधगोळीचे पांढरेखड पट्टे गणपती निरखून पाहायचा. आरती करणं, धूप जाळणं, अगरबत्त्या पेटवणं, गणपतीच्या दर्शनाला आलेल्या खाणावळींशी, इतर माळकऱ्यांशी बोलणं यातच त्यांचा बराचसा वेळ जायचा. उरलेला वेळ त्यांना खायला उठायचा. अंडी, मटन, मासे, दारूसाठी त्यांचं सोकावलेलं तोंड शिवशिवायचं. मग ते माळ्यातल्याच एखाद्या पोराला गाठायचे. त्याच्या हातात बळजबरीनं नवनाथ कथासार, रामायण नाहीतर महाभारत कोंबायचे व ते त्याला मोठ्यानं वाचायला भाग पाडायचे! काही नसलं तरी हे अळणी शब्द त्यांच्या कानावर [illegible] वारंवार घुमायचे.

चार दिवसांतच त्यांना या मचूळ जीवनाचा कंटाळा आला. त्यांनी कुरबुर सुरू केली. पाच दिवसांचा गणपती करून त्याचं विसर्जन करू या, असं ते म्हणू लागले. पण त्याला भिकुदादाची तयारी नव्हती. त्यानं ठणकावून सांगितलं, 'माळ्यातल्या सार्वजनिक गणपतीच्या नाकावर टिच्चून आपण दहा दिवसांचा गणपती बसवला. अशावेळी आता माघार कशी घ्यायची? माळ्यातली माणसंच आपली छीऽ थूऽ करतील.'

"पण आम्हाला ही पाळणूक जमत नाही." रामूनं स्पष्टच सांगितलं.

"पाळणूक जमत नाही, असं तुम्ही आता म्हणता! पण माझ्या घरात गणपती बसवा अशी मागणी करीत मी तुमच्याकडे आलो होतो काय? तुम्हीच मला घोड्यावर बसवलं. रामभाऊ, तुम्ही तर तेव्हा म्हणत होता की, नाभिक बाईची सावली पडलेला गणपती पुजून कसं चालेल! मग आता का रडता?" भिकुदादा चांगलाच उखडला.

"सगळं खरं हाय, पर जमत नाही त्येला काय करायचं?" मिरचीकरानं तोंड उघडलं.

भिकुदादाच्या घरात दहा दिवसांचा गणपती बसवला होता. गणपती बसवण्यापूर्वी त्यांनी दहा दिवसांचा गणपती बसवण्याचा पणही केला होता. तो पण मोडून गणपतीचं अगोदरच विसर्जन केलं, तर आपल्या घरावर अरिष्ट तर येणार नाही ना; ही भ्रांत भिकुदादाला पडली होती. बरे, या दारूबाज मंडळींचंही काही खरं दिसत नव्हतं. यातून मार्ग कसा काढायचा, या विचारानं तो हैराण झाला होता.

सगळे थोडा वेळ शांत बसले. मग चंदू चोरगे कसल्या तरी विचारानं उत्तेजित झाला. त्यानं आपल्या डोक्यात तरळलेला विचार बाहेर आणला. "रात्री झोपताना आपण दारू प्यायलो तर ते कुणाला कळणार हाय? फक्त गणपती व आपणासच माहीत असणार!"

"झक्कासऽ!" भिकुदादानं आवाज दिला. त्याच्यावर आलेलं अरिष्ट दूर झालं होतं. शिवाय तो धंदेवाला होता. या मंडळींनी दारू प्यायला सुरुवात केली तर त्याचं

काय नुकसान होणार होतं? गणपती बसवलेल्या टेबलाशेजारी दारूचं कॅन ठेवलं होतं. त्यानं ते पुढे घेतलं व तो म्हणाला, ‘‘नाहीतरी देवसुद्धा सुरापान करीत होतेच की!’’

भिकुदादानं कपात दारू ओतली. चंदूनं पहिला घोट घेतला. त्याला सर्व देवमंडळीही सुरापान करीत असल्याचा भास झाला.

‘‘दारू प्या; पण त्याचे पैसे द्यावे लागतील. ती माझ्या घरी तयार होत नाही याची तुम्हालाही कल्पना आहेच!’’ भिकुदादानं व्यवहार समजावला.

रामू तडेकर, मिरचीकर, चंदू चोरगेनं लागलीच खिशात हात घातला.

दारू प्यायल्याने त्यांच्या जिभेला टनटनी आली होती. दारू प्यायची म्हणजे त्याच्याबरोबर वशाटही आलंच. नाहीतर त्या दारू पिण्याला काही अर्थ आहे का? हा मुद्दाही चर्चेला आला. चार दिवस चिकन, मटन, मासे नसल्याने भिकुदादाच्या जिभेलाही पाबळी आली होती. जिभेचा थिल्लरपणा चांगलाच वाढला होता. मात्र, या कल्पनेला पालकर, गोवेकरासह आणखी चार-चौघांनी विरोध केला. गणपतीसमोर दारू पिण्यापर्यंत ठीक आहे; पण मटन, चिकनऽ छेऽऽ! त्यांनी चिकन पार्टीत आपण उतरणार नसल्याचं निक्षून सांगितलं.

या समस्येवरही तोडगा निघाला. दारू प्यायल्याने देवावर काही परिणाम झाला नव्हता. तर वशाट खाल्ल्यानं असा काय फरक पडणार होता? तरीही ज्यांना चिकन खायचं नव्हतं, त्यांनी आजची रात्र आपापल्या घरी थांबावं असं ठरलं. शिवाय चिकन पार्टीत सामील नसलेल्यांनी या बाबीची कुठंही वाच्यता करू नये याचीही हमी सोबत होतीच. या पाठीमागे दारूबाज मंडळाला हा मामला गणपती व आपल्यापुरताच मर्यादित ठेवायचा होता!

उगाच गाजावाजा नको म्हणून चंदू चोरगे स्वत: मार्केटमध्ये गेला. त्यानं आपल्यासमोरच कोंबडी कापून घेतली. परत येताना मार्केटमध्येच गरम मसाला खरेदी केला. लसूण, खोबरं, कांदे, कोथिंबीर, लिंबू, गोडं तेलही आणलं. चोरवाडकरानं ओला मसाला तयार केला. रामूनं कांदे चिरले.

दारूबाज मंडळानं खोलीचं दार पुढे केलं. भिकुदादानं भिंतीशेजारी स्टोव्ह ठेवला. स्टोव्हमध्ये कॅनमधलं रॉकेल भरलं. कॅनच्या तोंडावर बुच ठेवलं व त्याच्यावर थाप मारून कॅन भिंतीकडे सरकवलं. भिकुदादाची ही दारूच्या धंद्यावरली सवय. गिऱ्हाइकासाठी कपात दारू ओतताना प्रत्येकवेळी कॅनचं टोपण कुठं काढत बसायचं म्हणून तो कॅनच्या तोंडावर नुसतंच टोपण ठेवून हळूवार थाप मारायचा!

मिरचीकर चिकनला फोडणी द्यायला पुढे झाला. फोडणीसाठी त्यानं गोडं तेल काढलं. चोरवाडकरानं स्टोव्ह पेटवून हवा मारली. तो भरभरू लागला. फोडणी दिलेलं चिकन पातेल्यात रटरटू लागलं. वाफेचे फवारे झाकणीला न जुमानता बाहेर

उसळी घेऊ लागले. दारूबाज मंडळाची चाललेली ही खटपट गणपती बाप्पा शांत चित्तानं पाहात होता. मात्र, चिकनच्या वासानं तोही गुदमरू लागला. दारू मंडळाच्या चिकनची ही वाफ हळूहळू माळ्यातल्या अन्य घरांतही पाझरू लागली. गणपतीच्या सेवेत रममाण झालेल्या खाणावळ्यांचं जेवण घेऊन पोरं किंवा त्यांची बायको यायची. आता मात्र, ते स्वत:च घरात गेले व जेवणाचे डबे घेतले. फक्त भात, चपाती, कांदा पाहून तडेकरनीनं रामूला विचारलंच, "हे काय थ्यारऽ! नुस्ता कोरडा भात, चपाती खाणार वीऽऽ!"

"कुठं बोंबाबोंब करू नगं. आगं, आमी चिकन आणलंय!" रामूला तडेकरनीशी खोटं बोलणं जमणं नाही. तडेकरनीनं क्षणभर त्याच्या तोंडाकडे पाहिलं अन् ती म्हणाली, "अन् चार दिवस खाल्लं नसतंसाऽ, तर काय उलाथला आसतासा वीऽऽ!"

रामूनं गपगुमान आपलं जेवणाचं ताट उचललं व तो चालू पडला. चोरवाडकराच्या घरातही हेच प्रश्न होते. चोरवाडकरानं आपल्या बायकोला सांगितलं, "आगंऽ, त्यो चंदू चोरगा कालवन, भाजी आणणार हाय!"

"त्येंनी अशी काय हांडी हावळं केल्यात?" चोरवाडकरनीनं विचारलं.

"आज त्येनं आणलं. उद्या मी घेऊन जाईन!" चोरवाडकरानं सांगितलं व त्यानं आपला डबा उचलला. दारूबाज मंडळाच्या सदस्यांनी कालवन, भाजी न घेतल्याने प्रत्येकाच्या घरात हा प्रश्न उपस्थित झाला होता! प्रत्येकानं आपल्या परीनं त्याचं शंका-निरसन करायचा प्रयत्न केला होता.

माळ्यावर विक्री होऊनही थोडी दारू शिल्लक राहायची. ती दुसऱ्या दिवशी विकली जायची. पण दारू मिळत नाही, म्हणून एकदा माघारी वळलेलं गिऱ्हाईक कवर चाळीतल्या आण्टीच्या अड्ड्यावर गेलं, तर ते परत फिरण्याची शक्यता तशी कमीच. म्हणूनच भिकुदादा खपापेक्षा जास्त दारू मागवायचा. अधिक मागवलेल्या दारूचं कॅनही गणपती ठेवलेल्या टेबलासमोरच भिंतीशी उभं असायचं. मात्र, त्यावर एखादी लुंगी किंवा पटकुर टाकून ते झाकलेलं असायचं.

सध्या गौरी-गणपतीचा सण सुरू असल्याने तसा दारूचा खप कमी झाला होता; त्यामुळे नेहमीपेक्षा थोडी अधिक दारू कॅनमध्ये शिल्लक राहायची. अशी शिल्लक राहिलेली दारू घेऊन भिकुदादा खोलीत आला. दारूचं कॅन समोर आल्यावर रामू तडेकर, चंदू चोरगे, चोरवाडकर, मिरचीकर, पिंपरकर दारूवर ताव मारू लागले. भिकुदादानं त्यांच्यावर कोणतंच बंधन घातलं नव्हतं. रोकडा नाही मिळाला तरी ते त्यांच्या उधार खाती जमा होणारच होते! सगळेजण जमेल तसं दारू ढोसीत होते.

"मिरचीकर, निवद तरी काढा!" तोंडाला लावलेला दारूचा कप काढून रामू तडेकर म्हणाला.

"कसला?"

"मटनाचा. गणपतीला दावायला!"

"हांऽ! हे खरं. आपण खायचं अन् गणपतीला का उपाशी ठेवायचं?" भिकुदादानं आपलं मत मांडलं. त्याच्यावरही दारू स्वार झाली होती.

स्वत:ला सावरत तडेकरानं एका ताटात भात, भाकरी घेतली. त्यावर टोपातला मोठा चमचा भरून रस्सा ओतला. कालवनात चमचा खुपसून चमचा भरून मटन बाहेर काढलं व थरथरत्या हातानं ते ताटात ओतलं. नंतर तेच ताट रामूकडे सारलं. रामूनं कॅनमधली दारू पेल्यात ओतली. त्यानं आपला तोल सावरीत दारूचा ग्लास अन् नैवेद्याचं ताट गणपतीसमोर ठेवलं. त्यानं उजव्या हाताच्या ओंजळीत ग्लासातली दारू घेतली व ताटाच्या सभोवती ओतून गणपतीला नैवेद्य दाखवला. जागेवर नीट उभं राहता येत नसतानाही त्यानं कसंबसं गणपतीला हात जोडलं. "बाबा गणराया, आमाला आसंच सुखी-समाधानी ठेव!"

दारूनं झिंगलेले त्याचे शब्द गणपतीपर्यंत पोहोचले की नाही याची कल्पना त्याला आली नाही. मात्र, तेच शब्द त्याच्या कानावरही आदळले. त्याला वाटलं, आपलं म्हणणं गणपतीनं ऐकलं! तो खूश झाला. त्या खुशीतच त्यानं गणपतीपुढचं निवदाचं ताट व दारूचा पेला उचलला. तो परत फिरला; पण त्याचं अडखळतं पाऊल जमिनीवर अंथरलेल्या घोंगड्याच्या धशात अडकलं अन् तो धाडकन पुढे स्टोव्हवर आदळला. त्याच्या धक्क्याने रस्स्याचा टोप स्टोव्हवरून खाली पडला. शिवाय स्टोव्हही कलंडला. स्टोव्हच्या पुढच्या बाजूला घासलेटचं कॅन होतं. खाली कोसळलेल्या रामूच्या हाताचा झपाटा बसून कॅनही भुईसपाट झालं. कॅनचं बूच उडालं व त्यातून रॉकेल बाहेर येऊ लागलं. रामू उकळत्या रस्स्यातच कोसळल्याने त्याचं अंग भाजलं. दारूच्या अमलाखाली असलेला रामू जागेवरच तडफडला. त्या तडफडीत धक्का लागून पेटलेला स्टोव्ह इकडून तिकडे पकडी काढू लागला. कॅनमधून बाहेर पडलेलं तेल घोंगड्यापर्यंत पसरलं होतं. स्टोव्हच्या आगीनं त्याचा भडका उडाला. त्यानंही रामूचं अंग भाजू लागलं. पडल्या जागेवरच त्यानं 'ठो, ठोऽ बोंब ठोकली. त्याला सावरायला उठलेल्या भिकुदादाच्या पायाचा धक्का लागून दारूचं कॅनही उपडं झालं. ते घोंगड्यावर पसरलं. त्यानंही पेट घेतला. बघता बघता खोलीत आग भडकली. घोंगड्यावर बसलेला चंदू चोरगे भाजला. भिकुदादाला झळा लागल्या. दोघेही जोरात ओरडू लागले. पाठीमागे बसलेल्या चोरवाडकर, मिरचीकर यांनीही बोंब ठोकली.

भिकुदादाच्या खोलीशेजारी त्याच्या सख्ख्या भावाची, गोरख सांडणीकराची खोली होती. भावा-भावांचं जमायचं नाही. म्हणून त्यानं आपलं घरं वेगळं केलं होतं. तिथं तो, त्याचा लहान भाऊ कानिफ, आई धोंडूबाई, गोरखची बायको संगीता

राहायचे. भिकुदादाच्या खोलीतला दंगा ऐकून संगीता व धोंडूबाई तिकडे धावल्या. धोंडूबाईनं दरवाजा पुढे लोटला तर घरात आग लागली होती. तिनं जोरदार बोंब ठोकली. संगीतानं आग पाहिली व ती विझवण्यासाठी ती ओरडतच पाण्याचा हंडा आणायला आपल्या घराकडे धावली! सातव्या मजल्यावरच गवताडकरांची बैठकीची खोली होती. जेवून-खाऊन मस्तमौला झालेले गवताडकर झोपण्याच्या तयारीत होते. दारूबाज मंडळ, धोंडूबाईनं ठोकलेल्या बोंबमुळे ते हादरले. तो आवाज माळ्यातल्या आजूबाजूच्या खोल्यांतही गेला होता. भांबावलेले गवताडकर, वटनात असलेले माळकरी भिकुदादाच्या खोलीकडे धावले. घरात घुसलेल्या गवताडकरांनी हाताला लागेल त्याला बाहेर खेचलं. तोपर्यंत गणपतीची आरासही पेटली होती. माळकरी मागचा पुढचा विचार न करता आजूबाजूच्या खोल्यांत घुसले व त्यांनी पाण्यानं भरलेले हंडे, घागरी उचलल्या. त्या भडकलेल्या आगीवर बदाबदा ओतल्या. आग विझली. रांडमुंड झालेला धूर हळूहळू बाहेर येऊ लागला. त्यात जळिताचा खरपूस वास मिसळला होता. दरम्यान, दिलीप चाफेकरनं लाइटच्या मीटरचा ताबा घेऊन मेन स्वीच बंद केल्यानं सर्वत्र अंधार झाला होता; पण त्यामुळे पुढील अनर्थ टळायलाही मदत झाली.

भिकुदादाच्या खोलीला आग लागल्याने प्रत्येकजण तिकडे धावला होता. त्यात सार्वजनिक गणपती मंडळाचे सदस्यही होते. एकंदरीत बाब गंभीर दिसत होती. रामू तडेकर, भिकुदादा, चंदू चोरगे गुरा-ढोरासारखे ओरडत होते. त्यांना चांगलेच चटके बसले होते. मात्र, यातून मिरचीकर, चोरवाडकर व पिंपरकर आश्चर्यकारकरीत्या वाचले होते. तडेकरीन 'ठो, ठो बोंबलत होती. गुजी चोरगी तर 'हे माझ्या नशिबाऽऽ!' म्हणत भिंतीशी टकरा घेत होती.

बाबू व इतरांनी झपाट्यानं हालचाल केली. तिघांना उचलून माळकरी खाली आले. तोवर नंदू, बंडूनं बाजूच्या गल्लीत शाखेसमोर उभी असलेली ॲम्ब्युलन्स आणली. जखमींना तातडीनं जवळच्याच महापालिकेच्या हॉस्पिटलमध्ये हलवण्यात आलं.

गणपतीची आरास बऱ्यापैकी जळली होती. अर्ध्या-अधिक जळलेल्या चादरी, बेडशीटचे पडदे खाली लोंबत होते. घरातल्या सामानानंही पेट घेतल्याच्या खुणा दिसून येत होत्या. अग्नीच्या ज्वालांनी भिंती, छत काळंठिक्कर पडलं होतं. गणपती बसवलेल्या टेबलानंही आग पकडली होती. ते अजूनही धुमसत होतं. त्यातून धूर बाहेर पडत होता. जायकराच्या सदानं त्यावर पाणी ओतल्यानं निघणारा धूरही थांबला. घासलेटचा, दारूचा कॅन जळून त्यांचा लगदा झाला होता. माळकऱ्यांनी आगीत पाणी ओतल्याने सगळ्या रूममध्ये पाणी पसरलं होतं. त्यात चिकनचा रस्सा, राख मिसळली होती. पाण्यावर घासलेटचा तवंगही दिसून येत होता.

खोलीत आग लागली, तरी गणपतीला जागेवरून उठता आलं नव्हतं. त्याच्या अंगावरचा कलर, दागदागिने पेटले होते. माळकऱ्यांनी त्याच्या अंगावरही पाण्याच्या बादल्या फेकल्या होत्या. त्याच्या अंगावरून पाणी निथळत होतं. अंगावरचा जळलेला रंग, धूर व शिंपडलेलं पाणी यांच्या मिश्रणानं त्याचं अंग काळंकुट्ट व तेलकट दिसत होतं. माणसापेक्षा गणपतीची अवस्था केविलवाणी झाली होती.

माळ्यात पोलीस आले. त्यांनी बॅटरीच्या उजेडात खोलीची तपासणी केली. आजूबाजूच्या लोकांचे जाब-जबाब घेतले. रीतसर पंचनामा झाला.

"साहेब, गणपतीची मूर्ती पूर्णच खराब झालेय. आपली परवानगी असेल तर विसर्जन करू का?" बाबूनं विचारलं.

"फक्त गणपतीच उचला. बाकीचं आहे तसंच राहू दे." फौजदारानं परिस्थितीचा अंदाज घेऊन सांगितलं. त्यालाही गणपतीच्या कोपाची भीती वाटत होती. "पण गणपती उचलण्यापूर्वी त्याचे फोटो काढले पाहिजेत; तो महत्त्वाचा पुरावा आहे." त्यानं कायद्याची बाजूही विचारात घेतली.

भिकुदादाच्या घरातल्या टेलीफोनची वायर तुटली होती. शिवाय आग विझवण्याच्या गडबडीत टेलीफोनच्या इन्स्टुमेंटवरही पाणी पडल्यानं त्याचा तसा उपयोग राहिला नव्हता. रामभाऊ घडवेच्या घरातही टेलीफोन होता. सावंत हवालदार तिकडे गेला. सावंतनं पोलीस ठाण्याशी जोडलेल्या फोटोग्राफरला फोन केला व त्याला तातडीनं बोलावून घेतलं. फोटोग्राफरनंही येण्यात कुचराई केली नाही. त्यानं गणपतीसह संपूर्ण रूमचेही फोटो काढले.

पोरांनी गणपतीच्या काळवंडलेल्या मूर्तीची आरती केली. बाबूनं घरातून एक चादर आणली. त्यात गणपतीला गुंडाळण्यात आलं. पोरांनी गणपतीची मूर्ती उचलली. "गणपती बाप्पाऽऽ, मोरयाऽ!" पोरांनी आरोळी ठोकली.

उचललेल्या मूर्तीच्या जागेवर कानिफनं कलश ठेवला.

गणपती माळ्याबाहेर आला. त्याला फुटपाथवरच्या एका रिकाम्या चारचाकी हातगाडीवर ठेवण्यात आलं. संपूर्ण गणपती चादरीने झाकण्यात आला. माळ्यातली जाणती पोरं त्याच्याबरोबर चालू लागली. दहा दिवसांच्या गणपतीनं केवळ चार दिवसांचा पाहुणचार घेऊन आपलं तोंड लपवून समुद्राकडे प्रस्थान केलं.

६५

सुकन्यानं आपल्या दोन्ही पोरांना सखू पालकरनीजवळ ठेवलं होतं. कधी दाराचं कवाड किलकिलं करूनही न बघणारी सुकन्या जिना उतरून अनपेक्षितपणे तिच्या घरात आली होती. तिच्या शालू-मालू तीन-चार वेळा स्वामींच्या दर्शनाला गेल्या होत्या. त्यावेळी पालकरीनही त्यांच्या बरोबर होती. इतकाच काय तो तिचा सुकन्याशी आलेला संबंध!

"ताई, आमचा एक नातेवाईक डिलाईल रोडला राहतो. तो आजारी आहे. आम्ही दोघंही त्याला पाहायला जातोय. जरा तास-दोन तास पोरं तुमच्याकडं राहू देत का?" सुकन्यानं विचारलं.

नातेवाईकच आजारी आहे म्हटल्यानंतर पालकरनीनं आढेवेढे घेतले नाहीत. "जपून जावा; पण लवकर परत या." तिनं प्रेमळ सल्ला दिला. सुकन्या अंगावर दागदागिने घालून नटली होती. ही बाब मात्र तिच्या चाणाक्ष नजरेतून सुटली नाही. तिचं कुतूहल जागं झालं. "अगं, नातेवाईक आजारी आहे म्हणतेस; पण हे इतकं दागिनं का अंगावर घातल्यात? असा इतका सिनगार करून दवाखान्यात जात्यात वीऽ?"

"ताई, तो नातेवाईक एका चाळीत राहतो. तर त्याच रोडवर दुसऱ्या चाळीत आमच्या दुसऱ्या नातेवाइकाच्या मुलीला पाहायला येणार आहेत." सुकन्यानं प्रामाणिकपणे सांगितलं.

"काय अजीब प्रसंग बाईऽ! हिकडं नातेवाईक आजारी अन् तिकडं लग्नाच्या गोष्टीऽ!" ती स्वत:शीच पुटपुटली. "जाऽ; पण जरा जपून. दागिन्याकडं लक्ष ठेव. नाहीतर संमदाच घोटाळा हुईल." पालकरनीनं सुकन्याला सावध केलं.

सुकन्याचा राहुल व दिनकर पालकरनीच्या घरात थोडा वेळ खेळले; त्यांच्यातला तो आपलेपणा पाहून पालकरनीलाही ग्वॉड वाटलं. 'पोरं असावी तर अशी!' ती मनातच म्हणाली. पालकरनीनं पोरांना दूध-भात खायला दिला. त्यांनी तो खाल्ला व आपली भांडी मोरीत उचलून ठेवली. त्यांचं ते वळण बघून पालकरनीच्या अंगावर मूठभर मांस चढलं. जेवल्यानंतर ते आणखी काही वेळ खेळले. पण, आता मात्र राहुलला आपल्या आईची आठवण येऊ लागली. तो कावरा-बावरा झाला. त्याचा चेहराही रडवेला झाला. दिनकर त्याची समजूत काढू लागला. मग मात्र पालकरनीच्या मालूनं राहुलला उचललं व त्या दोघांना घेऊन सार्वजनिक गणपतीच्या मंडपात आली. तिथं पोरं बऱ्यापैकी रमली. बराच वेळ खेळल्यानंतर त्यांना तिथंही कंटाळा आला. त्यांना घेऊन मालू परत घरी आली.

राहुलला आपल्या आईची आठवण येऊ लागली. तो मुळूमुळू रडू लागला. दिनकर त्याच्या पाठीवर हात फिरवून आपल्या तोतऱ्या आवाजात 'नगं रडू, नगं रडू!' असं म्हणत त्याची समजूत काढू लागला. तोही रडवेला झाला होता.

दरम्यान, पालकरनीची मोरीतली भांडी घासून झाली होती. मायलेकींनी संध्याकाळच्या जेवणासाठी भाजी खुडून ठेवली. आता त्या बिछाना टाकण्याच्या तयारीत होत्या. पोरांचा दाटून आलेला कंठ पाहून पालकरनीतली आई जागी झाली. तिचं काळीज द्रवलं. तिनं राहुलला उचलून आपल्या जवळ घेतलं.

सकाळी अकरा वाजता बाहेर पडलेली सुकन्या दुपारचे अडीच वाजले तरी परतली नव्हती.

"नव्हंऽ! इतकी बारकी पोरं टाकून ही भवानी कसली दुसऱ्यांची लग्नं ठरीवतीया! रांडंला काय लाज़बीऽज! तासा-दोन तासांत येणारी बाय दुपारचं आडीच-तीन वाजलं तरी आजून आल्याली न्हाय!" पालकरीन गरजली.

त्यांनी झाकाडाळ केली व त्या बिछान्यावर पडल्या. पालकरनीनं राहुलला पोटाशी घेतलं अन् ती झोपी गेली. दिनकर शालूजवळ झोपला.

संध्याकाळचे पावणेपाच वाजले. शालू उठली. तिला पीठ मळायचं होतं. तिच्या हालचालीनं, डब्याच्या चाळणीच्या आवाजानं राहुल जागा झाला. त्यानं गळा काढला. थांबून, थांबून तो 'आई, आई' करू लागला. त्याच्या आवाजानं सगळं पालकर कुटुंब जागं झालं. सखू पालकरीन राहुलची समजूत काढू लागली.

"ही रांडंऽ, आई हाय का अवदसा? हिचं आतडं कशाचं बनलंय म्हणायचं?"

"अगं आईऽ, ती रांड खोटं बोलून त्या स्वामीबरोबर फिरायला, पिक्चरला गेली आसंल! सा-सात वाजेपर्यंत ईल ती कुठूनतरी फेसलून घिवून! सांभाळ तवर बिचाऱ्यास्नी!" चाळणीत पीठ घोळवीत शालूनं पालकरनीला जमिनीवर आणलं.

पालकरनीच्या अंगाची काहिली झाली.

"अगं, ही व्हयमाली गेल्यानंतर थोड्या येळानं ती खाड्याची अनितापण नटून-थटून गेल्याचं मी बघितलं हुतं!" मालू म्हणाली. शालूला कुठंतरी धागा सापडला.

"ती रांडपण तसलीच!" पालकरनीनं शिवी हासडली. तिनं पुढं विषय ताणला नाही.

सखूनं चहा केला. पोरांना चहा व बटरं दिली. पोरांनी ती चहात बुडवून खाल्ली. साधू पालकरानं चहा घेतला. तसा तो शालू, मालूनंही घेतला. सर्वांनीच नेहमीच्या सवयीनं दोन दोन बटरं चहात बुडवून खाल्ली. शांता सकाळची कॉलेजला जायची व दुपारी टायपिंगच्या क्लासला. तिची यायची व गोमट्याची शाळा सुटण्याची वेळ झाली होती. सखूनं त्यांच्यासाठी उरलेला चहा तसाच टोपात ठेवला अन् त्यावर झाकणी ठेवली.

माळ्यात सार्वजनिक गणपतीचं स्पीकर कोकलत होतं. नेहमीच्या वेळेत सुभाना ऑफिसमधून घरी आला. दाराला कुलूप होतं. तो दुचमाटला. 'कुलूप घालून ही कुठं गेली?' त्याला प्रश्न पडला अन् तो आश्चर्यानं इकडे-तिकडे पाहू लागला.

पालकराचं कुटुंब जेवण तयार करण्यात गुंतलं असलं, तरी त्यांचा एक डोळा सुभानाच्या खोलीवर होताच. सुभाना आल्याची भनक मिळाल्यानंतर शालू त्याच्या दोन्ही मुलांना घेऊन आली.

"सांभाळा ही तुमची दोन खोंडंऽ!" तिनं स्पीकरच्या आवाजावर तान करीत जरा ठसक्यातच सांगितलं.

"अन् ही कुठं गेली?"

"बायको तुमचीऽऽ! यात आम्ही काय सांगणार? कुणीतरी आजारी आहे, कुणाला तरी बघायला येणार आहेत असं सांगून बाईसायबांनी पोरं आमच्याकडं सोडली अन् सकाळी अकरा-साडेअकरालाच त्या बाहेर गेल्यात. तासाभरात येतू म्हणाल्या; पण अजून त्येंचा त्यो तास संपल्याला न्हाय!" शालूनं माहिती दिली.

"अरेऽ, असं कसं? याबाबत मला कसं काही माहिती नाही?"

"अचानक ठरलं आसंल!" शालू जरा तिड्या स्वरात बोलली.

"घराची चावी तरी ठेवलीय का?"

"न्हाय बाऽ! का तुमच्याकडं दुसरी चावी न्हाय?"

"ही दिवसभर घरातच आसती, म्हणून कुणी बनिवल्यात दोन चाव्या!"

"तिनं आमच्याकडं काय चावी-बिवी दिलेली नाही. बरं जाते मी, चपात्या करायच्या आहेत." तिनं पोरांकडे नजर टाकली व ती आली तशी जिन्याच्या पायऱ्या उतरू लागली.

दुचमाटलेल्या सुभानानं मनगटावरच्या घड्याळात पाहिलं. साडेसहा वाजले होते. पायाशी बिलगलेल्या राहुलला त्यानं उचलून कडेवर घेतलं. दिनकरही त्याच्या पायाला बिलगून होता. त्यानं त्याच्या डोक्यावर हात फिरवला. तो थोडा वेळ वटनात थांबला. डोकं काम देईनासं झालं होतं. ही कुठं गेली असेल? फिरून फिरून मन तिथंच थांबत होतं. आजपर्यंत असं कधी घडलं नव्हतं. आपल्याला न सांगता ती अशी कधी बाहेर गेली नव्हती; पण सकाळी अकरा वाजल्यापासून ती नाही! या विचारानं त्याचा थरकाप उडाला. त्याच्या मनात वेगळेच विचार येऊ लागले. संशयाच्या पाली कचकचू लागल्या.

त्यानं कडेवरच्या राहुलला खाली ठेवलं. "इथंच थांबा बाळानूंऽऽ! मी चावी घेऊन येतो." तो पाठी लागलेल्या पोरांची पर्वा न करता झरझर पायऱ्या चढून सार्वजनिक गणपतीच्या मंडपात आला. तिथं भागू रोंगे, बंडू निकम, नंदू पालकर आदी पोरं गप्पा छाटीत बसली होती.

"बंडू, खोलीचं दार उघडायचं आहे. कुलूप फोडायला काही मिळेल का?" सुभानजीनं विचारलं.

स्पीकरच्या आवाजामुळं तो काय म्हणतोय ते बंडूला नीट उमगलं नाही. त्यानं विचारलं, "काय?"

सुभानजीनं परत एकदा सांगितलं.

बंडूसह इतर पोरांना आश्चर्य वाटलं. बंडूनं गणपतीच्या स्टेजमागे पिशवीत ठेवलेला हातोडा घेतला. मंडपातली काही पोरं व सुभानजी निघाले. राहुल व दिनकर रडत रडत पायऱ्या चढत होते. सुभानजीनं राहुलला परत उचलून घेतलं तर बंडू नियमानं दिनकरला! ते सुभानजींच्या खोलीजवळ आले. बंडूनं दिनकरला खाली ठेवलं व कुलपावर हातोड्याचे घाव घालून कुलूप फोडलं. दार उघडलं. सगळे आत आले. कडेवर घेतलेल्या धाकट्या राहुलला सांभाळत सुभानजीनं लाइट लावली. व्यवस्थित दिसेल अशा रीतीने बेडवर पसरून ठेवलेला एक कागद बंडूला दिसला. तो लगबगीनं पुढं झाला व त्यानं कागद उचलला. ते सुकन्यानं सुभानजीला लिहिलेलं पत्र होतं. बंडू मोठ्यानं वाचू लागला,

'प्राणप्रिय पतीदेवांच्या चरणी,

सुकन्याचा शिरसाष्टांग नमस्कार, विनंती विशेष...

मी मुद्दामच तुम्हाला कळावं म्हणून ही चिठ्ठी लिहून ठेवली आहे. मी मुंबई सोडून हिमालयात जात आहे. सोबत बाबा आहेत. या मिथ्या संसारात काही दम नसल्याचे जाणवल्यानेच मी हा निर्णय घेतला आहे. शिवाय बाबानीही सांगितलं की, परमार्थाच्या वाटेवर हिमालयासारखं योग्य अन्य ठिकाण नाही! माझा माझ्या राजबिंड्या बाबांवर विश्वास आहे. ते कधीही खोटं बोलणार नाहीत, याची मला पूर्ण खात्री आहे. त्यांच्या साहाय्यानेच आता मला पूर्ण विश्वाची स्वामिनी व्हायचं आहे.

आपण माझी काळजी करू नये. शिवाय माझी शोधाशोधही करू नये. मी आता कायमचंच घर सोडलं असून, पुन्हा कधीही परत येणार नसल्याने माझी वाटही पाहू नये. पुढे काय करायचं ते आपले आपण ठरवावे. उगाच मनात संसाराची ओढ राहायला नको, म्हणून दोन्ही पोरं ठेवून जात आहे.

हिमालयापर्यंतचा प्रवास व खर्चासाठी घरातला पैसा-अडका, दागिने घेऊन जात आहे. एकदा हिमालयात रुळल्यानंतर त्याचीही गरज भासणार नाही. खाड्याची अनिताही माझ्यासोबत आली आहे. तसा निरोप तिच्या घरी द्यावा.

कळावे,

आपली आतापर्यंतची अर्धांगिनी,

सुकन्या...

भयचकित झालेल्या सुभानजीनं बंडूच्या हातातलं पत्र जवळजवळ ओरबाडूनच

घेतलं. त्याची नजर पत्रावर खिळली. अक्षर सुकन्याचं असलं, तरी शब्द स्वामींचे होते! त्याच्या छातीत कळ आल्यासारखं झालं. तो पटकन खालीच बसला. भागू रोंगे, बंडू निकमानं पुढे होत त्याला सावरलं. कॉटवर बसवलं. नंदू पालकर चटकन आत धावला व हंड्यातलं पाणी घेऊन आला. त्यानं हातातला ग्लास सुभानजीच्या तोंडाला लावला. थंडगार पाणी सुभानजीच्या घशाखाली हळूहळू उतरलं. सुभानजी पाठीमागे सरला. भिंतीबरोबर उशी उभी केली व त्या तक्क्याला टेकून निर्विकार नजरेनं पुढे पाहू लागला. भीतीनं गारठलेले दिनकर, राहुल त्याला बिलगले.

सुकन्याबरोबर अनिताही गेल्यानं पोरांसाठी ही हॉट बातमी होती. अनिताच्या पलायनाची बातमी घेऊन दोन-तीन पोरं तिच्या घराकडे धावली. त्याच मजल्यावर राहणाऱ्या अनिताच्या आईनं साळूबाईनं मारलेली बोंब माळ्याच्या कानाकोपऱ्यात घुमली.

६६

सीता तडेकरनीची शुभांगी पळून आली. पोरगी नांदणं टाकून पळून आल्यानं तडेकरीन हबकून गेली. माळकऱ्यांना आता काय सांगायचं, या प्रश्नानं ती हवालदिल झाली. मात्र, यावेळी तडेकराचं भाजणं तिच्या मदतीला धावून आलं. तडेकरनीनं माळकऱ्यांना सांगितलं, 'बाप भाजल्याचं कळल्यानं शुभांगी धावत आली. बापाच्या मायेची सर दुसऱ्या कशाला हाय का? बाप आजारी असताना तिला कसा बरं चैन पडंल!'

तडेकरनीच्या बोलण्यावर माळ्यात कोणी विश्वास ठेवला नाही. शुभांगीला यायचंच होतं, तर ती रामू तडेकर भाजल्याबरोबर लगेच दुसऱ्या-तिसऱ्या दिवशी इथं यायला हवी होती! तिला इतका उशीर होण्याचं कारणच काय? बाप भाजल्यानंतर त्याच्या लेकीला न सोडण्याइतकं शुभांगीचं सासर नालायक नसावं, यावर माळकरी ठाम होते.

शुभांगीची ही पळून येण्याची दुसरी खेप. पहिल्या खेपेला ती पळून आली. तेव्हा तिचा नवरा आला व तिला परत घेऊन गेला; पण आता मात्र तिच्या चौकशीसाठी सासरकडून कोणीही आलं नाही.

माळ्यातल्या इतर घरच्या मुली कामं करतात तशीच कामं शुभांगी करायची. एका जागी बसून चपात्या लाटणं, भाजणं, गुलगुलीत सिनेमे बघणं, त्यावर खमंग चर्चा करणं या गोष्टींचा त्यात प्रमुख वाटा असायचा. पण आई-बापानं शुभांगीचं लग्न लावून दिलं अन् तिचं नशीबच फिरलं. तिचा नवरा मुंबईत नोकरी करीत होता. कंपनीत संप सुरू झाला. तो कधी मिटेल याची शाश्वती नव्हती. काही दिवस वाट

पाहून नवऱ्यानं शुभांगीला गावाकडे नेलं. घरची बऱ्यापैकी शेती. चार भिंतींच्या आत नुळनुळीत राहायला शिकलेल्या शुभांगीचा शेतात काम करता करता कमरेचा मणी ढिला होऊ लागला. नजरेसमोरचे सिनेमे, हिरो-हिरॉईन कधी व कसे भुर्रकन पळाले, हे तिलाही कळलं नाही. आईच्या घरात, लग्न झाल्यानंतरही तिच्या हातात बक्कळ पैसा असायचा; पण गावाकडे आल्यानंतर तिला चवली-पावलीचं दर्शनही दुर्मीळ झालं. शिवाय सासरची सगळी बंधनं आली. शुभांगी चारही बाजूंनी पांगळी झाली. तरीही गप्प बसेल ती सीता तडेकरनीची मुलगी कसली! तिनं या समस्येवरही एक जालीम उपाय योजला. ती नांदत असलेल्या गावातलाच रावज्या ढबू मुंबईत नोकरी करीत होता. तो त्यांच्याकडेच जेवायला असायचा. तो रजा घेऊन गावाला आला होता. तिनं त्याच्याकडून उसने पैसे घेतले. संधी साधून ती जवळच्या बाजारपेठेच्या गावात गेली व तिथूनच मुंबईची गाडी पकडली! त्यावेळी ती तीन महिने मुंबईत राहिली. तिचा नवरा दोन वेळा तिला न्यायला आला; पण तिनं दाद दिली नाही. शेवटी तडेकरनीनंच ‘तू गेली नाहीस तर मी विष खाऊन जीव देईन’, अशी तंबी दिल्यावर ती तिसऱ्यांदा तिला न्यायला आलेल्या नवऱ्याबरोबर कशीबशी आपल्या गावी गेली.

गुलगुलीत मऊ पिठावर फिरणाऱ्या हातांना शेतीतल्या कामाची सवय नव्हती. गोठ्यातला शेणाचा पू दुरूनच पाहायला बरा वाटत होता; पण त्यात हात घालायची वेळ यायची तेव्हा तिला भडभडून यायचं. भांगलण-टोंगलन, कोळपा, खांदणी, शेण्या थापण्यासारख्या कामांनी ती आईरमिठ्या आली अन् शुभांगी दुसऱ्यांदा माहेरास पळून आली.

“मी माझा जीव गेला तरी परत जाणार न्हाई अन् तुला जर मरायचं असंल तर खुशाल मर; पण मी परत जाणार न्हाईऽ!” तिनं स्पष्ट शब्दांत तडेकरनीला सुनावलं.

नवरा रुग्णालयात. त्याच्या नशिबानंच तो जगला. त्यात शुभांगीचं हे खेकटं! जे व्हायचं असेल ते होईलच, अशी मनाची समजूत काढून तडेकरनीनं येणाऱ्या दिवसांना तोंड द्यायचं ठरवलं.

शुभांगी उधळत असलेल्या गुणांनी तडेकरीन नेहमीच तिच्यापुढे हतबल होत होती. अगोदरच पोरगी लफडेबाज म्हणून तिच्याशी कोणी लग्न करायला तयार नव्हतं. कसंतरी ते उरकलं. नवराही चांगला समजूतदार मिळाला, तर हिला आक्काबाई नीट खाऊ देईना! ती एकदा पळून आली. ते निस्तरलं. बाप भाजला; पण एकदा आलेली पोरगी परत सासरला जाईलच याची खात्री नसल्याने तडेकरनीनं शुभांगीला ही बातमी कळवली नव्हती; तर ही समोर दत्त म्हणून हजर! आता स्वत:च्या नवऱ्याचं दुखणं-खोकणं पाहायचं की हिचा तडज सांभाळायचा; या नव्या दुखण्यानं तडेकरनीची पाठ धरली.

रामू रुग्णालयात असला तरी त्याच्याजवळ दिवस-रात्र एका माणसाची गरज होतीच. मग राहू दे राहिली तर हीच! तडेकरनीनं आपल्या हिशेबी मनाला वाट मोकळी करून दिली. शिरप्याला शुभांगीचं वागणं पूर्वीपासूनच पसंत नव्हतं. तो तिच्याशी बोलत नव्हता. आताही त्यानं तिला 'तू कधी आलीस?' म्हणूनही विचारलं नाही. शुभांगीनंही त्याला भीक घातली नाही. चपात्या लाटण्याची धमक अजूनही तिच्या मनगटात शाबूत असल्यानं शिरप्यासारख्या दळभद्री भावाला कशासाठी हिंगलायचं; हा तिचा सरळ प्रश्न होता.

९७

कोळीवाड्यातल्या मार्केटमधून खाणावळींनी गौरी आणल्या. वसई, विरार, कर्जत पट्ट्यातून प्रवास करून आलेल्या गौरी थकल्या होत्या. त्यांचा चेहरा कोमेजला होता. अनेकींनी तर मान टाकली होती. तरीही प्रत्येकीचा भाव आज वधारला होता. गौरी विकत घेणाऱ्यांकडून आज त्यांना देवादिकाचा मान मिळत होता. खेडेगावात सवाष्णींच्या काखंकडेला बसून सवाष्णींनीच गायलेल्या लोकगीतांच्या तालावर गौरी रुबाबात घरी यायच्या. अनेक गावांत लेझीम, बँड पथक, धनगराचा गजा आदी बाबींनी गौरींचं स्वागत व्हायचं. मुंबईत मात्र गुजराती, मद्रासी, भैय्यासारख्या अठरा पगड परप्रांतीय लोकांतून वाट काढत या मराठमोळ्या गौराई नायलॉनच्या पिशवीतून नाहीतर कापडाच्या धडप्यात गुंडाळून घेऊन निमूटपणे घरी येत होत्या. कुठं गाणं नाही. हसणं नाही की मुरडणं नाही. गौरीचं नशीब थोर की खाणावळींना इंग्रजी, हिंदी बोलता येत नव्हतं! नाहीतर मुंबईच्या नवागत मालकांनी तिला इंग्रजीमध्ये विचारलं असतं की, 'ही कोणती भाजी?'

कमळा जायकरनीनं देव्हाऱ्याखाली धुतलेला पाट मांडला. त्यावर मुखवटा घातलेली गवर तोऱ्यात उभी राहिली. गवरीनं गुलाबी रंगाचं पातळ नेसलं होतं. तिच्या छातीवर त्याच रंगाचं झंपर होतं. मुखवट्याच्या नाकात नथही होती. गळ्यात सर, मणी-मंगळसूत्र, बोरमाळ; गौराईचा तडज काही औरच होता. जायकरनीनं हळदी-कुंकवानं तिचा मळवट भरला. गौराईच्या गळ्यात मणी-मंगळसूत्र होतं, नाहीतर कोणाही राजकुमारानं तिला मागणी घातली असती, इतकी ती नटली, सजली होती!

जायकरनीच्या शेजारीच गौराईचा पाट होता. तिच्याकडे पाहात पाहातच जायकरीन जेवण तयार करू लागली. जेवणाऱ्यांची ताटं तयार करू लागली. त्यांचे डबे भरू

लागली. त्यांना काही लागलं-सवरलं का; याची विचारपूस करू लागली. हातातलं काम करताना तिचं मन मृगाच्या पहिल्या पावसातला मातीचा सुगंध हुंगून शेपटी वर करून उंडारणाऱ्या पाड्यासारखं उंडारू लागलं. गाववेशीवर आदळू लागलं... ती वाजत-गाजत येणारी गवर, घराबाहेर वळचणीला थांबलेला शंकुरबा, रात्र-रात्र जागून धरलेले झिम्म्याचे फेर, फुगड्यांचा कल्लोळ...! जायकरीन दुरडीतून उचलत असलेल्या एक-एका चपातीसारख्या त्या आठवणी तिच्या मनाच्या गाभ्यातून वर येऊ लागल्या.

स्टोव्हच्या धगीत घामेजून गेलेली गवर तिच्याकडे कुतूहलानं पाहू लागली. तिच्या आठवणींच्या जाळ्यात ती गुरफटू लागली. जायकरनीने विणलेले आठवणींचे धागे कसेबसे बाजूला सारत तिला समजावू लागली, 'जायकरनीऽ! पोरी, स्वत:चं पोट जाळण्यासाठी दरवेशी गावात येतात. तशीच तू मुंबईत आलीस. दरवेशी गावाचा नूर बघून खेळ करतो. तू इथला नूर पाहिलास. मग, भूतकाळ झालेल्या गावाच्या आठवणी आता जागवून तुला काय मिळणार? मुंबई हेच तुझं गाव. तू हिच्या सुख-दु:खात सामील व्हायचं. दोन दगडांवर पाय ठेवणाऱ्या माणसाची हालत काय होते, ते तुला माहीत नाही का? अगं, धोबी का कुत्ता ना घर का, ना घाट का! तू स्वत:चं गाव विसरली नाहीस. न चुकता तिथं घर बांधलंस. तुझं स्वप्न काय; तर गावी जाऊन स्वत:च्या गावात म्हातारपण घालवायचं. तिथंच 'हे राम' म्हणायचं. मग आता तू राहतेस हे घर कुणाचं आहे? इथंच जर तू फ्लॅट घेतले असतेस, मुलांना चांगलं शिकवलं असतंस, नवऱ्याला त्याच्या कर्तव्याची जाणीव करून दिली असतीस, तू स्वत: तशी घडली असतीस तर हा विचार तुझ्या डोक्यात आला असता का? तेच तुझ्या शेजारच्या इमारतीतून राहणारे गुजराती, सिंधी, भैय्ये, पंजाबी, मद्रासी बघ कसे आलिशान थाटात राहतात! अन् तू मात्र गावी राहण्याचं स्वप्न पाहतेस! तू गावी राहिलीस काय किंवा मुंबईत राहिलीस काय; त्यानं असा काय फरक पडतो? जे काही करायचं आहे ते या टीचभर पोटासाठी. गावात म्हातारपण घालविणार, तिथंच मरणार. मग एवढं मोठं घर बांधून तुला काय मिळालं? फक्त हक्काचं मरणाचं ठिकाण! पण बाई, आपण मेलं अन् जग बुडालंऽ! कसलं गाव, अन् कसली मुंबई घेऊन बसलीस!'

गौरीचे विचार जायकरनीला ऐकू यायचे; पण कळायचे नाहीत. मात्र, गवर आपल्याकडे टकामका पाहात आहे, हे तिला जाणवायचं. मग तिच्या आठवणीत यायचं की, आपण गौरीची कानउघाडणी केली नाही! ती परात घ्यायची. परात पालथी घालून ती डाव्या हातानं घट्ट पकडायची व त्यावर उजव्या हातातलं उलातनं खरवडल्यासारखं मागंपुढं ओढायची. 'खारुंम, खुरुंमऽऽ!' आवाज घुमायचा. त्यातच जायकरनीच्या मोडक्यातोडक्या आठवणीत असलेल्या लोकगीताच्या तिनं गुणगुणलेल्या दोन-चार ओळींची भर पडायची.

पहिल्या दिवशी आलेली गवर दुसऱ्या दिवशी जेवली. खाणावळींनी आपल्या स्मृतींना ताण देत जमतील तशी लोकगीतं, गाणी म्हणत तिची पूजा-अर्चा केली. दोन रात्री व पूर्ण एका दिवसाचा मुक्काम करून गवर आली तशी खाणावळ्यांच्या काखोटीला बसून समुद्राच्या दिशेला गेली. जायकरनीची गवर सदानं नायलॉनच्या पिशवीतून नेली.

६८

अनंत चतुर्दशी. सार्वजनिक गणपतीच्या विसर्जनाचा दिवस. दहा दिवस माणसांच्या हाती असलेल्या कलांचा आस्वाद घेत, त्यांनी प्रत्यक्षात आणलेल्या नाना तऱ्हेच्या कल्पना प्रत्यक्षात पाहून एका जागी बसून असलेल्या गणपतीचा निरोप घेण्याचा दिवस. हे दहा दिवस नाच-गाण्यांत, सिनेमा-नाटक, इतर सांस्कृतिक कार्यक्रम व स्पर्धा, परीक्षांत कसे पार पडले ते गणपतीलाही कळायचं नाही तर माणसाची गोष्ट काय वर्णावी!

दहा दिवस माळ्यावर स्पीकर वाजले. त्यानं प्रभातच्या 'संत तुकारामा'पासून अलीकडच्या अनेक चित्रपटांच्या गाण्यांचा समाचार घेतला. अधूनमधून अभंग, भजनं, भारुडं, गोंधळही माळ्यास ऐकवला. जुनी-नवी भावगीतं, भक्तिगीतं, सांजगीतं, कोळीगीतांचा रतीब घातला. दादा कोंडकेंच्या चित्रपटातील गाणीही अनेकदा वाजली. सुरुवातीचे दोन दिवस माळकऱ्यांना स्पीकरचं हे तोंडाळपण पचवणं जड गेलं. मात्र, नंतर तेही त्यांच्या अंगवळणी पडलं. माळकऱ्यांना हवंसं वाटू लागलं. नुसत्या धांगडधिंग्यापेक्षा हे कितीतरी पटीनं बरं वाटलं. तरी पॉप्युलर अशा नव्या, जुन्या हिंदी गाण्यांनी त्याच्यावर कडी केली. गणपती गच्चीत बसवला असला, तरी यंदा पावसानं उघडीप दिली; त्यामुळे सलग नऊ दिवस माळ्यासमोरच्या गल्लीत चांगले चांगले मराठी, हिंदी चित्रपट दाखवण्यात आले. मराठी संस्कृतीचा ठेवा म्हणून गणले गेलेले काही मराठी कार्यक्रमही गल्लीत झाले.

गणपती म्हणजे सगळ्या मुंबईचं श्रद्धास्थान. त्याच्या पूजा-अर्चेत हजारो लहान-मोठी गणेश मंडळं रममाण झालेली असायची. गल्ली-गल्लीमध्ये गणपतीचे मंडप असायचे. त्या विराट मंडपात भल्यामोठ्या स्टेजवर गणपती बसलेला असायचा. त्याच्याभोवती अनेक देखावे केलेले असायचे. मंडपातील कार्यकर्त्यांची लगबग, गणपती पाहायला येणाऱ्या हजारो लोकांच्या, भक्तांच्या रांगांमुळे गणपतीच्या दिवसांत मुंबईभर चैतन्य ओसंडून व्हायचं. अनेक गल्ल्याच्या गल्ल्या डिस्को लायटिंगमध्ये न्हाऊन निघायच्या.

मुंबईत घरच्या गणपतीचंही मोठं प्रस्थ. हजारोंच्या संख्येनं घराघरांत गणपती बसायचे. गणपतीची आरास, लायटिंग यामुळे घरं उजळून निघायची. गणपतीच्या सेवेत सर्व कुटुंब रममाण असायचं. गणपतीच्या दर्शनाला आलेल्या शेजार-पाजारी, पाहुण्या-रावळ्यांची, मित्र-मैत्रिणींची घरात वर्दळ असायची. आरतीचे स्वर घुमायचे. घरातल्या म्युझिक सिस्टिम वाजायच्या. दीड दिवसाच्या गणपतीपासून दहा दिवसांच्या गणपतीपर्यंत हा उत्साह ओसंडून वाहायचा. दीड दिवसापासून दहा दिवसांपर्यंतचे घरगुती गणपती वाजत-गाजत समुद्राची वाट चालू लागायचे. गल्लीगल्लीमध्ये ताशा, बँड, म्युझिक सिस्टिमचे आवाज गरजायचे. गुलाल, गुलाल-खोबऱ्याला उधाण यायचं.

मुंबईच्या गणपतीचं दर्शन घ्यायला उर्वरित महाराष्ट्रातून, देशाच्या कानाकोपऱ्यांतून लोकांच्या झुंडीच्या झुंडी यायच्या. गणपती पाहायला माळ्यावरची कुटुंबंही जायची. कधी सर्व कुटुंब एकत्र असायचं किंवा महिलांबरोबर कधी बाप, कधी भाऊ बरोबर असायचे. अनेक खाणावळींची पोरंही आपल्या आई, बहीण, बायकोला गणपती दाखवून आणायचे. ज्यांच्या घरी ज्येष्ठ पुरुषांची वानवा असायची, अशा खाणावळींकडे जेवायला असणारेही कधीकधी त्यांच्याबरोबर यायचे. अनेकदा शेजार-पाजारी मिळून-मिसळून जायचे. गणपती पाहायला माळ्यातली पोरं आघाडीवर असायची. खेतवाडी, लालबाग, सायन, परेल, भायखळा आदी ठिकाणी मोठमोठे गणपती बसायचे. पोरांसाठी ते मोठं आकर्षण असायचं. विशेषत: गिरणगाव, कामगार विभागात बसणाऱ्या गणपतीचा जोष काही औरच असायचा. गणपती पाहायला पोरं कधी दोघं, कधी चार-चौघं अशी गटानंच जायची. त्यावेळी गणपती पाहण्यानिमित्त सगळी मुंबई रस्त्यावर उतरली असल्यानं पोरांची भलतीच करमणूक व्हायची. हशा-टाळ्या, मस्तीला ऊत यायचा. एखाद्या गणपतीसमोर जास्त लाइन असेल तर पोरं तिथून कल्टी मारायची. एखाद्या लाइनमध्ये पोरांच्या पुढे किंवा पाठीमागे देखण्या पोरी असल्या तर पोरं मुद्दाम लाइनमध्ये थांबायची. मग गणपती दर्शनाला कितीही वेळ लागू दे! गणपतीसमोरचा पेढे, लाडू, फळफळावळीचा प्रसाद पोरं हक्कानं मागून घ्यायची. गणपती दर्शनाच्या निमित्तानं रात्र कधी ढळली हे पोरांच्या लक्षात यायचं नाही. पहाटेच्या सुमारास सगळं अंग गळाठून गेल्यानंतर, डोळ्यांची झापडं बंद होऊ लागल्यानंतर पोरं माळ्यात परतायची. रात्रभर गणपती पाहून आलेल्या पोराला घरचेही उठवायचे नाहीत. मग सकाळी नऊ-दहाच्या सुमारास उठलेलं पोरगं माळ्यातल्या गणपतीच्या सेवेला सज्ज व्हायचं.

माळ्यात अगोदरच अनर्थ झाला होता. त्याचं मळभ असतानाच पोरांनीही होता होईल तेवढे 'ड्राय डे' पाळले. सुरुवातीला मरगळलेली पोरं नंतर मात्र या नव वातावरणात चांगलीच रमली. आळस झटकून शेवटपर्यंत ताजीतवानी राहिली. माळ्यावरची तोकडी

जागा, इथं काही कुटुंबांचा चालणारा खाणावळीचा धंदा व त्यामुळे बिझी असणारे माळकरी याचा विचार करून थोरांसाठी कोणतीही स्पर्धा ठेवण्यात आली नाही. शाळकरी मुलांसाठी स्पर्धेचे आयोजन करण्यात आले; पण मुलांनीच त्याकडे पाठ फिरवली. परीक्षा पास होणं हेच महत्त्वाचं असल्याने विशेष गुणवत्ता यादीत येण्याचा प्रश्नच नव्हता; त्यामुळे बक्षीस समारंभही झाला नाही. पण त्याची कसर चांगल्या चांगल्या मराठी, हिंदी चित्रपटांनी, सांस्कृतिक कार्यक्रमांनी भरून काढली. खाणावळ्यांबरोबरच इतर माळकऱ्यांनीही त्याचा भरपूर आस्वाद घेतला.

रिवाजानुसार गणपतीच्या गमनासाठी ट्रक आला. गणपती विसर्जनाचा दिवस म्हणून या दिवशी माळ्यातल्या खाणावळी बंद असायच्या. ज्यांना गणपती विसर्जनात दिलचस्पी आहे त्या खाणावळी, खाणावळ्या, इतर माळकरी, त्यांची लहान-थोर पोरं ट्रकात बसायचे व 'गणपती बाप्पा मोरया... पुढच्या वर्षी लवकर या!'चा जयघोष करीत गणपतीबरोबर चौपाटीची वाटचाल करायचे. काही ठरावीक मोठी पोरं गावठी, इंग्लिश दारूचे पेग मारून गणपतीसमोर नाचायची. इरसाल खाणावळ्या, इतर माळकरनीही ट्रकपुढे नाचायच्या. काही पोरांनी खिशात क्वार्टर ठेवलेल्या असायच्या. नाचतानाचता संधी साधून ते अधूनमधून एक-एक घुटका घ्यायचे! ट्रकात एका बाजूला म्युझिक सिस्टिमची सोय केलेली असायची. शिवाय ट्रकाच्या टपावर डेकही बसवलेले असायचे. गाण्याच्या लयीवर पोरं बेभान होऊन नाचायची. चौपाटीचा रस्ता अशा अनेक मंडळांच्या गणेश मिरवणुकीनं व गाण्यांनी भरून गेलेला असायचा. एकापाठोपाठ एक अशी गणपतीची वाटचाल सुरू असायची. गणपती पाहायला चौपाटी, चौपाटीवरचे रस्ते फुलून गेलेले असायचे. त्यात हवशे, नवसे, गवशे तसेच चोरही असायचे. आजही त्यापेक्षा काही वेगळं नव्हतं.

गणपती सार्वजनिक असला तरी काहीजण स्वत:च्या खिशातूनही खर्च करायचे. त्यात अगरबत्ती, गुलाल, कापूर, नारळ, केळी आदी वस्तूंचा समावेश असायचा. यंदाही सार्वजनिक वर्गणीतून बक्कळ गुलाल आणण्यात आला होता. शिवाय काहींनी व्यक्तिश: गुलाल खरेदी करून खिसे भरले होते. आज गणपती माळ्याबाहेर पडणार, परत वर्षभर त्याचं नाव नाही; तो आनंद नाही. गणपतीचा शेवटचा दिवस म्हणून माळ्यात सकाळपासूनच नवीन हिंदी पिक्चरची गाणी वाजू लागली होती. गणपतीसमोर जागा कमी असल्याने पोरांनी खाली चौकातच नाच केला. बेभान झालेला माळा स्पीकरच्या तालावर थिरकला.

गणपतीच्या आरतीची वेळ झाली. माळकरी आरतीला आले; पण त्यात तडेकरीन, गुजी चोरगे व भिकुदादाच्या घरातलं कोणी नव्हतं. त्यांची जेवणारे, हॉस्पिटलमध्ये तळमळणाऱ्या घरच्या पेशंटचं पाहता पाहता कमालीची ओढाताण होत होती. गणपती बाप्पाच्या आशीर्वादानेच आपण आगीसारख्या जीवघेण्या

प्रसंगातून वाचलो, असं चोरवाडकर व मिरचीकराचं मत होतं. त्यांनी त्यानंतर दारूच्या कपाला हात लावला नव्हता. ते सदान् कदा सार्वजनिक गणपतीसमोर जपाची माळ ओढत बसलेले दिसायचे. आरतीलाही ते सर्वांत पुढे असायचे. ज्यांना आरतीला पुढे जागा मिळाली नाही, ते वटनात उभे राहिले. ज्यांना तिथेही जागा मिळाली नाही, त्यांनी जिना, वरच्या-खालच्या मजल्यावरच्या वटनात उभे राहून आरतीत भाग घेतला. आरती संपली. अन् बाबू आगाशेनं माईकचा ताबा घेतला. सर्वांचे कान टवकारले. बाबूनं अगदी थोडक्यात माळ्यात आर्थिक सहकारी सोसायटी स्थापन करण्याची घोषणा केली. सोसायटीचे मेंबर होण्याचं माळकऱ्यांना आवाहनही केले. बाबूच्या विचारानं काहीजण प्रभावित झाले, तर अनेकांना हा विचार फारसा रुचला नाही.

गणपतीची आरती, बाबूची सोसायटी स्थापण्याची घोषणा झाल्यानंतर मात्र माळकऱ्यांनी ‘गणपती बाप्पा मोरया, पुढच्या वर्षी लवकर याऽऽ!’ या गजरातच गणपतीच्या बुडाला हात घातला. गणपती ऐटीत ट्रकात बसला व माळकऱ्यांच्या साथीने चौपाटीची वाट चालू लागला. आपल्या पुढे किंवा मागे किती गणपती वाटचाल करीत आहेत हा विचार त्याला शिवतही नव्हता.

६९

नववीच्या वर्गात असलेले कानिफ, सदा नेहमीप्रमाणे शाळेत आले. आपल्या जागेवर बसले. वडगादीजवळ राहणारा सुनील त्यांच्याजवळ आला.

“तुम्ही चार दिवस शाळेत आला नाही म्हणून काल सर चौकशी करीत होते.” त्यानं माहिती दिली.

“सांगायचं त्यालाऽ, आमचे आई-बाबा आजारी आहेत म्हणून!” कानिफ म्हणाला.

“त्यावरही त्याचं समाधान झालं नाही तर गावाकडचा काका वारला, असं द्यायचं ठोकून!” सदाने फोडणी दिली. तिघेही खळखळून हसले.

“साला, आजवरच्या मास्तरांत हा भलताच कडक आहे, नाही का रेऽ?”

“तर काय!”

“गृहपाठ करून करून पाठ अगदी मोडून जाते.”

“...अन् हाजरी तरी किती कडक!”

पोरांच्या गप्पा सुरू असतानाच दोन पोरं धावत आत आली.

“सर आले..!” त्यांनी सर्वांना सावध केलं. कलकलाट करणारी पोरं पटापट

आपापल्या जागेवर बसली. वर्गात शांतता पसरली. जोशी मास्तरांनी मस्टर उघडलं. एक-एक नाव उच्चारीत ते पुढे घसरू लागले.

"सदाशिव गणपत जायकर..."

"यस सर..."

"चार दिवस कुठं होतास?"

"आजारी होतो सर..."

"तू की तुझे आई-बाबा?" मास्तरनं कोपरखळी हाणली. वर्गातली पोरं फिदीफिदी हसली.

"नीय सर..." इतर पोरांकडे पाहात सदा गालात हसला.

"हरकत नाही. शाळेला दांडी मारली की तू नाहीतर तुझे आई-बाबा नियमितपणे आजारी पडतात. आता तू! जरा बघू दे तरी तुमच्या कुटुंबाला असा कोणता रोग झाला आहे तो! जाऽ, आताच्या आता तुझ्या वडिलांना शाळेत घेऊन ये."

मास्तर आपल्या हेक्यापासून तिळमात्रही हटणार नाहीत, याची सदाला कल्पना होती. त्यानं वर्गातल्या सर्व पोरांवर नजर टाकली. तो ओठ मुडपून हसला व दप्तर काखोटीला मारून सरळ वर्गाबाहेर पडला. सदा वर्गातून बाहेर गेल्यानंतर कानिफ उठून उभा राहिला.

"सर, मी त्याच्यासोबत जाऊ?" त्यानं विचारलं.

"का? त्याला रस्ता माहीत नाही? बैस खाली." मास्तर डाफरला. पोरं परत हसली.

"तसं नाही सरऽ! काल त्याच्या घरात मोट्ठं भांडण झालंय. अन् ह्यो सद्या लई सेन्सिटिव्ह हाय. आता शाळेला येताना कुठंतरी जाऊन जीव देतू म्हणीत हुता. उगाच वर्गात अपमान झाला म्हणून कुठंतरी रेल्वेखाली उडी घील...!"

मास्तर एकदम गंभीर झाले. असा काही भयानक प्रकार असेल तर नसती बिलामत नको, असं त्यांना वाटलं. तरीही खात्री करून घेण्यासाठी त्यांनी विचारले, "जायकराच्या बिल्डिंगमध्ये आणखी कोण राहतं?"

"मी ऱ्हातो सर..." मंगेश नार्वेकर उठून उभा राहिला.

"काल सदाच्या घरात भांडण झालं?" मास्तर अजूनही गंभीर होते.

"नुस्ती दणकादणकी सर. त्येच्या आईचं डोकंपण फुटलं सर." मंगेशनं सांगितलं व कानिफकडे कसती नजर टाकून हळूच डोळा मिचकावला.

मास्तरच्या अंगावर काटा उभा राहिला. त्यानं मंगेशला खाली बसण्याची खूण केली व कानिफला म्हणाला, "जा पळ. मात्र, त्याला सरळ घरीच न्हेऽ!"

"हो सर." कानिफनं आपलं दप्तर काखोटीला मारलं अन् आपला पांगळा पाय उडवीत तो निघाला.

"तू त्याला घरी सोड याचा अर्थ दप्तर घेऊन जा असा नव्हे! तू परत ये." आश्चर्यचकित झालेल्या जोशी मास्तरनी दम भरला.

"परत कसा येणार सर? इथून माळा खूपच लांब आहे. शिवाय पाय हा असा!" दीनवाणा चेहरा करीत त्यानं आपला पांगळा पाय पुढे केला.

"जाऽ!" मास्तर कातावले. कानिफ दरवाजातून बाहेर पडेपर्यंत मास्तरांची नजर त्याच्यावरच खिळली होती. त्यांनी पुढचे नाव उच्चारले, "कानिफ शिवराम सांडणीकर..." त्याच्या नावापुढेही चार दिवसांची गैरहजेरी दिसत होती.

"कानिफ?" मास्तरनं परत आवाज चढवला. शाळेच्या व्हरांड्यातून निघालेला कानिफ परत फिरला. वर्गाच्या दरवाजात आला

"सर, सरऽ! मीच तो. सदाला घरी सोडायला चाललोय. मात्र, माझी हजेरी लावा हं!" कानिफनं विनंती केली व मास्तरांकडून कोणत्याही उत्तराची अपेक्षा न करता तो परत फिरून व्हरांड्यातून चालू लागला. फाफललेले मास्तर रिकाम्या दरवाजाकडे नुसतेच पाहू लागले.

कानिफ शाळेच्या पटांगणात आला. तेथे सदा त्याची वाट पाहात उभा होता.

"मला वाटलं, मास्तर तुला सोडणार नाही!"

"हुंऽ, त्येचा बाप बी सोडील!" कानिफ सदाकडे पाहून हसला. त्यानं सदाच्या खांद्यावर हात टाकला. त्यांच्या डोक्यात आमीर खानच्या नव्या चित्रपटाचे नाव घोळू लागले.

माळ्यावरची पोरं अनेकदा शाळेला दांडी मारायची. ती मास्तरच्या नजरेत भरली, तर तो त्यांना त्यांच्या पालकांना घेऊन येण्याचा आदेश द्यायचा. मग पोरं शाळेजवळच काम करणारे हमाल, पाटीवाले, हातगाडीवाले यांच्यापैकी एखाद्याला गाठायचे. त्यांच्याकडे जेवणारे किंवा माळ्यात अन्य घरात जेवणारे; परंतु पोरांच्या ओळखीचे असलेल्या खाणावळ्यांचंही त्यांना वावडं नव्हतं. ते त्याला विनंती करायचे. कधी-कधी चहापाणीही द्यायचे व आपल्या पालकांची कसर भरून काढायचे! अशा पटवापटवीच्या बाबतीत आताच्या बॅचेसमधले दहावीच्या वर्गात शिकणारे नंदू पालकर, बंडू निकम हे एक्स्पर्ट समजले जायचे. माळ्यातली पोरंही त्यांच्या हाताखाली तयार व्हायची. बापाचा, पालकाचा रोल करण्यापूर्वी पोरं संबंधित हमाल, पाटीवाला किंवा जो कोणी असेल त्याची रंगीत तालीम घ्यायचे. त्यानं शाळेत कसं यायचं, कसं बोलायचं, काय बोलायचं, नाव कसं सांगायचं, कसं खोटं खोटं रागवायचं आदी गोष्टी त्यांच्याकडून घोटवून, अनेकदा वदवून घेतल्या जायच्या. आपला रोल पार पडला की, हा डमी बाप आपल्या पोराला शाळेत नीट रांकेला लावल्याच्या समाधानात शाळेच्या पायऱ्या उतरायचा! कधीकधी एखाद्या पाटीवाल्याचा धंदा झाला नसेल, तर तो अशा एखाद्या पोराकडे यायचा व विचारायचा, "काय रेऽ, बाप पाहिजे का आज?"

"नको, जागा रिकामी असली की सांगतो आम्ही!" इरसाल पोरं उत्तर द्यायची अन् साजूक हसायची. पाटीवाल्याचा प्रश्न त्यांच्याही लक्षात यायचा. मग पोरं त्यांना चहा पाजायची. जवळ बऱ्यापैकी पैसा असेल तर त्याला नाष्टाही द्यायची.

शाळेत वेळोवेळी परीक्षा व्हायच्या; पण माळ्यातल्या पोरांची अभ्यासातली प्रगती यथातथाच असायची. त्याला अनेक अपवादही होते; पण परीक्षेत कमी मार्क्स मिळालेल्या पोरांची संख्या जास्त असायची. मग शिक्षक त्यांच्याजवळ गुणपत्रिका द्यायचे. गुणपत्रिकेच्या पाठीमागे पालकाची सही आणायला सांगायचे. अशावेळी पोरंच एकमेकांच्या गुणपत्रिकेवर सह्या करायची. शाईनं बरबटलेल्या अंगठ्यांचे ठसे अगदी इकडे-तिकडे [illegible] [illegible]. [illegible] खुशी काही औरच असायची!

दुसऱ्या दिवशी सकाळी शाळा सुरू झाली. शिक्षकाने हजेरीपट उघडला. पोरांनी आपली हजेरी लावली. आजही सदा, कानिफ गैरहजर होते. त्यांच्या नावाजवळ शिक्षक क्षणभर घुटमळले. त्यांनी हजेरीपट बंद करून शिकवण्यास सुरुवात केली.

"मे आय कम इन सर?" दरवाजातून आवाज आला. मास्तरची शिकवणी थांबली. त्यांनी दरवाजाकडे नजर टाकली. तेथे कानिफ, सदा उभे होते. त्यांच्यासोबत आपली भली मोठी पाटी सावरीत एक पाटीवाला उभा होता. त्याच्या अंगावरून घामाच्या धारा वाहात होत्या. त्याचे केस, दाढीचे खुंट घामानं डबडबले होते. घामानं चिकचिकीत झालेली गालफाडं चमकत होती. अंगावरची बंडी व पट्ट्यापट्ट्याची ढगळ चड्डी मळानं अगदीच किटून गेली होती. त्याच्या कपड्यांचा निश्चितच कुबट वास येत असावा, याबद्दल शिक्षकांना शंका असण्याचं कारण नव्हतं. पाटीवाल्याला आपल्या डोक्याचं फाटलेलं मुंडासं काढून अंगावरचा घाम पुसण्याचं भानही उरलं नव्हतं.

"हे कोण?" दरवाजाजवळ आलेल्या मास्तरनं विचारलं.

"माझे वडील." सदा म्हणाला.

"यापूर्वी मी तुम्हाला कुठंतरी पाहिलं आहे होऽ!" मास्तर म्हणाले.

पाटीवाला दीनवाणा हसला.

"गुरुजी, गरीब माणसं आमी. पोरानं काही चूक केली का?" पाटीवाल्यानं आपली पाटी पायांना टेकवून उभी केली व दोन्ही हात जोडले.

"नाही, तसं खूपसं काही नाही. पण आपला पोरगा वरचेवर शाळेला दांडी मारतो, अभ्यासात प्रगती बेताचीच आहे; इतकंच सांगायचं होतं!" मास्तर म्हणाले.

मास्तरना पाटीवाल्याच्या गरिबीचा अंदाज आला होता. त्यांच्या मनात कणव निर्माण झाली होती. इतक्या गरिबीत दिवस काढताना पोरानं शाळेला दांडी मारणं ही काही खूपशी मोठी बाब नव्हती.

"काय रे?" पाटीवाल्यानं सदावर डोळे वटारले. क्षणभर विचार करून तो म्हणाला, "गुरुजी, मी सांगतू पोराला समजावून."

"काही हरकत नाही. निघा तुम्ही. मी घेतो त्याला सांभाळून." मास्तर म्हणाले.

पाटीवाला गेला. सदा, कानिफ वर्गात आले. आपल्या जागेवर बसले.

"शाळा सुटल्यानंतर स्टाफरूममध्ये येऊन मला भेट." मास्तरनं सदाला आदेश दिला. सदानं होकारार्थी मान हलवली.

सदाच्याच वर्गात माळ्यावरची चोरवाडकराची सुषमा होती. ती आपल्या बाकड्यावर बसलेल्या आपल्या मैत्रिणीच्या कानात हळूच कुजबुजली, "अगं, हा काय त्येचा बाप नव्हं ह्योचा बाप गणपत जायकर माळ्यात भांडाण करून गावी गेलाय!"

"पाठीमागं कोण कुजबुजतंय रेऽ? आवाज निघता कामा नये." मास्तरांनं आवाज चढवला व टेबलावरचा रोल उचलून टेबलावरच आपटला. सणकन निघालेल्या आवाजानं वर्गाचा ताबा घेतला. वर्गात शांतता पसरली.

७०

गवताडकरांच्या खोलीत गावाकडून दोन नवीन पोरं आली होती. नोकरीसाठी भरपूर भटकली पण कुठं सूर जुळले नाहीत. त्यांच्याकडून पंचवीस-पंचवीस हजार रुपये घेऊन संतू निकमाने त्यांना आपल्या कंपनीत ॲप्रेंटिस म्हणून ठेवलं. पोरं आपल्याच भागातली, शिवाय माळ्यात राहणारी. त्यांचं भलं केलंच पाहिजे, अशी भावना संतू बोलून दाखवायचा. त्यांच्याकडून घेतलेले रुपये हे आपल्यासाठी नसून कंपनीतल्या साहेब लोकांसाठी असल्याचंही तो आवर्जून सांगायचा. आपण केलेल्या उपकाराचा मोबदला म्हणून त्या पोरांनी सकाळ-संध्याकाळ फावल्या वेळात आपल्या घरात चपात्या भाजाव्यात, असं निकमानं स्पष्ट केलं होतं. चपात्या भाजण्याचा वेळ कसा ॲडजस्ट करायचा हे पोरांनीच ठरवावं, असंही त्यानं सांगून टाकलं होतं. नोकरीसाठी वणवण भटकलेली पोरं खुशीनं हे काम करण्यास तयार होती.

बंडू हा संतूचा मुलगा. सकाळी पाणी भरण्यात त्याची मदत व्हायची; पण इतर वेळी अभ्यासाचं नाव सांगून हा फाकड्या गायब व्हायचा. कधी लहानपणी त्यानं थोड्याफार चपात्या भाजल्या असतील तेवढ्याच! मात्र, बंडूविना संतूचं काही अडलं नव्हतं. घरात बंडूपेक्षा मोठी गौरी, शोभा होती. त्यांच्या पाठीवरची पार्वतीही आता हाताखाली आली होती. शिवाय संतूनं नोकरीला लावलेल्या पोरांची

मदतही होत होतीच. बंडू यंदा दहावीच्या वर्गात होता. आपलं पोरगं चांगल्या मार्कानं पास व्हावं असं त्याला वाटत होतं. शिक्षणाच्या बाबतीत त्याच्या थोरल्या दोन्ही लेकींनी त्याची घोर निराशा केली होती. दोघींनीही कसंतरी दहावीपर्यंत झेप घेऊन शिक्षण थांबवलं होतं. संतूनं त्यांची परोपरीनं समजूत घालण्याचा प्रयत्न केला होता; परंतु पोरींनी शेवटपर्यंत मानलं नव्हतं. बंडूचंसुद्धा शिक्षणाचं घोडं अडखळतच चाललं होतं; पण काय वाट्टेल ते झालं तरी हातात पदवी हवी असं त्यानं बंडूला ठणकावून सांगितलं होतं! धाकट्या पार्वतीकडून मात्र त्याला मोठ्या अपेक्षा होत्या. बंडू थोरला असूनही त्याला पाठीमागे टाकून ती पुढे गेली होती. पोरगी कॉलेज शिक्षणात चांगली हुशार होती.

संतूनं नोकरीला ठेवलेल्या पोराच्या मनावर कधीतरी मळभ यायचं. त्याला चपात्या भाजण्याचा कंटाळा करावासा वाटायचा; पण ते त्याला जमायचं नाही. पंचवीस हजार रुपयांचं व्याज त्याच्या डोळ्यांसमोर दिसायचं. शिवाय अ‍ॅप्रेंटिसशीपचे असे कितीसे रुपये मिळतात? कधी आले अन् कुठे गेले हे कळत नाही. निकमाच्या घरगुती खाणावळीत चपात्या भाजून, भाजी खुडून निदान दोन्ही वेळचं जेवण तरी फुकट निघतंय, हे काय कमी आहे! परमनंट झाल्यावर दगदग नव्हती. काही अडलं-सवरलं तर निकम होताच. त्याची युनियनच्या साहेब लोकांत असलेली ऊठबस कामी येणार होती.

संतू निकमानं आजपर्यंत असं अनेक पोरांचं भलं केलं होतं. त्याच्या घरी चपात्या भाजल्या, म्हणून पोरांना खंत वाटत नव्हती. आयुष्यात जशी बायकोची गरज आहे, तशी नोकरीचीही; याची खोलवर जाणीव पोरांना होती; त्यामुळे एखाद्याने चपात्या भाजण्यावरून पोराला डिवचलं तर पोरगं लगेच उलटत होतं, ‘आई-बाबांनी जन्म दिला. ते गावाला राहिले. मुंबईतही कुणीतरी आई-बाबा पाहिजेच की. नाहीतर मुंबईच्या फुटपाथवर भनभिकारी जगतात, तसं थोडंच आपल्याला जगायचं आहे?’

कंपनीमध्ये संतू निकमाचा बऱ्यापैकी रुबाब होता. त्याच्या ऐटीनुसार खाणावळीचं काम हे दुय्यम दर्जाचं; पण गाव सोडून आपण मुंबईत आलो आहोत ते पैसे कमावण्यासाठी हे तो विसरला नव्हता. कंपनीमध्येही हजार लफडी. एखादं पोरगं चिकटवायचं म्हटलं तर त्यातही स्पर्धा होती. खाणावळीची बात अलग होती. वेळच्या वेळी व कमी भांडवलात चांगला पैसा मिळवून देणारा असा दुसरा कोणता धंदा होता? लोण्याची चटक असलेल्या जिभेला ओलं खोबरंही मऊसर लागतं, असाच हा मामला होता. संतूची बायको हारू निकमीन तर त्याच्यापुढे दोन पावलं होती. तिनं तिसरीतच शाळा सोडली होती. तिचं शिक्षण पाहून मुंबई असली तरी तिला कोण ‘मॅडम’ची नोकरी देणार होतं? नवऱ्यानं सुचवलेल्या घरगुती खाणावळीच्या

धंद्यात तिनं लक्ष घातलं होतं. ती काटवटीतल्या मऊसर पिठासारखी पोरांना आंजरायची, गोंजरायची. दादा, बाबा करीत त्यांची मनं रिझवायची. मायेचं इतकं तेल गळत असताना ते टाकून कोणतं पोरगं वाण्याच्या दुकानात जाईल? हारू खाणावळीच्या माध्यमातून चांगला पैसा कमवीत होती. त्याच्या बळावर घरची सत्ता तिच्याच हातात आली होती. संतूनं नोकरी सोडली नसली, तरी त्यानं तिचा अधिकार मनोमन मान्य केला होता.

संतूनं आपल्या थोरल्या मुलगीचं, गौरीचं लग्न त्यानंच नोकरीस लावलेल्या एका तरुणाशी लावून दिलं होतं. आता ती घाटकोपरला स्वत:ची खोली घेऊन मजेत राहात आहे. धाकटी शोभा वीस वर्षांची झाली होती. तिच्यासाठी स्थळ शोधण्याचं काम सुरू होतं. एका जेवणाऱ्याबरोबर तिचंही मेतकूट जमलं होतं; पण संतूलाच ते मान्य नव्हतं. तो पोरगा त्यांना छंदीफंदी वाटत होता. तसं त्यांनी शोभाला स्पष्टच सांगितलं होतं. तिलाही ते पटलं होतं. तिनं आपल्या आई-बापाला दुसरं स्थळ पाहण्यास संमती दिली होती. त्यानंतर निकम कुटुंबानं शोभा ज्या मुलाच्या प्रेमात पडली होती, त्या मुलाचं त्यांच्याकडचं जेवण बंद केलं होतं! त्यालाही शोभानं मान्यता दिली होती.

शोभाचं लग्न ठरलं. तेही त्यांचं गाव असलेल्या त्याच भागातल्या डांगरी गावच्या एका मुंबईवासीयाशी. पोरगं चांगल्या कंपनीत नोकरीला होतं. त्याची स्वत:ची खोली होती. त्याच्या घरची माणसंही समजूतदार दिसत होती. शोभानंही पोरगं पसंत केलं. सोनं-नाणं, कपडे, भांडीकुंडी घेतली गेली. पाहुण्यांना पत्रिका पाठविण्याचा, मुहूर्त पाहण्याचा प्रश्नच उद्भवला नाही. पोरग्याचा आजोबा कर्मवीर भाऊराव पाटलांच्या पठडीतला. त्याला दारात लग्न करून विनाकारण खर्च करायचा नव्हता. पाहुण्यांच्या रुसव्या-फुगव्याचं कौतुक करायचं नव्हतं. विकत मिळणाऱ्या आशीर्वादाची, दुव्याची त्याला गरज नव्हती. त्यानं लग्न ठरविण्यापूर्वीच एक अट घातली होती, लग्न रजिस्टर करायचं व पोरगी नुसत्या नारळ-विड्यावर पाठवायची! संतूनंही ते मान्य केलं होतं. पण पोरगी निव्वळ रिकाम्या हातानं कशी पाठवायची म्हणूनच त्यांनी जनलाजेखातर सोनं, भांडी, कपडे खरेदी केले होते. त्यासाठी त्यांनी पोरग्याच्या आज्याच्या परवानगीची पर्वा केली नव्हती.

लग्न मुंबईतच विवाह नोंदणी कार्यालयात करायचं नक्की झालं. लग्नाची तारीख दोन दिवसांवर येऊन ठेपली अन् त्या छंदीफंदी पोराबरोबर शोभा पळून गेली. माळ्यात ओरड झाली, 'निकमाची शोभा लगीन टाकून पळाली. तिच्या यारानं तिला न्हेली!'

७१

सुधीर मिरचीकर व सुगंधाचं लफडं भलतंच रंगलं होतं. रस्त्यावर गाडी उभी करण्याअगोदर सुधीर सुगंधाचा चुम्मा घेण्यासाठी प्रथम तिच्या खोलीत जायचा. दुपारच्या जेवणाला तो तिच्याकडेच असायचा. तर संध्याकाळचा चहा हॉटेलमधल्या पोराजवळच्या वाटीतून पिण्याऐवजी सुगंधाला कवेत घेऊन पिणं त्यानं पसंत केलं होतं. अनेकदा आइस्क्रीमचा थंडगार कपही असायचा, सुगंधा त्याच्या नसानसांत भिनली होती. तिचं गुलमुसासारखं मऊ शरीर त्याला आवडलं होतं. नाजूक कायेनं त्याच्यावर भलतीच मोहिनी टाकली होती. सुगंधाची अवस्था यापेक्षा वेगळी नव्हती. त्याच्या मिठीत जायबंदी होताना तिचा आनंद माळ्याच्या कपारी भेदून बाहेर झेप घ्यायचा. त्याच्या राकट, दणकट बाहूत तिला मर्दानी सुगंध जाणवायचा. सुधीर तिला आपल्या घामेजल्या शरीराबरोबर दाबून धरायचा, तेव्हा तिला आपल्या शरीरानं त्याच्या नसानसांत विरघळून जावं, असं वाटायचं. तिचं मन तर केव्हाच त्याच्याबरोबर एकरूप झालं होतं.

गाडीवर दिवसभरात विकलेल्या कपड्यांतून सुधीरचं पोटपाणी चालायचं. त्याच्याही घरचा मूळ धंदा खाणावळीचाच असला, तरी त्याच्या थोरल्या भावानं बळवंतनं वेगळी वाट चोखाळली होती. सुधीरनंही काही वेगळं करावं अशी भावाची इच्छा होती; पण सध्यातरी सुधीर कपड्याच्या गाडीत अडकला होता. सुधीर अनेकदा सुगंधाला दुपारचं जेवण हॉटेलमध्ये देत होता. तिला चमच्यानं एक-एक घास भरवत होता. घशाआड होणारा प्रत्येक घास तिला त्याच्या काळजाचा तुकडा वाटत होता. भले तो इतका श्रीमंत नसेल; पण त्याच्याकडे दिलदार वृत्ती होती. मनाची श्रीमंती होती. ते प्रामाणिकपणानं लथपथलं होतं. भगभगलेल्या, कोडग्या माणसांत राहणाऱ्या सुगंधाला यापेक्षा आणखी काय हवं होतं!

त्या दिवशी बिल्लूनं तिला फौजदाराच्या दाढवानात ढकललं व घराबाहेर पळ काढला. बाहेरून दरवाजा बंद झाला. तिचा आवाज घशातच सुकला. तिनं त्या फौजदाराचा थोबडाही पाहिला नव्हता. तो आता काय काय करणार ही भीती तिच्या रोमारोमांत भरून राहिली होती; फौजदार जागेवरून उठला व तिच्या समोर आला तेव्हा ती जाम घाबरली होती. पण जेव्हा तिनं त्याला जवळून न्याहाळलं, तेव्हा ती 'खो खो' हसली होती. तिचा स्वत:च्याच डोळ्यांवर विश्वास बसत नव्हता. धुळवडीदिवशी अंगावर रंग फेकणारा, तिसऱ्या मजल्यावर वटनात उभा राहून आपल्या चौकटीवर नजर लावणारा, डोळ्याला डोळा भिडवणारा, संधी मिळेल

तेव्हा बोलण्याचा प्रयत्न करणारा हा मजनू. आता तर चक्क फौजदाराच्या पोशाखात होता! तिला सगळंच कसं अतर्क्य वाटत होतं. हे सगळं फक्त तुला जवळ घेण्यासाठीच केल्याचं त्यानं तिच्या गळ्याची शपथ घेऊन सांगितलं होतं. शिवाय आपलं तुझ्यावर प्रेम असल्याचं लोणीही होतंच. ती मनोमन सुखावली होती. असा खेळ करायलाही डेरिंग लागतं; ते सुधीरकडे होतं. चार फुटक्या कवड्यांसाठी बायकोला परपुरुषाच्या मिठीत सोडणाऱ्या नवऱ्यापेक्षा तो तिला लायक वाटला होता. मग तिनंही स्वत:ला झोकून दिलं होतं. त्या दिवसाचे, त्या प्रसंगाचे ती मनोमन आभार मानत होती.

'नव्याचे नऊ दिवस' असं माळा बोंबलत होता. एकदा पेटलेली आग जळण्यासारखं काही राहिलं नाही, तर आपोआप थंड होते. ही लव्ह स्टोरीही हळूहळू आपोआपच थंड होईल, विझेल; हा माळ्याचा होरा होता. बिल्लूच्या शेजारी विकास पारकर राहात होता. सुधीर-सुगंधा प्रकरणानंतर त्यानं बिल्लूशी असलेले संबंध तोडले होते. बाकीचे माळकरीही त्याच्याकडे तुच्छतेने पाहात होते. त्याची चेष्टा करीत होते. काहीजण उघड तर काही त्याच्या माघारी! बिल्लू बादशहा मुकाटपणे घरात येत होता. गुपचूपपणे दोन घास घसाखाली ढकलत होता व शांतपणे आपली पथारी पसरत होता. बिल्लूविषयी कणव असलेल्या दोघा-तिघांनी या प्रकरणात मार्ग काढण्याचा प्रयत्न केला होता; पण सुगंधानंच त्यांना पिटाळून लावलं होतं. बिल्लू सुधीरला अनेकदा आपल्या घरात पाहात होता; पण पुढे होऊन सुधीरच्या कानाखाली आवाज काढण्याची धमक त्याच्यात नव्हती. सुगंधानं तर त्याच्याकडे पूर्णत: पाठ फिरवली होती. ती वेगळी जेवत होती. आपला बिछाना वेगळा अंथरत होती. तू असलास काय नि नसलास काय, मला काहीच फरक पडत नाही, असाच तिचा एकंदरीत खाक्या होता. सुगंधा आपल्या हातून गेल्याचं दु:ख त्याला कुरतडत होतं.

बिल्लूच्या डोळ्यांतून घळाघळा पाणी ओघळायचं. पहाटेच्या निमअंधारात पडणाऱ्या दवासारखं बिछान्यावर ठिबकायचं. यातून कसा मार्ग काढायचा, या विचारानं तो रात्र-रात्रभर तळमळायचा. सुगंधा दूर गेली. इज्जतही गेली. माळ्यावर नेहमीचीच छी:थू ठरलेली. त्यातच सुधीरच्या थोरल्या भावानं, बळवंतनं त्याला 'बायको सांभाळ नाहीतर तंगडी तोडून हातात देईन', असा दम भरला होता. भावाच्या हातात तरी यापेक्षा वेगळं काय होतं? लग्नाच्या शिणंचा भाऊ सुगंधासारख्या रांडंच्या घरात ठिय्या देऊन होता. कोणत्या भावाला आपल्या लहान भावाची अशी दुर्दशा आवडेल? त्याला भावाच्या आयुष्याचा, भविष्याचा विचार कुरतडत होता. सुधीरच्या बापानं, दाजी मिरचीकरानं तर मला त्याचं तोंड पाहायचं नाही, असं सांगून टाकलं होतं. म्हातारा जास्तीतजास्त वेळ बळवंतकडेच असायचा. त्याच्या जिवाची होणारी उलघाल बळवंतला प्रचंड अस्वस्थ करायची. त्यातच सुधीरच्या अगोचरपणामुळे

त्याची, त्याच्या कुटुंबाची माळ्यात, पै-पाहुण्यांमध्ये छी: थू होत होती. तारुण्यानं मुसमुसणाऱ्या भावाच्या मनाला तो आवर घालू शकत नव्हता. अलीकडे सुधीर त्यालाही उलटा जबाब देत असल्याने तोही हादरून गेला होता. सुधीरचं बंड त्याला, त्याच्या कुटुंबाला मानवणारं, पेलणारं नव्हतं. बिल्ल्याला तंबी देताना बळवंतच्या मनातल्या त्या आगीचा भडका उडाला होता.

विचार करून करून बिल्ल्याच्या डोक्याचा भुगा झाला. या भानगडीत काही समजुतीचा मार्ग निघण्याची चिन्हं दिसत नव्हती. कोणत्या स्त्रिला तिच्या नवऱ्यानं तिला बाजारात उभं केलेलं आवडणार आहे? याबाबत सुगंधालाही अपवाद करता येणार नाही हे बिल्ल्याला कळत होतं. चूक आपली होती. निदान आतापर्यंत ती आपल्याजवळ राहिली, हेच पुष्कळ आहे या निष्कर्षाप्रत तो आला होता. आता माळ्यावर दिवस कंठणं अशक्य आहे, हे त्याला कळत होतं. माळा सोडायचा तर खोल्या विकणं किंवा भाड्यानं देणं हेच पर्याय होते. मुंबईत अन्यत्र किंवा मुंबईबाहेर उपनगरात बस्तान ठेवून आपण अनेक घरं घेण्याचं आपलं स्वप्न पूर्ण करू शकतो, याची त्याला खात्री होती. मात्र, सवाल एकच होता. तो सध्या राहात असलेल्या खोल्या सुगंधाच्या नावावर होत्या! ती ही जागा विकायला किंवा भाड्यानं द्यायला तयार होईल का? त्याच्याकडे काही जेवणारे होते. या प्रकरणानंतर सुगंधानं त्यांची हकालपट्टी करून खाणावळ केव्हाच बंद केली होती. त्यावेळी तिनं बिल्ल्याला फाट्यावर मारलं होतं. ती आता खोल्यांच्या बाबतीत आपलं ऐकेल का?

परिस्थितीनं घायकुतीला आलेल्या बिल्लूनं भीत भीत हा विषय सुगंधाकडे काढला. सुगंधाची प्रतिक्रिया कशी असेल, याबाबत तो साशंक होता; पण वाघ म्हटलं तरी तो खातो व वाघोबा या गोंडस नावानं संबोधलं तरीही तो घास घेतो, याची त्याला पूर्ण जाणीव होती. शेवटी प्रकरणाचा सोक्षमोक्ष लावणंही आवश्यक होतंच. बिल्लूनं हा विषय सुगंधाकडे काढला अन् सगळं त्याच्या अपेक्षेच्या विपरीतच; परंतु थोडंफार त्याला आवश्यक तसंच घडलं. त्याच्या विचाराला सुगंधानं पाठिंबा दिला; पण तोही दोन अटींवर! एक तर खोल्या भाड्यानं द्यायच्या नाहीत व दुसरी अट होती, खोल्या विकण्याची. त्या विकलेल्या खोल्यांची सत्तर टक्के रक्कम तिला हवी होती! हा सौदा बिल्ल्यासाठी घाट्याचा होता; पण खोल्याच तिच्या नावावर असल्याने शंभर टक्के मालमत्तेची ती मालकीण होती. आपल्याला आता निदान तीस टक्के वाटा मिळतोय हेही कमी नव्हतं. ती जर त्या सुध्याला घेऊन घरातच बसली असती तर...! बिल्ल्याला अशीही खात्री होती की, आज ना उद्या सुधीर तिला सोडून देणारच. असे अनेक हिरो मजा मारून नंतर नामानिराळे झाल्याचे त्याने पाहिले होते. शिवाय सुगंधा तसा हातातला पैसा जाऊ देणाऱ्यातली नव्हती. हा पैसा आज ना उद्या आपल्याच कामी येईल, असंही त्याचं

मन सांगत होतं. रोजचा हा तमाशा पाहात राहण्यापेक्षा त्याला येथून लवकरात लवकर बाहेर पडायचं होतं.

बिल्लूनं दोन दिवसांत दोन मद्रासी व एका सिंध्याला आपल्या खोल्या दाखवल्या. विडी-काडीस महाग असलेला मराठी माणूस देऊन देऊन अशी किती रक्कम देणार आहे? त्यापेक्षा हे बाहेरचे सोयरेच चांगले. घे दाम कर काम, हा त्यांचा बाणा. याच दामावर त्यांनी पुरी मुंबई गिळली. महाराष्ट्रही गिळत आणला. इथला मराठी माणूस, राजकीय नेते, सरकारी अधिकारी, सामाजिक संस्था इतकेच काय, गुंडांनासुद्धा गिळले. साहजिकच आपल्या दोन खोल्या पचवणं त्यांना कितीसं अवघड आहे? बिल्लूच्या मनातली व्यवहारी बिळं खोलखोल जात होती.

बिल्ल्या खोल्या विकतो आहे, ही बातमी माळ्यात पसरली होती. काही माळकऱ्यांनी आपल्या जागेसाठी गरजू असलेल्या नातलगांशी संधान साधलं, तर काहीजण स्वत:च्या कनवटीला काही आहे का, याची चाचपणी करू लागले. बाबूला ही जागा सोसायटीसाठी योग्य वाटत होती. त्यानं नंदू, बंडूला पुढे करून सोसायटीसाठी हीच जागा योग्य असल्याची हाकाटी केली. सोसायटीच्या नावापुढे इतरांची नावे मागे पडू लागली.

खोल्या दाखवण्यासाठी बिल्लू आज एका गुजराथी व्यापाऱ्याला घेऊन आला होता; पण माळ्यातल्या पोरांनी त्याला वटनातच येरगटला. पोरांनी प्रश्नांची सरबत्ती केली. प्रचंड गोंधळ झाला. काहीतरी लफड्यातल्या खोल्या असल्याचा समज होऊन गुजराथी व्यापाऱ्यानं काढता पाय घेतला. बिल्लूचा आत्मा चरफडला.

"काय बिल्लूशेठ, खोल्या विकताय म्हणे?" बंडूनं सावकाशीनं विचारलं.

"होय!" शब्दावर जोर देत बिल्लूनं उत्तर दिलं.

"खोल्या मराठी माणसालाच विकायच्या." नंदू पालकर.

"जागा माझी आहे. तिचं काय करायचं ते मी ठरवीन." पोरांनी घातलेल्या गोंधळानं अगोदरच पिसाटलेला बिल्लू जवळजवळ ओरडलाच. त्याच्या अंगातलं उसनं अवसान पोरांना खाऊ की गिळू करीत होतं.

बिल्लू व पोरांचा हा संवाद ऐकत वटनात बाबू उभा होता. तो पुढे झाला. त्यानं दाताखाली ओठ चावले व बिल्लूच्या खाडखाड दोन कानफटात लगावल्या. आपला राग काबूत आणत त्यानं सुनावलं, "भडव्या, चालू बाजारभावापेक्षा खोलीपाठीमागे दोन हजार रुपये अधिक देऊ; पण खोल्या सोसायटीसाठीच हव्यात. तुझ्यासारखे भडवेच मुंबईला रांड बनवून लुटायला कारणीभूत ठरलेत."

बिल्लूच्या खोल्यांचा सौदा झाला. कागदपत्रे सोसायटीऐवजी बाबूच्या नावे झाली. जागा झालेला मराठी अस्मितेचा प्रश्न खारीच्या वाट्यानं सेतू बांधू लागला.

७२

सुभानजीची बायको एका बुवाबरोबर पळून गेली ही बातमी मधमाशांच्या पोळ्यासारखी गावात फुटली. सुभानजीचा बाप श्रीपती आपल्या भावजयीकडे मंजूबाईकडे धावत आला. त्याचे डोळे पाण्यानं भरले होते. तो मंजूबाईला हात जोडून म्हणाला, "तू आजच्या आज मुंबईला नीघ. काय झालंय ते बघ. कार्ट्यानं तर माझं नाक कापलं!"

"असं रडून मार्ग निगतू का? गप्प बसा. गड्याला आसं रडणं सोभत न्हाई," मंजूबाईनं धीर दिला.

"तू आजच जा, आन् पुढं काय करायचं ते तुझं तूच ठरीव." भडभडून आलेला श्रीपती म्हणाला.

दिराची ही अवस्था पाहून मंजूबाईलाही गलबललं. "तुमी काळजी करू नगासा. आजच जातू मी."

श्रीपतीनं खुंटीवरचं कासरं घेतलं व तो गोठ्याकडं निघाला. सुभानजीची आई लक्ष्मीबाईही दुचित होऊन बसली होती. मंजूबाईनं तिचीही समजूत काढली.

सुकन्याच्या पलायनाच्या माशा सुभानजीच्या सासुरवाडीपर्यंतही धावत-पळत गेल्या होत्या. श्रीपतीनंही आपल्या पुतण्याजवळून इन-इवायाला तातडीनं येऊन जाण्याचा निरोप पाठवला होता. बातमी ऐकली तेव्हा सुकन्याची आई तुळसा हिला तर उभं वारं सुटलं. असं कसं झालं? आपण कुठं कमी पडलो? तुळशी वृंदावनात हा मध्येच धोतरा कसा काय उगवला? या प्रश्नानं तिचं डोकं भनानलं. तुळसा हिकमती होती. तिनं त्यातूनही स्वत:ला सावरलं. प्रत्यक्ष काय घडलं हे पहिल्यांदा पाहिलं पाहिजे, या विचारावर येऊन ती थांबली. कारणं काहीही असली, तरी दोन पोरांच्या आईनं एखाद्याबरोबर पळून जाणं हे आक्रीतच होतं. घराण्याला लागलेला हा डाग आता आयुष्यभर पाठपुरावा करणार, या विचारानं मात्र तिची घुसमट झाली. विष्णूला तर लेकीच्या या पराक्रमानं वेड लागायची वेळ आली होती.

"तुळशे, असं कसं झालं गं?" तो आपल्या प्रश्नाचं उत्तर बायकोकडे शोधू लागला.

"मी तरी काय सांगणार होऽ! पण कधीतरी दाताखाली खर ही यायचीच. तुमी मातूर धीर सोडू नका. पोरगी झालीच नाही असं समजून पुढं चालू." तुळसाचं करारी मन कडाडलं. ती पुढे म्हणाली, "मी पटकरवाडीला जाते. जावयाच्या बापाचा निरोप आलाय. तिकडच्या माणसांचा कल बघते. तवर तुमी गुर-ढोरं बघा."

तुळसानं आपल्या भावनांना बांध घातला. नकळत डोळ्यांत उभं राहिलेलं पाणी हळुवार पदरानं पुसलं व ती पटकरवाडीला जायची तयारी करू लागली.

रात्रीच्या गाडीनं निघालेल्या मंजूबाई, तुळसा सकाळी मुंबईत आल्या. टॅक्सी माळ्यासमोर उभी राहिली. मंजूबाईची सगळी जवानी याच माळ्यात जळली होती. लहान पोरांपासून म्हाताऱ्यांपर्यंत तिच्या सर्वांशी ओळखी. ती समोर दिसल्याबरोबर माळ्याच्या बोळातून पाण्याच्या घागरी घेऊन येणाऱ्या-जाणाऱ्यांनी तिला विचारलं, "मंजूकाकू, कवा आलीस?"

"आताच की लेकरानू!" तिनं प्रत्येकाच्या प्रश्नाला उत्तर दिलं. सदा जायकरानं मंजूबाईला पाहिली. मंजूबाईचे त्याच्या कुटुंबाशी खूप चांगले संबंध होते. त्यानं आपली घागर निकमाच्या बंडूकडे दिली. मंजूबाईजवळची जाडजूड पिशवी खांद्यावर घेतली व सुभानजीच्या खोलीकडे निघाला.

मंजूबाई आतल्या खोलीत आली. बाहेरच्या सोप्यात अंथरूण पसरलं होतं. दिनकर अजून झोपला होता, तर उठलेल्या राहुलला सुभानजी कपबशीनं दूध पाजीत होता. त्यानं दारातून आत आलेल्या चुलतीला पाहिलं. ओठाला लावलेला फुगा हवेनं भसा भसा भरावा, तसं त्याचं मन भरून आलं. अंग गदागदा हलू लागलं. डोळ्यांतून पाण्याच्या धारा लागल्या. त्याच्या हातातली हिंदकळणारी कपबशी सदानं हातात घेतली व सोप्यात एका बाजूला ठेवून दिली. सुभानजी लहान मुलासारखा चुलतीला बिलगला अन् ढसाढसा रडू लागला. सदानं मूकपणे समोरचं चित्र एकदा डोळेभरून पाहिले व तो दारात आला. दाराबाहेर बघ्यांची गर्दी जमू लागली होती.

"मंजूकाकू, दार बंद कर..." सदा म्हणाला. त्याला अजून बरंच पाणी भरायचं होतं. तो तडक माळ्याच्या पायऱ्या उतरू लागला.

तुळसानं दार बंद केलं. रडतेला बाप पाहून बिथरलेला राहुल रडवेल्या चेहऱ्यानं तुळसाला बिलगला. घरात काय चाललंय तेच त्याला कळत नव्हतं. आई नव्हती, बाप रडत होता! तो जमेल तेवढं तुळसाच्या कुशीच शिरला. घरातल्या गडबडीनं दिनकरही जागा झाला होता. तोही आपल्या आजीला बिलगला. त्यालाही तुळसानं जवळ घेऊन त्याचं पटापट मुकं घेतलं. भरमसाट रडून सुभानजीचा कढ कमी झाला. त्याचं मन रितं झालं. मंजूबाईनं त्याच्या भोवती टाकलेले हात ढिले केले. सुभानजी मोकळा झाला. तिनं त्याच्या गालावरचं पाणी पुसलं.

"आसं काय घडलं, तवाच कळवायचं नाही का पोरा? कुणीतरी नसतं का आलं! गावानं आमाला बातमी द्याची आन आमी धावायचं!" मंजूबाईनं घडाघडा आपलं मन मोकळं केलं.

"कसं कळवणार? कोणत्या तोंडानं लिहिणार?" सुभानजीनं परत आपलं डोळं पुसलं.

“अन् पोरा, अशा येळी काय वाईट-वंगाळ झालं असतं तर...!” मंजूबाई घायाळ झाली. सुभानजी मुकाट बसून राहिला.

“जावईबापू, असा धीर सोडून कसं चालंल? तुमी पुरुष हाय नव्हं...!” तुळसानं प्रथमच तोंड उघडलं. तिच्या नजरेला नजर द्यायचं धाडस त्याला झालं नाही.

दाराच्या फळ्या बंद होत्या. तरी आजूबाजूची पोरं, खाणावळ्या वटनात उभ्या होत्या. त्यांचा कलकलाट आतही ऐकू येत होता. त्यातील काहीजण दाराच्या फटीतून आतलं काही दिसतं का, हे पाहात होते. शेवटी मंजूबाईलाच राहावलं नाही. तिनं दार उघडलं. वटनात सळसळ झाली.

“[illegible] प्रकार [illegible], [illegible]! [illegible] तुमी [illegible] आपापल्या घरला!” मंजूबाईनं सांगूनही खाणावळींचा पाय पुढे उचलत नव्हता. तेव्हा मंजूबाईनं तिथं आलेल्या दोन-तीन खाणावळींची नावं घेतली व प्रत्येकीला तिच्या घरी येतू म्हणून सांगितलं. तेव्हा कुठं वटनातला पीळ थोडासा ढिला झाला. मंजूबाईनं दार बंद केलं. त्याला आतून कडी घातली.

सुभानजीनं आपल्यासाठी सोईस्कर ठरेल असं काय काय घडलं, कसं कसं घडलं ते सांगितलं. तुळसानं उसासा सोडला व म्हणाली, “जावईबापू, तुमी एवढं बुळं कसं वंऽऽ? माझी पोरगी असली म्हणून काय झालं; आता हे कीर्तन लावण्यापरास त्याच येळी ठोकून काढायची नाही का तुमी?”

सुभानजीनं चमकून सासूच्या तोंडाकडे पाहिलं. तिच्या प्रश्नाचं उत्तर त्याच्याकडे नव्हतं. तुळसाचे डोळे त्याला विचारीत होते, ‘असा कसा रे नामर्द तू! एक बायको तुला कह्यात ठेवता येत नाही? असं बुळं गाणं करून कसा बसलास? पुरुष म्हणून जगायला तू लायक आहेस का?’ तुळसाच्या चेहऱ्याकडे पाहणाऱ्या सुभानजीची मान शरमेनं खाली झुकली.

“आसू दे तुळसा! झालं ते झालं. आता यातनं मार्ग कसा काढायचा ते बघू.” मंजूबाईनं सांत्वन केलं.

दोघींना मुंबईत येऊन तीन दिवस झाले होते. या दिवसांत अनेक बाजूंनी खल झाला. सुकन्या मिळण्याची व ती मिळाली तरी नांदण्याची किंवा नांदवण्याची सुतराम शक्यता उरली नव्हती. सुभानजीचं वय अठ्ठावीस वर्षे होतं. दोन पोरं पोटाला. तो नोकरी पाहील की पोरांकडे? साहजिकच पोरांचं काय करायचं? तिढा भलताच गुंतागुंतीचा होऊन बसला होता.

मंजूबाईनं सुभानजीचा दिनकर दत्तक घ्यायचा मनोदय जाहीर केला. त्यासाठी सुभानजीच्या परवानगीची गरजही नव्हती. मात्र, याबाबत त्याच्या बापाला श्रीपतीला विचारणं आवश्यक होतं; पण त्यालाही हा तोडगा मान्य होण्यास हरकत नव्हती तर तुळसानं धाकटा राहुल आजोळी घेऊन जाणार असल्याचं सांगितलं. लेकीची

सय ती नातवात मिटवू पाहात होती! लेकीच्या एका पोराचा भार न वाहण्याइतपत ती लेचीपेची नव्हती. पोरीनं केलं ते अत्यंत वाईट केलं; त्यामुळे तुळसाला अनंत यातना होत होत्या; पण त्या दाबण्याशिवाय तिच्यापुढं गत्यंतर नव्हतं. तिच्या डोळ्यांत टचकन उभं राहिलेलं पाणी ती क्षणाचाही विलंब न लावता पुसायची. कितीही अव्हेरलं तरी काळजातला कढ हा स्वत:पुरताच. त्याची खोली इतरांना कळायची नाही!

तुळसाची लेक मुंबईनं आयागमनी केली होती. तिला इथं जास्त राहायचं नव्हतं. पण गावी जाण्यापूर्वी एकदा तरी पोलीस ठाण्यात जाणं आवश्यक होतं. प्रकरणाची नोंद पोलीस ठाण्यात झाली होती. बिरनाळे फौजदारानं सुकन्याच्या सासरचं, माहेरचं कोणी आलं तर त्यांना घेऊन पोलीस ठाण्यात येण्याचा हुकूम दिला होता. सुभानजी दोघींनाही पोलीस ठाण्यात घेऊन गेला. सुदैवानं बिरनाळे फौजदार आपल्या जागेवरच सापडला. त्यानं सुभानजीला पाहून पुढे येण्याची खूण केली.

''तुझ्या बरोबरचं हे कोण?'' बिरनाळेनं विचारलं.

''माझी चुलती व सासूबाई आहेत.''

''बसा.'' बिरनाळेनं समोरच्या बाकड्याकडे बोट केलं. तिघेही बाकड्यावर बसले. बिरनाळेनं ड्रॉवरमधले पेपर चाळले. त्यातून तीन फोटो बाहेर काढून सुभानजीसमोर ठेवले. ''यांना ओळखतोस तू?''

''हो, होऽऽ! या गावकरांच्या पोरी. ही त्यांची बायको.'' सुभानजीनं एका फोटोवर बोट ठेवलं. ''बोरिवलीची ही मंडळी. आमच्याबरोबर काळझरीलाही आली होती.'' फोटोकडे पाहात सुभानजीनं अधिक माहिती पुरवली.

''म्हणजे हा स्वामी भलताच बेरकी दिसतो! त्यानंच यांना पळवलं असलं पाहिजे. तुझी बायको त्या स्वामीबरोबर पळाल्यापासून या तिघीही गायब आहेत!'' बिरनाळेनं संशय व्यक्त केला.

क्षणभर शांतता पसरली. बिरनाळेला सुकन्याची अधिक माहिती हवी होती, म्हणूनच त्यानं माहेर किंवा सासरकडून कोणी आलं तर त्याला पोलीस ठाण्यात घेऊन यायला सांगितलं होतं. लग्नानंतर सुकन्या सरळ मुंबईला आली होती. शिवाय आतापर्यंतच्या तपासात ती चांगल्या खानदानी कुटुंबातील असल्याचं निष्पन्न झालं होतं. शेतकरी असलं तरी तिच्या कुटुंबाला गावात मान होता. तिचं माहेरातलं चलन-वलनही चांगलंच आढळलं होतं. अशावेळी पोलीस अधिकारी असूनही बिरनाळेला लेकीच्या चारित्र्याविषयी तिच्या आईलाच विचारणं प्रशस्त वाटलं नाही.

''चहा घेता?'' बिरनाळेनं विचारलं. बिरनाळेचे आसूड सुभानजीला परिचयाचे असल्यानं तो चांगलाच फाफलला.

''साहेब, आमाला च्या नगो.'' तुळसानं मध्येच तोंड घातलं. तिनं आपल्या

काळजाची उलथापालथ दाबून धरली. दीर्घ श्वास सोडला व ती पुढे बोलू लागली, ‘‘साहेब, माझ्या पोरीनं आमचं नाक कापलं तरी काय हरकत न्हाय! तिचं त्वांड बघायची आमचीबी इच्छा न्हाय; पण सायेब, आमच्या पोरगीला नादिवणारा, तिला बरबाद करणारा त्यो गोसावडा कवा पकडणार तेवढं मला सांगा?’’ तुळसाचा आवाज दगडासारखा कठीण बनला होता. आवाजातला ठाम निर्धार डिरक्या घेत होता.

‘‘लवकरच...’’

‘‘त्येला पकडल्या पकडल्या आमाला निरोप द्या सायेब. मी माझ्या भवानीआयला [illegible] पुरणाची पोळी घालीन. पर पोरगी गावली तर तिला मातूर [illegible] आणू नका. हिथंच घाला गोळी अन् टाका घारी-गिधाडापुढं!’’ तिच्यानं पुढचं बोलणं रेटलं नाही. ती उठली. लगबगीनं दरवाजाकडे गेली.

बिरनाळे जागचा उठला. काय करावं हे त्याला क्षणभर सुचलं नाही. तो सुभानजीवर खेकसला, ‘‘जा पळऽ! म्हातारीला सांभाळ.’’

सुभानजी धावला. पाठोपाठ मंजूबाईही आली. पोलीस ठाण्यातून बाहेर आलेल्या तुळसानं पदराच्या शेवानं डोळं पुसलं. मुलीवरचं प्रेम अखेर पदरात विसावलं. तिनं सुभानजीला विचारलं, ‘‘चला, जायचं नव्हं घरला?’’

तुळसानं त्याच दिवशी लहानग्या राहुलला काखोटीला मारलं व परेल एसटी डेपो गाठला. सुभानजीनं तिला गाडीत बसवलं. वारंवार भरून येणारं डोळं राहुलच्या अंगावर गळत होतं. राहुल एकदा आजीच्या तोंडाकडे पाहात होता; तर कधी एसटीच्या खिडकीतून बाहेर उभ्या असलेल्या आपल्या बाबांकडेही त्याचं लक्ष जात होतं. या कुतरओढीत तो गोंधळून गेला होता. तुळसा आपल्या पदरानं डोळं पुसण्याचा केविलवाणा प्रयत्न करीत होती. मन भरून आलं होतं. डोळे गळत होते. ते पुसता पुसताच गाडी कधी सुटली ते तिलाही कळलं नाही.

७३

गोट्याची आई गणपती पाहायला मुंबईला आली होती. ती आज निघाली. जायकरनीनं तिच्यासाठी तीनशे रुपयांचं पातळ घेतलं. तिच्या घरी असणाऱ्या थोरा-मोठ्यांसाठी खाऊ म्हणून तिनं अर्धा-अर्धा किलोचं बटराचं दोन पुडं, अर्धा किलो चहा पावडर, अर्धा किलो मिक्स मिठाई आणली. जायकरनीच्या मायेनं, प्रेमानं गोट्याच्या आईचा जीव भरून आला.

मार्केट विभागात काम करणाऱ्या बहुतांश कामगारांच्या स्वत:च्या मालकीच्या खोल्या नसायच्या. ते एखाद्या शेठच्या गोडाउनमध्ये, कंपनीच्या कार्यालयात किंवा दुकानाच्या गाळ्यात आपल्या शेठच्या मेहरबानीवर राहायचे; झोपायचे. ज्यांच्यावर शेठ मेहरबान नसायचा ते काम करीत असलेल्या ठिकाणी दुकानाच्या बाहेरच्या फळीवर आपला रात्रीचा संसार थाटायचे. त्यांच्यासोबत त्यांचे कपडे व बिछाना इतकाच संसारसेट असायचा. ज्या ठिकाणी तीन-चारजण किंवा अधिक लोक राहात असतील, त्या ठिकाणी एखादा स्टोव्ह, भगुलं, एखादी ताट-वाटी असायची. पाण्याची घागर मात्र सर्वच ठिकाणी असायची. त्याच घागरीतलं पाणी शेठ दिवसभर प्यायचा. तिथं किंवा दुकानाच्या बाहेर फळीवर राहण्याच्या बदल्यात दुकानाची झाडलोट हेच कामगार करायचे. सकाळी दुकान किंवा कंपनीचं शटर उघडलं की, कामगारांचं सामान कुठंतरी कपाटाच्या आडोशाला, बाकड्याखाली किंवा एखाद्या सांदी-कोपऱ्यात पडून राहायचं. ते सहसा कुणाच्या नजरेला यायचं नाही. जर एखाद्याच्या नजरेला ते आलंच, तर तो मनातल्या मनात हसायचा. त्याच्या डोक्यात त्याचा कांदिवली-बोरिवली परिसरातला आलिशान फ्लॅट घुसायचा. फ्लॅट असलेल्या इमारतीच्या गच्चीत उभा राहून तो दूर डोंगराच्या वर नजर टाकायचा. त्याला या मराठी माणसांची कीव यायची. 'साले घाट उतरून आले; पण खाली ते खालीच राहिले! वर यायचं नाव नाही. काय तर म्हणे, मराठी बाणा! तागडीपेक्षा तलवार भारी!' दुकानाचा मालक किंवा त्याचाच जातभाई किंवा त्यांच्याकडे आलेलं एखादं गिऱ्हाईक ढोकळ्यावर ताव मारायचे. वर एखादी लस्सी, पीयूष, कोल्ड्रिंक्स अन् यापैकी काहीच नसेल तर उसाचा रस किंवा चहा घशाखाली लोटायचे. बाकड्याखाली पडलेल्या सामानाचा मालक त्यांच्या रिकाम्या बशा, ग्लास, कप उचलायचा व विसळायला चालू पडायचा!

मराठी शिपाई, हमाल, पाटीवाले, हातगाडीवाल्यांची घरची माणसं हौसेनं मुंबई पाहायला यायची. गौरी-गणपतीसारखा सण त्यांच्या हक्काचा. एखादं खूप दिवसांचं आजारी असेल तर कधीकधी तेही मुंबई जवळ करायचं. मुळातच रस्त्यावर असलेल्या मराठी माणसाला आपल्याकडे आलेल्या कुटुंबातील माणसाला कुठे ठेवायचे, हा प्रश्न पडायचा! हॉटेल, लॉजचा आवाका तर त्याच्या स्वप्नाबाहेरचाच! मुंबईत स्वत:ची खोली असणारे नातलग तसे दुर्मीळच असायचे. अन् तसं एखादं असलं तरी ते ठाणे, मुंबईच्या उपनगरात कुठेतरी दूर असायचं. त्याच्याकडून स्वागत होईलच असं सांगता यायचं नाही. अशा वेळी खाणावळींशी प्रेमाचे, सौहार्दाचे संबंध असतील, कधीकधी पैशांची, वस्तूंची देवाण-घेवाण होत असेल, तर सहा-सात दिवसांसाठी हा भार सोसण्याची खाणावळींची तयारी असायची. त्या आपल्या खुराड्यात या नवागतालाही सामावून घ्यायच्या. अनेक खाणावळींच्या घरी हे रहाटगाडगं वर्षानुवर्षे चालत होतं. त्यात सहसा बदल घडायचा नाही.

गोट्याचे जायकरनीशी स्नेहाचे संबंध होते. तो तिला सणासुदीला साडी-चोळी घ्यायचा. अध्येमध्ये किरकोळ पैशाची गरज लागली तर पुरी करायचा. भिशीतल्या पैशाचा हिशेब द्यायचा. शिवाय शेवंतासाठी बांगड्या, साडी-ब्लाउजसुद्धा खरेदी करायचा. तिला, कधीकधी कमळाला चित्रपटाला घेऊन जायचा. जायकराच्या दारूसाठीही चार-सहा रुपये द्यायचा. सदा, गजालाही कधीतरी एखादा चित्रपट दाखवायचा. रविवारच्या कोंबड्या कापण्याच्या निमित्ताने जायकराला मदत करण्यासाठी मात्र नेमानं हजर असायचा. पोटच्या पोराला कदर नसेल इतकी तो जायकरनीची काळजी घ्यायचा. अशा जेवणाऱ्याची आबाळ करून कसं चालेल! त्याची एखाद्या वेळची अडी-अडचण, गैरसोय भागवायला नको का? गोट्याच्या घरचं कोणी आलं तर [illegible] चार आठ दिवसांसाठी जायकरनीच्या घरी राहायचं. ती त्याचं मनापासून आदरातिथ्य करायची.

मुंबईच्या गणपतींचं दर्शन घेऊन गोट्याची म्हातारी भरल्या काळजानं निघाली. तिला जायकरनीचा पाहुणचार आवडला. चपात्या भाजीत, भाज्या खुडीत, मसाल्यासारखी इतर किडूक-मिडूक कामं करीत म्हातारीचा दिवस भुर्रकन जायचा; वर अन् जायकरनीचं मधाळ, मिठ्ठास बोलणं ऐकायला मिळायचं. आणखी चार-सहा दिवस जायकरनीकडं राहायचं म्हातारीच्या मनात होतं; पण गणपतीही गेलेले व दसरा समोर दिसत असल्यानं तिला रानातल्या पिकांची काळजी होती. शिवाय तिच्या उपस्थितीनं जायकराच्या घरातल्यांचा चांगलाच खोळंबा होत असल्याचं जायकरनीच्या पोरांच्या वर्तणुकीतून दिसून येऊ लागलं होतं.

संध्याकाळी साडेसातची गाडी. परळ डेपोतून सुटणारी. संध्याकाळी कंपन्या, कार्यालयं, आस्थापना बंद होत असल्यानं रस्त्यावर कमालीची वाहतूक असायची. अनेकदा वाहतूक कोंडीमुळे जीव मेटाकुटीला यायचा; त्यामुळे आईला वेळेत नेलं पाहिजे, या विचारानं गोट्या साडेपाच वाजताच जायकरनीच्या घरात हजर झाला. उगाच आपण डेपोत पोहोचण्यापूर्वी गाडी सुटण्यापेक्षा अर्धा-पाऊण तास अगोदर पोहोचलेलं कधीही परवडायचं!

म्हातारीजवळ द्यायला गोट्यानं भरपूर सामान खरेदी केलं होतं. त्याची एक गोणच भरली होती. म्हातारीजवळ कपड्यांची पिशवी होती. म्हातारी नको नको म्हणत असतानाही जायकरनीनं ती स्वत:जवळ घेतली व म्हातारीशी बोलत बोलत ती खोलीतून बाहेर पडली.

"मावशे, तुझं दात दुखत्यातं नव्हं? मग ये अशीच परत कवातरी. आपून ते दाखवू डॉक्टरला!" जायकरनीनं सांगितलं. जायकरनीच्या प्रेमानं भरून आलेली म्हातारी मनोमन सुखावली. तिनं मान हलवून होकार भरला.

घरात दुसरं कुणी पुरुष माणूस नव्हतं. शेवंताच गोट्याला भरलेली गोण उचलू लागू लागली.

"आईला मी विचारलं बरं काऽ!" गोट्यानं चिमटा काढला.

"काय?"

"सून पसंत हाय का म्हणून! तर ती हो म्हणाली. मग कवा वाजवायचं?" शेवंताकडे पाहून गोट्या गालात हसला.

"ये आईऽऽ, बघ आंऽ!" शेवंता मोठ्यानं ओरडली. गोट्या अधिकच हसला. भिंतीशेजारी बसून पीठ चाळणारी मंदा हसू लागली. जिन्याजवळ पोहोचलेली जायकरीन व गोट्याची आई पाठीमागे फिरल्या. जायकरनीनं आवाज दिला, गोट्याऽ, तुला काय कळतं का रंऽऽ? कशाला तिच्या नादाला लागतूस? चल बाहेर ये बघू."

जायकरीन गोट्याच्या म्हातारीकडे पाहून साजूक हसली. म्हातारी येरबाडली. ती जायकरनीच्या तोंडाकडे पाहू लागली. गोट्यानं अशी काय चूक केली, हे तिला उमगलं नाही.

७४

मंजूबाईच्या मनात पालकरनीची शालू भरली होती. पोरगी एकवीस-बावीस वर्षांची होती. पण पालकरनीनं सुपंकरनीला शब्द दिल्याचं तिच्या ऐकिवात होतं. अशोकची दारू सुटलेय का, हे पाहण्यासाठी ते खाटलं थांबल्याचं तिच्या कानावर आलं होतं. त्यात आपला सुभानजीही बिजवर! तरीही धाडस करून विचारायला काय हरकत आहे? थोडंफार चुकलं असलं, तरी आपलं पोरगंही सरकारी नोकरीत आहे, या विचारानं तिच्या मनात घर केलं.

"हे बघ सखूऽ! माझा पुतण्या बिजवर असला तरी तरुण हाय. सरकारी नोकरी हाय. दोन पोरांचं म्हणशील, तर एक मी दत्तकच घेतलं म्हणून समज अन् दुसरं त्येची आज्जी घेऊन गेली. ती बक्कळ शिरमंत हाय. धनदांडगी हाय. लग्नातला खर्च म्हणशील तर आमाला एक पै नगं. पुतण्याला या दोन खोल्या दिल्यातच. त्यातली एक तुझ्या पोरगीच्या नावावर करतू." मंजूबाईनं एका दमात सगळं स्पष्ट करून टाकलं.

मंजूबाईला काय उत्तर द्यावं म्हणून पालकरीन दुचमाटली. एकतर पोरगं बिजवर. दोन पोरांचा बाप. पोरगीचंही मत घेतलं पाहिजे. शिवाय सुपंकरनीला सबूद दिलाय; त्याचं काय करायचं? हा विचारही तिच्या मनात रुंजी घालत होता.

"मंजूआत्या, घरच्यांचा इचार घिऊन सांगतू मी तुमाला!" पालकरनीनं वेळ मारून नेली.

रात्री सगळे जेवणारे गेले. घरातल्यांनी ताटं मांडली अन् पालकरनीनं मंजूआत्याचा विषय काढला. तसा या विचारानं तिचा आज दिवसभर पाठपुरावा केला होता. तोच तिनं नंदू, शालू, मालू व आपल्या नवऱ्यासमोर ओतला. चौघांचा खल झाला. सुपंकरनीचा अशोक झाला तरी तो जवळजवळ सुभानजीच्याच वयाचा. त्याची एक खोली तर याच्या दोन. तिचं दागदागिनं असलं तरी मंजूआत्याही तशी कमी नव्हती. शिवाय ती दुसरी खोली पोरगीच्या नावावर करणार होती. अशोकची ओळख दारूडा अशीच होती! आज सोडली, तरी उद्या पिणार नाही कशावरून? अशा माणसाचा भरोसा तो कुणी द्यायचा? असे महत्त्वाचे प्रश्न पुढे आल्याने पालकर पती-पत्नीला योग्य निर्णय घ्यायला [illegible] होतं.

त्यातल्या त्यात समाधानाची बाब म्हणजे, सुभानजीच्या पोरांची काळजी मिटली होती. मग करायला काय हरकत आहे, हा विचारही पालकर नवरा-बायकोला छळत होता. याच विचारांशी नंदू सहमत होता, शालूही सहमत झाली होती. स्टोव्हच्या उकाड्यात चपातीच्या रमण्यात भाजून निघणाऱ्या कायेला जरी नोकरदार नवरा मिळाला तरी तो थोडाच सरकारी ऑफिसातला असेल? एखाद्या शेठकडं मोलमजुरी करणाऱ्यापेक्षा हा बिजवर परवडला. नवरा बिजवर म्हणून काही दिवस लोक हसतील. त्यातल्या काहीजणांच्या मनात हे स्थळ आपल्याला मिळालं नाही, याचीही खंत असणारच. आपलं जर भलं होत असेल, तर याच्याशी लग्न का करू नये? शिवाय आपण तडेकरनीच्या, निकमिनीच्या लेकीगत गुण तरी उधळत नाही. तेच तर आपलं भांडवल आहे! शालूने आपले विचार स्पष्ट शब्दांत आपल्या आई-वडिलांना ऐकवले होते.

पालकरनीनं मंजूबाईला होकार कळवला. दोघींनी याद्या करण्याची तारीख पक्की केली. लग्न तुलसी विवाहानंतर घ्यायचं ठरलं. आगीच्या लोळागत बातमी माळ्यात पसरली. जाणत्या पोरी असणाऱ्यांच्या पोटात खड्डा पडला. तर, पालकरनीच्या शालूचं लग्न सुभानजीशी होत असल्याचं ऐकून चंद्रा सुपंकरनीला डोक्यावर आभाळ कोसळल्याचा भास झाला. तिचा जीव तीळतीळ तुटला.

"त्या जायकराचं मढं गेलं त्येचं! भाड्यानं माझ्या पोराचं वाटूळं केलं!'' हताश झालेल्या सुपंकरनीच्या तोंडातून शिवी बाहेर पडली. आईच्या काळजाचा पीळ डोळ्यांवाटे बाहेर पडू लागला. तिची समजूत काढून तिला शांत करता करता गोविंद सुपंकराच्या नाकीनऊ आले. अशोकलाही अत्यंत वाईट वाटलं. तो आईच्या कुशीत घुसला व हमसून हमसून रडला.

मंजूबाई गावी निघाली. सुभानजीनं दिनकर व मंजूबाईचं तिकीट बुक करून ठेवलं होतं. सुकन्याच्या पळून जाण्यानं गावात, भागात झालेली बदनामी लक्षात घेऊन त्यानं मात्र गावी जायचं टाळलं. ही गोष्ट माळ्यातल्या लोकांना माहीत असली

तरी त्याविषयी ते बोलणार नाहीत. अन् बोललेच तर लगेच सोडून देतील. पण गावाकडची माणसं खोदून खोदून विचारतील. पानाचा विडा चघळल्यासारखा विषय चावून चावून रवंथ करतील. एक आपण राहतो तो माळा सोडला, तर ही भानगड मुंबईत अशी कितीजणांना माहीत आहे? येथे स्वत:चं डोकं खाजवायला माणसाला फुरसत नसते. मंजूबाईही सुभानजीच्या गावी न येण्याशी सहमत झाली.

सुभानजीनं दिनकरचा मुका घेतला. दिनकर मंजूबाईबरोबर गाडीत बसला. गाडी सुटेपर्यंत सुभानजी गाडीबाहेर उभा होता. गाडी सुरू झाली. ती नजरेआड होईपर्यंत त्यानं हात उंचावून आपल्या लेकाला निरोप दिला. गाडी गेली. त्याचं ध्यान पालकरनीच्या घराकडे लागलं. मंजूबाईनं त्याची जेवणाचीच काय; पण जगण्याचीही चिंता मिटवून टाकली होती. तो आतापासूनच पालकरनीच्या खाणावळीत जेवणार होता. पालकरीन आपल्या भावी जावयाला भातात अंडी पुरून वाढणार होती.

७५

निकमाची शोभा पळून गेली. जाताना घरातले रुपये, लग्नासाठी खरेदी केलेले, तिच्यासाठी अध्येमध्ये घेतलेले दागिनेही ती घेऊन गेली. ठरलेलं लग्न मोडल्यातच जमा झालं. पोरगी पळाल्यानं संतू निकमाची तर कंबरच खचली. त्याला अन्नपाणी गोड लागलं नाही. कामावर जावंसं वाटलं नाही; पण घरात जेवणाऱ्यांचा रमना असताना घरात तरी तो असा किती वेळ थांबणार? जेवणारे संशयानं पाहात होते. माळ्यातही तोंड दाखवायला जागा उरली नव्हती. त्याला पाहिल्यानंतर सगळे कुजबुजत होते. चर्चा करीत होते. पोरगीनं आपल्या तोंडाला काळं फासलं, यावर तो ठाम होता. तिला त्या पोराशीच लग्न करायचं होतं, तर तिनं दुसऱ्याला होकार द्यायची गरजच काय होती? बांधली असती त्याच्याच गळ्यात व विहिरीत ढकलली अशी मनाची समजूत काढली असती. घरात मन लागत नसलेला निकम दोन दिवस भ्रमिष्टासारखा चौपाटी, वाळकेश्वरची गार्डन, बाबुलनाथ, महालक्ष्मी मंदिराच्या परिसरात फिरला. त्याच्यासोबत बंडू व नंदू पालकर सावलीसारखे फिरत होते. त्यांनी कितीही समजूत काढायचा प्रयत्न केला, तरी संतू त्यांना जुमानत नव्हता. संतूच्या बायकोनं, हारूनं पोटातला कढ आवळला व बंडू सोबत चपात्या भाजणाऱ्या पोराला; खंडूलाही धाडला. खंडूनंही आपल्या नोकरीची पर्वा न करता या दोघांची सोबत करता करता संतूची पाठराखण केली. शिवाय संतूकडे जेवणारे अन्य काहीजणही

त्याच्या मदतीला धावले. सगळ्यांनी प्रयत्नाची पराकाष्ठा करून त्याची कशीबशी समजूत काढली व निदान तो घरात थांबेल असं केलं.

शोभा आपल्या याराबरोबर पळाल्याची बातमी सर्वत्र पसरली होती. डांगरी गावातले काही मुंबईकर माळ्यात जेवायला होते. त्यांनी ती बातमी शोभाच्या होणाऱ्या सासुरवाडीत पोहोचवली. पोरगी पळाली हा आई-बाबांसाठी मोठाच धक्का होता. अशा वेळी आपण तातडीनं जाऊन उगाच त्यांच्या जखमेवर मीठ चोळणं बरं नव्हे, असा विचार करून ईश्वर पाटील शांत राहिला. त्यात लग्नाचा मुहूर्तही टळून गेला. पोरगीनं तोंड काळं केलं, तरी त्यात आई-बाबाचा तसा दोष कमीच असतो, याची जाण ईश्वर पाटलाला होती. शिवाय माणुसकी या नात्यानं त्यांची भेट घेणंही आवश्यक होतं. ईश्वर पाटील माळ्यात आला. त्यानं घडलेला सगळा इतिहास जाणून घेतला. एक डोळा बारीक करीत तो म्हणाला, "संतू, पोरीची भानगड होती तर ते मला आगोदरच सांगायचं नाही का?"

"लग्न ठरवण्याआगोदर आम्ही तिला स्पष्ट विचारलं होतं. तवा ती तसं काही नाही म्हणाली होती. तिच्या संमतीनंच आमी पुढची बोलणी केली. आता गोष्टी एवढ्या थराला गेल्यात हे आमाला तरी माहिती हाय का?" घायकुतीला आलेला निकम सविस्तर बोलला.

"लगीन ठरवायच्या आगोदर तुमच्याच म्होरं इचारलं हुतं की वं पोरीला!" हारूबाईनं नवऱ्याची री ओढली.

क्षणभर कोणीच काही बोललं नाही. ईश्वर पाटील बराच वेळ दुचित मनानं बसून राहिला. नंतर कसली तरी खूणगाठ मनाशी बांधून त्यानं विचारलं, "तुमची दुसरी ल्येकपण हाय नव्हं! आसं करा, आमची पन गावात नमना निगायला नगो. आमाला पन चार लोकांना तोंड दावायचं हाय. तवा ही पोरगी पळाली तर पळाली, ती आपणास मेली. निदान दुसरी तरी लग्नाला उभी ऱ्हातेय का पाहा. आम्ही पाहिलीय तिला. ती पसंत हाय आमाला. अन् माझं पोरगंही माझ्या शब्दाच्या भाहीर जायचं नाही."

निकम नवरा-बायकोच्या मनाला उभारी आली. हा तोडगा चांगला दिसत होता. जरी हौद वाहिला तरी थेंबानंही बरंच काही सावरलं जाणार होतं! संतूनं बापाच्या काळजावर दगड ठेवला. त्याखाली तो स्वत:च खेकड्यासारखा वळवळला! त्यानं पार्वतीला पुढे बोलावून पाहुण्यांसमोरच विचारलं, "पारू, तूच सांग बाई, तुझ्या मनात काय हाय ते?"

पार्वतीनं होणारा भाऊजी पाहिला होता. चांगला गोरागोमटा, उंचेला होता. दिसायला रुबाबदार वाटत होता. नोकरीही चांगली होती. पार्वती लाजली. काय बोलायचं, कसं बोलायचं ते तिला कळत नव्हतं.

"बाळा सांग! आता गप राहू नगं. तू माझा पोरगा बघितलायसच. उगाच आमच्या मनातही टोचणी राहायला नगो!" ईश्वर पाटलानं धीर दिला.

"हूंऽ!" आपल्या पायाच्या अंगठ्याचं नख फरशीवर रुतवीत होकार भरताना ती लाजली अन् आईच्या पदराखाली जाऊन विसावली.

ईश्वर पाटील खळखळून हसला. "काय घडलं ते बाळा तुला चांगलं माहीत हाय. मनापासून तुला पसंत आसंल तरच हो म्हण. उगाच उद्या लफडं नगो!" ईश्वर पाटलानं तिला आणखी एक संधी दिली.

"पसंत हाय मला!" आता मात्र पार्वती धीट झाली. ती पुढे म्हणाली, "पण माझी एक अट आहे."

संतू, हारू गडबडले. ईश्वर पाटलाला ठसका लागला. ही पोरगी अन् काय खेकटं उभा करतेय ते त्याला कळेना. त्यानं मनाच्या वरनं विचारलं, "काय म्हणतेस बाळा?"

"लग्न केलं तरी माझं कॉलेज बंद करायचं नाही. मला पुढं शिकायचं आहे."

पार्वतीनं घातलेली अट ऐकून ईश्वर पाटील खो खो हसला. हसता हसता त्याच्या डोळ्यांत पाणी उभं राहिलं. आपल्या डोळ्यांतले आनंदाश्रू पुसता पुसता तो म्हणाला, "लेकरा, कितीबी शिक. तुला आपल्या घराण्याच्या नावाचा झेंडा फडकवायचा आसंल तर ह्यो ईश्वर पाटील त्यासाठी काय वाट्टेल ते करायला तयार आहे!"

ईश्वर पाटील पार्वतीच्या विचारानं चांगलाच भारावून गेला. त्यानं आपल्या मांडीवर थाप टाकली अन् म्हणाला, "संतू, मला हीच पोरगी सून म्हणून पाहिजे!"

बंडूलाही आपल्या बहिणीचा अभिमान वाटला. त्याला ती आभाळागत उंच वाटली. तो तिच्याकडे पाहून गोड हसला. पार्वतीनं आईच्या पदराखाली तोंड लपवलं.

पार्वतीनं होकार देऊन निकम घराण्याची मोकाट सुटलेली लाज दावणीला लावली. पार्वतीला अठरा पूर्ण व्हायला अजून तीन महिने अवकाश होता; पण नवऱ्याकडच्या माणसांना थांबायचं नव्हतं. त्यांना पहिली पळाल्यामुळे गाववाल्यांना, पै-पाहुण्यांना, मित्रमंडळीला रोजच तोंड द्यावं लागत होतं. फुकाचे उपदेश, दोन शब्द ऐकत बसावं लागत होतं. शिवाय लोक दुसरीविषयीही संशय घेणार नाहीत कशावरून? हाही सल होताच. ईश्वर पाटलानं सरकारी कचेरीला फाटा दिला. कर्मवीर भाऊराव पाटलांना नमस्कार केला व गावातील महादेवाच्या मंदिरात दोघांचं लग्न लावून दिलं. पार्वतीला अठरा पूर्ण व्हायला तसे तीन महिने बाकी असले, तरी आणखी तीन महिन्यांनी सरकार दरबारी नोंद करू, असा त्याचा एकंदरीत खाक्या होता. शिवाय गावच्या ग्रामपंचायतीत वय अठरा काय, वीस काय नी चौदा काय! त्यांना फक्त अमक्याचं लग्न तमक्याशी व आपण सांगू ते वय की, संपला सगळा हिशेब!

डांगरीकरांनी स्वत:च्या शब्दाशी इमान राखलं. त्यांनी लग्न अत्यंत साध्या व घरगुती पद्धतीनं केलं. अक्षताला जमलेल्या लोकांना दिलेलं जेवण, इतकाच काय तो लग्नातला खर्च. ना बेंडबाजा, ना वरात, ना रुखवत! इतकंच काय नवरीनं घातलेले कपडे नवे आहेत की जुने, याचीही त्यांनी चौकशी केली नाही. लग्नात कसलीच दगदग नाही. बडेजाव नाही. मुलीकडून तिचे आई-बाप, भाऊ-बहीण व अगदीच जवळचे दोन-चार नातेवाईक! भांडण नाही, तंटा नाही, ना रुसवा - ना खेद!

संतू निकम काम करीत असलेली कंपनी म्हणजे, कोराबजी कपडा मिल. मुंबईतल्या मिल पटापट बंद होत होत्या. हीही लवकरच बंद होणार, अशी हवा होती. तसं झालं तर संतूनं या संकटांलाही तोंड द्यायची तयारी केली होती. तसा वयानं आता तो लहान राहिला नव्हता. त्यानं सगळी उमेद मिलमध्ये खर्ची घातली होती. त्याला आता दुसरीकडे नोकरी करण्याची मनशाच राहिली नव्हती. गावाकडे थोडीफार जमीन होती. मिल बंद झाल्यानंतर त्याचा गावाला जायचा विचार होता. मात्र, मुंबईत जवानी काढल्यानंतर शेतीचं काम आपल्याला जमेल का, याबाबतही तो साशंक होता. त्यातूनही गावाला जाणं जमलं नाही, तर त्याचा घरचा खाणावळीचा धंदा होताच.

संतूनं शोभाच्या लग्नानिमित्त आठवड्याची रजा घेतली होती, ती वाढवली. घर खंडूच्या हवाली करून, चार दिवस खाणावळ बंद ठेवून ते लग्नाला आले होते. लग्नच साध्या, सत्यशोधक पद्धतीने असल्याने सतरा भानगडी नव्हत्या. एकदा पोरीवर अक्षता पडल्या, आता तिथं थांबून तरी काय करायचं? रुखवत, बडाम नव्हतं. तसं जानवस घरही नव्हतं; त्यामुळे दुसऱ्या दिवशी नवऱ्या मुलाला फराळास बोलावण्याचा प्रश्नच नव्हता. लग्नाआधी एक दिवस आलेलं निकम कुटुंबीय लग्न झालं तरी नवऱ्या मुलाच्या वाड्यातच मुक्कामाला होते.

सकाळ झाली. ईश्वर पाटील माच्यावर वर्तमानपत्र चाळीत बसला होता. संतू त्याच्या जवळ आला. ईश्वर पाटलानं माच्यावर अस्ताव्यस्त पसरलेली वर्तमानपत्रांची पानं उचलली व संतूला बसायला जागा करून दिली.

''पावणं, लग्न तर झालं. आता आम्ही थांबून तरी काय करणार? आजच निघतो आम्ही.'' संतूनं निघण्याची परवानगी मागितली.

''छे, छेऽऽ, आसं कसंऽ! निदान दोन दिवस तरी ऱ्हावा. आमचा तडज पाहा. शिवाय इतक्या लांबून का लगेच येणं हुतंयऽ! दोन दिवसांनी बशीवतू मी तुमाला गाडीत!'' ईश्वर पाटलानं निकमाला पुढे बोलण्यास जागाच ठेवली नाही.

निकम मंडळी दोन दिवस तिथंच राहिली. त्यांनी ईश्वर पाटलाच्या घरची हालहवाल बारकाईनं न्याहाळली. त्यांचं बोलणं-चालणं, रीतीरिवाज, गाववाल्यांचं

पै-पाहुण्यांचं आदरातिथ्य जवळून पाहिलं. माणसातलं प्रेम, आपुलकी अनुभवली. संतूला शोभाची आठवण आली. त्याचं मन आक्रंदलं, "कार्टे, कुठून तुला पळून जायची अवदसा आठवली! अगं, हिथं राजाची राणी म्हणून वावरली आसतीस की गंऽ!"

संतू निकमाचं डोळं पाण्यानं डबडबलं. हारू, बंडू, शिवाय थोरली मुलगी गौरीच्या लक्षात ही बाब आली होती. त्यांनी संतूला सावरलं; पण, इतकं चांगलं स्थळ सोडून शोभा पळाल्याचं दु:ख बंडूसह इतरांनाही खात होतं.

ईश्वर पाटलानं दोन दिवसानं त्यांना सकाळच्या मुंबई गाडीत बसवलं. त्यानं भाजीपाला, तांदूळ, ज्वारी, भुईमुगाच्या शेंगांची दोन गठुळी बांधली होती. निकम कुटुंबीय निघाले, तेव्हा ईश्वर पाटील ते संतूच्या हवाली करू लागले. ते घेणं संतूला प्रशस्त वाटलं नाही. त्यानं त्यास नकार दिला.

ईश्वर पाटील हसला. "पावणं, का लाजता? आता आपण का परके आहोतऽ! न्ह्या तेऽ! आसं शेताबांधातलं ताजंतवानं मुंबईला न्हाय मिळायचं!"

इवायाचा शब्द मोडायचं धाडस संतूला झालं नाही.

पाहुण्यांच्या माणुसकीचे, त्यांच्या तडजाचे गोडवे गात मुंबईची वाट कधी सरली ते त्यांना कळलंच नाही. त्यांनी परळला टॅक्सी केली. दारू पिऊन तर्रऽ असलेल्या माणसासारखी वळणा-वळणावर, नाक्या-नाक्यावर झोकांड्या खात, चाकांची कुरकुर करीत टॅक्सी माळ्यासमोर येऊन थांबली. ते टॅक्सीतून उतरले. संतू, बंडू टॅक्सीतून सामान बाहेर काढू लागले. एक-एक जिन्नस फुटपाथवर येऊ लागला. खंडू दूध आणायला गेला होता. टॅक्सी आली तेव्हा तो माळ्यासमोर फुटपाथवरच होता. त्यानं निकम कुटुंबीयांना टॅक्सीतून उतरताना पाहिलं. तो पुढे झाला. सामानाकडे पाहात कमरेवर हात ठेवून हारू निकम उभी होती. तिच्या थोरल्या पोरगीनं गौरीनं आपलं लहानगं छातीला लावून पदराखाली धरलं होतं. ती आईशी काहीतरी बोलत होती. खंडू पुढे झाला.

"आक्का, शोभा परत आली!" तो म्हणाला.

"कवा?" हारूनं कसंबसं विचारलं. जमीन दुभंगून आपल्याला पोटात घेत असल्याचा भास तिला झाला.

"काल."

"का?"

"त्या हरामखोरानं तिला सोडून दिलं!" खंडूनं बॉम्बगोळा टाकला.

हारूचा आवाजच बसला. दिङ्मूढ झालेल्या हारूच्या पायातली सगळी शक्तीच नाहीशी झाली. तिला दरदरून घाम फुटला. काही कळायच्या आतच ती फुटपाथवर कोसळली. छातीबर लसणारं पोरगं सावरीत गौरी ओरडली, "बाबाऽऽ, आईला सावराऽ!"

टॅक्सीतली बॅग उचलून फुटपाथवर ठेवणाऱ्या बंडूनं आपल्या हातातली बॅग टाकली व तो आईकडे धावला.

७६

तडेकरनीच्या शुभांगीचे गवताडकराच्या खोलीतील भागू रोंगेशी संबंध जुळले होते. भागू तिला आवडायचा. साडेपाच फूट उंच, नाकेला, काळेभोर, पण ताठ उभे केस असा भागू समोरून आला की, तिच्या काळजाचा ठोका चुकायचा. त्याच्याबरोबर ती सिनेमाला जायची. मग आइस्क्रीम, थंड पेये यांची बरसात असायची. तो तिला कधीकधी साडी-ब्लाउज घ्यायचा. तो गावी निघाला की, ती त्याच्यासाठी खोबरं, बटरं, जिरं, सफरचंद, चहा पावडर असा बाजार बांधून द्यायची. त्याच्या अडी-अडचणीला हजार, दोन हजार रुपयांची नडही पुरी करायची. भागू तिच्या शरीराच्या अणूरेणूत चांगलाच भिनला होता.

भागूला पर्मनंट नोकरी होती. त्याची गावाकडे अर्धा-पाऊण एकर जमीन होती. तीही बापजाद्यांच्या वारसाहक्काने आलेली. अर्धा-पाऊण एकर म्हणजे एखाद्या कुटुंबाला लोणच्यासारखी. बाकी ताट मोकळंच की! त्यामुळे तसा तो गावी जाण्याची शक्यता खूपच कमी होती. नोकरीमुळे भागूच्या खिशात चार पैसे खुळखुळायचे. अंगावरचे कडक इस्त्रीचे कपडे चमकायचे. एखाद्या जन्मजात व्यसनासारखं नेहमी कडक इस्त्रीत राहण्याचं व्यसन भागूला लागलं होतं अन् शुभांगीला ते भलतंच प्रिय होतं! शुभांगीच्या दृष्टीनं तिच्या 'लव्ह'मध्ये एकच अडचण होती, ती म्हणजे भागूचं लग्न झालं होतं! पण लग्न होऊनही काही फायदा नव्हता. पहिल्या बायकोपासून त्याला मूलबाळ होणार नाही, असं डॉक्टरनंच सांगितलं होतं. त्याच्या बायकोची गर्भपिशवी खराब असल्याचं डॉक्टरांचं म्हणणं होतं, हे भागू उघड बोलायचा. म्हणजे त्यानं दुसरं लग्न केलं, तरी त्यात अडथळा असण्याचं तसं कारण दिसत नव्हतं. नाहीतरी त्याच्याही वंशाला दिवा हवा होताच नं! तो आपल्याच पोटचा गोळा का असू नये, असा विचार वारंवार तिच्या मनात येत होता.

मुंबईत नोकरदार असलेल्या गावकरी मंडळानं बसवलेल्या नाटकात भागू कामं करायचा. भागूचा अभिनय पाहण्यासारखा असायचा. त्याला हिरोपेक्षा व्हिलन खूप आवडायचा. छत्रपती शिवाजी महाराज, छत्रपती संभाजी महाराजांवरच्या नाटकांत खानाच्या रोलमध्ये भागू म्हणजे हुकमी एक्का. तर पौराणिक चित्रपटात कंस, रावण, दुर्योधन अशा भूमिका हा त्याच्या हातचा मळ. चित्रपट पाहतानाही तो मर्दानी

चित्रपटांनाच प्राधान्य द्यायचा. 'शोले'सारखा चित्रपट त्यानं इतक्यांदा पाहिला की, एखादं पोरगं त्यातले डॉयलॉग म्हणताना पॉझ घ्यायला विसरलं, तर भागू नेमकं तिथंच बोट ठेवायचा! हिरॉईनच्या मागे-मागे बिळबिळीतपणे फिरणाऱ्या हिरोपेक्षा त्याला व्हिलननं दिलेलं आव्हान खूप आवडायचं. आपल्या आवडीनुसारच त्यानं ऋषी कपूर, शशी कपूर, राजेश खन्नाला दूर लोटलं होतं. विनोद खन्ना, अमिताभ बच्चन, प्राण, डॅनी यांच्यात त्याला 'अँग्री यंग मॅन' दिसायचे. विनोद खन्नाचा 'मेरा गाव मेरा देश' हा चित्रपट भागू आजही आवर्जून पाहायचा. जॅकी श्रॉफ, सनी देवलही त्याला आवडायचे. मात्र, सुनील शेट्टी, शाहरुख खानचं अन् त्याचं जमायचं नाही.

भागू नाटकात शेर होता; पण एखाद्या पोरगीनं त्या नजरेनं त्याच्याकडे पाहिलं तर तो मुलखाचा लाजायचा. त्याला आतून गुदगुल्या व्हायच्या; पण पुढं कसं करायचं हे त्याला सुधरायचं नाही; त्यामुळे त्याच्याकडे नुसतं दुरून पाहून पाहून त्या पोरगीच्या मनातला प्रेमांकुर पार करपून जायचा. काही कालावधीनंतर तीच पोरगी एखाद्या सिनेमा थिएटरात दुसऱ्या एखाद्या पोराला खेटून बसलेली भागूला दिसायची!

'आर्रऽ तिच्या बायला!' भागूचं मन करवादायचं. भागूच्या सवंगड्यांनाही त्याच्या नजरलव्हची चांगलीच कल्पना असायची. अशावेळी ते भागूला म्हणायचे, 'भाग्या, तुझी सीता त्या रावणाच्या मिठीत कशी रंऽऽ?'

भागू आपल्या जाडजूड मिशांत नुसताच खदखदून हसायचा.

शुभांगीचं अन् त्याचंही तसं नजरलव्हच होतं. तसा तो तिच्याशी बोलायचा; पण तेही कामानिमित्त. तीही लाडात यायचा प्रयत्न करायची; पण भागूच जॅम टरकायचा. भागू अन् शुभांगीचा हा खेळ रंगू लागला असतानाच अचानक शुभांगीचं लग्न झालं. अन् परत एकदा भागूचं प्रेम रंडकं झालं!

शुभांगी सासरहून पहिल्यांदा पळून आली, तेव्हाच तिनं असल्या आडनाड गावात राहणं आपल्याला जमणार नाही, याची खूणगाठ बांधली होती. दुसऱ्यांदा माळ्यात परतलेली शुभांगी भागूच्या बाबतीत चांगलीच आक्रमक होती. भागूला ते जाणवायचं; पण धाडस होतं नव्हतं. एक दिवस तडेकरीन बाजारात गेली होती. घरात दुसरं कुणीच नव्हतं. तीच संधी साधून वटनात उभ्या असलेल्या भागूला तिनं हाक मारली. काहीतरी काम असंल म्हणून भागू आला.

"भागू, फळीवरचा डबा माझ्या हाताला येत नाही. तो जरा काढून दे की." शुभांगीनं भागूला गळ घातली. भागूचा नाइलाज झाला. तो घरात आला. शुभांगीनं पटकन दार बंद केलं अन् त्याला मिठी मारली. चुलीच्या भानूशीला टेकून बसलेल्या मांजरासारखी ऊब भागूच्या अंगात खेळू लागली.

शुभांगीचं प्रेम भागूच्या मिठीत विसावलं होतं. सासरहून पळून आल्यानंतर

झालेला हा मोठाच फायदा होता. आता तिला तिचा नवरा अन् सासरमध्ये स्वारस्य राहिलं नव्हतं. तिच्या नवऱ्यालाही तिच्या चारित्र्याविषयी कुणकुण लागली होती; त्यामुळेच ती दुसऱ्यांदा पळून गेल्यानंतर त्यानं तिच्याकडे कानाडोळा केला व तिच्या मागून येण्यापेक्षा सरळ कोर्टात धाव घेऊन घटस्फोटासाठी नोटिस धाडली होती. कोर्टाची नोटिस तिच्या पथ्यावरच पडली होती. आता तिला नवऱ्याकडूनही काही धोका उरला नव्हता. आता भागू तिचा – फक्त तिचा – राहणार होता. त्यानं तिच्याशी लग्न करण्याचं वचन दिलं होतं. इकडं घटस्फोटाचं उरकलं की ते लवकरच प्रत्यक्षात येणार होतं.

भागूला तिच्याशिवाय करमायचं नाही. कधीकाळी तिच्या [illegible] उभा राहणारा भागू कामावरून परत आल्यानंतर किंवा कामावर जाण्यापूर्वी वटनात तिच्याशी गप्पा मारत उभा राहायचा. माळकरी या तोता-मैनाला मोठ्या कुतूहलानं न्याहाळायचे.

'मी भागूशी लग्न करणार आहे', तिनं आपल्या आईला स्पष्टच सांगितलं होतं.

गणपतीत भाजलेला तडेकर अजून हॉस्पिटलमध्येच होता. त्याच्याजवळ झोपायला शिरप्या जायचा. घरात फक्त तडेकरीन व शुभांगीच. भागू या संधीचा पुरेपूर लाभ घ्यायचा. शुभांगी झोपण्यापूर्वी दाराचा कडी-कोयंडा काढून ठेवायची. अंदाज घेऊन भागू मध्यरात्री शुभांगीच्या खोलीत घुसायचा. जवानीचा धूर जायला दाराच्या फटीही कमी पडायच्या. एकदा माळ्यातली पोरं माळ्याखाली उशिरापर्यंत गप्पा मारीत बसली होती. त्यात भागूही होता. त्यानं गप्पांमधून अनेकदा काढता पाय घ्यायचा प्रयत्न केला होता; पण पोरांनी त्याला जबरदस्तीनं बसवून घेतलं होतं. त्या दिवशी त्याला शुभांगीच्या घरात यायला खूपच उशीर झाला. त्यावेळी त्यानं शुभांगी समजून तडेकरनीलाच मिठी मारली. तो कोण असणार आहे, हे तडेकरनीला चांगलंच माहीत होतं.

'कोण हाय गं भाड्याऽ?' तडेकरीन हळू आवाजात पुटपुटली होती. त्याशिवाय तिच्या हातात असं काय होतं? तडेकरनीच्या आवाजानं नशा उतरलेला भागू तेव्हापासून चांगलीच काळजी घ्यायचा. समोर शुभांगीच आहे का; याची खात्री करून घेतल्याशिवाय तो बिछान्यावर झोपण्याच्या भानगडीतच पडायचा नाही.

भागूची बहीण शारदा सांताक्रूझला राहात होती. तिला भागूच्या लफड्याची चाहूल लागली होती. तिनं त्याची समजूत काढायचा खूप प्रयत्न केला होता. शारदाचा नवरा वसंताला तर जेवण-पाणी गोड लागत नव्हतं. त्याला भागूची अडचण माहीत होती. भागूनं दुसरं लग्न केलं, तर त्याला त्याचा विरोध नव्हता; पण त्यानं शुभांगीशी लग्न करावं, हा विचार त्याला पटत नव्हता. किती केलं तरी तो त्याच्या बायकोचा भाऊ होता. त्याच्या गाववेशीला लागूनच त्याची गावशीव

होती. साल्यानं उधळलेल्या गुणांची झळ त्यालाही बसणार होती. 'शुभांगी बाई असली तरी तिनं लाज सोडली म्हणून आपणही निर्लज्ज व्हायचं का?' हा विचार त्याच्याशी पाठशिवणीचा खेळ खेळत होता. शुभांगीचं लग्न होण्यापूर्वी तिचे संबंध भागूच्याच भावकीतल्या हैबती जाधवाशी होते. तेव्हा हैबतीला नोकरी नसल्यानंच तिचं त्याच्याशी लग्न झालं नव्हतं. त्यानं तिला खूप वापरली आहे, याची चर्चा अजूनही गाववाल्यांत चालते! त्याची कल्पना भागूला नव्हती, असं नव्हे! पण प्रेम हे आंधळं असतं, हेच खरं!

एकदा शुभांगी गळ्यात पडली, तर निघणं मुश्कील आहे, याची खूणगाठ बांधून वसंतानं सासूरवाडी गाठली. सासूशी, भागूच्या बायकोशी विचारविनिमय केला. वसंताच्याच भावकीतली एक मुलगी बिनलग्नाची होती. ती दिसायला सुंदर होती, तिचं चारित्र्य चांगलं होतं; पण लिंब जड असल्याने तिचं कुठं लग्न ठरत नव्हतं. अन् लग्न ठरलं तरी ते शेवटापर्यंत जात नव्हतं. वसंतानं मुलीच्या बापाला विश्वासात घेऊन भागूच्या वैवाहिक जीवनाची माहिती दिली. मुलीचा बापही मुलगी द्यायला तयार झाला. त्यांनी जवळचाच मुहूर्त काढला. गावातल्या देवळात ग्रामदैवताच्या साक्षीनं लग्न करायचं ठरलं. हे सर्व होईपर्यंत भागूला याची भनकही नव्हती.

'आई अत्यंत आजारी आहे. शारदाला सोबत घेऊन गाडीत बस!' वसंतानं तार धाडली.

घाई-गडबडीनं भाऊ-बहीण गावाकडे आले.

भागू मुंबईस परतला तो आपलं अंग पिवळं करूनच! शुभांगी त्याच्या वाटेकडे डोळे लावून बसली होती. तिला भागूनं लग्न केल्याचं समजलं. तिच्या अंगाचा तीळपापड झाला. ती गवताडकराच्या खोलीत घुसली अन् भागूचं गचूर पकडलं. त्याच्या कानफटात देऊन ती म्हणाली, "फुटक्याऽ, आई मरतीया म्हणून माझ्याकडनं एक हजार रुपये घिऊन गेलास. अन् तिथं जाऊन मुंडावळ्या बांधल्यास व्हय रंऽऽ!"

"रुपये दिलंस म्हणजे काही उपकार केले नाहीस. रात्री-बेरात्री मला उठवून न्यायचीस की खाज भागवायला! आता कशाला बोंबालतीस!" भागूची अगतिकता बाहेर पडली.

शुभांगीच्या पाठीमागून तडेकरीन धावत आली होती. दोघी मायलेकींनी भागूला धरला. त्या त्याला मारू लागल्या. जत्रा फुलल्यासारखं माणूस वटनात भरून राहिलं होतं. शहाणी-सुरती माणसं मध्ये पडली. त्यांनी मिटवामिटव केली. भडकलेली आग शांत झाली. पण त्या दिवसापासून शुभांगीच्या डोळ्यांत अधूनमधून पाणी उभं राहायचं. ती उसनायची, "भाड्यानं मला फशिवलं!"

७७

उद्या घट बसणार होते. नवरात्रोत्सव सुरू होणार होता. कुलस्वामिनी देवींच्या उपवासांनाही उद्यापासूनच प्रारंभ होणार होता. या काळात घरात मांसाहार आणायचा नाही, हा परंपरागत शिरस्ता खाणावळी मनोमन पाळायच्या. उपवासापूर्वीच चार-सहा दिवस त्या घराची झाडलोट, साफसफाई करून ठेवायच्या. सांदीकोपऱ्यातून बोळा फिरवायच्या. घराच्या एखाद्या कोपऱ्यात उंदरा [illegible], [illegible] घाण साफ व्हायची. या दिवसांत जेवणाऱ्यांनाही मटन, मासे, अंड्यांसारखा मांसाहार न आणण्याची सक्त ताकीद असायची.

या नऊ दिवसांत येणारे रविवार कोरडे असायचे. त्या दिवशी जेवणाऱ्यांना मटन मिळायचं नाही. त्यांच्या जिभेला पाबळी चढायची. इतर वेळी खाणावळींनी मटनाचं जेवण दिलं, तरी त्यात तरी असं काय असायचं; रव्याची तीन-चार फुटं! पण रस्सा भुरकायला मिळायचा. जिभेला तेवढाच दिलासा असायचा. रविवारचं मटन हे जेवणाऱ्यांच्या हक्काचं होतं. त्यांच्या खाणावळीच्या मासिक बिलातला तो हक्काचा हिस्सा होता. मात्र, असा एखादा सण उपटला, तर खाणावळी कोंबड्या आणायचं सोईस्करपणे टाळायच्या. त्यात त्यांचे मटनावर खर्च होणारे रुपये वाचायचे. कोंबड्यांच्या मानानं भाजीपाला कमालीचा स्वस्त असायचा! अशावेळी जेवणाऱ्यांना तक्रार करूनही जमायचं नाही. सण हिंदूंचे; म्हणजे आपलेच! ते पाळणंही तितकंच आवश्यक असल्याने मटनाला मुकलेले जेवणारे चरफडायचे.

घट बसण्यापूर्वीचा शेवटचा रविवार. उद्या घट बसणार असल्याने घरात साफसफाई सुरू होती. साफसफाईच्या नावाखाली खाणावळ्यांना मटन, कोंबड्यांना फाटा देणं सहज शक्य होतं; पण जेवणारे आपल्याकडे टिकाव धरण्याच्या दृष्टीनं ते घातक होतं. नुकताच श्रावण महिना, गणपती आटोपले होते. त्या काळातही जेवणाऱ्यांना मटन मिळालं नव्हतं. साहजिकच या रविवारी मटन, कोंबड्या आणल्या नाहीत, तर जेवणारे खूपच बोंबलतील याची कल्पना खाणावळींना होती. तरीही त्यांनी साफसफाईच्या नावाखाली सकाळी तयार केलेला कोंबडीचा रस्साच संध्याकाळच्या जेवणालाही मिळेल अशी अट घातली होती. जेवणाऱ्यांना तीही मान्य होती, नाहीतरी अजिबात नसण्यापेक्षा काहीतरी होतं, याचंच त्यांना मोठं समाधान होतं. शिवाय इतर वेळीही खाणावळी सकाळच्या उरलेल्या आदनावरच संध्याकाळचं जेवण साजरं करायच्या. ते जेवणाऱ्यांच्याही अंगवळणी पडलं होतं. उद्या घट बसणार असल्याने मटनाचं डरंगाळं सोडून संध्याकाळच्या जेवणाला कोणतीही

खाणावळी भाजीपाला आणण्याच्या भानगडीत पडणार नाही, याची जेवणाऱ्यांनाही खात्री होती.

सकाळचा चहा मारून जायकरीन, चाफेकरीन कोंबडी मार्केटमध्ये आल्या. त्यांच्याही अगोदर माळ्यातल्या, कोळीवाड्यातल्या, मार्केट विभागातील खाणावळींनी तिथं हजेरी लावली होती. कोंबड्यांच्या प्रत्येक दुकानापुढे तीन-चार खुराडी ठेवण्यात आली होती. त्यात हात घालून खाणावळ्या गुबगुबीत, मांसल, वजनदार कोंबड्या उचलण्याच्या मागं लागल्या होत्या. खुराड्यातून एकावेळी एकापाठोपाठ दोन कोंबड्या बाहेर काढल्या जायच्या. कोंबड्या बाहेर काढताना त्यांचं हाल व्हायचं. खुराड्याबाहेर काढलेल्या कोंबड्या दोन्ही हातावर तुलनात्मक तोलल्या जायच्या. कधी या हातात तर कधी त्या हातात अशी त्यांची अदलाबदल होत राहायची. खाणावळींना जी कोंबडी जाड वाटेल, ती त्यांच्यासोबत असणाऱ्या लहानग्याच्या हातात द्यायच्या. ते लहानगं हातात कोंबडी धरून खाणावळीच्या बाजूला उभं राहायचं. खाणावळी परत त्याच किंवा दुसऱ्या खुराड्यात हात घालायच्या. तरीही समाधान झालं नाही, तर त्यांना दुकानात ठेवलेल्या लोखंडी जाळीच्या आतल्या कोंबड्या दाखवल्या जायच्या. खुराड्यात हात घालण्यासाठी खाणावळींमध्येही ईर्षा असायची. त्यातूनच खुराड्यात हात घालताना, कोंबडी चाचपताना खाणावळी-खाणावळींमध्ये खटके उडायचे. त्यांनी हातात वटवाघळासारखी उलटी धरलेली कोंबडी तडफडायची. एकाच वेळी दोन खाणावळी कोंबडी बाहेर काढू लागल्या, तर त्यापैकी एकही कोंबडी बाहेर घेता यायची नाही! खाणावळींचा हात खुराड्यात अडकल्यानं त्यांचा एकमेकींशी वितंडवाद व्हायचा. खुराड्यात एकमेकीत अडकलेल्या कोंबडींचा जीव टांगणीला लागायचा! कोंबड्यांचे होणारे हाल पाहून दुकानदारच पुढे यायचा. आपल्या रागावर नियंत्रण ठेवीत, तोंड वाजवीत तो एकएका खाणावळीला खुराड्यातून हात बाहेर काढायला भाग पाडायचा. एकाऐवजी अनेक खुराडी पालथी घालताना खाणावळींची दुकानदाराशीही बाचाबाची व्हायची. दुकानदाराला कोंबडीच्या जिवाची काळजी असायची. तरीही तो कमालीची सबुरी दाखवायचा. त्याचं ते नेहमीचं गिऱ्हाईक असायचं. त्याच्यापासून जर ते तुटलं, तर त्याच्या स्वागताला दुसरा दुकानदार टपलेलाच असायचा.

जायकरनीनं लठ्ठ अशा पाच कोंबड्या पसंत केल्या. त्या हातात परत परत तोलून पाहिल्या. शिवाय जया चाफेकरनीलाही तोलायला दिल्या. तिनं आपल्या हातातल्या कोंबड्या सांभाळत यांची परीक्षा घेतली.

"चांगल्या हायत. माझ्यापरास चांगल्या!'' तिनं आपली पसंती सांगितली.

जायकरीन गालाच्या कोपऱ्यात हसली. तिनं पाचही कोंबड्या सदाच्या हवाली केल्या. दुकानदाराशी घासाघीस करून कोंबड्यांच्या किमतीतले नऊ रुपये परत घेतले. पैसे

परत करताना दुकानदार म्हणाला, "जायकरनी, असं पैसे परत करायचं म्हटलं तर धंदाच आतबट्ट्यात यायचा! त्यापेक्षा तुम्ही वजन करूनच कोंबड्या घेत चला बघू!"

"हूंऽ! या नऊ रुपड्यानं तुझा धंदा आतबट्ट्यात येत असता, तर इतक्या सकाळी तू कशाला इथं थांबला असतास?" जायकरीन म्हणाली. दुकानदार हसला.

"आई, मी जातो गंऽऽ!" सदानं सांगितलं.

"जा; पण पोरींशी भांडू नगं. कोंबड्या कापायला गोट्यामामा ईल. त्येला मदत कर. तवर मी कोळीवाड्यातनं परत येतूच. अन् हे दोन रुपयं ठेव तुला." जायकरनीनं सदाच्या खिशात दोन रुपयांची नोट कोंबली.

चाफेकरणीचा किशोर अजून आला नव्हता. तिनं [illegible] आपल्या कोंबड्याही सदाजवळ दिल्या. सदानं कुरकुरतच त्या घेतल्या. दहा कोंबड्यांचं ओझं दोन्ही हातांत पेलत तो लपाक लपाक करीत मार्केटबाहेर पडला.

कोंबडी बाजारातून बाहेर पडलेल्या जायकरीन व चाफेकरीन धान्याच्या चोरबाजारात आल्या. तिथं त्यांना आठवड्याचं कडधान्य खरेदी करायचं होतं. तिथं हरभरा, वाटाणा, उडीद, डाळी आदी माल दुकानातल्या दरापेक्षा चार-सहा रुपयानं स्वस्त मिळायचा. त्या आठवड्याच्या बेगमीचं धान्य, कडधान्य तिथंच खरेदी करायच्या. दोघींनी चोरबाजारातल्या वाटाणा, उडीद, वाल, मटकीच्या दरांची चौकशी केली. इतर ठिकाणांपेक्षा कमी दरात असलेल्या ठिकाणी त्यांनी माल खरेदी केला. तो बोजा आपल्याजवळच्या कापडी पिशवीत भरून आपल्या डोक्यावर लादला. तिथून त्या भाजीपाला मार्केटमध्ये आल्या. कांदे, बटाटे, कोथिंबीर, ओलं खोबरं, लसूण खरेदी करून त्या पुढे चालल्या. त्यांच्या समोरच भाजी मार्केटच्या कोपऱ्यावर बंडू निकम व नंदू पालकर लिंबू विकत बसले होते. बंडूनं जायकरनीला हटकलं.

"जायकरनी ये. लिंबू पाहिजे का?" त्यानं विचारलं.

"नव्हं, हे ध्यार कवाबस्नं सुरू केलंसा?" जायकरनीनं आश्चर्यानं विचारलं.

"काय करायचं, पोटापाण्यासाठी काहीतरी केलं पाहिजे नव्हं!" नंदू पालकर म्हणाला.

"मग दररोज का येत न्हाईसा?" चाफेकरनीनं विचारलं.

"चाफेकरनी, त्यासाठी भांडवल लागतं. शिवाय दररोज इथं बसून शाळेचं काय करायचं?" बंडूनं विचारलं.

"आमच्याच पाहुण्याच्या परड्यात लिंबवीची झाडं आहेत. त्यातलेच हे लिंबू! ते पिकले की तो इकडेच पाठवतो. साधारणत: महिन्यातून दोन वेळा तरी ते येतात. सगळ्या लिंबवावर पाच-सहा रुपये कमिशन मिळतं. चाफेकरनी खर्चासाठी तेवढंच निघालं." नंदूनं अधिक माहिती दिली.

"मग घेणार नव्हं लिंबू?" बंडानं विचारलं.

"आरं त्या कशाच्या घेताहेत! जेवणाऱ्यास्नी लिंबू मिळालं तर ते तालमीतल्या पैलवानागत फुगतील! उगाच ताप नगं त्यांना!" नंदूनं चिमटा काढला. चौघंही खळखळून हसले.

"आसू दे. जेवणाऱ्यांनी तरी कवा पैलवान बनायचं!" चाफेकरीन चवड्यावर खाली बसली. जायकरनीनंही आपलं बूड चवड्यावर टेकलं. त्यांनी पोत्यावर पसरलेल्या लिंबवातले चांगले चांगले लिंबू निवडले. नंदू, बंडूनं त्यांना ते बाजारभावापेक्षा कमी दरात दिले. त्या खूश झाल्या. चाफेकरनीनं आणखी आठ-दहा लिंबू घेतले. होतील उद्या-परवाला. शिवाय लिंबू काय लगेच खराब होत नाहीत, ही भावनाही त्या पाठीमागे होती. तर जायकरनीनं लिंबवाचं लोणचं नजरेसमोर ठेवूनच बक्कळ लिंबू खरेदी केले. तिला चपातीबरोबर दाताखाली चावणारी लिंबवाच्या लोणच्याची फोड दिसत होती.

"आसं जर स्वस्तात दिलंसाऽ तर प्रत्येक वेळी घेऊ!" जायकरनीनं हमी दिली.

दोघी वाण्याच्या दुकानात आल्या. त्यांनी गव्हाच्या पिठात मिसळायला आटा खरेदी केला. माळ्यात दत्ता नारगावकराचं त्याच्या घरात दुकान होतं. तिथं आटाही मिळत होता; पण नारगावकराकडचा दर अधिक असायचा. माळ्यावरच्या खाणावळी आटा शक्यतो बाहेरच खरेदी करायच्या; त्यामुळे दत्ताकडच्या आट्याला उठावही नसायचा. तो खूप दिवसाचा, शिळा असायचा. त्याची क्वालिटीही चांगली नसल्याचं अनेकजणींचं मत होतं. दुकान माळ्यात असलं तरी खाणावळी अगदीच अडीनडीला तिकडे जायच्या. आट्याबरोबरच आता जायकरीन व चाफेकरनीनं तांदूळ, शेंगदाणे, साबण खरेदी केला व त्या निघाल्या. परतताना त्या दोन दोन रुपयांच्या चण्याच्या पुड्या घ्यायला मात्र विसरल्या नाहीत.

सदा वटनात उभा होता. त्यानं वरून चौकात आलेल्या आपल्या आईला पाहिलं. तो खारीसारखा सरसर पायऱ्या उतरत खाली आला. त्यानं आईच्या डोक्यावरचं गठुळं आपल्या खांद्यावर घेतलं. जायकरनीच्या जिवाला बरं वाटलं. डोक्यावरचा भार हलका झाल्यानं इथंच पायरीवर थोडा इसावा घ्यावा, असं तिला वाटलं; पण तसं करून जमणार नव्हतं. आज रविवार होता. अगोदरच उशीर झाला होता. अजून कोंबड्या शिजायला टाकायच्या होत्या. तिनं उभ्या उभ्याच पदराच्या शेवानं मानेवर आलेला घाम पुसला.

"गोट्यामामा आला का रं?" तिनं विचारलं.

"आलाय."

"कोंबड्या कापल्या?"

"हूं" त्यानं उत्तर दिलं. तो पायऱ्या चढू लागला. त्याच्या पाठोपाठ जायकरीन हळूहळू पायऱ्या चढू लागली.

सदानं पिशवी भिंतीबरोबर उभी करून ठेवली व तिची गाठ सोडली. त्यानं पिशवीतून चण्याची पुडी बाहेर काढली. तेवढ्यात शेवंतानं घारीसारखा त्याच्या हातावर झपाटा मारून पुडी आपल्याकडे घेतली. पुडीसाठी दोघांची झटापट वाढली. जायकरीन वटान ओलांडून पुढे आली.

“न्हवंऽ, फोड उठला तुमाला! कशानं माजलासा इतकी!” तिनं चण्याची पुडी स्वत:जवळ घेतली. “अन् काय रंऽऽ? तुला दोन रुपय दिलं हुत नव्हं! हे त्या पोरीस्नी नगो?” तिनं सदाला दम भरला.

तो कुरकुर करीत पिशवी चाचपू लागला. दोघांच्या झटापटीत पिशवीतील कांदे, बटाटे, लिंबू सर्वत्र विखुरले होते.

“आई, इतकं लिंबू कशाला गं?” सदानं विचारलं.

“स्वस्तात मिळालं. घेतलं. म्हणलं, लोणच्याला तरी हुतील.” जायकरनीच्या तोंडावर खुशीचं पाणी पसरलं होतं! “आरं त्यो निकमाचा बंड्या नि पालकरनीचा नंद्या इकीत हुतत. स्वस्तात दिलं त्येनी.”

“हा तिच्या आयलाऽ! अगं आये, काल अमावास्येला माळ्यातल्या संडासाजवळ लोकांनी ठेवलेलं हे लिंबू नवं का!” सदाला आश्चर्य वाटलं.

“गप, कायतरीच बोलू नगं!”

“अगं, खरंच तर...! माळ्यातल्या कुठल्या पन पोराला इचार. ते तुला हेच सांगील. अगं, सगळ्या मार्केट भागात लोकांनी भुताला ठेवलेलं लिंबू ते दोघं गोळा करतात. पाण्यात धुतात व मार्केटमध्ये विकतात.”

जायकरीन अपारली. तिच्या अंगात भीतीची चमक उठली. तिनं सगळं लिंबू उचललं अन् आतल्या वटनातल्या खिडकीतून खाली गटारात फेकलं.

“शिरं चावली त्येंची. भाड्यांनी फशिवलंऽ!” ती खाली बसत म्हणाली. पोरी हसल्या. गोट्या, सदाही खळखळून हसला.

जायकरनीचा भुता-खेतावर दांडगा विश्वास. भुतं आहेत हे ती छातीठोकपणे सांगायची. गावाकडे तिच्या आज्याबरोबर भुतानं कशी कुस्ती धरली, नंतर तेच भूत तिच्या आज्याचं कसं मित्र झालं, त्याच्यासाठी कसं राबू लागलं, मग आजोबाची कशी भरभराट झाली हे ती तिखट-मीठ लावून सांगायची. शिवाय प्रत्येक अमावास्या, पौर्णिमेला ती हळद-कुंकू लावलेले पाच लिंबू, दहीभात घरात ओवाळून न चुकता संडासाजवळ ठेवायची.

माळ्यावरची सर्रास कुटुंबं हा विधी पार पाडायची. एकमेकाला टाळून दुसऱ्याची नजर चुकवून गुपचूपपणे हा विधी पार पाडला जायचा. रात्रीच्या वेळी वटनातून शांतपणे चालणाऱ्याला हाक मारूनही उत्तर आलं नाही, तर लोक समजून जायचे. तो किंवा ती काहीतरी भुताखेताची भानगड करायला चाललाय! असा भुताखेताचा

नैवेद्य ठेवायला जाताना बोलायचं नसतं, असा नैवेद्य ठेवून आल्यानंतर चूळ भरायची; पायावर पाणी घ्यायचं व मगच आपली टकळी सुरू करायची असा प्रवाद होता. कुणी हाक मारू नये म्हणून माळकरी ढळढळीत संध्याकाळपासून रात्री साडेदहा-अकरापर्यंत कधीही वटनात कोणी नाही ना, याची खात्री करूनच हा विधी पार पाडायचे. रात्री नऊ-साडेनऊपर्यंत सगळे जेवणारे जेवून गेलेले असायचे व माळ्यावरची संडासकडची वर्दळही कमी झालेली असायची. त्यातूनही कुणी वटनात दिसलंच तर असा नैवेद्य संडासच्या चिपाडात घालून गुपचूप नेला जायचा!

असे भरपूर लिंबू संडास, सार्वजनिक नळ, संडासकडच्या जिन्यावर ठेवलेले आढळायचे. अनेकदा त्यात चांगले किंवा नासलेले नारळ, नासकी अंडी, फोडलेल्या नारळाची भकलंही असायची. कधीतरी काळा कपडा, काळा दोरा किंवा हळद-कुंकू लावलेल्या लिंबात टोचलेल्या सुयाही नजरेला पडायच्या. सकाळी चंपा माळ्याची साफसफाई करायची. तेव्हा ती हा कचरा ठेवणाऱ्यांना शिव्या घालायची व तो माल आपल्या कचऱ्याच्या टोपलीत भरून गटारात टाकायची. तिलाही भुताखेताची भीती वाटायची. लिंबू, नासकी अंडी, नारळ उचलताना तिला भुताच्या बुडालाच हात घातल्यासारखं वाटायचं!

वाया जाणाऱ्या या मालावर बंडू, नंदूची नजर पडली. सुरुवातीला त्यांनी भीतभीतच लिंबू गोळा केले व मार्केटमध्ये नेऊन विकले. मात्र, त्यांच्यावर भुताचा रोष झाला नाही. नंतर ते भुतासारखेच निर्ढावले व दर अमावास्या, पौर्णिमेला माळा, चक्री, त्या भागात नाक्या-नाक्यावर पडलेले लिंबू गोळा करू लागले. लिंबू धुऊन, साफ करून मार्केटमधल्या एखाद्या दुकानदाराला विकू लागले. दुकानात खपले नाहीत, तर गल्लीबोळात असणारे भाजीविक्रेते किंवा उपनगरातले भाजीविक्रेते त्यांचं गिऱ्हाईक असायचं. त्यातूनही काही राहिले किंवा नेहमीचा लिंबूवाला नसेल, तर ते स्वत: विकायचे. एका रात्रीच्या कष्टावर त्यांची आमदनी चांगली व्हायची. मनावर भुता-खेताचा जबरदस्त पगडा असल्याने तशी या धंद्यात त्यांना स्पर्धा जाणवायची नाही. त्यांचं हे काम बिनबोभाट चालायचं. पण माळ्यावरच्या बत्तीस लक्षणी पोरांच्या नजरेतून अशी बाब सुटणं तसं कठीणच! बंडू, नंदूच्या या आगळिकीने त्यांच्या घरातलेही जाम टरकायचे. दोघांनाही हाग्या दम मिळायचा; पण तेवढ्यापुरतं नाही म्हणून ते पुढच्या पुनव, अमावास्येला भुताला भिडायचे!

अमावास्या, पौर्णिमा जवळ आली की, माळ्यात सातव्या मजल्यावर भूत कसं बसतं, त्यानं खाली सोडलेले पाय कसे पहिल्या माळ्यापर्यंत लोंबत असतात, रात्री एक-दोन वाजता कोणीतरी कसं सार्वजनिक नळावर अंघोळ करीत असतं, संडासमध्ये कशी दिवटी दिसते अशा स्वरूपाच्या गप्पा निघायच्या. गप्पांची सुरुवात बंडू किंवा नंदू करून द्यायचे. मग चक्रीतली, शंकर गल्लीतली, मार्केटबरोबरच मुंबईतील इतर

ठिकाणची, गावाकडची भुतं जागी व्हायची. माळकऱ्यांच्या मानगुटीवर बसायची. एखाद दिवशी रात्री दोन-अडीचच्या सुमारास अचानक माळ्यात कोणीतरी किंचाळल्याचा आवाज यायचा. ते नंदू नाहीतर बंडूच असायचे; पण कोणी पाहण्याअगोदर ते गुपचूप आपल्या बिछान्यावर जाऊन झोपायचे. त्यातूनही कुणी जागं झालंच तर बंडू किंवा नंदू 'अरे, तिकडे कुणीतरी किंचाळलं! बाप रेऽ!' असे म्हणत वाऱ्यागत पळायचे. जाग आलेल्याच्या मनात धडकी भरायची. त्यानंतर अमावास्या, पौर्णिमेला संडासाजवळ, सार्वजनिक नळावर लिंबवांची मायंदाळी व्हायची. सुरुवातीला तर संडासाजवळचे लिंबू, नारळ खाताना भूत दिसल्याची वदंता उठली होती. ते भूत कुणी पाहिलं, हे मात्र कधीच पुढे आलं नाही. या गोष्टीनं मालक यांचाही विश्वास बसला होता. लोकांनी ठेवलेल्या वस्तू भूत कसं खातं, हे पाहण्याची तसदी मात्र कुणी घेतली नाही. भुतासाठी ठेवलेले पदार्थ त्यानं खाता खाता आपल्यालाच पाहिलं तर काय घ्या; ही भीती होतीच.

लिंबू विकून नंदू, बंडाची जोडगोळी माळ्यात आली. ते जिना चढू लागले. जायकरीन चौकटीत बसून मसाला कुटीत होती. तिनं त्यांना हटकलं. ते दोघेही तिच्याजवळ आले.

"भाड्यानूं, भुताचं लिंबू इकता? चांगल्या रोगानं मरणार नाही तुम्ही!" जायकरनीनं त्यांना फटकारलं.

"जायकरनी, तुला कुणी सांगितलं रोग चांगला असतो म्हणून! अन् भुताच्या भीतीनं मरण्यापेक्षा रोगानं आलेलं मरण काय वाईट आहे?" बंडूनं जवाब दिला. नंदू हसला व ते दोघेही वरच्या जिन्यात दिसेनासे झाले.

७८

पोरींनी रविवारच्या मटनाची सर्व भांडीकुंडी रात्रीच विसळली होती. मोरी, स्टोव्ह, फरशी चकाचक साफ केली होती. कोंबड्यांच्या मटनाचा हात लागलेला कपडालत्ताही रात्रीच पाण्यातून काढला होता. आजची सकाळ उजाडली ती पवित्र कायेनंच.

जायकरनीनं सकाळी नळाचं पळभर येणारं पाणी भरलं. तिला सदा, शेवंतानं मदत केली. मंदानं पीठ मळलं, तर पाणी भरीत भरीत जायकरनीनं भात तयार करून घेतला. अंघोळ आटोपून ती देवपूजेला बसली. तिनं देव्हाऱ्यातल्या मूर्ती पाण्यात बुडवून घेतल्या. देवांचे फोटो ओल्या फडक्यानं पुसले. बापजाद्यांचे टाक धुऊन साफ

केले. नंतर त्यांना गंध, हळद-कुंकवाचा टिळा लावला. पणती पेटवली. अगरबत्ती लावली. त्यांना साखरेचा नैवेद्य दाखवला. समईच्या पेटलेल्या वातीवर हात फिरवून तिनं धूप घेतला व ती चहाच्या पेल्याकडे वळली.

आजपासून नऊ दिवस तिचा उपवास. नवरातन. या नऊ दिवसांत नेहमीच्या अन्नपदार्थातलं काही खायचं नाही. काय असेल तो फराळ करायचा. चहा, दूध, दही यासारखा वरखड खाना. फराळासाठी सफरचंद, मोसंबी अशी फळफळावळ तिला महाग वाटायची. सफरचंदाचा किलोचा दर चाळीस-पंचेचाळीस रुपये हा तिला कायच्या बायच वाटायचा. इतकं महागडं खाणं खाऊन घराचं दिवाळं काढायचं आहे काय? त्याऐवजी ती फराळामध्ये काकडी, दही, केळी, पेरू, खजूर यांचा वापर करायची. वर्षानुवर्षे परवडणारे जिन्नस होते ते! त्यातूनही एखाद्या जेवणाऱ्याने सफरचंद, सीताफळ, मोसंबी आणून दिली, तर ती तिला वर्ज्य नव्हती. फळमार्केटमध्ये कामाला असणारे जेवणारे तिला दरवर्षी अशा फळांच्या माध्यमातून फूल ना फुलाची पाकळी द्यायचेच. नऊ दिवसांच्या उपवासात जिभेला जाणवणारी मळमळ वेगवेगळ्या फळांच्या स्वादांनी धुतली जायची.

तिचं हे नवरातन तिच्या गावातल्या देवीचं. देवी तिथं डोंगरावर बसली असली तरी ती तिथूनही आपल्यावर लक्ष ठेवून आहे, आपल्याकडे घडणाऱ्या चांगल्या गोष्टींत तिचा सहभाग आहे, अशी तिची धारणा होती. नाहीतरी गावापासून चार-साडेचारशे मैलांवर असलेल्या मुंबईत तसं आपणावर कुणाचं कृपाछत्र आहे? त्या डोंगरावरच्या आईमुळेच आपण आहोत. तिचं लक्ष आपल्यावर नसतं, तर जिकडं पुढा तिकडं मुलूख थोडा झाला असता. कमळा किंवा तिचा नवरा दरवर्षी नेमाने नवरातन करायचे. भले उपवास सोडताना त्यांना गावाला देवीच्या दर्शनाला जाणं झालं नाही, तरी ते त्याची फिकीर करायचे नाहीत. तितकी देवी समजूतदार आहे, याबद्दल त्यांना खात्री होती. देवीनं लेकरांच्या अडी-अडचणी समजून घ्यायच्या नाहीत तर त्या घ्यायच्या कुणी?

सकाळी जेवणाऱ्यांचं जेवणखाणं आटोपून ती मार्केटमध्ये गेली. तिनं संध्याकाळ व दुसऱ्या दिवसाच्या सकाळच्या जेवणाला लागणारे जिन्नस खरेदी केले. घटस्थापनेसाठी लागणारं साहित्य विकत घेतलं. फराळासाठी खजूर व थोडं दही घेतलं व ती माळ्यात परतली.

तिनं सकाळचा फराळ केला. तिचा फराळ सुरू असताना अधूनमधून तिच्याकडे पाहणाऱ्या शेवंता, मंदाच्या हातावर तिनं खजुराच्या दोन-दोन बिया ठेवल्या. शिवाय त्यांना काकडीच्या फोडीही दिल्या.

संध्याकाळी दिवेलागणीच्या वेळी तिनं पाट घेतला. तो स्वच्छ करून देव्हाऱ्याखाली भिंतीशेजारी ठेवला. त्यावर पत्रावळ पसरली. पत्रावळीवर थोडे गहू पसरले. त्यामध्ये

पाण्यानं भरलेला तांब्या ठेवला. तांब्यात पैसा व सुपारी ठेवली. तांब्याच्या काठावर सर्व बाजूंनी बाहेर शेंडे काढून आंब्याची पानं पसरली. त्यावर शेंडी वर करून नारळ ठेवला. त्याला हळद-कुंकू, गुलाल वाहिला. अष्टगंध लावलं. घटाचा मान कारेळ्याच्या फुलांचा; पण ती मुंबईत कुठे मिळणार? म्हणून तिनं मार्केटमधूनच झेंडूच्या फुलांची माळ आणली होती. ती तिनं घटाभोवती घातली. पाटाच्या बाजूला दुसरी पत्रावळ पसरली. त्यामध्ये माती पसरली. तिनं लाकडी पेटीतून एक डबा काढला. त्यात दसऱ्यातील घटासाठी गावाकडून आणलेली धान्यं होती. खपली, मका, भात, उडीद, वाटाणा, ज्वारी, बाजरी अशी सात धान्यं तिनं मातीत मिसळली व त्यावर पाण्याचा [illegible] शिडकावा केला. [illegible] त्यावर ओतावली. त्याची आरती केली व देव्हाऱ्यात ठेवली. त्यानंतर ती मनोभावे घटाच्या पाया पडली. घटस्थापना झाली. आता दररोज नऊ दिवस ती घटास आठ-आठ आण्याची फुलांची माळ घालणार होती. नऊ माळांचा फेरा पूर्ण करणार होती. फुलांच्या सुवासात, माळांच्या धाग्याच्या बंधनात परमेश्वराला धरून ठेवणार होती. नऊ दिवसांच्या उपवासानं आपलं चांगलं होतं, कल्याण होतं; एवढंच तिला माहीत होतं. देवांच्या उचापतीत त्याच्यापेक्षा अधिक लक्ष घालायची तिची तयारी नव्हती. शेवटी देवच होता तो!

नवरात्रीचा मोका साधून आजूबाजूच्या इमारतींतील गुजराथ्यांनी माळ्यासमोरच्या संपूर्ण गल्लीत लायटिंग केलं होतं. गल्लीच्या एका बाजूला उभारलेल्या मंडपात स्टेज बांधण्यात आलं होतं. त्यावर दुर्गामाता विराजमान झाली होती. स्टेजही विविध रंगांच्या पडद्यांनी, डेकोरेशननं सजवलं होतं. गल्लीत झाकझूक करणाऱ्या डिस्को लायटिंगसारखेच गुजराथी तरुण-तरुणींचे चेहरे उजळले होते. डीजेच्या तालावर हातात धरलेल्या टिपरींचा हा खणखणाट नऊ दिवस चालणार होता. संपूर्ण मुंबईत हेच चित्र पाहायला मिळत होतं. हे नयनरम्य दृश्य माळकरी, मुंबईकरही पिणार होते. डीजेच्या तालावर डोलणार होते!

७१

बाबूनं को-ऑपरेटिव्ह सोसायटीचं भलतंच मनावर घेतलं होतं.

माळ्यातले संडास दुरुस्त होतील, गटार साफ होईल, संपूर्ण इमारतीचीही साफसफाई होईल; पण माणसांची मनं कशी साफ होणार? एखाद्या डबक्यात ओरडणाऱ्या बेडकांसारखं यांचं जीवन. कितीही पैसा कमवू देत, त्यांच्या विचारसरणीत

तसा फरक पडणार नाही. त्यांना पैसा हवा; पण स्वत:ची फिकीर नाही. मग हे सर्व करायचं ते कोणासाठी? की चाललंय म्हणून चालवायचं? घाटमाथा उतरून कोकणचा रम्य परिसर सोडून लोक इथं येतात. जमेल तसा पैसा कमवतात व स्वत:च्या पोटाची आबाळ करून थोडाफार गावी पाठवतात किंवा भाऊबंदांच्या वाटण्यातून हिस्स्याला आलेल्या दोन-चार गुंठ्यांवर खर्च करतात. मात्र, मुंबईत संपत्ती निर्माण करण्याचं स्वप्न यांना पडत नाही. मुंबईतच आपलं एखादं दुकान असावं, छोटी का होईना फॅक्टरी असावी, आपल्या मुलांना चांगल्या शाळेत चांगलं शिक्षण मिळावं, त्यांनी मोठ्या हुद्द्यावर काम करावं, घरातलं, माळ्यातलं वातावरण बदलावं असं यांना का वाटत नाही, हा प्रश्नच होता. हा प्रश्न फक्त माळ्यातल्यांचा नव्हे तर मुंबईतील सर्व मराठी माणसांचा होता.

ते यूपी, बिहारचे भैय्ये पाहा, पंजाबी-सिंधी पाहा, गुजराती बघा... जनावराच्या अंगाला चिकटलेल्या गोचिडीसारखे मुंबईचं शोषण करीत सुटलेत. ते आपल्याला का जमू नये? यासाठी काय केलं पाहिजे, हा विचार लोकांना अस्वस्थ करीत नव्हता. प्रश्न आर्थिक होता. अर्थकारणाभोवती फिरणारी मानसिकता असण्याचा होता. सगळे रस्ते तेथेच येऊन थांबत होते. मराठी माणसाच्या मनात धंद्याविषयी अभिलाषा निर्माण करणं आवश्यक होतं. मुंबई हे तुमचं फक्त नोकरी, राहायचं ठिकाण नसून ही तुमची कर्मभूमी आहे हे त्यांच्या मनावर ठसवायला हवं होतं. मुंबईत मराठी माणूस नोकरी करतो, निवृत्त होतो. मग गाव गाठतो. तिथं जुन्या घरात किंवा नवीन बांधलेल्या घरात श्वास सोडतो. नंतर त्यांची मुलं मुंबई जवळ करतात. त्यांच्याही नशिबी आपले वडिलोपार्जित भोगच! का? कशासाठी? निव्वळ नियोजनाचा अभाव, दूरदृष्टीचा अभाव, उदासवृत्ती की गुलामगिरीची सवय? त्याऐवजी येथेच पाय रोवून उभं राहिलं, आपलं घरकुल उभं केलं, धंदापाणी पाहिलं, सहकारी क्रेडिट सोसायट्या किंवा असेच आर्थिक संघ स्थापन करून मराठी माणसाचं हित जपलं, पुढच्या पिढींची गैरसोय दूर केली, तर मुंबई महाराष्ट्राची; पण मुंबईत महाराष्ट्र नाही, अशी बोंब मारण्याची वेळ का बरे येईल?

समाजात परिवर्तन घडवून आणणं बाबूच्या आवाक्यापलीकडचं होतं; पण रामाच्या सेतूमध्ये खारीचा वाटाही होताच. बाबूची प्रगती झाली, तर एक मराठी माणूस पुढे जाणारच होता!

बाबूनं सोसायटीचा उद्घाटन समारंभ दसऱ्याच्या मुहूर्तावर ठेवला होता. समारंभासाठी स्थानिक आमदारानं होकार भरला होता. स्थानिक लोकप्रतिनिधी, संबंधित खात्याचे सरकारी अधिकारीही येणार होते. सोसायटीच्या जास्तीतजास्त शेअर्सची नोंदणी कशी होईल, याचे प्रयत्न सुरू होते. बाबू व त्याची टीम प्रत्येक खाणावळीला, माळ्यात येणाऱ्या जेवणाऱ्यांना सोसायटीमुळे कसा फायदा होणार

आहे, हे समजावून सांगत होते. पटवून देत होते. सोसायटीतून मिळणारी कर्जे, त्यातून उभं राहणारं धंदापाणी, माळ्यातल्या पोरांचं होणारं भलं, सोसायटीचा फायदा झाला, तर सभासदास मिळणारा डिव्हिडंड यांसारख्या बाबी ते सर्वांच्या गळी उतरवण्याचा प्रयत्न करीत होते. शासनाची बचतपत्रे, त्यातील गुंतवणूक, त्यावर मिळणारे फायदे आदी बाबी ऐकून माळकऱ्यांच्या मेंदूला झिणझिण्या येत होत्या. माळ्यातल्या खाणावळी सोसायटीचे शेअर्स कुणी कुणी खरेदी केले याची चौकशी करीत होत्या. लाजत मुरडत त्याही शेअर्ससाठी अर्ज भरीत होत्या. माळ्यात भरपूर जेवणारे होते. ते ज्या खाणावळीकडे जेवायला होते, त्या खाणावळींची मदत त्यांचे शेअर्स गोळा करण्यासाठी होत होती. एकंदरीत सोसायटीच्या विचारानं माळ्यास झपाटलं होतं.

सोसायटी स्थापण्याचा विचार पुढे आला, तेव्हाच बाबूनं नंदू, बंडूला सोसायटीतल्या नोकरीचं आमिष दाखवलं होतं. शिवाय सोसायटीच्या संचालक मंडळावर हरणा, रखमा रायकर, सखू पालकर, जिजा मिरचीकर, सुभानजी, मच्छिंद्र सांडणीकर, दत्ता नारगावकरसारखी आपल्यातलीच मंडळी असणार होती. माळ्यातल्या धंदापाण्याची सूत्रे स्त्रियांच्याच हाती एकवटली होती. कुटुंबप्रमुख म्हणून त्याच गणल्या जायच्या. संचालक मंडळामध्ये त्यांना मानाचं स्थान तर असणार होतंच; पण सोसायटीचं नावही स्त्रियांशी संबंधितच असावं असा विचार पुढे आला होता. त्यासाठी इतिहासाची पानं चाळली जात होती; पण तरुण पिढीला इतिहासाचं ओझं घेणं रुचलं नाही. त्यांच्या आकलनानुसार सोसायटीचा कर्ता-करविता बाबूच होता; त्यामुळे सर्वांनी सोसायटीला बाबूच्या आजीचं नाव द्यायचा निर्णय घेतला. अन् 'हौसाबाई क्रेडिट को-ऑपरेटिव्ह सोसायटी' याच नावाने सोसायटीची कागदपत्रे रंगली.

बाबूच्या खेळीनं रामभाऊ घडवेच्या मनात काहूर माजलं होतं. बाबूनं मराठी माणसाचं पालुपद लावलं असलं, तरी या पाठीमागे तो आपलं हितच पाहणार, हे न समजण्याइतका रामभाऊ दूधखुळा नव्हता. रामभाऊ डिलाईल रोडवरच्या दोन सोसायटींमध्ये संचालक होता. तरीही मार्गदर्शनासाठी त्याच्याकडे कोणी आलं नव्हतं. शिवाय सोसायटीच्या उद्घाटनाचा दिवस ठरूनही त्याची त्याला कुणी कल्पना दिली नव्हती. याच गोष्टीचं त्याला आश्चर्य वाटत होतं. बाबूविषयी त्याच्या मनात प्रचंड असूया निर्माण झाली होती. त्याच्या कामाचा झपाटा पाहून तोही अचंबित झाला होता. बाबूला चालवणारा गॉडफादर कोणीतरी असावा, याबाबत त्याच्या मनात शंका नव्हती.

कोणतंही काम धीरानं, हळुवारपणे करण्यात रामभाऊचा हातखंडा होता. सोसायटीचं अध्यक्षपद; ते नाहीच तर संचालक म्हणून तरी आपण तिथं असणं त्याला आवश्यक वाटत होतं. त्यासाठी त्यानं एकदोन पोरांकडे निरोप देऊन बाबूला

घरी बोलावण्याचा प्रयत्न करून पाहिला होता; पण बाबूकडून प्रतिसाद मिळाला नव्हता. तरीही रामभाऊची इच्छा कोमेजली नव्हती. अशावेळी स्वत:च आघाडीवर जाणं क्रमप्राप्त होतं. रामभाऊनं त्याचीही तयारी केली होती.

याच विचारांचं ओझं डोक्यावर घेऊन रामभाऊ घडवे बाबूच्या घरी आला. बाबूच्या आजीनं हौसाबाईनं त्याचं स्वागत केलं. घरी बाबू नव्हता. रामभाऊनं आजीच्या तब्येतीची विचारपूस केली व तो चौथ्या माळ्यावर जिजा मिरचीकरनीच्या खोलीसमोर आला. तिथं हरणा कुठल्यातरी कागदावर जिजाचा अंगठा घेत होती. जिजानं रामभाऊला पाहिलं.

''आरं रामू, ये येऽ!' जिजानं समोरचा पाट पुढे केला. चौकटीत उभा राहून रामभाऊ हसला.

''हरणा, बाबू कुठं आहे?'' त्यानं विचारलं.

''घरात आहे!'' तिनं आपल्या घराकडे बोट केलं.

छोट्या वटनातून रामभाऊ तडक हरणाच्या घरात गेला. बाबू लाकडी पेटीवर रेलून बसला होता. रामभाऊला पाहून तो उठला.

''काही विशेष काम?''

''सहजच आलो होतो.'' रामभाऊ सहजच बोलला व बसा म्हणण्याची वाट न पाहता पेटीवर बसला. त्यानं आपल्या शेजारी पेटीवर हात ठेवला व तो बाबूला म्हणाला, ''तू पण बस की!''

''नको, नको. तुम्ही बोलाऽ! काही विशेष काम?''

''हेच... आपलं सोसायटीचं!'' रामभाऊनं विषयाला सुरुवात केली.

''सभासद होण्याचे फॉर्म आपल्याला मिळाले नाहीत का? मी आजच बंडूला सांगतो.'' बाबूनं हमी दिली.

''सभासद काय; तसा मी अनेक सोसायट्यांचा आहे.'' रामभाऊनं स्वत:ला सावरलं.

''आमच्याही व्हा. तेवढाच हातभार!'' बाबूनं चिमटलं.

बाबूच्या बोलण्यातली खोच रामभाऊच्या लक्षात यायला वेळ लागला नाही. विषय पालटण्यासाठी त्यानं विचारलं, ''सोसायटीचं अध्यक्ष कोण आहे?''

''सभासदांनी माझंच नाव पुढे केलंय.'' बाबूचं उत्तर ऐकून रामभाऊ वरमला. कालचं चपात्या भाजणारं हे पोरगं सोसायटीचा अध्यक्ष म्हणून आपल्यासमोर वावरणार या विचारानंच तो अस्वस्थ झाला.

''बाबूराव, तुम्ही मला खूपच दूर ठेवलं.'' रामभाऊच्या मनातली मळमळ बाहेर पडली.

''दूर का? उद्याच बंडूला आपल्याकडे धाडतो.''

“एकदम नवीन पोरांच्या हातात सोसायटी सोपवताना माझ्याही नावाचा विचार झाला पाहिजे होता.” रामभाऊ उसानला.

“तशी आवश्यकता नाही वाटत. नवीन असली तरी सगळी पोरं हुशार आहेत अन् या वयात त्यांनी जबाबदारी घ्यायची नाही तर कधी? त्यातूनही काही अडचण आली तर तुमच्यासारखे जाणकार आहेतच की माळ्यात!”

“संचालक म्हणून तरी माझ्या नावाचा विचार...”

“कशाला? माळ्याचं भलं करण्याची इतकीच खुमखुमी होती, तर तुम्ही यापूर्वीच हे काम करायला हवं होतं. त्यावेळी आपले हात कोणी बांधले होते का?” [illegible] “मी निवडलेली टीम चांगली आहे अन् ठेच लागल्याशिवाय माणसाला शिकायला मिळत नाही असं माझं मत आहे. मी उद्या बंडूला तुमच्याकडे पाठवून...”

“छे, छेऽऽ! कशाला? मीच सवडीनं फॉर्म भरून देईन; पण जर काही मदत लागली तर जरूर सांगा!” उत्तराची वाटही न पाहता रामभाऊ उठला व तडक चालू पडला.

८०

पालकरनीची मालू दिलीप चाफेकरच्या मनात भरली होती. दिलीपचं घर पालकरनीच्या समोरच पलीकडच्या वटनात होतं. मध्ये फक्त चौकाची मोकळी जागा. दिलीप चौकटीजवळ आतल्या बाजूला लावलेल्या आरशात आपला चेहरा बराच वेळ पाहात उभा राहायचा. दिवसातून असं अनेकदा घडायचं.

तो आरशात पाहात उभा असला की जया चिडायची.

“सारखं सारखं आरशात पाहण्यासारखं असं काय असतं रंऽऽ? तासातासाला तुझा रंग बदलतू की तू अभिताभ बच्चनसारखा दिसतूस?” आईचा प्रश्न यायचा.

आताही दिलीप आरशात पाहात उभा होता व त्याच्या आईनं हाच प्रश्न परत एकदा विचारला होता. दिलीपच्या आरशात पाहण्याची गोम आईच्या लक्षात आली नसली तरी त्याच्या धाकट्या बहिणीला ऐश्वर्याला सगळं माहीत होतं.

“अगं आये, आरशात समोरची मालू दिसते. तुला माहीत नाही का?” ऐश्वर्यानं नेमकं वर्मावरच बोट ठेवलं.

आता मात्र दिलीपची पंचाईत झाली. तरीही त्यानं स्वत:ला सावरीत तिला दम भरला. “येऽ, गपगुमान चपात्या भाज. नाहीतर थोबाड रंगवीन.”

"ये जाऽऽ! असं लई जण बघितल्यात!" बहिणीच्या आव्हानावर त्याच्याजवळ चरफडत बसण्याखेरीज अन्य मार्ग नव्हता. तिच्या शेजारी जया चाफेकरीन नावाची त्यांची आई होती. आपल्या मुलीचा अपमान सहन करणाऱ्यांपैकी ती नव्हती. दिलीप धुसफुसत बाहेर पडला.

पोरीच्या सांगण्यात किती तथ्य आहे, हे तपासण्यासाठी जया चाफेकरीन जागची उठली. आरशासमोर उभी राहिली. पण तिला मालूच काय, तिचं घरही नजरेला पडलं नाही.

"अगं आये, अशी काय उभी राहिलीयास? जरासी कसती उभी ऱ्हा कीऽ! मग बघ, तुला सगळा सिनेमाच दिसंल!" ऐश्वर्यानं सल्ला दिला.

जया थोडीसी कसती झाली व तिनं आरशात पाहिलं. अन् काय आश्चर्य! चौकटीच्या आतल्या बाजूला भिंतीवर लावलेल्या दोन बाय अडीचच्या आरशात समोरच्या पालकरनीची खोली दिसत होती.

"आसं काय हाय वीऽऽ! तरीच सखू परवाच म्हणीत हुती की, खोलीत स्टोव्हचा धूर कोंडतू म्हणून माझ्या पोरी चौकटीजवळ बसून चपात्या लाटत्यात. त्यो ह्योच धूर वीऽऽ!" एखादं कोडं उलगडल्यासारखं जया खळखळून हसली. ऐश्वर्याही हसली.

पालकरनीच्या पोरी आवळ्या-जावळ्या होत्या. दोघीही दिसायला एकसारख्या. त्यांच्या शरीराची ठेवण बारीक, ठुसकी वाटली तरी गोटी आंब्यासारखी बांधीव होती. त्यांच्या गोल चेहऱ्यावर काजूच्या बीसारखं उगवलेलं नाक शोभून दिसायचं. उजळ कांती व मध्यम उंची असलेल्या पोरी दिसायलाही चांगल्या होत्या. मालू शालूपेक्षा जरा फिकी होती; पण ती हसली की, अधिक खुलून दिसायची. ती दिलीपला खूप आवडली होती. तिलाही तो पसंत होता; असं तिच्या हावभावावरून दिसत होतं. पालकरनीचा आपल्या पोरीच्या पराक्रमाला पाठिंबा होता.

दिलीपचं मन थोडं कच खायचं. पूर्वीच्या भानगडी निस्तरता निस्तरता त्याच्या नाकी नऊ आलं होतं. आता यात काय होईल या भीतीनं त्याचं मन गांगरून जायचं. पोरगीही बऱ्यापैकी दबकत चालत होती. तिच्या डायरीत दिलीपच्या भानगडींचा लेखा असण्याची शक्यता नाकारता येत नव्हती.

प्रदीप कानकरनं आपला स्पीकरचा धंदा सुरू केला, तेव्हापासूनच दिलीप त्याच्याकडे काम करीत होता. प्रदीप त्याला पगार तर द्यायचाच; पण लहान भावासारखा सांभाळूनही घ्यायचा. प्रदीपनं त्याला स्पीकरबरोबरच लायटिंगचं प्रशिक्षण दिलं होतं. दिलीपच्या भरवशावर तो एखादी ऑर्डर सोडायलाही मागंपुढे पाहायचा नाही. पण दिलीपचं लक्षण काही ठीक नव्हतं. एखादी ऑर्डर घेतली तर तिथं त्याची नजर देखण्या मुलींच्या घरावरून फिरायची. पोरींच्या आवडीची गाणी परत परत

लावणं, त्या निमित्तानं त्यांच्याशी संधान बांधणं असले चाळे तो करायचा. ही गोष्ट प्रदीपच्या नजरेतून सुटली नव्हती. त्यासाठी त्यानं त्याला एक-दोनदा झापलंही होतं. एक दिवस दिलीपनं प्रदीपच्या बहिणीलाच विचारलं, 'आपल्या माणसाला काय हवं नको ते तुझ्या लक्षात येत नाही का?'

दिलीपचं मधाळ हसणं बघून बहिणीच्या घशाला कोरड पडली. तिनं ही बाब प्रदीपला सांगितली. प्रदीपनं दिलीपची हकालपट्टी केली. माळ्यात बोंब झाली. काही दिवस चर्चा रंगली अन् हळूहळू विरलीही. मात्र, तेव्हापासून माळकरी दिलीपला दोन हात दूरच ठेवू लागले.

आर्थिक बाबतीत पोरावर एवढा [illegible] चाफेकर साशंक होता. त्यानं दिलीपला बँक प्रकरण करून कर्ज काढून दिलं. त्याला जयाची संमती होती. त्या रकमेतून दिलीपनं स्पीकर, लायटिंगचं सामान खरेदी केलं व हळूहळू धंद्यात जम बसवला.

सखू पालकरनीला दिलीपबाबत बरचसं माहीत होतं; पण चार पैसे हातात आल्यानंतर सगळे पुरुष असेच वागतात! लग्नानंतर मात्र त्यांच्या वर्तणुकीत फरक पडतो, असं तिचं मत होतं. बायकोनं नवऱ्याचा लगाम खेचल्याशिवाय तो ताळ्यात वागत नाही, अशी तिची धारणा होती. त्या अंगाने तिची मालू खमकी होती व आपण शेजारी असताना तसं घाबरण्याचं तरी काय काम होतं! सवाल माळकरी नावं ठेवतील हाच होता; पण आज याच दिलीपनं माळ्यातल्या अन्य एखाद्या मुलीच्या आई-बापाला विचारलं, तर त्याचं स्थळ नाकारण्याची हिंमत कुणात होती? आपल्या दुरडीत असलं की गोड अन् दुसऱ्याच्या ताटात असेल तर कडू ही जगाची रीतच आहे.

दिलीप व मालू प्रकरणाची चर्चा माळ्यात होऊ लागली तेव्हा काही खाणावळींनी तो उंडगा असल्याचं अप्रत्यक्षपणे पालकरनीला सांगितलं. खरं असेलही ते. मात्र, बाईनं वाऱ्यावर धरल्याशिवाय पुरुष धावेल का? सांगणाऱ्या तरी किती पतिव्रता, साधव्या! यांच्या अंगा-खांद्याची तपासणी केली तर एकवेळ तो चांगला म्हणावा लागेल! शिवाय जावयानं लग्नानंतर कुठं शेण खाल्लं तर त्याचा समाचार घेण्यास ती लेचीपेची नव्हती. तिनं मालूला बयाजवार बजावलं होतं. आईच्या चपला पायात घालून मालू वाट चालत होती.

दिलीपच्या मनात काय आहे याचा अंदाज जयाला आला होता. त्याचं चवचाल वागणं पाहता त्याला लग्नाच्या बेडीत अडकवणंच योग्य, या विचाराप्रत ती आली होती. याबाबतीत तिचं व मन्याचंही बोलणं झालं होतं. मन्याला प्रथमपासूनच दिलीपचं वागणं पसंत नव्हतं. दोन-चार वेळा त्यानं त्याची हजेरीही घेतली होती. परंतु, दिलीपच्या वर्तणुकीत म्हणावा असा फरक पडला नव्हता. साहजिकच

दिलीपच्या लग्नाबाबत जयालाच पुढाकार घ्यावा लागणार होता. अनायासे मालूचं नाव पुढे आलं होतं. त्याला मन्या नकार देणार नाही, याची तिला खात्री होती. जयाला पालकराची मालू सून म्हणून चालणार होती. घोड्याशेजारी घोडं उभं ऱ्हातं, तिथं वाघाची अपेक्षा करू नये, या मताची ती होती. पोरगी चारित्र्यानं चांगलीच होती. या वयातला अवखळपणा सोडला तर पोरगी मस्तच आहे, असं जयाचं मत होतं. ती तिला दररोज पाहात होती. तिनं आता मालूला आरशात पाहिली अन् ती तशीच वटाण ओलांडून तरातरा पालकरनीच्या घरात घुसली.

"सखेऽ, तुझ्या घरात चांगलाच धूर कोंडतू म्हण कीऽ!" पालकरनीच्या घरात नजर फिरवीत जया म्हणाली.

पालकरनीला तिच्या बोलण्याचा अंदाज आला नाही. ती सरळपणे म्हणाली, "तर वोऽ!"

"अगं पण, तुझ्या घरात कोंडलेल्या धुराचा उमाळा माझ्या घरात फुटला त्येचं काय?" जया चाफेकरीन खळखळून हसली. तिची कोपरखळी पालकरनीच्या वर्मी बसली. ती वरमली व नंतर साजूक हसली.

"सखेऽ, ऊठ जरा. भाइर चल."

जया कशासाठी बाहेर चल म्हणते याचा तिला अंदाज आला नाही. सखू उठली. बाहेर आली. खांबाच्या आडोशाला दोघींचं गुफ्तगू झालं.

"मग काय करतीस? तुझी पोरगी मला पसंत हाय. लागलीच वाजवून टाकू."

सखूनं होकार दिला. त्याच वेळी शालूनं तव्यात टाकलेली चपाती एकदम फुगली. त्यावर मालूनं तेलात बुडवलेलं उलातनं दाबलं. फुगलेली चपाती सपाट झाली. तिच्या पोटातली वाफ हळूहळू उंबऱ्यातून बाहेर पडू लागली.

८१

चंपाची दहा-बारा कुत्री माळ्याच्या चौकात मुक्काम ठोकून होती. ती दिवसा माळा सोडून बाहेर निघण्याच्या फंदात पडायची नाहीत. रात्री नऊच्या पुढेच ती गल्लीत उतरून पाय मोकळं करायची. अंगातली मस्ती, खुमखुमी जिरवायची. शिवाय रविवारसारख्या सुट्टीच्या दिवशी मात्र चक्री, फुले मंडई, आजूबाजूच्या गल्ल्यांत मस्तपैकी तमायची. कुत्री शहाणी होती. त्यांना मार्केटमधल्या अमाप गर्दी, गजबजाटाची कल्पना होती. टॅक्स्या, पादचारी, हातगाड्या, मधूनच डोकावणाऱ्या बैलगाड्या, पाटीवाले, हमाल, रस्त्यावर गाड्या लावून कपड्यांपासून अनेक वस्तूंची

विक्री करणारे, शिवाय व्यक्तिगत पातळीवर धंदा करणारे आदींच्या गर्दीतून चालताना दोन पायांच्या माणसांची घुसमट व्हायची. अन् आपण तर चतुष्पाद; याची जाणीव त्यांना होती. कुत्री पूर्ण दिवस माळ्याच्या चौकात झोपून काढायची. अगदीच राहवलं नाही, तर एकमेकाला लाडिकपणे ओरखडे काढणं, एक ते सात मजल्यापर्यंतच्या दोन्ही जिन्यांवरून, वटनातून चकरा मारणं, टेरेसमध्ये – गच्चीत बसणं, उड्या मारणं आदी उद्योग ते करायचे. कधीकधी ते इतके खळीला यायचे की त्यांच्या मस्तीनं चंपाचं डोकं भनभनायचं.

कुत्र्यांना पोटापाण्याची चिंता नव्हती. चंपा दररोज संध्याकाळी माळ्यावर चक्कर मारायची व प्रत्येक घरातून चपात्या गोळ्या करायची. अनेकदा खाणावळ्या शिळ्या राहिलेल्या चपात्याही चंपाला द्यायच्या. आपणासाठी व नवऱ्यासाठी आठ-दहा चपात्या बाजूला ठेवून चंपा बाकीच्या चपात्या कुत्र्यांना खाऊ घालायची. कुत्री मोठ्या चवीनं चपात्या चावायची. मुंबईत कष्ट केल्याशिवाय माणसाला दोन वेळचे घास मिळत नाहीत; पण चंपाची कुत्री नशीबवान होती! शिराळशेठ होती. त्यांच्यासमोर विनासायास सगळं येत होतं.

आपल्या कुत्र्यांची उपासमार होऊ नये म्हणून चंपा जेवण मागायला येणाऱ्या भिकाऱ्यांना माळ्यात पाय ठेवू द्यायची नाही. तिनं अशा रिकामटेकड्यांना माळ्यावर प्रवेशबंदीच केली होती. तिचा हुकूम डावलून जर एखाद्या भिकाऱ्यानं माळ्यात पाऊल टाकलं तर कुत्री त्याला येरगटायची. त्याच्या किंवा तिच्या अंगावरच्या कळकट कपड्यांच्या दातानं ओढून चिंध्याचिंध्या करायची. कुत्र्यांचा हा प्रताप दोघा-चौघांनी अनुभवल्यानंतर भिकाऱ्यांनीच माळ्यावर बहिष्कार टाकला होता! दीपावलीचं गोडधोड असो किंवा सणावाराच्या पुरणपोळ्या; कुत्र्यांना कशाकशाचं म्हणून वावडं नव्हतं. कुत्री पुरणपोळीची शाक, मटनाचा रस्साही तितक्याच आवडीनं भुरकायची.

चंपा माळ्यावरची झाडलोट पाहायची. वेणी-फणीच्या केसापासून कागद, पाकडलेल्या गहू-तांदळाची घाण, निवडलेल्या भाजीपाल्याचे देठ, फाटकी फडकी यांचा भरपूर कचरा वटनात, जिन्यावर असायचा. तो उचलताना चंपाची दमछाक व्हायची. भाजीपाल्याचा कचरा जिना किंवा वटनात दिसला, तर चंपा बोंब मारायची. तो टाकणाऱ्याच्या आईमाईचा उद्धार करायची. चंपाचा अवतार माळ्याला परिचयाचा असल्याने ज्या खाणावळीच्या दारासमोर भाजीपाल्याचा कचरा पडला असेल, ती खाणावळी हा आपला कचरा नसल्याचे छातीठोकपणे सांगायची. भाजीपाल्याचा कचरा ओला, पाणट असल्यामुळे तो माणसांच्या पायाखाली तुडवून घाण व्हायची. त्याचा कुबट वास सुटायचा. झाडू मारताना चंपाला त्याचा त्रास व्हायचा. प्रत्येक कुटुंबानं कचऱ्यासाठी डबा ठेवावा, असं तिचं सांगणं होतं; पण जिथं माणसाची उस्ताभर करण्याची पंचाईत, तिथं कचऱ्याची काळजी कोण करणार? तरीही काही

खाणावळींनी कचऱ्यासाठी अगदी छोट्या बकेट ठेवल्या होत्या. त्यात फार फार तर खोलीत मारलेल्या झाडूचा कचरा पडायचा; पण भाजीपाल्याच्या टरफलापासून देठापर्यंतचा कचरा सुपात घेऊन इमारतीभोवती असलेल्या गटारातच टाकला जायचा! माळ्याच्या तिन्ही बाजूंना कचऱ्यासाठी बक्कळ जागा होती. वटनात टाकण्यापेक्षा निदान तिथं तरी तो टाका असं चंपा वारंवार सांगायची. तिच्या शब्दाचा मान ठेवायला ती थोडीच गव्हर्नर लागून गेलेय! साहजिकच अनेक खाणावळी तिचा आदेश जुमानायच्या नाहीत. परंतु चंपाही माळकऱ्यांच्या पुढे चार पावलं होती. ती मग रागारागानं तीन-चार दिवस झाडलोटच करायची नाही. गटारात टाकण्यात आलेला ओला कचरा कुजायचा अन् त्याची माळ्यावर दुर्गंधी पसरायची. चंपाच्या बहिष्कारानं माळा आइरमिठीला यायचा. मात्र, 'चंपा, हा कचरा इथं का पडून आहे?' असं चंपाला विचारण्याची शामत माळ्यातल्या कुणाच्याच अंगात नव्हती. उलट ती चपाती गोळा करायली आली की, खाणावळीच तिला विचारायच्या, 'चंपा, चांगली भाजी आहे; रात्री बनवली होती. पाहिजे तुला?'

सकाळी पाण्याची मोटार सुरू करून चंपाच माळ्याला पाणी पाजायची. कधी संडास तुंबलं तर इतर सफाई कामगार, प्लंबर बोलावून साफसफाई करण्याची जबाबदारी चंपाचीच होती. चंपा आपलं काम किती प्रामाणिकपणे करते, यावरच माळ्याचं आरोग्य अवलंबून होतं. मात्र, याबाबत चंपाला दोषी धरून उपयोग नव्हता. खाणावळींची लहान लहान मुलं संडासाजवळ बसायची. त्यावर पाणी टाकून ते स्वच्छ करण्याची तसदी खाणावळी घ्यायच्या नाहीत. कधीकधी लहान पोरगं बसवलेला कागद संडासाजवळच पडलेला असायचा! चंपानं आणलेल्या सफाई कामगारांकडून शौचालयांची सफाई सुरू असताना अवघी एक बादली पाणी देणंही खाणावळींच्या जिवावर यायचं. आम्हालाच प्यायला नाही, तर साफसफाईला कुठलं आणायचं, हा त्यांचा प्रश्न असायचा. शौचालयाची डागडुजी, शौचालयाजवळच्या जिन्याची साफसफाई झाल्यापासून माळकरनींच्या प्रवृत्तीत थोडाफार फरक पडला होता; पण हळूहळू स्वच्छ शौचालयाच्या भिंतीही परत रंगू लागल्या होत्या. तंबाखू, पानाचे चोथे, थुंकलेल्या तपकिरीचे वगूळ भिंतीवर आपलं तोंड दाखवत होते. माळकऱ्यांचं हेच वागणं चंपाला मान्य नव्हतं.

चंपाच्या कष्टावर कुत्री जगत होती. ती चौकात जागोजाग घाण करायची. चंपाच्या नजरेत ते आलं, तर ती कुत्र्यांची विष्ठा काढून टाकायची. चौकाच्या चारही बाजूंनी विंग होत्या. माळ्यात जो काही उजेड यायचा तो चौकाच्या वरून, दोन्ही जिन्यांच्या बाजूने व छोट्या छोट्या वटनांच्या खिडक्यांतून! तळमजल्यावर कोणी राहायला नसल्याने तेथे कुणी लाइट लावण्याचा प्रश्नही नसायचा. माळ्यातली चाळ कमिटी फक्त नावालाच असल्यानं व माळामालकाच्या दिवानजीनं लक्ष घातलं

तरच कधीतरी एखादा बल्ब उजेड पाडायचा! साहजिकच, बाहेरून येणारं माणूस प्रखर उजेडातून सावलीत आल्याने त्याला चौकात पायाखालचं स्पष्ट दिसायचं नाही; त्यामुळे अनेकदा कुत्र्याची विष्ठा जेवणाऱ्याच्या किंवा इतरांच्या पायाखाली तुडवली जायची. तो नकळत एखादी हाडकुळी शिवी हासडायचा. मात्र, चंपाच्या तोंडाला तोंड देणं त्यांना जमायचं नाही. कुत्र्याचं भुंकणं परवडलं; पण चंपा... नकोच! कुत्र्यांनी झाडलेली धूळ, दोन-दोन, तीन-तीन महिने त्यांना नसलेली अंघोळ यामुळे चौकात विशिष्ट उग्र दर्प भरून राहिलेला असायचा. अनेकदा आपलं नाक धरूनच माणूस माळ्यातला बोळ पार करायचं.

महानगरपालिकेची गाडी [illegible] आली की, कुत्री [illegible] व्हायची ती एखाद्या संडासमध्ये, चौथ्या मजल्यावरच्या गच्चीत, नाहीतर टेरेसवर लपायची. एखाद्याला तिथंपर्यंत जाणं जमलं नाही तर ते वटनात एखाद्या खाणावळीनं ठेवलेल्या सामानाच्या आडोशाला उभं राहायचं किंवा अगदीच नाइलाज असेल तर ते एखाद्या खाणावळीच्या घरात घुसून चौकटीजवळ बसायचं. चंपाचंच कुत्रं असल्याने ती खाणावळी दंगा करायची नाही. शिवाय महापालिकेची गाडी आली, तरच कुत्री घरात येतात हे एव्हाना माळकऱ्यांनाही माहीत झालं होतं! कुत्री संडासमध्ये दडली असतील, असा संशयही कधी महापालिका कर्मचाऱ्यांना यायचा नाही. शिवाय संडासजवळची घाण, जिन्यावरची घाणही त्यांना रोखायची. ते माळ्याखाली तपास करायचे. माळ्यावरच्या एक-दोन वटनांत नजर टाकायचे, अन् आल्या पावली परतायचे. ते परत फिरेपर्यंत चंपानं चौकात हैदोस घातलेला असायचा. महापालिकेचे कर्मचारी गेले की, चंपा विशिष्ट आवाज द्यायची. त्यासरशी कुत्री लपलेल्या जागा सोडायची व डुकराच्या पिलासारखी तिच्याभोवती गोळा व्हायची. ती चपातीचं तुकडं, बिस्किटं त्यांच्यापुढे टाकायची.

आज महापालिकेची गाडी आली होती. नेहमीप्रमाणं जाळी घेऊन कर्मचारी माळ्यात घुसले. नेहमीच्या सवयीनं कुत्री दिसेनाशी झाली होती. कर्मचाऱ्यांची शोधाशोध सुरू होती. कर्मचाऱ्यांनी माणसाच्या वहिवाटीचा माळा पालथा घातला. मात्र, एकही कुत्रं नजरेस पडलं नाही. कर्मचाऱ्यांना आश्चर्य वाटलं. एकतर त्यांना माळ्यात भरपूर कुत्री असल्याची टीप मिळाली होती. शिवाय चंपाची कुत्री उचलण्याबाबत झिपऱ्या जगनही वारंवार महापालिकेच्या कर्मचाऱ्यांचं डोकं खात होता. माळ्याच्या खाली कुत्र्यांच्या वावराने उग्र दर्प सुटला होता; त्यामुळे इतकी कुत्री गेली कुठे; हा प्रश्न कर्मचाऱ्यांना पडला होता. शेवटी त्यांनी आपला मोर्चा शौचालयाजवळच्या जिन्याकडे वळवला. जिना स्वच्छ असल्याने त्याचा वापर करायला त्यांना कोणतीही दिक्कत नव्हती. ते दुसऱ्या मजल्यावर आले. तरीही कुत्र्यांचा मागमूस नव्हता. कर्मचाऱ्यांची नजर भिरभिरत असताना एका कर्मचाऱ्याला शौचालयाच्या दाराजवळ

कुत्र्याच्या शेपटीसारखं काहीतरी हलताना दिसलं; म्हणून त्यानं अधिक दक्षतेनं पाहिलं, ते कुत्रंच होतं! त्यानं संकेत दिले. जाळी संडासच्या दाराजवळ आली. हातातल्या काठ्यांच्या साहाय्याने कर्मचाऱ्यांनी बिळातून खेकडी बाहेर काढावी तशी कुत्री काढली. पहिल्या मजल्यापासून सातव्या मजल्यापर्यंत कुत्र्यांनी शौचालयाचा आधार घेतला होता! अगदी विशेष शिकवण दिल्यासारखा! त्यांच्या त्या अफाट कल्पनेचं पालिकेच्या कर्मचाऱ्यांनाही कौतुक वाटलं. एका धाडीत इतकी कुत्री सहजासहजी हाताला लागतील, याची कर्मचाऱ्यांना कल्पना नव्हती. मग कर्मचाऱ्यांनी टेरेस, गच्चीही धुंडाळली.

पकडलेलं एक-एक कुत्रं आरडाओरडा करीत जसजसं समोरून जाऊ लागलं तसं चंपाचं काळीज भरून आलं. तिनं आरडाओरडा करून, रडून धिंगाणा घातला. कुत्र्यांनी आपली फरफट सावरीत तिला साद घातली. हळूहळू सगळी कुत्री पकडण्यात आली. चौक ओस पडला. चौकातला विशिष्ट उग्र दर्प मात्र चंपाची भलामन करीत मागे रेंगाळला.

चंपाला रात्री जेवण गेलं नाही. भरल्या ताटावर तिच्या डोळ्यांतून आसवं गळू लागली. शौचालयाची, तिकडच्या जिन्याची डागडुजी, साफसफाई केल्यामुळेच आपली कुत्री पकडली गेल्याचं शल्य तिच्या उरात रुतू लागलं. कालपर्यंत या नेक कामाबद्दल बाबूला धन्यवाद देणारी चंपा आज त्याच्या नावानं बोटं मोडू लागली. तिचा नवरा सोन्या तिची समजूत काढू लागला.

८२

तारू खोकंवालीच्या दूरच्या नात्यातल्या बहिणीचा मुलगा अनिल माळ्यात आला. तो पस्तिशीतला होता. त्याच्यासोबत त्याच्या शीणंचा आणखी एकजण होता. अनिलनं कमळा जायकरनीच्या खोलीचा पत्ता विचारला. पालकरनीच्या गोमट्यानं त्याला खोली दाखवली. तो जायकराच्या खोलीसमोर आला. जायकरीन नुकतीच बाजार करून आली होती व तिनं चौकटीसमोरच ठिय्या दिला होता. तिच्या समोर पाण्याचा रिकामा ग्लास पडला होता.

"कोण पाहिजे?" जायकरनीनं विचारलं.

"जायकर."

"आमीच ते. तुमी कुठनं आला?"

"मी तारूमावशीच्या बहिणीचा मुलगा."

“अगं बायऽ! या, आत याऽ.” जायकरीन तोंडभरून म्हणाली व चौकटीजवळून उठली.

दोघांनी चप्पल काढून दाराजवळ ठेवली व ते आत आले. लाकडी पेटीवर बसले.

“आन् म्हातारी न्हाय आली?”

“मावशी वारली.” अनिलनं गंभीर होत सांगितलं.

“कवा?” जायकरीन गंभीर झाली. पोरीनींही कान टवकारले.

“पंढरपूरच्या पुरात बुडाली.”

“आरं देवाऽ! काय रं ही तुझी करणी!” ती हळहळली. बाजूच्या [illegible] पुढे आलेल्या रेखा पिंपरकरनीच्या कानावरही हे शब्द पडले होते. तीही जायकराच्या चौकटीत आली.

“न्हवं, इथनं जाताना म्हातारी किती आनंदात हुती! आसं काय हुईल आसं वाटलंत तरी का?”

“बघ की तर...” जायकरनीनं पिंपरकरनीची री ओढली. अनिल गप्प होता. जायकरनीचा भावनावेग ओसरल्यानंतर तिनं शेवंताला चहा ठेवण्यास सांगितलं.

“हिथला पत्ता कसा मिळाला?” जायकरनीनं विचारलं.

“मावशी घरी आली तेव्हाच म्हणत होती, यंदा माझं काय खरं नाही. जगलू वाचलू तर तुमची!”

“बघ गंऽ, मराणपण दिसलं न्हवं का गं तिला!” पिंपरकरीन घायाळ झाली.

“त्यावेळीच तिनं इथला पत्ता दिला होता!”

“बग की बाय!” पिंपरकरनीनं आश्चर्यानं आपल्या हनुवटीला बोट लावलं.

“मग तुमी, तू असं का म्हणतीस म्हणून इचारलं न्हाय?” जायकरनीनं अधिक चौकशी केली.

“आईनं विचारलं. आई तिच्यावर रागावलीसुद्धा. असं वाईट-वंगाळ काही बोलू नकोस, असंही म्हणाली.” अनिलचा कंठ दाटून आला. खोलीत शांतता पसरली. त्याच्या सोबतच्या माणसानं त्याच्या खांद्यावर हात ठेवून समजावलं. थोडं शांत राहून अनिल पुढं सांगू लागला, “पण ती गप्प बसली नाही. तिनं आपलं काही बरं-वाईट झालं तर काय काय करायचं ते सविस्तर सांगून ठेवलं. शिवाय तिनं आपल्या पेटीची चावीही माझ्याकडे दिली.”

“बाप रेऽ!” शेवंतानं सुस्कारा सोडला.

“आईनं तिला असं काही होणार नाही, हे परोपरीनं समजावलं; पण मावशीनं आपला हेका सोडला नाही.”

“अगं बाईऽऽ!” पिंपरकरनीला परत आश्चर्य वाटलं.

"अगं, बहिणीला थोडंच पुढं असं कायतरी हुणार हाय ते कळणार हुतं!" जायकरनीनं तारू म्हातारीच्या दूरच्या बहिणीची तळी उचलून धरली.

"सालाबादप्रमाणे आम्ही दिंडीतून पंढरपुरात गेलो. देवाचं दर्शन घेण्याअगोदर अंघोळ करावी म्हणून चंद्रभागेत उतरलो. मावशी पण उतरली. आम्ही जवळच होतो. पण मावशीनं नाक धरून जे पाण्यात बुडी मारली, ती लवकर वर आलीच नाही. म्हणून मी तिनं बुडी मारलेल्या ठिकाणी गेलो, तर ती अजून पाण्यातच होती. मग मी तिला बाहेर काढलं तर प्राण अगोदरच गेला होता!"

"आरं देवाऽ!" जायकरनीच्या अंगावर काटा शिवारला.

"कमळे, म्हातारी पुण्यवान म्हणूनच तिला देवाच्या पायरीला मराण आलं!" पिंपरकरनीनं आपलं मन रितं केलं.

तारू म्हातारी पंढरपुरात बुडाल्याची बातमी माळ्यात पाझरली. तिच्या दूरच्या बहिणीच्या पोरग्याला पाहायला खाणावळी, त्यांच्या मुली, इतर माळकरनी धावल्या. आपल्याला हवी असलेली माहिती त्या परत परत विचारू लागल्या. अनिल त्यांचं समाधान करू लागला. खाणावळींनी अनिलजवळ तारूचं गुणगान गायलं. तिच्या चांगुलपणाच्या चार गोष्टी अनिलला ऐकवल्या.

शेवंतानं अनिलला चहा दिला. चहा घेतल्यानंतर त्यानं जायकरनीला विचारलं, "मावशीचं सामान तुमच्याकडंच आहे ना?"

"हाय. पण आता तुमी थोडं जेवूनच जावा." जायकरनीनं आर्जव केलं.

"नको. माझ्या जोडीदाराचा पाहुणा गोवंडीला आहे. त्यांना जेवायला येतो, असं सांगितलं आहे." अनिलच्या बोलण्यात नम्रता होती.

मंदानं जिजा मिरचीकरनीच्या खोलीतलं स्टूल आणलं. त्यावर उभं राहून तिनं वर फळीवर ठेवलेली तारू खोकंवालीची पत्र्याची पेटी काढली. अनिलनं ती वरच्यावर घेतली व खाली ठेवली. म्हातारीनं खोलीच्या कोपऱ्यात टी. व्ही.खाली ठेवलेला लोखंडी खलबत्ता व सूप काढलं.

"मी फक्त ही कपड्यांची पेटीच घेऊन जातो. बाकीचं तुम्हीच ठेवा." खलबत्ता व सुपाकडे बोट करीत अनिलनं सांगितलं. त्यानं हातातल्या वर्तमानपत्रानं पेटीवरची बारीक धूळ झटकली व सहजच पेटीच्या कुलपाला चावी घातली. कुलूप उघडलं. पेटीत दोन चोळ्या, तीन जुनी पातळं होती. एक जुनापुराना शालू होता. तो तिच्या लग्नातला असावा. त्याशिवाय का तो तिच्या पेटीत आला? चार साधे टॉवेल व तीन-चार पांढऱ्याखड टोप्यासुद्धा होत्या. पेटीत पाच-सहा लहान लहान प्लॅस्टिकचे डबे होते. शिवाय एक पितळेचा डबाही होता. अनिलनं तो डबा उघडला. त्यात चांदीची जोडवी, चांदीचीच मासुळी व त्याखाली काही सोन्याचे दागिने होते. त्यानं डब्याला पटकन टोपण घातलं. प्लॅस्टिकच्या डब्यात काय आहे हे पाहण्याऐवजी

त्यानं शालू उचलला. टम्म फुगलेल्या शालूच्या घडीतून पेटीत बदाबदा नोटा पडू लागल्या. त्यांनी सर्वांचीच नजरबंदी केली. शंभर, दहा, वीस, पाच व पाचशे अशा कितीतरी नोटांनी शालू भरला होता. ते हजारो रुपये असावेत याचा अंदाज अगदी सामान्यातल्या सामान्य माणसालाही आला असता. जायकरीन तर नोटांकडे खुळ्यासारखी पाहातच राहिली. आपल्या डोक्यावर हजारो रुपये होते अन् त्याची आपल्याला साधी कधी कल्पनाही आली नाही, हा विचार तिला कुरतडू लागला. अनिलनं पेटी गप्पकन बंद केली. तिला कुलूप घातलं व पेटीची कडी पकडून ती उचलली. अनिल निघाला.

“आक्का, जातो आम्ही.” अनिलनं जाण्याची परवानगी मागितली.

“बरं!” [illegible] जायकरीनं होकार दिला पेटीवर खिळलेली तिची नजर अजून हटली नव्हती. बाकीच्या खाणावळींनी अनिलला वाट करून दिली. बाहेर पडलेला अनिल कसली तरी आठवण होऊन परत फिरला व त्यानं विचारलं, “इथं सुपंकर कोण आहेत?”

जायकरांबरोबर भांडण झाल्यानं सुपंकरीन पलीकडच्या वटनात थांबली होती. तिथं उभ्या असलेल्या इतर बायकांबरोबर तिची बोलाचाली सुरू होती. ती मधूनच अनिलवरही नजर टाकीत होती. पिंपरकरनीनं सुपंकरनीकडे बोटं केलं. सुपंकरनीनंही अनिलचा आवाज ऐकला होता. ती लगबगीनं पुढे झाली. “आमीच सुपंकर.”

अनिलनं आपल्या पॅण्टच्या खिशात हात घातला. खिशातून आबीर-बुक्क्याची पुडी काढली. ती सुपंकरनीजवळ देत तो म्हणाला, “तुमच्या म्हातारीला आबीरबुक्का द्यायचा आहे, असं मरण्याअगोदर मावशी सारखं सारखं म्हणत होती!”

सुपंकरनीनं पुडी हातात घेतली. अनिल जिना उतरू लागला. सुपंकरनीच्या डोळ्यांत आसवांची गर्दी झाली.

“तारूआत्तेऽ, माझी आई तुझ्याच पंक्तीला आली नवं का गंऽ!” तिनं हंबरडा फोडला.

८३

वटनाच्या कठ्ठ्याला टेकून सीता तडेकरीन व तिची लेक शुभांगी उभ्या होत्या. त्या कुतूहलानं वरून खाली तिसऱ्या मजल्यावर पाहात होत्या. त्याच अनुषंगाने त्यांचं बोलणं चाललं होतं. तेवढ्यात पाचव्या मजल्यावर बाबूची आजी हौसाबाई बाहेर आली. सीतानं वरून तिच्याकडे पाहिलं अन् गुलजार हसली. तिनं शुभांगीला सांगितलं, “तू आत जा. मी जरा हौसाबाईकडं जातू!”

तडेकरीन जिना उतरून खाली आली. हौसाबाई आपल्याच तंद्रीत होती. जवळ आलेल्या तडेकरनीकडेही तिचं लक्ष नव्हतं.

"कसला इचार करतीस? काय नातवाचा त्रास हुतूय का काय?"

सीताच्या नुसत्या जवळ येण्यानं हौसाबाईच्या चेहऱ्यावर काजळी आली. तिनं तिच्याकडे पाहात विचारलं, "सुभांगीला कवा घालीवतीयास गं?"

"कशाची घालीवणार! त्येनं कोर्टाची नोटीस पाठीवलीया. काडीमोड मागतूय त्यो!"

"मग देऊन टाक."

"त्यो आता दिल्यातच जमा हाय. कार्टी नांदायचंच न्हाय म्हणतीय. मग काय करणार?" हौसाबाईनं प्रतिक्रिया दिली नाही. "पोरगीचं घरात ऱ्हानं बरं हाय का? पण करायचं तरी काय?" तडेकरीन उसानली.

"ढुंगणावर दोन-चार लाथा घातल्या असत्यास तर आली असती सुतासारखी मऊ! पण पहिल्यापासून ठेवायचं लाडावून अन् मग बसायचं रडत. कशाला ते?"

"हौसा, खरं गं ते. पण त्येला आता इलाज हाय का?"

"न्हाय कसा? असं चारचौघात हसं तरी किती दिवस करून घेणार? बरं, रामूची तब्येत कशी हाय?"

"बरी हाय. घरातच पडून असत्यात ते! अजून मांड्यावर थोड्या जागेत बारीक जखम हाय. वली हाय. भरंल आस्ते, आस्तेऽऽ!"

"नशीबच चांगलं त्येंचं, नाहीतर तवा मेलाच असता!"

"तर काय! अन् एक-दोन मिण्टं गेली आसती तर काय खरं नव्हतं. बाबूनंपन येळंत दवाखान्यात नेला. त्येचा पण फायदा झालाच की!"

"रामूचा घरच्या कामाला काय हातभार?"

"करत्यात काम ते. नाहीतर घरात निव्वळ बसून तरी राहावतंय व्हय! तोंडावरच्या, हातावरच्या जखमा बऱ्या झाल्या; पण भाजल्याचं वण काय बारकं हायत का? बाहेर पडायची लाज वाटती म्हणत्यात."

"तुझं कुंकूच बळकट. डोळ्यांकडं आग सराकली आसती तर केवड्याला पडलं असतं! चंदू चोरग्याची काय हालहवाल?"

"त्येच्या जखमा भरल्या. पण पायच भाजल्यानं थोडा शिरावर ताण येतो."

"आन् त्या भिकूचं?"

"गावाकडनं इतक्यात कुणी आलं न्हाई; त्यामुळं काय कळायला मार्ग न्हाय. पण त्योही आता बरा झाला असावा. भावानं, गोरक्यानं हॉस्पिटलला हालीवला; पण त्येची सेवा करायला नकार दिला. मग धोंडूबाईच पुढं झाली!"

"भाव तरी काय करतील! चार पैसं हातात आल्यावर भिक्यानं त्यास्नी बाहीर

दांडललं. आईला पण हाकलली; पण धोंडूबाईचं काळीजच मोठं म्हणायचं. तिनं त्यातनंही लेकराची सेवा केली!'' हौसानं उसासा सोडला.

''नाहीतर काय! उगाच बायका-पोरांचं हाल झालं असतं!'' सीतानं सहानुभूती प्रकट केली.

''पोलिसांचं लफडं मिटलं का?''

''कसलं मिटलं! कोंबडीचं रगात तोंडाला लागलेल्या बोक्यासारखं ते! आता पैसं दाबलं असलं, तरी ते कवा त्वांड उघडतील सांगता याचं न्हाय. पण, उगाच कोर्टात हेलपाटं मारण्यापरास ते परवडलं!''

हौसाबाईला या सगळ्या गोष्टींची खडा न् खडा माहिती होती; पण जवळ आलेल्या माणसाशी काहीतरी बोलणं आवश्यक होतं. शिवाय सीताची खोड हौसाबाईच्या चांगलीच परिचयाची होती. तिला एखाद्या गोष्टीची माहिती काढून घ्यायची असेल; म्हणूनच ती खाली आली असावी याची खूणगाठ तिनं अगोदरच बांधली होती. ती कशाबद्दल विचारणार हेही तिला पक्कं माहीत होतं. चार-दोन शब्द बोलून तिची बोळवण करावी हा हेतूही चौकशीपाठीमागे होता.

''बरं सीता, अजून बाजारात जायाचं हाय.'' हौसाबाई परत फिरली.

तेवढ्यात तडेकरीन चटका करून म्हणाली, ''हौसा, ऐकतू ते खरं का?''

''काय?''

''बाबू अन् हरणानं चोरून लगीन केलं!''

''मी का त्येंच्या मागं क्यामेरा घिऊन फिरते? बरं, त्येंनी लगीन केलं हे तुला कसं कळलं? अन् कवा कळलं?''

''अगं, माळ्यात तशी चर्चा हुतीय. म्हणूनच...! पण काय करायचं बाई. आपलाच दाम खोटा म्हणायचं, दुसरं काय? त्याबगार बाबूला आसली बुद्दी सुचली आसती का? बाय जातीन न्हावी हाय, हे तरी बाबूनं लक्षात घेतलं पाहिजे हुतं!'' सीता तडेकरनीला चांगलाच पुळका आला होता.

''सीते, कशाला नाकानं कांदे सोलतीस गंऽ! तुझा त्यो शिरप्याऽ! तुझा लाडका जेवणारा वसंता सालकराबस्नं तुला झाला. दोघांची तोंडं किती एकसारखी हायत, ते बघितलं नाहीस का? वसंता कोण? जातीनं महारच हुता नव्हं? त्ये का तुला म्हाईत नव्हतं? तुझ्या पोरगीचं गुण तर आख्ख्या मुंबईला म्हाईत. याराखाली पडायला चांगला नवराही सोडून आली. आन् कशाचं फुकाचं आयाटान करतीस!''

हौसा एकाएकी इतकी बदाबदा कोसळेल याची कल्पना तडेकरनीला नव्हती. तिच्या घशाला कोरड पडली. पाय लटपटलं. खरं ऐकायलाही धाडस लागतं. तेसुद्धा ती गमावून बसली होती.

"जा; पण तोंडाचा तोबरा सांभाळ. मी पण नावाची हौसाबाय हाय." तिनं तडेकरनीला सज्जड दम दिला व ती आपल्या खोलीत परतली.

तडेकरनीनं हौसाबाईच्या जखमेवर मीठ चोळलं होतं. हरणा जातीनं न्हावी असली तरी ती रूपवान अन् फटकळपणा सोडला तर तशी गुणवान पोरगी होती. पण तरीही बाबूनं असल्या लफड्यात पडायला नको होतं, असं तिचं प्रामाणिक मत होतं. 'भाड्याला प्रेमात पडायला सगळी मुंबई काय ओस पडली हुती? इतर कुणी पोरी काढल्या नव्हत्या का?' हौसाचं मन आक्रंदत होतं. ते हौसाची पाठ सोडायलाच तयार नव्हतं.

बाबू नोकरीनिमित्त अनेकदा आठवड्यातले चार-चार दिवस बाहेर असायचा. अलीकडे त्याच्यात खूपच फरक पडला होता. बोलणं कमी झालं असलं, तरी वागणं चांगलंच सुधारलं होतं. पूर्वी एखादी गोष्ट करताना तो आज्याजवळ बोलायचा; पण अलीकडे त्यानं तेही बंद केलं होतं. आजा-आजीवरची माया म्हणावी तर ती तीळमात्रही कमी झाली नव्हती. घरी असला तर आजही तो पहाटे पाणी भरायला उठायचा. हौसाबाईला तो आई म्हणूनच हाक मारायचा. त्याचा तिच्याशी संवाद थांबला असला, तरी मायेत अंतर पडलं नव्हतं. परवाच त्यानं म्हाताऱ्याजवळ पंधरा हजार रुपये दिले व वर आज्याजवळच निरोप दिला की, 'आई जे काही चार-सहा खाणावळे वाढते, तेही बंद करा; मी तुमची काळजी घेण्याइतपत मोठा झालो आहे नं!'

एक लग्नाची गोष्ट सोडली, तर तिचा नातू गुणवान होता. एखाद्यानं तिच्या भावनेला हात घातला, तर मात्र तिचं हुर्द भरून यायचं. ही कोंडी कुठंतरी फुटावी असं तिला वाटायचं. बाबूवर रागावलं न् रागावलं तरी झाल्या गोष्टीचा पश्चात्ताप त्याला व्हायला नको का? पण त्याला आपलं वागणं चूक असल्याचं वाटतच नव्हतं!

तडेकरनीसारख्या भटकभवानीनं आपल्या नातवाचं काढलेलं माप हौसाबाईला रुचलं नाही. आपली नातसून कुठल्या का जातीची असेना; शेवटी ज्याचं नशीब त्येच्या संगं! आपलं काय, दहा गेलं अन् दोन उरलं. हा विचारही तिच्या मनात उमटला; पण तिनं तो झटकून टाकला.

८४

साडेतीन मुहूर्तांतला एक भाग्यशाली दिवस म्हणजे दसरा. तो आज होता. दसऱ्याचा मुहूर्त साधून माळ्यातल्या 'हौसाबाई को-ऑप. क्रेडिट सोसायटी'चं उद्घाटन होतं. त्यानिमित्त गल्लीत रंगीबिरंगी कागदाच्या पताका लोंबत होत्या.

बोळाच्या तोंडालाच सोसायटीच्या नावाचा कापडी बॅनर लावण्यात आला होता. त्याला चारही बाजूंनी झेंडूच्या माळांनी मढविण्यात आलं होतं. त्यावर प्रदीप कानकरच्या लायटिंगच्या माळा सोडण्यात आल्या होत्या. त्या झागझुग करीत होत्या. बॅनरखाली घडासह असलेले केळीचे खांब उभे करण्यात आले होते. बोळाच्या तोंडालाच एक फळा उभा करून त्यावर सोसायटीच्या उद्घाटन कार्यक्रमाबाबत सविस्तरपणे लिहिण्यात आलं होतं.

चंपानं आदल्या दिवशीच माळा साफ केला होता. विशेषत: जिना, दुसरा मजला व गच्चीतली टापटीप मनात भरत होती. माळ्यात कार्यक्रम असल्यानं पडणारा पिंपा खाली चौकात कचरा न करण्याबाबत बंटू, टंपू, गणेश [illegible] आदी पोरांनी माळकऱ्यांना सक्त ताकीद दिली होती. त्यातूनही एखादी केळाची साल वरून खाली आली तर खालून चंपा बोंब मारीत होती. साल टाकणाऱ्याच्या आईमाईचा उद्धार करीत होती. प्रदीप कानकरच्या स्पीकरच्या आवाजामुळे चंपा का बोंब मारतेय, ते माळकऱ्यांना कळत नव्हतं. महापालिकेच्या कर्मचाऱ्यांनी माळ्यातली कुत्री उचलल्याने चौक रिकामा झाला होता. कार्यक्रमाला आमदार, सरकारी अधिकारी, महापालिकेच्या नगरसेवकासह काही पदाधिकारी येणार असल्यानं स्थानिक पोलिसांनीही कार्यक्रमावर लक्ष केंद्रित केलं होतं. पोलिसांचा राबता लक्षात घेऊन झिपऱ्या जगननं आपलं गोडाउन बंद ठेवलं होतं.

बिल्लू बादशहाकडून घेतलेल्या खोल्यांत सोसायटीचं कार्यालय दिमाखात उभं होतं. आवश्यक तेवढंच फर्निचर, भिंतींना दिलेला ऑईल पेंट, जागोजाग पेटलेल्या ट्यूबलाइटस्‌मुळे कार्यालय सुगंधाच्या जवानीसारखंच उसासं टाकत होतं. खोल्यांच्या प्रवेशद्वारावर सोसायटीच्या नावाची लाल अक्षरातली पाटी चमकत होती. इथंही कलात्मक पद्धतीने झेंडूच्या माळा सोडण्यात आल्या होत्या. चौकटीच्या दोन्ही बाजूंना छोटे छोटे केळीचे खांब उभे करण्यात आले होते. मुख्य कार्यक्रम गच्चीत होणार होता; त्यासाठी गच्चीही सजविण्यात आली होती. छोटेखानी कार्यक्रमासाठी टेबल-खुर्च्या, टेबलक्लॉथपासून अनेक वस्तू भाड्यानं आणल्या होत्या. माळ्यातली पोरं तिथली उठाठेव पाहात होती.

कार्यक्रमाची वेळ सकाळी अकराची होती. त्यावेळी माळ्यातली वर्दळ कमी झालेली असते. खाणावळींच्या खोलीत सकाळपासून भरभरणारे स्टोव्ह शांत झालेले असतात. शिवाय माळ्यातल्या कार्यक्रमाला खाणावळे, खाणावळींना हजर राहता येणार होतं. जे कामधंद्यानिमित्त बाहेर पडणार होते, त्यांना कार्यक्रम पार पाडून तासभर उशिरा का होईना, कामावर जाता येणार होतं. आज दसरा असल्याने तसा शेठ त्यांना रजा देण्याची शक्यता कमीच होती. माळ्याच्या आजूबाजूच्या गल्लीत कपडे विकणाऱ्या गाड्या दहा-साडेदहाच्या सुमारास उभ्या राहायच्या. त्या गाडीमालकांना,

कामगारांनाही समारंभ करून आपल्या धंद्यावर जाता येणार होतं. असा सर्व अंगांनी कार्यक्रमाचा विचार झाला होता.

सोसायटीचे पदाधिकारी, बंडू-नंदूसारखे कर्मचारी नवे कपडे घालून सजले होते. काहींची कामानिमित्त तर अनेकांची उगाचच धावपळ सुरू होती. विजय फुलकर, चांगदेव राडकरसारखी कुणाच्या अध्यात मध्यात नसलेली पोरंही समारंभात सहभागी झाली होती. चंपानंही नारंगी यू गळपट्टीचं ब्लाउज अन् गुलाबी रंगाचं परकर घातलं होतं. त्यावर बदामी रंगाची ओढणी घेतली होती. तिची धष्टपुष्ट छाती कसदार दिसत होती. जाणारं-येणारं बापय माणूस तिच्या जवळ थांबून तिच्याशी बोलण्याच्या बहाण्याने तिच्या ब्लाउजमध्ये डोकावत होतं. तिच्या पुष्ट स्तनांच्या मध्ये असलेली खोलगट भगाळी पाहून घेत होतं! सोसायटीच्या उद्घाटनानिमित्त बाबूनं तिला व तिच्या नवऱ्याला, सोन्याला नवे कपडे घेतले होते. आपले कपडे सांभाळत चंपा कुठे कचरा पडला आहे का, याचा शोध घेत होती.

बाबूनं आपल्या मोबाइलवरून आमदारांच्या घरी संपर्क साधला. साहेब निघाल्याचा संदेश मिळाला. बाबूच्या घरी बसून कडापकर टेलीफोनवर इतर मान्यवरांशी संपर्क साधू लागला. आमदार निघाल्याचं कळल्यामुळे बाबू, हौसाबाई, जिजा मिरचीकर, रखमा रायकर, सखू पालकर, सुभानजी, मन्या चाफेकर आदी मंडळी माळ्याच्या तोंडी आली. त्यांच्यासोबत हरणा तसेच इतर सेवाभावी कार्यकर्ते होते. पाहुण्यांचं स्वागत करण्यासाठी पाच मुली आरती घेऊन उभ्या होत्या. त्यामध्ये पालकरनीची शालू, निकमाची शोभा, जायकराची भाची मंदा, गुजी चोरगेची उषा, फुलकरनीची बसंती होती. त्या सगळ्या शालू नेसल्या होत्या. शिवाय गळ्यातल्या दागिन्यांबरोबर नाकात नथीही होत्या. पोरी खुलून दिसत होत्या. आरतीतलं पेटतं निरंजन सांभाळणं त्यांना जड जात होतं.

बाबूनं नवाकोरा सफारी ड्रेस घातला होता. त्याच्या पायात बाटाचे बूट चमकत होते. हौसाबाईचं लक्ष वारंवार आपल्या नातवाकडे जात होतं. त्यानं आपल्या खानदानाचं पांग फेडलं असं तिला राहून राहून वाटत होतं. कार्यक्रमाला आलेली हरणा मोरपंखी साडी नेसली होती. तीही खुलून दिसत होती. पण हौसाबाई तिच्याकडे पाहणं मुद्दाम टाळीत होती. पाहुणे येत होते. त्यांचं पारंपरिक भारतीय पद्धतीनं स्वागत केलं जातं होतं. पाहुण्यांच्या अंगावर मूठभर मांस चढत होतं. आलेल्या पाहुण्यांना पोरं गच्चीत घेऊन जात होती. तिथंच त्यांच्या चहा-पाण्याचीही व्यवस्था केली होती. चौथ्या माळ्यापर्यंतच्या पायऱ्या चढताना पाहुण्यांचा जीव घोटाळत होता.

आमदार आले. बाबूनं गाडीपर्यंत जाऊन त्यांचं स्वागत केलं. गाडीतून खाली उतरलेल्या आमदारांनी आपल्या हातातला मोबाइल सांभाळत सर्वांना नमस्कार

केला. पोरींनी त्यांना ओवाळलं. त्यानंतर अरुंद बोळातून सर्वजण सोसायटीच्या कार्यालयाकडे निघाले. आमदार माळ्याच्या चौकात आले अन् प्रदीप कानकरच्या स्पीकरमध्ये घोषणा दुमदुमली, 'माननीय आमदारसाहेबांचा... विजय असोऽ!' त्यांच्यावर पहिल्या मजल्याच्या वटनातून गुलाबपुष्पांची उधळण करण्यात आली. या अनोख्या स्वागताने आमदार चांगलेच भारावले.

मोका साधून आमदार बाबूच्या कानाला लागले. आज दसरा असल्यानं त्यांना आणखी काही कार्यक्रमांना जायचं होतं; त्यामुळे कार्यक्रम जितका आटोपता होईल, तितका त्यांना हवा होता. अरुंद जिन्यावरून मंडळी दुसऱ्या मजल्यावरच्या सोसायटीच्या कार्यालयात आली. [illegible] ताट घेऊन पुढे आली. बाबूनं ताटातली कैची उचलून आमदारांच्या हातात दिली. आमदारांनी फीत कापली. सोसायटीचं उद्घाटन झालं. वटनात दाटीवाटीनं उभ्या असलेल्या लोकांनी टाळ्यांचा गजर केला.

...गच्चीत कार्यक्रम सुरू झाला. सुभानजीनं पाहुण्यांचं स्वागत केलं. पालकरनीच्या मालू व शांतानं ताटातून एक-एक पुष्पगुच्छ आणला. बाबूराव, संतू निकम, मच्छिंद्र सांडणीकर, मन्या चाफेकर यांनी तो पाहुण्यांना देऊन त्यांचे स्वागत केले. आमदारांनी वयोवृद्ध समाजसेवक नागरकाका व ज्यांच्या नावे सोसायटी आहे त्या हौसाबाई व तुकाराम भातकर या दांपत्याचा पुष्पगुच्छ देऊन सत्कार केला.

बाबूनं प्रास्ताविक केलं. त्यामध्ये क्रेडिट सोसायटी स्थापण्यापाठीमागचा हेतू सांगताना तो म्हणाला, "मुंबईत मराठी माणूस पाठीमागं आहे. त्याचं कारण आर्थिक गुलामगिरीत दडलंय. त्याच्याजवळ पैसा नाही, म्हणून त्याच्या नशिबी पोटार्थी जगणं आलं आहे. आर्थिक ओढाताणीत तो काहीतरी करून दाखवण्याची धमक पार विसरून गेला आहे. ज्यांच्याकडे संपत्ती आहे, ते फक्त आपल्यापुरतेच पाहात आहेत. त्यांना इतर मराठी माणसांना हात द्यावा असं वाटत नाही. मग तो त्याचा सख्खा भाऊ असो, जवळचा नातलग असो वा दूरचा! अशा कफल्लक स्थितीत जगताना मराठी मन सैरभैर झालं आहे. दुसऱ्याची संपत्ती पाहून पोटात दुखण्याची प्रवृत्ती हा अवगुणही मराठी माणसाच्या पायातलं लोढणं ठरला आहे. जे माझ्याजवळ नाही, ते दुसऱ्याला तरी का मिळावं, अशा घातक विचारांची लागण हे त्याचंच फळ असल्याचं दिसतं. गरिबीमुळे मराठी माणूस मानसिक विकलांगतेच्या आहारी गेल्याचे दिसते. पण, मराठी माणसानं त्यातून बाहेर पडलं पाहिजे. मनावरचे मळभ झटकून मार्गक्रमणा केली पाहिजे. आपण कुठं चुकतो ते पाहिलं पाहिजे. त्यासाठीच आम्ही हा सोसायटीचा सारीपाट मांडला आहे. ही सोसायटी म्हणजे वाटचाल करू पाहणाऱ्यांसाठी एक आदर्श ठरावी असाच आमचा प्रयत्न राहील. राजकीय क्षेत्राकडूनही आजच्या तरुण पिढीचा वापर हा स्वार्थासाठीच होत असल्याचं चित्र दिसून येतं; ते बदललं पाहिजे. राजकीय नेत्यांनी तसेच आर्थिक संस्थांनी एकमेकांच्या हातात हात

घालून मराठी माणसाला कसा हात देता येईल ते पाहिलं पाहिजे. यातच मराठी समाजाचं भलं आहे...''

बाबूरावचं लांबलेलं प्रास्ताविक माळा नि:स्तब्ध होऊन ऐकत होता. बाबूरावचे विचार त्याच्या कानात घुसत होते; पण काळजात उतरत होते का, हे सांगता येत नव्हतं. सगळे सरकारी, निमसरकारी, खासगी पाहुणे तन्मयतेने बाबूचं भाषण ऐकत होते. मध्येच एखाद्या वाक्यावर चुळबुळत होते. आमदारांनाही बाबूचं भाषण भलतंच आवडलं होतं. त्यांना आपणही आपल्या उमेदीच्या काळात हेच बोलत होतो, याची आठवण झाली. त्यांच्या ओठांवर स्मित झळकलं. पोरगा खूपच चुणचुणीत आहे, याच्यावर लक्ष ठेवलं पाहिजे, असं त्यांचा आतला आवाज सांगत होता.

८५

गुरगुरणाऱ्या पाण्याच्या मोटरीच्या आवाजानं जायकरीन जागी झाली. आज दसरा आहे म्हणून ना मोटर आज सुट्टी घेणार होती, ना कमळाला सुट्टी मिळणार होती! तिनं पोरांना उठवलं. जायकर गावी गेल्यापासून सदा खोलीतच झोपत होता. तिनं त्यालाही उठवलं. त्यांच्या हातात घागरी, हंडे देऊन त्यांना पाणी आणण्यासाठी खाली पिटाळलं. ती स्वत: मिळेल तसं संडासजवळच्या नळाचं पाणी भरू लागली. पाणी भरत भरत तिनं एका स्टोव्हवर जेवण व दुसऱ्या स्टोव्हवर अंघोळीसाठी पाणी गरम करणं सुरू केलं. पाण्याच्या तीन खेपा आणून मंदानं गरम पाण्यानं अंघोळ केली. तोवर नऊ मिनिटांसाठी पाण्याचा नळ आला. ते पाणी जायकरनीनं भरलं व स्वत:साठी मोरीत गरम पाणी काढलं. पोरींनी रिकाम्या झालेल्या स्टोव्हवर चहा करून घेतला व पेल्यात घेतलेल्या चहाचे घुटके घेत चपात्यांचा खेळ मांडला. दुसऱ्या स्टोव्हवर भात शिजला. त्यानंतर भाजीतून गरम वाफा निघू लागल्या. जायकरनीची अंघोळ आटोपली. तिनं देवपूजा केली. तोवर सदा मार्केटमधल्या बावडीवर अंघोळ करून आला. त्यानं चहाचा पेला पुढे ओढून गरम गरम चपात्या त्यात बुडवून खाल्ल्या. जायकरनीनं आंब्याच्या पानांचं तोरण व झेंडूच्या फुलांचा हार आणण्यासाठी सदाला मार्केटमध्ये पिटाळलं. शिवाय येताना थोडं दूधही आणण्यास सांगितलं.

सदा मार्केटमधून परत येईपर्यंत पोरींनी अर्धीअधिक दुरडी चपात्यांनी भरली होती. जायकरनीनं घटाला फुलांचा हार घातला. ती तिची नववी, शेवटची माळ. सदानं दाराला आंब्याच्या पानांचं तोरण बांधलं. दसऱ्याचा सण म्हणून काही विशेष बाब म्हणजे हे आंब्याच्या पानांचं तोरण! दोन हात रुंदीच्या चौकटीच्या मानानं तोरण खूपच

लांब होतं. त्याचे शेव कापणं आवश्यक होतं. सदा घटाजवळ आला. तिथं काल रात्री शस्त्रपूजन करून खंडे नवमीचा मान राखण्यात आला होता. पूजलेल्या शस्त्रांमध्ये सुरी, विळती, मटन कुटण्याचा सुरा, उलातनं, एक स्टीलचा चमचाही होता. त्यांना गंधगोळीचा पांढराखड टिळा लावला होता. सदानं सुरी उचलली.

पूर्वी योद्धे युद्धावर जायचे. त्यांची शस्त्रे शत्रूला घायाळ करायची. खंडे नवमीनिमित्त त्यांचं पूजन करून त्यांनी गाजविलेल्या पराक्रमाला मानवंदना देणं सदाला मान्य होतं; पण उलातनं, चमच्याचं पूजन करून असं कोणतं पुण्य पदरात पडणार आहे, याचं कोडं त्याला सुटत नव्हतं! अर्थात खाणावळीत मर्दुमुकी गाजवायला विळती, सुरी, चमचा, उलातनं याशिवाय दुसरी कोणती शस्त्रं असणार आहेत? खाणावळीत तर नेहमी रणांगणच असतं. दररोज सकाळ-संध्याकाळ किमान चाळीस-पन्नास, साठ, सत्तर, ऐंशी कधीकधी त्यापेक्षाही अधिक माणसांच्या चपात्या भाजणं, भात, भाज्या, कालवनं तयार करणं ही काही लहान मोहीम आहे का? युद्ध एक-दोन दिवसांत संपतं. युद्ध लांबलं, तर वर्षभरात तरी संपेल; पण खाणावळ सुरू करून अल्पावधीत पैसे कमावण्याचा विचार करता करता म्हातारपण कधी आलं ते कळतही नाही. ज्या सुखाच्या लालसेनं पैसा हवा असतो, तो मिळतो; पण त्याचा उपभोग घेणं दूरच राहतं. घाण्याच्या बैलासारखं त्याच त्या चक्रात फिरून माणसाचं पार चिप्पाड होऊन जातं. तेही पुढे फक्त जळण्यासाठी उरतं! शेवटपर्यंत कळत नाही की आपण कोणत्या सुखाचा विचार केला होता!

सदानं तोरणाचे लांबट शेव सुरीनं खसाखसा कापले व तो आत आला. सुरी होती त्या जागेवर ठेवली अन् शेवंतानं पेल्यात ओतलेल्या चहाचे घुटके घेत पेटीवर बसला. आज त्याला चपात्या भाजण्याचा त्रास नव्हता. त्याला सोसायटीच्या उद्‌घाटन कार्यक्रमात सक्रिय कार्यकर्ता म्हणून राबायचं होतं!

...सकाळच्या जेवणाचा रमना आटोपून जायकरनीच्या पोरी उद्‌घाटन सोहळ्यात सहभागी झाल्या. तिथंच फराळ, चहा-पाणी करून त्या परत आल्या व संध्याकाळच्या जेवणाची तयारी करू लागल्या. संध्याकाळच्या जेवणाचा बेत पुरणपोळी व गव्हाची खीर हा होता. पुरणपोळ्या करण्यास वेळ लागत असल्याने आज त्यांना दुपारची झोप घेता येणार नव्हती. जायकरनीचं नवरातनही आजच सुटणार होतं. तिच्या घरात हक्कानं चांगलं-चुंगलं जेवणारे, तिच्या खास मर्जीतले जेवणारे तिच्यासाठी साडी आणणार होते. त्यांना साधं जेवण किंवा नुसती खीर वाढून कसं चालेल? जेवणारा कधी व्यक्तिगत स्वरूपात एकटाच साडी घेऊन यायचा किंवा पाच-सहा जेवणारे मिळूनही साडी-ब्लाउज पीस खरेदी करायचे. त्यांच्यासाठीच खुसखुशीत पोळ्या होत्या. तो त्या साडीला दिलेला मान होता. जे उपवास समाप्तीला फक्त ब्लाउज पीस आणणार होते, देवापुढच्या आरतीत आपट्याच्या पानाबरोबर पाच-पंचवीस

रुपये टाकणार होते किंवा जे काहीच आणणार नव्हते किंवा आरतीत पैसेही टाकणार नव्हते, त्यांच्यासाठी गव्हाची खीर होती. हा सणाचा मान होता. तिथं माणूस अन् पैसा हा भेद नव्हता. खीर शिजवणं तसं अवघड नव्हतं. भिजलेल्या गव्हाला फोडणी देऊन त्यात गूळ, खोबऱ्याचा कीस व सुंठ एवढा ऐवज पुरेसा असायचा. खिरीला अधिक चव येण्यासाठी काही खाणावळ्या त्यामध्ये इलायची टाकायच्या; पण हे खाणावळीच्या रसिकतेवर अवलंबून होतं.

कधीकधी गणपत जायकरालाही नवरातन करण्याची हुक्की यायची. कमळा जायकरनीच्या दृष्टीने हा मामला फायद्यापेक्षा तोट्याचाच ठरायचा. आपला उपवास असल्याचं सांगून जायकर सकाळचं पाणी भरण्यास, इतर काम करण्यास बुट्टी मारायचा. तो अनेकदा दूध, दह्याचा रतीब हवा म्हणून हट्ट करायचा. त्यावरून नवरा-बायकोची भांडणं व्हायची. शिवाय जायकरीन जर नवरातनाला बसली, तर तिच्यासाठी जेवणारे ब्लाउज पीस, साडी आणायचे; पण गणपतसाठी कोणी साधी लंगोटीही आणायचं नाही! मात्र, त्याचवेळी शेजार-पाजारच्या खानावळींकडे किमान दोन-तीन साड्या येऊन पडायच्या. त्या मुद्दामहून आपल्या साड्या जायकरनीला दाखवायला यायच्या. जेवणाऱ्यांनी दिलेल्या साड्यांची क्वालिटीही चांगली असायची. किरकोळ क्वालिटीची साडी घेतली तर खाणावळी चारचौघांत विचारायच्या, "नव्हंऽ, तुमाला हेच बोतार मार्किटात घावलं वीऽऽ! पाच-पंचवीस रुपयं जास्त लागत हुतं, तर माझ्याकडं मागायचं हुतसा; पण हे कसलं तरटंऽ! चार आयामायांत अब्रूचा पंचनामा करणारंऽऽ!"

आक्काची इज्जत वाढवण्यासाठी घेतलेली साडीच ती आणणाऱ्याचीच लाज वेशीवर टांगायची! असा प्रसंग आपल्यावर गुदरू नये म्हणून जेवणारे अगोदरच काळजी घ्यायचे. त्यात आनंद असायचा. अक्काच्या मर्जीतल्या एखाद्याला एखाद्या वर्षी साडी-ब्लाउज पीस घेणं जमलं नाही, तर त्याला पुढे वर्षभर आक्काचे टोमणे खावे लागायचे! अशावेळी जेवणही बंद करता यायचं नाही. त्याचा जिव्हाळ्याच्या नात्यावर परिणाम व्हायचा व असा जिव्हाळा दुसरीकडे निर्माण होईलच याची खात्री असायची नाही. मग असे जेवणारे दुसऱ्या एखाद्या सणानिमित्त साडी घेऊन आक्काची शांती करायचे. अलीकडच्या काही वर्षांत जायकराला नवरातनला बसण्याची संधी मिळाली नव्हती. तो कमळा जायकरनीचा स्वेच्छाधिकार झाला होता! यंदा तर ऐन दसऱ्यात गणपत जायकर गावाकडेच होता.

गावाकडे स्त्रिया प्रत्येक माळेला ताशा, पिपाणी, गुरवाचं शिंग यांसारख्या वाद्यांच्या गजरात गावदेवीच्या दर्शनाला जातात. मुंबईत राहून हे कसं शक्य होईल? मुंबईकर स्त्रिया नवरात्रात येणाऱ्या देवीच्या जागराला गावी जाऊन तिचं दर्शन घ्यायच्या. जायकरनीची देवी मुंबईपासून चार-साडेचारशे किलोमीटर दूर होती. तिथं

दररोज जाणं शक्यचं नव्हतं. पण तिच्या जागराला जावं तर दुसऱ्या-तिसऱ्या दिवशी येणाऱ्या दसऱ्याचं काय करायचं? त्यावेळी मुंबईत हजर होणं जमेल का; हा प्रश्नही असायचा. त्याऐवजी नवरातनात तब्येत खालावली आहे, अशक्तपणा भरून राहिला आहे अशा बहाण्याने ती मुंबईतच राहायची. थोड्याफार फरकानं माळ्यावरच्या सगळ्या खानावळींची अवस्था अशीच असायची. मग पुढे त्या मे महिन्यात गावी गेल्या, तर एखाद दिवस देवीच्या दर्शनाला जायच्या व तिच्यासमोर हात जोडून विनंती करायच्या, 'आई, सुखी समाधानी ठेव. माझ्या कुटुंबाची भरभराट होऊ दे!'

आजच्या दिवसाचं आणखी एक वैशिष्ट्य म्हणजे घट हलवणं! देव्हाऱ्याजवळ [illegible] घटाच्या बाजूला हात घालून 'चांगभलं'च्या गजरात घट हलवला जायचा. मग घट हलवणारे, ते कौतुकानं पाहणारे धान्याचे टरारून उगवलेले देखणे, कवळे लुसलुसीत कोंब आपल्या टोपीत खोचायचे.

संध्याकाळी साडेसातचा सुमार झाला होता. नेहमी सगळ्यात शेवटी जेवायला येणारे हेल्परमामा व काळूमामा लवकर आले होते. दोघांच्याही हातात प्लॅस्टिकच्या पिशव्या होत्या. त्यात साड्या आहेत, हे न सांगताही कळत होतं. दोघांनीही आपल्या हातातल्या पिशव्या लाकडी पेटीवर ठेवल्या.

जायकरीन जागची उठली. तिनं ताटातली आपट्याची पानं घेतली. ती हेल्परमामाच्या हातात कोंबली व म्हणाली, ''सोनं घ्या, सोन्यासारखं राहा.''

हेल्परनंही तिला सोनं दिलं. ''सोनं घ्या, सोन्यासारखं राहा'' तो घवसवाणी बोलला. त्यानं तिच्या हातावर आपट्याची पानं ठेवताना तिची बोटं आपल्या हातात घट्ट पकडली व दाबली. जायकरीन विव्हळली, ''आई गंऽ! थेरडं द्वाडच कुठलंऽऽ!''

तिच्या बोलावर पोरी फिदीफिदी हसल्या. जायकरीन काळूमामाला सोनं द्यायला पुढे झाली.

''आरं सोनं दिलं; पण गळी पडायचं राहिलंच कीऽ!''

''मला वाटलं इसारला असशीला!'' जायकरनीनं कोपरखळी हाणली. ती परत हेल्परमामाकडे वळली. त्याच्या दोन्ही हातावर आपले हात धरून आपल्या शरीराची उजवी बाजू त्याच्या उजव्या बाजूवर ठेवून त्याच्या खांद्यावर मान टेकवली. तर दुसऱ्यांदा डावी बाजू त्याच्या डाव्या बाजूवर टेकवून गळाभेट घेतली. गळाभेट घेताना हेल्परमामानं दोन्ही वेळा आपलं शरीर तिच्या शरीरावर दाणदाण आपटलं.

''थेरड्याऽ, मारतूसं का काय मला? माझं म्हातारं तिकडं जोसरा काढीत गावी बसलंय. जरा ऱ्हावू दे की त्येच्यासाठीबी शिल्लक!''

पोरी परत हसल्या. त्यांच्या हसण्यात 'हेल्परमामाची कशी जिरवली' हा भाव होता. त्यांच्याच हसण्याची शेपटी पकडून कुशाबा हेल्परही हसू लागला.

८६

जायकरनीनं गोट्याच्या म्हातारीजवळून गणपतला खर्चासाठी तीनशे रुपये पाठविले होते. त्यासोबत एक चिठ्ठीही दिली होती. चिठ्ठीत सुपंकरीन अजून रागात असल्याचा मजकूर होता. पै-पाहुण्यांत उगाच वाद नको, तेव्हा तुम्ही काही दिवस गावाकडेच राहा, असा मजकूर होता. त्यानंतर पाठवलेल्या पत्रात पालकरीन आपल्या शालूचं लग्न अशोकशी करीत नाही, तिचं लग्न सुभानजीशी ठरल्याची खुशखबर होती, तर दसऱ्यानंतर गणपतला आलेल्या चिठ्ठीत सुपंकरनीशी भांडण होऊनही कमळानं नार्वेकराच्या सुंद्रीला मध्ये घालून शेवंताबद्दल विचारणा केली होती. परंतु सुपंकरनीनं न ऐकल्याचा सूर चिठ्ठीत होता. त्याच चिठ्ठीत अशोकचं लग्न गुजी चोरगेच्या नात्यातल्या मुलीशी ठरण्याची शक्यता व्यक्त करण्यात आली होती. अशोक कसा बेवडा आहे, तू आपल्या पाहुण्याला भरीस घालून उगाच त्यांच्या मुलीचं नुकसान कशाला करतेस, असं कमळानं गुजीला समजावलं होतं; पण गुजीनं तिचं ऐकलं नव्हतं. शेवंतासाठी एखादं स्थळ शोधावं व भुईमुगाच्या शेंगा काढूनच मुंबईस परतावं असंही पुढे लिहिलं होतं. ही चिठ्ठी वाचल्यानंतर जायकराचं तर डोकंच फिरलं.

"भिक्कारचोट साली!" त्यानं सुपंकरनीला शिवी हासडली.

अशोकशी शेवंताचं लग्न व्हावं, असं सुरुवातीला गणपतलाही वाटत होतं; पण त्या गाढवीनं, त्याच्या आईनं तिकडे कानाडोळा केला. पोरग्याचा काटा काढायला निघालो, तर त्याचा बभ्रा झाला. ती माय-लेकरं अचूती राहिली; पण आपलीच अब्रू धुळीला मिळाली, याचा राग त्याच्या मनात अजूनही खदखदत होता. आपण नजरेसमोर नसल्याने तरी सुपंकरीन ताळ्यावर येईल, सबुरीनं घेईल, कदाचित शेवंताचाही परत विचार करील अशी भाबडी आशा त्याला वाटत होती; पण आज तीच हरामखोर पोरग्यासाठी दुसरं स्थळ पाहून आपल्यासमोर दिमाखात उभी होती! आपण मात्र चामडी बॅग काखोटीला मारून भागात फिरतोय! त्याला सगळंच कसं निरर्थक वाटू लागलं. गावाकडे रमलेला त्याचा जीव तेथून उडाला.

दुसऱ्याच दिवशी सकाळी तो मुंबईच्या गाडीत बसला.

गणपतच्या भाऊबंदांकडे गतवर्षीच्या भागाच्या काही शेंगा शिल्लक राहिल्या होत्या. त्यानं त्या घेतल्या. शिवाय गाडीत बसण्यापूर्वी त्यानं आपल्या शेतातला भुईमूग काढल्यानंतर नवीन शेंगा पाठविण्याबाबत त्यांना सांगितलं. गवताचा ताप नव्हता. उभ्या गवताची किंमत करून माळ कापणीसाठी दिला होता. भाताची दोन कुणगी होती. भाताच्या काढणी, मळणीस हा कधीच नसायचा. शेतंही भागानं

दिल्यानं भाताचा भाग यायचा. तो वर्षभरात कधीही घेतला तरी चालण्यासारखं होतं. प्रश्न होता तो शेवंतासाठी स्थळं शोधण्याचा! पण पोरगीच मुंबईत. होऊ इच्छिणाऱ्या पै-पाहुण्यांनी तिला पाहिलं तरी पाहिजे! तिचा फोटोतरी आहे का आपल्याकडे? बरं, ती जास्त शिकलीय म्हणून बात करायला जावं तर तसंही काही नव्हतं. मग कशाच्या आधारे बोलायचं? आपलं आयुष्य तर मुंबईतच गेलं. तिथं जेवढा आपला संपर्क आहे, त्याच्या दोन टक्केही इथं नाही. तिथं गेल्यावरच बघू एखादं स्थळ; असा विचार करूनच तो मुंबई गाडीत बसला होता.

गणपत माळ्यात आला. जायकरीन त्याला अद्वातद्वा असं काही बोलली नाही. तिनं गावाकडच्या माणसांची ख्यालीखुशाली विचारली. तो देवीच्या जागराला गेलेला का, असे काही किरकोळ प्रश्न विचारून ती चूप झाली. जायकरानंही मुंबईच्या हालहवेची चौकशी केली. शेवंता, मंदानंही त्याला माहिती पुरवली. नंतर तो आपल्या घरातून बाहेर पडला. माळ्यावरच्या माणसांची विचारपूस करू लागला. इकडच्या तिकडच्या माहितीची देवाण-घेवाण झाली. बोलण्यासारखं काही उरलं नाही तेव्हा तो घरात आला. मोठ्या हौसेनं घरातलं काम करू लागला. जायकरीन मख्ख नजरेनं त्याच्या हालचाली न्याहाळू लागली.

खाणावळी अनेकदा जोंधळ्याच्या भाकरी, तेलाचा जास्त वापर करून चपात्या, छोट्या छोट्या टोपांत रबरबीत कालवन, चांगलीचुंगली भाजी करायच्या. त्यात निव्वळ तेलावर भाजलेली अळवाची वडी, अंडी, मटन, मासे आदी पदार्थांचा समावेश असायचा. हे सुग्रास जेवण केवळ त्यांच्या घरच्यांसाठी असायचं. त्यात खानावळींच्या जवळचे, ज्यांच्याशी पैशाचे व्यवहार आहेत असे किंवा कधीकधी खाणावळींचे नातलग यांचाही समावेश असायचा. सर्व जेवणारे जेवून गेल्यानंतर खाणावळी जेवायला बसायच्या. अशा पंक्तीला एखादा जेवणारा असला तर त्याचे भाऊबंद, मित्रमंडळी त्याला भलतंच तेल गळतंय म्हण की, अशा शब्दांत चिडवायचे. त्यात असूयेचा भागच मोठा असायचा.

घरच्या या जेवणासाठी जायकरानं आज घेवड्याच्या शेंगा सोलल्या. त्यासाठी मसालाही कुटला. स्टोव्हवर कालवन रटरटू लागलं. विजारीच्या खिशात ग्लास ठेवून तो माळा उतरला व तसाच कवर चाळीत गेला. तिथं आंटीच्या गुत्त्यावर त्यानं दोन कप दारू ढोसली. शिवाय विजारीच्या खिशातून आणलेला ग्लास बाहेर काढला. त्यात कपभर दारू घेतली अन् तो परत फिरला. येता येता माळ्याखाली अंडी विकत बसलेल्या पोरांकडून दोन उकडलेली अंडी घेतली.

नेहमीच्या सवयीनं कमळा जायकरीन झाड्याला जाऊन आली होती. आता ती मोरीत चूळ भरीत होती. जायकर हातात ग्लास धरून मोरीच्या तोंडाला थांबला. पदरानं हात पुशीत कमळा बाहेर आली. गणपतनं तिच्यासमोर ग्लास धरला.

"हंऽ घेऽ!"

"मला नगं."

"घे म्हणतूय नव्हं!"

"नगं तरऽ!"

"का?"

"मी आताच मिरचीकरनीकडं कपभर घेतलीया!"

"मग काय झालं?एका कपानं काय हुतंया!" त्यानं तिच्यासमोर ग्लास धरला.

तिनं ग्लास तोंडाला लावला. त्यातले दोन-तीन घोट घेऊन तिनं ग्लास परत गणपतच्या हातात दिला. गणपतनं एका दमात ग्लास तोंडात रिकामा केला.

गावाकडच्या गप्पागोष्टी करीत त्यांनी जेवण उरकलं. पोरींनी जेवणाची भांडी विसळली. अंथरुणं टाकली. सदानंही आपलं अंथरूण पसरलं. जायकर त्याच्यावर ठिसकारला, "सुक्काळीच्याऽ, तू घरात झोपायचं नाही म्हणून सांगितलंय ना?"

धुसफूस करीत सदानं आपलं अंथरूण उचललं. मंदावर एक नजर टाकून तो गच्चीत झोपायला गेला. भिंतीशेजारी मंदा झोपली. तिच्या बाजूला शेवंता व तिच्या अलीकडे जायकरीन. गणपतचं अंथरूण चौकटीसमोर उभं होतं. पण तो तिथं न झोपता कमळाशेजारी झोपला व त्यानं कमळाच्या अंगावर हात टाकला.

"म्हाताऱ्याऽऽ!" त्याच्याकडे वळत तिनं दाताखाली ओठ दाबला अन् ती मंदाला म्हणाली, "बाळा, तेवढी लाइट घालीव गंऽऽ!"

मंदा उठली. तिनं ट्यूबलाइट बंद केली. जायकरनीनं पाठीमागून आवाज दिला, "मंदेऽ, तू तिथंच म्हाताऱ्याच्या जाग्यावर झोप. उगाच हिथं दाटी नगं. अन् आज त्यो भलताच खळीला बी आलाय. न्हाय कुणाचं ऐकायचा!"

मंदा निमूटपणे चौकटीजवळ झोपली.

गणपत आपले हात कमळाच्या अनावृत छातीवर फिरवीत हळूच म्हणाला, "सगळं कसं ढिलं ढिलं झालंय, न्हाय गं?"

"तुझी तरी जवानी कुठं फळफळतीयाऽ? उगं आपला हाडाचा सांगाडा; पण तेंबडा केवढा. गप कर की काय करायचं ते!" ती फुसफुसली.

८७

गवताडकरांची खोली ही माळ्यावरची सड्या गड्यांची खोली म्हणून ओळखली जायची. गवताडकर तिला बैठकीची खोली म्हणायचे. या खोलीत राहणारे विवाहित

होते, तसे अविवाहितही होते. बाप होते तसे बेटेही होते. मेहुण्या-पाहुण्यांचं भरताडही होतं. एवढ्याशा खोलीत राहणाऱ्यांची संख्या मात्र तीस होती. खोलीच्या अर्ध्या भागात पोटमाळा तयार करण्यात आला होता. खोलीत पोटमाळा व खाली धरून एका वेळी साधारणत: सतरा-अठराजण झोपायचे. अंगाला अंग चिकटायचं. कुशीवर वळता यायचं नाही. मग दोघांच्या अंगाला येणारा घाम बेधडक एकमेकांत मिसळायचा. कधी शेजाऱ्याच्या अंगावर ठिबकायचा. त्यात ढेकूण वावरायचे. हक्काच्या कुरणात चरायचे. कधीतरी त्यांच्याही चाव्याची जाणीव व्हायची व झोपेतच हात शेजारच्याच्या अंगावर नको तिथं पडायचा! कधी कोणी जाबडत उठायचं. तर कोणाच्या स्वप्नात गावी राहत असलेली अर्धांगी यायची. तो शेजाऱ्याचा कवळा भरायचा. डिराकणारा राघू चड्डीत भडाभडा ओकायचा. ज्यांना आपल्या भावना काबूत ठेवता यायच्या नाहीत, ते गोलपिठा जवळ करायचे! त्यातही दोघा-तिघांचे पुट्टे ठरलेले असायचे. जे घाबरायचे ते गुपचूप एकटेच जाऊन यायचे. तेही ठरलेल्या एकाद्याच बाईकडे हजेरी लावायचे. कधीकधी दुसरीच्या दारावरही टकटक व्हायची! अनेकदा जवानीची ही नशा अंगावर फुटायची. त्या घाणीचे डाग चड्डीवरही उठायचे! मग गुप्तरोग बरे करणाऱ्या डॉक्टरांच्या जाहिराती मनापासून वाचल्या जायच्या. खोलीतल्या गर्दीनं होणारे अंगावरचे चर्मरोग, गोलपिठ्याचा तडाखा यामुळे सपट लोशन यायचं. ते लावण्याची हक्काची जागा म्हणजे माळ्यावरचं शौचालय! ते लावल्यानंतर त्या जागेची भगभग व्हायची. 'ठोऽ ठोऽ' बोंब मारण्याची मनशा व्हायची. जीव नकोसा वाटायचा. भगभगणाऱ्या टांगांत हात घालून पोरगं संडासमध्येच थयथय नाचायचं. चिंपाडातून पाणी नेलं असेल तर त्यावर ओतायचं; त्यामुळे होणारा दाहही वेगळाच असायचा. त्याच तिरीमिरीत पोरगं बिछान्यावर पडायचं. तरी सपट लोशनची भगभग, वास पाठ सोडायचा नाही.

गवताडकरांमध्ये ज्यांना खोलीत झोपायला जागा मिळायची नाही, ते वटनात, टेरेसवर किंवा खाली फुटपाथवर झोपायचे. टेरेस जवळजवळ गवताडकरांच्या मालकीचंच झाल्यासारखं होतं. तिथं झोपणाऱ्यांमध्ये गवताडकरच जास्त होते! गवताडकरांच्या खोलीत कोणी पाळी कामगार असेल, तर त्याच्या रिकाम्या जागेवर एखाद्याची सोय व्हायची. मात्र, सव्वीस जानेवारी, पंधरा ऑगस्टसारख्या दिवशी भलतीच अडचण व्हायची. त्या दिवशी सार्वजनिक सुट्टी असल्याने सगळेच घरी असायचे!

गवताडकराच्या खोलीत राहणाऱ्यांमध्ये बळी जाधव, नथू माने, चिलम्या गणू, भागू रोंगे, बबन माने, दत्ता बेलवाडकर, पवरी आंद्या, धोंड्या खापरे अशी वेचक व शेलकी मंडळी होती. त्यांच्यापूर्वी त्यांचे बापही याच खोलीत राहात

होते. त्यांचे चुलते, चुलत भाऊही इथंच असायचे; पण मुंबईच्या उपनगरात जाऊन एखादी झोपडी तरी बांधावी, छोटासा फ्लॅट घ्यावा असा विचार त्यांच्या मनाला शिवायचा नाही. मुंबईत मद्रासी, भैय्या आदी उपऱ्यांनी झोपड्या बांधल्या, झोपडपट्ट्या उभ्या केल्या. त्या टिकवण्यासाठी येथील राजकारणी, प्रशासक खिशात घातले. त्यांनी उभारलेली एखादी कच्ची झोपडपट्टी पाडली, तर मराठी मुंबईच्या नाकावर टिच्चून त्यांनी त्या ठिकाणी पक्की घरे बांधली! बाहेरच्यांनी मुंबईची वाट लावली यावर मात्र गवताडकर तासन्तास गप्पा मारायचे. कधीकधी वादही घालायचे. जेवणाची वेळ झाली की, वादाच्या भोवऱ्यातून बाहेर पडायचे व एक-एक करीत खाणावळीचे डबे आणायला पळायचे किंवा खाणावळीजवळच जेवायला थांबायचे. यातून बाहेर पडले ते जाधव बंधू – विठ्ठल व हैबती जाधव. विठ्ठलनं घाटकोपरला पै-पाहुण्यांच्या मदतीने झोपडपट्टीत एक पक्की खोली विकत घेतली होती. प्रथम तो तिथं राहायला गेला व नंतर त्यानं आपला भाऊ हैबती यालाही तिकडे नेले. परंतु गाववाल्यांचं म्हणणं होतं की, हैबती व तडेकरनीच्या शुभांगीचं लफडं होतं. हैबतीनं शुभांगीशी लग्न करू नये म्हणूनच भावानं त्याची उचलबांगडी तिकडे केली! नाहीतर तोही गाववाल्यांच्या खोलीचाच एक भाग झाला असता!

गवताडकरांचा संसार गावी असायचा. आई-बाप, भाऊ-बहीण व असली तर बायको व पोरं! एकत्र कुटुंब असेल, तर त्यात चुलते, पुतण्यांचाही समावेश असायचा. आपल्या कुटुंबाला खर्चापाण्यासाठी गवताडकर आपल्या मिळकतीनुसार दरमहा पैसे पाठवायचे किंवा अडीनडीला एकदमच द्यायचे. एखादा गावकरी गावाला जाणार असेल, तर प्रत्येकजण न चुकता सुकं खोबरं, चहापावडर, खारीक, जिरं, बटरांचं पुडं असा बाजार पाठवायचे. त्यात कधीकधी लहान मुलांसाठी कपडे, मोठ्यांसाठी एखादं धोतराचं पान, शर्टपीस, एखादं लुगडं किंवा साडी असायची.

खोलीतल्या गवताडकरांकडे पत्र्याची एक पेटी असायची. ती नसणारेही अनेकजण होते. पेटीत त्यांचं किरकोळ सामान, शाळांची प्रमाणपत्रं, थोडेफार पैसे ठेवलेले असायचे. गोणपाट व एका बेडशीटपासून तयार केलेला सिंगल बिछाना मात्र प्रत्येकाकडे असायचा. त्यातच एक चादर गुंडाळून ठेवलेली असायची. त्याशिवाय दोन-तीन ड्रेस, टॉवेल, तंबाखूची मिसरी किंवा कोलगेट पेस्ट व कोलगेटचा ब्रश, अंडरपॅण्ट व असेल तर बनियन हा संसार सेट असायचा. जागेचा प्रश्न असल्याने त्यापेक्षा अधिक वस्तू आणता यायच्या नाहीत.

गवताडकरांच्या खोलीत पाण्याचं वेगळं कनेक्शन होतं. माळ्यावर ज्या काही मोजक्या लोकांच्या खोलीत स्वत:चे नळ होते, त्यामध्ये त्यांचीही गणना होती.

पूर्वीच्या लोकांनी तेवढी मेहरबानी करून ठेवली होती. नाहीतर नऊ मिनिटांच्या पाण्यात त्यांचे लंगोटही धुतले गेले नसते! पाणी आल्याबरोबर ज्याचा नंबर असेल त्यानं खोलीतलं सार्वजनिक पिंप भरण्याचा शिरस्ता होता. ते पाणी गवताडकर दिवसभर वापरायचे. गवताडकरांच्या खोलीत सकाळी अंघोळीसाठी लाइन लागायची. एकानं मोरीत अंग भिजवायचं, तोपर्यंत अंग भिजवलेल्यानं मोरीच्या कट्ट्यावर बसून साबण लावायचा. अंग भिजवणारा साबण लावण्यासाठी बाहेर यायचा तर साबण लावलेला अंगावरचा साबण धुण्यासाठी मोरीत घुसायचा! सर्वांच्या अंघोळी होऊनही पाणी सुरू असेल, तर एखादा आपले कपडे धुऊन घ्यायचा. महापालिकेच्या [illegible] पाणी [illegible]र्यंत [illegible].

त्यांच्या गप्पाटप्पांची झेप गाव, गावची लफडी, गुरं-ढोरं, पीक-पाणी, गावचं राजकारण यावरच विशेष अवलंबून असायची. तोंडी लावण्यासाठी कधीतरी मिलमधल्या कामगार संघटना, शिवसेना, मुंबईतला मराठी माणूस किंवा एखाद्यानं 'नवाकाळ' विकत आणला असेल, तर त्यामध्ये आलेली एखादी हेडलाइन हा विषय असायचा. अलीकडे 'सामना' वाचणारेही काहीजण होते. ते काम करीत असलेली ठिकाणं, तेथील रुसवे-फुगवे व येणारे-जाणारे सिनेमे हे विषयसुद्धा अनेकदा हजेरी लावायचे.

गवताडकरांची तडेकरनीच्या कुटुंबाशी जास्त घसट होती. त्यांच्यापैकी बहुतेक जण तिच्याकडेच जेवायला असायचे. जुन्या खोडातील एक-दोघांशी तडेकरनीचे शारीरिक संबंध होते, असं बोललं जायचं; पण त्या गोष्टी आता खूप जुन्या झाल्या. ते घाणे तेल गाळून बंदही पडले. तिची गादी आता शुभांगी चालवू लागली होती. पिढी दर पिढी तेवढा फरक व वळणही असायचंच.

गवताडकराच्या धोंडी खापरेशी तडेकरनीचा उभा दावा होता. तो कधीच तिच्याकडे जेवायला राहिला नाही. त्यानं प्रथमपासूनच गुजी चोरगेच्या घरात जेवण सांगून तिच्याशीच सूत जमवलं. सीता तडेकरीन तिच्याकडे जेवायला येणाऱ्या इतर गवताडकरांकडे धोंड्या खापरेचा विषय काढायची. त्याच्या गावच्या सांपत्तिक परिस्थितीची चौकशी करायची. गुजी चोरगेशी त्याच्या असलेल्या लफड्याची तोंडभरून हेटाळणी करायची. ऐकणारा गवताडकर तिच्या हो ला हो द्यायचा. मग सीता त्याच्या पुढ्यात घरच्यांसाठी बनवलेलं जेवण वाढायची किंवा अधिक तेल चोपून, जाडजूड बनवलेली घडीची स्पेशल चपाती त्याच्या पुढ्यात यायची. तो मिटक्या मारीत खायचा व तुमच्याशिवाय इतकं स्पष्ट व खरं बोलण्याचं धाडस कुणात आहे, असा सीता तडेकरनीलाच प्रतिप्रश्न करायचा. तडेकरनीच्या अंगावर मूठभर मांस चढायचं.

८८

सोसायटीचं उद्घाटन झालं. दसऱ्या दिवशी घडलेल्या या घटनेचा कीस काढत पोरं गच्चीत गप्पा हाणत बसली होती. उद्या रविवार असल्याने लवकर उठण्याचा, धंदा-पाण्याचा काही प्रश्न उद्भवत नव्हता. दसऱ्याबरोबरच आज आणखी एक हॉट विषय पोरांना चघळायला मिळाला होता. तो म्हणजे विजय फुलकर राज्य लोकसेवा आयोगाची म्हणजे एमपीएससीची परीक्षा पास झाला होता. या ना त्या कारणाने लांबलेला रिझल्ट लागून विजय डीवायएसपी झाला होता! चांगदेव राडकर मात्र अवघ्या पाच मार्कांनी पोस्टिंगमध्ये मागे पडला होता. माळ्यात असं काही आक्रीत घडू शकतं यावर पोरांचाच विश्वास बसत नव्हता. पोरानं अभ्यास केला तरी जास्तीतजास्त ते पदवीधर व्हायचं. एखादी बँकेची परीक्षा पास व्हायचं व एखादं मासिक हातात घेऊन ते आपल्या कार्यालयात जाताना पोरांनी पाहिलं होतं. माळ्यात अशांची संख्या होती तरी किती? पोरांसाठी ते माळ्यात असून नसल्यासारखेच होते!

विजय काय किंवा चांगदेव राडकर काय, माळ्यातल्या इतर पोरांसारखेच घरची कामं करायचे; पण त्यांना असं पोरांत कुटाळक्या करीत बसलेलं कुणी पाहिलं नव्हतं. त्यांचे आणखी दोन साथीदार होते. ते म्हणजे झिलप्या करडेकर व दामजी ढेकणे! चित्रपट असो, लायब्ररीत जाणं असो किंवा अन्य काही; हे चौघांचं टोळकं एकत्रच असायचं. पोरं त्यांना चांडाळ चौकडी म्हणूनच हिणवायची; पण या चौघांपैकी कुणीही ती गोष्ट मनावर घेतली नव्हती.

विजयच्या घरात आनंदाची दिवाळी साजरी झाली होती. विजयचा बाप एसटी खात्यात ड्रायव्हर होता; पण त्याला टी. बी. झाला. त्यात तो खंगला. नोकरी गेली. कांचननं खाणावळीचा धंदा सुरू करून कुटुंबाचा डोलारा सांभाळला. तिला तिची बहीण जया चाफेकरचा मोठा आधार लाभला. पोरगंही इमानी निघालं. त्यानं घराण्याचं नाव रोशन केल्याची चर्चा माळ्यात होत होती.

सरकारमध्ये मोठी पदं मिळवण्यासाठी अशा काही परीक्षा असतात, हे या निमित्तानं माळकऱ्यांना कळलं होतं. झिलप्या करडेकरही तसल्याच परीक्षांची तयारी करीत असल्याची बातमीही माळ्यात पसरली होती. 'माझा झिलप्याही असाच साहीब हुणार!' असं त्याची आई म्हणत होती व माळकरी ते ऐकत होते! पोरांना विजयच्या डीवायएसपी पोस्टमध्ये मोठा इंटरेस्ट होता.

"डीवायएसपी मजी मोठी पोस्ट नाही रंऽऽ?" सर्जा घोडगावकरानं विचारलं.

"नुसती मोठीऽ! लेका कमरंला पिस्तूल, बसायला लाल दिव्याची गाडी, मागं-पुढं पळणारे हवालदार! त्येला तेच्या ड्रेसमध्ये बघितलंस तर तुझ्याही गोट्या कपाळात जातील!" मधू झाडेनं सर्जाचं शंकानिरसन केलं.

काही वेळ या साहेबलोकांवर शब्द खर्चून पोरं इतर विषयांकडे वळली.

"काही म्हणा, बाबूही डेरिंगबाज. नाहीतर एवढ्या कवळ्या वयात कुणाला सोसायटी न फिसायटीचं सुचतंय रेऽ!" भागू रोंगे बोलला.

"रामभाऊ घडवे, संतोष पिंपरकर कुजलीत न्हाय रं?"

"नुसतं हडपण्याशिवाय काय धंदा करतात ते? माळ्यात एखादं सार्वजनिक बाग करताना त्यांना पाणी पाहिलंस? पार्नापीप फाळं ही. बापूनंही त्यांना बाजूला ठेवलं, ते खूप चांगलं केलं." भागू रोंगेनं बाबूची तळी उचलली.

"बिल्ल्या अन् ती फटाकडी कुठं आहेत रं?"

"ते सुधीर मिरचीकरलाच विचारलं पाहिजे; का भाग्या तू सांगतोस?" मधूनं चिमटा काढला. भागू रोंगे खळखळून हसला. "त्या दिवशी मजा मारताना खूप मजा आली आसंल नाही रं?"

"गप लेका!" आपल्या मिशांत हसत भागूनं विषयाला बगल दिली. त्याला अजूनही त्या छमकछल्लो पोरीचं मऊसूत शरीर रात्री-बेरात्री झोपू द्यायचं नाही. तिचं गोरंपान धष्टपुष्ट उरोज त्याच्या स्वप्नात यायचं.

"बिल्ल्याची बायको गेल्यानं सुध्याची पार हालत झाली आसंल!"

"कशाला! खाज आली की पळतो विरारला. आठवड्यातून निदान दोन वेळेला तरी जातोच."

"का?"

"सध्या बिल्ल्या तिथंच राहतोय." मंगेश नार्वेकरनं सांगितलं.

"मग सुध्याचा भाऊ बळवंत बोंबलत आसंल?"

"बोंबलून बोंबलून किती बोंबलणार! सुधीरनं ऐकायला नको!"

"ती फटाकडी आपल्या पैशातून बोरिवलीत घर घ्यायचं म्हणतेय. तिला सुधीरशी लग्न करायचं आहे!" मधू झाडेनं नवीनच माहिती पुढे आणली.

"मग बळवंत मिरचीकर आत्महत्याच करेल मर्दाऽ!"

"साला, बाईच्या जातीचं काही खरं नसतं गड्याऽ!" भागूनं मळमळ बाहेर टाकली.

"काय सर्जूबाबाऽ, बसंतीनं फटका दिल्यापासून गप्प गप्प असता?" नंदूनं सर्जा घोडगावकराला डिवचलं.

मधू झाडेनं सर्जाच्या मांडीवर थाप टाकली अन् विचारलं, "गप का रे लेका? अन् हे काय रेऽ?" मधूनं त्याच्या चड्डीवर लक्ष केंद्रित केलं. "हे डाग कसले? का शंभूमहाराज दिवसाचाही कारभार उरकतात?"

"काय करतील बिचारेऽ! नुसतं बिळात तरी किती दिवस वळवळतील! कवातरी ठिस्कारलंच पाहिजे की!" मंगेश नार्वेकरनं फोडणी दिली.

"बिल्ल्याच्या घरातल्या त्या गोऱ्या चामडीनं गुहा काय दाखवली, तेव्हापासून सर्जाची हवाच गेली!" भागू रोंगेच्या कॉमेंटवर पोरं खदखदून हसली.

"कृष्णानं रात्री भलताच काला केलेला दिसतो गड्या. फक्त एक रंग, तोही सरळ रेषेत!" नंदूनंही त्याला चांगलंच उदसलं.

मधू दिंडेनं त्याची शेपटी पकडली, "नाही रंऽ! मेपट्यातनं कटकं उडल्यासारखं दिसतं. पण गड्यांनो, या कटकांचा चिक काय पावरफूल वाटत नाही."

सर्जा चांगलाच बिनसला. पोरं खळखळून हसली.

"जायकरनीनं एका खाणावळ्याला त्येच्या कंपनीत जाऊन चपलानं ठोकला!" मधू झाडेनं आणखी एक बातमी ओतली.

"का?"

"तिच्याकडं सहा महिने जेवला. गोड गोड बोलत जेवणाचे पैसे आज देतू, उद्या देतू करीत टोलवाटोलवी केली अन् तिच्याकडंचं जेवण सोडून कोळीवाड्यात कुठंतरी जेवायला गेला!"

"मग काय झवन्याला हाणलाच पाहिजे!" पोरांचं एकमत झालं.

गाव-शिवार सोडून मुंबईला आलेले लोक. घर नाही, कुटुंब नाही, नोकरी-धंद्यानिमित्त राब राब राबायचं. कुठंतरी बैठकीच्या खोलीत किंवा शेठच्या मेहरबानीवर त्याच्या गोडाउनमध्ये दिवस काढायचे. त्यांना हॉटेलमधलं जेवण परवडायचं नाही. चार-सहा जेवणांतच त्यांचा पगार संपून जायची स्थिती. अशावेळी त्यांना जेवणाचा आधार म्हणजे या घरगुती खाणावळी. खाणावळीही त्यांना समजून घ्यायच्या. त्यांना त्यांच्या घरातल्यासारखंच जेवण द्यायच्या. भले त्यात त्यांना लाडा-कोडात ठेवणारे पदार्थ नसतील; परंतु खाणावळी जे काही त्यांच्या पुढ्यात वाढायच्या, ते चांगलंच असायचं. कुणाचा पगार उशिरा व्हायचा, काही ना काही कारणानिमित्त एखाद्याचा पगार लांबायचा. एखाद्याला मोठी कौटुंबिक अडचण असायची. अशावेळी खाणावळी जास्त ताणून धरायच्या नाहीत. पण ज्यांना खाणावळीचे पैसे बुडवायचेच आहेत, ते नाना सोंगं-ढोंगं करायचे. त्यांनी आपली लाज वेशीवरच टांगलेली असायची. अशावेळी खाणावळीही आपला हिसका दाखवायच्या.

"त्याला मारला ते ठीक आहे रेऽ; पण पैसेतरी मिळाले का?" भागूनं विचारलं.

"त्याच्या पगारातनं कापून देण्याची हमी त्याच्या शेठनंच दिलेय."

"छान!" पोरं एकदम म्हणाली.

बंडू निकम गच्चीत आला. त्याच्या हातात नव्या कोऱ्या घडीची 'सपना' चटई होती. नवीन बेडशीट, नवीन चादर होती. हे भांडवल त्याला नुकतंच खरेदी करावं

लागलं होतं. पूर्वी तो मंगेश नार्वेकराच्या बिछान्यात, जुन्या-पुरान्या गादीवर झोपायचा. दोघांना पुरेल इतक्या लांबी, रुंदीची गादी असल्यामुळे मंगेशची काही हरकत नसायची; पण मंगेशचा आतेभाऊ गावाकडून आला अन् त्यानं बंडूची जागा घेतली. बंडूला ऊब देण्याइतकी ऐपत दुसऱ्या एखाद्या पोराच्या बिछान्यात नसल्याने त्याचा नाइलाज झाला.

बंडूच्या घरातही बक्कळ चादरी, बेडशीट होत्या. त्यातलीच एखाद-दुसरी तो आणू शकत होता; पण घरातल्यांनी रात्री-बेरात्री त्यात चिरडलेले ढेकूण, अंथरुणांवर ढेकणाच्या रक्ताचे पडलेले डाग, शिवाय स्टोव्हच्या धुरानं काळी झालेली, पुंगूस पाठ टोचणारी अंथरुणं... ती धुतली तरी [illegible] आपला गुण दाखवायची. ती बंडूला नकोशी झालेली. आता काही झालं तरी तो सोसायटीचा विश्वासू कर्मचारी होता. बंडूनं आतापर्यंत स्वत:चा असा बिछाना तयार केला नव्हता. तशी गरज त्याला भासली नव्हती. अनायासेच हा योग आला. क्रेडिट सोसायटीसारख्या ठिकाणी परमनंट नोकरी मिळाली, मग का नको नवीन व चांगली खरेदी करायला! बंडूनं सपना चटई खरेदी केल्यापासून तो मंगेश नार्वेकर दिसला रे दिसला की, 'हाय सपना, मेरी सपना!' म्हणत वळवळायचा! गादीवर झोपल्याने शरीरावर कसे अनिष्ट परिणाम होतात, हेही सांगायचा. शिवाय चटईवर झोपल्यामुळे कसं सरबरीत, खुसखुसीत वाटतं, पाठीचे मणके कसे व्यवस्थित राहतात हे पालुपदही जोडायचा व शेवटी म्हणायचा, "गादीऽऽ! शीऽऽऽ! कोण झोपेल त्यावर!"

आताही त्यानं मंगेश नार्वेकरला समोर पाहिलं व कवळ्यातली चटई छातीशी धरली. कुरवाळली अन् म्हणाला, "हाय सपना, मेरी सपना!"

"गप ये सुक्काळीच्याऽऽ! मंग्यानं गादीवर झोपायला घ्यावं म्हणून नाक घासून घासून त्याच्या पार चाटी गेल्या. अन् कशाचा हाय सपना, मेरी सपना करतोस?" नंदू पालकरने त्याच्या फुग्याला टाचणी लावली.

पोरं खळखळून हसली. मंगेश, बंडूही त्यात सामील झाले.

८९

माळ्याला गॅसची ओळख करून दिली ती नागरकाकांच्या कुटुंबाने. त्यांच्याकडे पहिल्यांदा गॅस आला. त्यानंतर रामभाऊ घडवे, बाबूनं नंबर मारला. नागरकाकांचा मुलगा पेट्रोलिअम कंपनीत काम करीत असल्याने त्यांना गॅस मिळवणं तसं सोपं गेलं; पण इतरांची मात्र गॅस मिळवताना कसोटी लागली. वशिल्याचा असला तरी

गॅस मिळवताना रामभाऊ घडवेच्या खिशाला मोठी चाट बसली. बाबूनेही आमदार-खासदारांच्या कच्छपी लागून आपल्या आजीला गॅस मिळवून दिला; पण त्याचीही किंमत चुकती करावी लागली होती! त्यानंतर सिलिंडरसाठी होणारी मारामारी वेगळीच होती. माळ्यात गॅस आल्यानंतर सिलिंडर, गॅसची शेगडी पाहायला खाणावळींची रीघ लागली होती. गॅस मिळवताना चांगलीच ससेहोलपट होत होती. त्या कहाण्या ऐकल्यानंतर मात्र एकंदरीतच गॅसचं आयाटान आपल्या कुवतीबाहेरचं असल्याच्या निर्णयाप्रत येऊन खाणावळींनी स्टोव्हवरच जोर दिला. तरीही कधी मिळेल तेव्हा पाहू म्हणत माळ्यात अनेकांनी गॅस बुक केला होता. त्यात कमळा जायकरीनही होती.

दिवाळी जवळ आली होती. कमळा जायकरनीला जेवणाऱ्यांच्या रेशनिंग कार्डावरचं धान्य, साखर, घासलेट भरायचं होतं. जेवणाऱ्यांची कार्डस् धोबी तलाव, विठ्ठलवाडी, कोळीवाडा ते अगदी नळ बाजारापर्यंतच्या रेशनिंग दुकानांत नोंदलेली असायची. सर्वच जेवणाऱ्यांकडे रेशनिंग कार्डं नव्हती. ज्यांच्याकडे ती नव्हती, त्यांच्याकडून खाणावळी दरमहा जास्त रुपये घ्यायच्या. जेवणाऱ्यांची कार्डं नसल्यामुळे खाणावळीनाही त्यांच्यासाठी काळ्या बाजारातून धान्य किंवा घासलेट विकत घ्यावं लागायचं. त्यासाठी अलग पैसे मोजावे लागायचे. ते खानावळींना परवडायचं नाही. जेवणाऱ्यांकडून घेतलेले जास्त रुपये ही त्यावर मलमपट्टी होती! जेवणाऱ्यांच्या कार्डावरचं धान्य, साखर, घासलेट खाणावळी आणायच्या. त्यासाठी त्यांना त्यांच्या पोरांची मोठी मदत व्हायची. पोरंही कार्डावरचं धान्य आणायला मोठ्या मजेत व बिनबोभाट जायची. रेशनिंगच्या मालात त्यांना पैसे मारायला मिळायचे. त्यातून त्यांचा आठवड्याच्या खर्चाचा भार थोडाफार हलका व्हायचा.

रेशनिंगचा माल जास्त असेल, तर पोरं पाटीवाला करायचे. कधीकधी दोघा-तिघांत मिळून पाटीवाला असायचा. त्याचं भाडं ते विभागून द्यायचे. घरातून मात्र पाटीवाल्याचे पूर्ण बिल वसूल करायचे. तेवढाच खिशाला हातभार. तर कधी माल जास्त असला तरी ते स्वत: किंवा एखाद्या मित्राला बरोबर न्यायचे व परत येताना ते दोघे मिळून खांद्यावरून रेशनिंगचा माल आणायचे. घरी सांगताना मात्र माळ्यापर्यंत पाटीवाला केला होता, असं ठोकून द्यायचे. ते वरकड पैसे पोरांना मिळायचे. दोन-चार रुपयांसाठी खाणावळी त्यांच्याशी वादविवाद करीत बसायच्या नाहीत. पोराला एखादी शिवी हासडायच्या अन् ती गोष्ट तिथंच सोडून द्यायच्या. कसं का होईना; पण पोरगं माल आणतं यातच त्यांना समाधान असायचं.

माळ्यापासून बऱ्यापैकी जवळ असलेल्या एका आडव्या गल्लीत जिजीभाईचं रेशनिंगचं दुकान होतं, तिथं घासलेट आलं होतं. त्यासाठी चण्याच्या माळ्याप्रमाणंच आजूबाजूच्या माळ्यातल्या खाणावळी, त्या भागातली सडी कुटुंबं, घासलेटची

आवश्यकता असणारे छोटे छोटे धंदेवाले यांनी दुकानापुढे एकच गर्दी केली होती. एकतर वेळच्या वेळी घासलेट मिळत नव्हतं व मिळालं तरी ते पुरेसं असायचंच असं नाही; त्यामुळे खाणावळी, छोटे-मोठे धंदेवाले हे एकाऐवजी अनेक कार्डस् एकदम घेऊन यायचे. साहजिकच इतकं घासलेट घ्यायला अनेक डबे लागायचे. एक-एकाकडे तीन-तीन तर केव्हा केव्हा चार-चार डबे, कॅन असायचे. मात्र, इतक्या वस्तू रांगेत ठेवता यायच्या नाहीत. त्यासाठी कार्डधारक रांगेत एकच डबा ठेवून बाकीचे डबे, कॅन हातात घेऊन उभे राहायचे. लोक नंबरासाठी घासलेटचे डबे, टमरेल, चिंपाड इतकंच काय छोट्या-मोठ्या दगडांचाही वापर करायचे. एखादा रेशनिंग दुकानासमोरून जात असेल अन् त्याला घासलेट आलेलं दिसलं तर तो नंबरासाठी जवळपासचा एखादा दगड लाइनमध्ये ठेवायचा. आपल्या पुढच्याला त्यावर नजर ठेवायला सांगायचा अन् डबा, रेशनिंग कार्ड आणण्यासाठी घरी पळायचा. पाठीमागून येणाऱ्या शेजाऱ्यासाठी, मित्रासाठी, मैत्रिणीसाठीही असे नंबराचे दगड, टमरेल, चिंपाडं लाइनमध्ये बसलेली असायची. लाइनमध्ये ठेवलेल्या या सगळ्याच वस्तू बारीकखणी असल्याने सर्वसामान्य माणसाला रांगेचा अंदाज यायचा नाही; पण माळ्यातली पोरं मात्र या रांगेची खोली बऱ्यापैकी जाणून असायची. रांगेतल्या वस्तू छोट्या असल्यामुळे अनेकदा हा दगड तुझा की माझा, हे टमरेल कुणाचं यावर हमरीतुमरी व्हायची. कधी हाताला हात भिडायचा, तर कधी केसांचा बुचडाही सुटायचा. माणसाच्या कालव्यानं, दंग्यानं दुकानातला दिवानजी वैतागून जायचा. लाइनमध्ये अगोदर ठेवलेल्या चार बोटं रुंदीच्या दगडाच्या जागेवर दहा-वीस लिटरचं कॅन कसं बसू शकेल? पण लोक तो प्रयत्न करायचे; त्यामुळे मागचे-पुढचे डबे मागेपुढे व्हायचे. धडाधडा कोसळायचे. परत उभं राहताना तुझा नंबर मागे की पुढे यावरूनही बाचाबाची व्हायची. मध्येच एखादं जोरजोरानं बोलायचं, 'हां, हांऽऽ, यानं माझ्याजवळच नंबर लावला होता; पण त्याचं लाइनमधलं टमरेल कुणीतरी पळवलं!' त्यावरूनही दंगा व्हायचा.

घासलेटच्या लाइनमध्ये चण्याच्या माळ्यावरच्या पोरांची लॉबी मोठी असायची. पोरं घोळक्यानंच वावरायची. एकाच नंबरावर तिघे-चौघे घुसायचे. आम्ही एकाच घरातले. हा माझा चुलत भाऊ, हा काका, ही काकी अशी नाती जोडली जायची. एकेका पोराजवळ किमान पाच-सहा जेवणाऱ्यांची कार्डस् असायची. माळ्यावर ज्यांच्या घरी अगदीच लहान पोरं आहेत, घरात कोणी गडीमाणूस नाही अशा खाणावळ्या, काम-धाम करून परत आलेले खाणावळे घासलेट आल्याचं कळल्यानंतर यायचे. लाइनमध्ये आपली डाळ शिजणार नाही, याची खात्री असल्याने ते हळूच लाइनमध्ये असलेल्या माळ्यावरच्या एखाद्या पोराकडे कार्ड सरकवायचे. त्यांच्याही कार्डांची संख्या पाच-दहा असायचीच. पोरंही त्यांना मदत करायची. अशावेळी

पाठीमागून एखाद्यानं हटकलं, तर माळ्यावरची जेवढी पोरं, माणसं लाइनमध्ये उभी असतील, ती एकदमच प्रत्युत्तर द्यायची. हटकणाऱ्याचा आवाज आपोआप बंद व्हायचा.

घासलेट आल्याचं कळल्यामुळे आज गुजी चोरगे वीस-वीस लिटरचे दोन कॅन घेऊन आली. घासलेटसाठी लागलेली लाइन पाहून ती हबकली. इतक्या लाइनमध्ये उभं राहून आज आपल्याला घासलेट मिळणार नाही, याची तिला खात्री झाली. सदा जायकर, कानिफ, मंगेश नार्वेकर, दामजी ढेकणे लाइनमध्ये उभे होते. त्यांना पाहून तिला हायसं वाटलं. तिनं आपल्या जवळची कार्डं सदाजवळ दिली व त्याच्या ड्रमशेजारी आपली कॅनं ठेवली. तेवढ्यात पाठीमागून एक चांगला धिप्पाड इसम पुढे आला. त्यानं सदाची गळपट्टी धरली व विचारलं, "क्यूं बे चूहेऽ! हम क्या झक मारने आए है इधर?"

सदानं आपली गळपट्टी सोडवून घेण्याचा प्रयत्न करीत उलटा त्यालाच दम भरला, "ए छोडऽ! वो मेरी आण्टी है!"

"हट बे सालेऽ!" त्या इसमानं सदाची गळपट्टी हलवीत त्याला पाठीमागे ढकललं.

तयारीत असलेला कानिफ आपला पांगळा पाय सावरीत त्याच्यावर कोसळला. पाठोपाठ दामजी व माळ्यातली मोठी माणसं, पोरं व बायकासुद्धा त्या इसमावर तुटून पडले. कोणी त्याला फायटी मारू लागलं, तर कोणी पाठीमागून लाथा हाणल्या. तर काहींनी लाइनमधले डबे, कॅन उचलून धडाडा त्याच्या अंगावर फेकले. गुजी चोरगेनंही आपलं वीस लिटरचं कॅन त्याच्या टाळक्यात हाणलं व इरसाल शिवी हासडली, "बेशरम मेला!"

प्रचंड गोंधळ झाला. हुल्लड माजली. काय होतंय हे कळण्याअगोदरच लाइनमधले डबे, कॅन हवेत उडू लागले. लाइन मोडली. पळापळ झाली. त्या गडबडीत कुणाचं कॅन कोण उचलतंय हे कळेनासं झालं. त्यातूनही डब्यांची, कॅन्सची हिसकाहिसकी, शिवीगाळ होऊ लागली. एकमेकाला ठोसे बसू लागले. बाहेर चाललेला तमाशा पाहून वैतागलेल्या रेशनिंग दुकानदारानं अगोदरच दुकानात तयार करून ठेवलेला बोर्ड बाहेर लावला. 'रेशनिंग का घासलेट खतम हुआ है। शक्कर, चावल, गेंहू कल आएगा।' अन् त्यानं दुकानाचं शटर खाली ओढलं.

लाइन तर कधीच संपली होती. दुकानासमोर लोकांचा घोळका उभा होता. ते स्वगत बोलल्यासारखे लाइन मोडणाऱ्यांना शिव्या घालीत होते. स्वतःच बडबडत होते. लोक दुकानाचं बंद झालेलं शटर पाहात बराच वेळ तिथं रेंगाळले व नंतर आपापल्या घराकडे जाण्यासाठी पांगले. माळ्यावरची पोरं मात्र दुकानासमोरच रस्त्याच्या पलीकडच्या फुटपाथवर उभी होती. त्यांना माहीत होतं की, सगळी पांगापांग झाली, शांतता पसरली की, दुकानदार दुकानाचं शटर उघडणार आहे व माल संपला म्हणून बाहेर लावलेला बोर्डही परत आत ठेवणार आहे.

१०

शाळेच्या सहामाही परीक्षा संपल्या होत्या. माळ्यावरच्या पोरा-पोरींच्या दृष्टीने या परीक्षेला तसा अर्थ नव्हता. जे काय करायचं ते वार्षिक परीक्षेतच, हे त्यांच्या मनावर ठसलं होतं; त्यामुळे जितक्या प्रश्नांची उत्तरं येतील, तितकीच त्यांनी लिहिली होती. त्यांनी मागच्या पुढच्या पोराला विचारून, त्याचा पेपर पाहून काही प्रश्नांची उत्तरं लिहिण्याचा प्रयत्नही केला होता.

दोन दिवसांवर दिवाळी आल्याने पोरांसाठी परीक्षा हे ओझंच ठरलं होतं. माळ्यातल्या पोरींना जेवणाऱ्यांसाठी खुडुबळी, कानावले (करंज्या), कळ्याचे लाडू, शंकरपाळ्या, चिवडा तयार करण्यासाठी हातभार लावायचा होता. दिवाळीत कानावले भरायला, भाजायला, लाडू बांधायला मुलंही मदत करायची. जेवणाऱ्यांना पाच दिवस राहू दे किमान दोन-तीन दिवस तरी दिवाळीचा फराळ द्यावा लागायचा. खाणावळी त्याची तयारी अगोदरच चार-सहा दिवसांपासूनच करायच्या. दिवसभर खुडुबळ्याचं पीठ मळणं, लाडूचं पीठ मळणं, कानावल्यासाठी सारण तयार करणं, सारणासाठी खोबऱ्याचा कीस काढणं अशा स्वरूपाची अनेक कामं सुरू असायची. त्याचा पसारा साऱ्या खोलीत पसरलेला असायचा. जेवणाऱ्यांची अडचण व्हायची. पण दिवाळीचं महत्त्व लक्षात घेऊन ते सारं हसत हसत सहन करायचे. खाणावळीचं सारं घरदार दिवाळीच्या फराळाच्या तयारीत असायचं. त्यांना दुपारची झोप घेता यायची नाही. जसा पदार्थ तयार होईल, तशी त्याची रवानगी स्टीलच्या पिंपात, कामट्याच्या दुरडीत किंवा जर्मनच्या टोपात व्हायची. काही जेवणारेही अशा अडीनडीच्या वेळी आक्काच्या मदतीला यायचे.

प्रत्यक्ष दिवाळीच्या दिवशी फराळाच्या म्हणजेच जेवणाच्या ताटात एक बेसनाचा लाडू, तयार झाला असेल तर एक कळ्याचा लाडू, एक गऱ्याचा लाडू, चार खुडबुळी, पाच-सहा करंज्या, थोडा चिवडा व थोड्या शंकरपाळ्या असायच्या. भाऊबीजेच्या दिवशीही जेवणाऱ्यांना हाच फराळ मिळायचा. दिवाळी दिवशी सकाळी फराळ असायचा, तर भाऊबीजेच्या दिवशी संध्याकाळी. पाच दिवसांच्या दिवाळीत भाऊबीज व दीपावलीचा दिवस सोडून इतर दिवशी ताटांतून बेसनाचे, कळ्याचे लाडू गायब व्हायचे. इतर पदार्थांची संख्यासुद्धा रोडावायची. डाळी, साखर, तेलाच्या वाढत्या भावामुळे खाणावळींना ते देणं परवडायचं नाही. या दिवसांत जेवणाऱ्यांना दिवाळीच्या किरकोळ फराळासोबत शाक-भाताचा आहार मिळायचा. जेवणारे शाक-भात मनापासून खायचे; पण

त्यांना दिवाळीचा फराळ खाणं जड जायचं. कमी प्रतीचं तेल किंवा पाम तेलामुळे घसा पकडला जातो, खोकला सुटतो अशी त्यांची तक्रार असायची; पण तीही खासगीत. कोणी प्रत्यक्ष खाणावळींजवळ ही गोष्ट काढायचे नाहीत. आक्काच्या करणीवर शंका घेणं म्हणजे त्या ठिकाणचं जेवण बंद होण्यासारखंच होतं. शिवाय दिवाळीच्या फराळामुळे जेवणाऱ्यांचं पोटही भरायचं नाही. कधी दिवाळी संपतेय असं त्यांना होऊन जायचं.

खाणावळींच्या दृष्टीने भाऊबीज महत्त्वाची असायची. त्यांना, त्यांच्या मुलींना जेवणाऱ्या भाऊबंदांकडून भाऊबीजेची ओवाळणी मिळायची. दसऱ्याला साडी न घेऊ शकलेला एखादा जवळचा जेवणारा या दिवशी न चुकता एखादी साडी घेऊन यायचा. मग ती खाणावळीसाठी असेल किंवा तिच्या लेकीसाठी!

दिवाळीचे दिवस हे खाणावळींसाठी वर्षाच्या तीनशे पासष्ट दिवसांसारखेच असायचे. दिवाळीच्या अभ्यंगस्नानाची नखरेल गोडी चाखणं त्यांना परवडायचं नाही. तसा प्रयत्न करावा तर तोपर्यंत नळाचं पाणी जाण्याची अन् इतरांना बिनअंघोळीचं राहावं लागण्याची शक्यताच अधिक असायची! दिवाळीच्या दिवसांत खाणावळी खास वासाचा साबण आणायच्या. तो अंगाला लावूनच त्यांची अंघोळ व्हायची. फरक इतकाच असायचा की, या दिवशी त्या न चुकता डोक्यावर पाणी घेऊन अंघोळ करायच्या! त्याला त्या बायकांचं पाणी म्हणायच्या! त्याच्या दुसऱ्या दिवशी गड्यांचं पाणी असायचं. त्या दिवशी खाणावळे न्हायचे. दिवाळीसाठी ते बाजारातून एखादी वासाच्या तेलाची बाटली आणायला विसरायचे नाहीत. अंघोळीनंतर ते तेल खाणावळे, त्यांचे चिरंजीव किंवा घरातलं एखादं जाणतं माणूस आपल्या डोक्यावर न चुकता चोपायचे. देवपूजा तर दररोजच व्हायची. लक्ष्मीपूजनाच्या दिवशी मात्र देव्हाऱ्यावर एखाद-दुसरी नोट व काही नाण्यांची भर पडायची!

माळ्यावरची काही पोरं दिवाळीत माळ्यासमोरच फटाक्याची दुकानं लावून बसायची. इतर गिऱ्हाइकांबरोबरच ते त्यांच्या घरी जेवायला असणाऱ्या खाणावळ्यांनाही फटाके विकायची; त्यामुळे हा व्यवहार आतबट्ट्यात येण्याची शक्यता तशी कमीच असायची. काही पोरं दिवाळीतच पतंगबाजीचं ख्याट सुरू करायची. तर काही मनमुराद क्रिकेट खेळायची. त्यासाठी आझाद मैदान मोकळं झालं नसेल, तर गल्ली होतीच. काही पोरं गोट्यांचाही डाव मांडायची.

खाणावळींच्या घरच्या सजावटीत तसा फरक पडायचा नाही. चौकटीसमोर मात्र एखादी चांदणी चमचमायची. दोन्ही चौकटींच्या बाजूला पणत्या पेटायच्या. चौकटीसमोर रांगोळी निघायची; तीसुद्धा ठरावीक उंबऱ्यांबाहेरच. पोरींना, खाणावळ्यांना या पाच दिवसांत बऱ्यापैकी आराम मिळायचा. जेवणाचा ताण तितकासा नसायचा.

जे काही असेल ते वरण-भात, शाक-भातावर निभावून नेलं जायचं. फावला वेळ भरपूर असल्याने खाणावळी घरात व्हिडीओ आणून रंगीत टी. व्ही.वर सिनेमा पाहायच्या. अनेकदा एखादा जेवणाराही व्हिडीओ स्पॉन्सर करायचा. दिवाळीचा आनंद हिरो-हिरॉईन्सच्या रोमांसमध्ये साजरा होऊन मन भरायचं.

११

गुजी चोरगेची उषा धोंड्या खापरेला सून म्हणून हवी होती. पोरगी दिसायला उजवी होती व एकुलती एक असल्याने चोरग्याची खोली, तिचे दागिने, तिचा गावाकडे असलेला जमीन-जुमला तिलाच मिळणार होता. धोंड्याचा मुलगा नथू. त्याच्याबरोबर तिचं लग्न लावू या, असा धोंड्यानं तिच्या मागे लकडा लावला होता. उषा वयानं थोराड नव्हती. शिवाय तिची तशी काही भानगडही नव्हती, तोवरच त्याला हा कारभार उरकून घ्यायचा होता. धोंड्याचे गुजी चोरगेशी शारीरिक संबंध असल्याने मुलगीबाबत तो तिला वारंवार विचारणा करीत होता. गुजी 'आताच घाई का; पुढं बघू' असं म्हणून वेळ मारून नेत होती. तर याचा निदान लग्न ठरवून तरी ठेवू या', असा हेका सुरू होता.

गुजीला आपली पोरगी नथू खापरेला द्यायची नव्हती. नथू दिसायला बरा होता; पण टेंपोवर किन्नर होता. त्यातून त्याची मिळकत अशी ती काय असणार? गुजीची उषा यंदा बारावीला होती. पोरगी पुढं शिकायचं म्हणत होती. आपल्या शिकलेल्या पोरगीच्या गळ्यात हा अडाणढेंगा किन्नर बांधणंही योग्य नव्हतं. शिवाय धोंडू खापरेचा तिच्या खोलीवर, दागिन्यांवर, गावच्या जमीन-जुमल्यावर असलेला डोळा तिच्या केव्हाच लक्षात आला होता. उद्या आपण म्हातारे झालो, तर हे बाप-बेटं आपली संपत्ती लवकर हडपायला मिळावी, म्हणून आपला नवरा-बायकोचा गळा घोटायलाही मागंपुढं पाहणार नाहीत, अशी एक अनाहूत भीतीही तिला अस्वस्थ करीत होती.

उषाचा जन्म झाल्यानंतर धोंडी तिच्या जीवनात आला होता. तरी आपल्याबरोबर झोपणाऱ्या पुरुषाच्या मुलग्याला आपली मुलगी देणं हा विचारही तिला योग्य वाटत नव्हता. तिच्या नकारात हेही कारण खारीचा वाटा उचलीत होतं. धोंडीला एकदम नकार दिला तर तो कोणत्याही टोकाला जाण्याची शक्यता होती. उषा अजून लहान होती. तिच्यावर अक्षता पडेपर्यंत हा बाबा गप्प बसू देणार नव्हता. बाब नाजूक असली तरी आज ना उद्या गुजीला या प्रसंगाला सामोरं जावंच लागणार होतं. तिनं

उषासाठी गुपचूप चांगल्या स्थळांची चाचपणीही सुरू केली होती. एकदा मैदानात उतरलं की पुढचं पुढं पाहता येईल, असं तिनं ठरवलं होतं.

ती संधी तिच्याकडे आयतीच चालून आली. बंडू निकम सोसायटीत कामाला राहिला अन् तिचा प्रश्न मिटल्याचा भास तिला झाला. पोरगं वांड असलं तरी मनानं चांगलं होतं. धडपडं होतं शिवाय व्यसनी नव्हतं. त्याचं गाव निकमवाडी; तिनं पाहिली नव्हती व ती घेऊन तरी काय करायचं? मुंबईसारख्या परमुलखात चांगलं माणूस, त्याची नोकरी-धंदा, चांगलं राहणीमान यालाच महत्त्व. निकम कुटुंब माळ्यातच राहात असल्याने तिचाही त्यांच्याशी चांगलाच घरोबा होता. एक शोभानं खाल्लेलं शेणं सोडलं तर तशी घराची चालचलणूक चांगली होती. पोरगं जरा आगाऊ असलं तरी लग्नानंतर ते आपोआप लाइनीवर येईल अशी तिची धारणा होती. तिनं याबाबतीत कुणाला मध्यस्थ म्हणून घातलं नाही. ती स्वत: हारू निकमिनीला भेटली व सरळ विचारलं, "पोरगं जान्तं झालंय. आता नोकरीपन लागलीय. माझ्या उषासाठी विचार कर. जोडी चांगली सोभंल."

"पोरगं चारचौघांत बसतं-उठतं. ते करतू म्हणलं तर माझी ना न्हाय. त्याच्या बापाला पण इचारावं लागंल." हारूनं सांगितलं.

"मग कवा इचारशील?"

"आजच इचारून कंडका पाडतू." हारूनं शब्द दिला.

त्याच दिवशी हारूनं संतू व बंडूसमोर प्रस्ताव ठेवला. बंडूनं डोकं खाजवलं. आपल्या वयाचा अंदाज घेतला. पास-नापास करीत दहावीपर्यंतच आपण विशीत आलो याची कळ त्याच्या डोक्यात उठली. यंदाच दहावीला पास होऊन झेंडा फडकवण्याचं त्याचं स्वप्न होतं. लग्न करून ते उधळलं जाणार याची खूणगाठ त्यानं बांधली; पण लग्नच मे-जूनमध्ये घेतलं तर बिघडलं कुठे? तोपर्यंत दहावीचा निकालही हातात येईल. नोकरी असल्यानं ती बाजू सुरक्षित झाली होती. राहायला स्वत:चं घर होतं. उषाही एकुलती एक असल्यानं ती सोनपावलानंच घरी येणार होती. शिवाय ती चिकनी होती. संपत्ती व चिकनी बायको एकदा हातून गेल्यानंतर थोडीच परत मिळणार होती? आपण सोसायटीचे नोकरदार असलो, तरी मिळेल चाराला पाच हजार रुपये हुंडा अन् दोन-चार तोळं सोनं; पण हे लाखांचं घबाड होतं! तेही स्वत:च्या पावलानं चालून आलेलं. एकदा हातातून सुटलं, तर काही खरं नाही. शिवाय बंडूची नजर माळ्यातल्या घराघरांत फिरायची; त्यामुळे पोरीची तशी काही भानगड नसल्याची त्याला खात्री होती. मग का करू नये?

पोरगी आपल्यापेक्षा जास्त शिकलेली. एकदा तर ती आपल्याच वर्गात होती. पाठीमागून पुढे आलेली. आपण नापास होऊन मध्येच गचाकलो नसतो, तर आता निदान तिच्याबरोबर असतो हा विचार मनात आल्यानंतर मात्र बंडू वरमला. तिला

शिक्षणाची आवड असल्याचं त्याला माहीत होतं. तिची शिकायचीच इच्छा असेल, तर जरूर शिकू दे. आताच ती सोनपावलानं घरात येतेय. कदाचित उद्या त्यातूनही काही चांगलं निपजेल. उषाशी लग्न झालंच तर ठीक, नाहीतर आपणही पुढे शिकायचंच असा बंडूनं निश्चय केला.

बंडूला गुजी चोरगेची भानगड माहीत होती; पण मामला आईचा होता, लेकीचा नव्हे! या वयात त्यात ताजेपणा राहण्याची शक्यताही कमीच होती. तरीही सर्व बाजूंनी विचार करायला हवाच होता. त्यानं विचार करायला म्हणून दोन दिवसांचा अवधी वाढवून घेतला. या दोन दिवसांत त्यानं गुजी चोरगेचं ब्लड प्रेशर चांगलंच वाढवलं. मग बंडूनं होकार दिला!

संतू निकमाला गुजी चोरगेची चाल-चलणूक पसंत नव्हती. पण तसा विचार केला तर माळ्यात अशा बऱ्याच भानगडी होत्या. संतूच्याच लेकीनं शोभानं त्याची शोभा केली होतीच की! उषा ही चंदू चोरग्याची एकुलती एक पोरगी होती. तिच्या खोलीचं मोल संतू चांगलाच जाणत होता. शेवटी त्यानं याबाबत हारूशी चर्चा केली. हारूनंही पोरगी चंदूचीच असल्याचं प्रमाणपत्र दिलं. एकदा हातातून तीर सुटला तर परत येणार नाही, याची तिनं संतूला जाणीव करून दिली. संतूनंही मग संमती दिली.

बंडूचं लग्न ठरलं. बातमी ऐकल्यानंतर धोंडू खापरेच्या तळपायाची आग मस्तकात गेली. ऐन दिवाळीच्या दिवसांत गुजी चोरगीन त्याला शिमग्याचं सोंग भासली. तिचा खून करावा की तिला जिवंत जाळावी की आणखी काही; नेमकं काय करावं हे त्याला सुचत नव्हतं. त्यानं सरळ बंडूलाच गाठलं. तेव्हा तो सोसायटीत बसला होता. सोबत बाबू, संज्या नार्वेकर, नंदू पालकरही होते. त्यांचं खोल्या खाली करण्याबाबत मालकाकडून येत असलेल्या नोटिसीबाबत बोलणं चाललं होतं. त्याची पर्वा न करता तो म्हणाला, ''बंड्याऽ, हे काय करतोस? आरं ती पोरगी अनौरस हाय. माझ्याबस्न झालीय तिला. आई पण उठवळ व पोरगी...''

बंडूच्या अंगाची आग, आग झाली. धोंड्या खापरेनं वाक्य पूर्ण करण्याअगोदरच बंडूनं त्याच्या खाडकन कानफटात लावून दिली व तो म्हणाला, ''पोरगी तुझी होती तर तू तिचं लग्न तुझ्या पोराशी कसं काय लावून द्यायला निघाला होतास?''

धोंडू खापऱ्याचा आवाज गोठला. तोवर संज्यानं सोसायटीचा दरवाजा बंद केला. बंडूनं पायातलं पायतान काढलं अन् धोंडूला परत ठो–ठोकला. त्याला फटके देतादेताच तो म्हणाला, ''रांडच्याऽ, ती माझी होणारी सासू आहे. तिच्याबद्दल परत असं बोलशील, तर तुझं सामान गड्ड्यातनं उपसून काढीन. तुला काय वाटलं, तुझे नखरे आम्हाला कळत नाहीत होय रेऽ!''

बंडूनं धोंड्या खापरेच्या वयाचा विचार केला नव्हता. बाबूराव गालात हसत होता. त्यानं बंडूला फूस दिली, ''शाब्बास बंडोपंत!''

नंदू, संज्यानंही धोंडूला दोन-दोन ठोसे हाणले. सणकून मार पडल्यानं धोंडूच्या डोळ्यांत पाणी आलं. त्याला बंडूनं तिथंच ठणकावलं, "भडव्या, आजपासून तुला त्या घराचे दरवाजे बंद. त्या घरात तुझं पाऊल पडलं, तर तुझी खैर नाही. हा त्या घराचा जावई म्हणून माझा हुकूम समज!"

बाबूरावनं दरवाजा उघडला. बंडू व नंदूनं धोंडूला धक्के मारून बाहेर काढला. वर वटनात उभी असलेली गुजी चोरगे सोसायटीकडेच पाहात होती. तिच्या काळजात धाकधूक वाढली होती. तिला तिच्या पोरीचं भविष्य अंधारलेलं वाटत होतं.

१२

बारकी बारकी पोरं माळ्यावर फटाके वाजवीत होती. पेटते फुलबाजे गरगरा फिरवीत होती. रात्रीच्या अंधारात ते भगवान श्रीकृष्णाच्या हातात फिरणाऱ्या सुदर्शन चक्रासारखं दिसत होतं. पोरं टाळ्या पिटीत होती. मधूनच कुणीतरी जमिनीवर ठेवलेल्या नागाला काडी लावत होतं. तो अमाप धूर ओकत सरसर वर चढून शेपटीच्या गणग्यावर उभा राहात होता व लगेच विझतही होता. मध्येच एखादं भुईचक्र जमिनीवर लोळण घेत होतं. तर कधी उखडलेल्या, सिमेंटचं टवकं गेलेल्या वटनात अडकून एका जागी थांबून फुरफुरत होतं.

माळकऱ्यांचं जीवनही असं भुईचक्रासारखंच होतं. आपल्याच परिघात फिरताना ते कधी वर्तुळ पार करीत होतं, तर कधी त्याला घुणा लागत होता. ते कधी व कसं थांबलं हेही कळत नव्हतं. कुठे पटकन विझणं होतं, तर कुठे एकाच जागी फुरफुरत कुढणं होतं.

दिलीप चाफेकर, मधू झाडे, भागू रोंगे यांना दिवाळीचं स्वागत वेगळ्या पद्धतीने करायचं होतं. एखाद्या गुलजार वारांगनेच्या मिठीत सामावून दीपावलीला हस्तांदोलन करायचं होतं. शरीराची खाज भागवितानाच मनाचा आनंद द्विगुणित करायचा होता. त्यांना त्या फटाक्यासमोर दिवाळीचे बार कस्पटासमान वाटत होते.

ते माळा सोडून खाली आले. त्यांना गोलपिठ्यात जायची घाई झाली होती. ते भराभर चालू लागले. रस्ता भन्नाटपणे पाठीमागे पळत होता. समोरून बंडू निकम आला. त्याच्या कमरेला हात घालून भागूनं त्याला खूण केली. "चल."

"कुठं?"

"दिवाळी साजरी करायला!" मधू झाडे म्हणाला.

"पण कुठं?" बंडूनं विचारलं.

भागू रोंगेनं त्याच्या कमरेचा हात अधिक घट्ट करीत त्याला सांगितलं, "तुझं लग्न ठरलंय ना! चल त्याचीच रंगीत तालीम दाखवतो."

दिलीप, मधू हसले.

"तिकडं वीऽ! नाही रं बाबा!"

"का? नामर्द आहेस?" दिलीपनं चिमटलं.

"छे, छेऽऽ! पण..."

"पण काय?" मधू झाडेनं तोंडाचा चंबू केला.

"एखादा आजार झाला तर काय घ्या!" बंडूनं शंका व्यक्त केली.

"आम्ही इतक्या वेळा [illegible]. आम्हाला कधी आजार झाला नाही तो!" दिलीप चाफेकरनं खात्री दिली.

भागूच्या हाताची मिठी सोडवण्याचा प्रयत्न करीत बंडू म्हणाला, "नको रेऽ! मी कधीच तिकडं गेलो नाही."

"म्हणून तर आता चल! तुझं लग्न ठरलं म्हणून आनंद पण साजरा करू, अन् तुला अनुभवही घेता येईल." भागूनं व्यवहार समजावला.

"नकोच." बंडू म्हणाला.

"सोड रे त्याला! बुळगा हाय!" मधू झाडेनं वर्मी घाव घातला. त्याला तिकडे जायची घाई झाली होती.

"चल लेकाऽ! कशाला नाटक हवं? काय होतंय त्यानं. शिवाय तुझं बिल मी भरतो." दिलीप चाफेकरनं जबाबदारी घेतली.

"मग काय करतोस?" त्याच्या कमरेचा हात ढिला करीत भागूनं विचारलं. त्याचा राघू आताच ताठ झाला होता.

"चल येतो." जणू आपण युद्धावर चाललो आहोत, अशा थाटात बंडू म्हणाला.

ते गोलपिठ्यात आले. मधू त्यांना एका माडीवर घेऊन गेला. माडीवर एका हॉलमध्ये पोरींनी पत्त्याचा डाव मांडला होता. काहीजणी बाजूच्या बाकड्यावर नुसत्याच बसून होत्या. समोर आलेलं गिऱ्हाईक पाहून त्या सगळ्याच सावध झाल्या. गिऱ्हाइकांच्या नजरेला नजर देऊन हसू लागल्या. लाडे लाडे चाळा करू लागल्या. मधू आपल्या नेहमीच्या मैत्रिणीच्या कुशीत जाऊन बसला. दिलीप चाफेकरनं एक चिकनी वारांगना पसंत केली व तो तिला घेऊन आत गेला. बंडूला पातळसा घाम फुटला; पण मन धीट होण्याचा सल्ला देत होतं.

भागूनं एका मुलीला खूण केली. तिनं हातातले पत्ते खाली टाकले व ती खुशीत उठली. भागूनं बंडूला विचारलं, "चल मीसुद्धा पसंत केली बघ. तुला कोणती पाहिजे ते लवकर बोल."

बंडूनं सर्वांवर नजर फिरवली. लांड्या कपड्यातल्या उघड्या मांड्या, अर्धंअधिक दिसणारं उरोज त्याच्या नज़रेला खटकलं. झिरझिरीत गाउनमधून छाती दिसणाऱ्या पोरीही त्याला आवडल्या नाहीत. बंडूच्या हावभावावरून तो पहिल्यांदाच आल्याचं पोरींनी ताडलं होतं; त्यामुळे त्यांची फुकटची करमणूक होत होती. बंडूला गोंधळात टाकण्यासाठी त्या सेक्सी हावभाव करीत होत्या. त्याच्याकडे पाहून 'स्सऽऽ', 'उफ्' अशा कॉमेंटस् करीत होत्या. कोण ओठांना हात लावून किस करीत होतं. तर कोणाच्या ओठाचा नुसताच चंबू होत होता! काही पोरी बंडूला डोळा मारण्यातही अग्रेसर होत्या. बंडू रणांगणात उतरला असला, तरी मनातून चांगलाच भ्यायला होता; पण आता पळूनही जाता येत नव्हतं. बाकड्याजवळ छापील साडीतली एक मुलगी उभी होती. ती त्याच्या मापात बसणारी होती. त्यानं ती पसंत करून भागूला दाखवली. भागूनं तिला डोळा मारला, "नया है। जरा सम्हाल के लेना।"

भागू आपण पसंत केलेल्या पोरगीला घेऊन बाजूच्या चौकटीतून आत गेला. ती छापील साडीतली पोरगी बंडूजवळ आली. खुदाकली व बंडूला म्हणाली, "चल, अंदर चल।"

ती पुढे निघाली. तोवर हातातलं पत्त्याचं पान खेळवीत एकजण म्हणाली, "देख सुमित्रा, लौंडा नया है। उसका सील नही फटना चाहिए।"

बाकीच्या फिदीफिदी हसल्या. तीही हसली. बंडूलाही हसू फुटलं.

दोघे आत आली. तिनं दारावरचा पडदा सरकवला. बंडू तिच्याकडे पाहू लागला. तिनं फरफर साडी फेडली. ब्लाउजचे हूक काढून ते पुढं ओढलं व स्तनांना वाट करून दिली. परकरची नाडी सोडून ते तसंच खाली सोडलं व अनावृत शरीरानं ती कॉटवर उताणी झोपली. तिनं गुडघ्यात पाय दुमडले. आपल्या मांड्या फाकल्या व त्याच्याकडे पाहात म्हणाली, "आऽ जल्दी बैठ."

बंडू आत आल्यापासून तिच्या हालचालींकडे बारकाईने पाहात होता. सुरुवातीला तिचं वागणं त्याला भलतंच विचित्र वाटलं. तिच्या मोकळ्या-ढाकळ्या उरोजानं त्याच्या मेंदूला गुदगुल्याही झाल्या; पण ती मांड्या फाकून अशी पडलेली पाहून त्याच्या तोंडातून खापराचा माठ फुटून पाणी पसरावं तसे हास्याचे फवारे उडाले. तो खळखळून, पोट धरून हसू लागला. त्याच्या हसण्याचा आवाज संपूर्ण माळ्यावर पसरला. पोरींनी हातातली पत्त्याची पानं खाली टाकली. बाकड्यावर बसलेल्या, खिडकीच्या तोंडाला उभ्या असलेल्या पोरीही उत्सुकतेनं धावल्या. बंडूच्या सवंगड्यांच्या कानातही बंडूचा आवाज घुमला होता. त्याही परिस्थितीत त्यांच्याही तोंडाचा बूच निघाला. 'साल्यानं अन् काय लफडा केला?' त्यांचं कामातलं लक्ष उडालं. आपल्या अंगाखालच्या पोरी तशाच सोडून ते आपल्या कपड्यांकडे वळले. त्यांच्या अंगाखालच्या पोरींची उत्सुकताही शिगेला पोहोचली

होती.

एका पोरीनं बंडू व ती पोरगी गेलेल्या रूमच्या दारावरचा पडदा बाजूला सारीत मोठ्यानं विचारलं, ''क्या हुआ सुमित्रा? बच्चे को 'गेट वे ऑफ इंडिया' का दर्शन कराया क्या?''

बंडूच्या अशा हसण्यानं पोरगी भांबावली होती. तिला काय करावं ते कळलं नाही. तेवढ्यात दाराचा पडदा बाजूला सारून दारात पोरी उगवल्या होत्या. त्यांना पाहून ती कमालीची लाजली. पटकन उठून बसली. कॉटजवळ ठेवलेली साडी उचलून अंगाभोवती गुंडाळत ती म्हणाली, ''कुछ नही।''

अजूनही हसत असलेल्या बंडूकडे तिचं लक्ष गेलं, ''छटऽ, पगला कहीं का।

दारात उभ्या असलेल्या मुलींची हसून हसून पुरेवाट झाली.

१३

सुधानं नागरकाकांच्या अंगाला सुगंधी तेल चोळलं. त्यानंतर त्यांना न्हाणीत नेऊन उटणं लावलं. अंगावर पाणी ओतून परत सुगंधित साबणानं त्यांचं अंग धुतलं. केसाला शाम्पू लावून डोकं धुतलं. नागरकाकांचं अभ्यंगस्नान पूर्ण झालं. त्यांनी दिवाळीसाठी सुनेनं आणलेले नवीन कपडे घातले.

सुधानं त्यांना फराळ दिला; त्यानंतर नागरकाकांच्या आवडीचा चहा!

सुधानं आज सकाळी लवकर उठून स्नान केलं. त्यानंतर देवपूजा आटोपली व चिन्मयला उठवलं. त्याला अभ्यंगस्नान घालून दूध पाजलं. सासरेबुवांचं सर्वकाही आटोपल्यानं आता ती घरातल्या इतर कामांकडे लक्ष द्यायला मोकळी झाली होती.

सदानंदला कंपनीच्या कामामुळे यंदा दीपावलीला घरी येता येणार नव्हतं. तसं त्यानं सुधालाही कळवलं होतं. पुढच्याच महिन्यात त्याची मुंबई ब्रँचला बदली होणार होती. कंपनीनं आपल्या कर्मचारी, अधिकाऱ्यांसाठी बांधलेल्या कॉलनीत त्याला फ्लॅट मिळाला होता. त्याच्या फर्निचरचं काम सुरू होतं. ते लवकरच माळ्यावरची जागा सोडून तिकडे राहायला जाणार होते. तशी ही दिवाळी त्यांच्यासाठी आनंदाचा कुंभ घेऊनच आली होती.

सुधानं पाळण्यात झोपलेल्या चिन्मयच्या अंगावर दुपटं टाकलं व ती म्हणाली, ''काका, मी जरा मार्केटमध्ये चाललेय. लगेच येते. चिन्मयवर लक्ष ठेवा.''

नागरकाका खुर्चीत बसून आजचं वर्तमानपत्र चाळत होते. त्यांनी होकारार्थी मान हलवली.

सुधानं आपली पर्स, एक कापडी पिशवी घेतली व ती बाहेर पडली. ती जिन्याच्या पायऱ्या उतरून खाली आली. माळ्याच्या तोंडाला काही लहान मुलं फटाके वाजवीत होती. त्यांच्या बाजूने ती फुले मार्केटच्या दिशेने पुढे झाली. समोरून दोन इसम मयताचं सामान घेऊन येत होते. आज दीपावलीच्या दिवशीच कुणाच्या घरात दुःखाचा डोंगर कोसळला असेल! सुधाला वाईट वाटलं. ती झपाट्याने चालू लागली.

मयताचं सामान घेऊन आलेले इसम माळ्यात शिरले. फटाके वाजविणारी पोरं अचंब्याने एकमेकांकडे पाहू लागली. इकडे तिकडे पाहात ते इसम जिन्याच्या पायऱ्या चढून पहिल्या माळ्यावर आले. वटनात पालकराची शांता उभी होती.

''नागर कुठं राहतात?'' त्या इसमांपैकी एकानं शांताला विचारलं. मयताच्या घरी जसा दंगा-धोपा होतो, तसं माळ्यात काहीच दिसून येत नसल्याने ते इसमही बुचकाळ्यात पडले होते.

''सातव्या माळ्यावर जा.'' शांतानं सांगितलं व ती धावतच आपल्या घरात शिरली. ''आई, नागरकाकाच्या घरात काय झालं गं? मयताचं सामान घेऊन दोन माणसं वर गेली!''

''काय तरीच काय दोडा! आता तर त्येंची सून खाली जाताना मी बघितली!'' सखूनं सांगितलं.

''अगं, गळ्याची शप्पथ तर...! ती माणसं आताच वर गेली!'' शांतानं आपल्या गळ्यावर हात ठेवला.

तिघी मायलेकी लगबगीनं बाहेर आल्या. वटनात उभ्या राहून वरचा कानोसा घेऊ लागल्या. मोरीत चूळ भरून साधू पालकरही बाहेर आला व जिन्याच्या पायऱ्या चढू लागला.

'कोण?', 'कधी?' माळ्यात कुजबुज सुरू झाली. सगळ्यांच्या नजरा त्या अनोळखी इसमांकडे लागल्या होत्या. थोर-मोठी, कळती-सवरती पोरं त्यांच्या पाठून गेली. सामान आलं म्हणजे त्या इसमांना काही विचारणंही चुकीचंच होतं.

''नागर का?'' दोघांपैकी एका इसमानं विचारलं.

''होऽ,'' दरवाजासमोर खुर्चीत बसलेल्या नागरकाकांनी आपल्या हातातलं वर्तमानपत्र बाजूला ठेवलं. ते थरथरत्या अंगानं उठले. चौकटीत आले.

''हे सामान कुठं ठेवू?''

नागरकाकांनी त्यांच्याजवळच्या सामानावर नजर टाकली. सामान पाहून त्यांच्या अंगावर काटा उभा राहिला. ते पुटपुटले, ''मयताचं सामान!''

तोपर्यंत माळ्यातले अनेकजण तेथे येऊन पोहोचले होते. त्यामध्ये बाबूही होता. तो पटकन पुढे झाला. ''छेऽ, भलतंच काय! तुमचा काहीतरी गैरसमज झाला

आहे. तुम्ही चुकीच्या ठिकाणी आला आहात.''

बाबूनं त्यांना पाठीमागे खेचलं.

''अहो पण...'' त्यातला एक इसम बोलण्याचा प्रयत्न करू लागला.

थरथरत्या अंगानं नागरकाका पाठीमागं फिरले. ते खुर्चीत बसू लागले. त्यांच्या छातीत कळ आली. ते तसेच खुर्चीत कोसळले. खुर्ची कलंडली. बाबूराव व इतर पोरं पुढे धावली. त्यांनी उलटलेली खुर्ची सरळ करून नागरकाकांना सावरलं. उचलून खुर्चीत ठेवलं. नागरकाकांची मान लटकी पडली होती. एकूण परिस्थिती पाहून सर्जा घोडगावकरानं आतल्या रूममधून पाणी आणलं. त्यांच्या तोंडावर शिपडलं, पण उपयोग झाला नाही. त्यांचा श्वास बंद झाला होता.

''बंडू, नागरकाकांना मी पाठीवर घेतो. हात दे,'' बाबू जवळजवळ ओरडलाच.

बंडू तत्परतेनं पुढे झाला. बाबूनं नागरकाकांना पाठीवर घेतलं व तो बाहेर आला. ''कुणीतरी पळा पुढं. टॅक्सी थांबवा. नागरकाकांना हॉस्पिटलला न्यायचं आहे!'' बाबूनं आवाज दिला.

दोन-तीन पोरं जिन्याकडे धावली. पाळण्यात ठेवलेला नागरकाकांचा नातू रडू लागला. बंडूनं उचललेलं पाऊल थांबलं. त्यानं चिन्मयला उचलून कडेवर घेतलं. तो त्याला शांत करू लागला.

माळकऱ्यांनी बाबूला बाजू दिली. त्याच्या पाठोपाठ जितेंद्र नारगावकर, मंगेश नार्वेकर, दामजी ढेकणे माळ्याच्या पायऱ्या उतरू लागले. त्यांना पटकन टॅक्सी पकडून नागरकाकांना रुग्णालयात न्यायचं होतं.

''सामानाची ऑर्डर कुणी दिली?'' बंडूनं त्या इसमांना विचारले.

''नंदू पालकर...'' दोघांपैकी एकानं चिठ्ठीवर लिहून घेतलेलं नाव वाचलं.

''शंभर रुपये ॲडव्हान्स पण दिला आहे.'' इतर नातेवाइकांना फोनवर कळवून मी येतो. तुम्ही पुढे चला, असं सांगितल्याची माहितीही त्यांनी दिली.

नुकताच पायऱ्या चढून आलेला नंदू माणसातून वाट काढीत पुढे येत होता. त्याला आपलं नाव बोर्डावर आल्याचं पाहून मोठा धक्का बसला. 'आयला, ही काय नसती बिलामत उपटली!' असं पुटपुटत तो पुढे आला व त्या इसमांसमोर उभा राहिला. त्यानं त्या इसमांना विचारलं, ''मला ओळखता?''

''नाही.'' त्या दोघांनीही एकदमच सांगितलं.

''अरेऽ मीच तो नंदू पालकर! मग तुम्हाला माझं नाव कुणी सांगितलं?''

नंदूचं बोलणं काळजीनं भरलेलं होतं. बंडूसह सर्वजण भांबावून गेले होते. तो कोण असावा, असा प्रश्न प्रत्येकाला पडला होता. नंदूनं त्या इसमांना त्यांना ऑर्डर देणाऱ्या माणसाचं वर्णन विचारलं. त्यांनीही ते बयाजवार सांगितलं. मग मात्र बंडू निकमाच्या तोंडातून उद्‍गार बाहेर पडले, ''संतोष पिंपरकरच हाऽ!''

१४

रामभाऊ घडवेचा भाऊ शामराव लालबाग परिसरात एका कपडा मिलमध्ये कामाला होता. दत्ता सामंत यांनी पुकारलेल्या ऐतिहासिक संपानंतर अनेक मिल्सची धुराडी बंद पडली होती. मात्र, अजूनही काही मिल आपल्या अस्तित्वाची लढाई लढत होत्या. त्यांपैकीच एका मिलमध्ये तो काम करीत होता. तो डिलाईल रोडवरच्या गाववाल्यांच्या खोलीवर राहायचा. पूर्वी तो रामभाऊकडेच राहायचा; पण रामभाऊंना जागा कमी पडू लागल्यानं त्यांनी त्याची सोय गाववाल्यांच्या खोलीत केली होती. मात्र, अलीकडे रामभाऊ माळ्यात एकटे पडत चालले होते. जवळचं, हक्काचं असं एखादं माणूस जवळ असावं, असं त्यांना वारंवार वाटू लागलं होतं. त्याबाबत त्यांनी आपली बायको, पोरांशी खलबत करून दसऱ्याच्या दिवशीच शामरावला परत आपल्याकडे राहायला आणलं होतं.

रामभाऊचं घर दोन खोल्यांचं होतं. तो सातव्या मजल्यावर राहायचा. त्यांना तसं टेरेस सोयीचं होतं. पण शामराव टेरेसऐवजी चौथ्या माळ्यावरच्या गच्चीत झोपायला जायचा. शामरावाला एक वाईट सवय होती. तो रात्री-बेरात्री उठायचा व एखाद्या पोराच्या अंथरुणात घुसायचा. पोराच्या तोंडावर एक हात ठेवून दुसऱ्या हातानं त्याची चड्डी काढायचा व आपली कामवासना भागवून घ्यायचा. पोराचं ढुंगण भगभगायचं. ते पोरगं दुसऱ्या दिवशी गच्चीत दिसायचं नाही. शामरावला पुरुषांचंही वावडं नव्हतं. त्याची ही खोड माळ्याला चांगलीच माहीत होती; त्यामुळे त्याच्या वाऱ्याला कोणीही जायचं नाही. शिवाय तो रामभाऊसारख्या वजनदार माणसाचा भाऊ असल्याने तोंड दाबून बुक्क्याचा मार असल्यासारखीच स्थिती व्हायची.

शामराव माळ्यात परत आल्यानंतर त्याच्या या विशेष गुणानं उचल खाल्ली होती. काल रात्री तो मंगेश नार्वेकरच्या अंथरुणात घुसला होता; पण त्यानं मंगेशच्या तोंडावर हात ठेवण्यापूर्वीच मंगेश जागा झाला. त्यानं शामरावला ठोसा लगावून दूर सारलं होतं. मंगेश 'कोण?', 'कोण?' असं ओरडत असतानाच शामराव तत्परतेनं आपल्या बिछान्यावर झोपला होता!

आज पोरं तयारीतच झोपली होती. माळकऱ्यांनी दसऱ्यानिमित्त सोनं लुटलं होतं. त्यासाठी त्यांनी आपट्याच्या झाडाच्या मनगटासारख्या जाड फांद्या आणल्या होत्या. त्याचं गच्चीत सार्वजनिक पूजन केलं होतं. त्यानंतर मोठ्या फांद्यांवरच्या छोट्या छोट्या फांद्या काढून त्याचं माळकऱ्यांमध्ये वाटप केलं होतं. आपट्याच्या पानांनी दसऱ्याच्या शुभेच्छा सोनेरी झाल्या होत्या! आपट्याची ती काखहात लांबीची

दांडकी अजूनही गच्चीत एका कोपऱ्यात पडून होती. दांडक्यांवर कुठंतरी राहिलेली पानं झडली होती, बारकुळ्या फांद्याही सुकल्या होत्या. पोरांनी आपट्याचे तेच तुकडे आपल्या कुशीत घेतले होते व ते 'त्या' प्रसंगाची वाट पाहात होते!

रात्री शामराव उठला. त्यानं लोकांवर नजर टाकली. सर्वजण गाढ झोपेत होते. मात्र, त्याच्यापासून थोड्याच अंतरावर झोपलेल्या मंगेश नार्वेकरच्या अंगावरची चादर बाजूला घसरली होती. त्याच्या गोऱ्यापान मांसल मांड्या उघड्याच होत्या. शामराव मंगेशजवळ गेला. खाली बसला व मंगेशच्या मांड्यांवर हात फिरवू लागला. नंतर त्यानं स्वत:ची चड्डी काढून लुंगी वर केली व तो मंगेशच्या जवळ झोपला. हळूहळू तो मंगेशच्या चड्डीची नाडी सोडू लागला.

"धरा रंऽऽ याला!" अचानक मंगेश ओरडला.

मंगेशच्या ओरड्यानं शामरावही उठू लागला. तोवर मंगेशनं त्याला पटकन लाथ मारली. शामरावचा तोल जाऊन पाठीवर उताणा पडला. तोपर्यंत तयारीत असलेला मंगेशचा आतेभाऊ व इतर पोरं उठली. त्यांनी शामरावला गच्च धरला अन् अंगावर रक्त फुटेपर्यंत त्याला आपट्याच्या दांडक्यांनी बदडला. तो गुरा-ढोरासारखा ओरडत नागडाच रामभाऊच्या घराकडे पळत गेला. रामभाऊनं त्याला रात्रीच हॉस्पिटलला ॲडमिट केलं व पोलीस ठाण्यात तक्रार दिली. कालपर्यंत रामभाऊला वचकून असलेली पोरं आज बाबू आगाशेच्या कळपात गेली होती; त्यामुळे ती रामभाऊच्या काळ्या यादीत होती. त्याला पोरांना चांगलाच इंगा दाखवायचा होता. अनायासे ही संधी चालून आली होती.

पोलीस व्हॅन रात्रीचीच माळ्याला लागली. पोरांना अटक झाली. ज्यांना अटक झाली नव्हती ते चालत पोलीस ठाण्यात गेले. फौजदार बिरनाळेनं रामभाऊसमोरच पोरांना दमात घेतलं, "कुणी कुणी त्याला मारलं?"

पोरं एकासुरात ओरडली, "आम्ही सगळ्यांनी त्याला धरलं व बदडलं!"

बिरनाळे चपापला. इतक्या उघडपणे आपला गुन्हा कबूल करताना गुन्हेगारांना तो प्रथमच पाहात होता. हा अनुभव त्यालाही नवीनच होता. रामभाऊही सावरून बसला.

"का मारलं?" बिरनाळेचं कुतूहल चाळवलं.

"काय करणार साहेब! हा दररोज पोरांच्या अंथरुणात घुसतो. त्यांची ढुंगणं मारतो साहेब. मग आम्ही काय करणार?" नंदू पालकर पोटतिडकीनं बोलला. सगळ्या पोरांनी माना डोलावल्या.

बिरनाळेला किळस आली. रामभाऊचा चेहरा खर्रकन उतरला.

"काय हे रामभाऊ, तुमचा सख्खा भाऊऽऽ! अन् असं करतो? आश्चर्य आहे."

"साहेब, त्याचं जुनं रेकॉर्ड तपासून बघा!'' दिलीप चाफेकरनं सांगितलं.

रामभाऊच्या अंगावर काटा आला. तो खुर्चीतून उठून ताडकन उभा राहिला. "तसं काही असेल तर मी हात जोडतो तुम्हाला!'' रामभाऊनं पोरांना चक्क हात जोडले. "साहेब, मी माझी एनसी परत घेतो. पोलीस ठाण्यात येऊन मीच चूक केल्यागत वाटतं. हे असं काही असेल, याची कल्पना नव्हती मला!''

बिरनाळे गालात हसला. त्यानं पोरांना तत्काळ सोडून दिलं.

रामभाऊच्या डोळ्यांत पाणी उभं राहिलं. काय सांगायचं, कसं समजवायचं या भावाला! त्याचं लग्न केल्यानंतर त्याच्या याच खोडीनं त्याची बायको काही दिवसांतच माहेरी पळून गेली! ती परत आलीच नाही. बायकोवरही हाच प्रयोग? घरातल्यांनी तरी कोणत्या तोंडानं तिला परत आणायला जायचं? त्यानं गणपतीत मिलमध्ये एका भैय्याला धरला. तर सगळ्या भैय्यांनी मिळून त्याला ठोकला. गाववाल्यांच्या खोलीवरही याच तक्रारी. तर इथं हे! माणसात विकृती असते, पण इतकी भयानक?

विरोधी कंपूचे म्हणून रामभाऊनं माळ्यातल्या पोरांना पोलीस ठाणं दाखवलं; पण या प्रसंगाला तोंड देण्याऐवजी पोरांनी शामरावचा जागेवरच खून केला असता तरी परवडलं असतं, असा विचारही रामभाऊच्या मनात चमकून गेला. पोलीस ठाण्याच्या पायऱ्या उतरता उतरता रामभाऊनी शामरावला हॉस्पिटलमधून डिस्चार्ज मिळाल्या मिळाल्याच त्याची हकालपट्टी करण्याचा निर्णय घेतला.

१५

'...ऐक सांगते गुपित जपलंय रे, कुणी माझ्या मनात लपलंय रेऽ!' या ओळी गुणगुणत शोभानं स्टोव्हवरचा तवा पकडीनं उचलून बाजूला ठेवला. तिनं कान पिरगाळल्यागत स्टोव्हची पिन पिरगाळली. 'फस्स्' असा आवाज होऊन स्टोव्हची वात विझली. तिनं भिंतीशेजारी पाटावर बसलेल्या मेहुण्याकडे पाहिलं व गुलजार हसली. गोरख लाजला अन् कसंनुसं हसला. त्यानं पारूकडे पाहिलं. 'काय करू मी?' त्याची अगतिक नजर विचारीत होती. पारूच्या जिवाची घालमेल झाली.

लग्नानंतर पहिल्या दिवाळीला जावयानं सासुरवाडीत फराळाला यायचं, असा रिवाज. तसा निरोप संतू निकमानं आपल्या जावयाला दिला होता. तो त्याच्या जावयानं पाळला. गोरख दिवाळीसाठी पार्वतीसह माळ्यात आला. निकम नवराबायकोनं त्याचं काळीज भरून स्वागत केलं. त्याच्यामुळे त्यांची थोडी तरी का होईना, लाज वाचली होती. घटनेला पदर एक असला तरी धागे अनेक होते.

जावयाच्या आगमनानं हारूची तारांबळ उडाली. त्याचं कसं कोडकौतुक करावं हेच तिला कळत नव्हतं. त्याच्याबरोबर असलेली तिची लेक पारू कांजीवरम साडीत खुलून दिसत होती. सासरच्या मंडळींनी तिच्या अंगावर घातलेले दागिने आभाळातल्या चांदण्यांसारखे चमकत होते. बोटावर दुधाचा थेंब घेऊन दुधाचा दर्जा जोखणाऱ्या हारूला आपली लेक राजाची राणीच वाटत होती.

शोभानंही गोरखचं स्वागत हसूनच केलं असलं, तरी हा माझा होणारा नवरा होता, हा सल तिच्या काळजात करटी करून बसला होता. तो वरचेवर ठणकत होता. शोभाच्या हसण्याला प्रत्युत्तर करताना गोरखला तसं जड गेलं होतं. ठरलेलं लग्न मोडून आपल्या [illegible] पळाली होती [illegible]; ही [illegible] त्याच्या मनात घट्ट बसली होती. त्यालाही ती डाचत होती. मात्र, पारू समोर आल्यानंतर त्याच्या काळजात गारवा निर्माण होत होता. शोभा जणू काही घडलंच नाही, अशा थाटात त्याच्यासमोर वावरत होती. गोरख हा तर पुरुष होता. आपण तरी पडत्या फळासारखं खालमानेनं कशासाठी वावरायचं? हा प्रश्न गोरखच्या मनात वारंवार उठत होता; पण पारू समोर आली की, त्याचा सगळा निर्धार गळून जात होता. उगाच नसती ब्याद नको म्हणून त्यानं शोभाला जितकं जमेल तेवढं टाळायचंच ठरवलं होतं! पण शोभा संधी मिळेल तेव्हा त्याच्याशी बोलण्याचा, त्याची थट्टा करण्याचा प्रयत्न करीत होती. गोरखचं वागणं, बोलणं, बसणं, उठणं, त्याचबरोबर त्याचा पुरुषी थाट तिला मनापासून आवडला होता. अजूनही तिला वाटत होतं की, हा आपलाच आहे! अन् आपली बहीण जर आडवी आली नसती, तर त्यात काय अवघड होतं? बहिणीनंच सगळा लोचा केला! पारूनं त्यांना लग्नाला ठाम नकार द्यायला हवा होता, असं तिला राहून राहून वाटत होतं.

गोरखबरोबर ठरलेलं लग्न मोडून शोभा आपल्या याराबरोबर पळून गेली. त्यावेळी त्या यारानं शोभाला आपण आपल्या गावी जात असल्याचं सांगितलं होतं; पण प्रत्यक्ष गावी न जाता ते तालुक्याच्या ठिकाणी एका लॉजवर उतरले. त्यांनी तिथं एकमेकाच्या मिठीत आठवडा काढला. कासावीस झालेल्या मनाची, शरीराची शांती केली. त्यावेळी त्यांचं जग वेगळंच होतं. अधूनमधून ते गळ्यावर हात ठेवून आयुष्यभर एकमेकाला साथ सोबत करण्याची शपथ घेत होते. एकदाची पेटलेली गात्रं सैल झाली. तेव्हा पुढे काय करायचं; हा प्रश्न आला.

''जवळच माझं गाव आहे. मी जातो अन् घरच्यांना विश्वासात घेतो.'' त्यानं शोभाला सांगितलं.

''मीसुद्धा तुझ्याबरोबर येते.''

''नको. अगोदर आई-बाबांचा अंदाज घेतो; नाहीतर ते सरळ अंगावरच यायचे. त्याचा तुलाच त्रास होईल.''

"अन् ते जर नाही म्हटले तरऽऽ?"

"आपण देवळात नाहीतर सरकारी कचेरीत लग्न करू. त्यात काय इतकं मोठंसं!" त्यानं तिला आधार दिला.

"तू परत कधी येशील?"

"संध्याकाळी."

"येशील ना?" तिच्या मनात उगीचच शंकेची पाल कचकचली.

"मी तुझ्या गळ्याची शपथ घेतलेय. इतकाही विश्वास नसेल तर मी जातच नाही." तो खट्टू झाला.

"तसं नाही रेऽऽ! भीती वाटते."

"इतकं भ्यायचं होतं, तर तू मला या फंदातच का पाडलंस?" त्यानं प्रतिप्रश्न केला. ती निरुत्तर झाली. क्षणभर थांबून ती म्हणाली, "उल्हास, पळून येण्याची आयडिया फक्त माझीच होती का?"

उल्हास हसला. "खुळाबाय, टाळी एका हातानं वाजत नाही; मीही आहे तुझ्यासोबत." त्यानं आपलीही जबाबदारी उचलली. त्यानं पुढे विचारलं, "मग, जाऊ मी?"

"जा; पण लवकर परत ये," ती कोमेजली. "मी दिलेले दागिने, पैसे कुठं आहेत?"

"हे काय, बॅगेत आहेत." त्यानं काखेतली छोटी बॅग दाखवली.

"ते कशाला घेऊन जातोस?" ती सटपटली.

"हिथं तरी ठिऊन काय करायचं? अगं, लॉजवर लोकांना लुबाडण्याच्या अनेक घटना घडतात. त्यासाठी माझ्या होणाऱ्या बायकोनं अडचणीत येऊ नये असं माझं मत आहे."

ती चूप झाली. तिनं थोडं थांबून विचारलं, "अन् त्यांनी मला एकटीला पाहून काही केलं तर...!"

तो तिच्या जवळ आला. तिच्या पाठीवरून हात फिरवला. "जीव घेईन एकेकाचा!" तो क्षणभर थांबला व पुढे म्हणाला, "कोणी आलं तरी तू दार उघडू नकोस."

त्यानं तिचे ओठ ओठात घेतले. गालाचे मुके घेतले. तिला मिठीत घेऊन तो क्षणभर नि:स्तब्धपणे तसाच उभा राहिला. थोड्या वेळाने तो गेला. तिनं दाराला कडी घातली. ती अंथरुणावर पडली. सातत्यानं घडलेल्या जाग्रणानं तिला गाढ झोप लागली.

संध्याकाळ झाली होती. दारावर थाप मारल्याचा आवाज आला. ती गडबडीनं उठली. अंगावरचे कपडे ठीक केले.

“कोण आहे?” तिनं विचारलं.

“मी उल्हासचा चुलता, बाळासाहेब!” बाहेरून आवाज आला.

तिनं भीतभीतच दार उघडलं. दारासमोर विजार, शर्ट, डोक्यावर टोपी अशा पेहरावातला एक इसम उभा होता. त्याच्याबरोबर लॉजचा रूमबॉयपण होता. इसम आत आला. कॉटवर बसला. दार उघडं ठेवून शोभा दाराजवळच भिंतीला अंग टेकून उभी होती. इसमाच्या डोळ्यांत पाणी उभं राहिलं. त्यानं ते खांद्यावरच्या तांबड्या टॉवेलच्या शेवानं पुसलं. शोभा गडबडली. हा माणूस आल्या आल्या का रडतो आहे, हेच तिला कळेना.

“पोरी [illegible] कशाला या भंपकाबर पळून आलीसऽऽ? अगंऽ, तो का चांगला हाय का!” बाळासाहेबांनी एका दमात सगळं सांगून टाकलं.

शोभाचे पाय लटपटले. तिच्या अंगाला कंप सुटला. घशात आवंढा दाटून आला.

“त्यानं घरच्यास्नी न विचारता सवरता अगोदरच एक लग्न केलंय. ती पोरगी असते तिच्या माहेरात. तिचं दुखलं-खुपलंही पाहात नाही हा! याला याच्या बापानंही घरातनं हाकलून दिलाय अन् तू हे काय केलंस, बाळा!” बाळासाहेबाचा कंठ परत दाटून आला.

शोभाच्या डोळ्यांतून घळाघळा पाणी वाहू लागलं. बाळासाहेबानं स्वत:चं, शोभाचं डोळं पुसलं. तिच्या पाठीवरून हात फिरवला व पुढं सांगू लागला, “आजचंच उदाहरण घे. तो माझ्या घरी आला. मी घरात नव्हतो. तर माझ्या बायकोजवळ तुझ्याबद्दल सांगितलं. तिच्याजवळ हजार रुपये दिले. तुला तुझ्या घरी पाठवण्याचा निरोप ठेवला अन् निर्लज्जासारखा कुठं भयाकारीपणे निघून गेला. कुठं शोधायचा त्याला?”

शोभानं बाळासाहेबाच्या खांद्यावर मान टाकली व ती हमसून हमसून रडू लागली. त्याच्याही डोळ्यांतून धारा लागल्या. त्यानं आपले डोळे पुसले अन् तो कशीबशी तिची समजूत काढू लागला. त्यानं काय, कसं घडलं हे सगळं तिच्याकडून समजून घेतलं.

“माझं बारा तोळ्यांचं दागिनं व पाच हजार रुपये त्याच्याकडे आहेत.”

“मग तो तुला कुठला सापडतोय गंऽ!”

“मी काय करू काका?” शोभा काकुळतीला आली.

“मी तुला पोलीस ठाण्यात जाण्याचा सल्ला दिला असता; पण आज ज्या परिस्थितीत तू उभी आहेस ती पाहता तेही योग्य होणार नाही. तुझं लग्न ठरलंय. जर तुझ्या होणाऱ्या सासरकडच्या मंडळींना ही गोष्ट माहीत झाली नसेल, तर तुझं भलं होईल. पोलीस ठाण्याला जायचा सल्ला देऊन मी त्यात कोलदांडा घालणार नाही. उगाच आयुष्याचं वाट्टूळं करून घेऊ नगसं रं बाळाऽ!” बाळासाहेब काकुळतीला आले.

“काका, मी कशी परत जाऊ? घरच्यांना काय सांगू?”

“त्याची काळजी तू करू नकोस. मी स्वत: तुझ्याबरोबर येतो. सगळं बयाजवार करतो. माझंच इकडून तिकडून एखादं नातं जोडता येतं का पाहतो!” बाळासाहेबानं हमी दिली.

त्याच दिवशी शोभानं लॉज सोडलं. लॉजचं भाडंही बाळासाहेबानीच भरलं. शिवाय लॉजच्या पावत्या तिच्या हातात ठेवीत सांगितलं, “जर पोलीस ठाण्यात फिर्याद करण्याची वेळ आलीच, तर ह्या तुझ्या उपयोगाला येतील.”

बाळासाहेबाच्या रूपानं शोभाला देवमाणूस भेटला होता. आहे त्या कपड्यावर ते तिच्याबरोबर मुंबईला आले. तोपर्यंत खूपच उशीर झाला होता.

“माझा पुतन्या असला म्हणून काय झालं? आता तू इथल्या का होईना; पोलीस ठाण्यात जायला हरकत नाही.” बाळासाहेबांनी सल्ला दिला.

बाळासाहेब परत निघाले. त्यांना परतीच्या प्रवासाला देण्यासाठी शोभानं खंडूकडून पाचशे रुपये घेतले; पण त्यांनी ते घेण्यास नकार दिला. तिच्या आग्रहाखातर ते काही काळ त्यांच्याकडे थांबले. तिथंच अंघोळ केली. जेवले व परत निघाले. शोभाचे डोळे पाण्यानं भरले. त्यांचे डोळेही पाणावले. त्यांनी ते कसे तरी पुसले अन् चालू पडले.

त्याच दिवशी शोभानं नंदू पालकरला मदतीला घेतलं व ती उल्हासवर तक्रार दाखल करायला पोलीस ठाण्यात गेली; पण पोलीस दाद द्यायला तयार नव्हते. ‘गुन्हा आपल्या क्षेत्रात घडलेला नाही’, असं त्यांचं म्हणणं होतं. गुन्ह्याची सुरुवात मुंबईतूनच झाली, गुन्ह्यातली माणसंही मुंबईचीच आहेत हे नंदू त्यांना परोपरीनं समजावून सांगत होता; पण पोलीस त्याचं ऐकायला तयार नव्हते. शेवटी नंदूनं बाबूरावला फोन लावला. घडलेली घटना त्याला थोडक्यात कथन केली. अर्थात, बाबूला ती माहीत नव्हती, अशातला भाग नव्हता! बाबूनं स्थानिक आमदाराला गाठलं. मग आमदाराचा पोलीस ठाण्याशी संपर्क...! त्यानंतर त्याच रात्री पोलिसांनी शोभाची तक्रार शिवाय तिचं स्टेटमेंटही घेतलं. या काळात नंदू तिच्यासोबत सावलीसारखा उभा राहिला.

शोभाच्या डोक्यात अनेकदा हा इतिहास पिंगा घालायचा; पण तरीही तिचं मन म्हणायचं, जर बहीण लग्नाला तयार झाली नसती, तर हा नवरा मलाच मिळाला असता. मी मुंबईत वेळेवर पोहोचले होते!

पारू शोभाची नसन् नस ओळखत होती. तिला बहिणीच्या बेदरकार वृत्तीची भीती वाटत होती. आपल्या नवऱ्याच्या पाठी लागताना ती खूपच आक्रमक होत आहे, हे बघून ती कमालीची घाबरली होती. आपलीच बहीण आपल्याच संसारात बिब्बा कालवनार असंच तिला वाटत होतं. शोभाचं गोरखकडे पाहून सिनेमाची गाणी

म्हणणं, हसणं पारूच्या काळजात खिळे ठोकत होतं. तिनं याबाबत आपल्या आईला सांगितलं होतं. हारूनेही शोभाला चांगलंच झापलं होतं; पण ती नुसतीच हसली होती. 'मी काय करावं, न करावं हे सांगणारे तुम्ही कोण?' असाच तिच्या हसण्याचा एकंदरीत भाव होता.

बंडूलाही शोभाचं वागणं पसंत नव्हतं. पण, त्याचा विचार करायला आई-बाबा समर्थ होते. म्हणूनच त्यानं या घरनाट्यापासून स्वत:ला अलिप्त ठेवलं होतं. बंडू घरात असताना बहिणी-बहिणींची जुगलबंदी रंगायची. ती मात्र तो मस्तपैकी एंजॉय करायचा.

गोरखकडे पाहात शोभानं 'तस्वीर तेरी दिल में, जिस दिन से उतारी है।' ही 'माया' सिनेमातल्या गाण्याची लकेर फेकली. पारू खलबत्त्यात मसाला कुटीत होती. तिनं दाणकन बत्त्या खाली आपटला अन् शिवी हासडली, "ए रांडऽ, कशानं इतकी खळीला आलीयास? तो माझा नवरा आहे हे माहीत आहे नव्हं तुला!"

"अगं, तो तर माझा. पहिल्यांदा माझा. मग तू चोरलास!" शोभानं पारूला ढोसणली.

पारूला राग सहन झाला नाही. ती उठली व तिनं शोभाच्या झिपऱ्याला हात घालून त्या जोरात ओढल्या. दोघींची दणकादणकी सुरू झाली. दंगा उसळला. हारू तसेच दंगा ऐकून आजूबाजूच्या आलेल्या माळकरनी मध्ये पडल्या व दोघींना बाजूला सारलं. गोरख गपगुमान हा तमाशा पाहात होता.

"रांडऽ, परत तू माझ्या नवऱ्याला असं काही बोल तरीऽ!" अंगावरची साडी सरळ करीत पारूनं दम भरला.

"अगं जा. उगाच तेंबडा करू नकोस. त्यानं तुला पसंत केली नव्हती; मला केलेली. विचार त्याला!" शोभाने गोरखकडे हात केला व ती पुढे म्हणाली, "उचलपुची मेली!"

"तसं होतं तर मग कशाला, हेपलून घ्यायला याराबरोबर त्याच्या गावापर्यंत गेली होतीस?" पारू ओरडली. तिनं आपली कपड्यांची बॅग काढली. भराभरा आपले, आपल्या नवऱ्याचे कपडे बॅगेत टाकले. मोरीत जाऊन तोंडावर पाण्याचा सपकारा मारला. दोरीवरच्या टॉवेलनं खसाखसा तोंड पुसलं व त्याच तिरीमिरीत कपाळावर टिकली लावली. तिनं बॅग उचलली अन् ती नवऱ्याला म्हणाली, "चला ओ आपल्या घरी."

गोरखनं पायात बूट घातला. हारू फाफलली. तिला काय करावं हेच कळत नव्हतं. पारूच्या हाताशी झटून, तिच्या हातातली बॅग काढून घेण्याचा प्रयत्न करीत काकुळतीला आलेली हारू म्हणाली, "अगंऽ, थांब. कशाला तिच्या नादी लागतेस? एडझवं हाय हे तुला दिसत न्हाय का?"

आजूबाजूच्या आयाबायांनी पारूला समजवण्याचा प्रयत्न केला; परंतु पारूनं कुणालाच धूप घातली नाही. तिनं बॅगेची मूठ घट्ट पकडली.

"ऐक माझं!" हारू काकुळतीला आली.

"ही अवदसा घरात असेपर्यंत या घरात मी पाणीही पिणार नाही." पारूनं स्पष्ट शब्दांत सुनावलं व आईच्या आर्जवाला भीक न घालता ती बॅग घेऊन बाहेर पडली. तिच्या पाठोपाठ गोरखही चालू लागला.

१६

माळ्यावर जागोजाग छोटे छोटे फटाके वाजत होते. त्यांच्या आवाजानं चोरपावलानं माळ्यात प्रवेश करणारी रात्र घाबरत होती व कुणाला न दिसता हळूहळू पुढे सरकत होती. फटाके फोडणाऱ्या पोरांच्या ते लक्षात येत नव्हतं. ती वटनातल्या लाइटच्या उजेडात अनार पेटवण्याच्या मूडमध्ये होती.

दिवाळीचे राहिलेले किंवा मुद्दाम राखलेले फटाके फोडण्याचा दिवस म्हणजे तुलसी विवाहाचा. थोड्याच वेळात तुळशींची लग्नं लागणार होती. त्यानंतर भूमिगत झालेला फटाक्यांचा आवाज पुढच्या वर्षीच्या दिवाळीलाच उमटणार होता.

कमळा जायकरनीनं कोळीवाड्यातून तुळस विकत आणली होती. तिच्यासाठी तुळशी वृंदावन बांधण्याची आवश्यकता नव्हती व त्यासाठी जागाही नव्हती. कमळानं तुळशीचा डबा चौकटीशेजारी वटनात ठेवला होता. तुळशीच्या लग्नासाठी चिंचा, आवळाही आणला होता. न विसरता हळद-कुंकू घेतलं होतं. तांदळाला हळद-कुंकुवाचे हात पुसून अक्षता तयार केल्या होत्या. त्याशिवाय पानं, सुपारी, विडे व हिरव्या बांगड्याही आणल्या होत्या.

भटजींची वानवा असल्याने माळ्यातल्या तुळशींची लग्नं चंदू चोरगे लावणार होता. गणपतीत भाजलेला चंदू या निमित्ताने बाहेर पडणार होता. मुंबई नावाच्या या महानगरीत आज हजारो तुळशींची लग्नं होणार होती. त्यात सोन्याच्या चमच्यानं तीर्थ पिणाऱ्या तुळशीही होत्या. अशा ठिकाणचे लग्न सोहळे सोडून कोणता भटजी अनवाणी चालत चाळीतून फिरणार होता! बरे, मुंबईत भटजींची अशी एखादी गल्ली किंवा आळी नव्हती की, तिथं जाऊन भटजी मिळतोय का पाहता येईल किंवा त्यांचे दर काढता येतील! जे कोणी ओळखीपाळखीचे भटजी होते, त्यांच्या सुपाऱ्या अगोदरच ठरलेल्या असायच्या. ही मुंबई आहे. दोन माणसं सांगतात हा भटजी आहे; म्हणून त्यांना आपण भटजी म्हणायचं, हेही तितकंच खरं होतं. जिथं

शेजाऱ्याची ओळख वर्षानुवर्षे होत नाही तिथं भटजीची काय कथा! लोकांची ही समस्या हेरून चंदू चोरगेनं काही मंत्र पाठ केले होते. अशा विधींची क्रिया माहीत करून घेतली होती. तो माळ्यातल्या पूजाही वाचायचा. इतर धार्मिक विधी पार पाडायचा. कधीकधी त्याला बाहेरचं निमंत्रणही असायचं. लोक तो भटजी आहे म्हणून त्याच्या पायावर मोठ्या भक्तिभावानं डोकं ठेवायचे. कधीतरी एखाद्याला त्याच्या दारूचा वास आला तर चंदू म्हणायचा, "आम्ही बरे; थोडंसं पुण्याकडे घसरलात तर तिथं भटजी मटन चापलतानाही तुम्हाला दिसतील!"

तुलसी विवाहासाठी जायकरानं ऊस खरेदी केले होते. संपूर्ण ऊस उभे केले तर ते मजल्यापर्यंत पोचणार खोलीत म्हणून वाढं वाढं शिल्लक ठेवून खालचा रसदार पेरांचा भाग तोडण्यात आला होता. दिवसभर पोरांनी, पोरींनी तसंच गणपतनं दोन-दोन पेरी करीत संपूर्ण ऊस खाऊन संपवले होते.

तुळशीच्या आंतरपाटासाठी त्यानं पेटीतलं पांढरंधोट धोतर काढलं होतं. पोरींनी ते सकाळीच धुऊन सुकवलं होतं. चंदू चोरगेनं कुंकवात बोट भिजवून त्यावर स्वस्तिक चिन्ह काढून दिलं होतं.

चंदू चोरगे आला. कमळा हळद-कुंकू, हिरव्या काचेच्या बांगड्या, चिंचा, आवळा, पानाचे विडे, सुपारी, प्रसादासाठी लाह्या, कुरमुरे, बाळकृष्ण ठेवलेलं ताट घेऊन बाहेर आली. शेवंतानं आंतरपाट आणला. गणपत जायकर तुळशीच्या डब्याभोवती उसाच्या वाड्याची जुडी उभी करू लागला. घाटावरच्या या ऊसमामाला कोकण्या मुंबईत आज भलताच भाव आला होता.

१७

दिवाळीच्या मोक्यावर शिवडी, घाटकोपर, लालबागपासून रंगभवनपर्यंत मुंबईच्या काही इरसाल भागांत तमाशांचं पीक भरात आलं होतं. तमाशातल्या कला, लीला, रंभा, मेनका मुंबईकरांना भुलविण्यास सज्ज झाल्या होत्या. कधीतरी पाहिलेली, बाईनं नऊवारी कासोट्यामध्ये घुंगराच्या तालावर मारलेली गिरकी काळजाला तिडा देत होती.

आज रंगभवनला तमाशा होता. गणपत जायकराला तमाशाला जायचं होतं. त्यानं गोट्याला तिकिटं आणायला सांगितली होती. जायकराच्या या तमासगिरीवर घरातल्या पोरी, सदा, गजा फिदीफिदी हसत होते. 'बघून बघून काय बघतात तर तमाशा! अरे, जरासं डोळे उघडून नीट सिनेमाकडे पाहा. हेमा मालिनी, रेखा,

डिंपल, श्रीदेवी, मनिषा कोईराला, माधुरी दीक्षित, ऐश्वर्या रॉय, करिना कपूर यांसारख्या सौंदर्यवती कशा एका लाइनमध्ये उभ्या आहेत! तुमच्या तमाशातल्या नाचीला यातल्या एकीची तरी सर येईल का?' अशीच त्यांची धारणा होती.

जायकर त्यांना प्रत्युत्तर द्यायचा, 'सिनेमासारखं बुळं गाणं बघण्यापरास मी दोन गल्लास जास्त मारून मस्तपैकी झोपून जाईन!'

गणपतला चित्रपटात अजिबात इंटरेस्ट नव्हता. पडद्यावर सुंदर सुंदर कपड्यातच काय; बिनकपड्याची बाई जरी उभी केली तरी तिला तमाशाच्या फडात उभी राहून काळजाला चिमटा काढणाऱ्या बाईची सर येणार आहे का? तमाशाला जायचं म्हणून तो सकाळपासून कामात गढला होता. आज त्यानं भांडणतंटा न करता सगळं काम पार पाडलं होतं. कमळानं अगदी एखाद्या कामाला 'हात लावू नका' म्हणून सांगितलं तरी गणपत ते करीत होता. गणपतचा आजचा आविर्भाव पाहून कमळा गोड हसायची अन् पोरींना म्हणायची, 'बघा, बघाऽ, म्हाताऱ्याच्या टाळक्यात तमासगिरनीनं कसा फ्योर धरलाय त्योऽ!'

कमळाच्या चिमट्यानं जायकराच्या विचाराची लिंक तुटायची. तो जायकरनीवर खेकसायचा, "गप तुझ्या मायला!'

दोघांमधल्या संवादाला पोरी हसायच्या.

गोट्या व गणपतनं दोन-दोन घास पोटात ढकलले. गणपतनं विजार व त्यावर पैरण घातली. डोक्यावर टोपी अडकवली. खांद्यावर तांबडा टॉवेल टाकला अन् दोघे भराभर जिना उतरू लागले.

त्यांनी थिएटरबाहेर पानपट्टीवर पानाचे तोबरे भरले. आता तमाशाला यायचं तर बिनपानाची त्याला रंगत ती कशी येईल? ते थिएटरात आले. रंगभवन गच्च भरलं होतं. थिएटरात शिट्ट्या, टाळ्या, मोठ्यानं बोलण्याच्या आवाजानं गोंगाट वाढला होता. त्यांनी त्यातही स्वत:ला जागा करून घेतली. जागेवर बसताना गोट्यानं जोरदार शिट्टी मारली.

सिनेमाचं पचपचीत पाणी पिताना असा गावरान मेवा थोडाच ओरबाडायला मिळतोय? काथ्या बाजार, लोखंड बाजार, दवा बाजार, कपडा बाजारांसह सर्व मार्केट विभागांतील तमाशाचे दर्दी थिएटरात हजर होते. त्यात माथाडी कामगारांचा भरणा मोठा होता. सर्रास पब्लिकचे ओठ पानाच्या तोबऱ्याने लाल झाले होते. अजून तमाशा सुरू झाला नव्हता, तरी पब्लिकच्या टोप्या अधूनमधून वर उडत होत्या. पब्लिकच्या आशाळभूत नजरा स्टेजवर सोडलेल्या पडद्यावर खिळल्या होत्या.

पडदा वर गेला. शिट्ट्या, टाळ्यांचा गजर झाला. गण सुरू झाला. आराध्य दैवताला, पठ्ठे बापूरावाला व मायबाप पब्लिकला नमस्कार करून तमासगीर आत गेले. नंतर स्टेजवर गौळणीची झंगडपकड रंगली.

मथुरेच्या बाजाराला निघालेल्या गवळणींना पेंद्यानं अडवलं होतं. पैरण, विजार घातलेल्या एका दणकट गड्यानं 'मावशी'चं सोंग घेतलं होतं. त्याच्या नाकाखाली जाडजूड मिशा होत्या. त्यानं आपल्या डोक्यावर साडीसारखा टॉवेल पसरून पदरासारखा त्याचा शेव हातात पकडला होता. त्याच्या पाठीमागे गवळणींचा तांडा उभा होता. ही दणकट, रानवट मावशीच गवळणींची म्होरकी होती. मथुरेच्या बाजाराच्या वाटेवर असलेल्या या गवळणींची वाट अडवून पेंद्या मावशीला विचारीत होता, "काय गं म्हातारे, तुझ्या माठात काय हाय?"

"हालव्वाऽऽ!" मावशीनं शरीराला गचका मारून सांगितलं.

पेंद्यानं आपला कान हलवून नीट ऐकू आलं नसल्याचं सांगितलं.

मावशी त्याच्याजवळ गेली. त्याच्या कानाला आपल्या ओठांचा चंबू लावला. मावशीच्या मिशांचा झुपका पेंद्याच्या कानाला लागून तिथं गुदगुल्या झाल्या. पेंद्या थरथरला. मावशी त्याच्या कानात जोरात ओरडली, "हालव्वाऽऽ!"

पेंद्यानं आपल्या टांगेत हात खुपसले अन् तो मावशीला म्हणाला, "मावशे, इतक्या पब्लिकसमोर मला जमायचं नाही. तूच दाखव हलवून!"

पेंद्याच्या कॉमेंटवर पब्लिकमध्ये हास्याचा कल्लोळ झाला. थिएटरच्या कानाकोपऱ्यातून शिट्ट्यांचे आवाज घुमले. गणपत हसत हसत गोट्याला म्हणाला, "आसं झणझणीत पाहिजे बघ. मायला मावशी पण रगील अन् पेंद्या पण बारा बोड्याचा!"

गोट्यानं मान डोलावून त्याला संमती दिली.

१८

दिवाळीच्या सुट्टीत पोरं पतंग उडवायची. जी अगदीच लहान होती, त्यांची वावडी वटनात, गच्चीत फडफडायची. पोरगं वावभर धागा ढिला सोडायचं व पुढे पळायचं. त्याच्यामागून पतंग हेलकावं खात धावायचा. इतर पोरं 'तान्या, जोरात पळ... पळऽ पळऽऽ!' अशी ओरडायची. मग तान्याला पळताना जोर यायचा. त्याच्यापेक्षा मोठी पोरं गल्लीतलं चलन-वलन सुरू होईपर्यंत तेथे धिंगाणा घालायची. बऱ्याच वेळा पतंगाचा मांझा पादचाऱ्यांच्या पायात अडकायचा किंवा हवा न मिळाल्याने खाली आलेला पतंग त्यांच्या पायाशी लोळण घ्यायचा. कदाचित तो मला त्या द्वाड पोराच्या कचाट्यातून सोडव, असं साकडं घालत असावा! जी शहाणी-सुरती, कळती-सवरती पोरं होती, ती आझाद मैदानात पतंग घेऊन जायची.

मैदानावर चाललेल्या क्रिकेटच्या डावात मांझा लुडबुड करायचा. काहीजण गिरगाव चौपाटी, वाळकेश्वरपर्यंत पतंगाचा दोरा न्यायचे. वर आभाळात उडणारा पतंग पाहून अरबी समुद्रही तोंडात बोटं घालायचा. पण वारं पडलं की, तोच पतंग तोच अरबी समुद्र गपकन गिळायचा; खाणावळींची जवानी, उत्साह, स्वप्नं गिळणाऱ्या स्टोव्हच्या दाहगतच! पतंग पडलेल्या जागी दिसायच्या त्या मोठमोठ्या समुद्राच्या लाटा!

माळ्यातल्या पोरांना क्रिकेटचं मोठं वेड होतं. सकाळचं पाणी भरल्यानंतर एक-दोन चपाती चुरडून ते आझाद मैदानात बॅट-बॉल घेऊन घुसायचे. चेंडूशी मस्ती करताना अंगा-खांद्यावर घाम पाझरायचा. घाम तापल्या उन्हाला आव्हान द्यायचा. 'कितीही तापव; पण मी आटणार नाही' असा त्याचा हट्ट असायचा. कंटाळा येईपर्यंत, अंग चांगलं रगडून होईपर्यंत पोरं खेळायची. त्यांना पोटातल्या भुकेची तमा नसायची. त्यातूनही भुकेची जाणीव झालीच तर ज्याच्याकडे पैसे असतील ते पोरगं पोरांना आइसकांडी, पाणीपुरी किंवा वडा-पाव चारायचं. डाव पुढे सुरू व्हायचा. घरातल्या कामात खंड पडल्याने खाणावळी आदळआपट करायच्या. पोरांच्या नावे चार शेलक्या शिव्या भिंतीवर आपटायच्या.

माळ्यातली पोरं लहान लहान बैदुलानंही खेळायची. गदीभोवती वेगवेगळ्या रंगाचे बैदुल पडलेले असायचे. फज्ज्यावर असलेलं पोरगं हातातला बैदुल नेम धरून गदीभोवती असलेल्या बैदुलांवर मारायचं. मारलेल्या रेषेच्या पुढे बैदुल गेले तर पटकन पुढे धावत यायचं व जिंकलेले बैदुल, तसेच न जिंकलेले दोन-तीन बैदुलही पटापट उचलून खिश्यात घालायचं! त्यावरूनही वादविवाद झडायचे.

पोरांचा सुट्टीतला आणखी एक आवडता खेळ होता. माळ्यात जेवायला येणाऱ्या अनेक जेवणाऱ्यांच्या खांद्यावर टॉवेल व डोक्यावर टोपी असायची. एखादं पोरगं धावत पुढे यायचं व त्याला चौकात थांबवायचं अन् उगीचच हे कसं? ते कसं? असले काहीही संदर्भ नसलेले प्रश्न विचारायचं किंवा किती वेळ झाला? तुम्ही जेवायला कुठे आहात? असलेही प्रश्न असायचे. जेवणारा बोलण्यात गुंतलेला पाहून दुसरं पोरगं पाठीमागून यायचं व गुपचूप त्याच्या टॉवेलमध्ये किंवा टोपीत चिमटा अडकवायचं. त्याची चाहूल लागून जेवणारा पाठीमागे फिरेपर्यंत टॉवेल किंवा टोपी वर खेचली जायची. थोडा वेळ हवेत राहून ती खाली आलेली पाहून जेवणारा ती धरायला धावायचा. तोपर्यंत ती परत वर खेचलेली असायची. असा खेळ खूप वेळ चालायचा. चिमट्याला काळा धागा बांधलेला असल्याने तो कोणत्या मजल्यावरून सोडलाय हे कळायचं नाही. पोरंही एकावर एक ठेवलेल्या उतरंडीच्या मडक्यासारखी पहिल्या मजल्यापासून तिसऱ्या, चौथ्या, पाचव्या मजल्यापर्यंत उभी राहायची अन् खाली पाहून हसायची. त्यावरच्या मजल्यावरही हा खेळ हौसनं

पाहणारे वटनाच्या कठ्ठ्यावर कोपर व कोपरावर हनुवटी टेकवून खाली पाहात असायचे; त्यामुळे दोरा नेमकं कोण हलवतंय हे कळणं अवघड होऊन जायचं. माळ्यातल्या खाणावळ्या, खाणावळे, त्यांच्या पोरं-पोरी वटनात उभे राहून जेवणाऱ्याची उडालेली ही त्रेधा-तिरपीट मोठ्या आनंदाने पाहायचे. हसायचे. टाळ्या वाजवायचे. तो जेवणारा आपला आहे, हे कधीतरी एखाद्या खाणावळीच्या लक्षात यायचं. ती वरूनच बोंब मारायची, ''आरं भाड्यानूंऽ, त्यो माझा खाणावळा हाय नवं का!''

दोरा हळूच खाली सुटायचा. टॉवेल, टोपी चौकात पडायची. दोरा कुठून खाली आला ते कधीच कळायचं नाही. टोपी, टॉवेलचा मालक आपली वस्तू पटकन [illegible] व [illegible] आपल्या खिशात ठेवायचा. ती मिळाल्याचं सुख त्याच्या चेहऱ्यावर ओसंडून वाहायचं.

सुट्टीच्या कालावधीत एस. एस. सी.पर्यंतची पोरं गिरगाव चौपाटीवर अंघोळीला जायची. नागवी अंघोळ करताना त्यांना मजा वाटायची. नागवं असलेलं पोरगं मुद्दाम उताणं झोपायचं. पाण्याची आलेली लाट त्याला अचूतं वर उचलायची. इरुळा, पाणकणीस यासारखे नदी, तलाव, विहिरीतील पाणसाप पाण्यातून तोंड बाहेर काढून वीतभर उंच उभे राहतात. अशा सापांसारखीच पाण्यानं अचूतं उचललेल्या पोराची बुल्ली वर दिसायची! दुसरी पोरं त्याच्याकडे पाहून दंगा करायची. चौपाटीवर एखादा ड्युटी हवालदार असेल तर तो आपला दंडुका उचलून पोरांच्या पाठी लागायचा. नागवी पोरं एका हातात कपडे पकडून वाळकेश्वराच्या बाजूला भन्नाट पळायची. बाबुलनाथ आपला डोळा काना करून पोरांकडे पाहायचा. पोरं आपल्या बाजूला न येता वाळकेश्वराकडच्या बाजूला धावल्याचं पाहून तो हळूच सुटकेचा सुस्कारा सोडायचा.

९९

संतोष पिंपरकराचा पराक्रम नागरकाकांच्या मृत्यूस कारणीभूत ठरला होता. त्याला पोलिसांनी अटक केली. नंदू पालकरलाही पकडलं; पण नंदूनं त्यामध्ये आपला कोणताही हात नसल्याचं सिद्ध करून दाखवलं. शिवाय मयताचं सामान घेऊन येणारे इसम, सामान देणारा दुकानदार यांनीही संतोषला ओळखलं; त्यामुळे नंदू सहीसलामत सुटला. बाबू, बंडू आदींची गँगही त्याच्या पाठीमागे खंबीरपणे उभी राहिली. माळ्यातल्या सगळ्या खाणावळी, इतर कुटुंबांनी संतोषचा शिव्याशाप देऊन उद्धार केला. त्यांचा थट्टा, मस्करी, गंमत याला विरोध नव्हता; पण त्यालाही

कुठंतरी मर्यादा आहेत, सीमा आहेत असं सर्वांचं मत होतं. अशी घटना घडावी, तीही दिवाळीसारख्या आनंदाच्या सणादिवशी; याचं त्यांना तीव्र दुःख झालं होतं. संतोषसारख्या सुशिक्षित माणसानं इतक्या खालच्या पातळीवर उतरणं माळकऱ्यांना भावलं नव्हतं. लग्न झालेला, प्रापंचिक जबाबदारी असलेला माणूस असं काहीतरी अवचाकल्यासारखं करू शकतो याचंच त्यांना आश्चर्य वाटत होतं. मग या सुशिक्षित व निव्वळ वाढतो म्हणून वाढणाऱ्या हुडम्यात फरक तो काय राहिला?

संतोषच्या अटकेनं रेखा पिंपरकरीन हवालदिल झाली होती. जगन्नाथ पिंपरकराला काय करावं कळत नव्हतं. अतीव दुःख होऊनही दगडू मात्र कंपनीत कामाला जात होता. ती त्याची नवीन नोकरी असल्यानं जगन्नाथनंच त्याला घरी न थांबण्याचा सल्ला दिला होता. मेघनाचं वैवाहिक जीवन संतोषच्या अतर्क्य वागण्याच्या काळ्या ढगांनी झाकोळून गेलं होतं. आपल्या नवऱ्याच्या हुबलाकपणाचं तिला राहून राहून आश्चर्य वाटत होतं. इतक्या शिकलेल्या माणसाची सदसद्विवेकबुद्धी कुठं गहाण पडते हे कोडं तिला सुटत नव्हतं. जावयाला अटक झाल्याचं कळल्यानंतर सासू, सासरे तातडीने घरी आले होते. आईच्या कुशीत डोकं ठेवून मेघना वारंवार रडत होती. तिला पुढे सगळाच अंधार दिसत होता. रेखाचं डोंगराएवढं दुःख पाहून कमळा जायकरीनही तिच्याजवळ दोन घटका बसून तिची समजूत काढीत होती.

रामभाऊ संतोषला जामीन मिळवून देण्याची खटपट करीत होता; पण पोलिसी खाक्यापुढे संतोषनं नांगी टाकली. पोलिसांचे चार फटकेही तो सहन करू शकला नाही. त्यानं आतापर्यंत आपण कोणकोणते गुन्हे केले याची कबुली दिली. त्यात शिवजयंतीच्या पैशाचा केलेला अपहार होता. अर्थात शिवजयंतीला गोळा केलेल्या वर्गणीचे कोणतेही रेकॉर्ड संतोषकडे राहिले नव्हते; त्यामुळे पोलिसांना या केसमध्ये तसा दम वाटत नव्हता. मात्र, तिथं जाणारा चिमणराव सोन्नर हा पोलीस अधिकारी कोण, हे पोलिसांनाच कळत नव्हतं. गेल्या दहा वर्षांत सोन्नर नावाचा कोणताही पोलीस अधिकारी पोलीस ठाण्याच्या रेकॉर्डवर नव्हता. तसंच पोलीस विभागात इतकी वर्षे काम करूनही पोलीस ठाण्यातील कुणी हे नाव कधी ऐकलं नव्हतं! त्यामुळे पोलीसच बुचकाळ्यात पडले होते. संतोषनं माळ्यात घडलेल्या बलात्कार प्रकरणाची माहितीही पोलिसांना दिली. बलात्कार प्रकरणातले फोटो, कॅमेरा नंदूकडे होता. तो कॅमेरा परत देत नव्हता; त्यामुळे नंदूला धडा शिकवण्यासाठी अन् एक गमतीचा भाग म्हणून संतोषनं नागरच्या घरी मयताचं सामान पाठवलं असल्याची जबानी दिली होती!

बलात्कार; तोही दोन स्त्रियांवर व मार्केटसारख्या भरगच्च लोकवस्तीत! पोलीस ठाण्याचे कान ताठ झाले. सुधीर मिरचीकर, सर्जा घोडगावकर, भागू रोंगे, दिलीप चाफेकर, बंडू निकम, नंदू पालकर, मंगेश नार्वेकर, सदा जायकर इतकंच

काय कानिफसारख्या अपंग पोराच्या गळ्यातही फास आवळू लागला. संतोष पिंपरकरला अटक झाल्यानंतर तिसऱ्या दिवशीच सकाळी पोलीस गाडी माळ्याला लागली. सगळी तरणीताठी पोरं अटकेत गेली. जे गुन्ह्यात होते ते व ज्यांचा गुन्ह्याशी काडीमात्र संबंध नव्हता, अशांनाही अटक झाली. माळ्याचं धाबं दणाणलं. केलेलं पाप कितीही झाकलं, कुठंही गाडलं तरी ते पाठ सोडीत नाही, हे माळ्याला कळून चुकलं. पोलीस ठाण्यात ढुंगणावर बसलेल्या एक-दोन फटक्यातच पोरं भडाभडा सत्य ओकली. बिल्लू बादशहा, सुगंधा, मौजमजा करायला आलेलं पोरगं व त्या मुलीचा शोध सुरू झाला.

खाणापळ्यांनी बाबू आगाशेला हात जोडलं. त्याला आपली पोरं सोडवून आणण्याची गळ घातली. पोरं बाबूला मानणारी होती. त्यात क्रेडिट सोसायटीचे कर्मचारी होते, तसे उभरत्या नेत्याचे कार्यकर्तेही होते. बाबूनं विलंब लावला नाही. त्यानं आमदारांना गाठलं. त्याच्यासोबत सुभानजीसह माळ्यातल्या लोकांचं भलंदांडगं शिष्टमंडळ होतं. त्यात स्त्रियांचा भरणा मोठा होता. ज्यांचा गुन्ह्यात सहभाग नाही, त्यांना तरी सोडण्यात यावे, यासाठी काही महिलांनी तर चक्क आमदाराचे पायच धरले! एकगठ्ठा दोन-अडीचशे खोल्यांच्या मतदानाचा प्रश्न होता. माळकऱ्यांबरोबर स्वत: आमदार पोलीस ठाण्यात आले. आतापर्यंतच्या तपासात दोषी न आढळलेली पोरं बाहेर काढण्याबाबत चर्चा झाली. वकिलांची शोधाशोध झाली व चार दिवसांच्या पोलीस पाहुणचारानं शेकून निघालेली पोरं खालमानेनं माळ्यात आली. प्रत्यक्ष बलात्कारात सहभागी असलेले भागू रोंगे, सर्जा घोडगावकर, सुधीर मिरचीकर व प्लॅनची आखणी करून नियोजन करणाऱ्या दिलीप चाफेकर व संतोष पिंपरकरला जामीन मंजूर झाला नाही. नंदू पालकर, बंडू निकम, मंगेश नार्वेकर यांच्याकडे वस्तुनिष्ठ पुरावा असल्याचे तपासात पुढे आल्याने त्यांनाही जामीन नाकारण्यात आला.

संतोष तर दुहेरी गुन्ह्यात अडकला. हा मास्टर प्लॅन संतोष व दिलीप चाफेकरचाच होता, असा कबुलीजबाब सर्वच पोरांनी दिला. माळ्याची इज्जत जातेय, त्याचा माळ्यातल्या पोरीबाळींवर परिणाम होत आहे, असं सांगून त्यांनी आमची दिशाभूल केल्याची माहिती बंडू निकम व नंदू पालकरनं दिली. बिल्लू व मजा मारायला आलेल्या त्या पोराकडून उकळलेली रक्कम, सोनं-नाणं संतोषकडेच असल्याचेही त्यांनी सांगितले. बलात्कार प्रकरणात वापरण्यात आलेला कॅमेरा संतोषचा होता. सध्या तो नंदू पालकरच्या ताब्यात होता. बलात्काराचं प्रकरण घडल्यानंतर संतोष प्रचंड घाबरला होता. त्यानं प्रथम कॅमेरा आपला नसल्याची भूमिका घेतली व तो परत घेण्याचंही टाळलं होतं. नंतर त्यानं आपला विचार बदलला; पण नंदू पालकरनं त्याला ठेंगा दाखवला होता. नंदूनं कॅमेरा गटारात फेकून दिल्याची थाप मारली होती! उद्या काही भानगड उद्‌भवली तरऽ, हा बाबूचा सल्ला रास्त मानून त्यानं तो

आपल्याकडेच आबादानी ठेवला होता. नंदूनं ते फोटो डेव्हलप करून आणले होते. नंदू व त्याचे मित्रमंडळ त्या फटाकडीचे फोटोतले नग्न रूप नेहमीच पाहायचे. ही बाबही संतोषच्या कानावर आली होती; पण नंदू ती मान्य करीत नव्हता! त्यामुळे संतोष पिसाटला होता.

पोलिसांनी नंदूला चांगलाच चोप दिला. नंदूनं डेव्हलप केलेले फोटो, कॅमेरा व त्यातली फोटोफिल्म पोलीस ठाण्यात जमा केली. कॅमेरा ताब्यात घ्यायला पोलीस नंदूला घेऊन माळ्यात आले तेव्हाचं चित्र पाहण्यासारखं होतं. पोलीस गाडी माळ्याला लागली तेव्हा नंदूला ओळखणारे गल्लीतले लोक गाडीजवळ जमा झाले. ते कुतूहलानं नंदूला न्याहाळत होते. नंदूच्या हातात बेड्या होत्या. त्याला लोकांकडे पाहताना मेल्याहून मेल्यासारखं झालं होतं. शिवाय माळ्याच्या पायऱ्या चढताना नंदूच्या पुढे-मागे एक-एक हत्यारबंद पोलीस अशी तजवीज करण्यात आली होती.

माळ्यात आणल्या गेलेल्या नंदूचा चेहरा पाहण्यासारखा झाला होता. तमाम माळकरी वटनात उभे राहून त्याच्याकडे पाहात होते. आपल्या पोराला या स्थितीत पाहून सखू पालकरनीनं रडून हैदोस घातला होता. बायको-पोरग्याची ही अवस्था पाहून साधू पालकरच्या डोळ्यांतूनही पाणी गळत होतं! शालू, मालू व शांताच्या डोळ्यांचं पाणी तुटलं नव्हतं. गोमट्या हमसून हमसून रडत होता. उषा, गुजी व चंदू चोरगे पाचव्या मजल्याच्या वटनात उभे होते. ते पायऱ्या चढून वर आलेल्या नंदूला पाहात होते. नंदू हा बंडूचा जिवलग असल्याने त्याला खूप खूप वाईट वाटत होतं. उषाच्या डोळ्यांतून पाणी पाझरत होतं. त्याचे वगूळ गालावरून खाली सुटले होते. मात्र, ज्या पोरांना जामीन मंजूर झाला होता, ती पोरं परत पोलिसांच्या नजरेला पडू नये म्हणून आपआपल्या घरात लपून बसली होती!

पोलिसांना कॅमेऱ्याच्या कव्हरमध्येच कॅमेऱ्याच्या खरेदीची व वॉरंटीची पावती मिळाली होती. ती संतोषच्याच नावे होती! झालेला बलात्कार सिद्ध करण्यासाठी तो कॅमेराच महत्त्वाच्या भूमिकेत आला होता.

पोलिसांनी बंडू निकम व नंदू पालकरला न्यायालयासमोर उभं करून सात दिवसांचा पोलीस रिमांड घेतला होता. त्यानंतर त्यांना चांगलंच कुंबलून काढलं होतं. त्यांच्याकडून जितकी घेता येईल तितकी माहिती घेण्यात आली होती. बंडू व नंदू पालकर बिरनाळे फौजदाराला, पोलीस ठाण्यातल्या इतर अधिकाऱ्यांना वारंवार हात जोडत होते. यात आपला दोष नसल्याचे सांगत होते. निदान आपल्याला माफीचे साक्षीदार तरी करा, अशी विनवणी करीत होते.

बंडू निकम हा गुजी चोरगेचा होणारा जावई होता. तिच्या घरावर मरणकळा पसरली होती. गुजी चोरगेची उषा तर लग्नापूर्वीच रंडकी झाल्याच्या आविर्भावात

वावरत होती. आपल्या पोराला सोडवण्यासाठी संतू निकम जिवाच्या आकांतानं धावत होता, तर बंडूच्या आईनं हारूनं जेवणपाणी सोडलं होतं. ती अंथरुणाला खिळली होती.

बाबूराव, आमदार, सुभानजीनं केलेल्या अथक प्रयत्नांना यश आले. बंडू, नंदू, मंगेश नार्वेकरला जामीन मंजूर झाला. वाघाच्या गुहेतून सशांनी टुणटुण उड्या मारीत बाहेर यावं तसे तिघे बाहेर पडले. बंडू आपल्या आईच्या अंथरुणाजवळ आला. त्याचे डोळे डबडबले होते.

"आई, मी आलो."

अंथरुणातूनच तिनं हात पुढे केले. त्याला [illegible] घेतलं अन् ती हमसू हमसून रडली.

बंडू आल्याचं कळल्यानंतर गुजी चोरगे, चंदू चोरगेही त्याच्या घरी आले. आपला या प्रकरणाशी संबंध नाही, म्हणूनच पोलिसांनी आपल्याला सोडल्याचं बंडूनं त्यांना शपथ घेऊन सांगितलं. गुजीला आपल्या उषाच्या आयुष्यात प्रकाशाचा किरण दिसला. शोभाच्या कारनाम्याला कंटाळून घरातून बाहेर पडलेली पार्वतीही आली होती. तिचा सासरा ईश्वर पाटीलही इवायच्या घरी येऊन गेला.

नंदू पालकर बाहेर आल्याचं कळल्यानंतर रामभाऊ घडवे त्याच्याकडे आला. रामभाऊनं त्याला दम देत विचारलं, "तू तो कॅमेरा कशाला ठेवलेलास?"

"आबा, मी कॅमेरा परत देत होतो. त्यानंच तो घेतला नाही, यात माझी चूक काय?"

"फोडायचा होतास, जाळायचा होतासऽ!"

"म्हणजे मलाच दुसरा खरेदी करून द्यावा लागला असता त्याला!"

"अरे, पण आता त्या कॅमेऱ्यानंच घात केला ना!"

"त्याला मी काय करू? तो कॅमेरा परत घेत नाही, म्हणजे काहीतरी भानगड आहे हे कळल्यानंच मी तो स्वत:जवळ ठेवला. नाहीतर आता मी पण दाणीला गेलोच असतो ना!"

"आता तो गेला तो?"

"त्याची जबाबदारी मी का घेऊ? रक्कम त्यांनी खाल्ली, पोरीही त्यांनाच उपभोगायच्या होत्या! अन् आम्ही दोषाला धनी का म्हणून? म्हणजे झवायला सारा गाव अन् निस्तरायला नंदू पालकरचं नाव! वारं वाऽऽ!" नंदूनं रामभाऊला कोपरापासून हात जोडले व पुढे म्हणाला, "रामभाऊ, जा पळा...! तुम्हीही तसलेच."

नंदूच्या हल्ल्यानं रामभाऊचे होश उडाले.

१००

बलात्कार प्रकरणात पोरांना अटक होऊनही माळ्याचा दिनक्रम बदलला नव्हता. तो बदलूनही उपयोग नव्हता. एकतर फळ मार्केट, धान्य बाजारांसारखे विभाग बंद होऊन वाशीची वाट चालू लागले होते. त्यांच्याबरोबर कामगारही लुप्त होत होते. मार्केटमधल्या गुजराती, मारवाडी व्यापाऱ्यांनी आपल्या मुला-बाळांना धंद्याच्या ठिकाणी आणण्यास सुरुवात केली होती. ते गंडांतर अनेकांच्या पोटावर येत होतं. तर, रस्त्यावर छोटे छोटे टेंपो उतरल्याने माथाडी कामगारांच्या हातगाड्यांची चाकंही थांबू लागली होती; त्यामुळे जेवणाऱ्यांची संख्या घटत होती. अशावेळी तुरुंगात टाकलेल्यांसाठी खाणावळ बंद करून उपयोग नव्हता. प्रश्न इतरांच्या पोटापाण्याचा होता. दोन-तीन दिवसांचा दुखवटा करून खाणावळी परत आपल्या कामाला लागल्या होत्या!

पोरांना अटक झाल्यानंतर माळ्याच्या मालकानं खोल्या खाली करण्याबाबत सर्वांनाच नोटिस पाठवली होती. संकट चालून येतं, तेव्हा ते काळवेळ पाहात नाही, याची प्रचिती माळ्याला येत होती. ज्यांच्या घरातले अटकेत होते, त्यांना नोटिसीकडे लक्ष द्यायला वेळ नव्हता. तर इतरही नोटिस मिळाल्याने गोंधळून गेले होते. काही माळकऱ्यांनी चाळ कमिटी, तसेच पुढारी मंडळींची भेट घेतली होती. चाळ कमिटी, पुढारी मंडळींनी त्यांना माळा खाली होणार नाही, याबाबत आश्वस्त केलं होतं. शिवाय अशा नोटिसीकडे लक्ष देण्याची गरज नाही, हेही निक्षून सांगितलं होतं. जरी मालकानं काही आगाऊपणा केला, तरी प्रत्येकाचं एकशे ऐंशी चौरसफुटाचं घर कुठे गेलेलं नाही, हे ठामपणे सांगितलं होतं. मात्र, सध्या अटकेत असणाऱ्या पोरांना सोडवणं हा आपला प्राधान्यक्रम असल्याचं पालुपद त्यांनी लावलं होतं. प्रसंगाचं, घटनेचं एकंदरीत गांभीर्य पाहता माळकऱ्यांनाही त्यांचं म्हणणं पटत होतं.

दीपावलीच्या कडू-गोड आनंदाची झालर पांघरून तुळशीचं लग्न लागलं होतं. लाडू, करंज्या, खुडबुळी, भाऊबीज यात माळा मश्गुल झाला होता. दरम्यान, पंढरीच्या विठूरायाची कार्तिकी एकादशीही निघून गेली. टाळ, चिपळ्यांच्या आवाजात निघणारा 'विठ्ठल, विठ्ठल जयदेव हरीऽ!'चा गजर माळ्याच्या कानापर्यंत पोहोचलाच नाही. वडाळ्याच्या विठ्ठलानं मोठ्या अपेक्षेनं माणसांची सगळी रांग नजरेखाली घातली; पण त्याला रांगेत माळ्यावरचं एकही माणूस दिसलं नाही. माळ्याच्या दृष्टीनं शेअर बाजारातल्या भावासारखा आपला भाव कमी झाला की काय, अशी शंका त्याला चाटून गेली.

भाऊबीजेच्या साड्या एकमेकीला दाखवीत, त्यांच्या गुणवत्तेची चर्चा करीत खानावळींचे, त्यांच्या मुलींचे दिवस पुढे सरकू लागले. घाण्याच्या बैलासारखी त्याच मार्गावरून, वळणावरून माळ्याची वाटचाल सुरू राहिली. मध्येच सुभानजी अन् पालकरनीच्या शालूवर अक्षता पडल्या. दोन दिवस माळ्यात लग्नाची खमंग चर्चा रंगली. विशेषत: सुभानजीच्या बिजवरपणावरच जास्त जोर होता! माळ्यातल्या काही खाणावळींनी त्याला केळवण दिलं. सुभानजी बिजवर असला तरी तो आता आपल्याच माळ्यातला रहिवाशी होता. शिवाय पालकरनीची हयात माळ्यातच चालली होती. यानिमित्तानं तिचाही मान राखला जाणार होता. सुभानजी क्रेडिट सोसायटीचा संचालकही होता. ह्या कर्जासाठी त्याचा उपयोग नाकारता येत नव्हता.

लग्न झाल्यानंतर सुभानजीनं आपल्या जागी सोसायटीत शालूचं नाव लावण्यासाठी कागदपत्रे रंगवली. शासकीय कर्मचाऱ्याला बाकीचे उद्योग करता येत नाहीत, हा नियम आपल्या वाटेतील धोंड ठरेल अशी भीती त्याला वाटत होती! लग्नानंतर शालूनं खाणावळ घालायची नाही, आईच्या घरातही उगाच सारखं सारखं जायचं नाही असे सुधारित नियम त्याने तयार केले होते. त्याचं मात्र माळ्याला आश्चर्य वाटलं.

शालूच्या लग्नात पालकरनीच्या मालूचं डोळं मात्र राहून राहून भरलं होतं. दिलीप चाफेकरला अटक झाल्यानं तिच्या 'नजरलव्ह'लाच कुणाची तरी दृष्ट लागल्यासारखी झाली होती. घरातल्यांनी दोघांचं लग्न ठरवलं; पण अजून याद्या झाल्या नव्हत्या. लग्न आज ना उद्या होणारच होतं; त्यामुळे दोघांनीही नजरेचा खेळ सोडून एकमेकांशी बोलायला सुरुवात केली होती. तरी सखूनं तिला त्याच्याबरोबर बाहेर सोडली नव्हती! सुभानजीला घाई असल्याने बहिणी बहिणींची लग्नं लवकर होणार हे निश्चित होतं; त्यामुळे तिलाही आईच्या आडकाठीमध्ये जाचक असं काही वाटलं नव्हतं. दिलीप मात्र चांगलाच अस्वस्थ असल्याचं तिनं ताडलं होतं. पण प्रेमाची का असेना; फोडणी चांगली परतल्याशिवाय त्याला चव येत नाही, हे मालूही पक्कं जाणून होती; परंतु आता तो तुरुंगातच गेला होता. म्हणे, त्यानं पोरगी भोगली नाही; पण प्लॅन त्याचा होता! प्लॅन त्याचाच, हे सिद्ध करणं पोलिसांनाही अवघड जाईल असं त्याची बहीण हेमा म्हणत होती. ते दिलीपला पोलीस कोठडीतून बाहेर काढण्याचा जिवापाड प्रयत्न करीत होते. त्यासाठी मन्या चाफेकरनंही पायाला भिंगरी बांधली होती! मंडळी राजकारणी तशी पैसेवाली होती. त्यांना ते तसं अवघड दिसत नव्हतं. पण, मालूला हे कळत नव्हतं की, या सोंड्याला पोरगी भोगायची नव्हती, तर हा कसला प्लॅन तयार करीत होता? त्यापेक्षा तो एखाद्या रात्री आपल्याच अंथरुणात घुसला असता तर...! नुसत्या कल्पनेनंच तिच्या मांड्यांत हुळहुळ भरत होती!

दिलीप तुरुंगात असल्याने मालूला अन्नपाणी गोड लागत नव्हतं. त्यात

सखूनंही अचानक विपरीत भूमिका घेतली होती. मालूच्या अंगात प्रेमाचं रसायन ओतणारी आईच आज तिची समजूत काढीत होती. 'लग्नाअगोदरच कळलं ते बरं झालं बाळाऽ! नाहीतर एकदा अक्षता पडल्यावर तू काय करणार हुतीस? पण पोरगंच फलकं निघाल्यावर आपण तरी काय करणार!'

दिलीपचा या प्रकरणातला सहभाग किती, हे तिला कोणी सांगितलं नव्हतं; पण त्याला जामीन मंजूर झाला नाही, म्हणजे त्याचा त्यात मोठा सहभाग आहे, असं तिला वाटत होतं. लोक उलटसुलट बोलत होते. पोरीसाठी येणाऱ्या दुसऱ्या स्थळाला आडकाठी होऊ नये म्हणून सखूनं चाफेकरनीला लग्न मोडल्याचा निरोप पाठवला होता; त्यामुळे चाफेकरनीची चौकट समोरच्या पालकरनीच्या चौकटीकडे मारक्या म्हशीसारखी बघत होती. मध्ये दोन वटनं अन् एक चौक होता, नाहीतर तिनं सरळ धडकच घातली असती!

माळ्यात शालूचं लग्न झालं. दिवसभर स्पीकर कोकलले; पण पोरांचा, माळकऱ्यांचा उत्साह पार करपून गेला होता. प्रदीप कानकरच्या स्पीकरच्या तालावर नाचण्यात त्यांना जोश राहिला नव्हता. पोलिसांनी त्यांची कंबरडी ढिली केली होती. चार-चौघांत जाण्यापेक्षा आपलं घर भलं म्हणून पोरं आपापल्या घरात तळ ठोकून होती.

सुपंकरनीच्या अशोकला गुजी चोरगेच्या नातलगाची पोरगी देण्यात येणार होती; पण सुपंकरनीला घाई असली तरी ती चर्चाही कासवाच्या गतीनं चालली होती. गणपत जायकरानं अशोकला दारू पाजली तरी त्यानंतर अशोकनं दारूकडे ढुंकूनही पाहिलं नव्हतं. एकदा पोरगं बायकोच्या मिठीत गेलं, तर त्याला दारूची आठवणही राहणार नाही, असं तिला वाटत होतं. कमळा जायकरीनही सुपंकरनीच्या मागे हात धुवून लागली होती. तिला शेवंताला सुपंकरनीच्या घरात घालायची होती. त्यासाठी तिचा आटापिटा सुरू होता; पण ते घडत नव्हतं. अशोकवर एकदा अक्षता पडल्या की, अशोकच्या दारूबाबत शंका घेणाऱ्या शंकेखोरांनाही परस्पर उत्तर मिळणार होतं; पण अजून हेही घडत नव्हतं, म्हणून सुपंकरीन बेचैन होती.

बसंतीनं गजाला आता आपले संबंध संपल्याचं सांगितलं होतं. ही सध्याची माळ्यातली हॉट बातमी होती. बसंतीचा भाऊ डीवायएसपी झाल्यानंतर आपलं भविष्यही उज्ज्वल असेल, अशी स्वप्नं पाहणाऱ्या गजाला हा मोठा झटका होता. बसंतीच्या अंथरुणात गजा सापडल्यानंतर त्याला जायकर कुटुंबानं चांगलाच सडकून काढला होता. 'एका टी. बी. रोग्याच्या पोरगीशी जुगायला तुला लाज वाटत नाही का?' या शब्दांत कमळा जायकरनीनं गजाची हजेरी घेतली होती. ती बात बसंतीच्या कानावरही पडली होती. तेव्हापासून बसंती नुसती धुमसत होती. त्यानंतर तिनं गजाला आसपासही फिरकू दिलं नव्हतं. ही बातमी अलीकडेच बाहेर फुटली होती. दरम्यान, तिचा भाऊ डीवायएसपीची परीक्षा पास झाला. अन् कमळा जायकरनीच्या

तोंडाला पाणी सुटलं! तिला गजाची मैत्रीण बसंती योग्य वाटू लागली. त्यानंतर ती बसंतीच्या बापाच्या तब्येतीची चौकशी करायला म्हणून मुद्दाम दोन वेळा त्याच्या घरातही गेली! पण, बसंतीनंच तिला सांगितलं, 'जायकरनी, आता इकडं फिरकू नकोस. टी. बी. हा संसर्गजन्य रोग असतो; पण तो तुझ्याकडे फिरकणार नाही कारण त्यापेक्षा तू भयानक आहेस!' ही गोष्टही माळ्यात चर्चेचा विषय ठरली होती.

डीवायएसपी झालेल्या विजयनं बसंतीला अभ्यासावर लक्ष केंद्रित करायला सांगितलं होतं. त्याचं ट्रेनिंग पूर्ण झाल्यानंतर पोस्टिंगच्या ठिकाणी तो तिला स्वत:बरोबर घेऊन जाणार होता. त्याला तिचंही करियर घडवायचं होतं. बसंतीनं [illegible] असल्याचं सांगितलं होतं. तोपर्यंत त्यांनी आपली सोय करावी, हे सांगायला ती विसरली नव्हती.

हेळेकरच्या विश्वासला कोळीवाड्यातल्या पोरांनी सडकून काढल्याची बातमीही माळ्यात गाजत होती. कुणाच्या अध्यात-मध्यात नसणाऱ्या विश्वासचं तिथं एका मुलीबरोबर जुळलं होतं. तिच्या भावांनी त्याला आपल्या बहिणीपासून दूर राहण्याचा सल्ला दिला होता; पण त्या पोरीबरोबर विश्वास रंगेहाथ सापडला होता. त्यांनी विश्वासवर लाथा-बुक्क्या, फायटिंगचा मारा तर केलाच होता; पण त्याच्या उजव्या बरगड्यांच्या बाजूला चाकूचा वारही झाला होता. नशिबानंच तो वाचला होता. पूर्वी पोरीच्या भानगडीत असा एखाद्या पोराला मार पडला, तर माळ्यावरची बहुतेक पोरं गोळा होऊन त्याचा जाब विचारायला जायची. क्रिकेटची बॅट, स्टंप्स, हॉकी स्टिक्स्, एखाद्याकडे बांधकामावरची सळी, तर काहींकडे चाकूही असायचे. मग राडा व्हायचा. डोकी फुटायची. हळूच तलवारीही बाहेर निघायच्या. भानगडी पोलीस ठाण्यापर्यंत जायच्या. आता मात्र पोरं एखाद्याच्या अशा खाजेकडे लक्ष द्यायची नाहीत. माळ्याच्या इज्जतीपेक्षा त्यांना ही बाब व्यक्तिगतच वाटायची.

भागू रोंगेच्या अटकेनं तडेकरनीच्या घरात आनंदीआनंद झाला होता. शुभांगीनं तर देव्हाऱ्यापुढं नारळ वाढवून देवाला विनंती केली होती, 'भाड्याचं असंच वाट्टूळं वाट्टूळं होऊ दे!'

तडेकरीन तर गवताडकरांच्या खोलीत जाऊन मुद्दाम विषय काढायची, 'बघितलंत, लई माज आला तर काय हुतंऽ! बस म्हणावं आता बोंबलत भाड्याऽ!'

सोसायटीचं कामकाज जोरात चाललं होतं. माळ्यातली प्रत्येक खाणावळ सोसायटीची सभासद झाली होती. पोरी, जावई, खानावळींचे नवरेही सभासद बनले होते. कमावत्या पोरांनीही आपली खाती उघडली होती. बहुसंख्य जेवणाऱ्यांनी आक्काचा शब्द प्रमाण मानून सोसायटीत खातं उघडलं होतं. जसं जमेल तशी रक्कम खात्यावर जमा होत होती. सोसायटी हपापल्यासारखी रुपये गिळीत होती.

खाणावळ्या, त्यांच्या पोरी वरचेवर सोसायटीत यायच्या. एखादी खाणावळ बंडू, नंदूला विचारायची, ''त्या तमकीच्या खात्यावर किती रक्कम जमा हाय?''

''ही गोपनीय माहिती आहे. फोडली तर पोलीस केस होऊ शकते!'' बंडू, नंदू त्यांना सावध करायचे. पोलिसांचं नाव ऐकल्यावर खानावळींच्या काळजात धस्स् व्हायचं. बंडू, नंदू पुढं आणखी एक धमाका करायचे. ''काही थातूर-मातूर माहिती हवी असेल, तर नकद दोन हजार रुपये भरावे लागतील!'' असं म्हणायचे.

त्यांच्या उत्तरानं खानावळींचा चेहरा गोरामोरा व्हायचा. त्या फिस्कारायच्या, ''जा, नगं शिकवू मला!''

त्यांना नकार मिळाल्याचं फार वाईट वाटायचं नाही; पण शेजारणीच्या खात्यावर किती रक्कम आहे, हे न कळल्याचं दु:ख अतीव असायचं.

नागरकाकांचा मृत्यू झाल्यानंतर सदानंदची मुंबई ब्रँचला तातडीनं बदली झाली होती. कंपनीच्या कामकाजाबरोबर त्याच्या पोलीस ठाणे, न्यायालयात चकरा सुरू झाल्या होत्या. कंपनीने त्याला दिलेल्या फ्लॅटमधलं फर्निचरचं काम अर्धवट झालं होतं. तरीही त्याची पर्वा न करता तो आपल्या नवीन घरी राहायला गेला होता. असल्या हरामखोर, भंपक माळ्याचं तोंड परत पाहायचं नाही, असं त्यानं ठरवलं होतं! त्याचं माळ्यावर दोन खोल्यांचं घर होतं. कंपनीच्या फ्लॅटमध्ये गेल्यानंतर त्यानं ते विकलं. त्या खोल्या रामभाऊ घडवेनं खरेदी केल्या.

माळ्याची इमारत मोक्याच्या जागी होती. तिला आजच सोन्याचा भाव होता! त्याच्या पुनर्विकासाबाबत जोरदार हालचाली सुरू होत्या. एकदा पुनर्विकास झाला की, माळ्याचं रुपडं बदलणार होतं. पुनर्विकासाच्या या गुलकंदावर अनेकांचा डोळा होता; पण मालकच बिल्डर असल्याने तसा तो दुसऱ्यांच्या हातात जाऊ देणार नव्हता. याबाबत माळकरी अजूनही अंधारात चाचपडत होते. रामभाऊनंही त्याबाबत मौन पाळलं होतं. मात्र, आलेली संधी न डावलता होता होईल तेवढ्या माळ्यावरच्या खोल्या विकत घेतल्या, तर नवीन इमारतीत मोठी प्रॉपर्टी तरी हातात राहील हे गणितही तो गिरवीत होता. त्यासाठी त्यानं 'चमचम को-ऑपरेटिव्ह सोसायटी'ला कामाला लावलं होतं. तो त्या सोसायटीच्या संचालक मंडळावर होता.

सदानंद माळ्यातून बाहेर पडला, तेव्हा सगळी वटनं माळकऱ्यांनी फुलून गेली होती. एका चांगल्या कुटुंबावर ही वेळ यावी याचं दु:ख प्रत्येकालाच झालं होतं. मात्र, त्याला क्षणभर का होईना माळ्यात थांब असं म्हणण्याचं धाडस कुणाच्याच अंगात उरलं नव्हतं.

१०१

जगनचा धंदा माळ्याला डोकेदुखी झाला होता. माळ्यात आल्यापासून जगन माळ्यावरच्या काही ठरावीक पोरांना हप्ता म्हणून काही रक्कम द्यायचा. त्यापाठीमागे आपण बळकावलेल्या जागेबाबत कोणी बोंब मारू नये, ही भावना होती. शिवाय त्यानं माळ्यावरच्या खोल्यांचं भाडं वसूल करणाऱ्या दिवानजीलाही पटवलं होतं. त्याच्या खिशात काही पैसा कोंबून त्यानं त्याचं तोंड बंद केलं होतं. अलीकडे जगनचे तेवर बदलले होते. त्यानं हळूहळू पोरांना हप्ता देणं बंद केलं होतं. इथपर्यंत ठीक होतं; पण आता त्यानं माळ्यातल्या पोरांनाच आपल्या धंद्यात ओढण्याचे प्रयत्न सुरू केले होते. त्याच्या या 'इझी मनी'ला भुलून किती कुटुंबं बरबाद होतील, याचा काही नेम नव्हता. पैसा, पैसा करीत एखाद्या भाजीच्या देठासारखा माळाच बाजूच्या गटारात कधी कोसळेल हेही सांगता येत नव्हतं.

जगनच्या गोडाउनमध्ये तेलाचे डबे, नारळाची पोती दिसून यायची. त्यामध्ये चार-सहा चहाच्या खोक्यांचाही समावेश असायचा. कधीकधी वेगळ्याच डिझाइनचे, रंगाचे प्लायवुडचे खोकेही गोडाउनमध्ये यायचे. तिथं येणारा सगळा माल एक्स्पोर्टचा असल्याचं सांगितलं जायचं. तो माल कोणत्या देशात जातो, हे कुणालाच माहीत नव्हतं. शिवाय जगनकडून तेलाचे डबे घ्यायला किंवा नारळ स्वीकारायला त्याच्या कुठं नारळीच्या बागा किंवा तेलाच्या घाण्या होत्या? एखाद्या चिंधीचोरासारखा जगनचा माळ्यात प्रवेश झाल्याचं माळ्यानं पाहिलं होतं. आता त्याचा व्याप वाढला होता व त्याला विश्वासार्ह माणसांची आवश्यकता असल्याचं तो सांगत होता. तसा जगनचा जगनशेठ झाला, तरी आपण एवढ्यावरच समाधानी नसल्याचं तो म्हणायचा.

जगननं माळ्यातल्या या छोट्याशा गोडाउनमध्ये सुरुवातीला कापडाचे तागे ठेवले होते. त्यानंतर चहाची खोकी, तेलाचे डबे, याशिवाय इंग्रजीत लिहिलेल्या वेगवेगळ्या नावांची औषधांची खोकीही पोरांच्या नजरेला पडत होती. त्यातल्या काही खोक्यांवर पोरांनी आपलं नाक ठेवून हुंगलंही होतं; पण सगळं काही नॉर्मल असलं तरी जगन चोरटी अफू, चरस, गांजा, गर्द, ब्राऊन शुगर विकतो, अशी चर्चा पोरांत होत होती. अलीकडे जगननं मंगेश नार्वेकराला हेरलं होतं. मंगेशला बाप नाही. त्याच्यावर वचक ठेवणारं त्याच्या आईशिवाय घरात दुसरं कुणी दिसत नव्हतं. दुपारच्या जेवणाच्या वेळेत जगन त्याला आपल्या मारुती कारमधून दोन-तीन वेळा चांगल्या हॉटेलमध्ये घेऊन गेला होता. दीड हजार रुपये खर्चासही दिले होते. महागाईचा विचार करता तशी ही रक्कम मोठीच होती. जगननं मांजराची चाल

धरली होती. त्याच्यासोबत काम केलं, तर याच्यापेक्षाही अधिक रक्कम दरमहा मिळेल, अशी लालूच त्यानं मंगेशला दाखवली होती.

पोलिसांनी बलात्काराच्या केसमध्ये मंगेशची हाडं ढिली केली होती. तो मार नरकाची आठवण करून देत होता. त्याच्याजवळ मोठी डिग्री नव्हती. तरी एखाद्या धंद्यात इतके पैसे कसे काय मिळू शकतात, हा प्रश्न बंडू निकमानं त्याला विचारला होता. एखाद्या धंद्यात अगदी सहजपणे इतके पैसे मिळत असतील, तर प्रत्येकानं हाच धंदा केला असता, अशी पुस्तीही त्यानं जोडली होती; त्यामुळेच जगनच्या प्रस्तावानं मंगेश कमालीचा सावध झाला होता. त्यानं धंद्याची माहिती विचारली असता, जगननं अगोदर कामाला सुरुवात करण्याबाबत सुचवलं होतं. हळूहळू सगळं कळेल व तूही रुळशील, अशी मखलाशीही होतीच. जगनच्या भूमिकेनं मंगेशच्या मनातला संशय अधिकच बळावला होता.

बंडूनं ही बाब बाबूपर्यंत पोहोचवली होती. आज नाही तर उद्या जगनच्या प्रलोभनाला पोरं बळी पडणार होती. शेवटी किमया पैशाची होती; त्यापुढे भलेभले विकलांग ठरत होते. जगनच्या प्रतापामुळे बाबूचे हक्काचे कार्यकर्ते दूर होण्याची शक्यता नाकारता येत नव्हती. जगनची गोळीची भाषाही बाबू विसरला नव्हता. आज नाही तर उद्या टक्कर ही होणारच होती! माळ्याच्या मालकाकडून त्याचा दिवानजीही बाबूला भेटून गेला होता. त्यांना माळ्याचा पुनर्विकास करायचा होता. त्यामध्ये जगनचं गोडाउन हे अडचण ठरू नये असं त्यांचं मत होतं. त्यांना जगनला लीगल नोटिस देऊन उगाचच कायदेशीर स्वरूप आणायचं नव्हतं, माळ्याचा एक भाग बनवायचं नव्हतं. त्याचा बेकायदेशीर मामला परस्पर निपटायचा होता. मुंबईसारख्या शहरात हे राजरोस चालत होतं. त्यासाठीच त्यांना बाबूची मदत हवी होती! जगननं मंगेशवर जाळं टाकलं होतं. ती बातमी आणून बंडूनं बाबूच्या हातात आयतंच हत्यार दिलं होतं. ही बाब गंभीर असल्याचं बाबूनं बंडूला तिखट-मीठ लावून सांगितलं होतं. यापासून माळ्यातल्या पोरांना वाचवलं पाहिजे, माळ्यातल्या रहिवाशांना सावध केलं पाहिजे आदी बाबी सांगून त्याचा चांगलाच ब्रेनवॉश केला होता. या गंभीर गोष्टीची माळ्यात बोंबाबोंब केली, तरच माळकरी सावध होतील, असं बाबूनं सांगितल्यानं बंडूलाही आधार मिळाला होता. बंडू हे काम बिनबोभाट पार पाडणार याची बाबूला खात्री होती.

जगनच्या गोडाउनमध्ये येणाऱ्या मालाबाबत स्थानिक पोलीस ठाण्यात तक्रार करूनही फारसा उपयोग नव्हता. जो जगन पोरांवर इतके पैसे उधळतो तो पोलीस ठाण्याला उपाशी ठेवण्याची शक्यता कमीच होती. आमदार, नगरसेवकांचेही दरवाजे बंद होते. याबाबत कुणी खात्री द्यावी की, तिथं जगन अगोदरच पोहोचला नसेल? मामला नाजूक, शिवाय कमालीचा रिस्की; पण तो माळ्याच्या कनवटीला बसला होता अन् त्यावरही बाबूला उत्तर सापडलं होतं.

बाबू रिअल इस्टेटच्या धंद्यात चांगलाच रुळला होता. त्यानिमित्तानं त्याचं फिरणं होत होतं. याच माध्यमातून त्याच्या संपर्कात अभय भोकरे हा पत्रकार आला होता. तो भांडूपला राहात होता. त्याचे वडील मुलुंडला एका मल्टिनॅशनल कंपनीत कामगार होते. अभयनं मात्र पत्रकारितेची लाइन पकडली होती. तो आघाडीच्या एका मराठी दैनिकात उपसंपादक होता. त्याला बाबूमधली जिगर आवडली होती. झिपऱ्या जगनच्या प्रकरणात अभयवर भिस्त ठेवण्याचं त्यानं ठरवलं होतं. याबाबत त्यानं अभयशी बोलून घेतलं. त्याची संजय नार्वेकर, बंडू निकमाशी गुपचूप गाठ घालून दिली. इतकी सणसणीत बातमी मिळत असल्यानं अभय खूश होता. प्रश्न होता तो जगनचे धंदे सिद्ध करण्याचा! तसं हे काम जोखमीचं होतं.

अभय माळ्यात येऊ लागला. बंडू निकमानं हा आपला नातेवाईक असल्याचं सांगितलं होतं. शिवाय नोकरीच्या शोधात असल्याचंही ठोकून दिलं होतं. जगनच्या गोडाउनमध्ये कोणता माल येतो, कधी येतो, माल किती असतो अशी इत्थंभूत माहिती गोळा केली जात होती. आवश्यक तेथे फोटो काढले जात होते. जगनची जागा मालकीची आहे की अतिक्रमण, याच्या पाळामुळापर्यंतही अभय गेला होता.

तो शनिवार होता. त्याच दिवशी दुपारी झिपऱ्या जगन काही माल टॅक्सीतून घेऊन आला होता. संध्याकाळी एका छोट्या टेंपोतूनही कसले तरी बॉक्स आले होते. व्यवस्थित बांधलेल्या तीन गोणीही टेंपोत होत्या. तो मालही उतरवण्यात आला. जगननं सारा माल आपल्या गोडाउनमध्ये व्यवस्थित ठेवला. गोडाउन नेहमीच्या वेळी बंद झालं. जगनच्या कामगारानं गोडाउनला टाळे ठोकले व चावी त्याच्याकडे दिली. जगन रस्त्यावर आला. त्यानं टॅक्सी पकडली. एखादा महत्त्वाचा माल येणार असला, तर जगन कधीही आपली गाडी वापरायचा नाही हे माळ्यातल्या पोरांनाही माहीत झालं होतं. मात्र, याबाबत जगनचं म्हणणं असं होतं की, आवश्यक तिथं टॅक्सीमधून धावाधाव करता येते. शिवाय माळ्यासमोर गाडी पार्किंगची समस्या...! अन्यत्र गाडी पार्क करायची झाली तर गाडी पार्क करा, ती बाहेर काढताना मागेपुढे करा यात जाणारा वेळही वाचतो! उद्याचा रविवार गेला की, सोमवारी जगनचं गोडाउन उघडणार होतं.

सकाळचं पाणी भरून माळकरी रविवारच्या कोंबड्या, चपात्यांच्या रवंद्यात अडकले होते अन् सकाळी आठच्या सुमारास माळ्याला पोलीस गाडी लागली. पोलिसांचा मोठा फौजफाटा माळ्यात घुसला. झिपऱ्या जगनच्या गोडाउनवर धाड पडली.

पोलीस आल्याची बातमी हा हा म्हणता माळ्यात पसरली. बलात्कार प्रकरणात नावं असलेली पोरं जमेल तसं लपून बसली. वटनातून खाली पोलिसांकडे पाहणारी तडेकरीन शुभांगीला म्हणाली, "नेमकं ऐतवारीच पोलीस माळ्यात घुसत्यात. काय ऐतवारची पन माळ्याला नजार लागली का काय?"

एका आघाडीच्या मराठी दैनिकात पहिल्याच पानावर झिपऱ्या जगनच्या माळ्यातल्या गोडाउनची बातमी छापून आली होती. बातमी चार कॉलमचा अ‍ॅन्कर होती. बातमीसोबत जगनच्या बेकायदा गोडाउनचा मोठा फोटोही छापून आला होता. 'रहिवाशी माळ्यात बेकायदा अफू, चरसचा धंदा?' असा बातमीचा मथळा असला तरी मथळ्याच्या पुढे टाकलेल्या प्रश्नचिन्हानं सगळेच प्रश्न निर्माण केले होते. बातमी देणाऱ्या वार्ताहराचं नाव छापलं नसलं, तरी या गोरखधंद्याला पोलिसांचाही आशीर्वाद असल्याचा संशय व्यक्त केला होता. या गोडाउनमध्ये खोक्यांची कशी संशयास्पद रीतीने ने-आण होते, तरुणांना कशी फूस लावली जाते, शिवाय हे गोडाउनच कसं बेकायदा आहे आदी माहिती मोठ्या रंजकतेने सादर करण्यात आली होती.

वर्तमानपत्र प्रतिष्ठित असल्याने पोलीस विभागात खळबळ उडणं साहजिकच होतं. त्या विभागाचे एसीपी वाबळे हे धाड टाकताना जातीनं हजर होते. त्यांच्या हातात मोबाइल होता. मोबाइल धरलेला हात उंचावूनच ते पोलिसांना सूचना देत होते. आपल्या खोलीसमोरच्या वटनात शालू, सुभानजी उभे होते. शालू एसीपीच्या हातातल्या मोबाइलकडे पाहात सुभानजीला म्हणाली, "तुम्हीही एखादा मोबाइल घ्या कीऽ!"

"कशाला? त्यावर आपण बाहेर फोन केला किंवा घेतला तरी दोन्हींचे पैसे भरावे लागतात. तेही मिनिटाला ३०-३५ रुपये! कशाला हे उगाच विकतचं दुखनं!"

माळ्यात अनेकांकडे मोबाइल आले, तरी पोरांनाही मोबाइलची क्रेझ वाटत होती. माळ्यातले मोबाइल पाहून त्यांच्या मनांची तृप्ती झाली नव्हती; त्यामुळे तेही वरून आपले वडील, आई, बाबा, बहीण आदींना एसीपीच्या हातातला मोबाइल दाखवत होते!

वाबळेंच्या बरोबर पोलीस फाटा, नार्कोटिक्स डिपार्टमेंटचे अधिकारीही होते. पोलिसांनी माळ्यात आल्याबरोबर माळ्यात जाण्याचा व माळ्यातून बाहेर पडण्याचा रस्ता बंद केला. नंतर गोडाउनचं कुलूप तोडून आतला माल तपासायला सुरुवात केली. भिंतीशी उभ्या करून ठेवलेल्या दोन गोणींमध्ये गोणींच्या मापाच्याच प्लॅस्टिकच्या थैल्या घालून त्यात गांजा भरण्यात आला होता, तर तिसऱ्या गोणीत अफूची ताजी बोंडं होती. हे घबाड पाहून पोलीसही चक्रावले. त्यानंतर सर्व खोकीही तपासण्यात आली. त्यातही संशयास्पद पावडरी, पदार्थ असल्याचं आढळून आल्यानं पोलिसांनी तीही ताब्यात घेतली. पहिल्या मजल्यावरच्या वटनातून गोडाउनच्या अंतरंगात काय चाललंय हे दिसत असल्यानं माळकऱ्यांनाही थोडीफार वस्तुस्थिती कळायला मदत झाली.

पोलीस कुणाला माळ्यात येऊ देत नव्हते. कुणाला बाहेर जाऊ देत नव्हते. जगनच्या गोडाउनसमोर पोलिसांना पाहून माळ्यातून खाली आलेल्या पोरांना पोलिसांनी

वर पिटाळलं होतं. तरीही तिथं रेंगाळू पाहणाऱ्या दोघांच्या ढुंगणावर पोलिसांच्या दंडुक्याचा प्रसादही बसला होता. गणपत जायकर चौथ्या मजल्यावरून हा तमाशा पाहात होता. त्याला पहिल्या मजल्यावर जाऊन ही भानगड पाहण्याची खुमखुमी स्वस्थ बसू देत नव्हती; पण अंगातली बंडी व पट्ट्यापट्ट्याच्या चड्डीवर खाली उतरणं, तेही पोलिसांसमोर; योग्य वाटत नव्हतं. तो घरात आला. पोरीही वटनात आल्याने चपातीसाठी पेटवलेले स्टोव्ह रिकामेच भरभरत होते.

"तुमच्या मायला तुमच्याऽ! स्टोतली हवा तरी कमी करायची नाही का?" त्यानं पोरींना आवाज दिला; पण पोरी ऐकण्याच्या मूडमध्ये नव्हत्या. त्यानं स्टोव्हची हवा पाणी केली. गणपतानं [illegible] पायात तिजार घातली. अंगात सदरा चढवून डोक्यावर टोपी ठेवली अन् तो बाहेर आला. सदाही वटनात उभा राहून खाली पाहात होता. त्याचं सजलेल्या आपल्या बापाकडे लक्ष गेलं. आपला बाप खाली चालला आहे, हे लक्षात यायला त्याला वेळ लागला नाही. त्यानं गणपतला सांगितलं, "दादा, पोलीस भानगड हाय, कशाला खाली जाता?"

"तू मला शानपणा शिकवू नगं!" जायकर डाफरला व माळ्याच्या पायऱ्या उतरला. त्यानं पहिल्या माळ्यावर पाऊल ठेवलं अन् समोरच उभा असलेला सावंत हवालदार त्याच्यावर गुराकला, "ए चल रंऽ, तू पण खाली चल."

गणपत बावचाळला. त्याला आपल्याकडून काय चूक घडली हे कळेना. बरं, हवालदाराला विचारावं तर तो नीट उत्तर देईलच असं नव्हतं.

"तुला ऐकू येत नाही का?" सावंत परत ओरडला.

गणपत जायकर निमूटपणे खाली चौकात उतरला. तिथं चिलम्या गणू, पालकर, सुदाम खाडे उभे होते. त्याला थोडा आधार वाटला. तो त्यांच्या बाजूला उभा राहिला.

पोलिसांनी धाडीत पकडलेल्या वस्तूंचा, मालाचा पंचनामा केला होता. त्यांनी पंचनाम्याच्या कागदांवर चिलम्या गणू, पालकर, सुदाम खाडे व गणपत जायकरच्या सह्या घेतल्या. त्यांना पोलीस ठाण्यात गरज पडेल तेव्हा येण्याची सक्त ताकीद दिली. आता मात्र गणपतला पहिल्या मजल्यावर उभं राहावंसं वाटलं नाही. लांडग्याच्या तोंडातून बकरी सुटल्यासारखे चिलम्या गणू, पालकर, सुदाम खाडे घाई-घाईनं जिन्याच्या पायऱ्या चढू लागले.

जायकर तडक चौथ्या मजल्यावर आला. त्याच्याकडे पाहून सदा मस्तपैकी हसला अन् म्हणाला, "केल्यासा पंचनाम्यावर सह्याऽ! झालंऽ; आता मारा पोलीस ठाण्याच्या, कोर्टाच्या चकरा!"

अगोदरच बिनसलेला गणपत त्याच्यावर खेकसला, "गप बस झवन्याऽ! मला शिकवू नगं."

पोलिसांनी गोडाउन सील केलं. जप्त केलेला माल गाडीत भरला व पोलीस आले तसे पसार झाले. एसीपी वाबळेंच्या डोक्यात आता हा झिपऱ्या जगन कुठे मिळेल याची गणितं फिरत होती. पोलीस गेल्यानंतर कोंबड्या घेऊन येणाऱ्या खानावळी, इतर माळकरनी, माळकऱ्यांची बोळात रांगच लागली. माळकऱ्यांना आजच्या वर्तमानपत्रात काय आलंय हे पाहण्याची उत्सुकता होती; त्यामुळे दोघा-तिघांनी आपल्या जानत्या पोरांना 'ते' वर्तमानपत्र आणायला पिटाळलं. बंडू निकम व नंदू पालकरनं अभय भोकरेला फोन केला. त्याला माळ्यात घडलेला प्रकार सांगितला. अभयनं त्यांना मेट्रोजवळ इराण्याच्या हॉटेलमध्ये यायला सांगितलं. तिथं तो येणार होता. त्याच्या डोक्यात उद्या वर्तमानपत्रात द्यायच्या बातमीचा फॉलो-अप तयार होत होता!

१०२

मंगेश नार्वेकर व सदा जायकरनं आपल्या डाव्या-उजव्या हाताची बोटं एकमेकांत गुंफली व हातांची साखळी केली. कानिफने आपला पांगळा पाय त्यावर टाकला. दोघांच्या खांद्यावर कानिफने हात टाकला अन् तो म्हणाला, ''घोडाऽ, घोडाऽऽ!''

मंगेश व सदानं पळायला सुरुवात केली. कानिफ एका पायावर टिचँव, टिचँव करीत त्यांना हाकू लागला. कानिफनं काखोटीला मारलेलं दप्तरही हेलकावे खाऊ लागलं. रस्त्यांवरच्या गाड्या, माणसं, गर्दीची पर्वा न करता, तमा न बाळगता त्यांची घोडागाडी शाळेच्या आवारात आली. तिथंच तिचा रस्ता संपला. शाळेच्या पटांगणातच कानिफने तंबाखू मळली. पटांगणातून स्कर्टवर जाणाऱ्या पोरींच्या पायाच्या पोटऱ्या दिसत होत्या. त्या न्याहाळत त्यानं तंबाखूची चिमूट दाढेखाली सारली व डाव्या हातावर उजव्या हाताची दोन बोटं चोळली. नंतर टाळी वाजवून हात झटकले. ते आपल्या वर्गाची वाट चालू लागले.

मास्तरनं हजेरी घेताना कानिफचं नाव उच्चारलं. कानिफनं उत्तर दिलं, ''एस सरऽ!''

''कानिफ, तोंडात काय आहे?'' मास्तरनं विचारलं.

''काही नाही सर!'' तो जागेवर उभा राहात म्हणाला.

''खोटं बोलू नकोस. काय खाल्लं आहेस ते खरं सांग.'' त्याच्याजवळ येत शिक्षक कडाडले.

''खरंच काही नाही सर.'' कानिफ म्हणाला. अजून त्याची जीभ जड वाटत होती. शिवाय त्यानं दाढेखाली काहीतरी गच्च धरल्याचं जाणवत होतं. त्याच्या

बाजूला बसलेला सदा जायकर आपल्या तोंडावर आडवा हात धरून खाली पाहात हळूहळू खुदुखुदु हसत होता.

"तू खोटं बोलतोयस!" शिक्षकानं त्याच्या हनुवटीखाली बोटं घालून मान वर उचलली व म्हणाले, "आ कर बघू."

कानिफनं क्षणातच आपला विचार बदलला अन् तो म्हणाला, "सर, माझ्या तोंडात तंबाखू आहे."

"मग लाज वाटत नाही का खोटं बोलताना!" शिक्षकांच्या रागाचा पारा चढला.

"खोटं कुठं बोललो मी सर? खरंच मी तंबाखू सोडून दुसरं काहीच खाल्लेलं नाही अन् तंबाखू तर मी रोजच खातो." कानिफनं दिलेल्या उत्तरानंतर पोरं फिदीफिदी हसली.

शिक्षकांच्या रागाचा पारा चढला. "काय बेशरम आहेस रे तूऽ! आपल्या शिक्षकांनाच तू चक्क सांगतोस की, मी तंबाखू खाल्लेय!"

कानिफनं उत्तर दिलं नाही.

"माता-पिता हेच धंदे करायला शाळेत पाठवतात का?" त्यांनी हातातला रूळ उचलला. "चल, हात पुढे कर."

"सर, आई-बाचं नाव घ्याचं कारण नाही. सांगून ठेवतो." कानिफनं उजवा हात वर करून बोट शिक्षकांवर रोखलं व दम भरला. तो पुढे म्हणाला, "आमच्या आई-बांनी आम्हाला स्पष्टच सांगितलं आहे, तंबाखू खा; पण दारू पिऊ नका म्हणून!"

शिक्षकाचा हात कानिफला फोडून काढायला शिवशिवत होता; पण कानिफचं उत्तर ऐकून त्याचा हात ढिला पडला. तो हात त्यानं आपल्याच कपाळावर मारला. इतक्या आगाऊ कार्ट्याला शिक्षा केली तरी त्याचा काय परिणाम होणार आहे, हा प्रश्न त्यांनाच पडला. "किती निर्लज्ज आहेस रेऽ! आई-बाबांची किंमत तरी ठेवायची थोडीफार!"

कानिफनं उत्तर दिलं नाही; पण तो खाली पाहात फरशीवर पायाचा अंगठा घासू लागला. शिक्षकांच्या रागाचा पारा परत चढला. त्यांनी कानिफला ठणकावून सांगितलं, "चलऽ, माझ्या वर्गातून आताच्या आता चालता होऽ! अन् पालकांना घेऊन आल्यानंतरच वर्गात पाऊल ठेवायचं!"

निर्विकार चेहऱ्यानं कानिफनं आपलं दप्तर उचललं व मस्त मजेत आपला पांगळा पाय उडवीत तो वर्गातून बाहेर पडला. शिक्षक त्याच्या जाण्याकडे अवाक् होऊन पाहातच राहिले. कानिफ वर्गातून बाहेर गेल्यानंतर सदा आपल्या जागेवर उठून उभा राहिला अन् शिक्षकांना म्हणाला, "सर, त्याला कशाला हाकललात?"

सदाचा हा आगाऊपणा शिक्षकांना आवडला नाही. ते सदावर खेकसले, "गप्प बस रे गोट्याऽऽ! नसत्या भानगडी तुला काय करायच्या आहेत?"

तरीही सदानं आपलं बोलणं पुढे चालूच ठेवलं. तो शांतपणे शिक्षकांना म्हणाला, "अवो सरऽ, तो आता हिथनं निघाला खरं; तो आता सरळ शाखेत जाईल. नगरसेवकाचं घर गाठेल अन् बोंब मारील, 'मी अपंग असून मास्तर माझ्यावर अन्याय करतात!' नस्ता लफडा करील बघा तो आता."

"काय सांगतोस?" सदाच्या इशाऱ्यानं सावध झालेल्या शिक्षकानं विचारलं.

"देवाची शपथ सर. तो पाचवीत असताना असाच राडा झाला होता. शाखेतल्या पोरांनी त्या शिक्षकाला अक्षरश: बदडून काढलं होतं. शाळेनंही त्या शिक्षकाची लगेचच बदली केली होती." गंभीरपणे सदा म्हणाला.

शिक्षकाच्या तोंडचं पाणी पळालं. त्याला पाठीमागची हिस्ट्री जाणून घेण्याची तसदीही घ्यावीशी वाटली नाही. तो सदाला म्हणाला, "कानिफ तुझ्याच बरोबर असतो ना?"

सदानं मान हलवली.

"मग जाऽ, तू पण जा. त्याची समजूत घाल. त्यातूनही नाही ऐकलं तर तो कुठे कुठे जातो ते मला सांग." शिक्षकाच्या आवाजात भीतीची छटा होती.

"यस सरऽ!" सदानं शांतपणे आपलं दप्तर उचललं. काखोटीला मारलं व तो निमूटपणे वर्गाबाहेर पडला. शिक्षक त्याच्या प्रत्येक कृतीकडे आपलेपणानं पाहात होते! त्यांच्या डोक्यातून कानिफचा विचार जाता जात नव्हता.

त्याच दिवशी संध्याकाळी कानिफनं वर्गात घडलेली घटना आपल्या भावास ऐकवली. शिक्षक आपल्याला कसा त्रास देतो, ते तिखट-मीठ लावून सांगितलं. सदानं त्यात तेल ओतून फोडणी दिली. शिक्षकाच्या जाचानं आपल्याला शाळा सोडाविशी वाटतेय, असा मनोदयही कानिफनं बोलून दाखवला.

"मच्छिंद्र, बघ रंऽ, त्यो कोन भाड्या माझ्या लेकराला तरास देतूय!" त्यांचं बोलणं ऐकणाऱ्या धोंडूबाईनं सांगितलं व कानिफला जवळ घेऊन त्याच्या केसातून हात फिरवला.

"बघू उद्या." कानिफच्या भावानं मच्छिंद्रनं त्याला आश्वासित केलं.

दुसऱ्या दिवशी शिक्षक वर्गावर आले. त्यांनी आल्या आल्या सदा जायकराला उभं केलं. "जायकर, काय झालं?"

"इथून बाहेर पडल्यावर तो शाखेतच निघाला होता; पण मी त्याला थांबवलं. गोड बोलून त्याला हॉटेलात घेऊन गेलो व त्याला भरपूर नाष्टा दिला. त्यानंतर त्याचा राग थोडा कमी झाला. मग मी त्याला प्रकरण न वाढवण्याबाबत बोललो. त्यानं ते मानलं!"

"गुडऽ!" शिक्षकानं मध्येच हस्तक्षेप केला.

"पण घरात तरी सांगणारच, असं तो म्हणाला. मी त्याची खूप समजूत काढली; पण त्येनं घराचा हेका काही सोडला नाही!" सदानं सविस्तर माहिती दिली.

"काही हरकत नाही." शिक्षक म्हणाले. शाखेपेक्षा त्यांना घर बरं वाटलं. नंतर काहीतरी विचार करून ते म्हणाले, "नंतर स्टाफ रूममध्ये ये अन् माझ्याकडून हॉटेलच्या बिलाचे पैसै घेऊन जा."

"यस सर!" सदा शांतपणे आपल्या जागेवर बसला.

सगळी मुलं अप्रूवाईनं सदाकडे पाहात होती. शिक्षकाने हजेरी घेतली व तो शिकवू लागला. धडा शिकवताना शिक्षक चांगलेच रंगात आले होते. मुलं, मुली तन्मयतेनं ऐकत होते.

"मास्तर, तुम्ही मला बोलावलं?" चौकटीत उभ्या असलेल्या मच्छिंद्रनं विचारलं. त्याच्या बाजूला कानिफ उभा होता.

शिक्षकानं दरवाजाकडे पाहात पुस्तकात खुणेसाठी खडू घातला व पुस्तक मिटून टेबलावर ठेवलं. पोरांची धड्यातली लिंक तुटली होती. तरी आता वेगळं काय पाहायला मिळतंय याबद्दल त्यांची उत्सुकता वाढली. शिक्षक चौकटीजवळ आले.

"होय, मीच बोलावलं होतं!"

"का?"

"अहोऽ, तुमचा हा... कोण लागतो तुमचा हा?" शिक्षकानं मूळ मुद्दा क्षणभर बाजूला ठेवला.

"भाऊऽ!"

"हांऽ, तर तुमचा हा भाऊ वर्गात चक्क तंबाखू खातो!"

"मगऽ! त्यात काय विशेष?" मच्छिंद्रनं आश्चर्य व्यक्त केलं.

"आंऽऽ!" शिक्षक फाफलले.

"हे बघा मास्तरऽ! आमचा हा भाऊ अपंग असूनही शाळेला येतो. तर तुम्ही त्याला वर्गातून हाकलता! उलट मी तर म्हणेन, त्यासाठी शाळेनंच त्याचा गौरव केला पाहिजे! बरं, तुम्ही म्हणता तो तंबाखू खातो. आता तंबाखूचा व अभ्यासाचा काय संबंध आहे, सांगा बघू मला? इतरांसारखं आमचं पोरगं अफू, गांजा तरी पीत नाही, हे नशीब समजा!" कानिफच्या भावानं उलटी शिक्षकाचीच शाळा घेतली. मच्छिंद्रचे हे थोर विचार ऐकून शिक्षकाची वाचाच बंद झाली. इनशर्ट केलेल्या मच्छिंद्रकडे ते आश्चर्याने पाहू लागले. मच्छिंद्रने शिक्षकावर शेवटचा बॉम्बगोळा टाकला, "मास्तर, तुमचेच विचार सुधारा. ही पोरं कोणत्या परिस्थितीशी झगडून, झटून शाळेत येतात याचा विचार करा. उगाच बोंबाबोंब करून त्यांचा हिरमोड करू नका. त्याबाबतीत आम्ही तुमची गय करणार नाही, हे मी तुम्हाला आताच सांगून ठेवतो." मच्छिंद्र कानिफकडे वळला व त्याला आदेश दिला, "जा रंऽ! बस जा जाग्यावर!"

मच्छिंद्रचा आदेश प्रमाण मानून कानिफ टिचँव, टिचँव करीत सदाशेजारी आपल्या जागेवर जाऊन बसला व हळूच पुटपुटला, "झवनंऽ, लई नखरा करीत हुतं!"

तेवढ्यात भावानं दारातूनच आवाज दिला, "अन् हे बघ रंऽऽ! मला संध्याकाळी ऑफिसमधून यायला उशीर होईल. गिरणीत ठेवलेला दळणाचा डबा तेवढा घरी घेऊन जा!"

कानिफच्या उत्तराची वाट न पाहता त्याचा भाऊ मच्छिंद्र सांडणीकर आपल्या मार्गावर चालू पडला.

१०३

रघू रायकराची रखमाही सोसायटीची संचालक होती. ती राहायची पण टेचात. रखमाची वर्णी संचालक म्हणून लागल्यानंतर भिवाची छाती टीचभर फुगली; पण ती भावाची बायको, या विचारानं ती खाली उतरलीसुद्धा! रखमा समोर दिसली की, तिला गप्पकन कवळ्यात भरावी, तिचे ओठ आपल्या ओठात घट्ट पकडून कराकरा चावावे असे विचार राहून राहून त्याच्या डोक्यात येत होते. सकाळी उठल्यापासून तिचा विचार त्याची पाठशिवण करायचा. मग रात्री तो एक कप अधिक मारायचा. तरीही रखमा कपाच्या आडोशानं स्वप्नात यायची. बूच निघालेल्या बाटलीतून सांडणाऱ्या तेलासारखं रसायन मांड्यात, चड्डीवर उतरायचं. सकाळी उठल्यावर त्याची त्यालाच लाज वाटायची. असं वारंवार घडायचं.

भिवाला रखमाच्या स्वभावाचं कोडं सुटायचं नाही. वटसावित्रीच्या दिवशी तिनं स्वत:होऊन नात्याचे बंध तोडून आपल्याला जवळ घेतलं अन् आता ती आपल्याकडे ढुंकूनही पाहात नाही, याचंच त्याला आश्चर्य वाटायचं. संधी मिळाली की, तो आपल्या छातीला ताण देऊन तिच्याकडे एकटक पाहायचा; पण ती ढिम्म असायची. त्याच्याकडे पाहूनही न पाहिल्यासारखं करायची. कधी भिवानं हट्टानं चटकन तिचं उरोज दाबलं तर ती लसायची; खूप नाराज व्हायची किंवा एकदम रागानं पाहायची. भिवाला अपारल्यागत व्हायचं. त्यानं ठरवूनही त्याच्या तोंडातून शब्द फुटायचा नाही. पुढं काय करावं ते त्याला उमगायचं नाही.

वटसावित्रीच्या दिवसापासून रघूनं वसंतला ठोकून काढलं त्या दिवसापर्यंत भिवा रखमाबरोबर झोपत होता. अंगाला अंग भिडत होतं. मांडीच्या तिठीत घुसमटत होतं. कवळ्यात दुमडून जात होतं. अंगावरच्या घामाला धुमारे फुटत होतं. त्या प्रसंगाची नुसती सय आली तरी भिवाच्या काळजात खळबळ माजत होती. तिच्या

शरीराची सवय झालेलं शरीर युद्धातल्या तलवारीसारखं सैरभैर होत होतं. चारही दिशांना झेपावत होतं. गनिमासारखं त्यानं त्याचं जगनं हराम केलं होतं.

रघूनं दारू पिणं सोडलं होतं. त्याची तब्येतही ठणठणीत झाली होती. तो आता घरातच झोपत होता. बायकोशी खेळत होता. भिवा मात्र खोलीसमोरच्या वटनात किंवा गच्चीत ठेचलेल्या नागासारखा वळवळत पडत होता. कधीकधी भिवाच्या डोक्यात रघूचा खून करण्याचे विचार येत होते. ते नाही जमलं, तरी रघूला दांडलून घराबाहेर काढावं असं त्याला सारखं वाटत होतं; पण रघू दारूडा असला तरी अगोदरच दणकट होता. त्यातच त्यानं आता पिणंही सोडल्यानं चांगलाच सशक्त झाला होता. त्याच्या जोडीला पापिणीसारखी रखमाही होती. रघूचा आपण खून केला किंवा त्याला मारून दांडलण्याचा प्रयत्न केला, तरी रखमा आपल्याला जवळ करणार नाही, हे एव्हाना स्पष्ट झालं होतं. यातून मार्ग कसा काढावा, हेच त्याला सुधरत नव्हतं. त्याच्या नसानसांत भिनलेल्या रखमानं त्याचं पार वांगं करून टाकलं होतं.

घरात रघू किंवा एखादा जेवणारा नाही, हे पाहून एकदा त्यानं रखमाला विचारलं होतं, ''तू अशी का वागतेस?''

''भिवाभावजीऽऽ, तुम्ही आता वयात आला. तुमचं लगीनच करून दिलं पाहिजे!'' आपल्या या चावट उत्तरावर नंतर ती स्वतःच खट्याळपणे खळखळून हसली होती.

रखमानं आपला वापर करून घेतला असं त्याचं मन त्याला सांगत होतं. तो खडाही त्यानं टाकून पाहिला, ''तू स्वत:साठी माझा वापर करून घेतलास ना?''

''तेव्हा जर मी बाहेरचा पुरुष अंगावर घेतला असता तर तुमाला चाललं असतं का?'' तिच्या या प्रतिप्रश्नाला तो काय उत्तर देणार होता!

भिवानं प्रयत्न करून तिला पुढचा प्रश्न विचारला होता, ''कधीतरी माझ्याबर झोपलीस तर बिघडंल का?''

''एका म्यानात दोन तलवारी कशा बसतील भावजी!'' हसत हसत त्याची खिल्ली उडवून ती पुढे म्हणाली होती, ''तुमी आता लगीन कराच.''

'रखमे, कसं सांगू गं तुला? मला तुझी चटक लागलीय; सवय झालीय!' त्याचं मन आतून बोंबलत होतं. अनेक विचारांचं काहूर त्याच्या मनात ठाण मांडून बसलं होतं. त्याला ते तिच्यासमोर उघड करायचं होतं; पण शब्द जिभेवर यायला तयार नव्हते.

अलीकडे भिवाचं पिणं वाढलं होतं. रघूनं त्याबद्दल त्याला चांगलंच फैलावर घेतलं होतं. शिवाय रखमाही त्याचं व्यसन कमी करण्याचा प्रामाणिक प्रयत्न करीत होती. याला आपणच जबाबदार आहोत, याची तिला पूर्ण जाणीव होती. ती शाळेत होती तेव्हा तिला सुंद-उपसुंद या राक्षसांचा धडा होता. सुंद-उपसुंद हे सख्खे भाऊ

होते; पण त्या दोघांच्या आपापसातल्या लढाईस मेनका कारणीभूत ठरली होती. त्यात त्या दोघांचाही अंत झाला होता! तसं तिला मेनकाही व्हायचं नव्हतं. रघू तिचा नवरा होता तर भिवा हे काही काळासाठी तिची शारीरिक गरज पूर्ण करणारं, तिची खाज भागविणारं फक्त साधन होतं, हेही ती विसरली नव्हती. तिला भिवाची काळजी वाटत होती. त्यानं लग्न करायला तयार व्हावं, यासाठी तिचे हरतऱ्हेचे प्रयत्न सुरू होते. एकदा तो दुसऱ्या स्त्रीच्या मिठीत विझला की, तिला कोणतीच चिंता राहणार नव्हती; त्यासाठी तिनं त्याच्या पाठीमागे लकडा लावला होता.

भिवा आज नेहमीपेक्षा अधिक पिऊन आला होता. त्यानं जेमतेमच जेवण केलं होतं. बिछान्यावर पडल्या पडल्याच त्याला झोप लागली. दिवसभर काम करून आंबलेल्या शरीराला तीच एक साथीदार राहिली होती. भिवाला नेहमीसारखंच स्वप्न पडलं; पण या स्वप्नात नागाचं एक जुळं आलं होतं. जुळं लागलेले नाग-नागीन बेभान झाले होते. त्यांचा प्रणय प्रचंड रंगला होता. ते कधी जमिनीवर पडत होते. तर कधी गडबडा लोळत होते. अगदी शेपटीच्या गणग्यावरही उभे राहून ते एकमेकाला उपभोगत होते. तितक्यात तिथं दुसरी एक नागीन आली व तिनं जुळ्यातल्या नागिनीला चावा घेतला. तिची नागाभोवतीची मिठी ढिली होऊन ती खाली पडली. तिची जागा या नव्या नागिनीनं घेतली. खेळ परत रंगला. तोही बेभान होऊन अगदी टिपेला पोहोचला अन् भिवाला नागाच्या ठिकाणी तोच दिसू लागला. त्याच्याशी रखमा झोंबत होती. दोघेही पेटून उठली होती. एकमेकाला डसत होती. त्यांचाही प्रणय अगदी टिपेला गेला. इतक्यात एक दुसरीच बाई जवळ आली व तिनं रखमाच्या केसाला धरून तिला पाठीमागे खेचलं. ती स्त्री स्वत:होऊन त्याच्या मिठीत येऊन त्याच्याशी जुगू लागली. भिवाच्या कमरेत वीज चमकली. तो तृप्त झाला. भिवा ढिला पडला. त्याला सारं कसं शांत शांत वाटू लागलं. तोवर रखमा पुढे आली. तिनं या अनामिक स्त्रीच्या झिपऱ्यांना धरून तिला पाठीमागे ओढले. ती अनामिका पेटून उठली. तिनं रखमाचा गळा दाबला. रखमा गतप्राण होऊन खाली पडली. त्या स्त्रीनं पुढे होऊन भिवाचे खांदे पकडले व ती ओरडून ओरडून सांगू लागली, 'तू माझा आहेस... तू माझा आहेस... तू माझा आहेस...!'

गतप्राण होऊन पडलेल्या रखमाकडे भयभीत होऊन पाहात भिवा त्या स्त्रीला ओरडून विचारू लागला, 'कोण? तू कोण आहेस?'

रखमानं भिवाला हलवून जागं केलं. त्याच्या घामानं डबडबलेल्या अंगावर काटा उभा राहिला होता.

"भावजी, उठा आता. रातभर चावाळतायसा! असली कसली सपनं बघता? उठा, मोटार सुरू झाली. पाणी भरा."

रखमाचा हात धरूनच भिवा बिछान्यावर उठून बसला. उठता उठता मांड्यांतली

बुळबुळ जाणवली. त्यानं उशाला ठेवलेल्या टॉवेलनं तोंडावरचा घाम पुसला अन् तो म्हणाला, "वैने, माझं लगीन करायचं. तू ठरीवशील त्या पोरीशी करायचं!"

"माझा गुणाचा सोन्या त्योऽ!" असं म्हणत रखमा झटकन खाली वाकली व तिनं पटकन त्याच्या कपाळाचा मुका घेतला.

१०४

माळ्यातल्या बलात्कार प्रकरणानं हैराण झालेल्या पोलिसांनी बिल्लूला ताब्यात घेतलं होतं. बिल्लू पोलिसांचे दोन फटके सहन करू शकला नव्हता. त्यानं आपण केलेली सगळी आगळीक पोलिसांसमोर कथन केली होती. पोलिसांनी त्याला कोठडीत टाकलं होतं. त्यांनी सुगंधालाही चौकशीसाठी पोलीस ठाण्यात आणलं होतं. तिनंही बिल्लूची सगळी आगळीक कबूल केली होती; पण सुधीर मिरचीकरानं आपल्यावर बलात्कार केला, या गोष्टीशी ती सहमत नव्हती. तिचं म्हणणं होतं की, सुधीरचं अन् आपलं अगोदरच जुळलं होतं अन् मी स्वत:होऊन त्याच्या मिठीत गेले! पोलीस ठाणंही तिच्या जबाबापुढे हतबल झालं होतं. बिल्लूसारख्या हरामी माणसाबरोबर दिवस कंठण्यापेक्षा तिनं सुधीरचा हात पकडला ते योग्यच झालं, असं चौकशी अधिकाऱ्याचं मत झालं होतं. मात्र, आपल्या स्वमताला कायद्याच्या परिभाषेत स्थान नसतं याचीही त्याला चांगलीच कल्पना होती. सुगंधाच्या जबाबामुळे सुधीर मिरचीकराच्या मानेभोवती आवळलेला फास ढिला व्हायला मदत झाली होती.

माळ्यात ज्या मुलीवर बलात्कार झाला, ती व तिच्या प्रियकराच्या मागावर पोलीस होते. मुलगीचं मूळ दिल्लीत होतं तर मुलगा महाराष्ट्रीयन होता. बिल्लूच्या जबाबात त्यांनी मुंबई सोडल्याची माहिती पुढे आली होती. सध्या ते कुठे राहात आहेत हे बिल्लूलाही माहीत नव्हतं. पोलिसांनी आपलं कसब पणाला लावून त्यांचे पत्ते मिळवले होते. दोघांचंही लग्न झालं होतं; त्यामुळे पोलिसांच्या दृष्टीने ही कमालीची नाजूक बाब बनली होती. चौकशी तर व्हावी; पण त्यांच्या कुटुंबाला, त्यांच्या सामाजिक प्रतिष्ठेला त्याची झळ बसू नये, या प्रयत्नात पोलीस होते. चौकशी अधिकाऱ्यांनी अगोदर त्या पोराला ताब्यात घ्यायचं ठरवलं होतं. त्यानुसार ते त्या पोराच्या पुण्यातील घरात थडकले. घरातलं चित्र त्यांच्याही कल्पनेच्या पलीकडचं होतं. त्या दोघांनी एकमेकांशी लग्न केलं होतं!

सुरुवातीला पोलीस चौकशीला सामोरं जाण्याची त्यांची तयारी नव्हती; पण पोलिसांनी सगळी चौकशी इन कॅमेरा होईल, हा विश्वास दिल्यानंतरच ते राजी झाले होते. आपल्या

बायकोवर बलात्कार करणारे पोलीस नव्हतेच, हे ऐकून ते पोरगंही अवाक् झालं होतं. तो प्रसंग आता त्याच्या डोळ्यांपुढे एखाद्या अग्निकुंडासारखा धगधगू लागला होता. त्या हरामखोरांना शिक्षा झालीच पाहिजे, या मतापर्यंत ते आले होते.

त्या पोरगीनं आपला जबाब देताना फौजदारानं आपल्या अंगाला बोटही लावलं नसल्याचं सांगितलं होतं. तरी गुन्ह्यामध्ये त्याचाही मोठा सहभाग होताच! भागू रोंगे अन् सर्जा घोडगावकर हे मात्र चांगलेच कचाट्यात सापडले होते.

सुगंधानं पोलिसांसमोर सुधीरशी लग्न करणार असल्याची इच्छा व्यक्त केली होती. या प्रकरणात सुधीरला काही होऊ नये, असे तिचे प्रयत्न होते तर भागू रोंगे, सर्जा घोडगावकराच्या घरचे लोक दिसेल तो रस्ता चोखाळत होते. भागूचा मेहुणा त्याला जामीन मिळवण्यासाठी जिवापाड प्रयत्न करीत होता. भागूच्या दोन्ही बायकांच्या, बहिणीच्या डोळ्यांचं पाणी आटलं नव्हतं. भागूची आईही मुंबईला आली होती; पण तिच्यासमोर मुलीच्या खोलीत बसून राहण्याशिवाय तरणोपाय उरला नव्हता. तिला जेवण गोड लागत नव्हतं. आपल्या खानदानात अशी करणी कोणी केली नव्हती. दोन-दोन बायका असताना भागूला ही अवदसा कशी काय आठवली या प्रश्नानं ती बेजार झाली होती.

१०५

गणपतीत घरात लागलेल्या आगीत भिकुदादा भाजला होता. त्याला त्यावेळी रुग्णालयात भरती करण्यात आलं होतं. तिथून त्याला डिस्चार्ज मिळाला; पण त्याला लोकांना तोंड दाखवण्याची लाज वाटत होती. इतरांसारखीच त्याची खोलीही लहान होती. आपण असे कॉटवर पडून राहणार. त्याचा त्रास आपल्याला तसेच आपल्या कुटुंबालाही होणार याची जाणीव त्याला होती. त्यापेक्षा बायकोला घेऊन गावाला गेलो तर तिकडे कोणतीही अडचण येणार नाही, मोकळ्या हवेत जखमाही लवकर बऱ्या होतील असं त्याला वाटत होतं; पण प्रश्न शाळेला जाणाऱ्या त्याच्या मुलांचा होता! सख्ख्या भावाला दूर सारल्यानं तो आपल्या मुलांना ठेवून घेईल असं वाटत नव्हतं. आपल्याला आपली आई धोंडूबाई, पांगळा भाऊ कानिफचंही ओझं झालं होतं. त्यांनाही मच्छिंद्रनंच मोठ्या आनंदानं सांभाळलं होतं! आता त्यांना माझी मुलं तुमच्याकडे ठेवून घेता का, असं कसं विचारायचं या विवंचनेनं त्याला ग्रासलं होतं. तरीही त्यानं हा विषय धोंडूबाईकडे काढला. धोंडूबाई गप्प झाली. त्याच्याशी दोन दिवस काही बोलली नाही. तिसऱ्या दिवशी मात्र तिनं सांगितलं, ''ठेवं तुझी पोरं इकडं!''

शेवटी आईचंच काळीज ते! तिनं मच्छिंद्रची कशी समजूत घातली हे भिकुदादासाठी मोठं कोडं होतं. भिकुदादा आपल्या बायकोला काखोटीला मारून गावाकडे गेला होता.

आता त्याच्या जखमा पूर्णपणे भरल्या होत्या. पोटावरची डावी बाजू, मांड्यांच्या थोड्या भागावर भाजल्याचे डाग पडले होते. मानेवरही भाजल्यानं तेथे डागाच्या दोन रेघोट्या उठल्या होत्या. बरा झालेला भिकुदादा माळ्यात परत आला.

जीवघेण्या संकटातून वाचल्याबद्दल भिकुदादा घरातल्या गणपतीला सकाळ, संध्याकाळ हात जोडीत होता. 'बाप्पा, तुझ्या कृपेनंच मी वाचलो!' असं म्हणत गणपतीसमोर विनम्र होत होता. आपल्या हातून खूप मोठं पाप घडलं व त्या पापाचीच ही शिक्षा होती, हे त्याला मान्य होतं. गणपती बाप्पाच्या ठिकाणी जर महिषासुरमर्दिनी, भवानीमाता किंवा शिवशंकर असता तर त्यांनी आपला खात्माच केला असता, असं त्याला मनातून उगाचच वाटत होतं. त्याबद्दल त्यानं एका ज्योतिषाकडेही चौकशी केली होती. तो ज्योतिषीही त्याच्या विचाराशी सहमत होता. शिवाय ज्योतिषी म्हणाला होता, 'हातून झालेल्या पापाला गणपती बाप्पानं सौम्य शिक्षा दिली असली, तरी तुम्हाला मृत्यूच्या दाढेपर्यंत नेलं होतं, हे विसरू नका.' त्या ज्योतिषाने येथून पुढे कुठे पापात न अडकण्याचा सल्ला दिला होता. भिकुदादाही त्या ज्योतिषासमोर नतमस्तक झाला होता. त्यानं आपल्या हातून कोणतंही पाप होणार नाही, दुराचार होणार नाही अशी शपथ घेतली होती.

भिकुदादा सकाळी कामावर जायचा तो थेट संध्याकाळीच परत फिरायचा. घरात आल्यानंतर त्यानं पहिल्यासारखं बाहेर फिरणं बंद केलं होतं. तो बायको-मुलांत रमायचा. आईची, भावाची चौकशी करायचा.

भिकुदादा माळ्यात परत आल्यानंतर माळ्यातल्या खाणावळी, इतर माळकरी वेळ मिळेल तसे त्याच्या चौकशीसाठी यायचे तेव्हा ते तोंडभरून म्हणायचे, "गणपतीचीच कृपा; म्हणूनच तुम्ही या संकटातून वाचलात."

त्याच्या तब्येतीची चौकशी करायला आलेल्या खाणावळींमध्ये दारू पिणाऱ्या काही मोजक्या खाणावळीही होत्या. त्या जाता-जाता विचारायच्या, "धंदा कवा सुरू करताय? आम्हाला घोटभरासाठी कवर चाळीत हेलपाटं घालावं लागत्यात नव्हं!"

भिकुदादा त्यांना सांगायचा, "आता धंदा बंद!"

"आग्गंऽ बाईऽ! आक्षी गांधीबाबाच झाला कीऽ!" खाणावळी टोमणा मारायच्या अन् हसायच्या. हसण्यातही त्यांच्या मनातली मळमळ लपायची नाही.

भिकुदादानं आपला दारूचा धंदा परत सुरू करावा असं माळ्यातल्या दारू पिणाऱ्यांचं मत होतं. भिकुदादाचा गुत्ता बंद असल्यानं पिणाऱ्या खाणावळींची तर चांगलीच गोची व्हायची. माळ्यात धंदा होता तेव्हा त्यांना इथल्या इथं नित्रासपणे पिता येत होतं. आता कवर चाळीत पोरगं पिटाळून बेगमी करावी लागायची. प्रत्येक

वेळी घरातलं पोरगं पिटाळायला ते रिकामं असेलच असं नव्हतं. आण्टीच्या धंद्यावर प्यायला गेलेला नवराही त्यांच्यासाठी घेऊन यायचा; पण या सगळ्या खटाटोपामध्ये आता तसा राम राहिला नव्हता. माळ्यात धंदा होता, तेव्हा कसं चटका करून पटकन जाता यायचं. खांबाच्या आडोशाला उभं राहून कप-दीड कप मारता यायचे. नाहीतर गुत्त्याजवळच्याच एखाद्या घरात उभं राहिलं तर भिकुदादा स्वत: तिथं आणून द्यायचा! आता पोरगं पिटाळून आण्टीच्या गुत्त्यावरून आणलेल्या दारूत अनेकदा नवराही सहभागी असायचा. कधीकधी त्यानं आणली तरी तो वाटेतच अर्धीअधिक हजम करायचा किंवा बायकोनं ग्लास तोंडाला लावला की, हा हक्कानं सांगायचा, 'मला पण ठेव गं थोडीशी!' त्यातनंच एखादं पिणारं कार्ट वढून काढावं लागायचं. भिकुदादाच्या कॅनमधील प्रत्यक्ष जागेवरच चोरीछुपे पिताना जो आनंद मिळायचा, तोही लोप पावला होता. भिकुदादाचा धंदा बंद झाल्यापासून त्या जागी धंदा मांडण्याची तसदीही कुणी घेतली नव्हती.

या वर्षी माळ्यावर परमेश्वराचीच अवकृपा झाली असावी, असं माळकऱ्यांच्या बोलण्यात येत होतं. कोणत्या ना कोणत्या भानगडीच्या निमित्तानं माळ्यात पोलिसांचा राबता सुरू झाला होता. माळ्यात वरचेवर सीआयडी येत असल्याचं बोललं जायचं; त्यामुळे दारूचा धंदा सुरू करायची इच्छा असूनही अनेकांचा हिरमोड झाला होता. त्यांना ही नसती बिलामत पाठीशी लावून घ्यायची नव्हती. भिकुदादाचं वेगळं होतं. त्याला या धंद्यातल्या खाचाखोचा माहीत झाल्या होत्या. शिवाय पोलीस ठाण्याशी त्याचा चांगला मेळ जमला होता.

माळ्यात आल्यानंतर भिकुदादाचे सुरुवातीचे दिवस चांगले गेले. पगाराची तारीख जवळ आली; तसा त्यानं आपला पगार अन् घरातला खर्च यांचा ताळमेळ घातला. बॅलन्स राहण्यास तितकासा वाव उरला नव्हता. मग मात्र त्याची दारूचा धंदा सुरू करण्याची उबळ उचल खाऊ लागली.

दारूचा धंदा सुरू होता तेव्हा माळ्यात दररोज किमान एक फुगा खपायचा. रविवारची सुट्टी तर लॉटरी लागल्यासारखीच असायची. त्यायोगे हातात बराच पैसा खेळायचा. पगाराच्या पैशाला हात लावावा लागायचा नाही. आता चवली-पावलीचाही हिशेब ठेवावा लागणार; हे कटुसत्य होतं. घरात दुसरं उत्पन्नाचं साधन नव्हतं. खाणावळीचा धंदा त्यास मान्य नव्हता. मग दुसरं करायचं तरी काय? ही कसर कशी भरून काढायची?

भिकुदादा पोलीस ठाण्यात गेला. सावंत हवालदाराला भेटला. त्यानं सावंतच्या हातावर हप्त्याची आगाऊ रक्कम ठेवली.

"कधी आलास? तब्येत कशी आहे आता?" सावंतनं आपुलकीनं चौकशी केली.

"चांगली आहे." भिकुदादा हसला.

भिकुदादा पोलीस ठाण्यातून बाहेर आला. त्यानं आपल्या मोबाइलवर अण्णाला फोन लावला. त्याला आपण परतल्याची व आपली तब्येत ठणठणीत असल्याची गुड न्यूज दिली. आजपासूनच माल पाठविण्याची विनंतीही केली. भिकुदादानं मार्केटमध्ये दहा-दहा लिटरचे दोन व पाच लिटरचा एक कॅन खरेदी केला.

त्याच रात्री दारूचा फुगा भिकुदादाच्या घराच्या पायऱ्या चढला. दुसऱ्या दिवशी संध्याकाळी धंदा सुरू झाला. बाहेरची सवय झालेल्या माळकऱ्यांनी भिकुदादानं धंदा सुरू केला म्हणून अधिक पिऊन दिवाळी साजरी केली! पिणाऱ्या खाणावळींनी शौचाच्या निमित्तानं शौचालयाच्या बाजूला असलेल्या जिन्याचा वापर करून भिकुदादाच्या धंद्यावर हजेरी लावली. धंदा सुरू केल्याबद्दल भिकुदादाचं तोंडभरून कौतुकही केलं. कमळा जायकरीन अनेकदा खांबाच्या आडोशाला उभं राहून तोंडाला ग्लास लावायची. आज ती एक पाऊल पुढे होऊन भिकुदादाला म्हणाली, ''आता कसं झ्याक झालं बघा. आता राच्चा कितीबी व कसाबी रतीब घाला, कळ न्हाय उठायची!''

''चल आगाऊ कुठली!'' भिकुदादा हसला अन् त्यानं तिच्या खांद्यावर हलकीशी चापट मारली.

१०६

सकाळचं माळ्यात मिळणारं पाणी अपुरं पडायचं; त्यामुळे कमळा जायकरीन मंदालाही आजूबाजूला असलेल्या कुमुद मॅन्शन, कवर चाळीत पाणी आणायला पाठवायची. तिच्यासोबत कधीतरी शेवंता असायची. गच्चीत झोपलेल्या सदालाही जायकरीन उठवायची व पाणी भरायला पिटाळायची. पाणी भरताना बरोबर गेलेली पोरं मागंपुढं व्हायची. एकाची घागर, हंडा भरला की, ते चालू पडायचं. त्याला दुसऱ्या खेपेला यायचं असायचं. प्रत्येक खेपेला वेगळी लाइन लावावी लागायची. पाण्याची जाण्याची वेळ होईपर्यंत हा कारभार उरकनं भाग पडायचं; त्यामुळेच गावाकडे आपल्या डोई-कमरेवरच्या घागरी सांभाळीत पाणंदीतून वाटचाल करणाऱ्या सख्या-सजनींचा घोळका येथे नसायचा. माळ्यात मिळालेलं नऊ मिनिटांचं व पोरांनी बाहेरून आणलेलं पाणी शेवटचा थेंब संपेपर्यंत घरात मुक्काम करायचं.

सदा कुमुद मॅन्शनच्या बोळातून पुढे चालला होता. त्याला मॅन्शनच्या जिन्याजवळ चौकात असलेल्या नळावर पाणी भरायचं होतं. त्याच्या हातातली घागर मागेपुढे हेलकावे खात होती. कुमुद मॅन्शनच्या अंधाऱ्या बोळात चाफेकरनीचा किशोर उभा होता. तो पाठमोरा होता. शिवाय बोळात अंधार असल्याने तो अंधारात ओळखू येत

नव्हता. त्यानं मंदाला मिठी मारली होती व तो तिचे ओठ अधाशासारखे चोखत होता. तिचे स्तन दाबीत होता. तिच्या मांडीवर आतून-बाहेरून हात फिरवीत होता. ती कुजबुजत होती. "सोडऽ, सोडऽऽ! कुणीतरी बघील!"

तिच्या बोलण्याकडे लक्ष द्यायला किशोरला वेळ नव्हता. तो भान हरपून आपलं काम उरकीत होता. तिची काकणं किणकिणत होती. अंधारात काय चाललं असावं याची पुसटशी कल्पना सदाला आली. तो जोरात खाकरला. किशोरनं मंदाला सोडली. ती आपला हंडा घेऊन चटकन पुढे पळाली. किशोरनं आपली घागर उचलली व कोण खाकरलं हे पाहण्यासाठी पाठीमागे वळला. सदा त्याच्याजवळ आला. त्यानं किशोरला ओळखलं.

"काय किशाऽ, सकाळ साजरी केली वाटतं! कोण हुती रं तीऽ?" सदानं विचारलं.

"तुला लेका दिवसाचीपण स्वप्नं पडतात!" किशोरनं त्याला उडवून लावलं.

"चल, चलऽऽ! ही शेंडी दुसऱ्या कुणाला तरी लाव!" सदा म्हणाला.

"तुझ्या नादाला लागण्यातच अर्थ न्हाय!" किशोर म्हणाला अन् आपली घागर सांभाळीत पुढे निघाला.

दोघे बोळात चालू लागले. सदाची उत्सुकता ताणली होती. कोण असावी ती? ते नळाजवळ आले. दहा वॅटच्या झीरो बल्बच्या प्रकाशात तेथे भैय्ये मनमुराद अंघोळ करीत होते. माळ्यातली काही पोरं आपल्या घागरी, हंडे सांभाळीत भैय्यांच्या अंघोळी होण्याची वाट पाहात बाजूस उभी होती. त्यात मंदाही होती. तेथे असलेल्या पुरुषमाणसांत ती एकटीच बाई होती! सदाच्या पोटात खड्डा पडला. हीच भवानी आता किशोरच्या मिठीत होती! मंदानं त्याच्याकडे दुर्लक्ष केलं. नळाखालचा भैय्या उठला. मंदानं नळाला आपला हंडा लावला.

माळ्यातल्या पोरांत मंदा व किशोरचं लफडं असल्याची चर्चा असायची. सदाच्या कानावरही ती आली होती. कानिफनं तर ही बातमी कन्फर्म असल्याचं सांगितलं होतं. किशोर अनेकदा वटनाच्या कठ्ठ्यावर रेलून जायकराच्या खोलीत पाहायचा. तो सदालाही दिसायचा; पण तसा संशय घेता येत नव्हता. किशोरची मावशी जायकराच्या खोलीसमोरच पलीकडच्या वटनात राहात होती. त्यावरून त्यानं मंदालाही टोकली होती; पण तिनं गळ्यावर हात ठेवून तसं काही नसल्याचं सांगितलं होतं. याच विषयावर त्यानं अनेकदा कानिफशीही चर्चा केली होती. कानिफनंही त्याला मंदापासून दूर राहण्याचा सल्ला दिला होता.

"अजून तू लहान आहेस. ती माजलेली घोडी आहे. घील ती तुला फसाफसा वडूनऽ! उगाच आयुष्यातनं बाद होशील! त्यापेक्षा तू दूरच राहा. तिचं किशोरबरोबर लफडं असलं तर तिची ती आई घालू दे. त्यात तू पडू नगं!" कळवळ्यानं कानिफ बोलला होता.

"तिच्याबर मी झोपत हुतो." सदानं वास्तव सांगितलं होतं.

"तेवढीच मजा समज. आताही दिलं तर कवातरी मजा कर; पण दोस्ता, तिच्यात अडकू नकोस." कानिफनं सदाला परत समजावलं होतं.

सदानं मंदाला आज किशोरच्या मिठीत पाहिलं होतं. तेव्हापासून त्याची खोपडीच सटकली होती. मात्र, घरातल्या अन्य कोणाकडे या प्रकरणाची वाच्यता करणं त्यानं टाळलं होतं. तो बसता-उठता तिच्याकडे रागानं पाहात होता. तिला तोंडातल्या तोंडात शिव्या देत होता. ही रांड आपल्या घराची अब्रू घालवतेय, असं त्याचं मत होतं. सदाला आज शाळेला जावंसं वाटलं नाही. तो घरातच थांबला. ती पटनीत उभी होती. ती संधी साधून तो तिच्याजवळ गेला व म्हणाला, "मादरच्योत, सकाळी काय करीत होतीस?"

"परत शिवी दिलीस तर कानफटवीन!" आक्रमक झालेल्या मंदानं त्याला दम दिला व पुढे म्हणाली, "तो माझ्याशी लग्न करणार हाय!"

"सांगू का आईला?"

"खुशाल सांग!" मंदानं प्रतिआव्हान दिलं. तिला आता मामीची भीती वाटत नव्हती. तिच्या जिवावर मामीनं खाणावळ्यात (जेवणाऱ्यांत) पंधरा-वीसजणांची वाढ केली होती! त्यात सीता तडेकरनीच्या आलेल्या खाणावळ्यांचाही समावेश होता. इथं भावनेपेक्षा पैसा महत्त्वाचा होता. सदानं तक्रार केली, तरी मामी तिला सहजासहजी सोडणार नव्हती. शिवाय वेळ पडली तर शेवंताही सोबतीला होतीच. मंदा शेवंताच्या लफड्यात तिला साथ देत होती.

गणपत जायकर गावी होता. त्या मुदतीत सदा व मंदा एकाच अंथरुणात झोपत होती. मामीला झोप लागल्यानंतर त्यांचा रोमांस रंगत होता. ही गोष्ट शेवंताच्या लक्षात येऊनही तिने त्याकडे दुर्लक्ष केलं होतं. पण, मंदाच्या दृष्टीने सदा अजून बच्चा होता. किशोर पूर्ण पुरुष होता! तिनं सदाबरोबर काही काळ गंमत केली, हे खरं असलं तरी दोघांना चुम्माचुम्मी करताना जायकरानं पकडलं होतं. त्यावेळी त्यानं मंदाबरोबरच सदाच्या कानाखालीही खाड खाड वाजवल्या होत्या. त्या घटनेचा आधार मंदाला होता. तो प्रसंग सदाच्या पायातली बेडी ठरला होता; त्यामुळे तो असं काही मामीला सांगणार नाही, याची मंदाला खात्री होती.

"मादरच्योत आहेस." सदानं दातओठ चावलं. ती हसली. तिला फाडून खावं असं सदाला वाटलं; तरीही आपल्या भावनांवर काबू ठेवत त्यानं विचारलं, "मग मी काय करू?"

"तुझं माझ्याबरोबर लग्न हुणार आहे का? तरीही मी तुला नाही कधी म्हटलंय!" तिनं त्याला डोळा मारला. सदा हसला. ती पुढे म्हणाली, "पण कुठं बोंबलू नकोस!"

त्याला तिला आताच चोखावीशी वाटलं.

"कसंबी करून घरात झोपायला ये. रात्रीची खूप खूप आठवण येते!" तिनं उसासा सोडला. तो परत हसला.

१०७

डिलाईल रोडवरच्या 'चमचम को-ऑपरेटिव्ह सोसायटी'ची निवडणूक लागली होती. त्या सोसायटीवर रामभाऊ घडवे संचालक होता. त्याला सोसायटीचा अध्यक्ष व्हायचे होते; परंतु त्याला इतर संचालक मंडळाकडून पाठिंबा मिळाला नाही. संचालक मंडळातील बहुसंख्य मंडळींना सध्याचेच अध्यक्ष, उपाध्यक्ष हवे होते. साहजिकच रामभाऊसारखेच अन्य काही असंतुष्ट आत्मेही होते. त्यांनी सर्वांनी एकत्र येऊन निवडणूक लढवायचा निश्चय केला. या पॅनेलच्या माध्यमातून रामभाऊला अध्यक्षपद जरी नाही मिळालं, तरी उपाध्यक्षपद तरी नक्की मिळेल अशी चर्चा होती. रामभाऊच्या पॅनेलनं निवडणुकीची चांगलीच तयारी केली होती. जिंकण्यासाठी वाट्टेल ती किंमत मोजण्याची भाषा होत होती.

विद्यमान संचालक मंडळातील दोघेजण रामभाऊबरोबर आले होते. त्यांनी सत्ताधारी मंडळींवर भ्रष्टाचाराचे आरोप केले होते. अध्यक्षाच्या काही नातलगांचा सोसायटीनं कसा फायदा करून दिला, याबाबतच्या फायली बाहेर काढून प्रकरण तापत ठेवलं होतं. विद्यमान सत्ताधारी पॅनेल पडणारच अशी गरम हवा निर्माण करण्यात ते यशस्वी ठरले होते. रामभाऊच्या पॅनेलला काही असंतुष्ट व्यापाऱ्यांचं, हितसंबंधीयांचं पैशाचं पाठबळ लाभल्याने वातावरण गरम राहायला मदत झाली होती. बँकेच्या परिघात दोन्ही पॅनेल्सनी ठिकठिकाणी उभे केलेले बॅनर्स, बोर्ड, वाटण्यात येणाऱ्या पॅम्पलेट्समुळं निवडणुकीत चांगलीच रंगत आली होती. रामभाऊच्या दोन नातेवाइकांनी सोसायटीचं कर्ज घेतलं होतं. त्या कर्जाशी त्या नातेवाइकांचा काडीचा संबंध नसून रामभाऊनं स्वत:साठीच ते बनावट प्रकरण केल्याचा आरोप सत्ताधारी पॅनेलनेही केला होता. त्या फाइलींनाही पाय फुटले होते. या प्रकरणानं रामभाऊच्या पॅनेलची हवा चांगलीच टाईट झाली होती! एकंदरीतच निवडणुकीत आरोप-प्रत्यारोपांना ऊत येऊन चांगलीच चुरस निर्माण झाली होती.

सोसायटी आपल्याच जिल्ह्यातील लोकांची असल्याने सोसायटीचे काही सदस्य चण्याच्या माळ्यावरही होते. त्यामध्ये सुधीर मिरचीकरचा भाऊ बळवंत, लक्ष्मण चोरवाडकर, जायकरनीचा गजा, रामू तडेकर, बाबूची आजी हौसाबाई, दत्ता नारगावकर

आदींचा समावेश होता. बळवंत मिरचीकर, लक्ष्मण चोरवाडकर, गजा जायकर हे रामभाऊबरोबर प्रचाराला फिरत होते. रामभाऊनं जायकरीन, तडेकरनीला माळ्यात आणखी एक को-ऑपरेटिव्ह क्रेडिट सोसायटी काढण्याचं आश्वासन दिलं होतं. त्यासाठी रामभाऊ चमचम को-ऑपरेटिव्हवर निवडून येणं आवश्यक होतं. निवडून आल्यानंतर रामभाऊचं वजन वाढणार होतं. शिवाय नवीन सोसायटी स्थापन करताना मोठा दबावगटही तयार होणार होता.

माळ्यात सोसायटी स्थापन झाल्यापासून बाबू व त्याच्या सहकाऱ्यांवर जायकरीन तशी नाराजच होती. सख्ख्या दिराबरोबर झोपणाऱ्या रखमाला, जिजा मिरचीकरनीसारख्या म्हातारीला त्यांनी सोसायटीचं संचालकपद दिलं होतं. मात्र, जायकरनीसारख्यांना हिंगही लावला नव्हता. हा काटा तिच्या मनात सारखा सलत होता. रामभाऊनी तिला सोसायटी स्थापन केल्यानंतर संचालक मंडळावर घेण्याचं वचन दिलं होतं. तिनं हे गुपित आपल्या काळजात लपवून ठेवलं होतं.

बाबू सत्ताधारी गटाचा प्रचार करीत होता. त्यानं कमळा जायकरनीची भेट घेऊन तिला सांगितलं होतं, 'सत्ताधारी पॅनेलचं काम खूप चांगलं आहे. त्यांची सदस्यसंख्याही मोठी आहे. हे पॅनेल विनासायास निवडून येईल. तू गजाला प्रचाराला पाठवून उगाच लोकांच्या नजरेत आणू नकोस.'

'बघते.' इतकंच त्रोटक उत्तर जायकरनीनं दिलं होतं. मनातल्या मनात ती म्हणत होती, 'रामभाऊवर जळतात मेले!'

रामभाऊंचे तरुण कार्यकर्ते संतोष पिंपरकर, सर्जा घोडगावकर, सुधीर मिरचीकर हे तुरुंगात अडकले होते. भागू रोंगे सध्या बाबूच्या कळपात असला, तरी त्याच्यावरही रामभाऊंचा जीव असल्याचं बोललं जात होतं. तोही तुरुंगात होता. आपले कार्यकर्ते तुरुंगात अडकल्यानं रामभाऊंना अतीव दुःख होतं होतं; पण त्यानंतरच्या फळीपैकी गजा जायकर, शिरपा तडेकर ही पोरंही काही वाईट नव्हती. निवडणुकीची धामधूम लक्षात घेऊन रामभाऊंनी आपला भाऊ शामराव यालाही सोबत ठेवलं होतं.

सोसायटीचे निवडणूक निकाल घोषित झाले. सत्ताधारी पक्षाचे सर्वच्या सर्व उमेदवार भरघोस मतांनी निवडून आले होते. रामभाऊंना नगण्य मतं मिळाली होती. निवडणुकीचे निकाल ऐकून कमळा जायकरनीच्या पायाखालची वाळू सरकली. ती गडबडीनं बाहेर आली. वटनात सुंद्रा नार्वेकर उभी होती. तिला मोठ्या आवाजात जायकरीन म्हणाली, "अगंऽ, त्यो पडणारच हुता; पण काय करायचं! गावाकडं घर बांधलं तवा सोसायटीचं कर्ज त्याच्याच शिफारशीनं मंजूर झालं हुतं. म्हणूनच माझा गजा त्येच्या परचाराला गेला. नाहीतर मी त्येला पाठवायला खुळी हाय व्हय!"

सुंद्रा नार्वेकरला या विषयात स्वारस्य नव्हतं. तिनं जायकरनीला रामभाऊ घडवेच्या मागंपुढं गोंडा घोळताना पाहिलं होतं. तिनं खालच्या, वरच्या माळ्यावर

नजर टाकली व ती आपल्या खोलीत गेली. जायकरीनही परत फिरली. शेवंता तिच्याच तोंडाकडे पाहात होती. तिला कमळा म्हणाली, "भाड्या पडणारच हुता तर उगाच नाटकं कशाला करायची?"

कमळा मोरीत गेली. तिनं आपली नथ वर उचलली अन् तोंडातली तपकीर मोरीत थुंकली. चूळ भरली. नंतर तिनं थुंकीवर तांब्यातलं पाणी बदाबदा ओतलं.

१०८

सोसायटीत नोकरीला राहिल्यापासून नंदू व बंडूचं शाळेत येणं कमी झालं होतं. यंदा दहावीला पास होण्याचा दोघांचाही निर्धार असला तरी शाळेपेक्षा घरी अभ्यास करूनच तो पूर्ण होईल, असं बंडूला वाटत होतं. बंडू-नंदूची जोडगोळी वेळ मिळेल तशी शाळेला यायची. ते शाळेत आले, म्हणजे इकडे-तिकडे टिवल्या-बावल्या करीत फिरायचे. काही तासांना बसायचे, बाकी दांडी ठरलेलीच! त्यांनी शाळेत यावं असं मास्तरना तरी कुठे वाटत होतं? त्यातच ते बलात्कारासारख्या प्रकरणात आरोपी होते. ती बातमी शाळेत थडकली होती. अशा गुन्हेगार प्रवृतीपासून अलीकडे शिक्षकच स्वत:ला दूर ठेवत होते. बंडू, नंदू शाळेत असले म्हणजे वर्गात भांडणं, मारामाऱ्या, बालसुलभ वस्तूंची ढापाढापी-त्यावरून उडणारा गोंधळ या ठरलेल्या घटना असायच्या. त्यातून मार्ग काढताना मास्तर वैतागायचे. एखादी वस्तू ढापली तर ती दडवण्यात हे इतके हुशार की, ती शोधूनही सापडायची नाही. मारामारीसारख्या भानगडीत यांच्या बाजूनं पोरांची फलटणच उभी राहायची. यांच्याकडे अशी काय जादू होती, हे शिक्षकांनाच कळायचं नाही. अशावेळी बंडू, नंदू कमालीचे दंगेखोर असूनही शिक्षकांना त्यांच्यावर गैरवर्तणुकीचा ठपका ठेवणंही कठीण जायचं.

नोकरीला लागल्यापासून आपण वयानं खूप वाढलो आहोत, इतर मुलांपेक्षा खूपच थोराड दिसत आहोत याची जाणीव त्यांना झाली होती. एवढं दहावीचं वर्ष पूर्ण करायचं अन् शाळेचं हे झंझट एकदाचं संपवायचं, याबाबत दोघांचंही एकमत झालं होतं. त्यांनी पुढे कॉलेजचा अभ्यासक्रम डिस्टन्स एज्युकेशनच्या माध्यमातून पूर्ण करायचं ठरवलं होतं. शिवाय ते सोसायटीचे कर्मचारी असल्यानं एखाद्या धंद्यासाठी ते सोसायटीतूनच कर्ज उचलण्याचे मनसुबेही रचत होते.

पाच-सहा दिवसांनी आज ते शाळेत आले होते. त्यांच्या मित्रांच्या गाठीभेटी घेणं सुरू होतं. शिक्षकांची हालहवाल पुसण्यासाठी त्यांनी स्टाफरूममध्ये एक चक्करही मारली. त्यानंतर ते आपल्या कंपूसोबत शाळेच्या कोपऱ्यावर आले. तेथे

थोडावेळ थांबून त्यांनी गुजराथी, हिंदी, मराठी मीडियमच्या थोराड मुलींची टिंगल केली व शाळा भरल्यानंतर ते आपल्या वर्गात जाऊन बसले.

शाळेचा शिपाई नोटीस घेऊन वर्गात आला. कुलकर्णीबाईंनी नोटिस वाचली. भूगोलाच्या बाईंची पर्स शाळेत कुणीतरी चोरली होती व ती कुणी घेतली असेल, तर तत्काळ आणून देण्याबाबत नोटिसीमध्ये लिहिलं होतं. नोटिस वाचल्यानंतर वर्गात पोरांचा गलका वाढला.

"कुणी घेतलेय का पर्स?'' कुलकर्णीबाईनं विचारलं.

"नाही.'' वर्गातून एकदमच आवाज आला.

नोटिसची वही शिपायाकडे देत कुलकर्णीबाईंनी विचारले, "पर्समध्ये काही विशेष नव्हतं ना?''

"सात हजार रुपये होते!'' एखादं गुपित उघड केल्यासारखं शिपायानं सांगितलं.

"काय सांगतोस?'' त्यांनी आश्चर्य व्यक्त केलं. त्यांना थंड पाणी पिण्याची भावना झाली.

"असं बाई म्हणत होत्या! त्यांना नॅशनल सेव्हिंग सर्टिफिकेटस् खरेदी करायची होती; म्हणून त्या पैसे घेऊन शाळेत आल्या होत्या.'' शिपायानं जमेल तेवढी माहिती पुरवली व तो वही घेऊन वर्गातून बाहेर पडला.

"सात हजार रुपयेऽऽ!''असं पुटपुटतच कुलकर्णीबाई वर्गाबाहेर व्हरांड्यात आल्या. व्हरांड्यात इतर वर्गांतील शिक्षकही दिसत होते. कुलकर्णीबाईंच्या पाठोपाठ वर्गातील काही मुले-मुली आल्या. एव्हाना शाळेत सगळीकडे ही बातमी पसरली होती. शिक्षक, शिक्षिका व विद्यार्थ्यांची आपापसांत चर्चा सुरू झाली होती.

नोटिस फिरवूनही बाईंची पर्स मिळाली नाही. सगळीकडून नकार आला. मग स्टाफरूममध्ये बाहेरचं कोण कोण आलं होतं, त्याचा तपास सुरू झाला. प्रत्येक शिक्षक, शिक्षिकांनी स्टाफरूममध्ये आपल्याला भेटलेल्या विद्यार्थी, विद्यार्थिनींची नावे सांगितली. त्यात बंडू, नंदूचंही नाव आलं. या नावाभोवती शिक्षकांच्या नजरा नको तितक्या घुटमळल्या. मुख्याध्यापिका राधिका चिरमुलेबाईंनी स्वतः या विद्यार्थ्यांच्या नावाची यादी तपासली. बंडू निकम, नंदू पालकरचं नाव यादीत पाहून त्यांच्या कपाळावर आठ्या वाढल्या. त्यांनी दोघांच्या नावाभोवती गोल करून यादीतील सर्वच विद्यार्थ्यांना त्यांच्या दप्तरांसह शाळेच्या चौकात बोलावण्याचं फर्मान सोडलं. पोरांनी कबूल केलं तर ठीक, नाहीतर त्यांची झडती घेणं आवश्यक होतं. एखाद्यानं पैसे चोरखिशात, दप्तरात किंवा कपड्यातच कुठेतरी लपवून ठेवण्याची शक्यताही नाकारता येत नव्हती. शाळेत परत नोटिस फिरली. शाळेतील वेगवेगळ्या वर्गांतील सत्तावीस मुले शाळेच्या चौकात आली. त्यात नऊ मुलीही होत्या. सर्व वर्गांवरचे शिक्षक, शिक्षिका आल्या. अशा वेळी कोणाचं लक्ष शिकवणीकडे लागणार आहे!

शाळेत पंड्यासर पीटी शिकवायचे. ते हातात मजबूत छडी घेऊनच पोरा-पोरींकडे पाहात होते. शाळेतील पोरं-पोरी व्हरांड्यांतून, खिडक्यांतून, गॅलरीतून एखाद्या डोंबाऱ्याचा खेळ पाहिल्यासारखी या सत्तावीसजणांकडे पाहात होती.

पोरा-पोरींना चौकात रांगेत उभं करण्यात आलं. मुलींची रांग वेगळी होती. त्यांची तपासणी सुरू झाली. स्वत: भूगोलाच्या शिक्षिका वरपांगे पोरींची, त्यांच्या दप्तरांची तपासणी करू लागल्या. इतर शिक्षिका त्यांना मदत करीत होत्या. त्यामध्ये गुलामे, जाधवमॅडम आघाडीवर होत्या. त्या दोघीही वरपांगेबाईंच्या खास मैत्रिणी होत्या. हेडबाई स्वत: परिस्थितीवर नियंत्रण ठेवून होत्या. आपल्या शाळेतून एका शिक्षिकेची सात हजार रुपये ठेवलेली पर्स चोरीस जाते म्हणजे काय, या प्रश्नानं त्या चांगल्याच हादरल्या होत्या. त्यांनी वरपांगेबाईंना चोरी झाल्याची परत एकदा खात्री करून घेण्यास सांगितलं होतं. मात्र, वरपांगेबाई आपल्या मतावर ठाम होत्या. मुलींच्या स्कर्टच्या खिशांची, दप्तरांची, दप्तरातल्या पुस्तक-वह्यांची, दप्तरात ठेवलेल्या छोट्या छोट्या पर्सची तपासणी पूर्ण झाली. त्यानंतर मुलींना जाऊ देण्यात आलं.

शाळेतील शिक्षक, शिपाई आपापसांत चर्चा करीत हा तपासणीचा खेळ पाहात होते. शाळेतल्या पोरांची तपासणी करायला शिक्षकांबरोबरच शिपायांनीही नकार दिला होता. त्यावर भूगोलाच्या वरपांगेबाईंचं मत होतं की, 'मेले, पोरांकडून नाष्टा खातात. मग कशाला ते पुढे येतील!'

''बंडू तूऽऽ?'' बंडूजवळ येत वरपांगेबाईंनी विचारलं.

''मी नाही मॅडम; पण तुमच्या खुर्चीजवळ नंदू पालकर खूप वेळ उभा होता! बंडूनं माहिती पुरवली.

''ए मादरच्योतऽ! मी कुठं रेऽ?'' नंदूनं शिवी हासडली.

बंडू आपल्या बारीक मिशीत हसला. नंदूनं दिलेल्या शिवीनं हेडबाईसह सर्वच शिक्षक, शिक्षिकांना धक्का बसला. पंड्यासर पुढे झाले.

''विद्यार्थ्यांनी शिवीगाळ करायची नसते. त्यांच्यावर चांगले संस्कार हवेत!'' पंड्यासर म्हणाले व त्यांनी नंदूला हात पुढे करायला लावून हातातल्या छडीचे दोन फटके हाणले. नंदूचा हात झिणझिणला. तो बंडूकडे खाऊ की गिळू या नजरेनं पाहू लागला.

''निकम, तू सांगतो आहेस ते खरं आहे?'' वरपांगेबाईंनी विचारलं.

''मॅडम, तुमच्या गळ्याची शप्पथऽऽ!''

सगळ्यांच्या नजरा नंदूवर खिळल्या. भूगोलाच्या बाईंच्या मदतीला जाधव व गुलामेमॅडम होत्याच. त्यांनी स्वत:होऊन नंदूची तपासणी सुरू केली. तिघींनी प्रथम नंदूचं दप्तर तपासलं. वह्या, पुस्तकांवर वरवर नजर टाकली. नंतर त्यांची नाजूक बोटं त्याचे कपडे, कमरेसारख्या शरीराच्या इतर शंकास्पद अवयवांकडे वळली;

त्यामुळे त्याला गुदगुल्या होत असल्याची भावना होत होती. तो लसू लागला. अंग चोरू लागला.

“मी पैसे घेतलेले नाहीत.” त्यानं आपल्या हाताची गच्च घडी छातीबरोबर धरली.

नंदूच्या या विचित्र हालचालींनी शिक्षिकांचा संशय अधिकच बळावला. त्या त्याच्या अंगाशी झटू लागल्या. या झटापटीत नंदूचा शाळेचा शर्ट जागोजाग उसवला. शर्टाची दोन बटनंही तुटली. अंगातला शर्ट असूनही नसल्यासारखा भासू लागला. त्या त्याची डगळ पॅण्टही तपासू लागल्या. नंदूनं त्यांना परत सांगितलं, “मॅडम, मी पर्स घेतलेलीच नाही. तेव्हा पैसे [illegible] प्रश्न येतोच कुठे?”

शिक्षिका त्याचं ऐकण्याच्या मूडमध्ये नव्हत्या. प्रथम त्यांनी नंदूचा होणारा विरोध डावलून त्याच्या पॅण्टच्या खिशात हात घातला. या उपद्व्यापात आपली पॅण्ट फाटतेय की काय, अशी भीती त्याला वाटली. त्यानं दोन्ही हातांनी आपली पॅण्ट गच्च धरली.

“मी पैसे घेतलेले नाहीत.” तो काकुळतीला येत ओरडला.

शिक्षिकांना त्याच्या हालचाली अधिकच संशयास्पद वाटल्या.

नंदूनं त्यांना सांगितलं, “माझी पॅण्ट फाटली तर बघा अंऽ! आज मी अंडरपॅण्ट घातलेली नाही!”

नंदूच्या शेजारी असलेला बंडू हे सर्व मस्तपैकी एंजॉय करत गालातल्या गालात हसत होता.

शिक्षिकांनी नंदूच्या बोलण्याकडे दुर्लक्ष केलं. त्यांच्या अंगात वीरश्री संचारली होती. पैसे नंदूनंच घेतले आहेत अशी त्यांची ठाम समजूत झाली होती. ती त्यांना गप्प बसू देत नव्हती. शिक्षिकांनी आपली तपासणी अधिक कडक केली. त्यांचा हा आगाऊपणा पाहून नंदूच्या डोक्यात सणक भरली. त्यानं हळूच आपल्या पॅण्टचे हूक काढून चेनही खोलली.

“माझ्याकडे पैसे नाहीत.” तो जोरदारपणे ओरडला अन् त्याने आपले दोन्ही हात एकदमच आभाळाकडे धरून ताणले. त्याची पॅण्ट सरकन खाली घसरली. नंदूचा नागडा देह पाहून शिक्षिकांची पाचावर धारण बसली. त्या लाजल्या.

“ईऽऽ!” त्या पटकन बाजूला पळाल्या.

नंदूची पॅण्ट पायात लोळण घेत होती व तो हात वर करून गंभीर मुद्रेनं उभा राहून ओरडत होता, “तुमच्या मायला तुमच्या, तपासा काय तपासायचं ते तपासाऽ!”

एव्हाना वर्गशिक्षकच जागेवर नसल्याने अनेक पोरं चौकात आली होती. काही पोरं-पोरी खिडक्या, व्हरांडा, गॅलरीत उभे होते. नंदूचा हा अवतार पाहून पोरांनी जोरदार टाळ्या पिटल्या. शिट्ट्या मारल्या. शिवाय ओरडून दंगाही केला. तर पोरींनी

'अगं बाईऽ, शीऽऽ!' म्हणतं आपलं तोंड हाताच्या ओंजळीत खुपसलं. काही पोरी मैत्रिणींच्या खांद्यावर मान ठेवून नंदूकडे पाहात हसत हसत 'शी गं बाईऽऽ!' म्हणाल्या.

हातात छडी घेऊन फिरणाऱ्या पंड्यासरांनाही पटकन काय करावं हे उमगलं नाही. तर चिरमुलेबाईंना हा नंदूचा आगाऊपणा वाटला!

तपासणीचा फार्स सुरू असतानाच शाळेचा रखवालदार त्यांच्याजवळ आला. त्याच्यासोबत वरपांगेबाईंचे मिस्टर होते. त्यांच्या हातात पर्स होती. त्यांनी चालता चालता समोर चाललेला तमाशा पाहिला होता. त्यातलं त्यांना काही कळलं नव्हतं; पण असेल काहीतरी झेंगटं म्हणून त्यांनी तिकडे लक्ष दिले नाही. मात्र, शाळेच्या चौकात एक उघडंनागडं पोरगं पाहून त्यांनाही आश्चर्याचा धक्का बसल्याशिवाय राहिला नाही. बायकोजवळ आल्याबरोबर ते म्हणाले, "अगं, तू आज सेव्हिंग सर्टिफिकेटस् घेणार होतीस नं? मग पर्स घरातच कशाला ठेवून आलीस?"

त्यांनी वरपांगेबाईंकडे पर्स दिली व ते म्हणाले, "चल, मी जातो. मला ऑफिसला उशीर झालाय."

उत्तराची अपेक्षा न करता ते नंदूकडे विचित्र नजरेनं पाहात पाहातच चालू पडले.

"बघा बरंऽ, तरी मी तुम्हाला सांगितलंच होतं की, पर्स घरी विसरला आहात का ते पाहा म्हणून! तर तुम्ही छातीठोकपणे चौकशीची मागणी केली!" मुख्याध्यापिका राधिका चिरमुले चांगल्याच वैतागल्या होत्या. त्यांनी आपली नाराजी खुलेआम जाहीर केली.

"तुमच्या मायला तुमच्या, माझी बुल्लीच पाहायची होती, तर मी ती तुम्हाला कुठंही दाखवली असती; त्याला चौकच कशाला पाहिजे होता?" नंदूनं आवाज दिला. त्यानं आपली पॅण्ट वर उचलण्याची तसदीही घेतली नाही.

शिक्षिकांच्या तोंडचं पाणी पळालं. त्या दुरूनच 'पालकर, पालकरऽ!' असा आवाज देऊ लागल्या. त्यांच्या आवाजात काकुळती होती. पंड्यासराला आपण नंदूची पॅण्ट वर उचलावी की नको हा प्रश्न पडला होता.

बंडूनं जोरदार शिट्टी मारली. ती शाळेच्या कानाकोपऱ्यात घुमली. बंडूच्या आवाहनाला प्रतिसाद म्हणून माळ्यातली, कुमुद बिल्डिंगमधील, रत्नदीप मॅन्शनमधली, कोळीवाड्यातली पोरं, नंदू-बंडूचे वर्गमित्र, इतर दोस्त पुढे धावले. माळ्यातल्या पोरीही लाजत-मुरडत पुढे आल्या व पोरांच्या पाठीमागे उभ्या राहिल्या. त्यांनाही माळ्याची लाज राखायची होती! हा, हा म्हणता नंदूभोवती दीडशे-दोनशे पोरा-पोरींचा घोळका जमला. तोवर बंडूनं नंदूची पॅण्ट वर ओढून तिचे हूक घातले; पण पॅण्टची चेन घालण्याची तसदी मात्र त्यानं घेतली नाही.

"नंदूला जाहीर चौकात नागडं करणाऱ्या, शाळेतल्या पोरांवर चोरीचा आळ घालणाऱ्या शिक्षिकांचा..." बंडूनं आरोळी ठोकली.

"धिक्कार असोऽऽऽ!" पाठीमागून पोरांचा सूर घुमला.

"हेडबाईंचा..."

"धिक्कार असोऽ!" पोरं एका सुरात ओरडली.

"हेडबाई, वरपांगे, जाधव, गुलामेबाईंनी राजीनामा..."

"दिलाच पाहिजे!" नंदूच्या आरोळीला पोरांनी प्रतिसाद दिला.

"हेडबाईंचा..." बंडूनं आरोळी ठोकली.

"धिक्कार असोऽऽ!" आता शाळेतल्या अन्य कोपऱ्यांतूनही आवाज उठले. शाळेतल्या अन्य पोरांच्याही अंगात सुरसुरी चढून तेही आंदोलनाच्या पवित्र्यात आले.

[illegible] राजीनामा या शब्दाने त्यांची झोप उडाली. काही महिन्यांपूर्वी त्यांनी एका इंग्रजी वर्तमानपत्रात एक बातमी वाचल्याचं त्यांना चटकन आठवलं. त्या बातमीनुसार, शाळेत असंच दोन लहान मुलांना नागवं केल्यामुळे हेडमास्तर व संबंधित शिक्षक, शिक्षिकांना राजीनामा द्यावा लागला होता! हेडबाईंना दरदरून घाम फुटला. त्या झपाट्यानं पुढं झाल्या.

"नंदू, तसं नव्हेऽऽ!" त्या काकुळतीला आल्या.

"काय नव्हेऽ!" नंदूनं त्यांचं बोलणं तोडलं. त्याच वेळी अचानक त्याचा हात आपल्या पॅण्टच्या चेनकडं गेला. ती जागा खुली असल्याचं त्याच्या लक्षात आलं. तो हेडबाईंकडे पाहात पॅण्टची चेन वर खेचीतच म्हणाला, "इतक्या पोरांच्या साक्षीनं तुम्ही मला भरचौकात उभं करून नागडं केलं अन् वर तोंड उचलून म्हणता, तसं नव्हे! माझी बुल्ली तुम्हाला काय बोगस वाटली? चला आता असाच फोटो काढतो. पेपरमध्ये देतो. शाखाप्रमुख, नगरसेवक, आमदार, मंत्री बोलावतो. मोर्चा काढतो. तुमच्यावर अब्रूनुकसानीचा दावा दाखल करतो. तुमची वाट लावतो." एके ४७ मधून सुटलेल्या गोळ्यांसारखा नंदू हेडबाईंवर कोसळला.

हेडबाई घायाळ झाल्या. त्यांच्या चेहऱ्यावरून घाम गळू लागला. जाधव, गुलामेबाईंच्या चेहऱ्याचीही रया पालटली. विनाकारण हे आपण काय करून बसलो ही चिंता त्यांना भेडसावू लागली. वरपांगेबाईही कमालीच्या भेदरल्या होत्या.

नंदूनं आपला फाटका शर्ट ठाकठीक करण्याचा प्रयत्न केला. तोवर शाळा शिक्षिकांच्या निषेधाच्या घोषणांनी दुमदुमून गेली होती. घोषणा अखंड सुरूच होत्या. हे प्रकरण कोणतं वळण घेतं, याकडे प्रत्येकाचं लक्ष लागलं होतं.

सोनवणे शिपाई पुढे झाला व हेडबाईंना म्हणाला, "मॅडम, ही पोरं बत्तीस लक्षणी आहेत. ती काय वाट्टेल ते करतील. म्हणून तर आम्ही कोणी पुढे आलो नाही. आता नोकऱ्या सांभाळायच्या असतील, तर लवकरात लवकर काहीतरी मार्ग काढा. नाहीतर गेलाच बाराच्या भावात म्हणून समजा."

शाळेत हेडबाईंच्या निषेधाच्या घोषणा जोरजोरात घुमत होत्या. शाळेला एखाद्या

रणांगणाचं स्वरूप आलं होतं. जे शहाणे-सुरते शिक्षक होते, त्यांनी पोरांचा गोंधळ कमी करण्यासाठी त्यांना वर्गात बसवण्याचा प्रयत्न सुरू केला; परंतु पोरांनी त्यांना धूप घातली नाही. शिक्षकांचाही नाइलाज झाला. तागडे सरांनी हेडबाईंना सांगितलं, "तत्काळ पोलिसांना बोलवा. नाहीतर पिसाटलेली पोरं काय करतील ते सांगता यायचं नाही."

"पोलीस येऊ देत होऽ; पण त्यांनी शाळेतला हा नागडा प्रकार पाहिला, तर हेडबाईच बाराच्या भावात जातील, त्याचं काय?" जोशीसरांनी महत्त्वाचा मुद्दा उपस्थित केला.

हेडबाईंच्या घशाला कोरड पडली. त्या लगबगीनं पुढे झाल्या व त्यांनी नंदूचा हात पकडला. त्या त्याला कधी 'नंदू' तर कधी 'पालकर' अशा शब्दात आर्जव करीत आपल्या केबिनकडे ओढत घेऊन चालल्या. लटका राग दाखवत, शिक्षकांच्या निषेधाच्या घोषणा देत नंदूही त्यांना प्रतिसाद देऊ लागला. हेडबाई त्याला घेऊन आपल्या केबिनमध्ये आल्या. पाठोपाठ वरपांगे, जाधव, गुलामेबाई आल्या. पंड्यासर, जोशीसर, तागडेसरही सोबत होतेच. त्याशिवाय जवळपासचे शिक्षकही मुख्याध्यापिकांच्या केबिनमध्ये घुसले. नंदूबरोबर बंडू निकम तर होताच; परंतु मंगेश नार्वेकर, कानिफ, सदा जायकरही आले. माळ्यातली, माळ्याशेजारच्या इतर इमारतीतली आणखी पंधरा-वीस पोरं कुणालाही न जुमानता केबिनमध्ये घुसली. त्यांच्यापाठोपाठ माळ्यातल्या पोरीही घुसल्या.-----

"नंदू, आमची चूक झाली." चिरमुले गहिवरल्या.

"तुमची चूक झाली होऽ; पण आमची अब्रू गेली त्याचं काय?" बंडूनं मध्येच तोंड घातलं.

"मुद्दाम करायचं म्हणून आम्ही नाही केलं रेऽऽ!" वरपांगेबाई कळवळल्या.

"मुद्दाम असो, नाहीतर अन् कसलंऽ! माझ्या गेलेल्या अब्रूचं काय? आम्ही का रस्त्यावर पडलोय? आम्हाला आमचे आई-बाप नाहीत का? त्यांना काय इज्जत आहे की नाही?" नंदू ताडताड बोलला. जोशीसरांनी संमतीदर्शक मान हलवली.

"आम्ही तसं कुठं म्हटलंय?" वरपांगेबाई वरमून बोलल्या.

"ए चल रंऽऽ! चुत्या बनवत्यात ही! यांच्या कशाला नादाला लागायचं? शाळेतल्या हजारो पोरांनी पाहिलंय. तू नुसता बाहेर चल. पेपरात बातमी, सीआयडीची चौकशी, आमदार, मोर्चाऽऽ!" बंडूनं नंदूला ठणकावलं.

"होय, होय. तू नुसता बाहेर चल!" केबिनमध्ये आलेल्या पोरा-पोरींनी दंगा केला.

हेडबाईंना काय करावं ते सुचत नव्हतं. त्या उठल्या. त्यांनी वरपांगे बाईंची पर्स घेतली. त्यातले एक हजार रुपये काढले व नंदूच्या हातात कोंबून त्या म्हणाल्या, "आता तरी गप राहा."

"ओ मॅडम, आमची अब्रू म्हणजे तुम्हाला काय चणं-फुटाणं वाटलं होय!" मंगेश नार्वेकरनं आवाज चढवला.

"मी आता रोख तुम्हाला पाच हजार रुपये देतो. माझ्यासारखं तुम्ही चौकात उभं राहून दाखवा बघू!" नंदूनं आव्हान देऊन हेडबाईंच्या वर्मावरच घाव घातला. जोशीसरांनी परत मान हलवून संमती दर्शवली. हेडबाईंचा हात पाठीमागे गेला. त्या लाजेनं चूरचूर झाल्या.

"तू चल ना बाहेरऽऽ! पोरांनी मोर्चाची तयारी केलीय. सरळ पोलीस ठाण्यात जाऊ!" कानिफ नंदूवर खेकसला.

हेडबाई, वरपांगेबाईंच्या [illegible] होत्या. या जंजाळात आपण का उडी घेतली म्हणून जाधव, गुलामेमॅडम स्वत:ला दोष देत होत्या. हेडबाई गहिवरल्या. त्यांच्या डोळ्यांतून पाणी येऊ लागले. ही मुलं आपली लाज वेशीवर टांगल्याशिवाय राहणार नाहीत, याची त्यांना खात्री पटली.

"चल रेऽऽ! हा ड्रामा खूप झाला." बंडूनं नंदूचा हात धरून त्याला उठवलं. ते खुर्चीतून उठू लागले.

हेडबाई पटकन उठल्या व त्यांनी नंदूचा हात पकडला, "तुम्हाला किती रुपये हवेत तेवढे सांगा; पण प्रकरण वाढवू नका. आमच्यावर मेहरबानी करा!" हेडबाई घायकुतीला आल्या.

बाहेर घोषणा दुमदुमत होत्या. हेडबाई, वरपांगे, जाधव, गुलामेबाईंच्या पोटात ढवळत होतं.

शिक्षिकांची अगतिकता पाहून मंगेश नार्वेकर म्हणाला, "नंदू, हेडबाई व बाकीच्या मॅडम खूपच अडचणीत आहेत. त्यांच्या नोकऱ्या जातील. मग आपल्यालाच वाईट वाटेल."

वरपांगे, हेडबाईंना काडीचा आधार मिळाला. त्या पटकन एकदमच बोलल्या, "हो, होऽऽ! नोकऱ्या जातील." हेडबाईंनी आपल्या बोलण्याला जोड दिली, "किती रक्कम पाहिजे, तेवढं सांगा."

"एक लाख रुपये!" नंदूनं सांगितलं.

"आंऽऽ!" नंदूच्या मागणीनं हेडबाईंनी तर जबडाच फासला. त्यांना पोरांची मागणी अव्वाच्या सव्वा वाटत होती. गोष्ट टेबल सेटलमेंटवर आल्याचे पाहून इतर शिक्षकांनी त्यात भाग घेतला. शेवटी पन्नास हजार रुपयांवर सेटलमेंट झाली. त्याचबरोबर शाळेतल्या प्रत्येक मुला-मुलीला हेडबाईंनी कॅडबरी इक्लेअर देऊन त्यांचं तोंड गोड करण्याचं ठरलं. कॅडबरी इक्लेअरचा मुद्दा मात्र सदा जायकरानं पुढे आणला.

"आपल्याला साथ देणाऱ्या पोरांचाही आदर केलाच पाहिजे." तो म्हणाला. मान हलवून जोशीसरांनी त्यालाही प्रतिसाद दिला.

हेडबाईंनी शाळेच्या अकाउंटंटकडे किती रक्कम आहे, याची विचारपूस केली. तेव्हा जोशीसर म्हणाले, "मॅडम, खासगी कामासाठी शाळेचे पैसे वापरू नका. नाहीतर तुमच्या मागावर असलेले तुमचे स्पर्धक तुम्हाला अडचणीत आणतील."

तागडेसरांनी चमकून जोशीसरांकडे पाहिलं. हेडबाईंनाही ते पटलं. शेवटी हेडबाई स्वत: व भूगोलाच्या वरपांगे बाई बँकेत गेल्या. त्यांनी स्वत:च्या व वरपांगे बाईंच्या खात्यातले २५-२५ हजार रुपये काढले व त्या परत आल्या. त्या परत येईपर्यंत पोरं केबिनमध्येच बसून होती. शाळेबाहेरची काही मस्तवाल पोरं-पोरी सोडल्यास बाकीची पोरं शिक्षकांनी वर्गात पिटाळली होती. तरीही अधूनमधून एखाद्या वर्गातून हेडबाईंच्या निषेधाच्या घोषणा येतच होत्या. एका वर्गातून आवाज आला, तर दुसऱ्या वर्गातून, मग तिसऱ्या वर्गातून असा साखळी खेळच सुरू होता.

मंगेश नार्वेकर, बंडू निकम व नंदू पालकरनं रक्कम मोजली. नोटा खऱ्या आहेत का हे पाहून घेतलं.

कानिफने घोषणा दिली, "नंदू पालकरचा..."

"विजय असोऽऽ!" केबिनमधल्या बाकीच्या पोरा-पोरींनी प्रतिसाद दिला.

नंदूबरोबरचं विद्यार्थ्यांचं शिष्टमंडळ उठून उभं राहिलं. मुलं, मुली केबिनमधून बाहेर पडू लागली. बंडू निकम परत फिरला. मुख्याध्यापिका राधिका चिरमुलेबाईंना हात जोडले व म्हणाला, "मॅडम, आता तुमचीही पर्स चोरीला जाऊ दे!"

तागडेसरांना हसू फुटलं. ते खळखळून हसले. हसता हसता इतर शिक्षक त्यांच्याकडे पाहू लागले.

पोरांनी प्रकरण मिटवलं असलं, तरी हेडबाईंना याचे पुढे काय काय परिणाम होतील, या चिंतेनं ग्रासलं होतं.

पोरं केबिनबाहेर आली. बंडूनं नंदूला विचारलं, "या पैशाचं काय करायचं रंऽऽ?"

"काय म्हणजे, आपल्याला साथ देणाऱ्या या पोरांना, पोरींना प्रथम पार्टी देऊ अन् बाकीचे सोसायटीतील आपल्या खात्यावर जमा करू!" नंदूनं क्षणात प्रश्न सोडवला.

"पैसे मिळाले; पण इज्जत गेली रंऽ!" सदानं खंत व्यक्त केली.

"हाट लेकाऽ! तसं आपण हे रोजच बघतो. एकदा शाळेतल्या शिक्षिका, पोरा-पोरींनी बघितलं तर बिघडलं कुठं? नाहीतरी नंदूरावांची ही मालमत्ता किती पावरफुल आहे हे शाळेतल्या पोरींना तरी कधी कळणार?" बंडूनं चिमटलं. सोबतची पोरं खळखळून हसली. पोरी लाजल्या.

त्यांची मित्रमंडळी त्यांची वाट पाहात चौकात उभी होती. हे बाहेर आल्यानंतर त्यांनी यांना येरगटलं. नंदू पालकरला उचलून घेतलं व जोरदार घोषणा दिली, "नंदू पालकरचा..."

"विजय असोऽऽ!" बाकीच्या पोरांनी सूर लावला.

"हेडबाईचा..."

"धिक्कार असोऽऽ!" पोरांचा आवाज चढला.

चौकात पोरांनी दिलेल्या घोषणांच्या आवाजात काही वर्गातून आलेले आवाजही मिसळू लागले.

१०९

माळ्यात सावंत हवालदार आला होता. सावंत आला म्हणजे काहीतरी लफडं असणार हे ओळखून खाली फुटपाथवर फोका मारत बसलेली पोरं पांगली. बोळाच्या भिंतीच काय, बोळाच्या कडेनं वाहणारं गटारसुद्धा सावंतकडे संशयानं पाहू लागलं. शिवजयंतीचे पैसे, गणपतीतील जळीत प्रकरण, जायकरीन-तडेकरनीचं युद्ध, स्वामी अभयानंदांच्या लीला, माळ्यातलं बलात्कार प्रकरण, नागरकाकांचं मृत्यूप्रकरण, झिपऱ्या जगनचं गोडाउन अशा अनेक कारणांनी यंदा माळ्यात पोलिसांचा राबता वाढला होता. यातली काही प्रकरणं मिटली, असं जरी पोलिसांनी सांगितलं असलं, तरी काही ठरावीक काळानं फाइलचं तोंड आपोआप उघडायचं. ती गुन्हेगारांना गिळण्यासाठी जबडा फासून तयारीत राहायची. माळकरी परत लागेबांधे शोधायचे. पळापळ करायचे. पोलीस ठाण्यात मूठ दाबली की, फाइलचं तोंड परत मिटायचं. तरी, तडेकरीन व जायकरनीनं चमचम सोसायटीच्या निवडणुकीचं निमित्त करून रामभाऊ घडवेला मध्ये घातलं व पोलीस ठाण्यातील त्यांच्या भांडणाची फाइल कायमचीच बंद करून घेतली. ती केस सुरू होती तेव्हा पहाटे पडणाऱ्या स्वप्नासारखा पोलीस ठाण्याचा हवालदार सकाळच्या वेळी दारात उभा राहायचा व साहेबांनी बोलावल्याचा निरोप द्यायचा. साहेबाची शांती करता करता दोन्ही कुटुंबं मेटाकुटीला आली होती. मग दोघींनीही पुढाकार घेऊन गोडीगुलाबीनं समझोता केला अन् केस परत घेतली. त्यासाठीही मोठा खर्च झाला. मात्र, दारात सारखा सारखा उगवणारा हा हवालदार पाहण्यापेक्षा हा खर्च परवडला! येथून पुढं तरी जायकर व तडेकरनीचं कुटुंब शांततेत सुखाचा घास घेणार होतं!

सावंत सोसायटीच्या कार्यालयात आला. बाबूनं त्याचं स्वागत केलं. बंडू अदबीनं उठून उभा राहिला. बाबूनं सावंतसाठी एक खुर्ची पुढे ओढली व बंडूला चहाची ऑर्डर द्यायला सांगितलं.

"बाबूराव, काय सुरू आहे?" सावंतनं खुर्चीवर सप्पय बसत विचारलं. बाबूकडून

उत्तर येण्याअगोदरच तो म्हणाला, ''तुमचा तो भंपक साधू घावला बरं का!''

''कोण?'' बाबूच्या चटकन लक्षात आलं नाही.

''अभयानंद! माळ्यातल्या बायका घेऊन पळालेला!'' सावंतनं सांगितलं.

बंडूनं चहासाठी माळ्यातलं एक पोरगं पिटाळलं व तो आत आला. त्याच्या कानावरही हा संवाद पडला.

बाबूनं आपले हात पटकन सावंतच्या हातात घातले, ''अभिनंदन!''

आत आलेला बंडू माघारी वळला. कधी एकदा ही बातमी माळकऱ्यांच्या कानात ओततो, असं त्याला झालं होतं. त्यानं समोर वटनाच्या कट्ट्याला रेलून उभ्या असलेल्या पोरांना जवळ बोलावलं. पोरं आली. बंडूनं त्यांना बातमी दिली, ''आरं त्यो सुभानजीच्या, खाडयाच्या बायकोला पळीवणारा स्वामी अभयानंद पोलिसांना सापडला!''

हा हा म्हणता बातमी आगीच्या ज्वाळासारखी माळ्याला लपेटू लागली. सर्वत्र खानावळींचा एकच सूर होता, ''बरं झालंऽ! भाड्या घावला ते चांगलं झालं!''

स्वामी अभयानंद सापडल्याची बातमी फळीवरून घसरलेला डबा डोक्यावर आपटल्यासारखी पालकरनीवर आपटली. ती मटकन खाली बसली. मालूनं तिला सावरली. साधू पालकरानं पाण्याचा ग्लास तिच्या हातात दिला.

''अगं, काय झालं?'' साधू पालकरानं विचारलं.

''आता ती रांडऽऽ; सुकन्या की बुकन्याऽ; परत येणार. माझ्या लेकीच्या संसारात बिबा कालीवणार!'' पालकरनीचं हुर्द भरून आलं. काळीज तडफडू लागलं. आता आपल्या पोरीचं कसं; हा प्रश्न तिला सतावू लागला. शालूच्या संसाराचं आता काहीतरी चोंबाळं होणार या कल्पनेनंच सगळे गारठून गेले. मालू पटकन सुभानजीच्या घराकडे गेली.

मुंबई पोलिसांनी स्वामीवर अटक वॉरंट काढलं होतं. ते त्याचा शोध घेत होते. मात्र, कलकत्त्यात केलेल्या एका गुन्ह्याप्रकरणी त्याला तेथील पोलिसांनी अटक केली होती. त्यावेळी त्यानं मुंबईत केलेली करणी उजेडात आली होती. कलकत्त्याच्या पोलिसांनी मुंबई पोलिसांशी संपर्क साधला होता. स्वामीला ताब्यात घेण्यासाठी मुंबईतून एक फौजदार व दोन हवालदार गेले होते. त्यांनी स्वामीला मुंबईत आणलं होतं.

दबकत दबकत पालकरीन सोसायटीच्या ऑफिसमध्ये आली. तिच्याकडे लक्ष गेल्यानंतर बाबू काय समजायचं ते समजला. त्यानं सावंतला विचारलं, ''स्वामी सापडला खरं; पण त्यानं पळवलेल्या स्त्रियांचं काय?''

''त्यानं त्या स्त्रियांना बेंगलोरमध्येच विकल्याची माहिती समोर आलेय. त्यांच्या मागावर आमचे लोक बेंगलोरमध्येही पोहोचलेत. सापडतील, त्याही लवकरच.''

हवालदारानं दिलेली माहिती ऐकून पालकरनीचं काळीज हललं. तिच्या पाठीमागे तिचा पदर धरून असलेली शालूही गंभीर झाली. बातमी कळेल तशा खाणावळ्या सोसायटीकडे येत होत्या. ही माहिती आणणारा हवालदार त्यांना प्रत्यक्ष पाहायचा होता.

पोरं सोपान खाडेच्या घरातही गेली होती. सोपान कामावर गेला होता. घरात त्याची आई बायजाबाई होती. पोरांनी तिला ही बातमी सांगितली.

"रांडंचं वाट्टूळ होऊ दे तिकडं! काय करायची हाय मला! बोडकीनं आपल्या आईच्या नादाला लागून मला, माझ्या नवऱ्याला घरातनं हाकललं! लेकाबस्न तोडलं. भोग म्हणावं आता आपल्या कर्माची फळं!" बायजाबाईनं बोटं मोडली.

[illegible] पळून गेल्यानंतर सोपानलाही दुःख झालं होतं. आपल्या बायकोला सासूनंच स्वामीच्या नादी लावलं असं त्याचं स्पष्ट मत होतं. तीच सोपानलाही त्याच्याकडे घेऊन गेली होती; त्यामुळे त्याला सासूचा भयंकर राग आला होता. अगोदरच सोपान हुबलाक म्हणून प्रसिद्ध. त्यात बायको एका गोसावड्याबरोबर पळाल्याच्या सणकीत त्यानं सासूला साळुबाईलाच बदडून काढलं होतं. आजूबाजूचे लोक मध्ये पडले नसते, तर ती मेलीच असती! सासूनं त्याच दिवशी सोपानच्या घरातून काढता पाय घेतला होता. बायको गेली, सासू गेली. एकीकडे पोलिसांचा ससेमिरा तर दुसरीकडे घरात काम करायला कोणी नाही. अखेर तो आईला शरण गेला होता. आपल्या चुकांची माफी मागितली होती. त्या माउलीनंही उदार मनानं माफ केलं होतं. आता तेच नवरा-बायको आपल्या लेकाची काळजी वाहात होते.

तरण्याताठ्या बाईंचा झालेला सौदा पाहून सोसायटीत हजर असलेल्या प्रत्येक खाणावळीला वाईट वाटलं. खाणावळींनी दुष्मनाचंही इतकं वाईट होऊ नये, अशी खंत व्यक्त केली. खाणावळींचा प्रत्येक शब्द सखूच्या काळजावर डागणी दिल्यासारखा होता. इकडची तिकडची एक-दोन वाक्ये झाल्यानंतर बंडूनं त्यांना परत जाण्याबाबत खुणावलं. खाणावळ्या पाठमोऱ्या सावंत हवालदाराकडे पाहात पाहात आल्या तशा परत फिरल्या.

पोलिसांनी झिपऱ्या जगनचं माळ्यातलं गोडाउन सील केलं होतं. त्याबाबत पुढे काय, हा प्रश्न बाबूला सतावत होता. त्यानं सावंतला विचारलं, "झिपऱ्याला जामीन मंजूर झाला का?"

"छेऽ, तो आता बाराच्या भावात गेला! महापालिकेच्या वॉर्ड ऑफिसनंही त्याचं ते तुमच्या इथं असलेलं गोडाउन पाडण्याबाबत पोलीस ठाण्यात विचारणा केलेय."

"ती का?"

"महापालिका गुन्हेगारांच्या बेकायदा बांधकामांनाही पाठीशी घालते, अशी बोंबाबोंब झालीय. तुम्ही पेपर वाचत नाही का?" सावंतनं प्रतिप्रश्न केला.

बाबू कसंनुसं हसला. आता ते गोडाउन राहणार नाही, याची त्याला खात्री

पटली. आपला प्लॅन यशस्वी झाल्याचं समाधान त्याच्या चेहऱ्यावर तरळलं. इमारतीच्या मालकाबरोबर अपूर्ण राहिलेला हिशेब कधी पुरा करता येईल, याची गणितं तो मनोमन मांडू लागला.

बंडूनं मागवलेला चहा आला. सावंतबरोबर बाबूनंही चहा घेतला.

सावंतला पोलीस ठाण्यात निघायचं होतं. तो उठण्याच्या तयारीत असतानाच बाबूनं नोटा असलेला पांढरा लखोटा त्याच्या हातात ठेवला. सावंतची सराईत बोटं लखोट्यावरून फिरली. तो हसला.

"चलतोऽ!" सावंतनं बाबूचा हात हातात घेतला व तो सोसायटीबाहेर पडला.

११०

शेवंताला मळमळत होतं. अधूनमधून ओकारीची भावना होत होती. चपात्याचं लाटणं थांबवून ती मोरीत जायची. घशातली मळमळ बाहेर काढायची. खळखळून चूळ भरायची. तिचं डोकंही थोडं-थोडं दुखत होतं. कामावर चित्त लागत नव्हतं. आपल्याला काहीतरी वेगळं होतंय, अशी अनाहूत हुरहूर मात्र तिला लागून राहिली होती. तिची ही अवस्था कमळाच्या नजरेतून सुटली नव्हती; पण पोरी दारावर येणाऱ्या भैय्याकडून कुल्फी, चिंच-आवळ्याचे पदार्थ, त्याशिवाय वडा, भजी असं काहीही अरबाट चरबाट खायच्या; त्यामुळे तिनं त्याकडे दुर्लक्ष केलं होतं.

शेवंताची तिसरी मासिक पाळी थांबली. तिच्याच्यानं आता राहवलं नाही. तिनं ही बाब आईला सांगितली. कमळा क्षणभर गंभीर झाली. थोडा विचार करून ती म्हणाली, "संध्याकाळी जाऊ डॉक्टरकडं. तू काळजी करू नगंस. होतं असं कवा कवा!"

कमळाला वेगळा संशय घेण्याची गरज वाटली नाही. तिची पोर तिच्या नजरेखाली वाढत होती. तिच्या कुशीत झोपत होती. सिनेमा-बिनेमाला गेली तर टाइम टू टाइम परत येत होती. तिच्या सोबत मंदाही असायची.

संध्याकाळ झाली होती. कमळा शेवंताला घेऊन तिच्या नेहमीच्या डॉक्टरकडे गेली. आपल्याला काय काय होत आहे, ते शेवंतानं डॉक्टरला सांगितलं. डॉक्टरनं तिला बराच वेळ तपासलं. काही शंका विचारल्या व तो जायकरनीला म्हणाला, "मुलगी गरोदर आहे!"

जायकरनीनं जबडा फासला. अपारल्यागत ती डॉक्टरच्या तोंडाकडे पाहू लागली. शेवंताची अवस्था तिच्याहून वेगळी नव्हती.

''तुम्हाला काही शंका आहे का?'' डॉक्टरनं विचारलं.

''नाही, नाही; काही नाही. हे अचानक...!'' जायकरनीचं पुढचं बोलणं विरलं. तिचा उडालेला गोंधळ डॉक्टरच्या नजरेतून सुटला नाही.

''पोरगीचं लग्न झालंय ना?'' त्यानं विचारलं.

''होऽ सायेब; पण मंगळसूत्र तुटलंय. ते मणी जोडायला टाकलंय.'' कमळा तत्परतेनं म्हणाली.

तरीही डॉक्टरच्या मनात वळवळणारा संशयाचा किडा शांत झाला नाही. पोरगीचं जर लग्न झालेलं आहे, तर ती अजून परकर पोलक्यात कशी? साडी, गाऊन कुठे गेले? शिवाय जायकरनीच्या कुटुंबाला तो अनेक वर्षांपासून ओळखत होता. त्यांच्यापैकी कुणी मुलीच्या लग्नाबाबत बोललं नव्हतं. पोरग्याचं लग्न झाल्याचं मात्र डॉक्टरला पक्कं आठवत होतं. त्याच्या लग्नाची पत्रिका त्यालाही आली होती. कमळानं डॉक्टरनं दिलेली औषधं घेतली. त्याची फी दिली व मायलेकी दवाखान्यातून बाहेर आल्या.

जायकरनीच्या डोळ्यांत टचकन पाणी आलं. तिला हुंदका भरून आला. तिनं जिवाच्या जोरानं तो कसातरी दाबला. पदरानं डोळ्यांच्या कडा पुसल्या. शेवंताही काजळून गेली होती. कमळाची ही हालत पाहून तिलाही गलबलून आलं.

''बटकीऽ, कुठं त्वांड काळं केलंस गंऽ?'' शेवटी मनाचा हिय्या करून तिनं शेवंताला विचारलंच.

रस्त्याच्या कडेला मायलेकी उभ्या होत्या. आईच्या प्रश्नाला उत्तर देण्याचं धाडस शेवंताला झालं नाही. तिनं पायाच्या अंगठ्याकडे लावलेली नजर वर काढलीच नाही. रस्त्यावरून येणारे-जाणारे त्यांच्यावर नजर टाकून पुढे जात होते.

''आपल्या खानदानात असं कवा झालं हुतं का? व्हयमाले, खानदानाला का बट्टा लावलास? आता माळ्यात बोंबाबोंब हुईल. अब्रूचं धिंडवडं निघतील. तुझं आजून लगीन हुयाचं हाय. काय करायचं काय आता?'' कमळा बदाबदा कोसळत होती. मध्येच तिच्या मनात विचार चमकून गेला. ''त्यो कोण हरामखोर हाय, त्येचं नाव तरी सांग. त्या भाड्याशी तुझं लगीन तरी लावून दितूऽ!''

शेवंता गप्प होती. तिनं आपली मान वर काढली नव्हती.

''आगं रांडंऽऽ, मी काय इचारतूय? का माझी परीक्षा बघतीस?'' जायकरनीनं त्रागा सुरू केला.

''गोट्यामामाऽऽ!''

''आगंऽ, आगंऽऽ, आगंऽऽऽ! काय त्या भिक्कारचोटात बघितलंस गंऽ! नटबोल्टाच्या दुकानात हात घालून बसणारं लुत्ताडं तेऽ! का नोकरी चांगली हाय, का गावात जमीनजुमला! वर अन् दोन पोरांचा बाप! अशी कशी गं अवदसा

आठावली तुलाऽ?'' कमळानं खंत व्यक्त केली. तिला बाजूच्या सिमेंट कॉंक्रीटच्या इमारती अंगावर चालून येत असल्याचा भास होऊ लागला.

फुटपाथवर जास्त वेळ थांबून उपयोग नव्हता. रात्रीच्या जेवणासाठी खाणावळे येण्याची वेळ होत आली होती. जायकरीन निघाली. तिनं चालता चालता शेवंताकडून जमेल तेवढी माहिती घेतली.

शेवंता वरचेवर गोट्याबरोबर सिनेमाला जायची. त्यांच्यासोबत मंदाही असायची; पण नंतर ते थिएटरात जाण्याऐवजी एखाद्या लॉजवर जायचे. लॉजचा खर्च परवडत नाही हे पाहून गोट्यानं कुठलातरी मित्र शोधून काढला होता. त्याच्या खोलीवर ते जायचे. तिथं त्यांचा रोमान्स फुलायचा. जवळच्या बसस्टॉपवर मंदा बसची वाट पाहण्याच्या बहाण्यानं थांबायची. तिथं तिला भेटायला चाफेकरनीचा किशोर यायचा; तेही कुठंतरी गुल व्हायचे. त्यानंतर ते अर्धाअधिक चित्रपट संपल्यानंतर सिनेमा थिएटरात किंवा चित्रपट संपल्यानंतर थिएटरबाहेर भेटायचे. शेवंतानं किशोरची गोष्ट मात्र जायकरनीला सांगितली नाही.

शेवंतानं पहिली मासिक पाळी थांबल्यापासून चोरून चोरून कच्ची पपई खाल्ली होती; पण त्यानं फरक पडला नव्हता. आपल्या लेकीची चित्तरकथा ऐकून जायकरनीच्या अंगावर काटा उभा राहिला.

त्या घरात आल्या. मंदाचा चपातींचा घाणा सुरूच होता. चपाती लाटत लाटत उत्सुकतेनं तिनं विचारलं, ''मामी, डॉक्टरनं काय सांगितलं?''

''गप्प बसं रांडंऽ! तू पण तसलीच!'' जायकरनीनं शिवी हासडून तिच्या पेकाटात लाथ हाणली. जरा कमी नाहीतर मंदा समोरच्या स्टोव्हवरच आदळली असती! कालवनात चमचा फिरवणारा गणपत जायकरही कमळाच्या या विचित्र वागण्याकडे पाहातच राहिला.

मंदाच्या डोळ्यांतून पाण्याच्या धारा लागल्या. तिनं तव्यातली चपाती कशीबशी उलतून दुरडीत टाकली अन् डोळं पुशीत ती लाकडी पेटीवर बसली. तिच्यावरून घरात आजपर्यंत अनेकदा भांडणं झाली; पण मामीनं तिची बाजू कधी सोडली नाही; पण आज मामीच उलटली. पावसानं झोडपलं व राजानं मारलं तर सांगायचं कुणाला? तिला परत हुंदके फुटले.

''कमळे, डॉक्टरनं काय सांगितलं?'' जायकरानं विचारलं.

''काय न्हाय! जरा छातीत कप साचलाय म्हणला. घसापन सुजलाय.'' कमळानं उडवाउडवीची उत्तरं दिली.

जायकरानं विषय पुढे लांबवला नाही. तो आपलं काम करू लागला.

कमळा एकदम शांत झाली होती. ती स्टोव्हसारख्या पेटलेल्या आपल्या मनाला काबूत आणण्याचा प्रयत्न करीत होती. तिनं मंदाच्या रडण्याकडे लक्ष दिलं

नाही. थोडावेळ थांबून मंदानं आपलं डोळं पुसलं व ती पेटीवरून उठली. तिच्या जागेवर बसून शेवंता चपात्या लाटीत होती. चपात्या लाटता लाटता त्या तव्यात भाजतही होती. मंदानं तिच्याकडचं उलातनं घेतलं व ती चपात्या भाजू लागली.

कमळानं रात्रीच्या जेवणासाठी येणाऱ्या जेवणाऱ्यांची ताटं केली. त्यांच्यासोबत असणारे इतरांचे डबे भरले. सगळा कारभार जवळजवळ मुक्यापणीच चालला होता. याबाबत तिच्याकडे असणाऱ्या जेवणाऱ्यानं धनाजीनं कमळाला छेडलं; पण कमळानं हसून वेळ मारून नेली. तिनं जेवून गेलेल्या माणसांची गोळाबेरीज केली. आता दोनच माणसं राहिली होती. एक होता गोट्या अन् दुसरा हेल्परमामा.

गोट्या [illegible] [illegible]. चौकटीवर [illegible] उभा [illegible] जायकरीन पटकन आपल्या जागेवरून उठली. चौकटीजवळ आपलं चप्पल काढत असलेल्या गोट्याला तिनं जवळजवळ ओढतच वटनात एका बाजूला नेलं. तिच्या आजच्या वागण्याची रीत गोट्याला कळली नाही.

"ये भिक्कारचोटऽ! माझ्या पोरीची वाट लावून चांगलाच इस्वासघात केलास. तिचं आता काय करतूस बोल?" जायकरनीनं त्याचा हात दाबून धरला होता.

गोट्याला तिच्या प्रश्नाचं काही विशेष वाटलं नाही. ही वेळ आपणावर येणारच आहे, हे तो जाणून होता. शेवंतानं त्याला पहिली मासिक पाळी चुकल्याचं सांगितलं तेव्हाच त्याच्या मनात शंका आली होती. तेव्हापासून तोच शेवंताला चोरून चोरून कच्ची पपई आणून देत होता! त्यातूनही काही बाका प्रसंग आलाच, तर त्यावेळी पाहता येईल, असा त्याचा हिशेब होता. तो जायकरनीच्या तोंडाकडे पाहू लागला.

"न्हवं, मी काय इचारतेय?" जायकरीन गुरगुरली.

"जायकरनी ते माझंच कशावरून?" गोट्यानं विचारलं.

जायकरनीला आपल्याला कोणीतरी माळ्यावरून खाली फेकून देत असल्याचा भास झाला. तिनं वटनातच बाजूला पडलेलं चप्पल उचललं व गोट्याला खाड खाड मारू लागली. चपलाचं पटापटा आठ-दहा फटके बसलेल्या गोट्यानं कमळाच्या हातात अडकलेला आपला हात सोडवून घेतला. तिला बाजूला ढकलून दिलं व तो जिन्याकडे धुम्म पळाला. पाहता पाहता तो दिसेनासा झाला.

जायकरनीनं हातातलं चप्पल खाली टाकलं. बेभान होऊन तिनं आपले हात एकमेकावर घासले अन् गोट्या गेलेल्या दिशेला पाहून ती ओरडली, "तुझं वाट्टूळं झालं तुझं भाड्याऽऽ!"

जायकरनीच्या अनपेक्षित वागण्याने आजूबाजूच्या खोल्यांतली माणसं बाहेर आली. आतून गडबडीत आलेल्या गणपत जायकरानं तिला सावरली व तिला आत घेऊन जात विचारलं, "आगंऽ, काय झालं?"

तिच्याच्यानं उत्तर देणं जमलं नाही. ती पेटीवर बसून धाय मोकलून रडू

लागली. तिची विचारपूस करायला आलेल्या कुणाशीही ती एका शब्दानं बोलली नाही. तिचं दुःख काय आहे, हे तिच्याजवळच राहिलं. तरी ते चार-सहा दिवसांत बाहेर पडणारच याची माळ्यातल्या अन्य खाणावळींना कल्पना होती. मात्र, त्यासाठी थोडा दम धरणं आवश्यक होतं. जायकरनीला रात्री जेवण गेलं नाही. तिची ही अवस्था पाहून इतरांचा घासही घशाखाली उतरताना अडखळला.

कमळासमोर शेवंताचा गर्भ पाडण्याशिवाय दुसरा मार्ग नव्हता; पण तिला शेवंताला आपल्या नेहमीच्या डॉक्टरकडे घेऊन जायचं नव्हतं. त्या डॉक्टरचे माळ्यात घरटी पेशंट होते; त्यामुळे या गोष्टीचा बभ्रा होण्याची भीती तिला वाटत होती. बरं, ही बाब राजा किंवा गजाला सांगूनही उपयोगाची नव्हती. माळ्यातल्या एखाद्या मैत्रिणीचा सल्लाही घेता येत नव्हता. काय करायचं काय, असा प्रश्न तिला पडला होता. शेवटी मनावर दगड ठेवून तिनं रामभाऊ घडवेचा दरवाजा ठोठावला. त्यानं परेलच्या एका डॉक्टरची गाठ घालून दिली. त्यासाठी तो स्वत: त्यांच्यासोबत आला.

डॉक्टरनं शेवंताला तपासली. ॲडमिट करून घेतली. डॉक्टरनं आजच्या आज उरकता येईल, असा विश्वास दिला; पण उपचार करताना पोरगीला पुढे काही त्रास होऊ नये, पुन्हा होणाऱ्या गर्भधारणेत अडचण येणार नाही हे पाहावं लागेल, हेही त्यानं आवर्जून सांगितलं; त्यामुळेच आज रुग्णालयात राहण्याची तयारीही करण्यास सांगितलं.

कमळानं रामभाऊला हात जोडले अन् विनवणी केली, "भाऊ, कुणाला सांगू नका. लेकीच्या आयुष्याचा प्रस्न हाय!"

रामभाऊनं तिचे हात हातात घेतले व म्हणाला, "जायकरनी, मी पण माणूसच आहे. मलाही वेळ, काळ, प्रसंगाचं भान आहे. तू निश्चिंत राहा."

रामभाऊ गेला. कमळानं डोळे पुसले. त्या दिवशी काही झालं नाही. जायकरीन लेकीजवळ रुग्णालयातच थांबली. बाजूच्या हॉटेलमधून जेवण घेतलं. दुसऱ्या दिवशी सकाळचा दोन प्लेट नाष्टा करून शेवंता निवांत बसली असताना गर्भ पडला. तरीही डॉक्टरनं त्यांना दुपारी तीन वाजेपर्यंत थांबवून घेतलं. त्यानं काही औषधं लिहून दिली. ती जायकरनीनं आणून दिली. ती कशी घ्यायची, याबाबत त्यानं त्यांना समजावलं. शिवाय बाळंतिणीच्या अंगावर दूध फुटू नये, म्हणून एक इंजेक्शनही दिलं. त्याची आवश्यकता होती का? हा प्रश्न जायकरनीच्या डोक्यात उगाचच उगवला. डॉक्टरनं साडेतीन हजार रुपये बिल केलं. पोटच्या लेकराची कळ रुपयाच्या नोटेखाली दबली.

जायकरीन माळ्यात आली तेव्हा इतर खाणावळ्या दुपारच्या झोपेत होत्या. जायकरीन व तिची लेक अचानक गायब झाल्याने त्यांच्या भुवया ताणल्या होत्या. संध्याकाळी त्यातल्या काहीजणी जायकरनीच्या घरी आल्या.

"न्हवं दोडाऽ, राती कुठं हुतीस?"

"आगंऽ, ठाण्याच्या माझ्या भावानं शेवंतासाठी एक स्थळ आणलं हुतं. त्येचा तातडीनं ये, असा निरोप आला म्हणून तिकडं गेलू." जायकरीन पटेल असंच बोलली.

"मग जमलं?"

"न्हाय गंऽ! पोरगं खात्यापित्या घरातलं; पण दिसायला बेंगरुळी! आपल्यात आसं चालतं व्हय!" कमळाच्या उत्तरानंतर तो विषय तिथंच थांबला.

हळूहळू शेवंताची अंगकाठी पिवळी पडली. ती कृश झाली. माळ्यातल्या पाणाचा खागापळींच्या नजरेतून ही बाब सुटली नाही.

"रांडनं लेकीचं पाडलं वाटतं!" त्यांची दबक्या आवाजात चर्चा सुरू झाली. कमळाच्या 'त्या' दिवसाच्या रडण्याशी त्याचा मेळ घातला जाऊ लागला.

१११

मुंबईला अरबी समुद्राचा शेजार होता. त्याच्या आसऱ्यानं वाढणाऱ्या मुंबईत समुद्रावरून येणारी दमट हवा वाहायची. परंतु आता मात्र थंडीचा कडाका सुरू झाला होता. काही दिवसांपूर्वी अंथरुणात घामानं पचपचणारी शरीरं पांघरुणाची ऊब मिळवण्यासाठी धडपडत होती. हातापायाचा मुठळा करून माळकरी गच्चीत, वटनात, टेरेसवर झोपत होते. बिळात घुसणाऱ्या खेकड्यासारखी थंडी चोरपावलानं पांघरुणाला पडलेल्या एखाद्या ढोबळ्यातून आत घुसत होती. बिळात घुसलेलं खेकडं जसं माती लावून बिळाचं तोंड बंद करतं, तशी माणसं त्या ठिकाणचं पांघरूण ठाकठीक करायची अन् म्हणायची, 'कशाला इतका नखरा करतीस? दोन दिसाची पाहुणी तूऽ!'

माळ्यात थंडीवर चर्चा रंगायची. चर्चेत भाग घेणारी मंडळी टेरेसवर, वटनात, गच्चीत, गल्लीत उभ्या केलेल्या चारचाकी गाड्यांवर, दुकानाच्या शटरजवळ असलेल्या जागेत झोपणारी असायची. खोलीत झोपणारांना थंडी जाणवायची नाही. घराच्या भिंती तिला आत सरकू द्यायच्या नाहीत. एकदा दारं, खिडक्या बंद केल्या की, तिला आत यायला वाट मिळायची नाही. स्टोव्हच्या धगीनं तापलेल्या भिंती, पायाखालची फरशी खोलीचा उबदारपणा राखायच्या. स्टोव्ह बंद झाल्या झाल्या एखाद्यानं पंखा सुरू केला तर उबाळ हवा खोलीत झिम्म्यासारखा फेर धरायची.

थंडीची लाट ही उत्तरेतून आली आहे, अशी चर्चा व्हायची. त्यासाठी दिल्लीला महत्त्व दिलं जायचं. ज्यांना तिची दिशा कळायची नाही, ते कलकत्ता, मद्रास ही

नावंही जोडून द्यायचे. माळकऱ्यांना या गावांची ओळख क्रिकेटनं करून दिली होती. या शहरांतील क्रिकेटच्या मैदानावर फुटणारा रणांचा आकडा सर्वांना ज्ञात असायचा. मात्र, दिल्ली असो वा जैसलमेर; तिकडून येणाऱ्या थंड वाऱ्याच्या लाटा मोजता यायच्या नाहीत!

सकाळी दहा-अकरा वाजल्यापासून माळ्याच्या अंगाखांद्यावर गार-गार वारं भरभरायचं. रात्रभर चार भिंतींच्या आत नित्रास झोपलेल्यांच्या अंगावर सर्रकन काटा उभा राहायचा. वाऱ्याचा हा खट्याळपणा लोकांना आवडायचा. ही शिरशिरी हवीहवीशी वाटायची. काया थंड झाली की, ते खोलीत पळायचे. खोलीत स्टोव्हची उष्णता वाढली की, परत वटनात येऊन उभे राहायचे. त्यांचा हा खेळ नकळत, गपगुमान चालायचा. वटनात सुकत टाकलेले कपडे पतंगासारखे फडफडायचे. कधीतरी मांजा तुटलेल्या वावडीसारखे उडून चौकात पडायचे.

मुंबईत थंडीचा जोर होता. थंडी ऐन भरात असतानाच शंकर गल्लीच्या कोपऱ्याला फुटपाथवर राहणारा मुन्नास्वामी वारला. त्याला मलेरिया झाला होता. तो अगोदरच अंगानं जाडजूड. त्यात हे दुखणं. एक डॉक्टर व्हिजीट करून जायचा. त्यानं त्याला रुग्णालयात भरती होण्याचा सल्ला दिला होता; पण त्यानं तो मानला नव्हता. त्याला त्याच्या मालकीच्या कपड्यांच्या गाड्यांवर, त्यावर कामाला ठेवलेल्या पोरांवर लक्ष ठेवायला लागायचं. या कामासाठी त्याच्याकडे दुसरं कोणी नव्हतं. प्रकृतीची थोडीशी आबाळ होत असली तरी आपण यातून बरे होऊ असा त्याला विश्वास वाटत होता; पण त्या विश्वासानंच विश्वासघात केला! ऐन कडाक्याच्या थंडीतच त्याला मृत्यूनं कवटाळलं.

माळकऱ्यांना अत्यंत वाईट वाटलं. माळकऱ्यांना जेव्हा महानगरपालिकेचं कायदेशीर पाणी पुरेसं मिळायचं नाही किंवा अजिबातच मिळायचं नाही, पाण्याचं प्रेशर कमी असेल, तेव्हा अनेकदा मुन्नास्वामीच त्यांच्या मदतीला देवासारखा धावायचा. तो गल्लीतल्या हायड्रंटची स्वत:जवळ असलेली चावी काढायचा. त्याआधारे हायड्रंट खोलून माळकरी भरमसाट पाणी भरायचे. त्यावर त्यांचा खाणावळीचा धंदा तग धरायचा. मुन्नास्वामी नेहमीच चावी द्यायचा असं नाही. त्याच्याकडची चावीही बेकायदेशीर होती. अशावेळी कायदेशीर बाबींना कोण तोंड देणार, ही बाबही होतीच. पण वेळ काळ पाहून तो कधी नाही म्हणायचा नाही.

मुन्नास्वामीच्या निधनाने माळकऱ्यांना अतोनात दु:ख झालं. त्याच्या अवाढव्य तब्येतीमुळे त्याचं लग्न झालं नव्हतं. लग्न न झाल्यामुळे त्याचा वंश पुढे चालवणारा कुलदीपक नव्हता, याचं माळ्यावरच्या रहिवाशांना खूपच वाईट वाटलं. एखाद्या भल्या माणसावरच काय, दुष्मनावरही अशी वेळ येऊ नये, हेच सर्वांचं मत होतं. पोरांनी माळ्यातल्या बोर्डावर त्याच्या निधनाची बातमी लिहून त्याच्या आत्म्यास

शांती मिळण्याची अपेक्षा व्यक्त केली. त्या बोर्डास फुलांचा एक रुपयाचा हारही घालण्यात आला. त्याच्या अत्यंयात्रेत माळ्यावरचे बरेचजण सामील झाले.

दुसऱ्या दिवशी शंकर गल्लीसह आजूबाजूच्या गल्लीत धंद्यासाठी गाड्या उभ्या राहिल्या नाहीत. त्यांनाही आपला एक सहकारी गेल्याचं दुःख होतं. पोरांनी त्या परिसरातली कपड्याची दुकानं, चहाच्या टपऱ्या, हॉटेल, पानपट्ट्या बंद करण्यास भाग पाडलं. आइसकांडी, चणे, कुरमुरे घेऊन बसणारे भैय्येही आज दिसले नाहीत. गल्लीच्या श्रद्धांजलीत भाग घेऊन त्यांनीही सरळ जाणंच पसंत केलं.

११२

बलात्कार प्रकरणातील संतोष पिंपरकर सोडून सर्व पोरांना जामीन मंजूर झाला होता. पोलीस कोठडीत पिचून गेलेले सर्जा घोडगावकर, सुधीर मिरचीकर, दिलीप चाफेकर हे खालमानेनं माळ्यात आले. भागू रोंगे मात्र माळ्यात न येता सरळ सांताक्रूझला आपल्या बहिणीकडे गेला. पोलिसांनी बिल्लू बादशहालाही उचललं होतं. त्याच्यावर घरात कुंटनखाना चालवल्याचा आरोप होता. पोलिसांनी बिल्लूलाही सोडलं. तुरुंगातून बाहेर पडलेल्या बिल्ल्याला न्यायला कोणी आलं नव्हतं. तो एकटाच विरारला गेला. सुगंधानं त्याच्याकडे ढुंकूनही पाहिलं नव्हतं. तू आलास काय, गेलास काय अन् मेलास काय तिच्यासाठी ते एकसारखंच होतं.

सर्जा घोडगावकराच्या कुटुंबाची गावाकडे घर किंवा जमीन नव्हती. जे काही आहे ते माळ्यावरच. त्याला आता माळकऱ्यांना तोंड दाखवावंसं वाटत नव्हतं. एखाद्या मित्राकडे राहायला जावं, तर तिथं त्याची कीर्ती अगोदरच पोहोचली होती. नाहीतर एका बलात्काऱ्यावर लोक तरी कसे विश्वास ठेवणार? जामीन मिळाल्यापासून तो घरीच बसून होता. जास्तीतजास्त वेळ टी. व्ही.च्या सान्निध्यात घालवीत होता. तरीही माळ्यातल्या काही आया-बाया त्याच्या आईकडे चौकशीसाठी येत होत्या. तिला धीराचे दोन बोल सुनवीत होत्या.

भागू तुरुंगातून बाहेर आल्यानंतर त्याची आई त्याला मिठीत घेऊन माउली ढसाढसा रडली होती. आईची अवस्था पाहून भागूला मेल्याहून मेल्यासारखं झालं होतं. त्याच्याही डोळ्यांतून पाण्याची झड लागली होती. भागूला माळ्यातली पोरं, माणसं मान द्यायची; पण आता त्याला माळ्यात यायचं धाडस झालं नव्हतं. तो सांताक्रूझला आपल्या बहिणीकडेच थांबला होता. बैठकीच्या खोलीतलं त्याचं

सामान त्याचा मेहुणा घेऊन गेला होता. त्याचीही माळ्यातल्या लोकांच्या प्रश्नांना तोंड देता देता पुरेवाट झाली होती.

सुधीर मिरचीकरला त्याचा भाऊ बळवंतनं कडकडून मिठी मारली होती. त्याचं डोळंही पाण्यानं भरलं होतं. जिजा मिरचीकरनीची अवस्था त्यापेक्षा वेगळी नव्हती. म्हातारीनं लेकराच्या गालावर हात फिरवून आपल्या चेहऱ्यावर कडाकडा बोटं मोडून त्याची दृष्ट काढली होती.

संतोष पिंपरकरला मात्र अजून जामीन मंजूर झाला नव्हता. तोही चार-सहा दिवसांत बाहेर येईल असं त्याचा वकील छातीठोकपणे सांगत होता. एकंदरीत तुरुंगातून बाहेर आलेल्यांच्या घरात आनंद झाला असला तरी पोलीस ठाणं, कोर्ट-कचेरीचं संकट कायम होतं. जया चाफेकरीन मात्र दिलीप घरात आल्यानंतर चांगलीच पिसाटली होती. तिनं त्याला थोबडला होता. तिला तिच्या लेकी हेमा व ऐश्वर्यानं अडवलं होतं. हेमानं दिलीपला मुंबईला न ठेवता गावाकडे घेऊन जाण्याचा मनोदयही व्यक्त केला होता. तिच्या सासऱ्याचा मुलूखभर पसारा होता. त्यात दिलीप सहजच खपून गेला असता; पण त्याला जयानंच विरोध केला होता. एकतर पोलीस ठाणं, केसची टांगती तलवार डोक्यावर होती. त्यासाठी गावाकडून ये-जा करणं अवघड झालं असतं.

"कार्ट्याला जे काही दिवं लावायचं ते स्वहिमतीवर लावू दे." तिनं स्पष्ट भूमिका घेतली होती. जयाच्या म्हणण्याला मन्यानंही पाठिंबा दिला होता.

मन्या पूर्वी त्या भागातला दादा होता. त्यानं एक काळ गाजवला होता. मात्र, असल्या घाणेरड्या कृत्याच्या वाटेला तो कधीच गेला नव्हता. त्यानं मार्केटमध्ये दलालीची कामं केली किंवा करीत असला, तरी तिथंही तो स्वत:ची आब राखून होता. तो घरी असला तरी कधी घरातला तांब्या इकडचा तिकडे करायचा नाही. या गोष्टीचं जयालाही कौतुक वाटायचं. माळ्यातल्या इतर खाणावळ्यांत व मन्यात हाच फरक होता. जयालाही मन्याचा कळकटपणा आवडला नसता! तिला मन्या भाजीच्या देठासारखा सुखलेला नव्हे तर बेडर 'पुरुष' म्हणूनच हवा होता!

माळ्यात बलात्कार झाला. त्यात दिलीप चाफेकरची भूमिका काय होती, तर इतरांना पोरगी उपभोगायला मिळावी म्हणून मदत करण्याची! या गोष्टीचंच मन्याला आश्चर्य वाटलं होतं. आपला पोरगा इतका भडवा का झाला, हा प्रश्न त्याला सतावायचा. एकवेळ त्यानं त्या पोरगीला धरलं असतं तरी समजण्यासारखं होतं. पण भडवेगिरी!

तसा मन्या चांगला पैसा बाळगून होता. त्याचं आपल्या बायको-मुलांवर प्रेम होतं. त्यांना काही हवं-नको ते तो पाहात होता. मात्र, त्यानं पोरांना विशेष सवलती देण्याचं टाळलं होतं. तरीही त्यांनी काय दिवे लावायचे ते लावले होते! त्याची

मुलगी ऐश्वर्या आईसारखीच बिनधास्त असली तरी अभ्यासात हुशार होती. ती खानदानाचं नाव उज्ज्वल करेल असा विश्वास त्याला वाटत होता. मात्र, एकंदरीत मुलांचे पराक्रम पाहता, आता त्यानं त्यांच्याकडेही चांगलंच लक्ष द्यायचं ठरवलं होतं. त्याला दिलीपला लाउड स्पीकरच्या धंद्यात ठेवायचं नव्हतं; त्यामुळे पोरगं अधिक बिघडंल असं त्याचं मत होतं. त्याऐवजी चार पैसे मिळवून देणारा एखादा वेगळा धंदा काढण्याची ताकीद त्यानं दिलीपला दिली होती. तर किशोरला अभ्यासात लक्ष घालण्यास ठणकावून सांगितलं होतं. अभ्यासात हयगय झाली तर तंगडी तोडून ठेवण्याचा दमही भरला होता. आपल्या मेहुणीचा पोरगा विजय [illegible] गरिबीतून वर आला. पाठोपाठ त्याचं पोरगं स्पर्धात्मक परीक्षा पास झालं. त्याचं नाव चारही मुलखांत दुमदुमलं. तसं काही करून दाखवायचं नसेल, तर घरी थांबायचं नाही, आपला बोरी-बिस्तरा बांधून चालू पडायचं, अशी सक्त ताकीद त्यानं किशोरला दिली होती. मन्याला जयाचा पूर्ण पाठिंबा होता.

११३

माळ्यात जवळपास सर्वांकडे टी. व्ही. असला तरी काहीजणांकडे टेपरेकॉर्डर, म्युझिक सिस्टीम्सही होत्या. टेपरेकॉर्डर, कॅसेट या तर पोरांच्या काळजातला कप्पाच होता. पोरं हवं तेव्हा टेपरेकॉर्डर घेऊन मित्राच्या खोलीवर जायची. तिथं गाण्यांचे सूर निघायचे. बेधुंद होऊन पोरं नाचायची. अनेकदा मित्राच्या घरी कोणी नसलं, चार-दोन दिवसांसाठी बाहेरगावी गेलेलं असलं, तर पोरांची चंगळ व्हायची. ते टेपरेकॉर्डर बाजूला ठेवायची अन् व्हिडिओ आणायची. त्यांच्या मेंदूला व्हिडिओवर चालणाऱ्या बीपीची ऊब मिळायची.

माळ्यात टेपरेकॉर्डरवर दिवसातून कधीही कॅसेट लागायच्या. आवडत्या पिक्चरची गाणी अनेकदा लावली जायची. त्यातूनही एखाद्याच्या रसिकतेला धुमारे फुटले असतील, तर ती व्यक्ती एकच गाणं सलगपणे अनेकदा लावायची. शिवाय काही घरांत अजूनही रेडिओवर कामगार सभेचे कार्यक्रम लागायचे. तसे तेही माळ्यात फेमस होते. काही वर्षांपूर्वी या माळ्यात त्यांना कमालीचं महत्त्व होतं. आता जायकराच्या घरात टेपरेकॉर्डरवर 'तिळगूळ घ्या, गोड बोला' हे गीत वाजत होतं. घरात भोगीच्या पुरणपोळ्या तयार करणं चाललं होतं. गीताच्या ठेक्यावर शेवंता लाटणं फिरवीत होती. कमळा पिठाच्या गोळ्यात पुरण भरून देत होती. तयार झालेल्या पुरणपोळ्या मंदा तव्यावर भाजीत होती. एखाद्या पोळीत उलातण्याची कोर

घुसली किंवा पोळी थोडीशी करपली तर कमळा तिच्यावर ओरडत होती. ''येवशेऽ, सरळ भाज की. कशानं अशी मस्ती आलीय! लोकाची मानसं खायाची हायत नव्हं का!''

संक्रातीचा सणवार म्हणजे गोडधोड तयार करून तोंड गोड करण्याचा दिवस. बायको, पोरं, आई-माई, वडील जवळ नसलेल्या जेवणाऱ्यांना गोडधोडाचे दोन घास भरवून त्यांच्या आनंदात सामील होण्याचा दिवस. पण यंदा कमळा जायकरनीला संक्रांतीत स्वारस्य राहिलं नव्हतं. ज्या जेवणाऱ्यांचं तोंड गोड करायचं, त्यातल्याच एका भाड्यानं तिचा केसानं गळा कापला होता. तिच्या शेवंताला त्यानं पोटुशी करून पळ काढला होता. ही बाब ती विसरायचा प्रयत्न करीत होती; परंतु विसरता विसरत नव्हती. संक्रांत एखाद्या वाहनावर बसून येत असताना म्हणे तिची एखाद्या धान्य-दुण्यावर, पाण्याच्या प्रवाहावर किंवा तत्सम बाबीवर नजर पडली, तर त्याचं दुर्भिक्ष्य निर्माण होतं; पण संक्रांतीच्या अगोदरच जायकरनीच्या कुटुंबाला कुणाची तरी नजर लागल्याचं दिसत होतं. भोगीसाठी गाजर, पावट्याच्या शेंगा, हरभऱ्याचे घाटे किंवा डहाळे, वांगी, साखर आदी पदार्थ महत्त्वाचे; पण जायकरनीचं अगोदरच वांगं झालं होतं. लोखंड बाजारातला धनाजी हा तिच्याकडे खूप वर्षांपासून जेवायला असलेला महत्त्वाचा खानावळा होता. तो गेल्याच वर्षी गमतीनं का होईना म्हणाला होता की, 'गल्लीतले कपड्यांचे, विविध वस्तूंचे मोठमोठे शोरूम, मिठाईची दुकानं, ड्रायफ्रुट्सची दुकानं, हॉटेल्स असल्या गोष्टी सोडून संक्रांत तुमच्याकडे असा कोणता पदार्थ पाहणार आहे? बुट्टीत पडलेले हे चपातींचे ढीग! त्याकडे पाहून संक्रातींचं असं कोणतं समाधान होणार आहे?' त्यावेळी आपण धनाजीवर रागावलो असलो, तरी त्याचा हा प्रश्न महत्त्वाचा होता. किंक्रांतीला करण्यात येणारे तांदळाचे धिरडे करण्यात जायकरनीचा हातखंडा होता. यंदा धिरड्यांचं तर तिनं नावच काढलं नव्हतं.

जायकरनीनं यंदा संक्रातींचे सुगड पूजले नाहीत. गतवर्षी संक्रातीनिमित्त तिच्या घरी गुजी चोरगे सवाष्णी म्हणून जेवायला आली होती. यंदा जायकरीनही कुठं जाणार नव्हती वा कुणाला बोलावणारही नव्हती. उगा सण म्हणून तिनं कोळीवाड्यातून नेहमीचा बाजार करून येताना तिळगुळाच्या तीन पुड्या आणल्या होत्या. घरातल्यांना, बाजूच्या वटनातल्या रेखा पिंपरकरनीला, जिजा मिरचीकरनीला, समोरच्या कांचन फुलकरनीसह जवळच्या सगळ्यांना पुड्यातला तिळगूळ देऊन तिनं त्यांचं तोंड गोड केलं होतं. आक्कानं दिलेल्या तिळगुळातून जेवणारेही सुटले नव्हते. पिंपरकरनीचा संतोष तुरुंगात असल्याने त्यांना कमळानं दिलेला तिळगूळ कडू लागला होता!

जगरहाट म्हणून माळ्यावरच्या खाणावळ्या संक्रांतीचं कोडकौतुक करीत

होत्या. मात्र, पुढच्या पिढीत तिळगूळ अन् पतंगबाजी याशिवाय संक्रांतीची वेगळी ओळख ठेवली जाईल, असं त्यांना वाटत नव्हतं.

संक्रांतीच्या पोळ्या भाजणाऱ्या मंदाकडे कमळा पाहात होती. पोरगी एका वर्षात हाडापेरानं चांगलीच भरली होती. उफानली होती. तिचा हा उफाडाच तिला एखादी नवी संक्रांत घेऊन येईल की काय; याची भीती घालीत होता. तिच्या जिवावर तिनं पंधरा-वीस जेवणारे वाढवले होते. जेवणाऱ्यांच्या उसाभरतीसाठी पोरगीही राबराब राबत होती. तिला तिच्या घरी पाठवावं तर जेवणारे कमी करावे लागणार होते. एकतर मार्केटस् बाहेर चालल्याने जेवणारे मिळणं हळूहळू अवघड होत होतं. एकदा तो [illegible] बंद झाला, तर [illegible] हा तिला पडलेला प्रश्न होता. मात्र, आता चालतंय तोवर भरमसाट कमवून ठेवावं असं तिला वाटत होतं. मंदाला गावी पाठवलं, तर हक्कानं काम सांगावं असं एक माणूस कमी होणार होतं. तिला परत पाठवावं की येथेच राहू द्यावं याबाबत तिचा जीव खालीवर होत होता. तळहाताला होणाऱ्या नोटांची गुदगुली कोणत्याही निर्णयाप्रत येऊ देत नव्हती; पण पोरगी दुसऱ्याची होती. आपल्या पोरगीनं उधळलेले गुण पाहिले, तर उगाच धोका का पत्करा, हा विचारही प्रबळ ठरला होता अन् तो तिला स्वस्थ राहू देत नव्हता.

कमळाच्या घरात पोळ्यांचा तडज सुरू होता. पोळ्या करणारींच्या बाजूनं गुजी चोरगे आत आली.

"कमळे, यंदा सवाष्णी म्हणून कुणाला बोलावतीस?"

"न्हाय गंऽ, यंदा तसलं काय न्हाय. मी संक्रांतच पूजीत न्हाय!"

गुजीला जायकरनीच्या निर्णयाचं आश्चर्य वाटलं. दरवर्षी अगदी नित्यनेमानं संक्रांत साजरी करणारी बाई असं एकदम आडवळण घेते, म्हणजे काय? पण जायकरनीच्या राजानं स्वत:चं घर सोडल्यानंतर तो जायकर कुटुंबाकडे कानाडोळा करतो, जायकरानं सुपंकरनीच्या अशोकला ठार मारण्याचा रचलेला डाव अशा बाबींवर माळ्यात अध्येमध्ये चर्चा होतच असते; पण तिनं शेवंताचं पाडलं हा माळ्यातल्या सध्याचा गरम विषय होता; त्यामुळंच कमळा कातावली असेल, अशी तिनं खूणगाठ बांधली. गुजीनं काहीतरी विचारायचं म्हणून जायकरनीला विचारलं, "कमळेऽ, यंदा सक्रातीचं व्हान काय हाय गंऽ?"

"नाही गं माहिती!" यंदाची संक्रांत कोणत्या वाहनावर बसून येत आहे, हेही जायकरीन विसरून गेली होती.

११४

नंदूला शाळेत नागवं करण्यात आलं होतं. त्याची बातमी आघाडीच्या वर्तमानपत्रात बाय लाइनसह आली होती. ती अभय भोकरेनं दिली होती. पोरांच्या ओळखी-पाळखी झाल्यानं अभय वरचेवर माळ्यात टपकायचा. शाळेतला प्रकार घडल्यानंतर तो एकदा सहजच असा माळ्याकडे फिरकला होता. त्याला गल्लीत संज्या नार्वेकर, बंडू निकम गाठ पडले होते. ते कोपऱ्यावरच्या इराण्याच्या हॉटेलमध्ये गेले होते. त्यावेळी बोलता बोलता हा विषय संज्या नार्वेकरनं काढला. संज्याची ही करनी बंडूला आवडली नव्हती. नंदू व त्यानं हेडबाईकडून पन्नास हजार रुपये वसूल केले होते!

काहीतरी शिजल्याचा वास आलेला अभय तसा शांत राहणाऱ्यांपैकी नव्हता. त्यानं तिथंच त्यांच्याकडून सर्व माहिती काढून घेतली होती. त्याच्या दृष्टीनं बातमीत दम होता. एका दहावीच्या वर्गातील मुलाला नागवं करण्यात येतं म्हणजे काय? बरे, तो चोर नव्हता. ज्या बॅगेची चोरी झाली होती, ती त्या बाईच्या घरीच होती. तरी तिनं निष्पाप मुलांवर आरोप केला होता. त्यांना नागवं करण्यापर्यंत त्यांची मजल गेली होती. शिक्षकांच्या हलगर्जीपणाचा मुलांना त्रास का? हा त्याचा बेसिक प्रश्न होता. शाळेतले शिक्षक मुलांवर संस्कार करण्यासाठी आहेत, त्यांना ज्ञान देण्यासाठी आहेत की त्यांना उद्ध्वस्त करण्यासाठी? असे मूलभूत प्रश्न त्याच्या मनात उभे राहिले होते. त्यानं या बाबींना आपल्या बातमीत वाट मोकळी करून दिली होती. एखाद्या सिनेमा स्टोरीसारखी त्यानं बातमी सजवली होती. बातमीत अंगभूत न्यूज मटेरियल होतं. शाळेत वर्गातून बाहेर पडलेली मुले-मुली, त्यांच्या गर्जणाऱ्या घोषणा व शाळेच्या पटांगणात चाललेला तो तमाशा! इतकी सणसणीत बातमी द्यायची नाही, तर काय द्यायचं?

अभयच्या बातमीनं शहरात, शिक्षणक्षेत्रात खळबळ उडाली होती. लोक चवीनं बातमी वाचत होते. शिक्षकांच्या विशेषत: शिक्षिकांच्या बेमुर्वतखोर वागण्यावर संताप व्यक्त करीत होते. बातमी आल्यानंतर शाळेच्या मुख्याध्यापिका राधिका चिरमुलेच्या घरी परिचितांचे फोन येत होते. पहिला फोन घेतल्यानंतर चिरमुलेबाईंना तर कापरं भरलं होतं. तिचा नवरा कृष्णानं तिला कशीतरी सावरली होती. सातत्यानं होणाऱ्या रिंग्जना कंटाळून त्यानं फोनचा रिसीव्हर काढून बाजूला ठेवला होता. तरी मूळ प्रश्न तसाच होता!

वरपांगे, जाधव, गुलामेमॅडमचीही नावे बातमीत होती. त्यांच्याही घरात घबराट

निर्माण झाली होती. बातमीचा झोक व ताल पाहून आता आपल्या नोकऱ्या गेल्यातच जमा असल्याचा भास त्यांना झाला होता. जाधवबाईंना तर चक्कर आली होती! ज्या शिक्षकांच्या घरी फोन होते, त्यांच्या घरी ही बातमी वारंवार येऊन आदळत होती. मोबाइलची रिंगही विचारत होती, 'काही कळलं का?' नंतर या प्रकरणावर काही क्षण का होईना चर्चा रंगत होती.

शाळा सुरू झाली होती. शाळेतही सगळीकडे हीच चर्चा सुरू होती. मास्तर असो, शिपाई असो वा पोरं; सगळे चवीनं बातमीचा आस्वाद घेत होते. तागडेसर आज उशिरा येणार होते. त्यांचं काहीतरी महत्त्वाचं काम होतं. तसा त्यांनी शाळेत फोनही केला होता, पण त्यांनी आपल्याला उशीर होत असला तरी सकाळच्या सत्रातील शिक्षकांसाठी 'त्या' वर्तमानपत्राच्या कॉपींचा गठ्ठाच पाठवला होता! शाळेच्या ट्रस्टींचा आवाज फोनमधून इकडून तिकडे पळत होता. एकंदरीत शाळेतलं वातावरण गंभीर असलं, तरी हा विषय शाळकरींसाठी औत्सुक्याचा तसा मनोरंजनाचाही बनला होता!

कृष्णा चिरमुले शासकीय नोकरीत होता. त्यानं बातमी तीन-चारदा पुन:पुन्हा वाचली होती. बायकोनं ही बाब यापूर्वीही आपल्याला सांगितल्याचं त्याला आठवत होतं. तरीही त्यानं राधिकाला विचारलं, ''हे सगळं खरं आहे?''

''होऽऽ! पण त्या पोरानंच स्वत:हून आपल्या पॅण्टचे हूक, चेन काढल्याचं शिक्षिकांचं म्हणणं होतं!'' वर्तमानपत्रात आलेली बातमी पाहून ती चांगलीच हबकून गेली होती.

कृष्णा चिरमुलेनं निमूटपणे आपल्या ओळखीच्या वकिलाला फोन केला. त्यानंही ती खुमासदार बातमी वाचली होती. त्यानं वकिलाला विचारलं, ''यातून मार्ग कसा काढता येईल?''

वकिलानं त्याच्याकडून सर्व प्रकरणाची खातरजमा करून घेतली व तो म्हणाला, ''बाब गंभीर आहे. शिवाय शाळेचा स्टाफ, शाळेतील शेकडो विद्यार्थ्यांसमोर ही घटना घडल्यानं ती खोटी ठरवणंही अवघड होणार आहे.''

''पाहा... एखादा मार्ग हाताला लागतोय का?'' कृष्णानं वकिलाला विनंती केली.

आईवर कोसळलेलं संकट पाहून त्यांची दोन्ही मुलंही गंभीर झाली होती. त्यांनाही कॉलेज जवळ करायचं होतं; पण कॉलेजला जावं की नाही, या विवंचनेत त्यांचं आत-बाहेर चाललं होतं.

थोड्या वेळानं वकिलाचा फोन आला. त्यानं विचारणा केली, ''पॅण्ट स्वत:च काढली असं ते पोरगं लेखी देईल का?''

मिस्टर चिरमुल्यांनी रिसीव्हरवर हात ठेवला व त्याबाबत राधिकाशी चर्चा केली.

''मुलं आगाऊ आहेत. मी कसं सांगणार ते?'' तिनं असाहाय्यता प्रकट केली.

''प्रयत्न करून पाहतो.'' मिस्टर चिरमुल्यांनी फोन ठेवला व तो राधिकाला

म्हणाला, "नाहीतरी आता नोकरी गेल्यातच जमा आहे. जाऊ त्यांच्या घरी. हाताला काही लागतंय का पाहू!"

नवऱ्याच्या प्लॅनला संमती देण्याशिवाय राधिकाच्या हातातही काही नव्हतं.

"ते कुठं राहतात, ते तुला माहिती आहे?"

"नाही; पण मी शाळेतून त्याचा पत्ता घेऊ शकते." राधिका चिरमुले पुढे आली. तिनं शाळेत फोन केला.

आस्थापनेत हजर असलेल्या क्लार्कने तो घेतला. हेडबाईंवर गुदरलेल्या प्रसंगाचं गांभीर्य त्यालाही होतं. त्यानं विचारलं, "मॅडम, हे असं कसं झालं?"

"रिकामे, त्या दिवशी तुम्हीही शाळेत हजर होता! आम्ही कशाला त्याच्या पॅण्टला हात घालू? तुम्ही एक काम करा, त्या कार्ट्याच्या घरचा पत्ता तेवढा मला द्या."

"जस्ट होल्ड...!" रिकामेचा इंग्रजी डायलॉग रिसीव्हरमध्ये घुमला. त्यानं रिसीव्हर बाजूला ठेवून दिला. त्याच्या या वर्तणुकीने राधिकाला कमालीचा संताप आला. पत्ता मिळाल्यानंतर तो फोन करू शकला नसता का? हा प्रश्न उगीचच तिच्या मनात तरळला. रिकामे रिसीव्हर उचलेपर्यंत काही मिनिटं गेली होती. ती अस्वस्थता राधिकाला खायला उठली.

"मॅडम, घ्या...!" रिकामे पत्ता सांगू लागला. राधिका ती बातमी आलेल्या वर्तमानपत्राच्याच वरच्या रिकाम्या पट्टीवर लिहू लागली.

मुलांवर इंप्रेशन राहावं म्हणून राधिका अगोदरच नीटनेटकी असायची. एका विद्यार्थ्याच्या घरी जायचं म्हणून आज तिनं अधिकच काळजी घेतली होती. तिचा नवरा हे शांत चित्तानं पाहात होता. ते लगेचच तयार होऊन बाहेर पडले. तो मुलगा काय म्हणतोय, त्यावर आज कृष्णाचं कार्यालयात जाणं अवलंबून होतं.

११५

जायकरनीचा गजा काथ्या बाजारात एका कंपनीत शिपायाची नोकरी करीत होता. त्यानं ती नोकरी सोडली व तो दवा बाजारात दुसऱ्या कंपनीत राहिला. तेथे त्याला पगाराचे शंभर रुपये जास्त मिळू लागले. त्यानं आपल्या अर्जावर आपल्या गावाचा पत्ता दिला. शिवाय मुंबईचा पत्ता म्हणून त्यानं चारकोपला राहणाऱ्या त्याच्या मित्राच्या घराचा पत्ता अर्जावर लिहिला. आई-वडील, बहीण-भाऊ गावाकडेच असतात, हेही कंपनीत सांगायला तो विसरला नाही.

माळ्यावरची पोरं सरकारी नोकरी किंवा एखादी मोठी कंपनी असेल तरच आपला माळ्यावरचा पत्ता द्यायची. एखाद्या छोट्या कंपनीत किंवा एखाद्या शेठकडे नोकरी करायची असेल, तर ते आपला माळ्यातला पत्ता द्यायचे नाहीत. असा पत्ता दिला तर कंपनीच्या, शेठच्या कामानिमित्त बाहेर गेल्यानंतर, ऑफिसमध्ये लवकर आलं किंवा उशिरापर्यंत थांबल्यानंतर जेवणाचे पैसे मिळायचे नाहीत. असे पैसे मागितले तर शेठ म्हणायचा, 'तुझं घर तर मार्केटमध्येच आहे!'

जेवणाचा अलाउन्स तर मिळायचा नाहीच; पण उगाच तांगाडपट्टी होऊन काहीतरी पोटात ढकलायला खिशातलेच खर्च करावे लागायचे! राहण्याचा बाहेरचा पत्ता दिला, तर जेवणाचा अलाउन्स तर मिळायचाच, परंतु [illegible] घरापर्यंतचे रिक्षाभाडेही मिळायचे! त्यामुळेच पोरं आपलं मुंबईत कोणी नाही, असं खुशाल सांगायची. जर एखाद्याला संशय आला, एखाद्यानं चहाडी केली तर चौकशी होण्याची शक्यता असायची. अशा एखाद्या पोराच्या चौकशीसाठी कंपनीकडून एखादा माणूस आला, तर त्या पोराच्या घरची माणसंच उलट ती गोष्ट धुडकावून लावून म्हणायचे, 'तो आमचा दूरचा नातेवाईक. आठवडाभर राहिला होता आमच्याकडे; पण आम्हालाच जागा पुरी पडत नसल्याने त्याची त्यानं सोय केली! आता तो इकडं येतही नाही अन् ओळखही दाखवत नाही. काय करायचं; मोठा माणूस झाला! मोठ्या कंपनीत नोकरीला लागला!' हे कमी की काय म्हणून ते पुढे विचारायचे, 'त्यानं कंपनीत काही लफडं-बिफडं केलंय का? तसं आसलं तर त्यो आमचा कुणीच नाही असं समजा अन् नस्ती भानगड आमच्या पाठी लावू नगा!'

चौकशीसाठी आलेल्या माणसाला आपला कर्मचारी तेथे राहात नसल्याची खात्री पटायची. तो निघून जायचा. तो गेल्यानंतर त्याला कसा गंडवला, याची रसभरीत कौटुंबिक चर्चा व्हायची. सोबत फिदीफिदी हसणंही असायचं. पोरगा कामावरून परतल्यानंतर ही माहिती त्याच्यापर्यंत पोहोचवली जायची.

संध्याकाळची वेळ होती. गजा जरा लवकर घरी आला होता. त्याच्याजवळ कंपनीचं एक पत्र होतं. ते त्याला दुसऱ्या कंपनीत तातडीनं पोहोचवायचं होतं. परंतु आज सकाळी तो लवकर बाहेर पडला होता. दुपारच्या जेवणालाही घरी येता आलं नव्हतं. त्यानं दिवसभर रस्त्यांवरच्या गाड्यांवर काहीबाही खाल्लं होतं; पण त्याला जेवणाची सर नव्हती. जेवण ते जेवणच होतं! त्याला आता कडकडून भूक लागली होती. काहीतरी पोटात ढकलणं आवश्यक होतं. त्यानं भांड्याच्या कपाटातली ताट, वाटी घेतली व तो कालवनाच्या टोपाकडे वळला. टोपावरची झाकणी बाजूला सारून त्यानं चमचा आत खुपसला. चमचा भरून मटन वर आलं.

"मंदे, आज तर शुक्रवार. आज मटन कसं?" त्यानं विचारलं.

"धनाजीमामानं कोंबडी आणलीय!" मंदानं सांगितलं.

त्यानं ताटात मटन घेतलं. तेवढ्यात जायकरीन बाहेरून आत आली. तिनं जबरदस्तीनं त्याच्या हातातला चमचा अन् ताट काढून घेतलं. ताटातलं कोंबडीचं काळीज व बाकीचं मटन टोपात परत ओतलं. ‘‘तुला काय लाज-बीज हाय का? आजून ते कोंबडी दिल्यालं बाबं जेवायचं हायतं. तवर तू...!’’

तिनं कोंबडीच्या मटनाच्या रस्यानं वाटी भरली. वाटीशेजारी मटनाची चार फुटं वाढली. गजानं त्याकडे किरंवाजल्या नजरेनं पाहात ताट हातात घेतलं व ते परत पुढे करीत म्हणाला, ‘‘गांजा नाहीतर जरा काळीज तरी दे की!’’

‘‘नाही. ते माझ्या पोरींसाठी हाय!’’

‘‘का? मला नाही चालणार? माझ्या घशात अडकतंय?’’ गजा वैतागला.

‘‘पोरी राब राब राबत्यात. पाण्यासारखा घाम गाळत्यात. तवा कुठं तुझ्यासारख्या छंदीफंदी डुकराला हे आसलं बदबदीत खायाला मिळतं!’’ कमळा जायकरीन उसानली.

‘‘मग काय आम्ही कमवीत न्हाय? शिपाई म्हणून मुंबई पालथी घालताना आमच्या पाठीमागं कोण असतं?’’

‘‘ये, तुझ्या कमाईला झवली कुत्र्यानं! त्या चार फुकण्याच्या जिवावर बोलतूस तूऽ? माझ्या पोरींसारखी कमाई करशील तवा आख्खं बकरं कापून घालीन मी तुझ्या पुढ्यात! कळलंऽऽ!’’ कमळानं त्याच्यासमोर आपला हात नाचवला.

‘‘मजी आम्हीपण बापासारखं नोकरी सोडून चपात्या भाजीत बसायचं, असंच तुझं मत आहे का?’’ गजानं हातातलं हाडूक दाताखाली धरलं.

‘‘ये निसण्याऽऽ! गप जेव अन् जा आपल्या कामाला. बाप बी दळिंद्री अन् पोरगं त्येच्यापुढं चार पावलं!’’ जायकरनीनं त्याला दम भरला व बोलण्याचा कंडकाच पाडला.

गजा पुटपुटू लागला. त्याला आपल्या बापाला दाताखाली आलेल्या हाडकागत चावून, फोडून खावं, अशी मनशा झाली.

११६

तडेकरनीच्या शुभांगीचं गवताडकरांच्या खोलीतल्या भाऊ जाधवशी मेतकूट जमलं होतं. त्याची चर्चा गवताडकरांमध्ये रंगायची. तशी ती माळ्यातही होऊ लागली होती. गवताडकरांना शुभांगीचं आश्चर्य वाटायचं. तिचा पहिला मित्र हैबती जाधव होता. तो गवताडकर. नंतर तिची जवळीक झाली ती भागू रोंगेशी. भागू हा

आपल्या आत्याकडे दत्तक गेला; तोही पूर्वाश्रमीचा जाधवच. शुभांगीचा आताचा नवीन मित्र भाऊ जाधव हाही जाधवाच्या बुडख्यातलाच! गवताडकर, माळकरी शुभांगीला जाधवांची परमनंट मालमत्ता म्हणून हिणवायचे. गवताडकरांच्या खोलीत जाधवांची संख्या जास्त असली तरी, माने, भोसले आदींच्या पोरांची संख्याही काही कमी नव्हती; त्यामुळेच ते उसनायचे, 'शुभांगीला त्या जाधवांशिवाय दुसरं कोणी दिसतच नाही का? दुसऱ्यांच्या बुल्लीतही पाणी आहे, हे तिला कुणीतरी दाखवून द्यायलाच हवं!'

या खाजगीतल्या चर्चा काही ठरावीक कानांपुरत्याच मर्यादित होत्या.

भाऊला म्हणून परमनंट नोकरी मिळाली नव्हती. तो नामांकित एका कंपनीत ॲप्रेंटीस होता. त्या अगोदरही त्यानं दोन कंपन्यांत नशीब अजमावलं होतं. शिवाय तो व शुभांगी हे वयानं जवळपास सारखेच होते. त्याला शुभांगी भावली होती. शुभांगीला तो आवडला होता. तसं शुभांगीचं प्रेम तव्यातली भाकरी करपावी तसं अनेक वेळा करपलं होतं. तरीही ती करप झाडून, फुकून प्रेमाची भाकरी खात होती. प्रेमाच्या क्षेत्रात तिची हिंमत वाखाणण्यासारखी होती.

भागू रोंगे तुरुंगात गेला; पण तुरुंगात जाण्यापूर्वी त्याला भाऊ व शुभांगीमध्ये काहीतरी तेल गळत असल्याचा संशय आला होता. आपल्या संशयाच्या पुष्ट्यर्थ त्यानं त्यांच्यावर पाळत ठेवली होती व त्याचा संशय खरा ठरला होता! पण तरीही त्यानं याबाबत भाऊला टोकलं नाही. त्यात हस्तक्षेप करण्याचा प्रयत्न केला नाही. एकतर त्याचं व शुभांगीचं फाटलेलं माळ्यानं पाहिलं होतं, गवताडकरांनी पाहिलं होतं; त्यामुळे भागू आपल्याला बदनाम करीत आहे, अशी ओरड होण्याचीच शक्यता अधिक होती. मामला पाहुण्या-रावळ्यांशी संबंधित असल्याने त्यात विनाकारण वितुष्ट नको, म्हणून तो गप झाला होता. 'त्यांच्या आयला घोडा लागू दे', अशी मनातल्या मनात शिवी हासडून भागू शांत बसला होता.

गोष्ट हैबतीच्या कानावर गेली होती. त्यानं याबाबत भाऊला विचारलं होतं. परंतु भाऊनं त्यांना असं काही नसल्याचं शपथेवर सांगितलं होतं. ॲप्रेंटीस असल्याने कंपनीत पुरेसे दिवस भरत नाहीत. महिन्याचा पगार पुरा पडत नाही व तडेकरनीच्या जेवणाची उधारी राहते. म्हणूनच आपण तिच्याशी गोडीगुलाबीनं राहात असल्याचं भाऊनं त्यांना पटवून दिलं होतं. शुभांगी ही पूर्वाश्रमीची हैबतीची मैत्रीण असल्याने भाऊ व तिच्यामध्ये असे काही संबंध निर्माण होतील, असं हैबतीलाही वाटत नव्हतं.

भाऊच्या हालचालीकडे गवताडकरांचं बारीक लक्ष होतं. विशेषत: नथू माने व बबन माने हे सख्खे चुलतभाऊ जाधवाच्या भाऊसमोर शुभांगीचा विषय काढून तिचं गुणगान करायचे. त्याच्या मनाला प्रोत्साहित करायचे, उभारी द्यायचे. प्रेमसागरात डुंबणाऱ्या त्याच्या नौकेचं शीड हवा भरून टम्म फुगवायचे. त्याला आपली साथ

असल्याचा विश्वासही द्यायचे. बबन व नथूचा आधार मिळाल्याने भाऊ जाधवालाही आपल्या प्रेमाचं आकाश ठेंगणं वाटत होतं.

नथू व बबन हे आजूबाजूला भाऊ जाधव नाही याची खात्री करायचे व त्या मुदतीत शुभांगीचेही कान भरायचे. 'निदान हा तरी हातचा जाऊ देऊ नकोस. अशी किती दिवस वणवण भटकत राहतेस? आम्ही तुझ्या पाठीशी आहोत!', अशी हमी तिलाही द्यायचे. शुभांगीभोवती त्यांनी गोड शब्दांचं जाळं विणलं होतं. नथू, बबन मानेचा आधार म्हणजे शुभांगीला आपल्या प्रेमाची आताच सफलता वाटत होती.

नथू व बबनचा भाऊ जाधवाच्या बापावर खानदानी राग होता. गावातील शेतीवरून भाऊचे वडील, गुंगा जाधवाशी मानेंचे वादविवाद झडले होते. त्यावेळी हैबती जाधवाचा बाप गुंगाच्या खांद्याला खांदा लावून उभा राहिला होता. भांडणाचा तो राग अजूनही मानेंच्या मनात कोपरा धरून होता. त्यानं टाकलेला तळ असा तसा उठणार नव्हता. शुभांगीच्या माध्यमातून जाधवांची गावात, पै-पाहुण्यांत, भागात मोठी बदनामी होणार होती. त्याचा आनंद माने मंडळीच्या मनात मावणार नव्हता.

पोरग्याच्या लफड्याच्या कथा गुंगा जाधवाच्या कानावर आल्या होत्या. त्याला गाववाल्याकडून पोरगी उंडगी असल्याचं कळलं होतं. हैबतीनं तिला फिरवल्याची व भागूनंही तिला बाटवल्याची खबरही त्याला लागली होती. शिवाय भरीस भर म्हणून तिचं अगोदरच एक लग्न झालं होतं! गुंगा कामधामातून वेळात वेळ काढून उभ्या उभ्याच मुंबईला आला होता. त्यानं हैबतीचा थोरला भाऊ आनंदाला सोबत घेऊन भाऊची समजूत काढली होती. त्याला तुझ्यासाठी स्थळ पाहणं सुरू असून लवकरच तुझं लग्न करू, असा विश्वास दिला होता. भाऊनंही आपल्या वडिलाला आपल्यात व शुभांगीत तसं काही नसल्याचा निर्वाळा दिला होता. खात्री पटल्यानंतर गुंगा गावी परतला होता.

अन् एक दिवस माळ्यासमोर, माळ्याच्या चौकात फटाके फुटले. भाऊ व शुभांगीनं रजिस्टर पद्धतीनं लग्न केलं होतं. गवताडकरांच्या खोलीतील माने, भोसलेच्या पोरांनी, भाऊच्या मित्रमंडळीनं फटाके फोडून, नाचून आनंद व्यक्त केला. शिवाय भाऊच्या वतीने मानेनी संपूर्ण माळ्यावर पेढे वाटले!

बातमीचा ढग भाऊच्या गावातही फुटला. गुंगा जाधवाच्या डोळ्यांपुढे अंधारी आली. त्यानं भाऊला निरोप पाठवला, 'इथून पुढं तू आम्हाला मेलास! आम्हाला पोरगा झालाच नाही, असं आम्ही मानतो. जन्मात कधी गावाचं नाव काढू नकोस. तिकडंच तोंड काळं कर; तेही कायमचंच!'

११७

स्वामी अभयानंदाबरोबर पळालेली सोपान खाडेची बायको अनिता पोलिसांच्या हाताला लागली होती. स्वामीनं तिचा बंगलोरमध्ये सौदा केला होता. घरातून पळाले, ओठाला रंग लागला, मांड्यांमध्ये तुडवून तुडवून चिखल झाला. अशा परिस्थितीत सोपान परत घरात घेणार नाही याची तिला खात्री होती; त्यामुळेच तिनं पोलिसांबरोबर परतण्यास नकार दिला, पण पोलिसांच्या पाशातून [illegible] [illegible] होती. त्यांनी तिला मुंबईत आणलं. तिने दिलेल्या जबाबानंतर अनेक हृदयद्रावक गोष्टी समोर आल्या होत्या.

स्वामीबरोबर निघालेल्या सुकन्या, अनिता, अंधेरीच्या पांडुरंग गावकराच्या मुली व बायको एका भाडोत्री टॅक्सीनं बंगलोरमध्ये आल्या. तेथून त्यांना विमानानं दिल्ली व दिल्लीतून हिमालयातील हरिद्वारला जायचं होतं. हरिद्वारला स्वामींचे गुरू होते. त्यांचा आलिशान, भव्यदिव्य असा मठ होता. तो नुसता मठच नव्हता, तर माणसाला आयुष्यात लाभणाऱ्या सर्व सुखांचा कुंभच असल्याचं स्वामीनं त्यांच्या मनावर बिंबवलं होतं. इथं राहून धावपळीचं कण्हत-कुढत जगण्यापेक्षा अभयानंदांचे गुरू त्यांच्यासाठी स्वर्गसुखाचे द्वार उघडणार होते. त्या मोहिनीनं सगळ्याजणींचं मन मोहरून गेलं होतं.

...मुंबईतून दिल्लीला जाणं सोपं होतं; पण ते धोक्याचं होतं. धोक्याचं अशासाठी की त्यांच्या पलायनाची थोडीशी जरी भनक लागली, तर पोलिसांना लगेच मुंबईतले विमानतळ, रेल्वे स्टेशन्सची तपासणी करता येणार होती. त्यापेक्षा आडमार्गाचं बंगलोर कधीही चांगलं होतं. स्वामींनी मुंबईतून बाहेर पडायला एका ट्रॅक्सची तजवीज केली होती. त्यांनी ट्रॅक्सनं दिवसभर प्रवास करून कोल्हापूरच्या पुढे एका धाब्यावर रात्रीचं जेवण घेतलं. त्यानंतर रात्री उशिरा ते बेळगावात आले. तिथं त्यांनी एका हॉटेलवर मुक्काम केला. तिथून त्यांनी सकाळी बंगलोरकडे प्रयाण केलं.

ते बंगलोरमध्ये आले तेव्हाही रात्र झाली होती. त्यांची ट्रॅक्स एका निवासी हॉटेलसमोर थांबली. तिथं स्वामींच्या स्वागताला सफेद कपड्यातले काळेकुट्ट असे त्यांचे दोन भक्त आले होते. त्यांनी ट्रॅक्सचं उरलेलं भाडं चुकतं केलं. ट्रॅक्स गेली.

सर्वजण रूममध्ये आले. ते हात-पाय धुऊन फ्रेश होईपर्यंत चहा-नाष्टा आला. त्याचाही बंदोबस्त त्या भक्तांनीच केला. त्यानंतर सोबतच्या स्त्रियांना स्वामींनी सांगितलं, ''आपल्याला असं एकत्र, एका हॉटेलमध्ये थांबता येणार नाही.''

स्वामींनी सांगितलेलं ऐकून त्या भेदरल्या.

"आपण मुंबईतून निघून दोन दिवस झालेत. पोलीस आपल्या मागावर असणार हे निश्चित आहे. दिल्लीची तिकिटंही उद्या संध्याकाळच्या फ्लाइटची मिळाली आहेत, तोपर्यंत ही काळजी घ्यावीच लागणार आहे." स्वामींनी अधिक विश्लेषण केलं.

स्वामींच्या म्हणण्याला सुकन्यानं दुजोरा दिला. अनिताही सहमत झाली. गावकर मायलेकी तिघी असल्याने त्यांचाही त्याला विरोध राहिला नाही. फ्लाइटमध्ये बसेपर्यंत त्यांचं जेवण-खाणं किंवा त्यांना लागणाऱ्या गोष्टींची काळजी स्वामींचे भक्तच घेणार होते. स्वामीही सगळ्यांच्या संपर्कात असल्याने तशी काळजीची कोणतीही बाब नव्हती.

गावकर मंडळी स्वामींच्या शिष्यांबरोबर दुसऱ्या हॉटेलवर राहायला गेली. अर्ध्या तासात ते परत आले. त्यांच्याबरोबर स्वामी व सुकन्याही निघाली. अनिता घाबरली. तिला सुकन्याबरोबर राहायचं होतं; पण सुकन्यानं आपल्याला स्वामींबरोबर एकटंच राहायचं असल्याचं सांगितल्यानं तिची कोंडी झाली. या परमुलखात जास्त आढेवेढे घेऊनही उपयोग नव्हता. भाषेचाही प्रश्न होता; त्यामुळे अनिताच्या अंगात सुकन्याला विरोध करण्याचं धाडस उरलं नव्हतं.

"आपले भक्त परत इथं येतील. उद्या दिवसभर काय करायचं, विमानतळावर कसं जायचं या सगळ्या सूचना ते देतील. फक्त तू जागी राहा. उद्या सकाळी मी येतोच." स्वामीनं खोलीतून निघताना अनिताला सांगितलं.

मान हलवून संमती देण्याशिवाय अनिताकडे अन्य पर्याय नव्हता.

स्वामी गेले. तासाभरात स्वामींचे भक्त परत आले. खोलीत आल्यानंतर त्यांनी दार बंद केलं व ते तिला भिडले. त्यांनी तिच्यावर आळीपाळीनं बलात्कार केला. हॉटेलच्या चार भिंतींत तिचे चीत्कार मुरले. त्यानंतर तिला पाहायला मिळाला तो बंगलोरचा रांडबाजार!

पोलिसांनी सुकन्याचाही माग काढला होता. स्वामीनं तिला गोड बोलून आपल्या भक्तांबरोबर दिल्लीला पुढे पाठवलं होतं. तिचा सौदा दिल्लीच्या कुंटनखान्यामध्ये झाला होता. स्वामीनं केलेली फसगत पाहून सुकन्यानं तर भिंतीशी टकरा घेतल्या होत्या. तिचा आरडाओरडा, पळापळ, अंगावरचे कपडे फाडणं, हाणून बडवून घेणं हे पाहून विकत घेणाऱ्यांनी तिला बांधून घातली होती. उपाशी ठेवूनही पाहिलं होतं; पण तिला वेड लागलं होतं! तिची अवस्था पाहून कुंटनखान्यातल्या इतर स्त्रियांनाही कमालीचं वाईट वाटलं होतं. शेवटी कुंटनखान्याच्या मालकिणीनं एका स्वयंसेवी संस्थेच्या मदतीनं तिला वेड्याच्या हॉस्पिटलमध्ये भरती केलं होतं. ती हॉस्पिटलमधील एक खतरनाक पेशंट म्हणून ओळखली जात होती! पोलिसांना गावकर मायलेकींचा

ठावठिकाणा अजून मिळाला नव्हता. मात्र, त्यांचाही बाजार करण्यात आल्याचं तपासात आढळून आलं होतं.

पोलिसांनी सुदाम खाडेच्या बायकोला - अनिताला - मुंबईत आणलं होतं. सुदामनं तिचा ताबा घेण्यास नकार दिला होता. पोलीसही त्याच्यावर जबरदस्ती करू शकत नव्हते. सुदामनं पोलिसांना अनिताच्या आई-वडिलांचा पत्ता दिला होता. पोलिसांसाठी तोच सहारा होता! सुभानजीच्या घरीही पोलीस आले होते. आपल्या सवतीची अवस्था ऐकून शालूच्या डोळ्यांतही पाणी उभं राहिलं होतं. तिनं माळ्यात टेचात राहणाऱ्या सुकन्याला पाहिलं होतं. ती सुभानजीची पहिली बायको हा भाग [illegible] तर तिनं [illegible] शालूला कमालीचं आवडलं होतं. पण, आज सगळंच मातीमोल झालं होतं.

पोलिसांनी सुकन्याची माहिती दिल्यानंतर सुभानजीला कार्यालयात जावंसं वाटलं नव्हतं. त्याला नीट जेवणही गेलं नव्हतं. त्याचं मन कसानल्यासारखं झालं होतं. स्वामी अभयानंद घरात यायला तोच कारणीभूत होता. ही बाब इतरांना माहीत नसली तरी त्याचं मन त्याला खात होतं. एका अर्थानं सुकन्येच्या दुर्दशेला तोच कारणीभूत होता! एखाद्या वेलीवरच्या फुलासारखी सुकन्या काही वर्षे का होईना, त्याच्यासोबत डोलली होती. तिनं तसा त्याला कधी त्रास दिला नव्हता. काही कमी-जास्त झालं तरी तिनं कधी तक्रार केली नव्हती. उलट तिच्याकडे खूप मोठा समजूतदारपणा होता. लग्न झाल्यानंतर होणाऱ्या अवास्तव खर्चाबद्दल तिनं त्याला दोन-चारदा सावधही केलं होतं. पण भोग, सुखवस्तूंच्या पाठीमागे लागलेल्या सुभानजीला त्यावेळी त्यातलं गांभीर्य कळलं नव्हतं. त्यांच्या संसाराला स्वामींची नजर लागण्याअगोदर ती त्याच्यावर जिवापाड प्रेम करायची. ओंजळीत धरलेल्या फुलपाखरासारखी ती त्याला जपायची.

सुकन्याची झालेली दुरवस्था ऐकून सुभानजीला भरपूर दुःख झालं होतं. शालू त्याची समजूत काढण्याचा प्रयत्न करीत होती. कसं केलं तरी ती तिच्या नवऱ्याची पहिली बायको होती, हे तिलाही कळत होतं. सखू पालकरीन, साधू पालकर दिवसभर अधूनमधून येत होते. जावयाचं दुःख हलकं करण्याचा प्रयत्न करीत होते. बातमी माळ्यात पसरल्याने काही माळकरीही येऊन जात होते.

"शालू, आपण तिला एकदा निदान दुरून तरी बघून येऊ या." सुभानजीनं आपल्या मनातली खळबळ बाहेर टाकली.

"चालंल. मी पण तुमाला हेच सांगणार हुते. पण मी सोबत आलं तर चालंल का? मला पण तिला बघावंसं वाटतंय!" नवऱ्यापाठीमागे शालू खंबीरपणे उभी राहिली होती.

"जाऊ... दोघं जाऊ." चिंतातूर सुभानजी म्हणाला.

११८

राधिका चिरमुले व तिचे मिस्टर माळ्याजवळ आले, तेव्हा सकाळी साडेनऊचा सुमार झाला होता. अजून गल्लीतली चहल-पहल सुरू झाली नव्हती. कपडे, विविध वस्तूंच्या गाड्या लागण्यास, दुकानं उघडण्यास भरपूर वेळ होता. बोळाच्या तोंडालाच संज्या नार्वेकर, कानिफ, बंडू निकम व इतर पोरं बाजल्यावर फोका मारीत बसली होती. त्यांनीही ती खुमासदार बातमी वाचली होती. बंडू निकमानं तर 'त्या' वर्तमानपत्राचा एक अंकच खरेदी केला होता! आता हेडबाईंसह इतरांच्या नोकरीचं काही खरं नाही, हे त्यांनाही कळत होतं. अधूनमधून त्यावरही त्यांची चर्चा झडत होती. पोरांची मस्ती रंगात आलेली असताना हेडबाईनाच समोर पाहून पोरांची भंबेरी उडाली. ती पटपट बाजल्यावरून उतरली व कोण सावधान, तर कोण विश्राम अवस्थेत उभं राहिलं.

"मॅडम, आपण...!" मिस्टर चिरमुल्यांकडे पाहात बंडूनं विचारलं.

"चल, मला ते नंदू पालकरचं घर दाखव." घायकुतीला आलेल्या राधिकानं सांगितलं.

हेडबाईला माळ्यात घेऊन जायचं म्हणजे, तिला माळ्यातल्या संस्कृतीचा परिचय करून देण्यासारखंच होतं. शिवाय तिला घरी घेऊन आल्याबद्दल नंद्या 'ठो, ठोऽ' बोंब मारणारच होता! बंडू म्हणाला, "मॅडम, घरी कशाला? त्याला मी आणतो ना इथं बोलावून!"

"नको. आम्हाला त्याच्या घरीच जायचं आहे." मिस्टर चिरमुलेंनी सांगितलं.

बंडूचा नाइलाज झाला. तो निघाला. त्याच्यापाठोपाठ राधिका चिरमुले व तिचे मिस्टर चालले. त्यांच्या पाठीमागून इतर मुलं!

ते माळ्याच्या बोळात घुसले तेव्हा चिरमुलेबाईंना आपण एखाद्या गडाच्या भुयारात तर घुसलो नाही ना, असा भास झाला. बोळात गटार फुटलं होतं. त्याचं पाणी फुटक्या तुटक्या फरशांमधून पसरलं होतं. ते चुकवीत, आपलं टकाटक सँडल वाजवीत चालताना चिरमुलेबाईंची कसरत होत होती. गटार फुटल्यानं सर्वत्र दुर्गंधीही पसरली होती. ती टाळण्यासाठी नाकाला रुमाल लावायचा की आपल्या साडीचा घोळ गटाराच्या पाण्यानं खराब होऊ नये म्हणून वर धरायचा, या दुहेरी संकटात त्या सापडल्या होत्या. शेवटी त्यांनी आपल्या डाव्या हातात रुमाल घेऊन त्यात नाकाचा शेंडा पकडला होता तर त्यांचा उजवा हात साडी सावरण्याच्या कामाला जुंपला होता! त्यांनी कसाबसा चौक पार केला व ते जिन्यात आले.

खाणावळींची बरीचशी कामं आटोपली असली तरी अजून चपातींचा रमना सुरूच होता. त्यात पोरी-बाळी, खाणावळे गुंतले होते. खाणावळी पाटावर बसून जेवणाऱ्यांची ताटं करीत होत्या. डबे भरीत होत्या. ताटं करण्यासाठी, डबे भरण्यासाठी सोपं जावं म्हणून त्यांनी आपल्या शेजारी आमटी, भाजी, भाताचे मोठमोठे टोप ठेवले होते. त्यांच्या शेजारीच चपातींची एखादी दुरडीही होती. राधिका चिरमुले व तिच्या मिस्टरांना घेऊन बंडू आला तेव्हा सखू पालकरनीच्या घरातही यापेक्षा वेगळं चित्र नव्हतं. चौकटीसमोरच आतल्या भिंतीशी ठेवलेल्या पाटावर बसून ती डबे भरीत होती. चौकटीशेजारी मालूनं चपात्यांचा रमना मांडला होता. तिच्यासमोर दोन स्टोव्ह भरभरत होते. साधू पाटावर [illegible] [illegible] बसून [illegible] भाजीत होता. तर नंदू पेटीवर बसून 'त्या' वर्तमानपत्रातल्या बातमीवर नजर फिरवीत होता. घरातल्या स्टोव्हच्या गरमीनं वैतागलेल्या नंदूनं शर्ट काढून खुंटीला अडकवला होता. साधूनंही पट्ट्याच्या चड्डीवर टॉवेल आडवा लावला होता. तोही उघडाच होता.

अरुंद जिन्याला लावलेल्या ठेप्यातून वाट काढीत राधिका चिरमुले नंदू पालकरच्या घरात पोहोचली. टकाटक असलेल्या राधिकाला पाहून साधू पालकरपासून मालू, नंदूपर्यंत सगळ्यांची तारांबळ उडाली. ही बाई कोण, हे माहीत नसलं तरी साधू अंगात बंडी घालण्यासाठी पटकन उठला. तोपर्यंत तव्यावर टाकलेली चपाती धूर ओकू लागली. मालूनं लाटनं थांबवून ती उलथी-पालथी करून दुरडीत टाकली. मालूही त्याच शाळेत शिकली होती. हेडबाई आत आल्यानंतर ती गुलज़ार हसली. नंदूनंही हातातलं वर्तमानपत्र पेटीच्या बाजूला ठेवलेल्या पिंपाच्या पाठीमागे सारलं व अंगात शर्ट अडकवीत तो म्हणाला, ''या, या मॅडम!''

राधिकाच्या आगमनाचा सखूवर तसा काही परिणाम झाला नव्हता. 'ही कोण बया!' अशा अर्थाच्या आठ्या मात्र तिच्या कपाळावर उमटल्या होत्या.

''हॉरिबलऽ!'' नंदूच्या घरात आलेली राधिका चिरमुले पुटपुटली.

टीचभर खोलीत कोंबून ठेवण्यात आलेलं, जागोजाग पसरलेलं सामान, भिंतींचा रंग उडून गेल्यानं त्यांना आलेला कळकटपणा, खोलीतली स्टोव्हची उष्णता... हा सगळा प्रकारच राधिकाला भयंकर वाटत होता. असल्या जागेत जनावरं तरी राहू शकतील का, हा विचार तिला सतावीत होता. चिरमुले दांपत्यानं आपले चप्पल, बूट दारातच काढून ठेवले होते; पण आत आल्यानंतर बसायचे कोठे हा प्रश्न त्यांना पडला होता. घाई-गडबडीत नंदूनं पेटीकडे बोट दाखवलं. पेटीवरही टॉवेल, परकर, कळकट नॅपकीन असं साहित्य पडलं होतं. नंदूनं ते उचललं व जवळच ठेवलेल्या धान्याच्या पिंपावर टाकलं. पेटीवरचं सामान निघालं, तरी पेटीच्या वरच्या बाजूला कपडे ठेवण्याची आडवी दांडी होती. त्यावर ठेवलेल्या चादरी, कपड्यांचे शेव पेटीवर बसलेल्या माणसांच्या अंगावर येत होते. त्याची

सवय जशी माळकऱ्यांना होती, तशी ती जेवणाऱ्यांनाही होती. चिरमुले दांपत्यानं नाइलाजानं पेटीवर आपलं बुड टेकलं. राधिकानं आपल्या साडीच्या निऱ्या नीट करीत काखेतली पर्स मांडीवर घेतली व पर्सवर हात ठेवून ती समोर पाहू लागली.

''पालकर, पेटीवर ढेकणाचं औषध तरी मारलंय ना?'' बंडूनं विचारलं.

ढेकणाचं नाव ऐकल्याबरोबर राधिकाला आपल्या ढुंगणाला आताच काहीतरी चावल्याचा भास झाला. ती पटकन उठून उभी राहिली.

''कुठलं रंऽऽ! पुढच्या आठवड्यात मारायचं आहे.'' पालकरानं खरं तेच सांगितलं.

बंडूच्या आगाऊपणानं नंदूच्या अंगाची काहिली झाली. तो रागानं त्याच्याकडे पाहू लागला. बंडू गालात हसत होता.

राधिकाला कुठे बसायचं हा प्रश्न पडला होता. मिस्टर चिरमुल्यांनी तिच्या दंडाला धरलं अन् तो तिला प्रेमळपणे म्हणाला, ''बस. खाली बस.''

''नको, नको. मी उभीच राहते.'' राधिकाला लाकडी पेटीवर बसण्याची इच्छा झाली नाही.

हेडबाई आल्याची बातमी माळ्यात पसरली होती. माळ्यातली सगळी पोरं आपल्या टकाटक मॅडमला पाहायला गोळा झाली. त्यांनी वटान भरून गेलं होतं. आपल्या आईच्या घरी हेडबाई आल्याचं कळल्यानं शालूही आली होती. चिरमुले पती-पत्नीची झालेली घुसमट, अडचण शालूच्या लक्षात आली. ती म्हणाली, ''मॅडम, माझं घर वरच्या मजल्यावर आहे. तिथं अडचण नाही. चला तिथं.''

''आपण तिकडेच जाऊ, मॅडम!'' नंदूही पटकन बोलला.

नंदू, चिरमुले दांपत्य शालूच्या घरात आले. सोबत बंडू निकम, संज्या नार्वेकरही होता. कानिफ, सदा जायकरही आला. वटनात उभ्या असलेल्या शाळकरी मुलांनी राधिकाला नमस्कार केला. तिनंही तो हसतमुखानं स्वीकारला. पण, तिला या मुलांची दया आली. या असल्या वातावरणात वाढूनही ते शिकत होते, हीच तिच्यासाठी मोठी कौतुकाची बाब होती! शालूचं घर चकचकीत होतं. घरात पत्र्याच्या फोल्डिंगच्या खुर्च्या होत्या. ते खुर्चीवर बसले. बंडू, संज्या, कानिफ, सदा कॉटवर बसले. शालूनं पाणी आणलं व चहा करण्यासाठी ती आतल्या खोलीत गेली.

चिरमुले दांपत्य माळ्यात थडकण्यापूर्वी थोडा वेळ आधीच सुभानजी ऑफिसला गेला होता. ती त्याची नेहमीची वेळ होती. सुभानजी घरात नसल्यानं नंदूला आता स्पष्ट बोलता येणार होतं; त्यामुळे तो खूश होता.

कृष्णा चिरमुलेनं विषयाला सुरुवात केली. ''आजची वर्तमानपत्रात आलेली बातमी...!''

''नंदू, ही गोष्ट मिटल्याचं तू कबूल केलं होतंस. आमच्याकडून पन्नास हजार

रुपयेही घेतले होतेस. तरीऽ!'' राधिका चिरमुलेंना नंदूला खाऊ की गिळू असं झालं होतं. कृष्णा चिरमुले तिच्याकडे हात करून हळूहळूचा इशारा करीत होता.

''मॅडम, ती बातमी मी दिलेलीच नाही. तुमच्या गळ्याची शप्पथ. या देवांची शप्पथ.'' नंदूनं भिंतीवरच्या साईबाबाच्या फोटोकडे हात करून सांगितलं.

''मग हे घडलं कसं?'' नंदूनं शपथ घेतल्यानं राधिकाचा पारा एकदम खाली आला.

''मला कसं कळणार? शाळेतल्या एखाद्या सरानं, पोरानं, शिपायानंही ही बातमी दिली असेल.''

''तुम्ही या पत्रकाराला ओळखता?'' कृष्णा चिरमुलेनं विचारलं.

''अजिबात नाही.'' बंडूनं मध्ये तोंड घातलं.

बातमी कुणी दिली याच्या खरेखोटेपणाला आता अर्थ उरला नव्हता. मुख्य मुद्दा होता तो राधिकाची नोकरी वाचवण्याचा! कृष्णा म्हणाला, ''या आचरटपणामुळे तुमच्या टीचर अडचणीत आल्या की नाही?''

''यात आमचा काय दोष? त्याची कपडे तर टीचरनीच काढली.'' कानिफला राहावलं नाही.

पोरं चावट असल्याचं कृष्णाचंही मत झालं. ''तू आता असं कर, तुझी पॅण्ट तूच चेन, हूक काढल्यानं खाली घसरल्याचं आम्हाला लिहून दे. तरच तुझ्या मॅडमवरचं संकट टळेल.''

''छे, छेऽऽ! मी कशाला माझ्याच पॅण्टचे हूक काढू?'' तो प्रसंग आठवल्यानं नंदूच्या तोंडावर हास्य उमटलं. आजूबाजूची पोरंही हसू लागली. नंदू पुढे म्हणाला, ''माझी तपासणी करणाऱ्या एखाद्या बाईनंच ती काढली असावी!''

नंदूच्या विधानावर पोरं हसली. कृष्णालाही लाजल्यासारखं झालं. राधिकाच्या मोबाइलची रिंग वाजली. तिनं पर्समधून मोबाइल बाहेर काढला. स्क्रीन पाहिला अन् ती कृष्णाला म्हणाली, ''ट्रस्टींचा आहे!''

''तू घेऊ नकोस. आण तो इकडे.'' कृष्णानं फोन घेतला. ''हॅलो, नाही, नाही. बातमी वाचून तिला प्रचंड शॉक बसला आहे. आतल्या रूममध्ये आहे ती. डॉक्टर आलेत. तपासणी सुरू आहे. हो, होऽ; आटोपल्यानंतर मी तिला आपल्याला फोन करायला सांगतो.'' कृष्णानं मोबाइल बंद केला. तो खूपच गंभीर झाला होता. तो म्हणाला, ''तुम्ही पत्र दिलं तरच तुमच्या मॅडमची नोकरी वाचू शकेल.''

''ते खरं आहे होऽ! पण आता आम्हालाही शिक्षण बोर्डाच्या माणसांना, महापालिकेच्या अधिकाऱ्यांना, शाळेच्या चौकशी समितीला तोंड द्यावं लागेल. त्यात तो पत्रकारही आमच्याकडे आला म्हणजे सगळं आटपलंच.'' एखाद्या विद्वान, चतुर माणसासारखा बंडू निकमानं किल्ला लढवला.

"पत्र द्यायलाही पैसे घ्या." काकुळतीला आलेली राधिका म्हणाली.

"किती?" कानिफनं विचारलं.

"तू गप बस रेऽऽ! लेका, पेपरला आली म्हणजे भानगड पोलीस ठाण्यातही गेली असेल. पोलीस आले तर तुझे पैसे ते बरोबर काढतील!" नंदूनं कानिफला ठोकलं. तो पुढे म्हणाला, "माहिती आहे नं तुला; आपल्याशी संबंध नसलेल्या प्रकरणातही आपणाला घालून त्यांनी कसं तुडवलं ते!"

नंदूनं हा डायलॉग मारला; पण बलात्कार प्रकरणात त्याला पडलेल्या पोलिसी फटक्यांच्या आठवणीनं त्याचं तोंड कडू झालं.

चिरमूले दांपत्याचे चेहरे पडले, तरी पैसे दाबल्याशिवाय ही भानगड मिटणार नाही, याची राधिकाला खात्री होती. "आणखी पन्नास हजार देते. मग तर...!" राधिकानं रकमेचा आकडा त्यांच्या तोंडावर फेकला.

"मॅडम, तुमचे पैसे आम्हाला नकोत. पेपरमध्ये बातमी आल्यानं सकाळीच नंदूला त्याच्या बापानं रेमटून काढलं. नातेवाईक फोन करून विचारणा करीत आहेत. आमच्या इज्जतीचा पार फालुदा झाला आहे." बंडूनं वस्तुस्थिती सांगितली.

"एक लाख देते. मग तर झालं!" राधिकानं रक्कम वाढवली.

"पाच लाख द्या! मग कुणी गव्हर्नर आला तरी आम्ही त्याला घाबरणार नाही." बंडूनं झोकात सांगितलं. शालू चहाचा ट्रे घेऊन बाहेर येत होती. रकमेचा आकडा ऐकूनच ती हादरली, तशी जाग्यावर खिळलीही! "पाच लाख रुपयेऽ!"

रकमेचा आकडा ऐकून पोरांचे तर पार होश उडाले. 'या बंड्याला एखादं पिसाळलेलं कुत्रं तर चावलं नाही ना? हा का इतका पिसाळल्यासारखा करतोय?' त्यांना प्रश्न पडले. चिरमुले दांपत्य गांगरून गेलं. शालूनं त्यांच्या हातात चहाचे कप ठेवले.

"मॅडम, इतक्या घाबरू नका. अहो, तुम्ही आहात, वरपांगेबाई आहेत. जाधव, गुलामे... सगळ्यांच्याच नोकऱ्या धोक्यात आहेत. आम्ही जर चौकशीत खरं खरं सांगितलं तर एकीची तरी नोकरी टिकेल का होऽ? रक्कम मोठी वाटत असली तरी शेअर करा. आपोआप भार हलका होईल." बंडूनं व्यवहार समजावला.

बंडूचं गणित ऐकून कृष्णा चिरमुलेलाही बंडूला सलाम करावासा वाटला. त्यानं मनातल्या मनात आकडेमोड केली. रक्कम सव्वा लाखापर्यंत जात होती. आपली बायको एक लाख द्यायला तर तयार आहे, त्यात पंचवीस हजाराची भर त्याला मोठी वाटत नव्हती.

"तू त्या सर्वांशी आताच बोलून घे गंऽ!" कृष्णा म्हणाला.

पोरं हट्टी आहेत, याची राधिकाला कल्पना होती; पण बंडूनं सुचवलेला तोडगाही चांगला होता. राधिकानं पर्समधून मोबाइल काढला. मोबाइलवर वरपांगेबाईंचा मिसकॉल होता!

"या वरपांगेनं अन् कधी फोन केला!" ती पुटपुटली. तिनं वरपांगेना रिंग दिली.

"हॅलोऽ, मॅडम!" पलीकडून आवाज आला.

"तुम्ही फोन केला होता?"

"हो मॅडम! तुम्ही, मी, जाधव, गुलामेमॅडमना सस्पेंड करणार असल्याचं कळतं!" वरपांगेबाईंच्या आवाजात भरलेलं कापरं जाणवत होतं.

"बघा... तुमचा हलगर्जीपणा किती महागात पडला." वरपांगे काही बोलल्या नाहीत. "हे पाहा, मी आता त्या नंदू पालकरच्याच घरी आहे. तो त्याची पॅण्ट आपण काढली नसल्याचं सांगायला तयार आहे. मात्र, त्यासाठी त्याला सात लाख रुपये हवे आहेत. बोला, तुम्ही किती देता? की [illegible] आहे?" राधिकानं वरपांगेला दमात घेतलं.

पलीकडे शांतता पसरली. पॉझ घेऊन वरपांगेबाई म्हणाल्या, "मी कसेतरी दोन लाख रुपये उभे करीन."

"ठीक आहे. त्या गुलामे, जाधवबाईंशी बोलून मला तत्काळ फोन करा. तुमचा फोन आला तरच पत्राचं काम होईल. अन्यथा घरीच बसावं लागेल." राधिकानं मोबाइल बंद केला. ती कृष्णाला म्हणाली, "पाच मिनिटं थांबू. ती वरपांगे किती रक्कम कॉण्ट्रिब्यूट करतेय ते सांगणार आहे."

रकमेची बाब सोडून, या घटनेसंबंधी चालू असलेली इतर हालचाल तिनं नवऱ्याच्या कानावर घातली. ही सगळी बाळंतपणं आजच निस्तरली पाहिजेत, नाहीतर बायकोच्या नोकरीचं काही खरं नव्हे, याची कल्पना कृष्णाला होती. आज कार्यालयात जाता येणार नाही हेही त्यानं ताडलं होतं. इकडचं तिकडचं बोलत त्यानं टाइमपास चालवला होता. कधी तो पोरांशी बोलत होता तर कधी बायकोशी! राधिकाचीही आतल्या आत नुसती घुसमट होत होती.

मोबाइलची रिंग वाजली. मोबाइलवर वरपांगेबाईच होत्या.

राधिकानं मोबाइल कानाला लावला, "बोला वरपांगेबाई."

"त्या प्रत्येकी दीड-दीड लाख देतो म्हणाल्या."

"रक्कम खूपच कमी आहे; पण तरीही हरकत नाही. तुमच्या पापाचे फळ मलाही भोगावे लागत आहे. त्याला आता इलाज नाही. वरच्या रकमेची मी तरतूद करते. रक्कम घेऊनच अर्ध्या तासात व्हीटी स्टेशनजवळ या. मी तिथं तुमची वाट पाहते. अजून इतर चौकशांनाही सामोरं जायचं आहे. सगळ्याजणी मिळूनच तोंड देऊ." राधिकानं सांगितलं अन् मोबाइल स्वीच ऑफ केला. ती नंदूला म्हणाली, "रक्कम मोठी असली तरी नंदू, आम्ही तुम्हाला पाच लाख रुपये देतो."

बंडू, नंदू, संज्या, कानिफसह तिथं हजर असलेल्या सर्व पोरांना, शालूला हा

गोड असला तरी भूकंपाच्या धक्क्यापेक्षाही मोठा धक्का होता. शालूनं तर कधी दहा काय पाच हजार रुपयाचं बंडलही पाहिलं नव्हतं.

"पण मॅडम, त्या झटापटीत पॅण्टचे हूक कसे निघाले हे माहीत नाही, इतकंच आम्ही लिहू शकतो." बंडूनं काढलेल्या पॉइंटनं राधिकाच्या तोंडावरचं पाणी झर्रकन उतरलं.

"अरे, पैसेच्या पैसे द्यायचे अन् वरती हेऽ!" राधिकानं आश्चर्य व्यक्त केलं.

"त्याचं काय आहे मॅडम. पॅण्टचा हूक वरपांगे, जाधव मॅडमच्या हातानं निघाला की गुलामे मॅडमच्या, हे कसं सांगणार? पोलिसांचा बडगा पडला तर कुणाचं तरी नाव घ्यावंच लागेल; त्यात तुमच्याच मार्गदर्शनाखाली हे चाललेलं।" नंदूही आता सावध झाला होता.

"मॅडम, पोलीस कसे कुत्र्यासारखे मारतात, ते तुम्हाला माहीत नाही. यानं जर याच्याच हातून हूक निघाला असं खोटं सांगितलं, तर ते याला सोडतील का? शाळेत सगळ्यांच्या देखत घडलेला प्रकार आहे हा! तो नाकारताही येणार नाही. बघा, आम्ही सांगितलं तसं लेखी देऊ. नाहीतर नाही." बंडूनं निर्वाणीची भाषा केली.

कृष्णाला बंडूचं म्हणणं पटलं होतं. बाब धड स्वीकारताही येत नव्हती वा टाळताही येत नव्हती. मात्र, 'त्या झटापटीत' हे शब्द महत्त्वाचे होते. शासकीय भाषेत त्याला अंडरलाइन करायला काही हरकत नव्हती. पर्स चोरल्याचे आरोप असलेले वेगवेगळ्या वर्गांतले सत्तावीसजण असल्याने त्यांना शाळेच्या इमारतीसमोर पटांगणात बोलावण्याचं समर्थनही होऊ शकत होतं. शाळेत एखादी वस्तू चोरीला गेली, तर त्याचा प्राथमिक तपास करणं योग्यच होतं. ती बाब प्रिन्सिपॉलच्या अधिकारक्षेत्रात येत होती. त्यांना त्याकडे दुर्लक्ष करून चालणार नव्हतं. बरे, या प्रकरणात नंदूला काही मारझोड करण्यात आली नव्हती. प्रश्न होता तो वरपांगेबाईंचा! त्यांच्या आरोपांमुळेच पुढचं रामायण घडलं होतं. पर्स तर त्यांच्या घरातच होती. मॅनेजमेंटला त्यांच्यावर काही कारवाई करायची असेल, तर... पण, भूलचूक ही कुणाकडूनही होते. म्हणूनच, एक सहकारी म्हणून त्यांना जेवढी मदत करता येईल तेवढी करावी, या निष्कर्षाप्रत कृष्णा आला होता. वेळ पडलीच तर मंत्रालयातील हितसंबंध वापरण्याचंही त्यांनी मनोमन ठरवलं होतं.

कृष्णानं ड्राफ्ट कसा लिहायचा याचं पोरांना मार्गदर्शन केलं. शिवाय तोंडी स्टेटमेंट घेण्यात आलं, तर तीच भाषा कायम राखण्याबाबत ठणकावलं. पैसे घेतल्याशिवाय पोरं पेन उचलणार नाहीत, याची कल्पना त्याला आली होती.

"तुम्ही आता शाळेत जाऊ नका. नाहीतर सगळाच प्रॉब्लेम होईल. आम्ही इथंच पैसे घेऊन येतो. मात्र, याबाबत कुठेही वाच्यता करू नका," कृष्णा चिरमुलेनं त्यांना सांगितलं अन् ते उठले.

राधिका चिरमुले माळ्याच्या पायऱ्या उतरत असताना त्यांना पाहायला माळ्यातल्या जवळजवळ सर्व स्त्रिया, मुली वटनात उभ्या होत्या. एखादी मास्तरीन इतकी चकचकीत असू शकते, यावर त्यांचा विश्वासच बसत नव्हता! पोरांनी त्यांना माळ्याच्या तोंडाला बाय बाय केलं. ते नजरेआड झाल्यानंतर पोरांनी एकमेकांना कडकडून मिठ्या मारल्या.

''बंड्या, तुझ्याकडे दीपावलीचे काही फटाके असतील तर आण. पळऽ, आज दिवाळी साजरी करू.'' नंदू म्हणाला. बंडू हसला. नंदू पुढे म्हणाला, ''पण काही म्हण लेका, तुझा मेंदू कसा पळंल ते त्या ब्रह्मदेवालाही कळणार नाही. मला तरी [illegible]!'' गंपूनं [illegible] दिली.

पोरं हसत-खिदळत असतानाच माळ्यासमोर एक टॅक्सी येऊन थांबली. त्यातून तागडे व दंडगेसर उतरले. त्यांच्या आनंदाला भरतं आलं होतं. नंदूच्या हातात मिठाईचा पुडा देऊन तागडेसर म्हणाले, ''नंदू, तू वाघाचं काम केलंस बघ. ती चिरमुलेबाई खूप माजली होती. तिचा माज उतरवून तू छान केलंस बघ.''

तागडेसर नंदूला फक्त मिठी मारायचेच राहिले होते.

''आमच्याबरोबर तुम्ही शाळेत चला. मॅनेजिंग कमिटीचे सदस्य येणार आहेत. तिथं तुमचं स्टेटमेंट महत्त्वाचं आहे.'' दंडगेसर म्हणाले.

''सर, पेपरात बातमी आल्याबरोबर वर माळ्यात पोलिसांनी ठाण मांडलंय. त्यांनी आताच आमचं स्टेटमेंट घेतलंय. त्यांना कुणीतरी बातमी दिलेय की, शाळेतून काही शिक्षक इकडे येणार आहेत. त्यासाठीच त्यांनी आम्हाला खाली पाठवलं आहे.'' बंडूनं सांगितलं.

तागडे, दंडगेसर भीतीनं गारठले.

''छे, छेऽऽ! आम्ही इथं बाजूच्या गल्लीत आलो होतो. म्हटलं आलोय, तर तुम्हालाही भेटू. तुमचं अभिनंदन करू. शाळेत येणार असाल तर तुम्हालाही सोबत घेऊ. बरं, चालू द्या तुमचं. चलतो आम्ही.'' दंडगेसर म्हणाले. 'त्या चिरमुलेबाईच्या आयला घोडा का लागेना अन् हा तागड्या प्रिन्सिपॉल होऊ दे नाहीतर मसनात जाऊ देऽ. आपला जीव कशाला संकटात टाका असा विचार करून दंडगेसर परत वळलेसुद्धा. त्यांच्यापाठीमागून जाण्याशिवाय तागडेसरांकडे पर्याय उरला नाही.

ते ज्या टॅक्सीतून आले होते, तीच टॅक्सी पुढे उभी होती. ते त्यात बसले अन् दिसेनासे झाले.

पोरं हसून हसून गडबडा लोळायची तेवढी बाकी राहिली होती.

''बंड्या, तू अचानक खपलास तरी तुझा मेंदू जपून ठेवला पाहिजे बघ. कोणत्याही प्रसंगात तो कुणाच्याही कामी ईल.'' कानिफनं बंडूला चिमटा काढला.

पोरं परत हसली. पाच लाख रुपयांसारखी डोंगराएवढी रक्कम त्यांना मिळाल्यातच

जमा होती. सोबत आपल्याच का असेना, शिक्षकांच्या नोकऱ्या वाचवण्याचं समाधानही मिळणार होतं. पोरं आज कमालीची खूश होती. नंदूनं तागडेसरांनी दिलेला मिठाईचा पुडा फोडला व आपल्या सहकाऱ्यांसह 'खुशी'चं सेलिब्रेशन सुरू केलं.

११९

कमळा जायकरीन कोळीवाड्यात बाजार करायला निघाली तेव्हा तिला रस्त्याशेजारी उभ्या राहून रखमा रायकर व सखू पालकरीन गप्पा मारताना दिसल्या होत्या. तिला परत यायची घाई असल्याने ती सपाट्यानं पुढे झाली होती. त्यांच्या बोलण्यात उगाच आपला मोडता कशाला, हाही विचार होताच. ती आपला सगळा बाजार आटपून परत फिरली तरी दोघींच्या गप्पा अजूनही सुरूच होत्या. कमळा त्यांच्या जवळ आली व तिनं विचारलं, "न्हवं, तासन्‌तास इथं उभं राहून तुमी खाणावळ्यांना आज राच्चं जेवाण घालणार न्हाय का काय?"

कमळाच्या इशाऱ्यानं दोघीही भानावर आल्या. कमळाच्या डोईवर बाजार होता.

"न्हवं दोडा, कवा बाजारात गेलीस ते कळलं पण न्हाय. जाताना हाक तरी मारायची न्हाय व्हय?" सखू पालकरीन उसानली.

"आता तुमचं इतकं गुगुळ चालल्यालं. उगाच कशाला डिस्टर्ब करा म्हणलं!" कमळा गुलजार हसली.

"तू हाईसच नालायक!" सखूनं तिला शिवी हासडली. तिघीही हसल्या.

रखमा व सखूची मीटिंग संपली. त्या मार्केटकडे निघाल्या. कमळा आपल्या घराकडे चालली. मात्र, तिच्या डोक्यात रखमा व सखू घट्ट बसल्या होत्या. इतक्या गांभीर्याने त्या कोणत्या विषयावर बोलत होत्या? घरातलं काम सुरू असलं तरी तो किडा तिच्या डोक्यात सातत्यानं वळवळत होता.

दुपारचं जेवण-खाणं आटोपलं. ती तपकिरीची चिमूट हातावर घेऊन वटनात आली. खाली वटनात सखू उभी होती. कमळा तिच्याकडे पाहात असतानाच सखूची नजर वर गेली. कमळानं तिला वर येण्याची खूण केली. सखूही आली.

"तपकीर?" कमळानं विचारलं.

"नको." सखू गुळमाट हसली. तपकीर न घासण्याबाबत जया चाफेकरनीच्या हेमानं सखूला दिलेला डोस कमळाला आठवला. कमळाही हसली.

"सखे, रस्त्यात उभं राहून त्या रायकरनीशी असलं काय गूळ लावल्यालस गंऽ?" कमळाला राहावलं नाही. तिनं विषयाला हात घातला.

“अगं तिला आपल्या दिराचं लगीन करायचं हाय. ती माझ्या मालूबद्दल इचारीत हुती!”

“मग काय सांगितलंस तू?” कमळाची उत्सुकता वाढली.

“काय सांगणारऽ! नाही म्हणलं. एक तर पोरगं दारू पितं. त्यात ते रखमीशी झोपतं पण...!”

“आगं, ते झेंगाट कवाच सपलं.”

“सपलं तरी उद्या खाज आली तर... कुणी सांगावं? दारू पण हाईच.”

“तसं पोरगं चांगलं वाटतं गं. नोकरीला पण गोदीत हाय.”

“[illegible] शेवंतीबद्दल इचारून बघ रखमीला नड हाय...! उगाच दिराचा भारपण पेलत नसंल तिला!” सखूनं चिमटा काढला.

कमळा हसली. “झवाडे, फकांडं बोलणं कवा सोडलं नाहीस बघ. बरं, तू पोरगी देत नसशील तर माझ्या शेवंतीबद्दल तरी इचार...!”

“मी नगं. मी तिला माझ्या पोरगीबद्दल नाही म्हणलंय. उगाच कायतरी वेगळंच हुयाचं. त्यापेक्षा तूच इचार... तिला दिराच्या लग्नाची खरंच घाई हाय.” सखूनं अधिक माहिती दिली.

कमळाच्या डोक्यातून भिवाचा विचार जात नव्हता. तिनं तो गणपतलाही बोलून दाखवला. त्यानंही त्याला संमती दिली. राजाला विचारायचा प्रश्नच नव्हता. तुमचं तुम्ही काहीही करा, अशी त्याची भूमिका होती. रश्मी सून असली तरी ती राजाच्या शब्दाबाहेर नव्हती. तिचा सल्ला घेण्याचं तसं काही कारणही दिसत नव्हतं.

संध्याकाळ झाली होती. दुपारी झोपलेल्या खाणावळी उठल्या होत्या. कुणाचं चहा-पाणी चाललेलं. तर काहीजणींनी ते आटोपून, त्या आता चपातीचा रौंदा मांडण्याच्या तयारीत होत्या. कमळा जायकरीन रखमा रायकरनीच्या घरात आली. रखमा भगुन्यातला चहा स्टीलच्या वाटीत ओतत होती. समोर कमळाला पाहून तिलाही थोडा अचंबा वाटला.

“जायकरनी, ये. पायऱ्या चढताना काही दम-बीम लागला न्हाय न्हवं?” रखमानं कमळाची खोड काढली व बाजूचं बसणं पुढे सारलं. कमळा बसण्यावर बसली.

“अजून चार-चौघं अंगावर घेऊन पायऱ्या चढायची ताकद हाय!” कमळानं जबाब दिला.

रखमाची हसता हसता पुरेवाट झाली. कमळाही खळखळून हसली. त्याचवेळी सुंद्रा नार्वेकरीन आपल्या खोलीतून बाहेर वटनात आली होती. तिनं विचारलं, “अगं, का इतक्या खिकाळताय?”

“म्हवन्याची आठवण आली म्हणून!” कमळानं वर्मावर बोट ठेवलं.

"तुमाला खाजच भारी!" असं बोलत बोलत सुंद्रा नार्वेकरीन उंबऱ्यातून आत आली. तीही त्यांच्या हसण्यात सामील झाली. दरम्यान, रखमानं दूध टाकून चहा वाढवला होता. तिनं या दोघींनाही चहा दिला. इकडचं-तिकडचं बोलणं करीत तिघींनी चहा घेतला. सुंद्राला चपात्या करायच्या होत्या; ती गेली. रखमा, कमळालाही तीच चिंता होती.

"पालकरनीच्या पोरगीचं काही जमलं नाही?" कमळानं सरळ विषयालाच हात घातला.

"न्हाय म्हणली ती!" रखमाच्या चेहऱ्यावर नाराजीची पुसटशी रेषा उमटली. कमळानं पालकरनीच्या विषयाला हात घातल्यानंतर मात्र रखमाला कमळाच्या येण्याचा अंदाज आला.

"मग माझ्या पोरगीचा विचार करून बघ..." कमळानं सुचवलं.

"मजी सासू-जावाय कपाला कप लावायला मोकळं!" रखमानं परत टवका काढला.

"हाथरुणात आला तरी चालंल...!" कमळाही परत खळीला आली.

दोघीही परत खळखळून हसल्या.

"भिवाला इचारून बघते अन् उद्या सांगते" रखमानं सांगितलं.

कमळा उठली. रखमानं चपातींचा घाणा मांडला.

त्याच रात्री रखमानं ही गोष्ट रघूसमोर मांडली. दुसऱ्या दिवशी सकाळी रघूनं भिवासमोर हा प्रस्ताव ठेवला.

"तुमची तयारी असेल तर माझा विरोध नाही!" भिवानं जाहीर केलं. त्याला कसंही करून आपलं लग्न लवकर व्हावं असं वाटत होतं. रखमाच्या अंगाला अंग भिडलं तेव्हापासून त्याचं अंग नुसतं आतल्या आत पेटत होतं.

"परघरची पोर हाय ती! इथून पुढं दारूला शिवू नगं." रघूनं सल्ला दिला.

भिवा हसला. त्यालाही ते पटलं. संमती म्हणून त्यानं मान हलवली. भावा-भावाच्या संवादात रखमानं श्रोत्याची भूमिका घेतली.

कोळीवाड्याच्या बाजारच्या वाटेवर रखमानं ही गोष्ट कमळा जायकरनीला सांगितली. जायकरीन खूश झाली. मग त्या दोघी कोपऱ्यावरच्या हॉटेलमध्ये गेल्या. छानपैकी लस्सी प्यायल्या. त्याचं बिल मात्र कमळानंच दिलं.

कमळाला भिवाची इत्थंभूत माहिती होती. त्याच्यापासून रखमा दूर झाली होती. त्या झिटीत तो दारू प्यायला लागल्याचं तिनं रखमाच्या तोंडूनच ऐकलं होतं. माळ्यात इतरत्रही तेच सांगितलं जायचं. एकदा भिवाच्या अंगाला बाईचं अंग लागलं तर त्याच्या दारूची काळजी करायचं कारण नव्हतं. ती हमी रखमानंच दिली होती अन् त्या गोष्टीवर कमळाचा विश्वास होता. सुपंकरनीकडे पैसा असला, तरी

भिवा खमक्या होता. त्याला चांगली नोकरी होती. त्याच्या हातात नोकरीचा चांगला पैसा असल्यानं जायकरनीला तसं चिंतेचं कोणतंही कारण नव्हतं.

कमळा कोळीवाड्यातून घरी आली. तिनं ही बातमी गणपत जायकराच्या कानावर घातली. शेवंताला सांगताना ती म्हणाली, "त्या सुपंकरनीच्या बेवड्यापरास ह्यो चांगला. ह्येच्याबर राजाच्या राणीसारखी तू डुलत बसशील!"

१२०

सुधीर मिरचीकर पोलीस कोठडीत बऱ्यापैकी हाडकला होता. जिजानं त्याच्यासाठी चिकन, मटन, अंडी, माशांचा खुराक लावला होता. सुधीर जमेल तसा त्यावर ताव मारीत होता. भावाच्या आगमनानं बळवंतही खूश होता. भाऊ कळपात परतल्यानं त्याचा आनंद गगनात मावत नव्हता. तो भावाची मोठ्या मायेनं विचारपूस करायचा. काही हवं-नको ते विचारायचा. सुधीरनं आपल्या धंद्यावर लक्ष केंद्रित केलं होतं. मात्र, बळवंतला आपल्या भावानं असं दिवसभर रस्त्यावर उभा राहणं खटकू लागलं होतं. त्यानं भावासाठी मुंबईच्या उपनगरात का असेना, एखादा दुकानाचा गाळा विकत घेण्याचं सुतोवाच केलं होतं. जिजानंही त्याला पाठिंबा दिला होता. सुधीरलाही ही कल्पना आवडली होती. दाजी मिरचीकरचा सुधीरवरचा राग मात्र अजून निवळला नव्हता. तो सुधीर समोरून आला तर सरळ तोंड फिरवायचा.

सुधीर दिवसभर गाडीवर असला, तरी त्याला सुगंधाची आठवण स्वस्थ बसू द्यायची नाही. एखाद्या वेळी लहर आली तर तो गाडी आपल्या हाताखाली काम करणाऱ्या पोराच्या हवाली करायचा व विरार गाठायचा. सुगंधाच्या सहवासात चांगला तास-दोन तास घाम गाळल्यानंतर तो परत फिरायचा. अनेकदा सुगंधाच विरारहून इकडे यायची. मग दोघं एखादा चित्रपट पाहायची. त्यानंतर चहा-पाणी, चुम्माचुम्मी होऊन सुगंधा परत विरारच्या गाडीत बसायची. धंदा बंद करण्याची वेळ निकट असली, तर मात्र सुधीर तिच्याबरोबर जायचा नाही. गाडीवर काम करणारं पोरगं सुधीरच्या या वागण्याची कुठं वाच्यता करायचं नाही. सुधीरनं त्याला तसं सांगून ठेवलेलं असायचं. बळवंत कधी गाडीजवळ आला व त्यानं सुधीरची चौकशी केली तर पोरगं त्याला सांगायचं, "दादा, मित्राबरोबर आताच चहा प्यायला गेलाय!"

पोरानं कितीही सावरून घेतलं तरी इतरांच्या नजरेतून ही गोष्ट सुटायची नाही. ती बळवंतच्या कानापर्यंत यायची. तो आतल्याआत धुमसायचा; पण सुधीरला

टोकायचा नाही. बळवंतनं ही बाब जिजाच्या कानावर घातली होती. त्यानंतर त्या मायलेकरांनी सुधीरचं लग्न करण्याचा निर्णय घेतला होता. त्याच्यासाठी मुली पाहणं सुरू केलं होतं. या गोष्टीची भनक लागल्यानंतर सुधीरनं त्याला विरोध केला होता. त्याचं मत होतं की, पोलिसांनी जामीन मंजूर केला असला, तरी पुढं शिक्षाही होऊ शकते. म्हणूनच लग्नाबाबत थोडं थांबू या! शिवाय पोलीस केस असल्याने सुधीरला लग्नासाठी सहजासहजी मुलगी मिळणंही दुरापास्त होतं.

सुधीरच्या म्हणण्यातही तथ्य होतं. त्याच्या भूमिकेनं जिजा अन् बळवंतची गोची झाली होती.

अन् एक दिवस माळ्यात बातमी येऊन थडकली. सुगंधानं गोरेगावला खोली विकत घेतली. बिल्ल्याला सोडून ती तिथं राहायला आली. बातमीची हवा खाली बसते न बसते तोवर सुधीरही तिच्यासोबत राहायला गेला. एखाद्यानं पोटात सुरी खुपसल्यासारखी बातमी बळवंतच्या कानात घुसली! तो जिजाच्या मांडीवर डोकं ठेवून धाय मोकलून रडला! स्वत:ला सांभाळावं की बळवंतला; जिजाची तारांबळ उडाली. बळवंतची बायको सरितालाही काय करावं ते सुचत नव्हतं. ती बळवंतच्या पाठीवर हात ठेवून नुसतंच म्हणत होती, "अहोऽ, अहोऽऽ!"

बळवंत, जिजा सुधीरकडे गेले. सुधीरचा बाप दाजी सुधीरचं तोंड पाहायलाही 'का कू' करायचा; पण त्यालाही पोरग्याच्या भविष्याची काळजी होती. तोही आपल्या बायकोबरोबर गेला. त्याची समजूत काढण्याचा प्रयत्न केला. मात्र, सुधीर आपल्या निर्णयापासून टस की मस झाला नाही. बळवंतबरोबरच सुधीरच्या मित्रांनीही त्याची समजूत काढण्याचा प्रयत्न केला. मात्र, सुगंधाशी लग्न करण्याच्या मुद्द्यावर तो ठाम राहिला.

सुधीर शंकर गल्लीत कपड्याची गाडी लावायचा. त्यानं गाडीची जागा अन् गाडीही विकली. जागा मध्य मुंबईत, तीही मार्केट विभागात असल्याने रस्त्यावरच्या जागेलाही चांगलाच भाव आला. ती रक्कम, शिवाय सुगंधाकडे खोली घेऊन काही रक्कम राहिली होती, ती उरलेली रक्कम एकत्र करून त्यांनी गोरेगावलाच दुकानाचा एक गाळा खरेदी केला. त्यासाठी बँकेचं लोणही केलं. सुगंधानं बिल्लू ऊर्फ बिलवाडकरापासून घटस्फोट घेण्यासाठी अर्ज केला होता. बिल्ल्याचे कारनामे पोलीस ठाण्यात नोंदले गेल्याने घटस्फोट लवकर मंजूर करून घेण्याची हमी वकिलानं दिली होती! घटस्फोट कधी मिळेल तेव्हा मिळेल; पण सुगंधाला हक्काचा, जिवाभावाचा माणूस मिळाला होता. तिला आता बाकीच्या जगाची पर्वा करायचं कारण नव्हतं.

१२१

जायकराचा सदा, जितेंद्र नारगावकर, नंदू पालकर, बंडू निकम, मंगेश नार्वेकर आदी पोरं माळ्यासमोर हातगाडीवर गप्पा छाटीत बसली होती. नंदू, बंडूनं सोसायटीत नोकरी लागल्यापासून छोट्या-छोट्या गोष्टीत स्वारस्य दाखवणं सोडून दिलं होतं. आपण कपडा मार्केटमध्ये कपड्यांची गाठोडी उचलणारे, लोखंड बाजारात नटबोल्टाशी खेळणारे, मासळी बाजारात माशांच्या पिपा फूल मंडईत फुलांच्या पाट्या उचलणाऱ्यांपैकी नाही, हे त्यांच्या अलीकडच्या वागण्यातून जाणवत होतं. त्यांनी आपल्या कपड्यांचे वाणही बदलले होते. त्यासाठी त्यांनी मरीन लाइन्स, फोर्ट एरियात बँकेत काम करणाऱ्या कर्मचाऱ्यांचा आदर्श समोर ठेवला होता! त्यांच्या बोलण्यात शेअर बाजारासारखे अगडबंब शब्दही डोकावत होते.

नंदूच्या शाळेत घडलेल्या नागव्या प्रसंगानं त्यांच्या इज्जतीला डाग लागला होता. अनपेक्षितपणे, अनवधानाने घडलेल्या त्या प्रसंगानंतर मात्र ते चांगलेच सावध झाले होते. त्यातच बाबूनं परत असं काही घडल्याचं कानावर आलं, तर सोसायटीतून काढून टाकण्याची तंबी दिली होती. अशी एखादी चूक परत घडली, तर ती त्यांच्या मुळावरच येणार होती! मात्र, तीच बातमी वर्तमानपत्रात आल्यानंतर शाळेच्या मुख्याध्यापिका राधिका चिरमुले माळ्यात आल्या होत्या. त्यावेळी नंदू, बंडाला घसघशीत पाच लाख रुपयांची कमाई झाली होती! त्या कमाईतून नंदू व बंडूनं मोबाइलही खरेदी केले होते. ते त्यांना जिवापाड जपत होते. वर्तमानपत्रात बातमी येण्याशी नंदूचा तसा काही संबंध नव्हता; पण साक्षात् लक्ष्मीदेवीच त्याच्या घरचा पत्ता विचारीत येत होती, त्यात आपला तरी दोष कसा, हा नंदूचा प्रश्न होता. त्या बातमीनंतर बाबूनं नंदूला चांगलंच ठोकलं होतं. मात्र, त्याच्याशी आपला कोणताही संबंध नसल्याचं नंदूनं शपथ घेऊन सांगितलं होतं. बाबूनं त्याच्या मुळापर्यंत जाण्याचा प्रयत्न केला होता; पण संज्या नार्वेकरपासून सगळ्या पोरांनी कानावर हात ठेवले होते. पत्रकार अभय भोकरेला तर याबाबत विचारण्यात अर्थ नव्हता, हे बाबूला कळत होतं. शाळेतल्या प्रकाराबाबत कुणी नंदू पालकरला हटकलं तर नंदू आपलं समर्थन करायचा, 'माझी चूक नव्हती, तरी ते मला दोषी ठरवत होते! मग आपणही दोन पावलं पुढं जाऊन वागलं तर कुठं बिघडलं? दादाची ताई, नानाची आक्का... तसा आपला हा ग्यानबा तुका! त्यात विशेष काय होतं?'

नंदू पालकर, बंडू निकम प्रामाणिकपणे वेळ मिळेल तसे शाळेत जात होते.

त्यांनी अभ्यासातही चांगलंच लक्ष घातलं होतं. त्यांना यंदा दहावी पास होण्याचा ध्यास लागला होता. मात्र, येथून पुढचं शिक्षण तर घ्यायचंच; पण पुढच्या परीक्षा बाहेरूनच द्यायचा त्यांचा विचार होता. माळ्यासमोर, माळ्यावर रंगणाऱ्या गप्पांच्या फडातही ते पूर्वीसारखे दिसायचे नाहीत. असेच कधीतरी उगवायचे. चार-सहा दिवसांचा खंड पडला तर त्यांनाच चुकल्यासारखं व्हायचं. मग ते आपल्या अंतर्यामी दडलेल्या खाजेला वाट करून देण्यासाठी काही क्षण का होईना; असे एखाद्या दिवशी आपल्या सवंगड्यांत दिसायचे!

फुटपाथवरच्या हातगाडीवर फोका मारीत पोरं बसली होती. बंडू, नंदू, सदा, संज्या, कानिफ असे शेलके नग त्यात होते. त्यांनी सुदाम खाडेचा विषय चघळला. त्यातला रस निघून गेल्यानंतर ते दुसऱ्या विषयाकडे वळले.

ते गप्पात रंगलेले असतानाच, बाजूच्या रत्नदीप बिल्डिंगमधील घोरपड्याची 'छब्बू' रस्त्यावर उतरली. तिचं मूळ नाव माधुरी; पण पोरांनी तिचं बारसं 'छब्बू' या टोपणनावानं केलं होतं व ते तिला व्यवस्थित चिपकलं होतं. शाळेपासून घरापर्यंत ती छब्बू या नावानंच फेमस झाली होती. रंगीबेरंगी स्कर्ट व पांढऱ्या पोलक्यात छब्बू उठून दिसत होती. शत्रूची एखादी फलटणच अंगावर चालून यावी, तसा तिचा आवेश असायचा! आताची तिची चालही तशीच होती. तिला पाहून पोरांच्या गप्पा आटल्या. रस्त्यावरून निघालेल्या छब्बूला ते न्याहाळू लागले. तिच्या पावलागणिक पोरांच्या काळजाचा ठोका वाढू लागला.

"नंदू, बघ रं, हाताला लागतंय का! काय मस्ताड खोडवं हाय. अजून वजावल्यालं दिसत न्हाय!" बंडूनं नंदूला उचकला.

छब्बू होतीही तशी भन्नाटच. अवघं अठरावं सुरू होतं तिला. ती आठवीपर्यंत शिकलेली. ती शाळेत आली की, पोरांच्या शिट्ट्यांना ऊत यायचा. शिकारी कुत्र्यांच्या कळपासारखी पोरांची झुंड तिच्या मागावर असायची. त्या वैतागानंच छब्बू आठवी पास झाल्याबरोबर तिच्या आईनं तिची शाळा बंद केली. छब्बू घरच्या खाणावळीच्या धंद्यात बुडाली. छब्बूमुळं घोरपड्याची खाणावळ अधिकच प्रसिद्ध झाली.

गोरी-गोमटी काया. पाच फूट पाच इंच उंची लाभलेली. सरळ नाक, त्याला वागवणारा उभट चेहरा अन् काटक शरीरयष्टीमध्ये ती खुलून दिसायची. याव्यतिरिक्त परमेश्वरानंही उदार होऊन तिच्यावर आणखी उधळण केली होती! तिचं गोलाकार उरोज चार-सहा पोरींत उठून दिसायचं, ते अंगावर आल्याचा भास व्हायचा. याशिवाय तिचं सुडौल नितंब...! छब्बू चालताना ते अशी काही नाजूक वळणं घ्यायचं की, पाहणाऱ्याची नजरबंदीच व्हावी! उरोज व नितंबामध्ये कमर नावाचा प्रकार होता. तांब्याची घागर तोंडाकडे निमुळती होत जाते; तिथं तिला गोलाकार छोटेखानी तोंड असतं. खालच्या घागरीच्या बारीक तोंडावर आणखी एखादी

भरलेली घागर ठेवतात. दोन घागरींच्या मध्ये असणाऱ्या निमुळत्या जागेसारखी चिमटीत मावणारी तिची कमर तिच्या शरीराचा वरचा भाग पेलीत होती! आपण देखणे आहोत, यात कोणतीच शंका नाही याची छब्बूला खात्री होती. आपल्या गोलाकार उरोज अन् सुडौल नितंबाला एक वेगळंच वलय असून त्याभोवती भले भले पिंगा घालतात हेही तिला कळत होतं. तिच्या घरातही टी. व्ही. होता; तोही एकवीस इंच, रंगीत! टी. व्ही.त दिसणाऱ्या जाहिरातीतील कॅमेरा त्यात काम करणाऱ्या अभिनेत्रींच्या नेमका 'त्याच' भागाच्या कसा प्रेमात पडतो हे ती दररोज पाहात होती. मग समोर ऐश्वर्या असो, माधुरी, हेमा, सुश्मिता असो वा अन्य कोणी; [illegible]. छब्बूला आपल्या नितंब व उरोजांचा अभिमान वाटत होता. ती त्यावर जिवापाड प्रेम करीत होती. आपण अधिक चांगलं दिसावं म्हणून ती बऱ्यापैकी घट्ट पोलकं व स्कर्ट वापरत होती. घरात कोणी नसेल तेव्हा छब्बू गोदरेजच्या कपाटावरच्या आरशात पाहात आपलं उरोज चाचपायची. ते वेगवेगळ्या कोनातून पाहायची. त्यातूनही समाधान झालं नाही तर घरातला छोटा आरसा घेऊन तो आपल्या छातीच्या सर्व बाजूंनी फिरवायची. गोदरेच्या कपाटावरच्या आरशात पाहात आपलं नितंब हलवून पाहायची. छब्बूची ही आगळी बात जशी रत्नदीप बिल्डिंगच्या भिंती-भिंतीत मुरली होती तशी ती चण्याच्या माळ्यावरही पोहोचली होती.

छब्बूच्या शिणंच्या काही पोरींची लग्न झाली होती तर अजून सड्या असलेल्या पोरी परकर, पोलकं वापरीत होत्या. छब्बूनंही परकर, पोलकं वापरावं म्हणून तिची आई विद्या बोंब मारायची. बाप विठ्ठल घोरपडे आकांडतांडव करायचा; पण छब्बूनं अजूनतरी त्यांना दाद दिली नव्हती. तसं तिचं वय अजूनही कोवळंच असल्यानं तिचा हा आगाऊपणा खपून जायचा. त्यातच ती घरात वांड समजली गेल्यानं तिच्या काही गोष्टींकडे हेतूत: दुर्लक्षही केलं जायचं. नाहीतर झॉण्ड माणसाला किती समजवायचं, यालाही काही मर्यादा असते! रत्नदीप बिल्डिंगमध्येही छब्बूच्या वर्तणुकीची चर्चा व्हायची. एकंदरीतच एक वाया चाललेली पोरगी म्हणून तिच्याकडे पाहिलं जायचं.

'आपलं लग्न ठरवताना आपणास सरकारी ऑफिसात, बँकेत काम करणारा एखादा चांगला पोरगा निवड. नाहीतर मार्केटमध्ये काम करणारा एखादा हमाल बघशील!' अशी तंबीच तिनं आईला दिली होती.

आपण खूपच सुंदर असल्याची गुर्मी छब्बूच्या नसानसांत भिनली होती. घरी येणाऱ्या एखाद्या जेवणाऱ्याने किंवा गल्लीतील एखाद्याने तिची मस्करी केली, तर ती त्याच्याकडे खाऊ की गिळू या नजरेने पाहायची. त्याचा तो लोचटपणा तिला आवडायचा नाही. एकदा मस्करी करणारा दुसऱ्यांदा तिची मस्करी करण्याच्या

फंदात पडायचा नाही. उगीच भांडणास कार नको, ही बाब त्याला छळायची. तिच्या रागाला भीक न घालणारेही अनेकजण होते! छब्बूची छेड काढल्यावरून विठ्ठल घोरपडेचं अशा दोन महाभागांशी भांडणही झालं होतं. तेव्हापासून रत्नदीप बिल्डिंगमधील रहिवाशीही घोरपडे कुटुंबापासून जरा जपूनच असायचे. नसती बिलामत नको म्हणून ते छब्बूकडे दुर्लक्ष करायचे.

रत्नदीप बिल्डिंगमधल्या काही खाणावळी, खाणावळ्यांचीही चण्याच्या माळ्यावर ये-जा असायची. विशेषत: खाणावळ्या जेव्हा कोळीवाडा, कोंबडी मार्केटमध्ये जायच्या तेव्हा हमखास त्यांची गाठभेठ व्हायची. इकडली खबरबात तिकडे जायची तर तिकडली बातमी इकडे यायची. रत्नदीप बिल्डिंगमधल्या काही खाणावळींचे चण्याच्या माळ्यावरही नातेसंबंध होते. शिवाय काहींनी 'हौसाबाई को-ऑप. क्रेडिट सोसायटी'मध्ये खाती उघडली होती. त्या आपल्या रकमेचा भरणा करण्यासाठी चण्याच्या माळ्यात यायच्या; त्यात छब्बूही असायची. नंदूकडे पाहताना अलीकडे तिच्या नजरेत आपुलकी असायची. आपण शाळेत असताना जाता-येता याच भाड्यानं आपल्याला किती त्रास दिला होता, याची तिला सय यायची अन् आज तेच कारटं कसं बँक चालवत होतं! मुलकाचं आगाऊ आहे; पण आपल्याला शोभेल असा विचार अलीकडे तिच्या डोक्यात रुंजी घालू लागला होता. आपण सरकारी नोकर, बँकेतल्या नोकरदाराची अपेक्षा करतोय; पण न जाणो तो मिळालाच नाही, तर काय करायचं? हा प्रश्नही तिला छळायचा. त्यापेक्षा हा शेजारच्या माळ्यातला वळू काय वाईट आहे? तिनं तिच्या कळतेपणापासून अशी कितीतरी मस्तवाल माणसं नंतर थंड झालेली पाहिली होती; त्यामुळेच तिची पावलं चण्याच्या माळ्यातल्या सोसायटीकडे वळायची. नंदूलाही तिच्या नजरेचा अंदाज आला होता. पण हीच छब्बू शाळेत असो वा गल्लीत; आपला किती तिरस्कार करायची, हा काटा त्याच्या मनात घर करायचा. शिवाय त्याच्या माळ्यातच सोसायटीचं कार्यालय होतं. आपण आपला घोडा पुढे दामटायला जायचो अन् न जाणो ती बोंब मारायची! उगाच हातात आलेलं अन्नपाणी जाऊन घसा कोरडा व्हायचा. माळकऱ्यांपुढे होणाऱ्या तमाशाची गोष्ट तर वेगळीच होती! त्यामुळे तिच्याकडे पाहताना नंदू नोटा अगदी जपून हाताळत होता!

...रत्नदीप बिल्डिंगकडून छब्बू येत होती. तिच्या चालण्याच्या लयीवर नंदूचा जीव खाल-वर होत होता. बंडूनं चिमटा काढून त्याचं मन अधिकच चेतवलं होतं. बंडूचं बोलणं म्हणजे त्याच्यासाठी आव्हानच होतं. त्या आव्हानाच्या मस्तीत असलेल्या नंदूच्या डोक्यात छब्बूनं चांगलाच पिंगा घातला.

रस्त्यावरून चालणारी छब्बू त्यांच्या समोरून जाऊ लागली. तिनं आपली चोरटी नजर नंदूवर टाकली. तिच्या ओठात ओळखीचं चोरटं हसू होतं. त्याच्यावर

एक नजर टाकून ती पुढे चालू लागली. पुढे जाणाऱ्या छब्बूकडे पाहून नंदूच्या डोक्यात सणक भरली. त्यानं मोबाइल धरलेला आपला हात कानावर ठेवला व छब्बूला ऐकू जाईल इतक्या मोठ्या; पण लाडिक आवाजात शाब्दिक बाण सोडले,

'बघ तुझं ढुंगणऽ, घालतंय रिंगणऽ,
करू चल वंगनऽ, नारी गंऽऽऽऽ!'

शब्द कसे निघाले हे नंदूला कळलंच नाही. बंडू, मंगेश, जितेंद्र, सदा अवाक् होऊन त्याच्या तोंडाकडे पाहू लागले. छब्बू जागीच खिळली. तिनं पाठी वळून नंदूकडे पाहिलं. तो अजूनही त्या गाण्याच्या मूडमध्येच होता! तिनं मान तिरपी करून आपल्या मित्रांकडे पाहिलं. तिला गलबलून आलं. तिनं दोन्ही हातांच्या ओंजळीत आपलं तोंड खुपसलं अन् गचके देत हसू लागली. लाजेनं चूर झालेली छब्बू ज्या पावली आली त्याच पावली माघारी वळली व भन्नाट पळत आपल्या इमारतीत घुसली.

क्षणभरात घडलेले हे नाटक पाहणारी पोरं भानावर आली. बंडू तर बसल्या जागेवरून उठला. त्यानं नंदूला कडकडून मिठी मारली अन् म्हणाला, "नंद्या, टाक घोडा आता! आरंऽ, शेवटी मैदान कुणाचं?" बंडूनं बेभानपणे नंदूला गदागदा हलवलं. आपल्याच प्रश्नाला शेपूट जोडून पुढे तो म्हणाला, "वरप लेकाऽ; दोन्ही हातांनी वरप. दूध बी तुझं अन् हलवा पण तुझाच!"

१२२

सुभानजीला शासनाच्या लघु उद्योगासाठी असलेल्या एका स्कीममधून माफक व्याजात कर्ज मिळालं होतं. शिवाय धंद्यासाठी सबसिडीही मिळणार होती. त्यात त्यानं चुलतीकडून, बापाकडून आणलेल्या रकमेची भर घातली. पालकरनीनंही जावयाच्या धंद्याला थोडी आर्थिक मदत केली. त्या आधारे त्यानं कांदिवली परिसरात जागा घेतली. त्या जागेवर तो पापड, चकल्या आदी पदार्थांचं उत्पादन सुरू करणार होता! धंद्याचा व्याप शालूच सांभाळणार होती. आपलं जेवण बनवण्याचं कसब, ज्ञान ती इथं वापरणार होती! सुभानजीचा लहान भाऊ शेखर गावाकडे होता. त्यानं मदतीसाठी शेखरलाही मुंबईत आणलं होतं. तो हा धंदा पाहात पाहात कॉलेजही करणार होता.

धंद्यासाठी कांदिवलीला जाणं, तिथून मंत्रालयातली नोकरी सांभाळणं जड जाणार होतं. त्यासाठी त्यानं चुलतीनं दिलेल्या माळ्यातल्या खोल्या विकण्याचा

निर्णय घेतला होता. त्या रकमेत त्याचा कांदिवली, मालाड विभागात एखादं जुनं घर किंवा फ्लॅट घ्यायचा बेत होता!

बातमी माळ्यात वाहत होती. सुभानजी अजूनही सोसायटीचा संचालक होता. त्याच्या जागी शालूची वर्णी लागायला काही तांत्रिक अडचणी आल्या होत्या. तरी सोसायटीचा त्यांच्याशी असलेल्या व्यवहारात काडीचा फरक पडला नव्हता. सुभानजी सोसायटीचा संचालक असल्यानं क्रेडिट सोसायटीनं त्यांना वारेमाप कर्ज दिलं आहे; त्याशिवाय अन्य संचालकही असंच कर्ज काढून सोसायटी रसातळाला घालवणार अशी चर्चा माळ्यात सुरू होती. त्याला रामभाऊ घडवेंसारखे विरोधक हस्ते परहस्ते हवा देत होते! सुभानजीला कर्ज देणं हा सोसायटीच्या अन्य सदस्यांवर होणारा अन्याय होता. त्यांच्या पैशाचा गैरवापर होता! साहजिकच ही बाब सीता तडेकर, कमळा जायकर, गुजी चोरगे आदी खाणावळींना चांगलीच खटकत होती. आपल्यातले मतभेद बाजूला सारून त्या या मुद्द्यावर एकत्र आल्या होत्या. त्यांनी आपापसात विचारविनिमय केला व सरळ सोसायटीचा अध्यक्ष बाबूलाच भेटायचं ठरवलं.

एक दिवस त्या सोसायटीत गेल्या. त्यांनी बाबू आगाशेची भेट घेतली व आपल्या तक्रारींचा पाढा त्याच्यासमोर वाचला. त्यानं शांतपणे त्यांचं म्हणणं ऐकून घेतलं व त्यांची समजूत काढायचा प्रयत्न केला, "तडेकरनी, तसं काही नाही! सुभानजीला राज्य सरकारकडूनच एका स्कीममध्ये मदत मिळाली आहे. त्यातूनही काही लागलं-सवरलं व त्यानं रीतसर अर्ज केला तर थोड्याफार मदतीचं पाहता येईल."

"म्हणजे सोसायटी पैसे देणार हे नक्कीऽ!" जायकरनीनं आपल्या बोलण्यावर जोर दिला.

"का? त्यात काय बिघडलं? तुम्ही अर्ज करा. चांगलं प्रपोजल सादर करा, सोसायटीकडे चांगलं तारण ठेवा. ते तुम्हालाही मिळेल. सोसायटी तर सर्वांसाठीच आहे!"

"बाबू, तुझं म्हणणं खरं हाय; पण संचालकच आसं पैसं काढू लागलं तर आम्ही गोरगरिबांनी कुणाच्या भरोशावर पैसं ठेवायचं?" गुजी चोरगेनं मूळ मुद्द्यालाच हात घातला.

"गुजाबाय, बंडू निकम तुझा होणारा जावई आहे. तो सोसायटीचा प्रामाणिक कर्मचारी आहे. याबाबतीत निदान त्याला तरी विचारायचं होतंस!" बाबूच्या सल्ल्यानं गुजा फाफलली. सीता तडेकरीन, कमळा जायकरनीच्या नादाला लागून आपण काय घोडचूक करून बसलो आहोत, याची तिला कल्पना आली. ती पटकन म्हणाली, "ह्येनी मला आणलं म्हणून मी आले."

"इथून पुढं विचार करीत चला." बाबूनं साळसूदपणे तिचे कान टोचले.

बाबूला त्यांच्याच काय एकंदर मराठी माणसाच्या कोत्या बुद्धीचा राग आला

होता. चांगलं तर दूरच; पण त्याच्या डोक्यात प्रथम वाइटाचाच विचार का येतो, हे त्याला कळत नव्हतं!

गुजी बाद झाल्याचं तक्रारदार महिलांच्या लक्षात आलं होतं. सीता तडेकरनीला तर गुजीला हिथंच थोबडावं असं वाटत होतं. आपला राग गिळत ती म्हणाली, “बाबू, संचालक चांगलंच असत्यात असं तुला म्हणायचं हाय का?”

बाबू तडकला, “तसं वाटत असेल, तर तुम्ही आजच्या आज तुमची खाती बंद करा. ते अधिक चांगलं होईल.”

“पण बाबू...!” जायकरनीनं बोलायचा प्रयत्न केला.

“पण नाही न् बीन नाही! सोसायटी ही सार्वजनिक आहे. कुणाची खासगी मालमत्ता नव्हे! तीसुद्धा काही नियमांनुसारच चालते.” बाबूनं त्यांना चांगलंच फटकारलं.

बाबूच्या रौद्ररूपामुळे खाणावळी चांगल्याच वरमल्या.

“आम्ही सोसायटी सुरू केली ती माळ्यावरच्या माणसांची प्रगती व्हावी म्हणून, हे लक्षात घ्या अन् इतरांच्या विकासात जर तुमची आडकाठी असेल तर आम्हाला तुमची गरज नाही. सोसायटी सुरू होऊन असे कितीसे महिने झाले की, लगेच तुमच्या कुरबुरी सुरू! का? कशासाठी? सुभानजीची प्रगती होतेय म्हणून? तुम्हाला कुणी अडवलंय? का कुणी तुमचे हात बांधले आहेत?”

बाबूच्या ताडताड बोलण्यानं शिष्टमंडळातील सदस्य चांगलेच हादरले. तडेकरीन स्वत:ला सावरीत म्हणाली, “आरं तसं नव्हं बाबूऽऽ, आमी आलो मंजी सुभानजी सोसायटी बुडीवणार अशी माळ्यात चर्चा चाललीय म्हणून! स्वत:च्या पैशाची काळजी नगं करायला?”

बाबूनं शिष्टमंडळानं टाकलेल्या नांगीची दखल घेतली. त्यानं टोला दिला, “या कंड्या तुमच्याशिवाय कोण पिकवणार?”

याच्यापुढे काय बोलावं हे सीता तडेकर, कमळा जायकरनीसह कुणालाच सुचलं नाही. शिष्टमंडळातील बाकीच्या महिलांची तोंडं तर कुलूप लावल्यासारखी बंद होती!

“हे बघा, तुम्ही तुमच्या पोरांनाही काहीतरी व्यवसाय काढून द्या. त्यांना मार्ग दाखवा. आता तो सुभानजीच पाहा, त्या गोसावड्याच्या... स्वामीच्या नादानं त्याचं का थोडं नुकसान झालं? बायकोपासून सगळं गेलं. तरीही तो सावरलाच ना? आता तो धंदा सुरू करतोय. त्याला माणसांची गरज आहे. पाठवा तुमच्याही मुली. त्यांनाही बाहेरचं जग कळू दे. पगारच्या पगार मिळेल, अन् वर अनुभवही! शिवाय पोरींच्या नोकऱ्या पाहून त्यांना चांगले नवरे मिळण्याची शक्यताही नाकारता येत नाही,” बाबू मऊ झाला.

“बरंऽऽ! बघतू आमी इचार करून...!” जायकरीन म्हणाली. तिला सोसायटीत अधिक काळ थांबावंसं वाटलं नाही. तिनं सीता तडेकरनीला डोळ्यानंच खूण केली. त्या दोघी बाहेर निघाल्या. या निघाल्या आपण आत थांबून काय करायचं, म्हणून त्यांच्यापाठोपाठ बाकीच्याही बाहेर आल्या.

खाणावळी वटनातून गपगुमान चालल्या होत्या. जिन्याजवळ आलेल्या तडेकरनीनं जायकरनीला कोपरानं ढोसनली, “आमच्या पोरी तिकडं कामाला पाठवू, म्हणजे त्यो भाड्या तिकडं नोटांचं पुडकं बांधील. ह्येंच्या हातावर दोन चवल्या-पावल्या ठेवील व म्हणील घ्या पगार! त्यापरास आपला घाणा काय वाईट हाय?”

“बघ की तर...!” जायकरनीनं तिच्या हातावर टाळी दिली. “अन् ह्यो भाड्या इतकं सांगतूय तर ह्येची वाटणी त्यात नसंल कशावरनं?” जायकरनीनं आपल्या मनात डाचत असलेल्या शंकेला वाट मोकळी करून दिली.

१२३

संतू निकमाला पोलीस ठाण्यातून बोलावणं आलं होतं. शोभाला फसवणाऱ्या पोराला अटक झाली होती. पोलिसांना त्याच्याकडे काही दागिने मिळाले होते; पण पोलीस ठाण्यात जायला संतू कचरत होता. एकतर शोभाच्या पराक्रमानं तो आधीच खचला होता. त्यातच बंडूनंही काही दिवस पोलीस कोठडीची हवा खाल्ली होती. पोलिसांनी बंडूला चांगलाच कुटला होता. त्यातून आता कुठे सावरणं होत होतं, तेवढ्यात तीच बाब त्याच्यासमोर आली होती! पोलीस ठाण्यात जावं तर लागणारच होतं; पण त्याआधी बाबूरावसारख्या शहाण्या माणसाचा सल्ला घेतलेला बरा, या निर्णयाप्रत तो आला होता. शिवाय बाबूरावचे पोलीस अधिकाऱ्यांशी चांगले संबंध असल्याचं त्याला ऐकून माहीत होतं.

बाबूरावला भेटण्यासाठी निकम सकाळपासून चार वेळा हौसाबाईच्या घरात आला होता. हौसाबाईच्या घरात सामानाची बांधाबांध सुरू होती. बाबूनं विलेपार्ल्याला फ्लॅट घेतला होता. बाबूचे आजी-आजोबा तिकडेच राहायला चालले होते. त्यांच्याशी दोन गोष्टी करीत संतूनं बाबूच्या घरातूनही त्याच्या मोबाइलवर संपर्क साधण्याचा प्रयत्न केला होता; पण मोबाइल स्वीच ऑफ असल्यानं त्याचा थांगपत्ता लागत नव्हता.

हरणाच्या घरातही सामानाची बांधाबांध सुरू होती. तीही विलेपार्ल्यालाच राहायला चालली होती. त्यांनीही बाबूच्या आसपासच फ्लॅट घेतल्याचं हरणानंच त्याला सांगितलं होतं. अर्थात, बाबूच्या सहकार्यानंच ते शक्य झालं होतं. संतूला

राहून राहून याच गोष्टीचं आश्चर्य वाटत होतं. बाबूची आजी हौसाबाई हरणाचं तोंड पाहायलाही राजी नव्हती. तिनं आता हरणाला नातसून म्हणून स्वीकारली म्हणायची की नाही याची संतूला संगती लागत नव्हती. बरे, हा मामला इतका नाजूक होता की, याबाबत काही विचारताही येत नव्हतं.

बाबू कधी भेटेल, या विवंचनेत संतू होता. आताही तो बाबूच्या आजोबाशी तुकारामशी बोलत बसला होता.

बाबूच्या घरातल्या फोनची रिंग वाजली. फोनजवळ बसलेल्या संतू निकमानंच तो उचलला. फोन करणाऱ्यानं बाबूवर गोळीबार झाल्याचं सांगितलं. त्याला जवळच्याच सरकारी रुग्णालयात नेल्याची माहितीही त्यानं दिली.

आपल्या नातवाला कुणीतरी गोळ्या घातल्या हे ऐकून हौसाबाई तर बेशुद्ध पडली. निकमानं तत्परतेनं पाणी आणून आख्खा तांब्या तिच्या तोंडावर उपडा केला. हळूहळू शुद्धीवर आलेली हौसाबाई धाय मोकलून रडत होती. दोन्ही हातांनी आपली छाती बडवीत होती. तुकारामच्या डोळ्यांतूनही पाणी पाझरत होतं. तो हुंदके देऊन रडत होता. निकम त्यांची समजूत काढीत होता.

सकाळची जेवणं, भांडीकुंडी आटोपल्यानं माळकरी दुपारची झोप घेत होते. हौसाबाईच्या घरातल्या दंग्यानं माळकऱ्यांची झोपमोड झाली. चुरचुरत्या डोळ्यांनं खाणावळी बाहेर आल्या. कुठं, काय याची चौकशी सुरू झाली. बाबूच्या आजीच्या घरात कसला दंगा झाला म्हणून हरणा वर पळत गेली. बातमी ऐकून तिनं बोंब ठोकली. ती हाणून-बडवून घेत होती. हरणाच्या पाठोपाठ आलेल्या बाळाबाईचंही हुर्द भरून आलं होतं. माळ्यातल्या जिजा मिरचीकर, सुंद्रा नार्वेकर, कमळा जायकर आदी खाणावळी हौसाबाईला परोपरीनं समजावण्याचा प्रयत्न करीत होत्या. तर रखमा रायकर, सखू पालकरनं हरणाला पकडलं होतं. पण त्यांना हरणा आवरत नव्हती; ती उसळ्या मारीत होती. आपलं डोकं भिंतीवर आपटायचा प्रयत्न करीत होती.

सोसायटीचे कर्मचारी, माळ्यातली जाणती, कळती-सवरती पोरं, बाबूच्या सलगीतले माळकरी सरकारी रुग्णालयाकडे धावले होते.

माळ्याला गोळीबार, तलवारीचे वार यांचं तसं वावडं नव्हतं. मुंबईतल्या कापड गिरण्या बंद पडू लागल्या. त्यानंतर अनेक रिकामटेकडे मराठी तरुण दादागिरीच्या धंद्यात उतरले होते. त्यात माळ्यावरच्या गवताडकराच्या खोलीतला गणू मानेही होता. त्याला नकटा गण्या या नावानं ओळखलं जायचं. अंडरवर्ल्ड, पोलीस ठाण्यात त्याची ओळख 'नकटा गण्या' अशीच होती! त्यावेळी गवताडकरांच्या खोलीत बकरी अड्डा, ऑर्थर रोड, दगडी चाळ, माटुंगा, सायन आदी ठिकाणांची चर्चा दबकत दबकत व्हायची. त्या चर्चेचं पाणी माळ्यातही पाझरायचं. गण्याबरोबर अनेकदा माळ्यात आलेले अनोळखी चेहरे माळाही पाहायचा. अध्येमध्ये अचानक

माळ्यात पोलीस उगवायचे. गवताडकरांच्या खोलीवर धाड पडायची. गणूच्या जवळच्यांची कॉलर पकडून पोलीस ठाण्यात नेलं जायचं.

गण्या पुढून येताना दिसला तर माळकरी न पाहिल्यासारखं करून चटकन बाजूला व्हायचे किंवा त्याला सलाम ठोकून बाजू द्यायचे; पण एकदा संध्याकाळी सातच्या सुमाराला अघटित घडलं. दबा धरून बसलेल्या काळानं माळ्याच्या बोळातच गण्यावर झडप घातली. अचानक मागून-पुढून आलेल्या पोरांनी त्याला काही कळायच्या आतच तलवारींनी खापललं. ते कोण होते, कुठून आले याबाबत माळा अनभिज्ञ होता. मात्र, तलवारींच्या असंख्य वारांनी गण्याचं अंग पार फाटून गेलं होतं. सगळा बोळ रक्तानं लाल झाला होता. खाणावळींनी गटारात टाकलेल्या कचऱ्यासारखं गण्याचं शरीर बोळात पडलं होतं. पोलीस गाड्यांचे सायरन्स वाजत होते. सामान्य पोलिसांबरोबरच वरचे मोठमोठे पोलीस अधिकारीही आले होते. ते चित्र माळकऱ्यांच्या अंगावर आजही काटा उभा करीत होतं. पण या घटनेचा माळ्यानं इतका धसका घेतला की, माळकरी दादा लोकांची नावं घ्यायलाही कचरू लागले होते!

आज बाबूवर हल्ला झाला होता. तो झिपऱ्या जगनच्या माणसांनी केला की त्यात रामभाऊ घडवेचा हात होता की बाबूच्या धंद्यातल्याच एखाद्यानं हे कृत्य केलं, हे सांगता येत नव्हतं! मात्र, जे काही असेल ते असो; पण सध्या बाबू त्यांची शिकार झाल्याचं माळ्याला कळत होतं! माळ्यात उलट-सुलट चर्चेला ऊत आला होता.

बाबूवर गोळीबार झाल्याचं कळल्यानंतर माळ्यातली पोरं परेशान झाली होती. बंडू, नंदूसारख्या पोरांना आता सोसायटीचं काय, आपल्या नोकऱ्यांचं काय ही चिंता खात होती. ते लगबगीने रुग्णालयाकडे धावले होते. मात्र, बाबूची अवस्था पाहून त्यांचा जीव भांड्यात पडला होता. बंडू निकम, संज्या नार्वेकर तातडीनं माळ्यात परतले होते. त्यांनी माळकऱ्यांना आश्वस्त केलं, ''काळजी करू नका. आप्पा सुरक्षित आहे. गोळी फक्त मांडीत लागली आहे!''

बाबूच्या आजी-आजोबांच्या डोक्यावरचं भलं मोठं ओझं कमी झालं होतं.

बाबू मांडवी भागात एका गल्लीत कामानिमित्त आला होता. आपलं काम आटोपून तो त्या इमारतीतून बाहेर पडला व फुटपाथवर आला. त्यावेळी फुटपाथसमोरच्या रस्त्यावर एक मोटारसायकल उभी होती. मोटारसायकलवर पाठीमागे बसलेल्यानं बाबूला गोळी घातली व त्यांनी तत्काळ पळ काढला. ती गोळी बाबूच्या छाताडावर डाव्या बाजूला लागली. पण... बाबूच्या शर्टच्या खिशात मोबाईल होता. त्याला थटून गोळीनं आपली दिशा बदलली होती! तिनं चालत असलेल्या बाबूच्या डाव्या मांडीचा वेध घेतला होता! बंडू, नंदू आदी माळकरी हा दैवी चमत्कार मानत होते. त्याशिवाय अगदी जिवावर बेतलेलं, असं दूर होणार नव्हतं!

हौसाबाई, तुकाराम यांना घेऊन मंगेश व बंडू हॉस्पिटलकडे निघाले होते. त्यांच्याबरोबर हरणा देसाई, रखमा रायकरही होती.

१२४

महाशिवरात्रीच्या पुरणपोळ्या जिरतात न जिरतात तोवर उद्या हुताशनी पौर्णिमा येऊन ठेपली होती. तिला नैवेद्यासाठी गोडधोड करणं भाग होतं. हिंदू धर्मातील बहुतांश सणांचा आवडता पदार्थ म्हणजे पुरणपोळ्या. पुरणपोळ्यांसाठी जायकरनीनं अगोदरच गूळ, हरभऱ्याची डाळ आणून ठेवली होती. गहूसुद्धा दळून आणलेले होते. तशी होळीची तयारी पूर्ण झाल्याने ती निवास होती. हाताखाली दोन पोरी असल्यानं तसा पोळ्यांचा भार खूपसा हलका झाला होता.

दुपारची वेळ होती. भिंतीला टेकून मंदा गवार खुडीत होती. कमळाचं ध्यान तिच्याकडेच लागलं होतं. दोन दिवसांपासून पोरगीचा चेहरा कसा रंजिस दिसत होता. हसणं तर कुठल्या कुठे लोप पावलं होतं. काही दुखत-खुपत आहे असं म्हणावं तर तिनं तसं काही सांगितलं नव्हतं. शेवंतासुद्धा गंभीर होती. तिचाही जेवढ्यास तेवढा व्यवहार होता. जायकर शापूची भाजी खुडीत बसला होता. तो हातातली खुडलेली भाजी सुपात फेकीत कधी जायकरनीकडे तर कधी मंदा, शेवंताकडे पाहात होता. तो नेहमीप्रमाणे आपल्याच तालात होता.

पोरगी इथं आल्यापासून कधी इतकी रंजिस राहिली नाही. मग आताच का असं? कमळाला मायेचा पाझर फुटला, "मंदेऽ, काय झालं गं? इतकी रंजिस का? काही दुखतंय का?"

मंदाच्या डोळ्यांत झरझर पाणी जमा झालं. ते हळूहळू खाली ओघळू लागलं. जायकरीन जाग्यावरून उठली अन् तिच्याजवळ आली. तिनं मंदाचं डोकं आपल्या कुशीत घेऊन कुरवाळलं, "काय झालं बाळा! गावची आठवण येतीय?"

मंदा अधिकच स्फुंदून स्फुंदून रडू लागली. जायकरनीलाही गलबलून आलं. तिनं मंदाचं डोकं अधिकच घट्ट पकडलं. "गप, गप. अशी रडू नगंऽ! काय झालं आसं?"

जायकराचं लक्षही भाजी खुडण्यावरनं उडालं. त्यानं आपल्या पुढ्यातलं सूप पुढे सारलं व पाय समोर पसरून ढिले केले. बाजूचा बटवा घेतला व त्यांच्याकडे पाहात तो तंबाखू मळू लागला.

"माझी बाय तीऽऽ! पाडव्यापातूर दम काढ. मग सगळीच जाऊ गावाला!" जायकरनीनं मंदाला समजावलं.

मंदा अधिकच मुळुमुळु रडू लागली. जायकरीन अधिकच भांबावली. तिनं मायेनं तिच्या गालावर हलकीशी चापट मारली अन् तिला म्हणाली, "हेमल्याऽ, काय झालंय ते सांग की. का उगाच भंडावतीस?"

तरीही मंदाचं रडणं थांबत नव्हतं. ती हुंदक्यावर हुंदके देत होती. आता मात्र शेवंताला धीर धरणं अवघड झालं. तिनं कमळाला सांगितलं, "आई, चल बाहेर. मी सांगते!"

शेवंता उठली. येरबडलेल्या जायकरनीनं मंदाचं डोकं बाजूला सारलं व तीही शेवंताच्या पाठोपाठ वटनात एका बाजूला आली.

"आगं, ती पोटुशी आहे!" शेवंतानं सांगितलं.

"कायऽऽ!" जायकरीन जागच्या जागी थिजली. तिला आपल्या अंगातली शक्ती पार नाहीशी झाल्यासारखं वाटलं. तिच्या घशाला कोरड पडली.

"आरंऽ माझ्या कर्माऽऽ!" सावरलेल्या जायकरनीनं कपाळावर हात मारला. तिचा स्वतःवरचा ताबा सुटला, "कुठं त्वांडं काळं केलं गं रांडंनं?"

"चाफेकरनीचा किशोरऽऽ!" शेवंतानं सांगितलं व आपली मान खाली घातली.

"तुला ठावं हुतं तर तू मला का बोल्ली नाहीस?"

"तुला सांगायला मी घाबरत होते!"

बेभान झालेली जायकरीन आत आली. ती लाथा-बुक्क्यांनी मंदाला बदडू लागली. मंदा मुकाटपणे मार खाऊ लागली. जायकरनीच्या तोंडाचा पट्टाही सुरूच होता.

"कमळे, काय झालं?" गणपत तिला आवरायचा प्रयत्न करू लागला.

जायकरनीच्या घरात दंगा झाल्यानं माळ्यावरची माणसं गोळा झाली.

"कमळे, का मारतेस गं पोरीला?" तिचा हात धरीत जिजा मिरचीकरनीनं विचारलं.

"आत्ती कसं सांगू? कुठंच्या तोंडानं सांगूऽ! रांडंनं कुठं त्वांड काळं केलं नवं काऽऽ!" जायकरनीच्या डोळ्यांतून घळाघळा पाणी वाहू लागलं. अपारलेली जिजा चूप झाली. जायकरनीला आवरणाऱ्या गणपत जायकरचं हात ढिलं पडलं.

"रांडंऽऽ, तुला उद्याच्या उद्या गाडीत बसीवतू. हे धंदं करायला आमी तुला इथं आणली व्हय गं?" कमळाचा आवाज चढला होता.

"कमळे, गप. दमानं घे. कुणाच हाय ते इचार तरी!" पोक्त जिजानं सल्ला दिला.

"आत्तीऽ, काय इचारायचं? त्यो भाड्या माझं हाय म्हणला तर नव्हंऽऽ!"

"चाफेकरनीचा किशोरऽऽ!" शेवंतानं जिजा मिरचीकरनीला सांगितलं व तिनं आपली मान बाजूला वळवली.

जायकराच्या घरातला दंगा ऐकून चाफेकरीनही तिथं आली होती. ती ताडकन्

म्हणाली, ''आगं ये बयाऽ, माझ्या पोराचं नाव का बदनाम करतीस? तुझ्याच घरातल्या एखाद्या वळूनं ते केलंय का पाहा अगोदर!''

चाफेकरीन फणकाऱ्यानं तिथून चालू पडली. तिच्या तोंडाचा तोबरा चालूच होता.

''तुला सांगीत हुतो नवं का मादरच्योतऽ! माझी भाची असली तरी ही कार्टी तिच्या घरला जाऊ दे म्हणून!'' जायकर कमळावर गुरगुरला.

''रांडंला आता ठिवतूय वीऽ! उद्याच्या उद्या गाडीत बसीवतू. घालू दे तिची आय तिकडंच!'' जायकरनीच्या नसानसांत मंदाचा दु:स्वास भरला होता.

कमळाला पुढारपं जेवण गेलं नाही. शेवंता, जायकरानंही कसेतरी दोन-दोन घास घशाखाली ढकलले. शेवंतानं मंदाला जेवणाचा आग्रह केला; पण तिची अन्नावरची वासनाच उडाली होती. मरणकळा अवतरल्यासारखं जायकरनीचं घर शांत होतं.

...मंदा लाकडी पेटीवर अंगाचं मुटकुळं करून पडली होती. माळ्यावरच्या आयाबाया येत होत्या. सर्कशीतलं एखाद्या पिंजऱ्यात बंद केलेलं माकड पाहावं तसं मंदाला न्याहाळत होत्या. काय, कसं याची खमंग चौकशी करीत होत्या.

कधी मंदावर नजर टाकीत तर कधी कमळा, गणपतच्या चेहऱ्याकडे पाहात शेवंतानं संध्याकाळच्या जेवणाचं पीठ मळलं. चपात्याही लाटल्या. जायकरानं चपात्या भाजल्या. जायकरनीनं दुसरा स्टोव्ह पेटवला. दुसऱ्या स्टोव्हवरही चपात्या तयार होऊ लागल्या. त्या सदानं भाजल्या. मंदा पेटीवर पडून होती. तिला कुणी काम कर असं म्हटलं नाही. मध्ये दोन-चार वेळा शेवंतानं तिला नैसर्गिक विधीला नेली, तेवढंच. जेवणवेळेला शेवंता तिला जिजा मिरचीकरनीच्या घरात घेऊन गेली.

एकंदरीत या प्रकारानं सदा गंभीर झाला होता. गणपत जायकर त्याच्याकडे मारक्या म्हशीसारखा पाहात होता. सदा ताटातला घास घेण्याच्या बहाण्यानं त्याची नजर टाळीत होता. सदानं घशाखाली दोन घास लोटले व तो आपला बिछाना घेऊन गच्चीत झोपायला पळाला. गजाला ही बातमी माळ्याखालीच कळली होती. पाहुण्या-रावळ्यांना आणते म्हणून त्यानं आपल्या आईचाच उद्धार करीत दोन घास खाल्ले. तोही नेहमीप्रमाणे निमूटपणे कंपनीच्या कार्यालयात झोपायला चालता झाला. त्याला आज माळ्याखाली पोरांमध्ये एक मिनिटभरही थांबावंसं वाटलं नाही.

सगळे खाणावळे जेवून गेले. शेवंतानं सगळी खरकटी भांडी विसळली. मंदा अजूनही मिरचीकरनीच्या खोलीतच होती. तिला शेवंतानं आणलं. तिचं ताट तयार केलं. मात्र, मंदानं एका घासालाही तोंड लावलं नाही. ती पेटीवर घुम्यागत बसून राहिली. गणपत, शेवंता जेवले. कमळानंही एक कप अधिक मारून आपलं जेवण उरकून घेतलं. तिनंही मंदाला दोन घास खाऊन घ्यायला सांगितलं. गणपतनंही

सांगून पाहिलं; पण ती ढिम्म होती! शेवंतानं मंदाचं ताट रितं केलं व मोरीत पडलेली घरातल्यांची ताटं धुतली. तिनं सर्वांचा बिछाना अंथरला.

"मी उद्या सकाळच्या गाडीनं निघतू. हिला तिच्या घरात सोडतू अन् उद्याच्या उद्या परत फिरतू. सद्याला तेवढं मला परेल एसटी डेपूत सोडायला सांगा!" कमळानं जायकराला सांगितलं व उत्तराची वाट न पाहताच तिनं आपलं अंग बिछान्यावर टाकलं.

दिवसभर घरात येणाऱ्या माणसांच्या नजरा मंदाला तेलमुंग्यासारख्या डसत होत्या. त्या वेदनांनी ती घायाळ झाली होती. तिची तहान-भूक हरपली होती; पण या प्रकरणात मामीनं घेतलेल्या भूमिकेनं मंदाला खोलवर जखम झाली होती. मामीनं आपल्याला चपात्याच्या घाण्याला जुपलं. गाढवासारखं राबवून घेतलं; पण तिला आपला हा एक गुन्हा पचला नाही. बरं, पोट रिकामं करायला तरी असा कितीसा खर्च आला असता? मोजदाद करतानाही तोंडाला फेस येईल, इतकी रक्कम कमवून आपण ती मामीच्या झोळीत टाकली. तरीही मामीनं आपलं काळीज दगडाचं केलं. मात्र, शेवंता...! मामीनं तिलासुद्धा मोकळी केलीच ना! शेवंताच्या विचारानं तिचं काळीज तीळ तीळ तुटलं. मी जर मामीचीच मुलगी असते, तर तिनं आपल्या इज्जतीचा असा बाजार मांडला असता का? मंदाच्या मनातले विचार मोकळ्या मैदानावर पळणाऱ्या सांडासारखे इकडे तिकडे भन्नाट पळत होते! मामीनं आपल्याला गावी पाठवण्याचा ठाम निर्धार केला होता. कसल्याही परिस्थितीत ती आपल्याला उद्या घेऊन जाणारच! पण या अवस्थेत आई आपल्याला घरात घेईल का? या विचारानंच तिचं अंग थरथरलं.

माळ्यावर तर इज्जत गेली. आता गावाकडे जाऊन तरी काय करायचं? गावाकडे जायच्या विचारानं तिच्या अंगावर सर्रकन काटा आला; पण क्षणभरच!

मंदा निर्धारानं उठली. तिचं अस्तित्व जाणवल्यानं कपाटात खुडबुड करणारे उंदीर चिडीचूप झाले. ते पुढचा अंदाज घेऊ लागले. ती आवाज न करता मोरीत आली. मोरीत खिडकीच्या कट्ट्यावर फिनेलची बाटली होती. तिनं ती उचलली. बाटलीचं बूच काढून ती घटाघटा फिनेलचे घुटके घेऊ लागली. पोटात ढवळलं. हा पोटातला गर्भ तर उसळी मारीत नसावा? तिची तिलाच शंका आली.

तिला आठवलं. उद्या होळी पौर्णिमा होती. होळोपंतीचंही असंच बाळ होतं. फरक इतकाच की, ते तिच्या पोटात नव्हतं.

क्षणभरातच तिला ओकारीची भावना झाली. तिनं कसाबसा एक हात मोरीच्या कट्ट्यावर ठेवला व ती मोरीतून बाहेर आली. समोर गणपत जायकर झोपला होता. ती त्याच्या अंगावर भडाभडा ओकली. तिनं ओकताना छातीबरोबर धरलेली फिनेलची बाटलीही खाली पडली. मंदाच्या पायातलं बळ गेलं. ती मटकन खाली बसली.

गणपत जागा झाला. त्यानं गडबडीनं लाइट लावली. त्याच्या अंगावर, बिछान्यावर सगळी ओकारी पडली होती. त्याचं अंग बिळबिळीत झालं होतं. त्याच्या बिछान्याजवळच फिनेलची बाटलीही पडली होती. मंदाच्या तोंडाला पांढरा फेस आला होता. तो ओरडला, "अगं कमळे ऊठ. अगं ही फिनेल प्याली वाटतं!"

कमळा, शेवंता उठल्या. शेवंतानं पिंपरकरनीचा दरवाजा ठोठावला. पिंपरकरीन, मेघना, दगडू आले.

"दगडू पळऽ! खाली एखादी टॅक्सी हाय का बघ! मी हिला पाठीवरनं घेऊन येतो." गणपतचं काळीज खालवर झालं.

दगडू झपाट्यानं गेला. गणपतानं मंदाला पाठुंगळीवर घेतली. तो जिन्याच्या पायऱ्या उतरू लागला. त्याच्यासोबत कमळा, रेखा पिंपरकरीनही होती.

१२५

रविवारची सुट्टी ही पोरांची हक्काची होती; त्यामुळे आज ती माळ्यासमोर हातगाड्या, बाजल्यांवर खुशाल झोपली होती. रात्री मंदा फिनेल प्यायली होती. तिला रुग्णालयात नेताना जी काही गल्लीत सळसळ झाली, तेवढीच. त्यानंतर पोरांची झोपमोड करणारं काही घडलं नव्हतं. तसं काही घडण्याची शक्यताही नव्हती. पोरांच्या अंगात आठवड्याचा आळस भरला होता. एकदा तो झोपेच्या माध्यमातून निघाला की, पोरं दिवसभराच्या आपल्या रविवारच्या कार्यक्रमाला ताजीतवानी होणार होती.

पोरांच्या अंगात आळस भरला म्हणून इतरांना थांबून चालणार नव्हतं. नेहमीच्या वेळेला सूर्याची किरणं माळ्याची हद्द ओलांडून पुढे झेपावली होती. एखाद-दुसऱ्या वाहनाचा आवाजही गल्लीत उमटत होता. सकाळच्या पारी माळ्यात भरलं जाणारं पाणीही भरून झालं होतं. गल्लीतून जाणाऱ्या एखाद्या पादचाऱ्याचं चप्पल रस्त्यावर घसपटून 'सपाक सपाक' आवाज निघत होता. पादचाऱ्याला त्याचं सोयरसुतकही राहिलं नव्हतं. तो आपल्याच तालात जात होता! पोरांच्या झोपेला असल्या प्रकारांची सवय असल्यानं त्यांच्या शांतताभंगाचं तसं काही कारण नव्हतं.

माळ्याच्या खनपटीला पोलीस गाड्या आल्या. त्यांच्या सायरनच्या आवाजानं नाही म्हटलं, तरी पोरांची झोपमोड झाली. ते पडल्या जागेवरून पुढे पाहू लागले. एक-एक म्हणता अनेक गाड्यांची गल्लीत रांगच लागली. मग मात्र पोरं सावध

झाली. पटापटा उठून बसली. काय भानगड आहे, हे त्यांना कळेनासं झालं. गाडीतून उतरलेल्या पोलिसांनी फुटपाथवर झोपलेल्या माळ्यावरच्या दिसेल त्या तरण्या पोराला, माणसाला उचललं व गाडीत कोंबलं. पोलीस इतकेच करून थांबले नाहीत, तर त्यांनी माळ्याकडेही आपला मोर्चा वळवला. घराघरांतून तरणीताठी पोरं, माणसं उचलली गेली. गच्ची, टेरेसवरच्या माळकऱ्यांनाही पोलिसांनी सोडलं नाही. रुग्णालयातून रात्रभर कातावून आलेल्या गणपत जायकरालाही पोलिसांनी उचललं व माळ्यासमोर उभ्या असलेल्या जाळीदार गाडीत कोंबलं; पण कोणालाही काय होतंय, कशासाठी होतंय ते कळत नव्हतं.

घरातल्या कर्त्यांना अटक झाल्यानं माळ्यावर गोंधळ उडाला होता. का, कशासाठी हे कुणालाही कळलं नव्हतं. गणपतला उचललं तेव्हा शेवंता घाबरून गेली. ती भयचकित नजरेनं नुसतंच त्यांच्याकडे पाहात राहिली. त्याचवेळी सदा मोरीत अंघोळ करीत होता. पोलिसांची हालचाल बघून तो तसाच पाठीमागे सरला अन् मोरीतच अंग चोरून बसला. बंडू निकम संडासमध्ये होता. आपल्याच मस्तीत असलेला बंडू गाणं गुणगुणत संडासमधून बाहेर पडला, तेव्हा त्याला पलीकडच्या वटनात पोलिसांची हालचाल जाणवली. त्याचं गुणगुणनं क्षणात लोप पावलं. तो परत संडासमध्ये घुसला व त्यानं दार बंद केलं.

पोलीस गाडीत माळकऱ्यांचा किलबिलाट सुरू असतानाच दोन जेसीबी आले. जेसीबीचा मालक, माळ्याच्या मालकाचा दिवानजीही आला. पोलीस अधिकाऱ्यांच्या गाड्या आल्या. माळ्यासमोरचे एकमजली इमारतीतील व्यापाऱ्यांनी रिकाम्या केलेल्या दुकानांचे बोर्ड, शटर जेसीबी उखडू लागले. आता कुठे पोलीस व्हॅनमध्ये बसलेल्या माळकऱ्यांना खरी भानगड काय आहे, त्याचा उलगडा झाला.

गेल्या चार-पाच वर्षांपासून पावसाळ्याच्या सुरुवातीला माळ्याच्या नोटीस बोर्डावर माळा राहण्यास धोकादायक असल्याची नोटिस लागत होती. पण दरवर्षीचंच ते रडगाणं असल्याने माळकऱ्यांच्याही ते अंगवळणी पडलं होतं! अधूनमधून प्रत्येकाकडे माळा खाली करण्याच्या नोटिसा येत होत्या. माळकऱ्यांना त्यांचीही दखल घ्यावीशी वाटली नव्हती. इकडे लक्ष द्यायला माळ्याची चाळ कमिटी, जुने-जाणते, नेते मंडळी सक्षम असल्याचं त्यांचं म्हणणं होतं. माळ्याची पुनर्बांधणी करायची होती. माळ्याच्या मालकाला इमारत खाली करून पाहिजे होती. त्यासाठी त्याने माळकऱ्यांच्या राहण्याची व्यवस्था गोरेगाव, दहिसरच्या संक्रमण शिबिरात केल्याची पत्रे माळकऱ्यांना मिळाली होती. तीन-चार रिमांइंडर्सही आली होती. मात्र, चाळ कमिटी, माळ्यातल्या पुढाऱ्यांनी असं काही होणार नसल्याची हमी दिली होती! तरी आज भलतंच घडलं होतं. माळ्याची इमारत पाडण्यासाठी बिल्डरची माणसं, मशिनरी येऊन थडकली होती!

आता काय करायचं, या प्रश्नानं जाणते माळकरी घायकुतीला आले होते. ते पोलीस व्हॅनमध्ये अडकले होते. घरचं सामान खोलीत होतं. बायका-मुलंही घरी होती. खोल्यात सामान असतानाही ते माळा कसा काय पाडतात, या प्रश्नानं त्यांच्या मेंदूचं पार धिरडं झालं होतं.

बिरनाळे फौजदारानं व्हॅनचं दार उघडलं व तो आत आला. त्याच्याबरोबर कदम, सावंत हवालदार होते. बिरनाळेचा कधी ना कधी फटका खाल्लेली पोरं भिजल्या कोंबडीगत चिडीचूप झाली. बिरनाळेनं माळकऱ्यांना सांगितलं, ''आम्हाला सहकार्य केलंत तर ठीक, नाहीतर सरळ पोलीस कोठडी!''

''साहेब, आमची चूक तरी काय?'' सोपान खाडेनं बिरनाळेला हात जोडले.

''माळा राहण्यास अतिधोकादायक असल्याचं घोषित होऊन पाच वर्षे झाली. तीन वर्षांपासून मालक माळा खाली करण्याच्या नोटिशी पाठवतोय. मोडकळीला आलेला माळा! कधीही ढासळण्याची शक्यता, तरीही तुमच्या ते अंगवळणी पडत नाही. अशावेळी आबानदबक्या माळा पडला तर काय होईल? कुणी कुणी दानीला जायचं?'' बिरनाळेचा भडिमार सुरू झाला.

''साहेब, गोरेगावच्या संक्रमण शिबिरात राहून आमची पोटं कशी भरायची? तिथं कोण जेवायला येणार?'' गणपत जायकरानं सर्वांच्याच समस्येला वाचा फोडली.

''माळ्याच्या मालकाशी केलेल्या करारपत्रकावर सह्या करताना ही बाब तुम्हाला सुचली नाही? तेव्हा काय तुमच्या अकला गहाण पडल्या होत्या?'' बिरनाळे सुटला.

ज्यांनी ज्यांनी मालकाच्या गोड बोलण्यावर विश्वास ठेवून सह्या केल्या होत्या, त्यांची बोलती बंद झाली. त्यावेळी माळ्याच्या मालकानं कुणाला पाचशे चौरसफूट, कुणाला सातशे चौरसफुटाचं आमिष दाखवलं होतं! जसं गिऱ्हाईक तशी लालूच होती! शिवाय ही गोष्ट तुझ्यापुरतीच ठेव, नाहीतर पुढं काहीही व्हायचं नाही असा धोक्याचा इशाराही सोबत होताच. त्याला गणपत जायकरही बळी पडला होता!

ज्या भाडेकरूंचा माळ्याचा मालक, बिल्डरावर विश्वास नव्हता, त्यांनी कुठेही सह्या केल्या नव्हत्या; पण त्यांची संख्या जेमतेमच होती. सह्या करणाऱ्यांचं बहुमत असल्याची खबर त्यांना लागली होती; त्यामुळे वकील, कोर्ट-कचेऱ्यांचा तसा काही उपयोग होणार नाही, हेही त्यांना ऐकायला मिळत होतं! तरीही त्यांनी वकील, कोर्टाच्या खर्चाचा अंदाज काढण्याचा प्रयत्न केला होता. मात्र, ते गाडं आपल्या आवाक्याबाहेरचं असल्याचं लक्षात आल्यानंतर व त्यांना इतरांनी पाठिंबा न दिल्याने तसंच लोंबकळत पडलं होतं. नाहीतर कुणाला कोर्ट कचेऱ्यांचा झमेला हवा होता? आपण माळा-मालकाच्या दबावाला बळी पडायचं नाही, त्याच्या ॲग्रीमेंटच्या

फॉर्मवर सह्या करायच्या नाहीत, असं त्यांनी ठरवलं होतं. अलीकडेच माळ्यातल्या संडास, लाइटचे मीटर, मेन स्वीचची दुरुस्ती झाली होती; त्यामुळेही डोक्याभोवती घोंगावणारं हे संकट कमी झाल्याचं त्यांना वाटलं होतं. तसा माळा मजबूतच होता. तरीही राहण्यास अतिधोकादायक ही नोटिस कशी लागली, हे कोडं त्यांना सुटलं नव्हतं. मात्र, गेल्या पाच वर्षांपासून नोटिस देण्याव्यतिरिक्त कोणतीच हालचाल होत नसल्याने तेही वेगळ्याच भ्रमात होते!

माळ्याच्या मालकानं रविवारचा मोका साधून पोलीस यंत्रणा हाताशी धरून माळकऱ्यांची पुरती नाकेबंदी केली होती. यासाठी तो किती महिने अगोदर तयारी करीत होता, हे कोडं माळकऱ्यांना सुटत नव्हतं. एक तर बिळातल्या उंदरांच्या शिकारीसारखे ते त्यांना घरीच सापडले होते. रविवार असल्यान वकील मंडळींचा, कोर्ट-कचेऱ्यांचा तापही कमी होता! सोबत त्यांना इमाने-इतबारे मदत करणारं पोलीस खातंही होतंच! होय म्हणावं तरी पंचाईत, नाही म्हणावं तर पोलीस काय करतील ते सांगता येत नाही या द्विधा मन:स्थितीत माळकरी अडकले होते.

“बाहेर ट्रक उभे आहेत. ज्याला सामान घेऊन जायचं असेल, त्याला आम्ही सोडू. ज्यांची तयारी नसेल त्यांनी चला...” बिरनाळेनं सगळ्या शंका-कुशंकांवर पडदा टाकला. तो बाहेर पडला. त्याच्याबरोबरचे हवालदारही बाहेर पडले. त्यांनी व्हॅनला बाहेरून कुलूप घातलं. एक हवालदार तिथं पहाऱ्यावर थांबला.

माळकऱ्यांना पोलिसांच्या तावडीतून बाहेर पडणं शक्य दिसत नव्हतं. माळ्याचा मालक, बिल्डरच्या भूलथापांना बळी पडून त्यांनी कोणती चूक केली आहे, याचा अंदाजही त्यांना येत नव्हता. जगन्नाथ पिंपरकरने बिल्डरच्या आलिशान कार्यालयात गोऱ्यागोमट्या पोरींच्या साक्षीने कागदपत्रांवर सह्या केल्या होत्या. त्यावेळी माळ्याचा मालकही तेथे हजर असल्याचं त्याला आठवत होतं. मात्र, इंग्रजी भाषेत लिहिलेल्या कागदावर सह्या झाल्याने त्याला त्यातलं ओ की ठो कळलं नव्हतं. जी गोष्ट पिंपरकराची होती, तीच अवस्था सोपान खाडेची होती! त्याची सही घ्यायला आलेली पोरगी तर त्याच्या इतकी अंगचटी उभी होती की, सोपानचं तो करीत असलेल्या सहीकडेही लक्ष नव्हतं! व्हॅनमध्ये माळ्यातली नेते मंडळी कुठं दिसत नव्हती. हॉस्पिटलमधून परत येताना पिंपरकराबरोबर रामभाऊ घडवे होता. ते माळ्याजवळ आले तेव्हा रामभाऊनं आपण महत्त्वाच्या कामासाठी बाहेर जात असल्याचं पिंपरकराला सांगितलं व तो कुठंतरी गेला होता. इतक्या सकाळी रामभाऊचं असं कसलं महत्त्वाचं काम आहे, हे जगन्नाथ पिंपरकरला कळलं नव्हतं! जायकराच्या भाचीला मंदाला हॉस्पिटलमध्ये नेल्याची बातमी घेऊन तो रामभाऊकडे गेला होता. त्यावेळी त्याला रामभाऊ घरात एकटाच असल्याचं आढळलं होतं. त्यावेळी पिंपरकरानं त्याला विचारलं होतं, “भाऊ, एकटंच?”

"ही आपल्या बहिणीकडे गेलेय. मुलंही त्यांच्यासोबतच आहेत. येतील दोन दिवसांत." भाऊनं उत्तर दिलं होतं.

बाबूला गोळी लागल्याने तो अजूनही हॉस्पिटलमध्येच होता! मात्र, बाबूचा पार्ल्याचा फ्लॅट मिळाल्याने त्याने आपल्या आजी-आजोबांना तिकडे हलवले होते. त्यासाठी बाबूच्या धंद्यातल्या मित्रांनी बरीच धावपळ केली होती! बाळाबाई देसाईनंही या इमारतीतला फ्लॅट विकल्याची बोलवा होती. तिनंही ज्या दिवशी बाबूच्या आजी-आजोबांचं साहित्य गेलं, त्याच दिवशी आपली खोली खाली केली होती! इतर पुढाऱ्यांचंही असंच काही ना काही खेकटं होतं. करायचं तरी काय या विवंचनेत पिंपरकर होता. बिल्डरबरोबर जोपर्यंत योग्य करार होत नाही, तोपर्यंत सह्या करायच्या नाहीत, असे ठरलेल्यांची चांगलीच मुस्कटदाबी झाली होती. ते व्हॅनमधून काहीही करून बाहेर पडायचे व पुढच्या हालचाली करण्याचे मनसुबे रचत होते.

बिरनाळे व त्याच्याबरोबरचे हवालदार परत गाडीत आले.

"मग काय ठरवलंत?" बिरनाळेच्या आवाजात जरब होती.

"काय आता...! तुमी सांगाल तसं!" पिंपरकर म्हणाला. पाठोपाठ आणखी दोघांनी आवाज दिले.

"हे शहाण्या माणसाचं वागणं!" बिरनाळे हसला. तो पुढे म्हणाला, "आम्हाला कोणतीही रिस्क घ्यायची नाही. एका वेळी फक्त दोन-दोन कुटुंबांना सामान बाहेर काढता येईल. त्यासाठी बिल्डरची माणसं मदत करतील. तुम्हाला संरक्षण म्हणून एखादा पोलीसही तुमच्या बरोबर असेल तेव्हा कोण कोण बाहेर जातंय बोला?" बिरनाळेनं विचारलं अन् तो उत्तराची वाट पाहू लागला.

तेवढ्यात वॉकीटॉकीवर भेदरलेल्या हवालदाराचा आवाज घुमला. तो काय म्हणत आहे, हे ऐकण्यासाठी बिरनाळे व्हॅनबाहेर आला.

माळ्यातून बाहेर पडलं तर आपला धंदा बुडणार होता. खाणावळी बंद कराव्या लागणार होत्या. अशा वेळी पोटाला काय बिब्बं घालायचं का, या प्रश्नानं महिला हैराण झाल्या होत्या. शिवाय माळ्यातले आपले संसार उचलून एखाद्या दरवेशासारखं कुठं बाहेर जायचं या विचारानंही त्या खदखदत होत्या. पुरुष मंडळींची धरपकड झाली असली, तरी आता त्या मैदानात उतरल्या होत्या. त्यामध्ये रखमा रायकर, जया चाफेकर, सीता तडेकर, तिची मुलगी शुभांगी, रेखा पिंपरकर, सखू पालकर, तिच्या मुली, बसंती फुलकर, संगीता सांडणीकर यांच्याबरोबरच माळ्यातल्या इतर महिला आघाडीवर होत्या. त्यांच्या सोबतीला त्यांची अजून वयात न आलेली पोरंही होती. बंडू निकमही संडासमधून बाहेर आला होता. तो तरी आत किती काळ थांबणार? ती का परफ्यूमची फॅक्टरी आहे? त्यानं एकंदरीत परिस्थितीचं आकलन करून घेतलं होतं. इतकी विचारपूर्वक कारवाई होतेय म्हणजे चाळ कमिटी,

माळ्यातले पुढारी विकले गेलेत, याची खूणगाठ त्यानं बांधली होती. बाबू आगाशेनंही माळकऱ्यांना चुना लावल्याचं बंडूचं मत झालं होतं. बंडूलाही माळा पडला तर आपलं भवितव्य काय, आपल्या कुटुंबाचं काय, होणाऱ्या सासूच्या खोलीचं काय; या भीतीनं ग्रासलं होतं. त्यानं आपल्या मोबाइलवरून तत्परतेनं अभय भोकरेला फोन लावला होता. अभयनंही इथं लगेच येण्याचं वचन दिलं होतं. त्यानंतर बंडूही महिलांबरोबर रणांगणात उतरला होता. बाथरूममध्ये दडलेला सदा जायकरही त्याच्या बरोबर होता.

माळ्याखाली राहणाऱ्या चंपाला माळ्याच्या दिवानजींनं पाचशे फुटाचं घर देण्याचं कबूल केलं होतं. त्या बदल्यात माळकऱ्यांना गोड बोलून गुपचूप आणणं, करारपत्रकावर त्यांच्या सह्या घेणं आदी कामांत चंपानं त्यांना मोठं सहकार्य केलं होतं. मात्र, आज चंपाची खोलीच पहिल्यांदा तुटणार होती. पोलिसांबरोबर माळ्यात आलेल्या दिवानजींनं तिच्याकडे ढुंकूनही पाहिलं नव्हतं. उलट तिच्या नवऱ्याला सोन्याला पोलीस पकडून घेऊन गेले होते. तिनं माळ्याखाली आरडाओरडा चालवला होता. तिच्या आरडाओरड्यानंही माळ्यातल्या स्त्रियांच्या अंगात वीरश्री संचारण्यास मदतच झाली होती.

माळ्यात पोलीस तैनात असले, तरी महिलांनी त्याची पर्वा न करता भगुल्यात चटणीचं पाणी करून ते पोलिसांवर फेकायला सुरुवात केली होती. काय होतंय हे पाहायला पुढे आलेल्या पोलिसांच्या डोळ्यांत पाणी गेल्याने त्यांच्यावर बोंबलायची वेळ आली होती. त्यातूनही एक-दोघाजणांनी आपल्या हातातल्या दांडक्याचा फटका रखमा रायकर, जया चाफेकरनीला देण्याचा प्रयत्न केला होता. रखमानं तो चुकवला तरी काठी चाफेकरनीच्या मांडीला चाटून गेली होती. तिनं बोंब ठोकली होती. ‘‘अगं, या भाड्यांचं वाट्टूळऽ, वाट्टुळऽ झालं गंऽऽ!’’

जयाला बसलेल्या मारानं माळ्यातल्या महिला चांगल्याच चवताळल्या होत्या. रविवार असल्यानं त्यांच्या नवऱ्यांनी अगोदरच कोंबड्या कुटण्यासाठी सुरे परजून ठेवले होते. तेच हातात घेऊन त्या पोलिसांच्या पाठीमागे लागल्या होत्या. रेखा पिंपरकरनीच्या हातातल्या सुऱ्याचं निसटतं टोक एका हवालदाराच्या दंडाला लागलं होतं. त्यातून रक्त येत होतं. जखम हातानं दाबून धरून तो हवालदार जीव वाचवण्यासाठी पळत होता. माळ्यात असलेल्या इतर पोलिसांनीही वाट दिसेल तिकडे धाव घेतली होती. त्यात महिला कॉन्स्टेबलही होत्या.

बंडू, सदानं एका हवालदाराला गाठून त्याला बदडायला सुरुवात केली होती.

‘‘कुटा, भाड्यांना चांगलं कुटाऽऽ!’’ सीता तडेकरीन सातव्या मजल्यावरच्या वटनातून ओरडत होती. जायकरनीशी झालेल्या भांडणात तिच्याकडून पोलिसांनी खाल्लेली रक्कम तिच्या डोळ्यांपुढे फेर धरून नाचत होती.

सातव्या अन् चौथ्या मजल्यावरचे दोन हवालदार संतप्त महिलांच्या हाती लागले होते. त्या त्यांना बेदम मारहाण करीत होत्या.

वॉकीटॉकी हातात असलेला हवालदार आपला जीव वाचवण्यासाठी पळता पळता माळ्यातला हा राडा बिरनाळेच्या कानावर घालत होता.

१२६

मंदाला रात्रीच अतिदक्षता विभागामध्ये नेण्यात आलं होतं. डॉक्टरांनी शर्थीचे प्रयत्न करून पोटातलं फिनेल काढलं होतं. आता तिची तब्येत स्थिर होती. धोका टळला होता. ती बिछान्यावर पडून होती. तिच्या दोन्ही हातांना सलाइनच्या बाटल्या लावल्या होत्या.

काय होतंय, काय नाही या चिंतेत कमळा अन् गणपतनं रात्र जागून काढली होती. बसल्या जागेवर अनेकदा डुलका लागायचा. डोकं पाठीमागच्या भिंतीला थडकायचं किंवा सरळ पुढे वाकायचं. ते झटके खात दोघांचीही रात्र सरली होती. झालेल्या जागरणानं त्यांचे डोळे लोंबत होते.

पहाट झाली अन् जायकर घरी निघाला. घरात शेवंता एकटीच होती. तिला एकटीला सार्वजनिक नळासह बाहेरचं पाणी भरणं शक्य नव्हतं. सदालाही कामाला जुंपणं आवश्यक होतं. त्यातच आज रविवार असल्यानं जेवणाऱ्यांसाठी कोंबड्यांचंही काही पाहिलं पाहिजे होतं. तो भार शेवंतावर टाकून उपयोग नव्हता. मंदाला अतिदक्षता विभागातून बाहेर आणलं किंवा आत ठेवलं तरी तसा फरक पडणार नव्हता. तिच्यासोबत एखाद्या बाई माणसाचीच आवश्यकता होती. त्यासाठी कमळा हॉस्पिटलमध्ये थांबली. तिनं घरी निघालेल्या गणपतला सांगितलं, ''पाणी भरा. माणसांना बयाजवार सांगा. पोरांवर चिडू नका. गजालाही आज घरातल्या कामाला थांबवून घ्या आन् सगळं काम रांकेला लागलं की सदाला चहा घिऊन पाठवा.''

गणपत गेला.

रात्रीच्या प्रसंगानं हादरलेली कमळा अजूनही त्या धक्क्यातून सावरली नव्हती. 'मंदा..., भाची असली म्हणून काय झालं; तसं ते लोकाचं माणूस! तिला अचानक काहीतरी झालं असतं मजी? तरी बरं त्या पिंपरकराच्या दगडून पटकन टॅक्सी पकडली. नाही तर...!' नुसत्या विचारानंच ती अस्वस्थ होत होती.

मंदाला रात्री हॉस्पिटलमध्ये न्यायचं होतं. त्यासाठी टॅक्सी पाहायला दगडू चड्डी, बनियनवरच धावत माळ्याबाहेर आला. त्यावेळी रस्त्यावर चिटपाखरू

नव्हतं. लांबलचक गल्ली शांतपणे पडून होती. फुटपाथवरच्या हातगाड्या, बाजल्यावर झोपलेले माळकरी तेवढे नजरेला पडत होते. बोळाच्या तोंडालाच बाजल्यावर जया चाफेकरनीचा किशोर झोपला होता. दगडूनं गडबडीत त्याला उठवलं व मंदानं केलेला पराक्रम त्याला सांगितला.

दगडूनं सांगितलेली कहाणी ऐकून किशोरच्या काळजाचा ठोका चुकला. त्याला दरदरून घाम फुटला. त्याच्या नजरेसमोर पोलिसांचा हाग्या मार दिसू लागला. एकतर मंदाचं गरोदरपण उघड झालं होतं. तेव्हापासून त्याच्याही घरात हे प्रकरण खदखदत होतं. अगदीच नाइलाजास्तव एखादा अपवाद सोडला, तर किशोरला कधी हात न लावणाऱ्या जयानं त्याला लाथा घातल्या होत्या. त्याच्या बापानं, मन्यानंही त्याला चांगलाच सडकून काढला होता. तो प्रसंगही किशोरच्या डोळ्यांपुढे नाचू लागला होता.

किशोरला चोप देताना त्याचा बाप मनोहर चाफेकर म्हणाला, "भडव्या, तुमच्यासाठी आम्ही रक्ताचं पाणी करतू अन् तू कॉलेज सोडून हे धंदे करतोस!"

मन्याच्या फटक्यापुढे किशोरला देव आठवले; पण मंदा सदा जायकराबरोबरही झोपते, ही गोष्ट किशोरच्याही कानापर्यंत आली होती. आई-बापाचा मार चुकवण्यासाठी त्यानं सदाचं नाव पुढे केलं होतं. तरीही जयाचं समाधान झालं नव्हतं. तिनं त्याला ठोसा देऊन विचारलं होतं, "भाड्या, हे तुला अन् कुणी सांगितलं?"

"सांडणीकराचा कानिफऽ!"

जयानं त्याला तिथंच सोडून सांडणीकराचं घर गाठलं होतं. घरात कानिफ अभ्यास करीत बसला होता. मच्छिंद्र सांडणीकराची बायको संगीता, आई धोंडूबाई पापडीच्या शेंगा खुडीत होत्या. शक्यतो कधी वरच्या मजल्यावर न येणाऱ्या जयाला घरात आलेली पाहून धोंडूबाईही अचंबित झाली. जयानं घरात आल्याबरोबर कानिफच्या दंडाला धरून उभं केलं अन् त्याला विचारलं, "काय रंऽ, त्या जायकरनीकडे आलेल्या पोरगीबर सदा हाय हे खरं की खोटं?"

जयाच्या प्रश्नानं कानिफ फाफलला. तो चोरट्या नजरेनं एकदा वहिनीकडे, एकदा आईकडे पाहू लागला. जयाला काय उत्तर द्यावं हे त्याला कळत नव्हतं.

जायकरनीच्या घरात झालेला दंगा धोंडूबाईच्याही कानावर आला होता. तिला त्यात पडण्याची इच्छा नव्हती; पण आता जयाच समोर उभी असल्यानं तसं तिला बोलताही येत नव्हतं. तिचा कानिफ व सदा नेहमी एकत्र असतात हे साऱ्या माळ्याला माहीत होतं. ती गोष्ट नाकारूनही चालणार नव्हती. ती म्हणायचं म्हणून कानिफला म्हणाली, "काय माहिती आसंल ते सांग बाळा तिला! पण, बाय गं, पोलीस ठाण्याचं झेंगट मातूर आमच्या मागं लावू नगा मजी झालं!"

बलात्कार प्रकरणात माळ्यातल्या पोरांबरोबर कानिफची हाडंही मऊ झाली

होती. त्याला पोलीस कोठडीबाहेर काढताना सांडणीकर गुडघ्यावर आले होते. तीच गोष्ट त्यांना पुन्हा नको होती.

"ती घरात सदाबरोबर होती. बाहेर किशोर...!" भीत भीतच कानिफनं सांगितलं.

हतबल झालेल्या जयानं त्याचा हात सोडला व ती क्षणभर धोंडूबाईजवळ बसली. धोंडूबाई तिची समजूत काढत म्हणाली, "एकादी कार्टी आसतीच आगाव! दुसरं काय?" ती आपल्या सुनेकडे फिरली व तिनं तिला सांगितलं, "संगीता, बाई जरा च्या ठेव गं."

"नगं, नगंऽ!" जया उठू लागली.

धोंडूबाईनं तिला हाताला धरून परत खाली बसवलं. "बाई, तुजं तरी पाय आमच्या हुंबऱ्याला तसं कवा लागत्यात! बस, गरिबाच्या घरात त्वांड ग्वाड कर."

जया नाइलाजानं बसली. माळ्यातल्या बलात्कार प्रकरणात तिकडे दिलप्यानं दिवे पाजळले होते. तेवढ्यात धाकट्याचे हे प्रताप! त्यातल्या त्यात नशीब यासाठी चांगलं की, ती पोरगी सदाबरोबरही झोपत होती! नाहीतर सगळंच अवघड झालं असतं! जयाला काडीचा आधार मिळाला होता. तेवढ्यावर ती तरून जाऊ शकत होती.

धोंडूबाईच्या सुनेनं चहा ठेवला होता. त्या मुदतीत त्यांचं इकडचं तिकडचं बोलणं निघालं. तेवढ्याशा चर्चेनंही जयाच्या मनावरचं बरचसं ओझंही हळूहळू उतरलं. ती खूपशी हलकी झाली. तिनं संगीतानं दिलेला चहाचा कप घेतला. धोंडूबाईशी बोलत बोलत ती चहा प्यायली व जागेवरून उठली.

जया घरात आली, तेव्हा तिनं किशोरला आणखी दोन रट्टे हाणले अन् मन्याकडे वळून ती म्हणाली, "पोरगी उंडगी हाय. नका मनावर घिऊ!"

...आई-बापाच्या हातून शेकून निघालेल्या किशोरसमोर आता हे ताट मांडून ठेवलं होतं. गणपत पाठीमागून मंदाला घेऊन येत होता. तोपर्यंत त्याला तिथून हलणं आवश्यक वाटलं. त्यानं आपला बिछाना तिथंच सोडला व तो दगडूबरोबर मुख्य रस्त्यावर निघाला.

"दगडू, मी तुला टॅक्सी पकडून देतो अन् इकडच्या इकडं गुल होतो. अशा परिस्थितीत मी जायकरांच्या पुढे येणं बरं नाही. माझी चादर व बाजल्यावर पसरलेलं पट्टं तेवढं तुझ्या घरात घेऊन जा." त्यानं काकुळतीला येत दगडूला सांगितलं. दगडूलाही त्याची अडचण समजत होती. दगडूनं त्याला होकार दिला.

दोघे मुख्य रस्त्यावर आले. गल्लीच्या तोंडालाच एक टॅक्सी उभी होती. ड्रायव्हरनं व्हीलवर पाय ठेवून पुढच्या सीटवर ताणून दिलं होतं. त्यांनी ड्रायव्हरला उठवलं.

"हॉस्पिटलला पेशंट न्यायचा आहे." किशोर म्हणाला.

टॅक्सीवाल्यानं कोणतेही आढेवेढे न घेता टॅक्सीला चावी लावली. दगडू आत

बसला. किशोरनं त्याला टाटा केला व तो मुख्य रस्त्याच्या फुटपाथवरून पुढे निघाला. आता काय होतंय व काय नाही हा घोर त्याला लागला होता.

टॅक्सी माळ्यासमोर येईपर्यंत गणपत मंदाला घेऊन बोळाच्या बाहेर आला होता. त्यांच्या कालव्यानं फुटपाथवरच्या बाजली, गाड्यांवर झोपलेली काही पोरंही उठली होती.

मंदा ही गणपत जायकराच्या सर्वांत लहान बहिणीची मुलगी. तिच्याकडे पाहताना त्याचं हुर्द भरून आलं होतं. आता बहिणीला काय सांगायचं, ही विवंचना त्याला भेडसावत होती. पोरगी वाचली पाहिजे. नाहीतर आयुष्यभर बहिणीचे शिव्याशाप खात राहावे लागणार अशी भीती त्याला वाटत होती.

त्यानं मंदाला टॅक्सीत ठेवली. तिच्याशेजारी कमळा बसली. गणपत पुढच्या सीटवर बसला.

कमळानं टॅक्सीतून मान बाहेर काढली अन् रेखाला विनंती केली, "बाय जरा दगडूला रामभाऊ घडव्याकडं पाठवून अशानं आसं झालं म्हणून सांगतीस का?"

"इतक्या राच्चं?" रेखालाही आश्चर्य वाटलं.

"परसंग कसला गुदरलाय हे तुला पण ठावं हाय! तिथं अन् पोलिसांचं कायतरी झेंगटं झालं मजीऽ!" कमळा घायकुतीला आली.

पोलिसांचं नाव निघाल्यानंतर मात्र रेखानं तत्काळ होकार दिला. टॅक्सी गेली.

"रांडंला स्वत:वर संकट आलं की, सगळी ग्वॉड दिसत्यात!" ती पुटपुटली अन् दगडूकडे वळून म्हणाली, "जा रं बाबा! त्यो राम्या कुठं कडमडलाय बघ."

"तू नको जाऊ. मी जातू", जगन्नाथ पिंपरकरानं ती जबाबदारी अंगावर घेतली व तो परत माळ्यात चालूही पडला. या गोंधळात जागी झालेली आजूबाजूची पोरंही टॅक्सीजवळ आली होती. टॅक्सी गेल्यानंतर पोरांनी पिंपरकरनीकडून घटनेची माहिती घेतली व तेही आपापल्या जागेवर जाऊन कुजबुजू लागले.

हॉस्पिटलच्या दिशेनं टॅक्सी निघाली होती.

"भाईसाब, टॅक्सी जरा जल्दी चलाव!" गणपतनं टॅक्सी ड्रायव्हरला सांगितलं. टॅक्सी ड्रायव्हरनं त्याच्याकडे पाहिलंही नाही. टॅक्सी आपल्याच तालात, झोकात पुढे जात होती.

मंदाला तत्काळ ॲडमिट करून घेण्यात आलं; परंतु पोलिसांनाही त्याची खबर देण्यात आली. पोलिसांचा बूथ हॉस्पिटलच्याच आवारात होता; त्यामुळे ते येण्यात कोणतीही अडचण नव्हती.

"नव्हं, आता पोलिसास्नी काय सांगायचं? त्यो चाफंकरनीचा भाड्या तरी ते आपलं हाय आसं म्हणणार हाय का?" कमळा चितागती झाली.

"कशाला त्येच्या नावानं बोंबलायचं!" गणपतनं कमळाला जमिनीवर आणलं.

तो पुढे म्हणाला, "आपलं कार्ट, सद्या तरी कुठं कमी हाय! दोघं झोपल्याली एका राती मी पकडली हुती! म्हणून तर मी त्येला घरात झोपू देत नव्हतू."

पाच पायतानं मारल्यासारखं कमळाचं तोंड झालं. ती खुळ्यागत गणपतच्या तोंडाकडे पाहू लागली.

"मी तुला खोटं नाही सांगीत! त्यासाठीच मी तिला गावाला घालवायची म्हणीत हुतो!" गणपतनं पुढे खुलासा केला.

कमळा मुकी झाली. ती समोर पाहू लागली. समोरून रामभाऊ घडवे व जगन्नाथ पिंपरकर येत होते. त्यांच्याकडे तिचं लक्ष गेलं. तिच्या जिवात जीव आला. ती गणपतला म्हणाली, "भाऊ आलं!"

गणपत तिकडे वळेपर्यंत रामभाऊ व पिंपरकर त्यांच्या जवळ आले. गणपत, कमळानं जशी जमेल तशी रामभाऊला थोडक्यात माहिती दिली. पिंपरकरानं त्याला ती अगोदरच सांगितली होती. शिवाय त्याला पोरगीच्या लफड्याबाबतही कल्पना दिली होती.

"पोरगी गरोदर असल्याचं पुढं येणार. त्याबाबतीत काय ठरवलंत?" रामभाऊनं विचारलं.

आता मात्र गणपतनं रामभाऊला सत्य सांगितलं. रामभाऊ क्षणभर शांत राहिला. मग तो म्हणाला, "आसं करा! प्रकरण लईच वाढतंय आसं वाटलं, तर तिचं तुमच्या पोरग्याशी लग्नच होणार होतं म्हणून सांगू. त्याशिवाय मला तरी यातनं बाहेर पडायचा मार्ग दिसत नाही." रामभाऊनं स्पष्ट सांगितलं.

कमळानं का कू केलं, तरी गणपतनं त्याला होकार दिला. त्याला पोरगीचा जीव जितका महत्त्वाचा होता, तितकंच पोलिसांचं खेकटंही पाठीमागे लावून घेण्याची त्याची तयारी नव्हती.

"आता एक काम करू. प्राथमिक चौकशीला पोलीस येतील. त्यांना सांगू, पोरगी आपल्या घरी जायला तयार नव्हती; त्याच सणकीत ती फिनेल प्याली." रामभाऊंचा हा मुद्दा मात्र कमळा व गणपतलाही पटला. रामभाऊ पुढे म्हणाला, "पोरगी यातनं सावरली तर पोलीस तिचं स्टेटमेंट घ्यायला येणार. त्यापूर्वीच तुम्ही मात्र तिला काय बोलायचं, काय नाही त्याची कल्पना द्या. नाहीतर सगळाच घोटाळा होईल."

कमळा, गणपतनं मान हलवून त्यालाही संमती दिली. या आणीबाणीच्या प्रसंगात रामभाऊंचं इतक्या रात्री हॉस्पिटलला येणं त्यांच्यासाठी देव भेटल्यासारखंच होतं!

"पोरगी फिनेल जास्त प्याली काय? जगेल तरी नव्हं?" रामभाऊनं विचारलेल्या प्रश्नानं कमळा गारठली. गणपतच्या अंगातही हुडहुडी भरली.

"गडबडीत बाटली बघितली न्हाय!" गणपतनं मोघम उत्तर दिलं.

गुन्ह्याची नोंद, त्याची प्राथमिक चौकशी करायला आलेल्या पोलिसांना रामभाऊनंच

माहिती दिली. शिवाय त्यानंतर तो व पिंपरकर तासभर हॉस्पिटलमध्ये होते. मंदा अतिदक्षता विभागात असल्याने तिला पाहण्याचा, भेटण्याचा प्रश्नच नव्हता! ते घरी निघाले तेव्हा 'काही लागलं-सवरलं तर आवर्जून सांगा' हे सांगायला रामभाऊ विसरला नाही.

सकाळचे आठ वाजले तरी सदा, गणपत किंवा घराकडून दुसरं कुणीच आलं नव्हतं. 'कुठं उलातलीत सगळी! त्या थेरड्याला तरी कळायला हवं होतं.' कमळाच्या मनात उलट-सुलट विचारांचं काहूर माजलं होतं. हॉस्पिटलमध्ये बसून बसून तिला कंटाळा आला होता. एकतर आतापर्यंत अंघोळ आटोपून अर्धीअधिक कामं मार्गी लागलेली असायची. चहा-चपातींची टवटवी चेहऱ्यावर असायची. पण, हॉस्पिटलमध्ये काहीच नव्हतं. तिनं हॉस्पिटलमध्ये आलेल्या चहावाल्याला दादा-पुता करून कसातरी चहाचा एक कप घशाखाली लोटला होता. चहाचे पैसे नंतर देण्याचा वादा तिनं केला होता. बाकी वॉर्डातल्या कोपऱ्यात ठेवण्यात आलेल्या कूलरचं पाणी तिच्या पोटात डिचकाळत होतं.

रुग्णांची हालहवाल पाहात नर्स, आयांची आतबाहेर लगबग सुरू होती. सकाळपासून वॉर्डात नजरेला पडणाऱ्या नर्सला तिनं गाठलं. मंदाच्या तब्येतीची विचारपूस केली. आपली समस्या सांगून तिनं तिला विचारलं, ''आमची बिल्डिंग इथून जवळच हाय. अशी जाऊन लगीच परत येऊ का?''

त्या नर्सलाही कमळाची कणव आली. तिनं तिला सांगितलं, ''जा; पण लवकर या. डॉक्टर व्हिजिटला आले तर पंचाईत होईल. आणखी काही औषधं लागली तर विकतही आणावी लागतील.''

कमळा लगबगीनं वॉर्डबाहेर आली.

कमळा गल्लीजवळ आली, तेव्हा तिला गल्लीच्या तोंडाला काही ट्रक्स् उभे असलेले दिसले. पोलीस गाड्यांचा ताफाही दिसत होता. पाहावं तिकडे महिला पोलीस, खाकी ड्रेसमधले पोलीस उभे होते. डोक्यावर हेल्मेट घातलेले, हातात लाठ्या, जाळ्या घेतलेले पोलीस पाहून तिच्या उरात धडकी भरली. 'इथं अन् काय झालं?' ती पुटपुटली.

ती गल्लीत शिरू लागली, तेव्हा तिच्या समोर पोलीस व सगळे अनोळखी चेहरे दिसत होते. त्यांच्यामध्येच तिला चाफेकरनीचा किशोर उभा असलेला दिसला. त्याला पाहून तिच्या कपाळावर आठ्यांचं जाळं निर्माण झालं. तरी ही वेळ राग दाखवण्याची नव्हती, हे तिलाही कळत होतं. ती त्याच्या जवळ आली व विचारलं, ''किशा, पोलीस कशाला आल्यातं रंऽ?''

तिला समोर पाहून किशोर चांगलाच फाफलला. पण, तिचा प्रश्न ऐकून त्यानं स्वतःला सावरलं व तो म्हणाला, ''आपला माळा पाडायला आलेत. जावा लवकर.

लवकर सामान बाहेर घ्या. नाहीतर ते मातीच्या ढिगाऱ्यात गडप हुईल.'' किशोरनं तिला सावध केलं.

कमळा हादरली. तरी तिनं धीर करून विचारलं, ''मग तू का इकडं थांबलायस?''

''माळ्यातली तरणी पोरं, गडी माणसं दिसली की त्यांना पोलीस अटक करत्यात.''

किशोरचे शब्द हातोड्याच्या घावासारखे तिच्या डोक्यावर आदळले. ही त्या माळ्याच्या मालकाचीच कलागत असणार, याबाबतीत तिच्या मनात शंका उरली नाही. ती तशीच झपाट्याने पुढे झाली. माळा पाडला तर आपण राहायचं कुठं? आपल्याकडे जेवायला असणाऱ्या खानावळ्यांचं करायचं काय? ते अन्यत्र कुठंतरी पोटं भरतील; पण आपण पोटाला काय बिबं घालायचं का? अशा प्रश्नांनी तिला सैरभैर केलं होतं. त्याच झिटीत ती झपाट्यानं पुढे जात होती. जेसीबीचा आवाज कानाला घरे पाडत होता. गल्लीत बाजूला उभ्या केलेल्या व्हॅनमध्ये गणपत जायकर होता. व्हॅनशेजारून पुढे निघालेली पाठमोरी कमळा त्याच्या नजरेला पडली. त्यानं तिला हाक मारली, ''कमळेऽऽ!''

पण कमळा झपाट्याने पुढे चालली होती. तिला इतकी कशाची घाई होती, हे कळायला मार्ग नव्हता. त्याची हाक तिच्या कानापर्यंत पोहोचलीच नाही. त्यानंतर त्यानं तिला सलग तीन-चार हाका मारल्या; पण सगळ्याच जेसीबीच्या आवाजापुढे फिक्या पडल्या. अस्वस्थ झालेला गणपत तिच्याकडे फक्त पाहात राहिला. का कुणास ठाऊक; पण त्याचं मन भरून आलं. कमळा आपल्यापासून खूपच दूर गेल्याचा भास त्याला झाला. तो गहिवरला.

कमळा माळ्याच्या समीप आली, तेव्हा माळ्यासमोरची दुकानं पाडायची चालली होती. दोन जेसीबी त्यांच्या अंगाखांद्यावर नाचत होते. दुकाने रिकामीच असल्याने तसा त्यात कोणताही अडथळा राहिला नव्हता. आता बोळाला लागून असलेली दुकानांची भिंत पाडायची चालली होती. दुकानांच्या भिंतीला लागूनच माळ्यात जायचं बोळ असल्यानं पोलीस कुणाला आत सोडत नव्हते वा कुणाला बाहेरही येऊ देत नव्हते. या बाजूला काम करणारा जेसीबी भिंतीला धडका मारून खोऱ्यात माती, रॅबिट भरीत होता व गर्रकन फिरून गल्लीत उभ्या असलेल्या ट्रकात ते टाकत होता.

माळ्यात पोलिसांवर झालेल्या हल्ल्याची माहिती एका हवालदारानं वॉकीटॉकीवर बिरनाळेच्या कानावर घातली होती. माळ्यात अधिक पोलीस फोर्स पाठवणं आवश्यक होतं. त्यासाठी क्षणभर का होईना, जेसीबींचं काम थांबवावं लागणार होतं. तो माळ्याच्या बोळाच्या तोंडाला काम सुरू असलेल्या जेसीबीकडे सरकला. बिरनाळे जेसीबीकडे का गेला, नेमकं काय घडलंय, याचा अंदाज इतर पोलिसांना आला नव्हता. ते बिरनाळेकडे पाहात उभे होते.

माळा पाडला जातोय, हे पाहून कमळानं अगोदरच हाय खाल्ली होती. आपला नवरा, पोरं कुठं आहेत हे माहीत नसल्यानं तिला कापरं भरलं होतं. त्यात समोरचं चित्र पाहून ती अधिकच भेदरली. आजूबाजूला उभ्या असलेल्या पोलिसांची पर्वा न करता संधी साधून ती पटकन पुढे पळाली. पोलिसांच्या लक्षात येईपर्यंत ती बोळात पडलेल्या मातीवरून चालूही लागली होती. जेसीबीच्या चालकानं ट्रकमध्ये माल टाकून दोन पावलं पुढे आलेल्या बिरनाळेकडे पाहात जेसीबीचं पातं गर्रकन पाठीमागे फिरवलं. त्याला उभ्या भिंतीशी अजूनही झट्या द्यायच्या होत्या. झटकन आलेल्या पात्यानं कमळाच्या डोक्याचा वेध घेतला. पात्याच्या झटक्यानं कमळाची कवटीच फुटली. रक्ताच्या चिळकांड्या उडाल्या. कमळा मातीच्या ढिगाऱ्यावर कोसळली. तिला धरायला धावलेले पोलीस जागच्या जागी थिजले. बोंबाबोंब झाली. 'जेसीबी थांबवा, जेसीबी थांबवा' आरोळ्या घुमल्या; पण जेसीबीच्या आवाजासमोर त्या हवेतच विरल्या. पोलीस, आजूबाजूचे बघे चार पावलं पुढं धावले. ओरडून, हातवारे करून त्यांनी जेसीबीच्या ड्रायव्हरला काम थांबवायला भाग पाडले. जेसीबींची धडधड बंद झाली. धावत पुढे आलेल्या एका हवालदाराने आपल्या हातातला दंडुका भिंतींकडे करून ड्रायव्हरचं लक्ष तिकडे वेधलं. ड्रायव्हरनं पुढे पाहिलं. बोळात पडलेल्या मातीवर एका बाईचा देह तडफडत होता!

मानगुट कापलेल्या कोंबड्यासारखी कमळाच्या देहाची तडफड होत होती. पहाऱ्यावर असलेले पोलीस, अधिकारी, बिल्डरची माणसं, बघे आजूबाजूला असूनही काय करावं हे त्यांना उमगत नव्हतं. काम आता थांबल्यातच जमा होतं.

माणूस नावाच्या कीटकांनी मांडलेला हा खेळ डोळे लांबवून 'माळा' पाहात होता. माती, रॅबिटच्या ढिगाऱ्यावर तडफडणारी कमळाही त्याच्या नजरेतून सुटली नव्हती. तिला पाहून तो पुटपुटू लागला, 'कमळा, बाळा निघालीस! तू गावाला बांधलेल्या घरात देह ठेवण्याचं तुझं स्वप्न स्वप्नच राहिलं बघ; पण नियतीसमोर कुणाचं काही चाललंय का? आता हेच बघ, सकाळपासून हे जेसीबी दुकानांच्या अंगांचा लचका तोडत होते. दुपारपर्यंत ते माझ्याही अंगाला भिडले असते! पण तुझ्या आत्मसमर्पणानं मला काही काळ का होईना जीवदान मिळालं. मात्र, ते तरी लाभून काय उपयोग गं? परत कागदं रंगतील, टेबलाखालून देवाण-घेवाण होईल. घटनेला तुलाच जबाबदार ठरवून प्रश्न निकालात काढला जाईल. आज थांबलेले हे जेसीबी उद्या माझ्या अंगावर चाल करून येतील. इथं दुसरी एखादी नवी इमारत उभी राहील. उद्या इथल्या जागेचे भाव दुप्पट झाले, तर परत क्लस्टर डेव्हलपमेंटचा मुद्दा काढला जाईल किंवा आहे त्याची पुनर्बांधणी करण्याच्या नावाखाली परत पाडापाडी होईल. पोरी, थोरा-मोठ्यांच्या खिशातल्या पैशाला जोपर्यंत खाज आहे, तोपर्यंत हे चक्र सुरूच राहणार आहे. याचा अंत कुणाला कळणार आहे किंवा कुणी पाहिला

आहे? आज तू गेलीस, उद्या मीही जाणार आहे. तू मराठी होतीस. तुला तुझ्या मराठीपणाचा अभिमान होता; पण माझा सौदा करण्यात तुझ्याबरोबर राहणारा मराठी माणूसच पुढे होता! हे दुःख मी कुणाला सांगू? तुम्ही तुमच्या संरक्षणाच्या नावाखाली माझे पाय जमिनीत पुरले. आज माझी हालतही तुझ्यासारखीच झालेय. माझा आवाज कुणापर्यंत पोहोचत नाही. ज्यांच्यापर्यंत पोहोचायला पाहिजे होता, तेच मोठे सौदागर आहेत. ऐकताना त्रास होतो नं? पण काय करायचं बाई, तसं नसतं तर एक मराठी बाई आज अशी बेवारशासारखी रॅबिटच्या ढिगाऱ्यावर का तडफडत पडली असती? जा पोरीऽ! जगण्यासाठी तू झुंजलीस. अस्तित्व टिकवण्यासाठी लढलीस. सुख शोधता, शोधता उभा जन्म तू जळत राहिलीस. त्या ज्वालात स्वतःला लपेटून घेतलंस. तो दाह अंगाखांद्यावर खेळवलास. पण तू त्यात इतकी गुरफटली होतीस की, तुझी दुःखाची नदी सुखाच्या सागराला कधी भेटलीच नाही! पोरी, छोट्याला फक्त पोट असतं. त्यानं त्याचीच काळजी करायची असते! ते तू इमाने-इतबारे केलंस. त्याचा साक्षीदार मी आहे. जा, तुझ्या आत्म्याला शांती लाभो. अन् होऽ, माझंही मरण अटळ आहे. तुझ्यामुळे ते काही काळ लांबलं असलं, तरी ते होणारच. आपल्याकडची बळी देण्याची परंपरा तुला माहीत आहे नं! तू हो पुढं, मी आलोच!'